இந்திய சரித்திரக் களஞ்சியம்

1721-1730

ப.சிவனடி

பதிப்பு

அ.வெண்ணிலா

வெளியீடு

வெளியீடு : 25
ISBN : 978-81-921785-1-6

இந்திய சரித்திரக் களஞ்சியம்
ப.சிவனடி

பதிப்பு : அ.வெண்ணிலா

முதல் பதிப்பு : 28, டிசம்பர்-2011 / இரண்டாம் பதிப்பு : டிசம்பர்-2018 / பக்கங்கள் : 416
ஒளியச்சு : எஸ்.தீபா, வசந்தி, ரேணுகா தேவி, கலைவாணி
அட்டை வடிவமைப்பு : ட்ராட்ஸ்கி மருது / நூல் வடிவமைப்பு : எஸ்.மாரீஸ்,
த.டேனியல் பிரபாகர் / அச்சாக்கம் : மணி ஆப்செட், சென்னை.
வெளியீடு : அகநி வெளியீடு,
எண் : 3, பாடசாலை வீதி, அம்மையப்பட்டு, வந்தவாசி - 604 408.
பேசி : 98426 37637 / 94443 60421
மின்னஞ்சல் : akaniveliyeedu@gmail.com

விலை : ரூ 7500 /- (எட்டுத் தொகுப்புகளும் சேர்த்து)

Indhiya Sarithira Kalangiyam
Pa.Sivanadi

Edited by : A.Vennila

First Edition : 28th December - 2011   /   Second Edition : December - 2018   /   Pages : 416
Laser typeset : S.Deepa, Vasanthi, Renugadevi, Kalaivani   /   Wrapper : Trotstky Marudhu
Layout : S.Maries, D.Daniel Prabakar   /   Printed by : Mani Offset, Chennai.
Published by : Akani Veliyeedu, No : 3, Paadasalai Street,
Ammaiyappattu, Vandavasi - 604 408.
Cell : 98426 37637 / 94443 60421
e-mail : akaniveliyeedu@gmail.com

காலத்தின் பக்கமிருந்து...

வரலாறு என்பது வெறும் நிலப்பரப்பையோ அரசர்களின் பெருமையையோ கற்களாலான கோட்டைகள் பற்றியோ பேசுவது மட்டுமல்ல; இப்புவியில் வாழ்ந்து மடிந்த மனிதர்களின் இரத்தமும் சதையுமான வாழ்க்கையைப் பதிவு செய்வதே உண்மையான வரலாறாக இருக்க முடியும்.

தமிழர்களுக்கு வரலாற்றுப் பதிவுகள் மீது அக்கறை இல்லை, தமிழில் நல்ல வரலாற்று நூல்கள் வெளிவரவில்லை என்கிற நெடுங்காலப் பெருங்கவலையைத் தீர்க்கும் வகையில் 25 ஆண்டுகளுக்கு முன் (1987 இல் முதல் தொகுதி வெளியீடு) வெளிவந்த தமிழின் மிகச் சிறந்த வரலாற்றுத் தொகுப்பு ப.சிவனடி அவர்கள் எழுதிய 'இந்திய சரித்திரக் களஞ்சியம்'.

கி.பி.1700 தொடங்கி 1840 வரை 140 ஆண்டுகால உலக, இந்திய, தமிழக வரலாற்றைப் பல்வேறு சுவாரசியமான புள்ளி விவரங்களோடும், பலதரப்பட்ட நூல்களின் குறிப்புகளோடும் அரிதினும் முயன்று தொகுக்கப்பட்டுள்ளது இந்நூல். 10 ஆண்டுகளுக்கு ஒரு நூலென 140 ஆண்டுகால வரலாற்றை 15 தொகுதிகளாக (1711-1720 ஆண்டு இரண்டாம் பத்து, இரு தொகுதிகளாக வந்துள்ளது) எழுதியுள்ளார் வரலாற்றறிஞர் ப.சிவனடி.

நம் சிந்தனைக்கு எட்டாத இந்த 140 ஆண்டுகால வரலாற்றின் ஒரு செய்தியை, ஒரு நிகழ்வை எடுத்துக்கொண்டு, அதனைத் தமிழக - இந்திய - உலகளாவிய நிகழ்வுகளுடன் ஒப்பிட்டு, வாசகர்கள் எளிமையாய் புரிந்துகொள்ளும் வண்ணம் எழுதப்பட்டுள்ளது இந்நூலின் சிறப்பாகும்.

இந்நூலின் இரண்டொரு தொகுதிகளை மட்டும் கையில் வைத்துக் கொண்டு, "இதை மறுபதிப்பாக கொண்டுவர வேண்டும்..." என்று அ.வெண்ணிலா சொன்ன போது மலைப்பாகத்தான் இருந்தது.அவரது தளராத ஆர்வமும், ஈடுபாடான உழைப்பும் "முடியும்" என்கிற நம்பிக்கையைத் தர "செய்வோம்" என்று சம்மதித்தேன்.

இந்நூலுக்கான முன்வெளியீட்டுத் திட்டப் பணிகளை விரைந்து துவங்கி, தமிழகம் முழுவதுமுள்ள முந்நூறுக்கும் மேற்பட்ட புத்தக ஆர்வலர்கள், கல்லூரிகள், இதழ்கள் எனக் கடிதங்களை அனுப்பிவிட்டு, புத்தகங்களைத் தேடும் பணிகளில் தீவிரமாய் இறங்கினோம்.

வழக்கம்போலவே, தமிழ்ச் சமூகத்தின் ஆழ்ந்த மௌனம் லேசாய் கலங்கடித்தது. எவ்விதமான பதிலும் யாரிடமிருந்துமில்லை. கனத்த மௌனத்தை உடைத்தெறிந்தது, முதல் குரலாய் ஒலித்த அன்புத்தோழர் இயக்குநர் பாரதிகிருஷ்ணகுமாரின் அழைப்பு.

"வாழ்த்துகள்... முருகேஷ். நல்ல முயற்சியில இறங்கியிருக்கீங்க. நண்பர்கள் வட்டத்தில் நானும் அறிமுகம் செய்றேன்..."

பிறகு பலரிடமிருந்தும் பதில் வர ஆரம்பித்தது.

விமர்சகர், எழுத்தாளர் டாக்டர். கே.எஸ்.சுப்ரமணியன், 'கதைசொல்லி' பதிப்பாசிரியர், வழக்கறிஞர் கே.எஸ்.ராதாகிருஷ்ணன், கவிஞர் தங்கம்மூர்த்தி, திருச்சி கோ.செண்பகநாதன், பொள்ளாச்சி டாக்டர் மகாலிங்கம் காலேஜ் ஆப் இஞ்சினியரிங் அண்டு டெக்னாலஜி ஆகியோர் வாழ்த்துகளோடு முன்வெளியீட்டுத் திட்டத் தொகையையும் அனுப்பித் தந்து, ஆதரித்தனர்.

விழித்திறன் மாற்றுத்திறனாளியாய் இருந்தும், புத்தக வாசிப்பில் தீராக் காதலோடு இருக்கும் சிதம்பரம் அரசுப் பெண்கள் மேல்நிலைப்பள்ளியின் அறிவியல் பட்டதாரி ஆசிரியர் ந.இரவிச்சந்திரனின் வாழ்த்தும் பாராட்டும் செயல்பாட்டிற்கு ஊக்கம் தந்தன. நூல் அறிமுகத்திற்காகக் கோவை மாநகரக் கல்லூரிகளை என்னோடு சுற்றிவந்த தோழர் ஆ.பாலாஜியின் அன்பும், 'உயிர் எழுத்து' வாசகர்களிடத்து நூல் வருகையை அறிமுகம் செய்த அன்புத் தோழர் சுதீர்செந்திலின் தோழமையும் மறக்க முடியாதவை.

"அந்தப் புண்ணிய புருஷரோட வாரிசுகளாயிருந்து, இந்தப் புத்தகத்தைக் கொண்டு வாரீக. ரொம்ப மகிழ்ச்சிய்யா...!" என்ற பேராசிரியர் சாலமன் பாப்பையாவின் பாராட்டும் பங்களிப்பும் நெகிழ வைத்தன.

தோழமையோடு நல்ல பல ஆலோசனைகளை வழங்கிய 'கலைஞன்' பதிப்பகம் மா.நந்தன், புன்னகை ததும்பும் வார்த்தைகளால் நூல் வருகையைக் கொண்டாடி, அட்டையையும் வடிவமைத்துத் தந்த அன்பினிய அண்ணன் ஓவியக்கலைஞர் டிராட்ஸ்கி மருது ஆகியோரின் தோழமைக்கு என்றும் நன்றி. இத்தொகுப்புத் தயாரிப்புப் பணிகளில் ஒரு குடும்பமாய் இருந்து பிழை திருத்தித் தந்த எழுத்தாளர் கமலாலயன், ஒளியச்சு மற்றும் வடிவமைப்புப் பணிகளைத் தூங்கா விழிகளோடு செய்து தந்த எஸ்.மாரீஸ், த.டேனியல் பிரபாகரன் என்றும் நினைவில் நிற்பார்கள்.

எல்லாவற்றிற்கும் மேலாய் புத்தகம் தேடும் முயற்சிக்கு உறுதுணையாய் இருந்து அரிய பல ஆலோசனைகளை வழங்கியதோடு, இந்நூல் உருவாக்கத்தில் பேருதவி புரிந்த அன்பிற்கினிய அண்ணன் டாக்டர் மு.ராஜேந்திரன், இ.ஆ.ப., அவர்களின் வழிகாட்டு தலுக்கும் நன்றி.

சமகால வரலாற்று நூல்களில் மிக முக்கியமானதும், தனித்துவமானதுமான நூல் எனப் பல்வேறு ஆராய்ச்சியாளர்கள், எழுத்தாளர்களால் பாராட்டுப் பெற்ற இந்நூலை, இன்றைய தலைமுறை வாசகர்கள், ஆய்வு மாணவர்கள், கல்லூரிகள், நிறுவனங்கள் எனப் பலரும் பயன்பெற வேண்டும் என்கிற நல்நோக்கில், இந்தத் தொகுப்புப் பணியை, தன் படைப்புப் பணியினும் மேலாய் நினைத்துத் தொகுத்துத் தந்த அ.வெண்ணிலாவின் இப்பணியைத் தமிழ்கூறு நல்லுலகம் போற்றிக்கொண்டாடும் என உறுதியாய் நம்புகின்றேன்.

இந்தத் தொகுப்புப் பணியில் கற்றுக்கொண்டவை ஏராளம். கடந்த 25 ஆண்டுகளாக காதலோடு செய்த நண்பர்களுக்கான புத்தகத் தயாரிப்புப் பணிகளில் இதுவரை நூற்றுக்கும் மேற்பட்ட நூல்களைக் கொண்டுவந்திருந்த போதிலும், 'அகநி' வெளியீட்டைத் தொடங்கிய இந்தப் பத்தாவது ஆண்டில், 25 ஆவது நூலாக வரலாற்றறிஞர் ப.சிவனடியின் இந்தத் தொகுப்பைக் கொண்டு வருவது, மிகுந்த மனநிறைவையும் நெகிழ்வையும் தருவதாக உள்ளது.

பெரும் சுமையுடன் தடுமாறிக்கொண்டிருந்த எங்களுக்கு ஆதரவுக் கரம் நீட்டிய அன்புள்ளங்களை நினைவுகூர்வது இரண்டாம் பதிப்பு வரும் இவ்வேளையில் அவசியமாகிறது. அரிய இந்த முயற்சியைக் கொண்டாடியதோடு, தென் மாவட்டங்களின் கல்லூரிகளில் இத்தொகுதியை அறிமுகம் செய்தவர், தூத்துக்குடி காமராஜ் கல்லூரியின் முன்னாள் முதல்வர், பேராசிரியர் சா.செல்வராஜ், அன்னம்மாள் கல்லூரியின் தாளாளர் திரு.டி.கணேசன், தினத்தந்தியின் உரிமையாளர் திரு.சிவந்தி ஆதித்தன், பிராட்லைன் கம்ப்யூட்டர்ஸ் உரிமையாளர் டாக்டர் எம்.ஆறுமுகம், ஆனந்தா மெட்டல்ஸ் உரிமையாளர் திரு.குமரப்பன், இந்து சமய அறநிலையத் துறை உதவி இயக்குநர் தேவிகாபுரம் சிவகுமார் முதலானோருக்கு நெஞ்சம் கனிந்த நன்றிகள்.

ஆனந்த விகடன் சிறந்த நூல்களுக்கான 'சிறந்த வெளியீடு' பிரிவில் விருது வழங்கி கௌரவித்தது. மணிவாசகம் பதிப்பகத்தின் நிறுவனர் ச.மெய்யப்பன் அறக்கட்டளை வழங்கிய சிறந்த பதிப்பக விருதை இத்தொகுதி பெற்றுத் தந்தது. நம்பிக்கைத் தந்த எல்லோருக்குமான நன்றிகளுடன்.

- மு.முருகேஷ்,
வெளியீட்டாளர்.

பெருங்கடலின் கரையோரத்தில்...

காஞ்சிபுரம் இலக்கிய வட்டம் நாராயணன் தமிழில் வெளியாகும் முக்கிய புத்தகங்களை உடனே தேடிப் பிடித்து வாங்கிவிடுவார். அவர் நடத்தும் கூட்டங்களில் கலந்து கொள்பவர்களுக்கு உடனுக்குடன் சுடச்சுட அப்புதிய புத்தகங்களைப் பரிசாகத் தருவார். தொட்டுத் தடவிப் பார்த்து பெரும் மகிழ்ச்சியோடு பைக்குள் வைத்துக் கொண்டு பயணம் செய்வோம். எங்கள் திருமணம் முடிந்து இரண்டரை மாதங்களே முடிந்திருந்த நேரத்தில் நானும் முருகேஷும் இலக்கிய வட்டம் கூட்டத்திற்குச் சென்றிருந்தோம். அது 28.06.1998. 'அன்புடன் இலக்கிய வட்டம் நாராயணன்' எனக் கையெழுத்திட்டு இந்திய சரித்திரக் களஞ்சியம் தொகுதி-6 ஐ முருகேஷுக்கும், தொகுதி 8-ஐ எனக்கும் பரிசளித்தார். நூலின் தயாரிப்போ, வரலாறு பற்றிய ஆர்வமில்லாததோ, சரியான காரணத்தைக் கூறமுடியவில்லை... எந்தச் சுவாரசியமுமின்றி புத்தகத்தைப் பைக்குள் போட்டுக் கொண்டு, நாங்கள் இருவரும் பேருந்தில் வெறும் பேச்சோடு பயணம் செய்தோம். இரண்டு தொகுதிகளும் எங்கள் புத்தக அலமாரிகளில் அடைக்கலம் புகுந்தன. வேறெதாவது புத்தகத்தைத் தேடும்போது கண்ணில் படும். 'அய்யோ இந்தப் புத்தகத்தை இன்னும் படிக்கவில்லையே' என ஒரு விநாடி தோன்றும். பிறகு அவசரமாக அந்தப் புத்தக நினைவைக் கடந்து விடுவேன்.

சரியாகப் பதினொரு ஆண்டுகள் கழித்து அந்தப் புத்தகத்தை நான் தேடியலையும் நிலை உண்டானது. டாக்டர் மு.ராஜேந்திரன்,இ.ஆ.ப அவர்களுடன் இணைந்து தொகுத்த 'வந்தவாசிப் போர்-250' புத்தகத் தயாரிப்பிற்காக வந்தவாசியின் வரலாற்றைத் தேடியலைந்தேன். வந்தவாசி பற்றிய குறிப்புகள் இடம்பெற்றுள்ள நூல்களைத் தேடியலைகையில் நண்பர்கள் பரிந்துரைத்த நூல்களில் முதல் இடம் பிடித்தது ப.சிவனடி எழுதிய இந்திய சரித்திரக் களஞ்சியம். மனத்திற்குள் மிகப்பெரிய வேதனைப் பந்து சுழன்றது. என் வேரை எனக்கு அறிமுகப்படுத்தும் பொக்கிஷத்தைக் கைகளில் வைத்துக் கொண்டு, பாராமுகமாய் இருந்த என் அறியாமை எனக்கு உறைத்தது. தவிர்க்க இயலாமல் மனத்திற்குள் நான் இழந்த என் தந்தையின் நினைவு வந்தது. புத்தகப் பெரும் புதையலுக்குள் தேடி தொகுதி-6-ஐக் கண்டெடுத்தவுடன் மனம் முழுக்கப் பரவசம். வந்தவாசிக் கோட்டையைப் பற்றியும், வந்தவாசிப் போர் பற்றியும் அவ்வளவு தகவல்கள்.

காலம் கடந்து நான் கண்டெடுத்தாலும் இரண்டு உண்மைகளை உணர்ந்தேன். ஒன்று, இத்தொகுப்புகள் எழுதப்பட்டு 25 ஆண்டுகள் கழித்தும் அதனுடைய தேவை இன்றும் மாறாமல் இருந்தது. மற்றொன்று, அத்தொகுப்புகளுக்குச் சமமான புத்தகங்கள் பின்வந்த காலங்களில் வேறொன்றும் வெளிவராதது. புறக்கணிக்கவே முடியாத இடத்தில் சிவனடியின் தொகுப்புகள் எக்காலத்தும் நிற்கும் என்ற உண்மை, என்னை மொத்தத் தொகுப்புகளையும் தேட வைத்தது. இணையம், நூலகங்கள், ஆய்வு மையங்கள் என பல இடங்களில் சுற்றியலைந்தேன். எழுத்தாளர் எஸ்.ராமகிருஷ்ணன் தன் வலைப்பக்கத்தில் ப.சிவனடியின் ராட்சஸத்தனமான பங்களிப்புப் பற்றி எழுதியிருந்ததைப் படித்தேன். ப.சிவனடியின் மேல் தீராப் பிரமிப்பு உண்டானது.

புதுச்சேரி பிரெஞ்சு ஆய்வியல் நிறுவனத்திற்குச் சென்று அங்கிருந்த அவரின் 14 தொகுதிகளையும் பார்த்தேன். புரட்டிப் பார்த்தால் மயக்கம் வருவது போல் இருந்தது. ஒரு தனி நபர், இவ்வளவு பெரிய பணியை எப்படிச் செய்ய முடிந்தது என்ற திகைப்பில் இருந்து மீள முடியவில்லை. ஆனால் அந்த ஆய்வியல் நிறுவனத்தில் குறிப்புகள் எடுத்துக்கொள்ள வாய்ப்பிருந்ததே தவிர மொத்தப் புத்தகத்தையும் பிரதி எடுக்க அனுமதியில்லை. அவரின் 14 தொகுதிகளையும் எனக்கென்று வைத்துக்கொள்ளத் தொடர்ந்து தேடினேன். பிறகு அத்தனைத் தொகுதிகளையும் பெற இயக்குனர் சிம்புதேவன், நியூ புக் லேண்ட்ஸ் சீனுவாசன் ஆகியோர் ஊக்கம் தந்தனர். முன்னாள் நூலக இயக்குனர் ஆவுடையப்பன், உலகத் தமிழாராய்ச்சி நிறுவன இயக்குனர் பெருமாள்சாமி, மாவட்ட மைய நூலகங்களில் இருந்து தொகுதிகளைப் பெற உதவிய நண்பர்கள் டி.ரமேஷ், சி.ஜெயக்குமார், என்.ஆர்.அரங்கநாதன், பி.முருகன் ஆகியோரின் உதவியுடன் மொத்தத் தொகுதிகளையும் ஒன்று திரட்டினேன்.

தமிழ் இலக்கிய உலகிற்குள் வரலாறும் இணைந்து செயல்படுகிறதா என்ற சந்தேகம் உள்ளது. அப்படி இருப்பின் தமிழ் இலக்கியவாதிகளும் வரலாற்றறிஞர்களும் ப.சிவனடியை உச்சி முகர்ந்து கொண்டாடலாம்.ஒரு பல்கலைக்கழகம் முயன்று இப்படிப்பட்ட பெரும் பணியைச் செய்திருக்க வேண்டும். தனிநபராய்ச் சிவனடி செய்திருக்கிறார்.

ப.சிவனடி தன்னுடைய சுய உழைப்பில், பொருளாதாரத்தில் இத்தொகுதிகளைக் கொண்டு வந்துள்ளார். கி.பி. 1700-முதல் கி.பி. 2000 வரையான 300 ஆண்டுத் தமிழக, இந்திய, உலக வரலாற்றை எழுதத் திட்டமிட்டு, தன் வாழ்நாளையே அதற்காகச்

செலவிட்டுள்ளார். 1987-தொடங்கி ஆண்டுக்கொரு புத்தகம் என முயன்று 14 தொகுதிகளை வெளியிட்டுள்ளார். சிலருடைய பிறப்பும், மரணமும் வரலாற்றில் மிகப்பெரிய பாதிப்புகளை, இழப்புகளை உண்டாக்கும். ப.சிவனடியின் மரணம், தமிழகம் 160 ஆண்டுகால வரலாற்றைப் பதிவு செய்ய முடியாமல் செய்துவிட்டது.

ப.சிவனடி அவர்களின் தனிப்பட்ட வாழ்வைப் பற்றி எனக்கொன்றும் தெரியாது. அவர் சென்னையில் வசித்ததாகக் கேள்விப்பட்டு எழும்பூர், அசோக் நகர் பகுதிகளில் தேடித் திரிந்தேன். அவரைத் தினம் சந்தித்த, அவருடைய கடைக்கருகில் வசித்த முதியவர் ஒருவரிடம் சிவனடி பற்றிப் பேசும் வாய்ப்பு மட்டுமே கிடைத்தது. கலைஞன் பதிப்பகம் மாசிலாமணி அவர்கள் மூலம் ஓவியர் டிராட்ஸ்கி மருதுவும், எழுத்தாளர் மா.அரங்கநாதனும் சிவனடியை அறிந்திருந்தனர். நண்பர்கள் மூலமாக அவர் விருதுநகர்க்காரர் என்றறிந்து, விருதுநகரிலும் தேடினேன். செய்தியறிய முடியவில்லை, அவரைப் பற்றிய தகவல்கள் ஒன்றும் கிடைக்காமல் போகப் போக, அவரின் தொகுப்புகள் என்னை மிகமிக நெருங்கி வரத் தொடங்கின. அவரின் தொகுப்புகளை மீண்டும் கொண்டுவர வேண்டும் என்ற ஆர்வம் மேலெழத் தொடங்கியது.

கடந்த ஏப்ரல் 5-ஆம் தேதி துவங்கி இன்றுவரை என் நினைவில் வேறெதுவும் இல்லை. புத்தகங்களைத் தட்டச்சு செய்யச் செய்வது, பிழைதிருத்தம் பார்ப்பது, பொருத்தமான படங்களைத் தேடுவது என 5,000 பக்கங்களை மொத்தமாக அச்சுக்கு கொண்டுவருவதற்கான அத்தனை நெருக்கடிகளையும் நான் அனுபவித்துவிட்டேன். அத்தனை வேலைகளிலும், ப.சிவனடி மீதான மதிப்பும் பிரமிப்பும் கணந்தோறும் கூடிக்கொண்டேயிருந்தது.

ப.சிவனடி 14 தொகுதிகளிலும் வரலாற்றைச் சொல்லப் பயன்படுத்திய உத்தி, மொழிநடை, சொன்ன விதம் குறித்து தமிழின் மிக முக்கியமான வரலாற்றறிஞரான டாக்டர் ராஜையன் தன் முன்னுரையில் விரிவாகக் கூறியுள்ளார் ஒரு வாசகியாக நான் ப.சிவனடியை வாசித்து அறிந்த விதம் தனிப்பட்ட விதத்தில் எனக்கு நெகிழ்ச்சியானது.

ஒரு சிறு வரலாற்று நிகழ்வைச் சொல்ல முனையும் போது, அவரின் மனத்தில் அந்நிகழ்வு மட்டும் முக்கியத்துவம் பெறுவதில்லை. அந்நிகழ்வு போன்று ஏற்கனவே வரலாற்றில் இடம் பெற்றுள்ள விதம், நிகழ்வு நடைபெற்ற இடம், அதன் வரலாற்றுப் பின்னணி, அதன் அரசியல் விளைவுகள்... என ஆழமான பார்வையுடன் வரலாற்றைப் பதிவு செய்கிறார். வரலாறு அறிஞர்களுக்கு மட்டுமல்ல; சாமான்ய மக்களுக்குமே என்ற புரிதல் அவரின் பார்வையில் உள்ளது. வரலாற்றைத் தனித்துப் புரிந்து கொள்ளாமல் அதன் அத்தனைப் பரிமாணங்களுடன் சேர்த்து புரிந்து கொள்வதே முழுமையான புரிதலாக இருக்க முடியும் என்பதையும் உணர்த்துகிறது இத்தொகுப்பு.

ஆசிரியரின் கருத்தாக எதையும் கூறாமல், பல இடங்களில் வரலாற்று நிகழ்வுகளை மட்டுமே பதிவு செய்துள்ளார். மிகச் சில இடங்களில் மட்டுமே நிகழ்வுகள் குறித்துத் தன் கருத்துகளைப் பதிவு செய்கிறார். அக்கருத்துகள் சிலவற்றில் எனக்கு உடன்பாடு கிடையாது. குறிப்பாகச் சமணம், பௌத்த சமயம் சார்ந்த கருத்துகளைக் கூறலாம். இத்தொகுப்புகளில் ஒன்றுடன் ஒன்று மிக நேர்த்தியாகப் பின்னப்பட்டுள்ள அரிய தகவல்களைத் தமிழ் வரலாற்று விரும்பிகளிடம் கொண்டு சேர்க்கவே இத்தொகுப்பை மறுபதிப்பு செய்ய விரும்பினேன்.

நான் ரசித்துப் படித்து பாதுகாக்க விரும்பிய இத்தொகுப்பைப் பாதுகாத்துக் கொள்ள வேண்டும் என்ற உணர்வுடன் நிறுத்திக் கொண்டிருக்கலாம். மீண்டும் இந்த

தொகுதிகளை மறுபதிப்பு கொண்டு வர வேண்டும் என்ற பேராவல் என்னைப் புதைமணலில் உள்ளிழுப்பதைப் போல் உள்ளிழுத்துக் கொண்டே இருந்தது. என் சொந்தப் படைப்புப் பணிகளை முழுமையாகத் தொலைத்துவிட்டு இம்மறுபதிப்புப் பணியில் ஈடுபடுத்திக் கொண்டேன். காரணம் தமிழ் வாசகர்களுக்கு நல்ல புத்தகத்தைக் கொண்டு சேர்க்க வேண்டும் என்ற அக்கறை. இதுவும் படைப்புப் பணியின் மிக முக்கிய அங்கமாக நினைக்கிறேன்.

மறுபதிப்புப் பணியில் நான் சந்தித்த பிரச்சனைகளையும் எதிர்கொண்ட இடர்களையும் இங்கு நிச்சயம் பதிவு செய்ய வேண்டியுள்ளது. ஆனால் அது மிக நீளும். ஒரு தனிநபரின் சத்தமில்லாத, எந்த அணியாலும் அங்கீகரிக்கப்படாத, மிகப்பெரிய பங்களிப்பைக் கொண்டாட வேண்டும் என்ற எளிய நோக்கத்தின் முன் அப்பிரச்சனைகளை எல்லாம் எளிதாகக் கடந்தேன். நான் நம்பிக்கை இழந்த நேரங்களில் நம்பிக்கைக் கொடுத்து ஊக்கப்படுத்திய டாக்டர் மு.ராஜேந்திரன், இ.ஆ.ப, நான் சோர்வுறும் போதெல்லாம் என்னைத் தேற்றி, உற்சாகப்படுத்திய மு.முருகேஷ், இருவரின் அன்பு இல்லையேல் இப்பணி நிறைவேறியிருக்காது.

'இந்தப் புத்தகத்தை எப்படியும் கொண்டு வந்துடும்மா' என உற்சாகப்படுத்திய அண்ணன் டிராட்ஸ்கி மருது, நான்கு மாதமாக வீட்டை மறந்து எங்களோடு இப்பணியில் இருக்கும் தம்பி டேனியல் பிரபாகர், 'ஆள பிச்சி எடுக்காத ஆத்தா' என அன்பாய்க் கடிந்து கொண்டே வேலை பார்த்த மாரீஸ். 'சிவனடி புத்தக வேலை எப்பம்மா முடியும், எங்க கூட எப்ப வெளிய வருவ' என தினம் ஏக்கமாய்க் கேள்விகளால் நாட்களைக் கடத்திய என் அன்பு மகள்கள், 'நீ ரொம்ப பெரிய வேலைய எடுத்திட்ட' என கூறிக்கொண்டே, வீடு குறித்த சிந்தனையையே நான் முழுமையாய் மறந்திருக்க, என்னை அரவணைத்துக் கொண்ட அம்மாவும்... இப்பணியினைச் சுமந்திருக்கிறார்கள்.

எல்லோருக்குமான ஈர அன்புடன்,
அ. வெண்ணிலா.
02.12.2011

முனைவர். **கே.ராஜையன்,** எம்.ஏ., எம்.லிட்., பி.எச்டி.,
முன்னாள் பேராசிரியர் மற்றும் தலைவர்
வரலாற்றுப் படிப்பியல் துறை
மதுரை காமராஜர் பல்கலைக்கழகம்
மதுரை - 625 021

வரலாற்றை வாசிப்பதில் ப.சிவனடியின் அணுகுமுறை

1927-ஆம் ஆண்டு விருதுநகரில் பிறந்த ப.சிவனடி ஆரம்ப காலக் கட்டத்தில் இருந்தே மிக எளிமையானவர். அவர் பல இடங்களில் சொல்லியுள்ளது போல் ஆரம்ப காலத்தில் எந்த எழுத்துப் பணிகளிலும் அவர் ஈடுபடவில்லை.

இவருடைய "இந்திய சரித்திரக் களஞ்சியம்" 15 நூல்களாக வெளி வந்துள்ளது. இவர் எடுத்துக் கொண்ட காலம் கி.பி.1700 இல் ஆரம்பித்து கி.பி. 1840 இல் முடிவடைகிறது. ஆனால் இவர் கி.பி. 2000 வரை எழுத திட்டமிட்டிருந்தார். ஒவ்வொரு பத்து வருடங்களுக்கும் ஒரு தொகுப்பு என திட்டமிட்டு ஒவ்வொரு தொகுப்பிலும் 10 ஆண்டுகளின் சமூக, அரசியல், பொருளாதார, மருத்துவ மற்றும் விஞ்ஞான வளர்ச்சி பற்றி வரிசைக்கிரமமாக எடுத்துரைத்துள்ளார்.

இவருடைய படைப்புகள் தொகைநூல் (Anthology) என்று கூறப் பட்டாலும், இவர் உருவாக்கிய 15 நூல்களும் தொகைநூல்களுக்கான வடிவத்தில் அமையவில்லை. தொகைநூல்களில் பொருட்கள் வருடவாரியாகவும் வரிசைக்கிரமமாகவும் அமைக்கப்பட வேண்டும். ஆனால் திரு ப.சிவனடி அவர்களின் படைப்புகள் வருடவாரியாக மட்டும் அமைக்கப்பட்டுள்ளது. வரிசைக்கிரமமாக அமையப்பெறவில்லை. எனவே, தொகை நூல்களுக்கான முழு வடிவம் இவருடைய படைப்புகளில் பின்பற்றப்படவில்லை. இதுவே இவருடைய தொகுப்பு நூல்களுக்கான சுவாரசியமாகவும் உள்ளது.

திரு ப.சிவனடி அவர்கள் பின்பற்றிய வடிவம் புதியது என்றாலும் அவை குறிப்பிடத்தக்கது. பத்து வருடங்களுக்கு ஒரு தொகுப்பு என்பதே ஒரு புதிய முறை. ஒவ்வொரு தொகுப்பிலும் முதல் சில பக்கங்கள் அப்புத்தகம் பற்றிய குறிப்பிற்கு ஒதுக்கப்பட்டுள்ளது. இக்குறிப்பிலிருந்து அத்தொகுப்பில் இடம் பெற்றுள்ள வரலாற்று நிகழ்வுகள் குறித்து அறிந்துகொள்ளலாம்.

இவர் 5000ம் பக்கங்கள் கொண்ட 14 தொகுப்புகளை வெளியிட மிகுந்த சிரத்தை எடுத்துக்கொண்டுள்ளார். இவர் பின்பற்றிய தொகுப்புமுறை, பொருள் மற்றும் வடிவம் ஆகியன தமிழ் இலக்கியத்தில் ஒரு புதிய அணுகுமுறை. அச்சுத் தொழில்நுட்பம் வளர்ச்சியடையாத காலகட்டத்தில் இவர் தனது தன்னம்பிக்கை, விடாமுயற்சியின் மூலமும் இந்த சாதனையை செய்துள்ளார்.

இவரது நூல்களை தற்போது மறுபதிப்பு கொண்டு வருவதின் மூலம் பலரின் எதிர்பார்ப்புகள் நிறைவேறியுள்ளன.

திரு ப.சிவனடி அவர்களின் தொகுப்புகள் கி.பி. 1700 முதல் கி.பி.1840 வரையான காலகட்டத்தை உள்ளடக்கியது. இவர் எடுத்துக்கொண்ட இக்காலகட்டம் இந்திய வரலாற்றில் மிகவும் முக்கியமானது. இக்கால கட்டத்தில்தான் பல முக்கிய நிகழ்வுகள், புரட்சிகள், அரசியல், சமூக, பொருளாதார மாற்றங்கள் மற்றும் அறிவியல் கண்டுபிடிப்புகள் நடை பெற்றுள்ளன.

இவர், நிகழ்வுகளை வருடவாரியாக மட்டும் குறிப்பிடாமல் சில இடங்களில் நாட்கள் வாரியாகவும் குறிப்பிட்டுள்ளார். மேலும் ஒரே நிகழ்ச்சி வேறு இடங்களில் நடந்திருந்தால் அத்தகைய நிகழ்வுகளையும் குறிப்பிட்டு விளக்கியுள்ளார். இத்தகைய ஒப்பியல் வரலாற்றை எழுத இவர் மிகுந்த சிரத்தை எடுத்துக்கொண்டுள்ளது தெரிய வருகிறது.

வரலாற்றை எழுதுவது என்பது ஒரு புதிய பரிமாணத்தை அடைந்துள்ளது. வரலாறு என்பது வெறும் பெயர்கள், ஆண்டுகள், சம்பவங்களை குறிப்பிடுவது மட்டும் அல்ல. கடந்த காலங்களில் நடந்த நிகழ்ச்சிகளை அப்படியே பிரதிபலிக்கக் கூடியதாக இருக்கவேண்டும். வரலாற்று ஆசிரியர்கள் தங்களுடைய கருத்துக்களை பதிவுசெய்வதோடு தக்க குறிப்புகளுடன் வரலாற்றை எழுதி ஒரு முடிவுரையும் கொடுக்கவேண்டும். திரு ப.சிவனடி அவர்கள், தன்னுடைய படைப்புகளில் மேற்படி வடிவத்தை பின்பற்ற உரிய முயற்சி எடுத்துக் கொண்டுள்ளார். இவருடைய படைப்புகளின் ஆரம்பக் கட்டம் பழமையான வடிவத்தில் இருந்தாலும் அவருடைய படைப்புகளின் அட்டவணை மற்றும் குறிப்புகளில் புதிய அணுகுமுறை உள்ளது. இது ஒரு குறிப்பிடத்தக்க வளர்ச்சியாகும்.

இவர் தன்னுடைய படைப்புகளின் பலனை அனுபவிக்க அதிகநாட்கள் வாழவில்லை. ஆனால் அவரைப் பற்றி தெரிந்தவர்கள் மற்றும் அவருக்கு அதிகமாக அறிமுகமானவர்கள் அவருடைய இலக்கிய தேடுதல் பற்றியும் அவர் பல்வேறு நூல்களில் இருந்து எடுத்துவைத்துள்ள குறிப்புகள் பற்றியும் தெரிவித்துள்ளனர்.

இந்திய நாடு தனது பரந்த நிலப்பரப்பு, பல்வேறு வகையான கலாச்சாரம், வாழ்க்கையை அதன் போக்கிலேயே ஏற்றுக்கொள்ளும் மக்கள், இயற்கை வளங்கள், மதிப்பற்ற இரத்தின கற்கள், வாசனை திரவியங்கள் போன்றவைகள் காரணமாக, அயல்நாட்டு வணிகர்களின் கவனத்தை ஈர்த்தது. இந்தியாவில் அந்த காலக்கட்டத்தில் இருந்த குறுநில மன்னர்களிடையே இருந்த பகைமை மற்றும் ஒற்றுமையின்மை அயல்நாட்டினர்களின் படையெடுப்பிற்கு வழிகோலியது. இக்காரணங்களினால் பேராசைக் கொண்ட பல ஏதேச்சதிகார நாடுகள் இந்தியா மீது படையெடுத்து தங்கள் பேராசை, ஏதேச்சதிகாரம், கனவுகளை, இந்தியாவில் தேட ஆரம்பித்தனர். எனவே, இந்திய வரலாற்றைப் பற்றி எழுதும் எந்தவொரு எழுத்தாளரும் பிற நாடுகளைப் பற்றிய விவரங்கள் தெரிந்திருக்க வேண்டும். பல நாடுகள் பற்றிய அறிவை திரு ப.சிவனடி என்ற இப் புகழ்பெற்ற எழுத்தாளரும் பெற்றிருக்கிறார்.

திரு ப.சிவனடி அவர்களின் எடுத்துரைக்கும் முறையினை குறிப்பிட வேண்டும் என்றால் குறிப்பாக ஓராண்டை -அதாவது 1751-ஆம் ஆண்டை விவரிக்கும் போது அவ்வாண்டின் முக்கிய நிகழ்வான இராபர்ட் கிளைவின் ஆற்காடு வெற்றியை மட்டும் குறிப்பிடாமல் இந்திய போர்க்களத்தில் முதன்முறையாக பயன்படுத்தப்பட்ட பீரங்கிகள் பற்றியும் இதே ஆண்டு நடந்த ஒரிசா மற்றும் மராத்திய போர்கள், இந்த ஆண்டில் ஆங்கிலேயர்கள் இந்தியாவில் மேற்கொண்ட நில அளவை கணக்கெடுப்பு, இங்கிலாந்தின் பெத்தலகேமில் ஆரம்பிக்கப்பட்ட மனநல மருத்துவமனை, விடுதலை வீரர் புலித்தேவர் ஸ்ரீவில்லிப்புத்தூர் கோட்டையைக் கைப்பற்றியது, “நிக்கல்” என்ற உலோகம் கண்டுபிடிக்கப்பட்டது மற்றும் சருகணி மாதாகோவில் கட்டப்பட்டது ஆகியவற்றை பற்றியும் குறிப்பிடுகின்றார். இவ்விவரங்கள் மிக விரிவாக குறிப்பிடப்பட்டுள்ளன.

இத் தொகுப்புகளில் புகழ்பெற்ற மெகாலே, இராபர்ட் கிளைவ், டார்வின், ரப்பர் டயரைக் கண்டுபிடித்த குட்இயர், ஜி.யூ.போப், கவிஞர் ஷெல்லி, ஹெர்குலிஸ், நெப்போலியன், இராணி மங்கம்மாள், இந்தியாவின் முதல் சுதந்திரப் போரின் வீரர்களான, மருதுபாண்டியன், சின்னமருது, திப்பு சுல்தான் மற்றும் பலரைப் பற்றி குறிப்பிட்டுள்ளார்.

இவர் ஒரு வருடத்தைப் பற்றி குறிப்பிடும் போது அவ்வருடத்தோடு தொடர்புடைய மனிதர்கள், நாடு மற்றும் நகரங்களோடு குறிப்பிட்டு விவரிக்கிறார். ஒரு சம்பவத்தை விவரிக்கும் போது அது தொடர்பான வேறு சம்பவத்தைக் குறிப்பிட்டு எவ்வாறு ஒவ்வொன்றும் மற்றவற்றுடன் சம்பந்தப்பட்டுள்ளது என்பதையும் விவரிக்கிறார். இது ஒரு வரலாற்று இணைப்பு ஆகும்.

திரு ப.சிவனடி அவர்களின் படைப்புகளை மறுபதிப்பு செய்ததற்காக அகநி பதிப்பகம் கவிஞர் மு. முருகேஷ் ஐ மனதாரப் பாராட்டுகிறேன்.

மேலும், விவரங்களை சரிபார்த்து தவறுகளை திருத்திக் கொடுத்த டாக்டர். மு.ராஜேந்திரன்,இ.ஆ.ப., அவரின் பணியை பாராட்டுகிறேன். 15 தொகுப்பு களையும் தேடிக்கண்டுபிடித்து தகுந்த இடங்களில் புகைப்படங்களையும் இணைத்து மறுபதிப்பு கொண்டுவரும் அ.வெண்ணிலா அவர்களின் பணியை பாராட்டுகிறேன்.

இந்த மறுபதிப்பின் மூலம் திரு ப.சிவனடி அவர்களின் இலக்கிய பங்கினை நாம் அறிந்து கொள்வதுடன் அவர் நமக்களித்துள்ள வரலாற்றுப் புதையலை முழுமனதோடு பாராட்டக் கடமைப் பட்டுள்ளோம்.

K. Rajaiyan

31-10-2011

இந்திய சரித்திரக் களஞ்சியம்

மூன்றாம் தொகுதி

பதினெட்டாம் நூற்றாண்டு- மூன்றாம் பத்து

1721 - 1730

''வரலாறு மனிதனை அறிவாளியாக்குகின்றது ''

- பிரான்சிஸ் பேக்கன் (1561 - 1626)

முதல் பதிப்பின் முன்னுரை

ஒரு மெய்ப்பொருள் அறிஞர் சொன்னார்; என் நெஞ்சம் கடந்த காலத்திலும், உடல் நிகழ்காலத்திலும், ஆன்மா எதிர் காலத்திலும் நிலவுகின்றது.

அவர் நகைத்திற முடையவரும் அல்லர்; பாமரரைக் கவர வேண்டுமென்பதற்காகப் பகட்டு ஓசையோடு இதை மொழியவும் இல்லை.

மாறாக, மனிதன் கடந்த காலத்திற்குச் செலுத்த வேண்டிய நன்றிக்கடன், நிகழ்காலத்துடன் தன்னை ஒன்றிக் கொள்ள வேண்டியமை, எதிர்காலத்தில் தான் ஏற்க வேண்டிய கடமைப் பொறுப்புகள் முதலிய மூன்றையும் சுட்டாமல் சுட்டும் விதத்தில் மணிச் சுருக்கமாக அவ்வாறு கூறினார்.

நாம் எதிர்காலத்தை எங்ஙனம் உருவாக்குவோம் என்பது தீர்க்க தரிசனம்; கடந்த காலம் எவ்வாறு இருந்தது என்பது வரலாறு;

முன்னர் நேர்ந்தன அனைத்தின் விளைபயன்தான் நாம் என்ற பாவையாகிய மனிதர் என்பதை ஒருவர் உணர்வரேல், சரித்திரம் என்பது வறட்டுத்தனமான கதை என்ற எண்ணம் மறைந்துபோய், மனிதர்க்கு மிகவும் நெருக்கமான உயிர்த்துடிப்புள்ள நிதரிசனமே வரலாறு என்பது தெளிவாய்ப் புலனாகும்.

இந்திய சரித்திரக் களஞ்சிய நூல்வரிசையின் மூன்றாம் தொகுதி நான்காம் புத்தகமாக வெளிப்பட்டுள்ள இந்த மூன்றாம் பத்தின் வரலாற்று ஒப்பாய்வு, மேற்சொன்ன தத்துவ ஞானியின் மனிதநேய வெளிப்பாட்டைப் பிரதிபலிக்கும் ஒரு கருவியாக அமைக்கப்பட்டுள்ளது. இத்தொகுதிகள் எழுத்துக்கூட்டிப் படிக்கத் தெரிந்தவர்களுக்கும் பயன்பட வேண்டும் என்ற உள்நோக்கத்துடன் கோக்கப்பட்டுள்ளன. அவை வரலாற்று மாணவர்களுக்கும், ஆராய்ச்சியாளருக்கும் பயன்படக் கூடுமெனினும், அனைவரும் படித்து அனுபவிக்க வேண்டிய மனித இதிகாசம் என்பது ஆசிரியரின் தாழ்மையான கருத்தாகும்.

பேராசிரியர் ஏ.வி. சுப்பிரமணியம், புதுச்சேரிப் பல்கலைக்கழகத்து முன்னாள் துணை வேந்தர் டாக்டர்.கி. வேங்கட சுப்பிரமணியம் போன்ற அறிஞர்கள், ஆசிரியரின் உள்ளக்கிடக்கை, குறிக்கோள், இந்நூல் தொகுதியின் கட்டமைப்பு இவையனைத்திற்கும் மேலாக, இதனுள்ளே ஆதார சுருதியெனக் கேளா ஒலியாய் ரீங்காரம் செய்யும் மனிதப் பொதுமை முதலியவற்றைக் கோடிட்டுக் காட்டும்வகையில் விழுமிய கருத்துக்களை எடுத்துரைத்தமையானது, இந்த ஆசிரியருக்கு மாபெரும் உந்தாற்றலைக் கொடுக்கின்றது.

வரலாற்று ஒப்பாய்வு

இந்தப் பல்வண்ணப் பட்டையில் இந்தியப் பெருநிலந்தொட்டு அனைத்துலகிலும் நிகழ்ந்த பல்வேறு செய்திகள் பன்னிறமலர்க் கோலங்களாகத் தோன்றுவதை உய்த்துணரலாம். சரித்திரத்தை மாமனித இதிகாசம் என்று மேலே குறிப்பிட்டிருந்தோம். அக்கருத்திற்கு ஆதரவு தரும் வண்ணம், இந்தப் பத்தில் இதிகாச புருஷர்களைத் தெளிவாகக் காணமுடியும்.

பொருளியல் கோட்பாடுகளில் புதிய சிந்தனைகளை எடுத்துரைத்த ஆடம்ஸ்மித், இந்திய மறுமலர்ச்சிக்கு வித்திட்ட ஜெயப்பூர் மன்னர் இரண்டாம் ஜெயசிங்கு, கடலில் புதுவழிகளைத் தேடிய துணிச்சல் மிகுந்த மாபெரும் கடலோடிகள், பிரிட்டிஷ் பேரரசுச் சிற்ப இராபட் கிளைவு, இந்தியாவில் அகண்ட பிரஞ்சு ஏகாதிபத்தியத்தை உருவாக்கக் கனவுகண்ட துய்ப்பிளே, தன் ஆய்வுத் திறத்தால் அறிவியலின் போக்கில் புது வழியைக் காட்டியும், புதிய ஆக்கத்தை உண்டாக்கியவருமான ஐசக் நியூட்டன், நுண்ணுயிர் கண்டுரைத்த லூவன்ஹோயக்கு, இந்திய அரசியல் வானில் தூமகேது என்ற வால் நட்சத்திரமாகத் தோன்றிய மாவீரர் ஐதரலி, வேணாட்டு மன்னராக எழுந்து நாட்டையே பத்மநாப சுவாமிக்கு அர்ப்பணித்த மார்த்தாண்டவர்மன், மராட்டியர் கப்பற்படையின் உயர் தலைவரான கானோஜி ஆங்கரே, புதுக்கோட்டை, சிவகங்கை மன்னர்கள்.

இந்தியாவில் வாணிபம் புரிய வந்து, சுமார் நூற்றைம்பது ஆண்டுகளுக்குள் இந்நாட்டின் அரசியல் மேலாதிக்கத்தைப் பெற்று விட்ட பிரிட்டிசாரின் அரசியல் வரலாறு, பாராளுமன்றங்களின் அன்னை எனப்படும் பிரிட்டிஷ் பாராளுமன்றம் உருவான சரித்திரம் பிரிட்டிஷ், பிரஞ்சு ஏகாதிபத்தியங்கள் இந்திய பெருநிலத்தின் நான்கு திக்குகளிலும் விரிந்து காலூன்றுவது, இந்தியாவின் மிகப்பெரிய துணி வாணிபம், இக்கால கட்டத்தில் அயலாரும், இந்தியரும் இந்தியாவில் வெளியிட்ட நாணயங்கள், நிசாம் குடியின் தோற்றம், மராட்டியர் இந்திய அரசியலில் ஏற்றம் கொள்ளுதல், சேதுபதிகளின் உள் சண்டைகள், இந்தியாவில் நீதிமன்றங்கள் அமைதல் முதலியன இந்திய மக்களின் அரசியல், பொருளியல் நிலைகள் இக்காலகட்டத்தில் எவ்வாறு இருந்தன என்பதை ஒப்பு நோக்க உதவும்.

முதுபெரும் நாகரிகத்தை உடையதும், தமிழகத்துடன் கிறித்தவ அப்தத்திற்கு முன்னரே உறவு கொண்டிருந்ததும், இந்தியாவின் மனிதநேயக் கோட்பாடாகிய பௌத்தத்தை ஏற்றுக் கொண்டதுமான சீனப் பெருநிலத்தின் பதினெட்டாம் நூற்றாண்டு வரலாறும்,

வரலாற்றுக் காலத்திற்கு முன்பிருந்தே இந்தியப் பெருநிலத்திற்கும், இன்று சோவியத்து யூனியனுள் அடங்கியிருக்கும் மனித இனப் பஞ்சாமிர்தமான நடுக்கிழக் கிற்கும் பல வகைகளில் தொடர்பும், உறவும் இருந்து வந்தன. அங்கிருந்துதான் திராவிடரும் வந்தனர் என்று கருதுவாருளர். மேலும் ஆரியர், பாரசீகர், இந்நாட்டிற்கு ஹூணர், குசாணர், என்று அலையலையாகப் பல்வேறு இனத்தார் அங்கிருந்து இந்நாடு

போந்தனர். கிரேக்கரும் அவ்வழியே வந்துதான் பாரதத்தை அடைந்தனர். வரலாற்றில் மிக அண்மைக் காலத்தில் வந்த முகலாயரும் நடுக்கிழக்கு மக்களேயாவர். ஐதராபாது நிசாம் குடியைத் தோற்றுவித்தவர்களின் தாயகமும் நடு ஆசியாவே. அதன் வரலாறு பண்டுதொட்டு விவரிக்கப்படுகின்றது.

பிரிட்டனில் இருந்த சுகாதார நிலை; அம்மைத் தடுப்பு முறைகள்; இலண்டன் நகரிலும், பிரிட்டனின் பல நகரங்களிலும் மருத்துவமனைகள் அமைதல்; தற்கால மருத்துவ முறையின் சில முன்னோடிகள் என்ற பல்துறைச் செய்திகள்.

நகரங்கள் பல்லாயிரமாண்டுகளுக்கு முன்னரே உலகின் பல பகுதிகளில் நிலவியுள்ளன. நாகரிகத்தின் ஊற்றுக்கண்களாக இருந்த நகரங்கள், காலப்போக்கில் பல இடர்பாடுகளை எதிர்ப்பட்டன. அவற்றுள் மக்கள் பெருக்கம், அதனால் உண்டாகும் பொது சுகாதார நெருக்கடிகள் முதலியன பண்டுதொட்டு இருந்து வருகின்றன. அது இலண்டன் ஆயினும், கோல்கொண்டாவாயினும் டெல்லியாயினும் இவ்விடர்பாடுகளை அனுபவித்தே வந்திருக்கின்றன. எனினும் நகரங்களின் எண்ணிக்கை பண்டைக்காலத்தில் ஒவ்வொரு நாட்டிலும் விரல் விட்டு எண்ணக்கூடியனவாக இருந்து, சிறுகச்சிறுக எண்ணிறந்தனவனாகி விட்டன. அதிலும் பதினெட்டாம் நூற்றாண்டு இந்தியாவில் நகரங்களின் எண்ணிக்கை வெகுவேகமாகப் பெருகி வருகின்றது.

இதற்குச் சுமார் இருநூறு ஆண்டுகளுக்கு முன்னர் அமைந்த கெம்பக் கவுடரின் பெங்களூர் அடங்கிய இளகங்க நாட்டை ஆண்டுவந்த கவுடர்களின் ஆட்சி இக்கால கட்டத்தில் முடிவுறவே, பெங்களூர் பெற்று வந்த பரிணாம வளர்ச்சிகளை, அந்நகர வரலாறு விவரிக்கின்றது. கோல்கொண்டாவிற்கு ஏற்பட்ட நகர நெருக்கடி காரணமாக, பின்னாளில் அசஃபு ஷா குடியின் தலைநகரான ஐதராபாதைக் கோல்கொண்ட சுல்தான் நிறுவிய, காதலோடு ஒட்டிய நகரக் கதை கூறுகின்றது.

இராஜஸ்தானத்தின் தலைநகராக இன்று விளங்கும் ஜெயப்பூர் நகரமும் இக்காலச் சூழலில் தான் தோன்றுகின்றது. அந்த இளஞ்சிவப்பு நிற நகரம் இந்தியாவின் தற்கால நகர நிர்மாணக் கலைக்கு ஓர் எல்லைக் கல்லாக நிற்கின்றது.

மராட்டியர் குடியின் அமைச்சர்களாக இருந்து, மராட்டியர் அரசையே ஆளும் ஆண்டையராக எழுந்த பேஷ்வா குடியினர் மேம்படுத்தி நிலை நிறுத்திய பூனா நகர வரலாறும், இக்கால கட்டத்து நகர வளர்ச்சியின் ஒரு கூறாக உள்ளது. இது சமூகவியல், அரசியல், பொருளியல் முதலிய துறைகளில் நிகழ்ந்த மாறுதல்களின் சின்னம் என்று கூறலாம்.

மனிதன் கலஞ்செலுத்தத் தொடங்கி வாணிபத்திற்கென்று திரைகடலில் காற்றின் துணைகொண்டு சென்ற காலத்திலிருந்து, ஆழியிலும் அழி கொள்ளையர் இருந்தனர் என்பது கானோஜி சரிதம் கூற வந்த வரலாற்றில் எடுத்துரைக்கப்படுகின்றது. இந்துமாக்கடலில் மொய்த்துக் கிடந்த பல்வேறு கடற்கொள்ளையரைக் கிறித்தவ அப்தத்திற்கு முன்பிருந்து, பதினெட்டாம் நூற்றாண்டு வரையிலும் காண்கிறோம். இக்காலத்தில் கடற்கொள்ளை என்பது அரசியல் தர்மங்களில் ஒன்றாகவே இருந்து வந்தது.

போர் என்பது மனிதவாழ்க்கையின் அமைதியைக் கெடுத்து அல்லலுறச் செய்யும் தீச்செயல் மட்டுமல்ல என்பதை வரலாறு கூறுகின்றது. அது மக்களின் வாழ்க்கை முறையில் தன்னம்பிக்கையை விரட்டியடித்து, மனிதனை அடுத்த மனிதனிடமிருந்து பிரிக்கும் கொடிய காலனாகவும் விளங்கும் என்பதற்குச் சேரநாட்டில் பதினோராம் நூற்றாண்டு தொடங்கிப் பன்னிரண்டாம் நூற்றாண்டு வரையிலும் சோழர் நடத்திய

நூறாண்டுப் போர் சான்றாக உள்ளது. அது சேரத்தைச் சிதறச் செய்ததுடன், பல சமூகத்தீங்குகளையும் தோற்றுவித்தது. அவற்றுள் சாதிப் பிரிவினை என்பது ஒன்று.

மேலும், மருமக்கள் தாயம் என்ற சமூக அமைப்பு முறையும் அப்போரின் விளைவாக ஏற்பட்டது. இந்நாட்டிற்கு வந்த ஐரோப்பிய நாடோடிகளில் பலர், இந்தச் சமூக வாழ்க்கை முறை பற்றிப் பதினான்காம் நூற்றாண்டிலிருந்து எழுதி வைத்துள்ளனர். அந்தக் குடும்ப அமைப்பு முறை பற்றி மருமக்கள் தாயம் என்ற கட்டுரை விரிந்த முறையில் விளக்குகின்றது. இம்முறை இருபதாம் நூற்றாண்டின் தொடக்ககாலம் வரையிலும் நிலவிற்று.

அடிமை முறை பண்டைத் தமிழரிடையிலும், வேதகாலத்து ஆரியரிடையிலும் பண்டு இருந்ததில்லை என்பர். ஆனால் மனிதரை விலங்குகள்போல் பிடித்துக் கூட்டங்கூட்டமாக அடிமைகளாக விற்கும் அடிமை வாணிபத்தை அரபுகளே முதலில் செய்தனர் என்பது வரலாறு. அவர்கள் அடிமைக் கூட்டங்களை விற்கச் சீனம் வரை சென்றனர். எனினும் அரபுகளிடையே அல்லது இஸ்லாமியரிடையே அடிமை முறையென்பது கொடியதாக இருந்ததில்லை. ஏனெனில் அவர்களில் அடிமைகளாக இருந்தவர்கள் பெரிய படைத்தலைவர்களாக இருந்து, பின்னர் தமது மரபினர் அரசாளும் நிலையை எய்தினர் என்பதை இந்திய வரலாற்றிலிருந்து அறிகின்றோம்.

உலகில் ஐரோப்பியருக்கு முன்னர் வாணிபத்தில் மேலோங்கி அரபு மக்கள் நின்றனர். கீழையுலகின் பல்வேறு வகையான பண்டங்களைக் கொள்முதல் செய்வதற்காக உலகக் கடலெங்கும் அரபுகள் திரிந்தனர். அவர்கள் தகரம் தேடிப் பிரிட்டனி வரை சென்றனர் என்பதிலிருந்து, அம்மக்களின் கடலோடுந் திறனும், வாணிப நாட்டமும் எளிதில் புலனாகும். ரோமானியப் பேரரசின் வீழ்ச்சிக்குப் பிறகு (கி.பி.ஏழாம் நூற்றாண்டு) கீழை வாணிபத்தில் அராபியரே ஏகபோகம் வகித்தனர். இங்கிருந்து சென்ற பண்டங்கள் அரபுகளின் வழியாகவேதான் ஐரோப்பியரை எட்டின.

ஐரோப்பியர் சிறுகச்சிறுகப் பதினைந்தாம் நூற்றாண்டின் இறுதி தொடங்கி மிகக்குறுகிய காலத்தில் அரபுகளை இவ்வாணிபத்திலிருந்து விரட்டிவிட்டனர். ஐரோப்பியர் இவ்வாறு அரபுகளின் வாணிபத்தைக் கவர்ந்ததுபோலவே, பின்னவரின் அடிமை வாணிபத்தையும் பிடித்துக் கொண்டனர். இந்துமாக்கடல் பகுதியில் போர்த்துக்கீசர் அடிமை வாணிபத்தின் முன்னோடிகளாக விளங்கி வந்தனர்.

அடிமை முறை சட்டப்படி 1843 ஆம் ஆண்டு ஒழிக்கப்பட்டது வரையிலும், ஐரோப்பியர் கிட்டத்தட்ட நானூறு ஆண்டுக்காலத்தில், இந்த மனித வியாபாரத்தில் செழித்தனர். பிரிட்டனில் பல துறைமுக பட்டிணங்கள் அடிமை வாணிபத்தினால் செல்வச் செழிப்பில் மிதந்தன. அதனால் ஓர் ஓவியர் லிவர்ப்பூல் பட்டினத்தின் நெடிதுயர்ந்த மாளிகைகளைக் கண்டு விட்டு, ''இங்கு அடிமைகளின் குருதி வாடை வீசுகின்றது'' என்று கூறினார். இதைப்பற்றிய சிறுசெய்தி இடம் பெற்றுள்ளது.

இறைவனின் இல்லமாகத் தமிழர் தொன்று தொட்டு எழுப்பி வரும் கோயில்கள் பற்றிய சிறு விளக்கத்தோடு, சென்னையில் இக்காலத்தில் எழுப்பப்பட்ட கச்சாலீசுவரர் கோயிலின் வரலாறு கூறப்படுகின்றது. ஒரு காலத்தில் மாமன்னர் பலர் செய்த இத்திருப்பணியைச் செல்வர்கள் தொடர்ந்து நடத்தி வரும் சிறப்பை இது விளக்குகின்றது.

இந்தியாவில் கிறித்தவ சமயம் புனித தாமசுடன் தொடங்குவதாக ஒரு மரபு உள்ளது. ஏசுநாதரின் பன்னிரு சீடர்களில் ஒருவரான அவருக்குச் சந்தேகத் தாமஸ் என்ற பட்டப்

பெயருண்டு. ஏனெனில் ஏசுநாதர் சிலுவையில் இறந்து, பின்னர் உயிர்த்தெழுந்ததைக் கண்டது வரையிலும், அவர் மீண்டும் பிழைத்து வருவார் என்பது குறித்துத் தாமசிற்கு ஐயப்பாடு இருந்தது. அவர் சேர நாட்டில் நிறுவியதாகக் கூறப்படும் ஏழு கோயில்கள் பற்றிய செய்திகள் உள.

எது எவ்வாறாயினும், குறைந்தது ஆயிரத்தைந்நூறு ஆண்டுகளாகக் கிறித்தவம் இந்தியாவில் நிலவி வருகின்றது என்பது வரலாற்றாசிரியர் முடிவாகும். எனினும் கிறித்தவ சமயப்பரப்பிகள் பதினாறாம் நூற்றாண்டு முடியுமுன்னரே தென்னிந்தியாவிற்கு வந்து விட்டனர். ஏசு சபையைச் சேர்ந்த சமயப் பரப்பிகள் வடக்கே ஆக்ராவிலும், தெற்கே மதுரையிலும் மிசன் எனப்படும் சமயப் பரப்பு நிறுவனங்களை அமைத்துக் கொண்டனர். இவர்கள் தாம் இந்தியாவில் அச்சுக்கலையின் முன்னோடிகளாவர். தமிழில் முதன்முதலில் புத்தகங்களை அச்சிட்டதும், தாள் செய்ததும் ஏசு சபையினரேயாவர். இந்தியாவிலிருந்து அவர்கள் ஏராளமான சம்ஸ்கிருத நூல்களை ரோமிற்கு அனுப்பினர்.

சீர்திருத்தக் கிறித்தவர்களான புராட்டஸ்டண்டுப் பிரிவைச் சேர்ந்த டென்மார்க்கு நாட்டினரான டேனியர், பதினெட்டாம் நூற்றாண்டுத் தொடக்கத்தில் தான் தரங்கபாடியில் தமது மிசன் என்ற சமயப் பரப்பு நிறுவனத்தை அமைத்தனர். கிறித்தவரில் இருசாரரும் தத்தம் சமயக் கோட்பாடுகளைத் தமிழரிடையே பரப்புவது குறித்து சமயச் சழக்குகள் தோன்றின.

டேனியரின் லுத்தரன் மிசனைச் சேர்ந்த ஜெர்மன் பாதிரிகள் விவிலியத்தைத் தமிழில் மொழிபெயர்த்தனர். எனினும் ஏசு சபையினர் அவர்களுக்கு முன்னரே தமிழில் பல நூல்களை எழுதி அச்சிட்டனர். இந்திய அச்சுக்கலை வரலாறு அவர்களிடமிருந்துதான் தொடங்குகின்றது.

மனித வரலாற்றோடு ஒப்பிடுகையில் மிகவும் நுண்ணிய காலக்கூறான பத்தாண்டுக்காலத்தில் நிகழ்ந்தவற்றை எடுத்துரைக்கும்போது, தெளிவை உண்டாக்கும் நோக்கத்துடன் காலப் பெருவெளியில் பின்னோக்கிச் சென்றிருக்கின்றோம்; முன்னோக்கியும் சில இடங்களில் போயிருக்கின்றோம்.

புத்தர், ஜராதுஷ்டிரர், கன்ஃபூசியஸ், சாக்ரட்டீஸ், எபிரேயத் தீர்க்கத்தரிசிகள் நிலவிய காலகட்டத்தை மனிதரின் அறிவு வளர்ச்சி யுகம் என்பர். எனினும் பதினெட்டாம் நூற்றாண்டை உலகப் பொதுமைக்கு வித்திட்ட காலகட்டம் என்று கூறலாம். இந்தக் காலம் பிறப்பதற்கு மூன்று நூற்றாண்டுகளுக்கு முன்னரே ஐரோப்பியர் அதற்கு வழிகோலினர் என்ற போதிலும், பழம்பெரும் பண்பாட்டைக் கொண்ட இந்தியாவில்தான் மெய்யாகவே கீழைப் பண்பாடும், மேலைப் பண்பாடும் ஒருமைகாண இக்கால கட்டம் களமாய் அமைந்தது.

- ப.சிவனடி

பொருளடக்கம்

1721

1.	*1721*	அம்மைத் தடுப்புக்கு அம்மைப்பால்: பிரிட்டனின் சுகாதார நிலை	*21*
2.	*1721*	கேரளத்தில் புனித தாமஸ் பற்றிய செய்திகள்	*27*
3.	*1721*	அஞ்சங்கோவில் ஆங்கிலேயர் படுகொலை	*31*
4.	*1721*	சென்னையில் புதிய கவர்னர்	*36*
5.	*1721*	சென்னையில் பெரும் புயல்	*36*
6.	*1721*	தமிழ்நாட்டில் கிழக்கிந்தியக் கம்பெனிப் படை: சிறு வரலாறு	*36*
7.	*1721*	முகலாயப் பேரரசின் புதிய வசீர்: நிசாம் -உல்-முல்க்	*41*
8.	*1721*	பிரிட்டனில் வால்போல் முதல் பிரதமர்: பிரிட்டனின் அரசியல் வரலாறு	*42*

1722

1.	*1722*	ஆந்திரத்தில் கம்பெனி காலூன்றுதல்: இந்தியாவின் துணி வாணிப ஏற்றம்	*61*
2.	*1722*	ஜெர்மன் ஆஸ்டெண்டுக் கம்பெனி: கோவளத்தில் அமைப்பு	*67*
3.	*1722*	வரலாற்றுப் புதிர்களைக் கொண்ட ஈஸ்டர் தீவு கண்டுபிடிப்பு	*68*
4.	*1722*	மையழி மாகியாதல் : மேற்குக் கரையில் பிரஞ்சுத் திட்டு	*70*
5.	*1722*	மேள தாள வரவேற்புத் தூய்ப்பிளேக்கா?	*72*
6.	*1722*	இந்திய அரசியல் வானில் புதிய வால் நட்சத்திரம் ஐதரலி	*77*

1723

1.	*1723*	பொருளியல் வானில் புதிய விடிவெள்ளி ஆடம் ஸ்மித்	*79*
2.	*1723*	கம்பெனியுடன் இராமவர்மன் உடன்படிக்கை	*82*
3.	*1723*	ஜோசுவா ரெயினால்ட்ஸ்	*83*
4.	*1723*	கிறிஸ்தபர் ரென் மரணம்	*83*
5.	*1723*	ஜார்ஜ் கோட்டைக்குள் நாணயச்சாலை	*84*
6.	*1723*	சீனத்தில் யுங்கு-செங்கு ஆட்சித் தொடக்கம்	*84*
7.	*1723*	சீனத்தில் கிறித்தவம் பரப்பத்தடை	*97*

8.	1723	வரலாற்றில் மருமக்கள் தாயம்	198
9.	1723	கச்சு வரலாறு	107
10.	1723	குஜராத்தில் மராட்டியர் படையெடுப்பு	112
11.	1723	நுண்ணுயிர் ஆய்வு: லூவன்ஹோயக்	112
12.	1723	அமெரிக்கக் கண்டத்தில் காப்பி அறிமுகம்	114

1724

1.	1724	நிசாமின் அசஃப் ஷா குடி தோற்றம்: நடு ஆசியா, ஐதராபாது நகர - வரலாறுகள்	115
2.	1724	டெல்லியில் ஜந்தர் மந்தர்	134
3.	1724	லாங்மென் புத்தக வெளியீட்டு நிறுவனம்	135
4.	1724	சேதுபதிகள் உள் சண்டை: மராட்டியர் தலையீடு	137
5.	1724	கடலில் புதுவழிகள்: பேரிங்கின் தேட்டப் பயணம்	137

1725

1.	1725	சென்னையில் கச்சாலீசுவரர் கோயில்	146
2.	1725	இராபட் கிளைவு பிறப்பு	149
3.	1725	சென்னையில் புதுக் கவர்னர்	152
4.	1725	தமிழில் புதிய ஏற்பாட்டுப் பணி முற்றுப் பெறுதல்	153
5.	1725	இரஷியப் பேரரசர் மாபீட்டர்	153
6.	1725	சிற்றின்பலோலர் காசனேவா	159

1726

1.	1726	திருவிதாங்கூர் மன்னர் மதுரை நாயக்கரிடம் உதவி கோருதல்	160
2.	1726	இந்தியாவில் நீதிமன்றங்கள்: நிறுவச் சாசன உரிமை	162
3.	1726	கிழக்கிந்தியக் கம்பெனிக்கு இலண்டனில் மாளிகை	163
4.	1726	சென்னையில் சீர்திருத்தக் கிறித்தவச்சபை	163
5.	1726	மர்மலாங்குப் பாலம் கட்டப்பட்டது	163
6.	1726	இராமநாதபுரத்தின் புதிய சேதுபதி	163
7.	1726	சுவிஃப்டின் கலிவர் பயணம்	163
8.	1726	பதினெட்டாம் நூற்றாண்டு இந்திய நாணயங்கள்	164

1727

| 1. | 1727 | சர் ஐசக் நியூட்டன் சில சிந்தனைகள் | 166 |
| 2. | 1727 | கிறித்தவ சமயப்பரப்பிகளிடையே போட்டி | 171 |

3.	1727	சென்னையில் மேயர் முறை மன்றம்	171
4.	1727	இரண்டாம் ஜார்ஜ் பட்டத்திற்கு வருதல்	171
5.	1727	இரத்த அழுத்தம்: துல்லியமாக அளந்தறிதல்	172
6.	1727	பிரேசிலில் காப்பிப் பயிர் அறிமுகம்	172

1728

1.	1728	ஓவியர் இரவிவர்மன் முன்னோர் வீரம்	174
2.	1728	இந்தியாவில் கிராம்வெல் சந்ததியார்	175
3.	1728	சென்னையில் கிறித்தவச் சமயப்பரப்பு அமைப்பு	175
4.	1728	ஜெயப்பூர் நகரம் தோற்றம்	176
5.	1728	தஞ்சை அரியணையில் புதுமன்னர்	176
6.	1728	பெங்களூர் நகர வரலாறு	177

1729

1.	1729	மார்த்தாண்டவர்மன் அரியணை ஏறுதல்	184
2.	1729	டச்சுக் கிழக்கிந்தியக் கம்பெனி மீண்டும் சாசன உரிமை பெறுதல்	187
3.	1729	சீனத்தில் அபினி இறக்குமதிக்குத் தடை	187
4.	1729	கானோஜி ஆங்கரே: கடற்கொள்ளை- சிறு வரலாறு	189
5.	1729	தஞ்சைத் தரணியில் பஞ்சம்	207

1730

1.	1730	புதுக்கோட்டை: முதல் தொண்டைமான்	208
2.	1730	சிரியன் பிஷப் : ஏசு சபையினர் தடுத்தல்	209
3.	1730	பிரிட்டன் ஏற்றுமதி	210
4.	1730	சிவகங்கை மன்னர்: சசிவர்ணத் தேவர்	210
5.	1730	டேனியர் நாணயங்கள்	211
6.	1730	சம்ஸ்கிருத நூல்கள் ரோமை அடைதல்	211
7.	1730	மராட்டியப் பேஷ்வாக்களின் பூனா நகர வரலாறு	212
8.	1730	அடிமை வாணிபமும் பிரிட்டிஷ் துறைமுகங்களின் செழிப்பும்	221

1721

1. அம்மைத் தடுப்புக்கு அம்மைப் பால்: பிரிட்டனில் சுகாதார நிலை

அம்மை என்றும் பெரியம்மை என்றும் அழைக்கப்படும் கொடிய கொள்ளை நோயானது, உலக நாயகியான சக்தியின் பல்வேறு கூறுகளில் ஒன்றாக மாரியம்மனின் சீற்றத்தால் வருவது என்று நமது நாட்டில் மக்கள் நம்பி வந்தனர். இதை ஆனந்தரங்கம் பிள்ளையின் தினப்படி சேதிக் குறிப்பு என்ற நாள் குறிப்பில் விவரித்துக் கூறியிருக்கின்றார். *(இது 1736 முதல் 1761 வரை அன்றாடம் நடந்தவற்றை, புதுச்சேரியின் பெரிய வணிகரும், துபாஷியுமான ஆனந்தரங்கம் பிள்ளை எழுதி வைத்த குறிப்புகளின் தொகுப்பு ஆகும். இ.ச.க தொகுதி-1 காண்க)*

அம்மை பார்த்தல், அம்மை காணுதல், அம்மை போடுதல், அம்மை வார்த்தல் என்றெல்லாம் இன்றும் நாம் அம்மை பெயர் வைத்துக் கூறும் வழக்கம் நம்மிடையே உள்ளது. வரலாற்றுக் காலத்திற்கு முன்பிருந்தே மனித இனத்தை இந்நோய் கொள்ளை கொண்டு அழித்து வந்திருக்கின்றது. நமது நாட்டு நூல்களில் அம்மை பற்றிய துல்லியமான குறிப்புகள் காணப்படுகின்றன என்பர். இது அஞ்சி நடுங்கத் தக்க கொடிய கொள்ளை நோயானமையால், அடுத்தடுத்து உலகந் தழுவித் தீப்போல் பரவி வந்திருக்கின்றது.

எனினும் இக்கொள்ளை மாரி வராமல் தடுப்பதற்குச் சீனத்திலும், இந்தியாவிலும் மூவாயிரமாண்டுகளுக்கு முன்னரே மக்கள் அம்மைப்பால் வைக்கும் முறையை அறிந்திருந்தனர் என்று மருத்துவ வரலாற்றாசிரியர் கூறுவர். ஐரோப்பிய நாடுகளிலோ இந்நோயைத் தடுக்கும் முறை பன்னெடுங் காலமாகவே அறியப்படாமலிருந்து வந்தது.

1721

நோய் எத்தகையது?

அம்மை நோய் மிக நுண்ணிய கிருமியான வைரசினால் உண்டாகக் கூடியது. *(வைரஸ் என்னும் நுண்ணுயிர் ஒற்றை நியூக்ளிக் அமிலத்தால் ஆனது. அதைச் சுற்றிலும் புரதத்தோடு இருக்கும். உயிரணுக்கள் அனைத்திற்கும் உயிர் நாடியான கூட்டுப் பொருள்களையுடைய அணுத்திரண்ம எடையைக் கொண்டது. விலங்குகள், செடியினங்கள் இவற்றின் உயிரணுக்களுள் மட்டுமே வைரஸ்கள் தம்மையொத்த வைரஸ்களைப் பெருக்க வல்லவை. இவ்வைரஸ்களுள் பல, நோயைத் தோற்றுவிக்கக் கூடியனவாகும்.)*

இந்நோய் ஒருவரைத் தொற்றியதும் தலை வலிக்கும், பிறகு காய்ச்சல் வரும்; வாந்தியும் உண்டாகும். இரண்டொரு நாளில் உடலெங்கும் அம்மைக் கொப்புளங்கள் தோன்றும். வைரஸ்கள் தொற்றிக் கொண்ட உடலினுள் ஆக்கம் பெறும் காலம் *11* அல்லது *12* நாள்களாகும். அது எட்டு முதல் பதினான்கு நாள்கள் நீடிக்கும். அம்மை பார்த்தவர்களிடமிருந்து அவர்களை அந்நோய் தொற்றிய காலம் முதல், பிறரையும் தொற்ற வல்லது.

அம்மை வைரசானது நோயாளியின் தோல், தொண்டை, சிறுநீர், மலம் இவற்றில் இருக்கும். தொடுதலால் உண்டாகும் நேரடித் தொடர்பு, காற்று இவற்றின் வழியே உடல் நலமுள்ள உயிர்கள், விலங்கினங்கள் ஆகியன வழியே அம்மை பரவும். இந்நோயின் வைரஸ் துணிகளிலும் படுக்கை விரிப்புகளிலும் உயிர் பிழைத்து நிற்க வல்லவை. அம்மைப் பால் வைத்துக் கொண்டவர்கள், அதனால் நூற்றுக்கு நூறு பேர் நோய்த் தடுப்பு ஆற்றலைப் பெற்று விடுவதில்லை. இந்நோய்க்கு எதிராக இயற்கையான தடுப்பாற்றல் எதுவுமில்லை.

அம்மை எல்லா வயதினருக்கும் காணுமெனினும், குழந்தைகளை மிக எளிதாகத் தாக்கி விடுகின்றது. வெள்ளையரை விடக் கறுப்பரையே இந்நோய் தொற்றக் கூடிய ஆபத்தும் உண்டு.

அம்மைக்குக் குறிப்பிட்ட மருந்து எதுவுமில்லை. இந்நோய் தொற்றியவர்கள் படுக்கையில் ஓய்வு எடுக்க வேண்டும். குளிர்ச்சியூட்டும் தன்மையுள்ள திரவ உணவையே உள் கொள்ள வேண்டும். நோயாளியுடன் தொடர்பு கொள்வோர் அனைவரும், அம்மை குத்திக் கொள்ள வேண்டும்.

இந்நடவடிக்கை அம்மை கண்டவருடன் தொடர்பு ஏற்பட்ட மூன்று நாள்களுக்குள் செய்தல் நலம். இதனால் பிறருக்கு அம்மை பார்ப்பதைத் தவிர்க்க முடியும்.

மேல்நாடுகளில் அம்மை

எட்வர்டு ஜென்னர் *(1749 - 1823)* என்ற ஆங்கில மருத்துவர் தான், அம்மை குத்தும் முறையை *1790* ஆம் ஆண்டு கண்டுபிடித்தார். எனினும் அதற்கு முன்னரே அம்மைத் தடுப்பிற்கு அம்மைப் பாலை வைக்கும் முறை இங்கிலாந்தை அடைந்து விட்டது.

கான்ஸ்டாண்டிநோபிள் நகரத்திலிருந்த பிரிட்டிஷ் தூதரின் மனைவியான மேரி ஓட்லி மாண்டேகு சீமாட்டி, மாரி என்ற அம்மை நோய்த் தடுப்பிற்கு அம்மைப்பால் வைக்கும் முறையை *1717* ஆம் ஆண்டு எகிப்தில் கண்டார். (கான்ஸ்டாண்டி நோபிள் என்ற நகரம் வடமேற்குத் துருக்கியில் பாஸ்போரஸ் நீரிணையின் மேற்குக் கரை மீது, அதாவது ஐரோப்பியப் பகுதியில் உள்ளது. இதன் பழைய பைசாந்தியப் பெயர் கான்ஸ்டாண்டி நோபிள் என்பது கி.பி *330* முதல் *1930* வரை வழங்கி வந்து, இன்று இஸ்தாம்புல் என்று அழைக்கப்படுகின்றது. இப்பட்டினம் *1922* வரை ஆட்டோமான் பேரரசின் தலைநகராக விளங்கிற்று) இப்படிப் பட்ட அம்மைத் தடுப்பு முறையானது சீனத்திலும், இந்தியா விலுமிருந்து, நடுக்கிழக்கு நாடுகளை அடைந்தது. (நடுக்கிழக்கு என்பது கிழக்கு மத்தியதரைக் கடல் பகுதியைச் சுற்றியமைந்துள்ள நிலப்பரப்பாகும். குறிப்பாக இஸ்ரேல், துருக்கியிலிருந்து வட ஆப்பிரிக்கா வரையிலும், கிழக்கே ஈரான் வரை யிலுள்ள அரபு நாடுகள் ஆகியன நடுக்கிழக்கில் அடங்கியுள்ளது.)

எட்வர்டு ஜென்னர்

மாரியைத் தடுக்கவல்ல அம்மைப்பால் வைக்கும் இந்த முறை மேரி என்ற பெயருள்ள ஆங்கிலச் சீமாட்டிக்கு முதலில் புரியாத புதிராக இருந்தது. அவர் எகிப்திலிருந்து இங்கிலாந்து திரும்பியதும், தன் மகனுக்கு அம்மைப்பால் வைக்கச் செய்தார். அம்மைப்பால் வைக்கும் இம்முறையைக் கிட்டத்தட்ட ஒரே காலத்தில் பல்வேறு மக்களினத்தார் கண்டுபிடித்தனர். அறிவியல் துறையில் இவ்வாறு ஏக காலத்தில் ஒரே உண்மை கண்டு பிடிக்கப்படுவது வழக்கம்.

மேரி சீமாட்டி இம்முறையைக் கையாண்டு அம்மை நோயைத் தடுக்க வேண்டுமென்று பிறரிடமும் வலியுறுத்தினார். அவரைப் போன்று பலரும் இதை ஆதரித்தனர். எனினும் இச்சீமாட்டிக்கு பிரிட்டிஷ் அரச குடும்பத்தினரிடம் மிகுந்த செல்வாக்கு இருந்தமையால் அம்மைத் தடுப்புப் பணிக்கு அவரால் ஆதரவு தேட முடிந்தது.

ஏதிலார் பள்ளிகளில் படிக்கும் பதினேழு குழந்தைகளுக்கும், இலண்டனின் நியூகேட்டுச் சிறையிலிருந்த ஆறு கைதிகளுக்கும் அம்மைப்பால் வைத்து, அதன் பலனை கண்ட பிறகுதான், பிரிட்டிஷ் மன்னரின் இரண்டு பேரப்பிள்ளைகளுக்கு அம்மைப்பால் வைக்கப்பட்டது. இச்சோதனைக்கு உள்பட்ட கைதிகளின் மரண தண்டனை விலக்கப்பட்டது.

அம்மைப் பால் வைப்பது எப்படி?

அம்மை முத்துக்களிலிருந்து - கொப்புளங்களிலிருந்து - பாலை - சீழை எடுத்து அதை ஒரு முள்ளில் அல்லது கூரிய கருவியில் வைத்து, அந்தப் பாலை நோய்த் தடுப்பிற்காக உடல் நலமுள்ள மற்றவரின் உடலில் குத்துவது தான் அம்மைப்பால் வைப்பது அல்லது அம்மை குத்துவது என்ற முறையாகும். இவ்வாறு நல்ல உடலில் வைக்கப்படும் பாலிலுள்ள வைரஸ். வைத்த இடத்திலிருந்து தப்பி, இரத்த ஒட்டத்தில் கலந்து விடுமாயின், அதை வைத்தவருக்கு அம்மை வார்க்கக் கூடும். எனவே, நல்ல உடல் நிலையிலுள்ள ஒருவரின் உடலில் அம்மை கிருமியை செலுத்துவதற்கு, செப்பமற்ற இம்முறை துணையாக அமைந்து விடவில்லை.

இது குறித்துக் காட்டன் மேதர் என்ற அமெரிக்கப் பாதிரியார் காலத்திலிருந்து, மேரி சீமாட்டி காலம் வரை வாதப் பிரதிவாதங்கள் நடந்து வந்தன. இக்குழப்பம் மேலும் குழம்பும் வகையில் பல விதமான வழிகளில் அம்மைத் தடுப்பு முறைகளை மக்கள் கைக்கொள்ளலாயினர். சிலர் அம்மைக் கொப்புளத்திலிருந்து விழுந்த பக்கை - புறணியை எடுத்துப் பொடி செய்து மூக்கில் வைத்து உறிஞ்சினர். வேறு சிலரோ அதைத் தமது தோல் மீது வைத்து தேய்த்தனர். சிலர் நரம்பினுள்ளும் அதைச் செலுத்தினர். இவ்வாறு மனம்போன போக்கில் செய்து கொண்டனர்.

அமெரிக்காவில் அம்மை

மேற்கிந்தியத் தீவுகளிலிருந்து இந்த 1721ஆம் ஆண்டு ஜூன் மாதம் அமெரிக்கா வின் கிழக்கு மசாச்சூசட்சிலுள்ள பாஸ்டன் நகரில் அம்மை பரவிற்று. பாஸ்டன் நகரைச் சேர்ந்தவரும், இலண்டன் இராயல் சங்கம் என்ற அறிவியல் சங்கத்தின் உறுப்பினருமான பாதிரியாராகிய காட்டன் மேதர், அம்மைப்பால் வைக்க வேண்டுவதன் முக்கியத்துவத்தை வலியுறுத்தி 1714 ஆம் ஆண்டு ஓர் ஆராய்ச்சி உரையை எழுதி வெளியிட்டார். மேதரின் இவ்வேண்டுகோளுக்கு இணங்கப் பாஸ்டன் நகர மருத்துவரான சப்தியல் பாயில்ஸ்டன்

என்றவர், தன்னுடைய பதிமூன்று வயது மகனுக்கும், இரண்டு கறுப்பர்களுக்கும் 1721 ஜூன் 16 அன்று அம்மைப்பால் வைத்தார். இம்மூவருக்கு இலேசாக அம்மைப்பால் வைத்தார். இம்மூவருக்கும் இலேசாக அம்மை வார்த்தது. அவர்கள் குணமடைந்தும், பாயில்ஸ்டன் பாஸ்டன் நகர மக்களில் 247 பேருக்கு அம்மைப்பால் குத்தினார். அவர்களில் அறுவர் இறந்தனர். பாயிஸ்டன் இயற்கையோடு விளையாடி, ஊரில் அம்மை பரவச் செய்து விட்டார் என்று, ஊர்மக்கள் அவரைச் சாடினர். அவரை ஒரு பெரிய கும்பல் தூக்கிலிடப்போனபோது கடைசி நேரத்தில் காப்பாற்றப்பட்டார்.

அம்மை ஒழிந்தது

அம்மைத் தடுப்பிற்கு ஆக்கமான வழிவகை பிறப்பதற்கு மனித இனம் இன்னும் எழுபதாண்டுகள் ஜென்னரின் வருகைக்காகக் காத்திருக்க வேண்டும். அது அறவே மனித குலத்திடமிருந்து விடுபட்டுச் செல்வதற்காக ஜென்னருக்கு பிறகு மேலும் 190 ஆண்டுகள் காத்திருக்க வேண்டும். இரண்டாம் உலகப் போரையடுத்து நிலையான அமைதி உலகில் நிலவுவதற்காக மனிதர் அமைத்த ஐக்கிய நாடுகள் மன்றத்தின் பல்வேறு மனித நல அமைப்புகளில் ஒன்றான உலக சுகாதார அமைப்பு (WHO) 1967ஆம் ஆண்டு அம்மை நோயை உலகிலிருந்து அறவே ஒழிக்கும் பணியைத் தொடங்கிற்று. அம்மைத்தடுப்புப் பற்றி முழுமூச்சாக உலகந்தழுவிய இயக்கம் நடத்தியும், அம்மை பார்த்தவர்களைப் பிறரிடமிருந்து தனிப்படுத்தி வைத்தும், இந்நோய் பரவுவது தொடர்ந்து மட்டுப்படுத்தப்பட்டது. மனிதரனைவரும் கட்டாயமாக அம்மை குத்த வேண்டும் என்ற சட்ட அதிகாரம் மனிதர் வாழ்ந்த இடங்களிலெல்லாம் நிலவி வந்தபோதும், உலக சுகாதார அமைப்பின் இப்பெரும் பணி காரணமாக, அம்மை நோய் உலகிலிருந்தே முற்றிலும் ஒழிக்கப்பட்டு விட்டது என்று 1980 மே மாதம் அறிவிக்கப் பட்டது. ஆய்வுக் கூடங்களில் ஏற்படும் விபத்துகள், இன்று வேண்டப்படாமல் போய்விட்ட அம்மைப்பாலினால் உண்டாகும் மாறான விளைவுகள் இவற்றால் மட்டுமே, இப்போது அம்மை கண்டு எங்கோ ஓரிடத்தில் மனிதர் சாக நேரிடுகின்றது.

வாழையடி வாழையென மனிதர் பிறமனிதரின் துன்பத்தைப் போக்குவதற்காக மேற்கொண்டுவரும் அரும் பணிகளுள், மேரி சீமாட்டி இங்கிலாந்தில் இவ்வாண்டு தொடங்கி வைத்த இப்பணியையும் ஒன்றெனக் கொள்ளலாம்.

பிரிட்டனில் பொது சுகாதாரம்

இந்தக் கால கட்டத்தில் பிரிட்டனின் பொது சுகாதாரம் எந்நிலையில் இருந்தது? மக்கள் நோயின்றி உடல் நலத்தோடு வாழ்வதற்கு அப்போது என்னென்ன முயற்சிகள் மேற்கொள்ளப்பட்டன? வரலாற்று ஒப்பியல் நோக்கில் இவை கவனிக்கத் தக்கனவாம்.

இது பிரிட்டனில் செல்வம் பொழியத் தொடங்கிய காலம். இலண்டனைப் போன்ற பெரு நகரத்தில் மக்கள் தொகை இரட்டித்த காலம். எனினும் 1666 செப்டம்பர் மாதம் பேரழிவை உண்டாக்கி இலண்டனைத் தீயில் குளிக்கச் செய்து இயற்கையாகத் தூய்மைப்படுத்திய பெருநெருப்பிற்குப் பிறகும், அங்கு குப்பையும், கூளமும், ஊத்தையும், அழுக்கும் ஒழிந்து துப்புரவான நகரமாய்விடவில்லை. சாக்கடைகளும், கழிவு நீர்க்குட்டைகளும் நகரத்தில் ஆங்காங்கே இருந்து நாற்றத்தையும், கெட்ட வீச்சத்தையும், அவற்றினடியாக நோய்களையும் வளர்த்து வந்தன.

''மக்கள் தெருக்களைத் துப்புரவாக வைத்துக் கொள்ள வேண்டும். பன்றிக் கிடைகள் போன்று வீடுகளை வைத்துக் கொள்ளலாகாது'' என்றெல்லாம் முடிமன்னர்கள் இலண்டன் நகரத்து மாந்தரை அப்போதைக்கப்போது எச்சரித்து வந்தனரெனினும், அது ஊத்தைப் குரம்பையாகவே இருந்து வந்தது.

இலண்டன் மாநகரெங்கும் புதிய மாளிகைகளும், பூங்காக்களும் தோன்றின. இது இலண்டன் நகரத்தின் பொற்காலம். முதலாம் ஜார்ஜ் மன்னரின் *(1660-1727 ஆட்சிக் காலம் 1698-1727: ஹனோவர் குடியின் முதல் மன்னர் வால்போல் பிரிட்டனின் முதல் பிரதமரானதற்குக் காரணமானவர்)* புகழ்பெற்ற கட்டடக் கலைஞர்கள் தோன்றிய காலகட்டம். இவையனைத்தும் செல்வம் படைத்த சீமான்கள் வாழ்ந்த பகுதிகளில் அமைந்த சீர்திருத்தமாகும்.

ஆனால் மைய இலண்டனின் பழைய இடங்களும், கிழக்கே ஆல்டுகேட்டிற்கு அப்பாலிருந்த பகுதிகளும் கவனிப்பாரற்றுக் கிடந்தன. அங்கு குற்றங்கள் மலிந்தும், வறுமை கோரத்தாண்டவமாடிக்கொண்டும் இருந்தன. அங்கு இருட்டிய பிறகு சில தெருக்களின் வழியே பத்திரமாக நடந்து செல்ல முடியாது. நகரத்தைச் சுற்றிலும் தெருக்கள், சதுக்கங்கள் முதலியன திறந்த சாக்கடைகளாக இருந்தன. கொல்லைப்புறத் தோட்டங்கள் நோய்களைப் பெருக்கி வளர்க்கும் சாக்கடைக் குழிகளாக நாறிக் கிடந்தன. தேம்ஸ் ஆற்றின் கரையருகே குடியிருந்தவர்கள் வேலி இறக்கத்தின் போது வீட்டுச் சன்னல்களைச் சாத்திக் கொண்டனர். ஏனெனில் தேம்ஸ் ஆறு கடலுக்கு எடுத்துச் செல்லும் கழிவு நீரின் நாற்றம் பொறுக்க முடியாததாக இருந்தது.

கை மருத்துவமனை

எனினும் மக்களின் நலனில் நாட்டங் கொண்ட செல்வ சீமான்களிடையே மக்களுக்கு உதவ வேண்டும் என்ற எண்ணம் இந்தப் பதினெட்டாம் நூற்றாண்டில்

இருந்தது. அவர்களில் பலர் மக்களின் நன்மைக்காக இலண்டன் நகரிலும், பிற நகரங்களிலும் மருத்துவ மனைகளை நிறுவினர்.

இலண்டனில் மருத்துவமனைகள்

இன்றைய (1990) இலண்டனில் இருக்கும் பெரும்புகழ் வாய்ந்த ஏழு மருத்துவமனைகளுள், ஐந்திற்கும் குறையாதவை 1720 முதல் 1745 வரையிலான கால்நூற்றாண்டுக் காலத்தில் திறக்கப்பட்டனவாகும். சான்றாகக் **கை மருத்துவமனை** தாமஸ் கை என்ற புத்தக வியாபாரி ஒருவரால் நிறுவப்பட்டது. அவர் கப்பற் படையிலிருந்து வெளியேறி வந்த மாலுமியரின் ஊதியச் சீட்டுகளைப் பெற்றுக் கொண்டு, சிறு தொகையைக் கழித்துக் கொண்டு அவற்றுக்குப் பணம் கொடுத்துப் பொருளீட்டி வந்தார். அவர் தேம்ஸ் ஆற்றோரத்திலிருந்த மதுக்கடைகளில் இத்தொழிலைச் செய்து வந்தார்.

பிறகு ஒரு புத்தக வியாபாரியானார். **தென் கடற்குமிழி** (இ.ச.க. தொகுதி-2 காண்க) என்று கூறப்படும் பங்கு சந்தைச் சூது பேரத்தில் தாமஸ் கை ஏராளமாகப் பணம் சம்பாதித்து விட்டார். அவர் விவிலிய நூல் பிரதிகளையும் விற்றுப் பெருஞ் செல்வ ரானார். அவருக்கு நினைவுச் சின்னமாக, அவர் பெயர் தாங்கிய கை மருத்துவமனை இன்றும் இலண்டனில் உள்ளது.

பிற நகரங்களில் மருத்துவமனைகள்

இலண்டனைப் பின்பற்றி மாநில நகரங்களிலும் மருத்துவமனைகளை அமைக்கலாயினர். இதில் தென்மேற்கு இங்கிலாந்து துறைமுகப்பட்டினமும், தொழில் நகருமான பிரிஸ்டல் வழி காட்டியாக அமைந்தது. அங்கு 1769 ஆம் ஆண்டு மருத்துவமனை அமைப்புகளுடன் கூடிய மருந்தகம் அந்நாட்டிலேயே முதன்முதலாகத் திறக்கப்பட்டது. அதுவே இன்றுள்ள தனி மருத்துவமனைகளுக்கு முன்னோடியாகும்.

பிரிஸ்டலில் 1770 தொடங்கி 1825 வரையிலும் ஆண்டுக்கு ஒன்று வீதம் மருத்துவ மனைகளும், மருந்தகங்களும் நிறுவப்பட்டன. அங்கு மருத்துவர்கள் செப்பமற்ற தொடக்க காலக் கருவிகளையும், சிறிதளவு மருந்துகளையும் வைத்துக் கொண்டு பண்டுவம் பார்த்தனர். கிருமிகள் என்ற நச்சு நுண்ணுயிர்கள் நீக்கிய அறுவை மருத்துவம் என்பது அன்று அறியப்படாததாக இருந்தது. மயக்க மருந்துக்காக இன்னும் கிட்டத்தட்ட ஒரு நூறு ஆண்டுகள் மனிதர் காத்திருக்க வேண்டும். செவிலியரும், மருத்துவர்களும் நன்கு முறையான பயிற்சி பெற்றிருக்கவில்லை.

குழந்தைகள் தமது வாணாளின் முதல் சில ஆண்டுகளில் சாவிலிருந்து தப்பிப் பிழைத்திருப்பதென்பது பெரிய சாதனைதான். குழந்தைகளில் பலரும், அவர்களை ஈன்ற தாய்மாரும் முட்டுவீட்டுச் சன்னி கண்டு இறந்தனர். எனினும் அவர்கள் உயிர் பிழைத்து நிற்பதை ஊக்குவிக்கும் பணிகள் ஆண்டுக்காண்டு பெருகிக் கொண்டே வந்தன.

ஜான் ஹண்டர்

ஸ்காத்லாந்து (பிரிட்டனின் வடபகுதி) இங்கிலாந்தை விட (ஸ்காத்லாந்தையும், வேல்சையும் எல்லையாக கொண்டது. பிரிட்டனின் நிலப்பரப்பில் பெரியது) மருத்துவத் துறையில் முன்னேறியிருந்தது. ஸ்காத்லாந்தின் எடின்பரோ பல்கலைக்கழகம் (தோற்றம் 1583) மருத்துவ ஆராய்ச்சியில் முதன்மை பெற்று விளங்கியது. எனினும் மருத்துவம் பற்றிய புத்தறிவு ஆலந்திலும் (இது நெதர்லாந்தின் மற்றொரு பெயர். இது வடமேற்கு ஐரோப்பாவில், வட கடலின் மீதுள்ள முடியரசு) இத்தாலியிலும் (இது தென் ஐரோப்பாவில், மத்திய தரைக் கடலிலுள்ள தீபகற்பம்) இருந்துதான் வந்தது.

இலண்டனில் தனிப்பட்ட மருத்துவர்களும், அறுவை மருத்துவர்களும், மாணவர் களும் மருத்துவப் பயிற்சியளித்தனர், இவ்வாறு மருத்துவப் பயிற்சி பெற்று மருத்துவத் தொழில் செய்வது அக்காலத்து வழக்கமாயிற்று. ஸ்காத்லாந்திலிருந்து புகழ் பெற்ற மருத்துவர் இலண்டனுக்கு வரலாயினர். அவர்களுள் வில்லியம் ஸ்மெல்லி (1697-1763) மிகுந்த கெட்டிக்காரர்களான **வில்லியம் ஹண்டர்** (1718-83) **ஜான் ஹண்டர்** (1728-93) சகோதரர் முதலானோர் குறிப்பிடத்தக்கோராவார். இவர்கள் மெத்தக் கவனத்துடன் பிணங்களை அறுத்து உடற்கூறுகளை ஆராய்ந்தனர். உடற்கூறு பற்றிக் கற்றுத் தந்தனர். மருத்துவ நூல்களை எழுதியமைக்காகவும், மனித உறுப்பு மாதிரிகளை சேகரித்துக் காட்சி சாலை அமைத்ததற்காகவும் பெயர் பெற்று விளங்கிய **ஜான் ஹண்டர்** அறிவியல் முறை அறுவை மருத்துவ தந்தை என்று போற்றப்படுகின்றார். அறுவை மருத்துவம் என்பது அதற்கு சிறிது காலத்திற்கு முன்பு வரை ''நாவிதர் கலையாகவும், புரியாத மர்மமாகவும்'' இருந்து வந்தது. அறுவை மருத்துவருக்கும், கசாய்க்காரருக்கும் மிகுந்த வேறுபாடு இல்லை என்பார்கள்.

இப்படிப்பட்ட சுகாதாரச் சூழல் நிலவிய காலத்தில், அம்மையை ஒழிக்கும் சிறு தொடக்கம் பிரிட்டனில் இந்த 1721 ஆம் ஆண்டு ஒரு பெண்மணியால் தொடங்கி வைக்கப்பட்டது.

2. கேரளத்தில் புனித தாமஸ் பற்றிய செய்திகள்

மலபாரின் ஆயராக பிஷப் இருந்த மார் தோமா என்ற சிரியன் கிறித்தவ சமயத் தலைவர், இந்த 1721ஆம் ஆண்டு லெயிடனைச் சேர்ந்த டச்சு அறிஞரான சார்லஸ் ஷாஃபு என்றவருக்கு சிரியாக்கு மொழியில் எழுதியிருந்த ஒரு கடிதத்தில் ஏசுநாதரின் பன்னிரு சீடருள் ஒருவரான தாமஸ் கேரளத்தின் கீழ்க்காணும் இடங்களில் கோயில்களை நிறுவியதாகக் குறிப்பிட்டிருந்தார்:

மயிலாப்போ; கொரிங்கலூர்; பரக்கார்; இராப்பள்ளி; கோகமங்கலம்; நிராணம்; திரிபாங்கூர்.

இ.ச.க.தொகுதி-2 தாமஸ் ஏழு ஊர்களில் கோயில்களை நிறுவியதாகக் கூறப்படும் வெவ்வேறுபட்ட இரண்டு பட்டியல்களைக் குறித்திருந்திருந்தோம். ஆதலால் தாமஸ் இவ்வாறு கோயில்களை நிறுவினார் என்று கூறப்படும் செய்திக்குச் சரியான ஆதாரமில்லை யென்று தற்கால வரலாற்றாசிரியர் பலர் கூறுகின்றனர்.

இருப்பினும் தாமஸ் அடிகள் இந்தியாவிற்கு வந்து கிறிஸ்து நாதரின் திருச்செய்தி களைப் பரப்பினார் என்று செவிவழிச் செய்திகளும், மரபுகளும் வழங்கி வருகின்றன. அதை எடுத்துக் காட்டும்வகையில் மார் தோமா இவ்வாண்டு லெயிடனுக்கு (மேற்கு நெதர்லாந்தின் தென்ஆலந்து மாநிலத்தில் லெயிடன் நகரம் உள்ளது. இங்கிலாந்தின் சீர்திருத்தக் கிறித்தவர்களான **மூத்தோர்** அமெரிக்காவில் 1620 ஆம் ஆண்டு குடியேறியதற்கு

முன்னர் 11 ஆண்டுகள் லெயிடன் நகரத்தில் தங்கியிருந்தனர் என்பது குறிக்கத்தக்கது. இங்கு 1575 ஆம் ஆண்டு நிறுவப்பட்ட பல்கலைக்கழகம் உண்டு) எழுதிய கடிதம் அமைந்துள்ளது. அது தொடர்பான சில செய்திகளை இங்கு விவரிப்போம்.

ஏசுநாதர் தாமசை அனுப்பினாரா?

ஏசுநாதரே தமது பன்னிரு சீடரில் ஒருவரான தாமசை இந்தியாவிற்கு அனுப்பினார் என்ற செய்தியைத் தாமசின் செயல்கள் என்ற சிரியாக்கு மொழிநூல் ஒன்று தருகின்றது. (சிரியாக்கு என்பது சுமார் 13ஆம் நூற்றாண்டு வரையிலும் சிரியாவில் வழங்கி வந்த அராமிக்கு மொழியின் கிளை மொழியாகும். இது இன்னும் கீழ்திசைக் கிறித்தவத் திருச்சபைகளின் வழிபாட்டு மொழியாக இருந்து வருகின்றது. சிரியா என்பது மேற்கு ஆசியாவில் மத்திய தரைக்கடலின் மேல் அமைந்துள்ள நாடாகும்.)

புனித தாமஸ்

தன்னை ''மாமன்னன்; மன்னர்க்கெல்லாம் மன்னன்'' என்று பெருமைபடக் கூறிக்கொண்ட கோண்டஃபார்னஸ் என்ற அரசனிடம் ஏசு நாதர் தாமஸ் அடிகளை அனுப்பி வைத்தார் என்று அந்நூல் மரபு கூறுகின்றது.

அப்படிப்பட்ட பெயரில் ஒரு மன்னர் இருந்திருக்க முடியாது என்று வரலாற்றாசிரியர் பலர் பல காலமாகக் கருதி வருகின்றனர் எனினும் பத்தொன்பதாம் நூற்றாண்டில் தொல்பொருள் துறை துலக்கிய பல உண்மைகளிலிருந்து கோண்டஃபார்னஸ் என்றொரு மன்னர் கி.பி.16 ஆம் ஆண்டு முடிசூடினார் என்றும், அவர் இன்றுள்ள ஈரான், ஆப்கானிஸ்தானம், வடமேற்கு இந்தியப் பகுதிகள் உள்பட ஒரு பெரிய நிலப்பரப்பில் ஆட்சி புரிந்து வந்தார் என்றும் அறியப்பட்டுள்ளன.

தாமஸ் அடிகள் மேற்சொன்ன மன்னரை அடைந்ததும், அடிகள் கைதேர்ந்த வினைஞர் என்பதை மன்னர் கேட்டறிந்து, தனக்கு ஓர் அரண்மனையைக் கட்டும் பொறுப்பை அடிகளிடம் ஒப்படைத்தார் என்பது அம்மரபாகும். ஆனால் தாமஸ் அவ்வாறு செய்யாது, தன்னிடம் தரப்பட்ட பொருள் அனைத்தையும் வறியர்க்கு ஈந்து விட்டார். (மாணிக்கவாசகர், இராமதாசர் வரலாற்றை ஒப்பு நோக்குக.) இதை மன்னர் அறிந்ததும் சினமுற்று வெகுண்டார். அப்போது தாமஸ் மன்னரிடம் கூறுவார்:

''உன்னால் அரண்மனையை இப்போது காண இயலாது. ஆனால் நீ இவ்வுடலை நீத்த பின்னர் அதைக் காண்பாய்.''

மன்னர் இதைக் கேட்டதும் தாமசைச் சிறையிலடைத்தார். மன்னரின் உடன் பிறந்த கேடு என்றவர் இறந்து விண்ணுலகு ஏகினார். ஆனால் அவர் அங்கிருந்து மண்ணுலகு திரும்புமாறு அனுப்பி வைக்கப்பட்டார். அவ்வாறு மீண்டு வந்த அவர், சொர்க்கத்தில் ஓர் அரண்மனையைக் கண்டதாகக் கூறினார். அதனையறிந்த மன்னர் தாமசைச் சிறையிலிருந்து விடுவித்தார். தாமஸ் மன்னருக்கும், அவருடைய சகோதரருக்கும் திருமுழுக்குச் செய்வித்து, அவ்விருவரையும் கிறித்தவம் தழுவுமாறு செய்தார்.

1721

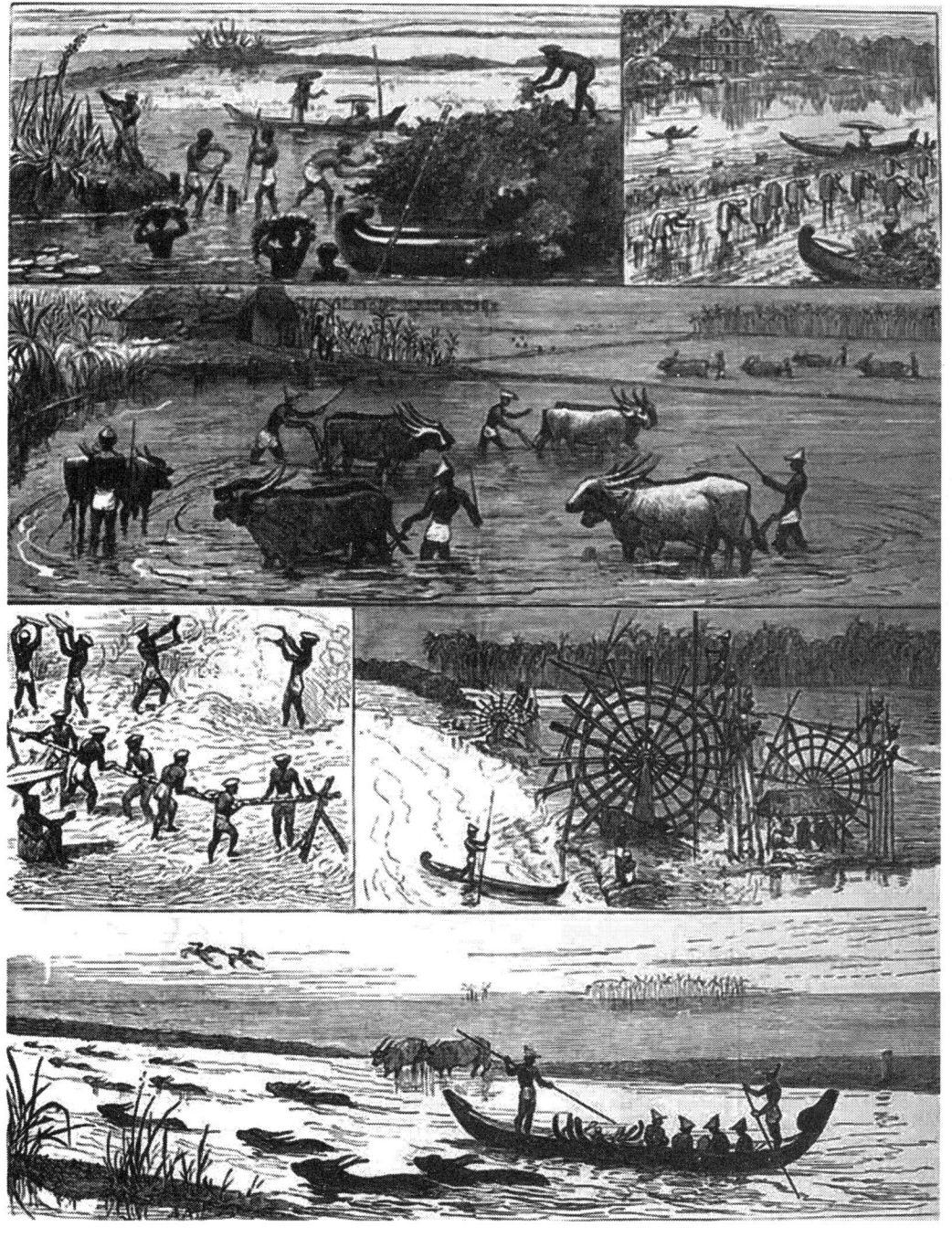

தாமஸ் அதன் பிறகு மிஸ்டியூ என்ற முடியரசை அடைந்தார். அங்கு அவர் மக்கள் சிற்றின்பத்தைத் தவிர்க்க வேண்டுமென்று உபதேசித்து வெற்றி கண்டதை அறிந்து, மிஸ்டியூ மன்னர் வெகுண்டு சினந்தார். எனவே, அவர் தாமசைக் கொன்றுவிடுவதென்று முடிவு செய்தார். அவரது கட்டளைப்படி திருத்தொண்டர் தாமசை மன்னரின் ஆள்கள் காட்டிற்கு அழைத்துச் சென்றனர். அங்கு அவரை ஓர் ஈட்டியால் குத்திக் கொன்றனர். இது தாமஸ் இந்தியாவின் வடபாலில் இருந்ததைப் பற்றிக் கூறும் கதையாகும்:

திருமயிலையில் தாமஸ்

திருத்தொண்டர் தாமசை மேற்சொன்னவாறு வட இந்தியாவுடனல்லாது, தென்னிந்தியாவுடனும் தொடர்புபடுத்தக்கூடிய மற்றொரு மரபும் உண்டு. அதைத்தான் மலபாரின் சிரியன் கிறித்தவச் சபை ஆயராக இருந்த மார் தோமா-இந்த 1721 ஆம் ஆண்டு லெயிடனுக்கு எழுதிய கடிதம் காட்டுகின்றது. தம்மைப் பெருமைக்குரிய ''தாமஸ் கிறித்தவர்'' என்ற பெயரால் அழைத்துக் கொள்ளும் சிரியன் கிறித்தவ மக்கள் இன்னும் கேரளத்தில் வாழ்கின்றனர்.

மேற்கூறிய சிரியாக்கு மொழியில் *1770* ஆம் ஆண்டு எழுதப்பெற்ற ஒரு கையெழுத்துச் சுவடியில் தாமஸ் பற்றிய செய்திகள் காணப்பெறுகின்றன. எனவே அவரைப் பற்றிய ஆய்வில் இதை ஒரு தொடக்கப் புள்ளி என்று கொள்ளலாம்.

தாமஸ் மயிலாபுரி என்ற திருமயிலைக்கு முதலில் வந்தார் என்பது அச்சுவடியில் எழுதப் பெற்றுள்ளது. தாமஸ் அதன் பிறகு சேரக்கோன் (சேரர்கோன்-சேர வேந்தர்) என்றவரின் மலையாள நாட்டிற்குச் சென்றார், அப்போது சேர நாட்டில் வேந்தர் எவருமில்லாதிருந்தனர். முப்பத்திரண்டு ஊர்கள் என்ற ஊர்க் குடிகளும், முப்பத்திரண்டு ஊர்த்தலைவர்களும் நாட்டை நடத்திச் சென்றனர். அங்கு பலர் கிறித்தவ சமயக் கோட்பாடுகளை நம்பினர். திருத்தொண்டர் தாமஸ் அவர்களுக்குத் திருமுழுக்குச் செய்வித்துத் தமது சமயத்தில் சேர்த்துக்கொண்டார்.

1721

ஏழு சர்ச்சுகள்

சங்கரபுரி, பகலோமற்றம் என்ற இரண்டு ஊர்களிலும் ஊருக்கு ஒரு பாதிரியைத் தாமஸ் அமர்த்தினார். அவர் அங்கிருந்து புறப்பட்டுச் சென்று மீண்டும் சமயம் பரப்பும் பணியில் ஈடுபட்டார்.

அவர் கோட்டக்காயலில், கோகமங்கலம், நிராணம், சாயில் குரக்கேணி, கொல்லம், பழூர் என்ற ஏழு ஊர்களில் ஏழு கிறித்தவப் கோயில்களை நிறுவினார். அவர் அதன் பிறகு கேரளத்தில் இங்குமங்கும் சுற்றி வந்தார். மீண்டும் பாண்டிநாடு சென்று கொண்டிருந்த வழியில் ஓர் எம்பிரான் (பிராமணர்) எய்த அம்பு உடலில் பாய்ந்து இறந்தார். அவர் மயிலாப்பூரில் அடக்கம் செய்யப்பட்டார். தேவதைகள் வந்து அவரை ஏரகத்திற்கு, வானுலகிற்கு எடுத்துச் சென்றனர்.

அவர் கேரளத்தில் கோயில்கள் நிறுவியதாகக் கூறப்படும் ஊர்கள், வெவ்வேறாகப் பல்வேறு மரபுகளில் காணப்படுகின்றன. மலபார் ஆயர் இவ்வாண்டு லெயிடனுக்கு எழுதிய கடிதத்தில் கூறப்பட்டிருக்கும் ஊர்கள் :

மயிலப்போ, கொரிங்கலூர், பரக்கார், இராப்பள்ளி, கோகமங்கலம், நிராணம், திரிபாங்கூர்.

ரே மில்னி என்ற வரலாற்றாசிரியர் கூறும் ஊர்கள்:

கிராங்கனூர், கொல்லம், பழூர், பள்ளிபுரம் அல்லது கோகமங்கலம், நிராணம், நிலக்கல் அல்லது சாயில்.

திருத்தொண்டர் தாமஸ் தமது காலத்தில் பெரும் பகுதியைச் சேர நாட்டில் கழித்தார் என்பதை இச்செய்திகள் காட்டுகின்றன. கி.பி. முதல் நூற்றாண்டு கடைச்சங்கம் நிலவிய காலம். எனினும் சங்க நூல்களில் காணப்படும் சேர நாடு பற்றிய குறிப்புகள் மேற்சொன்ன செய்திகளில் எதையும் சுட்டவில்லை.

தாமஸ் நிறுவியதாகக் கூறப்படும் ஏழு கோயில்களில் ஒன்றைத் தவிர ஏனையன அனைத்தும் கடலோரத்தே அமைந்துள்ளன. இன்றும் அப்பகுதியில் கிறித்தவர் பேரெண்ணிக்கையில் வாழ்ந்து வருகின்றனர்.

அவற்றுள் சாயில் என்ற இடம் மட்டும் உறுதியாக அடையாளங் கண்டுகொள்ள முடியாததாயிருக்கின்றது. அது கேரளத்தையும், தமிழ் வழங்கும் திருநெல்வேலி மாவட்டத்தையும் பிரிக்கின்ற மலைப்பாங்கான பகுதியில் அமைந்திருக்கும் இராணி என்ற ஊரின் கிழக்கே அமைந்திருந்தது என்று எண்ணுதற்கு இடமுளது.

3. அஞ்சங்கோவில் ஆங்கிலேயர் படுகொலை

ஐரோப்பியரின் பரவல் இந்தியத் துணைக் கண்டத்தின் பல்வேறு பகுதிகளில், மொழிகளை மட்டுமல்லாது, பல தரப்பட்ட இயற்கை அமைப்புகளையும் தாண்டி விரிந்து வந்த இந்தப் பதினெட்டில் அவர்களுக்கு ஏதோ ஒரு காரணத்திற்காக, ஏதோ ஒரு சாரரால் எதிர்ப்பு இருந்து வந்தது என்பதைக் கேரளத்தின் அஞ்சங்கோவில் நடந்த இந்நிகழ்ச்சி எடுத்துக்காட்டுகின்றது.

அஞ்சங்கோ

அஞ்சு தென்னு அல்லது அஞ்சு தெங்கு என்ற கொடுந்தமிழ்ப் பெயர் ஐரோப்பியரால் அஞ்சங்கோ என்று அழைக்கப்படலானது. அஞ்சு என்பது ஐந்தையும், தென்னு, தெங்கு என்பன தென்னையையும் குறிப்பனவாம். அதாவது ஐந்து தென்னை எனலாம்.

அஞ்சங்கோ ஆலப்புழையிலிருந்து தெற்கே தென் கிழக்கில் 101 கிலோ மீட்டர் (63 மைல்) தொலைவிலுள்ளது. பம்பாயிலிருந்து தெற்கே தென் கிழக்கில் 1200 கி.மீ 750 மைல்); கன்னியாகுமரியிலிருந்து வடமேற்கில் 107 கி.மீ (67மைல்); கண்ணனூரிலிருந்து தெற்கே தென்கிழக்கில் 384 கி.மீ (240 மைல்); கள்ளிக் கோட்டை யிலிருந்து தெற்கே தென் கிழக்கில் 296 கி.மீ (185 மைல்); கொச்சியிலிருந்து தெற்கே தென்கிழக்கில் 150 கி.மீ (94 மைல்); கோட்டயத்திலிருந்து தெற்கே தென்கிழக்கில் 104 கி.மீ (65 மைல்); சென்னையிலிருந்து தென் மேற்கில் 624 கி.மீ (390 மைல்); நாகர்கோயி லிருந்து வட மேற்கில் 90 கி.மீ (56 மைல்); கொல்லத்திலிருந்து தென் கிழக்கில் 30 கி.மீ (19 மைல்); திருவனந்தபுரத்திலிருந்து வடமேற்கில் 29 கி.மீ (18 மைல்); கடலிருந்து சுமார் ஒரு கிலோ மீட்டர்.

வடமேற்கிலிருந்து தென்கிழக்காகச் செல்லும் குறுகிய நிலப்பரப்பின் மீது அஞ்சங்கோ அமைந்துள்ளது. அது சிறிய மீன்பிடி துறைமுகம். இது திருவனந்தபுரத்திற் கும் கொல்லத்திற்கு மிடையே கிட்டத்தட்ட நடுவில் இருக்கின்றது.

கம்பெனி-திருவிதாங்கூர் உறவு

கிழக்கிந்தியக் கம்பெனி *1673* ஆம் ஆண்டு அஞ்சங்கோவிலில் ஒரு தொழிற்சாலையை அமைத்தபோது அதற்கும் திருவிதாங்கூர் நாட்டிற்குமிடையே முதலில் அரசியல், வாணிப உறவுகள் ஏற்பட்டன என்பது குறிப்பிடத்தக்கது. பிரிட்டிசார் இந்தப் பகுதியை வாணிபத்திற்காக ஆண்டு அனுபவிக்கும் உரிமையை ஆட்டிங்கல் அரசியிடம் *1684* இல் பெற்றனர். அங்கு *1685* இல் மதில் சுவர்களுக்குள் அமைந்த ஒரு தொழிற்சாலை நிறுவப்பட்டது. அஞ்சங்கோ சிறிது காலம் முக்கியமான துறைமுகமாக விளங்கிற்று. அங்கிருந்த கிழக்கிந்தியக் கம்பெனிப் பண்டசாலையின் தலைவர் பம்பாயிலிருந்த கம்பெனிக் கௌன்சிலில் இரண்டாம் இடத்தைப் பெற்றிருந்தார். அவரின் அதிகாரத்தில் குளச்சல், எட்டோவா விழிஞ்சியம் என்ற துறைமுகங்களும் இருந்தன.

ஆட்டிங்கல் - ஆற்றின்கல் அரசி

அஞ்சங்கோ ஆட்டிங்கல் அரசியின் ஆளுகைக்குட்பட்டிருந்தது.

ஆற்றின்கல் என்பது அட்டிங்கல்லாகத் திரிந்தது. கல் என்பது எல்லைக் கல்லைக் குறிக்கும். சம்ஸ்கிருதத்தில் இதற்கு ஸ்திரிபாகம் என்று பெயர். இது திருவிதாங்கூரின் அரசியாருக்குரிய பங்காயிருந்தமையால் இவ்வாறு அழைக்கப்பட்டது. இது ஆற்றின்கல் ஆறு அல்லது வாமனபுர ஆற்றின் கரைமீதிருந்த பண்டை ஊராகும். இது திருவனந்த புரத்திலிருந்து செல்லும் நெடுஞ்சாலை மீது உள்ளது. இதனுடன் பதினெட்டு ஊர்கள் அடங்கியிருந்தன. இதில் அஞ்சங்கோ ஒன்றாகும். இப்பாகம் அல்லது ஸ்திரி பாகம் திருவிதாங்கூரின் மூத்த அரசிக்குரியது. அவருக்கு இப்பகுதி மீது இறையாண்மை உண்டு. ஆதலால்தான் ஆங்கிலேயர் அந்த அரசியிடம் உடன்படிக்கைகள் செய்து கொண்டு அஞ்சங்கோவில் பண்டசாலை அமைத்தனர்.

இவ்வரசியாருக்குப் பிறக்கும் மக்களே திருவிதாங்கூர் அரியணை மீது ஏறும் அரசுரிமை பெற்றிருந்தனர். ஆட்டிங்கல் அரசி காரியக்காரன் அல்லது ஒரு நிர்வாகியை

அஞ்சங்கோ

1721

வைத்து இப்பகுதிகளை ஆண்டு வந்தார். அவர் ஆண்டில் ஒரு முறையேனும் இங்கு வந்து சிறிது காலம் தங்குவார். இடமாற்றம் கருதியும், ஆற்றில் குளிக்கவும், படகு விடவும், தமது குலதெய்வத்தை வழிபடவும் இங்கு அவர்கள் அவ்வாறு வந்தனர். இங்கு பண்டை அரண்மனையும் ஒரு கோயிலும் உண்டு. திருவிதாங்கூர் மன்னர் ஆண்டில் ஒரு முறை தை மாதத்தில் இங்கு வந்து தமது குடி இறையை வழிபட்டுச் செல்லும் வழக்கமும் இருந்தது.

1721

உலகில் சிறந்த ஆட்டிங்கல் மிளகு

உலகின் நயமான மிளகு ஆட்டிங்கல்லில் விளைகின்றது. இன்றும் (1990) ஆட்டிங்கல் மிளகே உலகின் சிறந்த சரக்காக மதிக்கப்படுகின்றது. அரசியைப் பற்றி ஒரு கதை கூறப்படுவதுண்டு:

அந்த அரசி ஓர் ஆங்கிலேயர் மீது மையல் கொண்டு அவருக்குப் பல பரிசுகளை வழங்கினார். அந்த ஆங்கிலேயர் கெட்டிக்காரர். அரசி தன் மீது காமுற்று அளித்த பரிசுகளை ஏற்றுக்கொண்டு அவளிடம் மற்றொரு பரிசையும் கேட்டார். அந்த ஆங்கிலேயேருக்குக் கம்பெனி மீது அளவு கடந்த பற்று. ஆட்டிங்கல் மிளகு வாணிபத்தைக் கம்பெனி ஏகபோகமாகத் தன் கையில் வைத்துக்கொள்ள விரும்பியது.

ஆதலால் அரசியின் காதலரான அந்த ஆங்கிலேயர் மிளகு வாணிபத்தில் கிழக்கிந்தியக் கம்பெனிக்கு ஏகபோக உரிமை வேண்டுமென்று தன் காமக் கிழத்தியிடம் கேட்டுப் பெற்றுவிட்டார். ஆனால் டச்சுக்காரர் பிரிட்டிசாருக்கு எதிராகச் சதி செய்து பார்த்தனர். பிரிட்டிசார் ஆட்டிங்கல் அரசிக்கு ஏராளமான பரிசுகளை அளித்து அந்தச் சதியை முறியடித்தனர்.

அப்பரிசுகளைக் கண்டு மகிழ்ந்த அரசி டச்சுக்காரரை அஞ்சங்கோவை விட்டு வெளியேற்றினார். நாம் மேலே கூறியவாறு பிரிட்டிசார் அங்கு ஒரு பண்டசாலையை அமைப்பதற்கு அரசியார் அனுமதியளித்தார். அஞ்சங்கோ வெகு சில ஆண்டுகளிலேயே மிகச் செழிப்பான வாணிப மையமானது. அஞ்சங்கோவைச் சுற்றிப் பலமான கோட்டைச் சுவர்கள் எழுப்பப்பட்டன.

அஞ்சங்கோவிலிருந்த கம்பெனித் தலைமை அலுவலர் ஆண்டுதோறும் ஆட்டிங்கல் அரசிக்கு நசர் என்ற பரிசுக் காணிக்கையை அனுப்பும் வழக்கம் பல ஆண்டுகளாகத் தொடர்ந்து நடந்து வந்தது. அஞ்சங்கோவிலிருந்து கம்பெனிக் குழு ஒன்று அரசிக்கு வேண்டிய பரிசுகளை எடுத்துச் செல்வது வழக்கமாயிற்று.

எனினும் அஞ்சங்கோப் பண்டசாலையை ஒரு கோட்டையாகப் பிரிட்டிசார் மாற்றுவதை அரசி *1714* இல் எதிர்த்தார். அதனால் அவருக்கு ஆண்டுதோறும் காணிக்கைப் பரிசு அனுப்பும் வழக்கம் நின்று போயிற்று. இப்படிப்பட்ட நிலையில் வில்லியம் கிஃபோர்டு என்பவர் *1716* இல் அஞ்சங்கோவிற்குத் தலைமைப் பண்டசாலை அலுவலராக அமர்த்தப்பட்டார். அவருக்கு முன்னர் அங்கு கம்பெனியின் தலைமை அலுவலராயிருந்த அனைவரும் ஐயத்திற்கிடமான சூழலில் அஞ்சங்கோவை விட்டு நீங்கினர். அல்லது பெரிய கோடீசுவரராகத் தாயகம் திரும்பினர்.

கிஃபோர்டு மோசம்

கிஃபோர்டு தனக்கு முந்திய பண்டசாலைத் தலைவர்களைவிட ஒருபடி மேலே சென்று பெரும் பொருள் ஈட்டலானார். அவர் மிளகு வணிகரையும், கம்பெனியையும் ஏமாற்றினார். அவர் கம்பெனிப் பணத்தைக் கையாண்டு பெரிய அளவில் மிளகைக் கொள்முதல் செய்து, தனிப்பட்ட முறையில் வாணிபம் நடத்தி வந்தார், மிளகில் பிரிட்டிசாருக்கு ஏகபோக வாணிப உரிமை இருந்து வந்ததால், கிஃபோர்டு மிளகு விலையை அடித்துக் கட்டை விலைக்கு வாங்கினார்.

அரசி கம்பெனிக்கு அவ்வுரிமையைத் தந்திருந்தபடியால் மிளகு வணிகர் கம்பெனி கேட்ட விலைக்கு மிளகைத் தர வேண்டும்; அல்லது தமது சரக்குக் கெட்டழியுமாறு விட்டுவிடவேண்டும். மிளகிற்கு நியாயமான விலை தரப்படும் என்று ஆட்டிங்கல் அரசியுடன் செய்து கொண்ட ஒப்பந்தத்தைக் கிஃபோர்டு ஊரறிய மீறினார். அஞ்சங்கோப்

பண்டசாலை **மிளகு அரசி** என்ற ஆட்டிங்கல் அரசியுடன் உறவை முறித்துக் கொண்டது இதற்குக் காரணம் என்று கிஃபோர்டு சொல்லிக் கொண்டார்.

மிளகு விளைவிப்பவர்கள் முதலில் ஓராண்டுக் காலம் கிஃபோர்டை எதிர்த்துத் தாக்குப் பிடித்து நின்றனர். ஆனால் மறு ஆண்டில் பணிந்து விட்டனர். கிஃபோர்டு இவ்வாறு வெற்றி பெற்றுவிட்டதால், கள்ள எடைக் கற்களைப் பயன்படுத்தத் தொடங்கினார். அவர் ஆட்டிங்கல் மிளகைத் தான் கேட்ட விலைக்குத் தன் எடைக் கற்களைக் கொண்டு எடை போட்டு வாங்கினார். அவர் தனது தனிப்பட்ட இந்தக் கொள்முதலுக்குக் கம்பெனிப் பணத்தைப் பயன்படுத்தினார். பிறகு தன் மனைவியின் அண்ணனுக்கு உரிமையான தாமஸ் என்ற கப்பலில் நடுநிலையான அங்காடிகளுக்கு மிளகை விற்பனைக்கு அனுப்பிப் பல வழிகளில் ஆதாயம் தேடினார்.

கிஃபோர்டு இவ்வாறு சில ஆண்டுகளுக்குள்ளாகவே அஞ்சங்கோப் பண்டசாலை யின் வாணிபப் பணிகளைத் தனக்கு நன்மை பயக்கும் வகையில் அமைத்துக் கொண்ட பிறகு தனது நிலையை மேலும் வலுப்படுத்துவதற்கு வேண்டிய வழி வகைகளைத் தேடலானார். மகிழ்ச்சியான இந்நிலை நீடிக்க வேண்டுமாயின், ஆட்டிங்கல் மிளகு அரசியின் ஆதரவைப் பெற்றாக வேண்டும் என்பதை உணர்ந்தார். எனவே ஆண்டுதோறும் அரசிக்குக் காணிக்கை அளிக்கும் மகிழ்ச்சியான பழைய வழக்கத்தை மீண்டும் கடைப்பிடிப்பதென்று முடிவு செய்து, கடந்த ஏழாண்டுகளாக நின்றுபோயிருந்த நிலையை மாற்றித் தானே அரசிக்குப் பரிசுப்பொருள்களை எடுத்துச் செல்வதற்கு விரும்புவதாக அறிவித்தார்.

இக்காலக் கட்டத்தில் திருவிதாங்கூரும், அதற்கு அடங்கிய ஆட்டிங்கல்லும் எட்டுவீட்டுப்பிள்ளைமார் என்ற நாயர் பிரபுக்களின் கட்டுப்பாட்டில் இருந்தன. எனவே கிஃபோர்டு தான் ஆட்டிங்கல்லுக்குக் கொண்டு செல்லும் பரிசுகள் நாயர்களின் கைகளில் சிக்கிவிடலாகாது என்று அஞ்சித் தன்னுடன் ஆயுதமேந்திய 140 பேரை அழைத்துக் கொண்டுச் சென்றார். ஆனால் அவர் மீது வஞ்சம் தீர்ப்பதற்காக, அவரால் மொட்டை யடிக்கப் பெற்ற மிளகு வணிகர்கள் காத்திருந்தனர் என்பது கிஃபோர்டுக்குத் தெரியாது.

அவர் 1721 ஏப்ரல் 11 அன்று ஓர் உல்லாசப் படகில் ஏறி எட்டுக் கிலோ மீட்டர் (5 மைல்) தொலைவிலிருந்த ஆட்டிங்கல் அரண்மனைக்கு ஆற்றின் வழியே சென்றார். அவர் தனக்குப் பொறி வைக்கப்பட்டுள்ளது என்பதை உணராது கரையிறங்கினார். அங்கு மிளகு வணிகர்கள், நாயர் வீரர்களுடன் காத்திருந்தனர். அவர்கள் கிஃபோர்டையும், அவருடன் வந்தவர்களையும் தந்திரமாக ஒரு சிறு அடைப்பினுள் அழைத்துச் சென்று கண்ட துண்டமாக வெட்டிக் கொன்றனர்.

அஞ்சங்கோப் பண்டசாலைத் தலைவருக்கு என்று தனியாகக் கொடிய தண்டனை காத்திருந்தது. ஆனால் அது என்ன தண்டனை என்று அறிந்தவர் எவருமிலர். அவரை அதன்பிறகு உயிரோடு கண்டவரும் எவருமிலர்.

4. சென்னையின் புதிய கவர்னர்

சென்னையிலிருந்த கிழக்கிந்தியக் கம்பெனியின் கவுன்சில் என்ற ஆட்சிக்குழுவின் கவர்னராக ஃபிரான்சிஸ் ஹேஸ்டிங்ஸ் என்பவரையடுத்து எல்விச் இல்மாண்டு 1721 அக்டோபர் 15 அன்று பதவியேற்றார். அவர் 1725 ஜனவரி 15 வரை இப்பதவியில் இருந்தார்.

பழைய கவர்னர் ஹேஸ்டிங்ஸ் ஒதுக்கி வைத்திருந்த 29 பணப்பேழைகளைப் புதிய கவர்னர் பத்திரப்படுத்தினார்.

5. சென்னையில் பெரும் புயல்: பாலங்கள் தகர்ந்தன

இந்த 1721 நவம்பர் 13 முதல் 15 வரை சென்னையில் கடும் புயல் வீசியதால் பெரிய அளவில் சேதம் ஏற்பட்டது. துறைமுகத்தில் நின்றிருந்த கப்பல்கள் இப்புயலால் நாசமடைந்தன. சென்னை நகரத்தின் பாலங்களும் புயலால் தகர்ந்தன. எனினும் ஆள் சேதம் பற்றிய தகவல் இல்லை.

6. தமிழ் நாட்டில் கிழக்கிந்தியக் கம்பெனிப் படை: சிறு வரலாறு

இந்தியாவில் பிரிட்டிஷ்படை எப்போது பிறந்தது? கிழக்கிந்தியக் கம்பெனி சோழ மண்டலக் கரை என்ற கிழக்குக் கரையில் முதன்முதலாகக் காலூன்றிய ஆர்மேகம் என்ற ஆறுமுகத்திலிருந்து அந்தச் சரிதத்தைத் தொடங்க வேண்டும். ஆறுமுகம் என்ற இந்த ஊர் இன்று (1990) ஆந்திரத்தின் நெல்லூர் மாவட்டத்தில் உள்ளது. இது பதினேழாம் நூற்றாண்டில் சோழ மண்டலக் கரையில் நடைபெற்ற கடல் வாணிபத்தில் சிறப்புற்றோங்கிய துறைமுகமாக விளங்கிற்று.

ஆறுமுகம்

இந்த ஊர் பல காலங்களில் பல பெயர்களைப் பெற்று விளங்கிற்று. இது சம்ஸ்கிருதத்தில் துருவாசப் பட்டினமாயிருந்து துகராஸ் பட்டினமென்று திரிந்திருக் கின்றது. சுவர்ணமுகி ஆற்றின் கழிமுகத்தினருகே இருந்ததால் இதைத் தெலுங்கில் சுவர்ணமுகி துகராஸ் பட்டினம் என்றனர். யுவராசப்பட்டினம் என்றும் கூறிய காலமுமுண்டு. இதன் இயற்பெயர் மோனப்பள்ளம் என்ற கருத்தும் உண்டு. புலிக்காட்டு ஏரிக்கும் வங்கக் கடலுக்குமிடையே நடந்த போக்குவரவில் இச்சிறு பட்டினம் ஒரு பகுதியாக விளங்கிற்று.

கிழக்கிந்தியக் கம்பெனி 1625 பிப்ரவரியில் வேங்கடகிரி மன்னரிடமிருந்து இங்கு ஓர் இடத்தைத் தொழிற்சாலை கட்டுவதற்காக வாங்கியது. அதாவது கேரளத்தின் அஞ்சங்கோவில் தொழிற்சாலை அல்லது பண்டசாலையை அமைத்ததற்கு அறுபதாண்டு களுக்கு முன்னரே இங்கு இடம் வாங்கப்பட்டு விட்டது. அந்த இடத்தை இங்கிருந்த கர்ணம் அல்லது கணக்குப் பிள்ளையாகிய கனுங்கோ ஆறுமுக முதலி கம்பெனிக்காக வாங்கினார். அவர் பெயரால் அத்தொழிற்சாலை ஆர்மேகம் என்று பெயர் பெற்றது.

இந்த ஊர் கூடூரிலிருந்து தென்கிழக்கில் 47 கிலோ மீட்டர் (29 மைல்); சென்னை யிலிருந்து வடக்கில் 88 கிலோ மீட்டர் (55 மைல்); நெல்லூரிலிருந்து தெற்கே தென் கிழக்கில் 66 கிலோ மீட்டர் (41 மைல்); இங்கிருந்த கலங்கரை விளக்கம் பதினேழு, பதினெட்டு, பத்தொன்பதாம் நூற்றாண்டுகளில் ஐரோப்பியருக்குப் பேருதவியாயிருந்தது.

ஆங்கிலேயர் 1628 ஆம் ஆண்டு இங்கு ஒரு குடியிருப்பை அமைத்து, ஒரு பண்டசாலையையும், அதற்குப் பாதுகாப்பாகப் பன்னிரண்டு பீரங்கிகளையும் நிறுவினர். எனினும் அவர்கள் தங்கு தடையின்றி அங்கு வாணிபம் செய்ய இயலாதவாறு கோல்கொண்டா சுல்தானின் அதிகாரிகளால் தொல்லை விளைந்தது.

சென்னைப் பட்டினம்

எனவே சோழமண்டலக் கரையிலேயே மிகவும் அமைதியான ஓர் இடத்தைக் கம்பெனியார் தேடினர். அவர்கள் இதற்கு முன்னர் 1611 ஆம் ஆண்டிலேயே மச்சிலிப்

பட்டினத்தில் இறங்கி அங்கு காலூன்ற முயன்றனர். அதற்கு டச்சுக்காரரின் எதிர்ப்பு இருந்தது.

ஆங்கிலேயர் இவ்வாறு மச்சிலிப்பட்டினத்திலும், பின்னர் ஆர்மேகத்திலும் இன்னலுற்றதைக் கண்ட வந்தவாசியின் நாயக்கரான (ஆளுநர்) தாமர்ல வெங்கடாத்திரி சோழமண்டலக்கரையில் பத்துச் சதுர கிலோமீட்டர் பரப்புள்ள ஓர் இடத்தை அவர்களுக்கு அளிப்பதற்கு முன்வந்தார். அந்த இடத்தை எவரும் சீந்துவாரில்லை என்று தோன்றியது. இதுகுறித்துக் கம்பெனியின் துபாஷியான (தரகர் அல்லது மொழி பெயர்ப்பாளர்) பேரி திம்மண்ண என்றவர் வந்தவாசி நாயக்கருடன் பேசி அந்த இடத்தை மானியமாகப் பெற்றார்.

நாம் மேலே கூறிய ஆறுமுகம் என்ற இடத்திலிருந்து கம்பெனி அலுவலரான ஃபிரான்சிஸ் டே இந்த இடத்திற்கு 1640 பிப்ரவரியில் வந்து அங்கு கோட்டைச் சுவர்களுடன் கூடிய ஒரு பண்டசாலையைக் கட்டினார். ஆள் நடமாட்டமில்லாத அந்த இடத்தின் பெயர் சென்னிபட்டினம் அல்லது மதிராஸ் பட்டினம்.

புனித ஜார்ஜ் கோட்டை

டே அங்கு பெரிதும் தன் கைப் பணத்தைக் கொண்டு கோட்டைச் சுவர்களைக் கட்டி, அதனுள்ளே ஒரு பண்டசாலையையும், கூரைவேய்ந்த பதினைந்து வீடுகளையும் அமைத்தார். அப்பணி 1640 ஏப்ரலில் முற்றுப் பெற்றது. டேயின் தலைமை அலுவலரும் சோழமண்டலக் கரையின் ஏஜண்டுமான (அன்று கவர்னர் இவ்வாறு தான் அழைக்கப் பெற்றார்) ஆண்ட்ரூ கோகன் புனித ஜார்ஜின் நாளான ஏப்ரல் 23 அன்று (1640) அமைந்த அக்கோட்டைக்குப் புனித ஜார்ஜ் கோட்டை என்று பெயர் சூட்டினார்.

இக்கோட்டையின் தெற்கே ஐந்து கிலோ மீட்டர் (3 மைல்) தொலைவில் மயிலாப்பூரில் போர்த்துக்கீசர் நிலை பெற்றிருந்தனர். அவர்கள் அந்த இடத்தைப் புனித தாமசின் நினைவாகச் சாந்தோம் என்றழைத்தனர்.

எனினும் ஆங்கிலேயர் எஞ்சி நின்ற விசயநகரப் பேரரசின் ஆளுநரான நாயக்கருக்கு வேண்டிய பரிசுகளை அளித்து, அவரது நல்லெண்ணத்தினால் செழித்து வளரலாயினர்.

சின்னஞ்சிறு குடியிருப்பான சென்னைப் பட்டினத்தில் ஆங்கிலேயர் அதிகாரம் எதிர்ப்பின்றிச் செல்லுபடியானது.

தூக்குத் தண்டணை

அங்கு ஆண்ட்ரூ கோகன், ஹென்றி கிரீன்ஹில், ஜான் பிரவுன் முதலியோரடங்கிய ஆட்சிக் குழுவான ஒரு கவுன்சில் 1647 ஆம் ஆண்டிலேயே செயல்பட்டு வந்தது. இக்கால கட்டத்தில் ஒரு பெண்ணின் பிணம் கடலில் மிதந்தது கண்டு பிடிக்கப்பட்டது. இதுபற்றிக் கம்பெனியார் விசாரித்தபோது, அப்பெண்ணை அவளுடைய கணவனும் அவனுடைய வைப்பாட்டியும் கொன்றுவிட்டனர் என்பது தெரிய வந்தது. அந்த ஆளும் அவனுடைய வைப்பாட்டியும் கம்பெனி அலுவலரால் பிடிக்கப்பட்டனர். இச்செய்திகளனைத்தும் நாயக்கருக்குத் தெரிவிக்கப்பட்டன. அவர் இங்கிலாந்தின் சட்டப்படி குற்றவாளிகளைக் கம்பெனியார் தண்டிக்கலாம் என்று ஆணை பிறப்பித்தார்.

அதன்பிறகு குற்றவாளிகள் இருவரையும் விசாரித்து, அவர்களுக்குத் தூக்குத் தண்டனை விதித்தனர். அவர்கள் 1642 டிசம்பர் 11 அன்று தூக்கிலிடப்பட்டனர். நாயக்கர் மறுநாள் தூக்குமரத்தைக் காண வந்தபோதுதான் தூக்குக் கயிற்றை வெட்டிப் பிணங்களைக் கீழே சாய்த்தனர்.

எனவே கம்பெனிக்கு உரிமையான செயிண்ட் ஜார்ஜ் கோட்டை என்ற மூன்று மைல் பரப்புள்ள வளைவினுள், ஆங்கிலேயர் வரம்பற்ற அதிகாரத்தைப் பெற்றிருந்தனர். ஆங்கிலேயரின் குடியேற்றங்கள் நிலவிய சூரத்து, மச்சிலிப்பட்டினம், ஜாவாவின் பாண்டம் ஆகிய இடங்களில் கம்பெனிக்கு என்று காவல் வீரர் இருந்தனரெனினும், சென்னையில் மட்டுமே பிரிட்டனின் சட்டம் மேதக்கதாக விளங்கிற்று.

படைத்தோற்றம்

''... எனவே கம்பெனியின் இராணுவப்படை பிறந்தது 1642 ஆம் ஆண்டு என்று கொள்வது தகவுடையதாகும்' என்று ''இந்தியாவில் பிரிட்டிஷ் இராணுவம்'' என்ற நூலின் ஆசிரியரான ஜேம்ஸ் பி.லாஃபோர்டு குறிக்கின்றார்.

சென்னைக் கோட்டையில் இந்த 1642 ஆம் ஆண்டு சுமார் முப்பத்தைந்து ஐரோப்பிய படை வீரர் இருந்தனர். அவர்களில் பெரும்பாலர் ஆங்கிலேயர். கம்பெனிப் பீயூன்கள் என்றழைக்கப்பட்ட நாட்டுப் படைவீரர் எண்ணிக்கை, மேற்சொன்னவர்களை விடச்சற்று மிகுதி.

ஐரோப்பியப் படைவீரர்களைக் கருவாய்க் கொண்டு உருவாக்கப்பட்ட படைப் பிரிவானது 1922 வரையிலும் தொடர்ந்து இருந்தது. அது சென்னை ஐரோப்பியர் பட்டாளம், துப்பாக்கிப் படை என்று பெயர் பெற்று, இறுதியாக இராயல் டப்ளின் துப்பாக்கிப் படை என்று நீடித்தது.

சென்னையிலிருந்த கம்பெனியின் ஐரோப்பியக் காவல் படை எண்ணிக்கை 1655 ஆம் ஆண்டு பெரிதும் குறைந்தது. படையதிகாரிகள், படைவீரர் ஆகியோரின் எண்ணிக்கை அப்போது இருபத்தைந்தாகக் குறைந்தது. இச்சிறு படையினால் காவல் பணி புரியவோ, இன்னல் சூழக்கூடிய காலத்தில் கோட்டையைக் காத்து நிற்கவோ எந்த வகையிலும் இயலாது. கப்பலிலிருந்து மாலுமிகளையும் சேர்த்துக் கொத்தளங்கள் மீதிருந்த பீரங்கிகளைச் சுடவேண்டி வந்தது.

இந்திய வரலாற்றில் பதினேழாம் நூற்றாண்டின் இந்தப் பிற்பகுதியிலிருந்து, பதினெட்டாம் நூற்றாண்டின் தொடக்கக் கட்டம் வரையிலும் வடக்கிலும் தெற்கிலும் பல அரசியல் கொந்தளிப்புகளும், போர்களும் நிகழ்ந்து கொண்டிருந்த வேளையில் சென்னைக் கோட்டைக்குள் கிழக்கிந்தியக் கம்பெனி தன் கருமமே கண்ணாயிருந்து வந்தது. பதினெட்டின் 1707 தொடங்கி 1720 வரையிலும் டெல்லி அரியணையில் எட்டுப் பேரரசர் ஏறிச் சிறிது காலமே ஆண்டு மாண்டனர். அவர்களில் ஒருவர் மட்டுந்தான் இயற்கையாக இறந்தார். ஏனையோர் அரசுரிமைப் போராட்டம் என்ற சகோதரச் சண்டையாகிய நெருப்பில் வெந்து மறைந்தனர்.

தமிழ் நாட்டு நிலை

மராட்டியர் எழுச்சி உச்சகட்டத்திலிருந்த இவ்வேளையில் முகலாயப் பேரரசின் எச்ச சொச்சமான ஆர்க்காட்டு நவாபுகள் வரலாறு காணாத சூறையாடலில் இறங்கியிருந்தனர்.

தமிழ் நாட்டு அரசியலிலிருந்து செஞ்சி நாயக்கர், தஞ்சை நாயக்கர் என்ற விசயநகர ஆளுநர்களான நாயக்கர்கள் மறைந்து, மதுரை ஆளுநரான நாயக்கரும், தஞ்சை மராட்டியரும், மதுரை நாயக்கரின் பிரித்தாளும் சூழ்ச்சிகளினால் பாளையங்கள் என்ற பெயரில் நிலப் பிரபுத்துவச் சுரண்டல்காரர்களான பாளையக்காரர்களும் எஞ்சி நின்றனர். அறங்கெட்டு, நற்பண்புகளெல்லாம் தூக்கியெறியப்பட்டுச் சாதிக் கொடுமைகளும், நிலப்பிரபுத்துவச் சுரண்டல்களும் பேயாட்டம் ஆடிய இந்தக் கொடுமை நிறைந்த கால கட்டத்தைப் பாரத தேசத்தின் வேறு எந்தப் பகுதியும் கண்டிருக்க முடியாது.

இவ்வாறு உள்நாட்டில் பற்றியெறிந்து கொண்டிருந்த தீத்தீயில் சென்னைக் கோட்டை குளிர் காய்ந்து வந்தது. பம்பாய், கல்கத்தா போன்று சென்னையும் ஒரு மாநிலமாகப் பிரிட்டிசார்வசம் இருந்த போதிலும், இந்தியாவில் நிலவிய பிரிட்டிஷ் வல்லமைக்கு நடைமுறையில் சென்னைதான் மையமாக இருந்தது. சென்னையிலிருந்த காவல்படை பம்பாயிலிருந்ததை விடச் சிறியது தான். கடலூரின் டேவிடு கோட்டையிலிருந்த இரண்டு கம்பெனிகளை (கம்பெனி என்பது படைப்பிரிவு) நீக்கி விட்டுப் பார்த்தாலும், சென்னையில் இரண்டு, மூன்று அல்லது நான்கு என்று கம்பெனிகளின் அளவு கூடவும், குறையவுமாய் இருந்தது.

சிறு படை

சிறு எண்ணிக்கையில் வீரர்களைக் கொண்ட கம்பெனி என்ற இப்படைப் பிரிவுகளில் டோப்பஸ் என்று அழைக்கப்பெற்ற போர்த்துக்கீச-இந்தியக் கலப்பினத்தவரே பேரெண்ணிக்கையில் இருந்தனர். இலண்டனிலிருந்த கிழக்கிந்தியக் கம்பெனி நிர்வாகிகளான இயக்குநர்களும், இந்தியாவிலிருந்த கம்பெனி ஏஜண்டுகளான ஆளுநர் (கவர்னர்)களும், படைபலத்தைப் பெருக்கவும், தகுதி வாய்ந்த அதிகாரிகளைக் கொண்டு படைகளை நிர்வகிக்கவும் பெருமுயற்சி மேற்கொண்டனர். ஆங்கிலேயர் சிலருக்குப் பதவி உயர்வு கொடுத்துப் படையைத் திறமைமிக்க தாக்குவதற்கு முயன்றனர். இம்முயற்சிகளினால் எதிர்பார்த்ததற்கு மாறான விளைவுகளும் ஏற்பட்டதுண்டு.

சென்னையின் கம்பெனிக் கவுன்சிலான ஆட்சிக் குழு லெப்டினண்ட் என்றவரைக் காப்டன்- மேஜர் பதவிக்கு உயர்த்த வேண்டுமென்று - 1709 ஆம் ஆண்டு பரிந்துரைத்தது. அவர் சோழ மண்டலக் கரையிலிருந்த காவல்படைகள் அனைத்தின் மீதும் முழு அதிகாரம் செலுத்துவதற்கு இப்பதவி உயர்வு உதவுமென்று கௌன்சில் எண்ணிற்று.

மையப் படையதிகாரம் தகுந்த முறையில் நன்கு செயல்பட வேண்டுவதன் அவசியம் 1713 ஆம் ஆண்டு மிகவும் தெளிவாகியது. அப்போது இராபட் ராவொர்த் என்றவர் கடலூரின் டேவிடு கோட்டையில் மாநிலத் துணைக் கவர்னராகவும், கோட்டைத் தளபதியாகவும் இருந்தார். அவருக்குச் சென்னையில் சரக்குக் கிடங்குகள் இருந்தன. அக்கிடங்குகளில் இருக்க வேண்டிய அளவில் வெள்ளி இல்லை என்பதை அறிந்ததும், கடலூரில் தன்னைத் தலைவர் என்று பிரகடனப்படுத்திவிட்டார். அவரை ஒடுக்குவதற்காகச் சென்னையிலிருந்து சென்ற படைகள் மீது, அவர் சுட்டார். மூன்றுமாத காலம் இந்த முட்டுக்கட்டை நீடித்தது.

அவரின் கீழ் பணிபுரிந்த படைவீரர் பலர் ஓடிப்போயினர். ஆதலால் அவர் தன்னைப் பாதுகாக்கப் புதுச்சேரிக்குச் செல்வதை அனுமதிப்பது என்ற நிபந்தனையில், அவர் டேவிடு கோட்டையை விட்டு வெளியேறினார். ராவொர்த் அங்கிருந்து பிரான்ஸ் சென்றார். பாரிசை அடைந்த சில நாளில் செத்துப் போனார்.

சரியான படைத் தலைமை

சென்னையில் தெளிவாகப் பொறுப்பு ஒப்புவிக்கப்பட்ட தலைமைத் தளபதி ஒருவர் இருந்திட்டால் இவ்வாறு நடந்திருக்க முடியாது என்பது தெளிவாக உணரப்பட்டது.

பின்னர் சோழமண்டலக் கரையிலும் சுமத்திராத் தீவிலும் உள்ள மதிப்பிற்குரிய கம்பெனிப் படைகள் அனைத்திற்கும் 1717 அக்டோபர் 21 அன்று லெப்டினண்டு ஜான் ரோச் படைத் தலைவராக்கப்பட்டார். அவர் மேஜர் என்ற பதவியில் மாத ஊதியமாக இருபது வராகன் (8 பவுன் = 80 ரூபாய்) பெற்றுக் கொள்வதற்கு ஒப்பினார். ரோச் ஒரு பெண்ணைக் கடத்தி விட்டார் என்ற குற்றச்சாட்டிற்கு வெகு விரைவில் ஆளானார். எனினும் அவர் அப்பெண்ணின் பாதுகாவலர் என்று அமர்த்தப்பட்டதால், குற்றச்சாட்டிலிருந்து தப்ப முடிந்தது. அவர் அதன்பிறகு நோயைக் காரணங்காட்டி 1719 ஜனவரி மாதம் கல்கத்தாவிற்கு விடுப்பில் சென்றார். எனினும் விடுப்புக் காலம் முடியுமுன்னரே மணிலாவிற்குக் கப்பலேறிவிட்டார். இது கம்பெனி அதிகாரிகளுக்கு சினத்தை உண்டாக்கிறது.

பின்னர் அதே ஆண்டில் (1719) கிளார்க்கு என்றவர் படைத்தலைவராக்கப்பட்டார். அவரும் மிடாய்க் குடியர் என்று பதவியிலிருந்து தள்ளப்பட்டார். இதற்கிடையே ரோச் இங்கிலாந்திற்குத் திரும்பிச் சென்று கம்பெனி இயக்குநர்களிடம் நேரில் முறையிட்டு சென்னைக் காவற்படையின் மேஜர் பதவியைப் பின்னர் மீண்டும் பெற்றுவிட்டார்.

இக்கால கட்டத்தில் படையதிகாரிகளின் தரம் மிகவும் மட்டமாயிருந்தது, படைவீரரின் தரமோ அதனிலும் மட்டம், சென்னை ஜார்ஜ் கோட்டையிலும், கடலூர் டேவிடு கோட்டையிலும் மொத்தம் எல்லாப் பதவி நிலைகளிலும் 545 பேர் படையில் இருந்தனர். அவர்களில் 245 பேர் மட்டுமே ஐரோப்பியர். இத்தனை பேரிலும் பெரும்பாலர் நோயாளிகளாயிருந்தனர். ஏனையோர் டோப்பஸ்கள் என்பது, சென்னைக் கவுன்சில் 1721 ஆம் ஆண்டு இலண்டனிலிருந்த கம்பெனி அதிகாரிகளுக்கு எழுதிய கடிதத்திலிருந்து தெரிகின்றது.

ஆங்கிலேயரைப் படையில் சேர்ப்பது மிகவும் கடினமாயிருந்தது. ஏனெனில் அவர்களில் பலர் தட்ப வெப்பநிலை ஒப்புக் கொள்ளாமல் நோயினால் செத்தனர். ஆதலால் இலண்டனின் நியூகேட்டு என்ற கொடிய சிறையிலிருந்து கைதிகளைப் படையில் சேர்ப்பது தவிர்க்க முடியாததாயிற்று என்பதைக் கம்பெனி நிர்வாகம் ஒப்புக் கொண்டது.

(நியூகேட்டுச் சிறை என்பது வரலாற்று இடைக்காலத்திலிருந்து இங்கிலாந்தில் நிலவிவரும் வெஞ்சிறையாகும். இதுகுறித்து 1777 ஆம் ஆண்டு விரிந்த விவரம் காண்க)

கிழக்கிந்தியக் கம்பெனி இந்தியா மீது படையெடுத்து வந்த பிற படையெடுப்பாளரைப் போன்று பெரும்படை கொண்டு வரவில்லை என்பதையும், சில நூறு பேரை வைத்து ஒரு மாபெரும் நாட்டை அடிமைப்படுத்துவதற்கு உகந்த நிலை பாரதத்தில் பல்வேறு வடிவங்களில் கனிந்து நின்றது என்பதையும் உணர்ந்து கொள்வதற்கு இக்கட்டுரை உதவும்.

7. முகலாயப் பேரரசின் புதிய வசீர்

நிசாம் -உல்-முல்க்

முகலாயப் பேரரசைத் தோற்றுவித்த பாபருக்கு (1483-1350) 164 ஆண்டுகளுக்குப் பிறகு, அக்குடியின் பதின்மூன்றாவது மன்னராகப் பதின்மூன்று வயதுச் சிறுவனைச் சையது சகோதரர்கள் 1719 செப்டம்பர் 28 அன்று அரியணையில் அமரச் செய்தனர் என்பதை அறிவோம். ஔரங்கசீபின் (1618-1707) பேரரான ரோஷன் அக்தாருக்கு முகமது ஷா என்ற பெயரைச் சூட்டி விட்டனர். ஆனால் அவரை அரியணையில் ஏற்றி வைத்த சூத்திரதாரிகளான சையது சகோதரர்களின் அரசியல் சொக்கட்டான் ஆட்டம் 1720 ஆம் ஆண்டு முடிந்து போனதையும் கண்டோம்.

நிசாம்-உல்-முல்க்

சையதுகள் அரசியல் அரங்கிலிருந்து மறைந்ததும், முகமது ஷா தனக்கு வசீர் என்ற தலைமை அமைச்சராக இத் - மத் -உத்-தௌலா என்றவரை அமர்த்தினார். அவர் இந்த 1721 இல் இறந்ததும், அவருடைய நெருங்கிய உறவினரான மீர் குவாமருதீன் கான் சின்குயிலிச் கான் என்றவரை வசீராக்கினார். இந்நீண்ட பெயருக்குரியவர் தனது பட்டப் பெயரால் நிசாம் - உல்-முல்க் என்று அனைவராலும் அறியப்பட்டவர். அவரது இயற்பெயர் அசஃபுஷா.

நிசாம்-உல்-முல்க் இவ்வாண்டு முகலாயப் பேரரசின் வசீர் ஆனதற்கு முன்னர் 1713-1715 ஆம் ஆண்டுகளில் தக்காணத்தில் இருந்தார். அவர் ஔரங்சீபு 1707 இல் இறந்ததும் இக்காலத்தில் அங்கு அமைதியை நிலை நாட்டினார். எனினும் 1715 ஆம் ஆண்டு டெல்லிக்கு அழைக்கப்பட்டார். அவரது இடத்தில் சையது உசேன் அலிகான் தக்காணத்தில் பொறுப்பேற்றார்.

நிசாம்-உல்-முல்க் டெல்லி சென்றதும் சையது சகோதரர்களால் 1720 ஆம் ஆண்டு சுபேதராக்கப்பட்டார். எனினும் அவர் மாளவத்திலிருந்து அதே ஆண்டில் தக்காணம்

சென்றார். அவர் தக்காணம் சென்ற வழியில் அசிகடு, பர்ஹான்பூர் முதலிய ஊர்களைப் பிடித்தார். சையது சகோதரர்கள் நிசாம்-உல்-முல்கிற்கு எதிராகத் திலவர் அலிகான், ஆலம் அலிகான் என்ற இருவரது தலைமையில் அனுப்பி வைத்த இரண்டு படைகளையும் நிசாம்-உல்-முல்க் தோற்கடித்தார்.

இதற்கிடையே தக்காணத்தின் சுபேதாரான சையது உசேன் அலிகான் கொலை செய்யப்படவே, நிசாமின் கை ஓங்கியது. இந்தக் கட்டத்தில்தான் முகலாயப் பேரரசர் முகமது ஷாவின் அழைப்பை ஏற்று நிசாம்-உல்-முல்க் டெல்லி சென்று இந்த 1721 இல் வசீர் பதவியை ஏற்றார்.

நிசாம்-உல்-முல்க்கின் பாட்டனாரான சின் குயிலிச் கான் நடு ஆசியாவிலிருந்து வந்தவர். அவர் அங்குள்ள புக்காரா என்ற முடியரசிலிருந்து முகலாயர் படையில் சேர்ந்து தளபதியாகப் பணியாற்றினார். இவரைப்போல் எண்ணற்ற பலர், ஏன் முகலாயர் கூட, நடு ஆசியாவிலிருந்து வந்தோரேயாவர். நிசாமின் பாட்டனாரான சின் குயிலிச் கான் ஔரங்கசீபின் ஆட்சிக் காலத்தில் தக்காணத்தில் பல வெற்றிகளை முகலாயருக்காகத் தேடித் தந்திருக்கின்றார். வடக்கிலிருந்து தெற்கில் குமரிமுனை வரையிலும் முகலாயப் பேரரசை விரிக்க வேண்டுமென்று ஔரங்கசீபு கண்ட கனவைப் பலிக்கச் செய்வதற்காகத் தக்காணத்தைத் தாக்கிய காலத்தில் சின் குயிலிச் கான் முகலாயப் படைக்குத் தலைமை ஏற்றிருந்தார். ஔரங்கசீபு கடைசியாகக் கோல்கொண்டாவை 1687 இல் தாக்கிய போது, சின் குயிலிச்கான் அப்போரில் காயமடைந்து இமாயத்சாகர் என்ற இடத்தினருகே ஆதப்பூர் என்ற சிற்றூரில் இறந்தார்.

சின் குயிலிச் கானின் மகனான காசிபுதீன் கான் ஔரங்கசீபின் தலைமை அமைச்சரான சததுல்லா கானின் மகளை மணந்தார். அவர்களுக்குப் பிறந்த மகனுக்கு மீர் கமாருதீன் என்று ஔரங்கசீபு பெயரிட்டார். அவரே நிசாம்-உல்-முல்க் ஆவார். மீர் கமாருதீன் இளவயதிலேயே போரில் அருந்திறன் காட்டினார். அவர் 26 வயதில் தலைமைத் தளபதியாகவும், வைசிராயாகவும் அமர்த்தப்பட்டு, முகலாய அரசியலில் ஏற்றம் பெற்றார் என்பதைக் கண்டோம்.

1721

8. பிரிட்டனில் வால்போல் முதல் பிரதமரானார்:

பிரிட்டனின் அரசியல், பாராளுமன்ற வரலாறு

உலகின் செல்வத்தில் பெரும் பகுதியையும் அதன் விரிந்த பெருநிலப் பரப்பையும் தன்னடிக்குள் கொண்டு வந்து வரலாற்றில் இதுவரை எந்நாடும் கண்டிராத வளத்தோடும், செழிப்போடும் பெரும் பேரரசாக இப்பதினெட்டாம் நூற்றாண்டில் வாழ்ந்து கொண்டிருந்த பிரிட்டனின் அரசியல் வரலாற்றில் இந்த 1721 ஆம் ஆண்டு புதிய அத்தியாயம் மலர்கின்றது. உலகப் பாராளுமன்றங்களுக்கெல்லாம் அன்னை என்று போற்றிப் புகழப்பெறும் பிரிட்டிஷ் பாராளுமன்ற வரலாற்றில் முதன் முறையாக ஒருவர் இந்த ஆண்டு பிரதமராகின்றார்.

ஆக்ஸ்ஃபோர்டின் முதல் ஏள் ஆகிய இராபட் வால்போல் *(1676-1745)* இங்கிலாந்தின் முதற் பிரதமர் என்ற சிறப்பைப் பெறுகின்றனர்.

பிரிட்டனின கூட்டு முடியரசும், வட அயர்லாந்தும் (United Kingdom of Great Britain and Northern lreland) என்ற நீண்ட பெயரால் அழைக்கப்படும் **மா பிரிட்டன்** ஒற்றை

அரசியல் ஒருமமாக 1707 ஆம் ஆண்டு இணைந்தது. எனினும் இங்கிலாந்தும், வேல்சும் **1536** ஆம் ஆண்டிலேயே ஒன்றாகி விட்டன.

வால்போலுக்குப் பின்னால் மிகவும் உன்னதமான ஓர் அரசியல் மரபு உள்ளது. உலகின் பல நாடுகள் அம்மரபை ஏற்றுப் பின்பற்றி வருகின்றன. அம்மரபினை உணர்த்துவதாக, ஐரோப்பாவின் மிகப் பெரிய தீவாகிய மா பிரிட்டனின் அரசியல் வரலாறு விளங்குகின்றது.

தொல் வரலாறு

வரலாற்றுக் காலத்திற்கு முற்பட்ட இங்கிலாந்தில் குடியேறிய மக்கள், ஐரோப்பியக் கண்டத்திலிருந்து நடந்தே வந்துவிட்டனர். இது கிட்டத்தட்ட 40,000 ஆண்டுகளுக்கு முன்னரே நிகழ்ந்தது. எனினும் சுமார் 9,000 ஆண்டுகளுக்கு முந்திக் கடல் விலகிய பிறகும் கற்கால மனிதரால் ஐரோப்பாவிற்கும் பிரிட்டனுக்கும் இடையே நடமாட முடிந்தது. அவர்களால் ஆங்கிலக் கால்வாயை எளிதாகத் தாண்ட முடிந்தது, தென் இங்கிலாந்தின் கடலோரப் பகுதிகளில் காவல் எதுவும் இல்லை. அயர்லாந்துக் கடலும் ஸ்காத்திய, வேல்ஸ் மலைகளும் குடிபெயர்வோர் கடக்க முடியாத பெருந்தடைகளாக இருந்தன.

பிரிட்டனில் தொடக்க காலத்தில் குடியேறிய மக்கள் அமைதியானவர்களாயிருந்தனர். எனினும் இரும்புக் காலத்தவரான கெல்டுகளின் போர்த் தலைவர்கள் கி.மு. மூன்றாவது நூற்றாண்டில் கொடிய முரட்டுக்குணம் படைத்தவராயிருந்தனர். அவர்கள் பிரான்சிலிருந்து புயலெனப் பாய்ந்து வந்து பிரிட்டனின் வடக்கிலும், மேற்கிலும் தமக்கு முன்னர் குடியேறியிருந்த மக்களை விரட்டியடித்தனர். கெல்டு இனத்தார் ஆங்கிலக் கால்வாயையும் தாண்டிக் கால் பரப்பி நின்ற முடியரசை நிறுவினர். (இ.ச.க.தொகுதி-2 இவற்றில் கெல்டுகள் பற்றிக் காண்க.)

ஸ்டோன் ஹெஞ்சு

ஸ்பெயினிலும் போர்ச்சுக்கல்லிலும் இருந்து வந்த மக்கள் கிட்டத்தட்ட ஐயாயிரம் ஆண்டுகளுக்கு முன்னர் தென் மேற்கு இங்கிலாந்திலுள்ள காரன்வால், டேவன் ஆகிய இடங்களில் குடியேறினர். அவர்களில் சிலர் மேலும் வடக்கே சென்று தென் இங்கிலாந்திலுள்ள சாலிஸ்பரிச் சமவெளியில் குடியேறினர். இக்குடியேறிகள் மேற்சொன்ன சமவெளியிலிருக்கும் வில்ட்ஷயருக்குச் சென்றனர். அங்குள்ள வெண்சுதைப் பாறைச் சமவெளியில்தான் அவர்கள் ஸ்டோன்ஹெஞ்சு, ஆவ்பரி எனப்படும் இடங்களில் பெருங்கற்கால நினைவுச் சின்னங்களை நிறுவினர்.

அவை சமய, வானியல் நோக்கங்களுக்காக நிறுவப்பட்டன என்று அறிஞர் நம்புகின்றனர். அவை மனிதன் வரலாற்றில் விட்டுச் சென்ற முக்கியமான நினைவுச் சின்னங்களாகும்.

பிரிட்டன் பெயர்க் காரணம்

நாற்புறமும் அகழிபோன்ற கடல் சூழ்ந்திருக்க அமைந்திருக்கும் அத்தீவில் வாழ்ந்த மக்களை அயல் நாட்டு வணிகர் **பிரெட்டனி** (PRETANI) என்றனர். அவர்கள் இங்கு வந்து தகரத்தை வாங்கிக் கொண்டு இங்கிருந்த மக்களுக்கு மதுத் தேறலை விற்றனர். ரோமானியர் பிற்காலத்தில் இப்பெயரைப் **பிரிட்டனி** (BRITANNI)என்று தவறாக எழுதினர். இந்நாட்டைப் பிரிட்டானியா என்றனர். அது இன்று உலகெங்கும் கிரேட் பிரிட்டன் என்று வழங்குகின்றது.

ரோமானியர் வருகை (கி.மு.55-கி.பி.43)

ஜூலியஸ் சீசர் *(கி.மு.100-44)* பிரிட்டன் மீது கி.மு.55 ஆம் ஆண்டு படை யெடுத்தார். அதற்கடுத்த ஆண்டு மீண்டும் படை கொணர்ந்தார். அவர் முதலில் வந்த போது டீல் (DEAL) என்ற இடத்தில் இறங்கினார். இரண்டாம் முறை தெற்கில் இன்று இலண்டன் மாநகர எல்லையில் இருக்கும் ஹெட்ஃபோர்டுசயர் என்ற தாழ்நிலப்பகுதி வரையில் மட்டுமே முன்னேறினார். பிரான்சில் கால் இனத்தவர் கிளர்ச்சி செய்தமையால், அதை அடக்குவதற்காகச் சீசர் சென்று விட்டார்.

அதற்குத் தொண்ணூற்றேழு ஆண்டுகளுக்குப் பிறகுதான், பேரரசர் கிளாடியஸ் (கி.மு.10.- கி.பி.54) பிரிட்டன் மீது படையெடுத்தார். அவர் கி.பி.41 முதல் 54 வரை ரோமானியப் பேரரசராக இருந்தவர், கி.பி.43 இல் பிரிட்டன் மீது படையெடுத்தார். அவர் அப்போது பிரிட்டனிலிருந்து கனிப்பொருள்கள், கோதுமை, கால் நடைகள் இவற்றையும், மனித அடிமைகளையும் கொண்டு செல்லும் நோக்கத்துடன் வந்தார். அவர் வட கிழக்கு இங்கிலாந்திலுள்ள கழிமுகப்பகுதியான ஹம்பர் என்ற இடத்தின் தெற்கேயிருந்து, கிழக்கில் செவரன் ஆறு வரையிலிருந்த பகுதிகளை ரோமானியப் பேரரசில் இணைத்துக் கொண்டார்.

ஜூலியஸ் சீசர்

ரோமானியர் பிரிட்டிஷ் தீவு முழுவதையும் வெல்வதென்று உறுதி பூண்டனர். அவர்கள் இன்று வேல்ஸ் என்றும், ஸ்காத்லாந்து என்றும் அறியப்பட்டுள்ள பகுதிகள் மீது படையெடுத்தனர். வேல்ஸ் மக்களின் எதிர்ப்பு கி.பி.77 ஆம் ஆண்டுடன் அடங்கிற்று, ஸ்காத்லாந்தில் வாழ்ந்த காலிடோனியரை வெல்வதற்கு ரோமானியர் 130 ஆண்டுகளாக முயன்றும் தோற்றனர்.

ரோமானியப் படைகள் மெல்ல மெல்ல நாட்டுச் சிற்றரசுகளை அடக்கின. ரோமானியர் ஆட்சிக் காலத்தில் நாட்டின் குறுக்கும் நெடுக்குமாகச் சாலைகள் அமைக்கப்பட்டன. கோட்டைகள் எழும்பின. இவையனைத்தும் ஸ்காத்லாந்திய எல்லையின் புறத்தேயும், வேல்ஸ், காரன்வால் இவற்றின் மேற்கிலும் நடந்தன. எனினும் ரோமானியர் பிரிட்டனின் மேற்கிலுள்ள தீவாகிய அயர்லாந்தை இணைத்துக் கொள்வதற்கு முயலவில்லை.

ரோமன் படைத் தலைவரும், பிரிட்டனின் ஆளுநருமான நீயஸ் ஜூலியஸ் அக்ரிக்கோலா (கி.பி.40-93) காலிடோனியரைத் தோற்கடித்த பின்னர் ஃபோர்ஃபார் வரை படையெடுத்துச் சென்றார். (ரோமானியர் ஸ்காத்லாந்தைக் காலிடோனியா என்றும், அந்நாட்டு மக்களைக் காலிடோனியர் என்றும் அழைத்தனர்) ஃபோர்ஃபார் கிழக்கு ஸ்காத்லாந்திலுள்ள அங்காடி நகரம். இது 11,14 ஆம் நூற்றாண்டுகளுக்கு இடைப்பட்ட காலத்தில் ஸ்காத்லாந்திய மன்னர்களின் உறைவிடமாயிருந்தது. அவர் காலிடோனியர் தெற்கில் வந்து இடையூறு செய்யாத வகையில் தடுப்பதற்காக வட கடலிலுள்ள ஃபோர்த்

என்ற கடற்கழியிலிருந்து, தென்மேற்கு ஸ்காத்லாந்தில் அட்லாண்டிக் கடலிலுள்ள கிளைடு என்ற கடற்கழி வரையிலும் ஒரு சுவரைக் கட்டினார்.

எனினும் ஒரு நூற்றாண்டுக் காலம் இடைவிடாது நடந்துவந்த சண்டைக்குப் பிறகு, ரோமானியர் கி.பி.120-123 ஆம் ஆண்டுகளில் வட இங்கிலாந்தின் குறுக்கே வலுவான மதிற்சுவரைக் கட்டிக் கொண்டு, அதன் மறுபுறத்தில் ஒதுங்கி விட்டனர். இச்சுவர் கிழக்கேயிருந்து வடக்கே பாயும் வட இங்கிலாந்து ஆறான டைனுக்கு வடக்கே பிரிட்டனின் ஒரு கரையிலிருந்து மறுகரை வரை எழுப்பப்பட்டது.

ரோமானியர் வெளியேற்றம்

நான்காம் நூற்றாண்டின் இறுதியில், ரோம் முரட்டு இனத்தாரால் தாக்கப்படவே, ரோமானியர் பிரிட்டனிலிருந்த தமது படைகளைத் தாயகத்திற்கு அழைத்துக் கொண்டனர். ரோமானியர் பிரிட்டனை விட்டு நீங்கியதும், ஸ்காத்லாந்தியர் கைவிடப் பட்ட அட்ரியன் சுவரைத் தாண்டி வந்து, தெற்கிலிருந்த பகுதிகளைச் சூறையாடினர். தெற்கில் வாழ்ந்த ரோமானியப் பண்பாடு தழுவிய மக்களுக்கும், ஸ்காத்லாந்திலிருந்து வந்தவர்களுக்கும் வடஜெர்மனி, டென்மார்க்கு ஆகிய இடங்களிலிருந்து கடல் வழியே வந்த ஆங்கிலர், சாக்சன்கள், ஜுலட்டுகள் முதலியோருக்குமிடையே, மும்முனைச் சண்டைகள் உடனே தொடங்கி விட்டன.

மன்னர் ஆர்தர்

ஆர்தர் என்ற மன்னரின் பெருவீரச் செயல்கள் பற்றிய கதை இக்காலத்தைச் சேர்ந்ததாகும். கெல்டு மக்களின் தலைவரான ஆர்தர் மன்னர் ஒரு காவிய நாயகர். பிரிட்டன்களின் மன்னரான ஆர்தர் கெல்டுகளுக்குத் தலைமை ஏற்று சாக்சன்களை எதிர்த்து நின்றவர். ஆர்தர் கி.பி. ஆறாம் நூற்றாண்டில் வாழ்ந்தவர் என்று கதைகள் கூறுகின்றன. உண்மையான ஒரு மன்னரின் வரலாற்றை அடிப்படையாக வைத்து ஆர்தர் பற்றிய கதைகள் தோன்றியிருக்கலாம் என்பர்.

ரோமானியர் ஆட்சியின் விளைவுகள்

ரோமானியர் பிரிட்டனைக் கைப்பற்றி ஆண்டதன் விளைவாகப் பிரிட்டன் ஐந்து தனிப் பகுதிகளாகப் பிரிந்தது. இங்கிலாந்தின் தென்பகுதி, இங்கிலாந்தின் வடபகுதி, வேல்ஸ், ஸ்காத்லாந்துத் தாழ்நிலம், ஸ்காத்லாந்து உயர்நிலம். இவை அடுத்த ஆயிரத்தெண்ணூறு ஆண்டுகளாகப் பல்வேறு நிலைகளில் வளர்ச்சி கண்டன. அவற்றின் வரலாறும் பல்வேறு பட்டதாகவே இருந்தது.

ரோமானியர் பிரிட்டனின் வளர்ச்சிக்கு அளித்த பெரும் பங்கு என்னவெனில், அவர்கள் நகர்ப்புற வாழ்க்கை முறையையும், கிறித்தவ சமயத்தை அறிமுகப்படுத்தி யதுமாகும். அவர்கள் உருவாக்கிய நகரங்கள் பிற்காலத்தில் தோன்றியவற்றைவிடச் சிறியனவாக இருந்தன. ரோமானியர் நிறுவியவற்றுள் இலண்டன் மட்டுமே பெரிய நகராகும். அது 330 ஏக்கர்ப் பரப்பில் அமைந்தது. அங்கு சுமார் 15,000 பேர் வாழ்ந்திருக்கலாம். ஏனைய நகரம் எதனிலும் ஐயாயிரம் பேருக்கு மேல் வாழவில்லை. ரோமானியர் காலத்திற்கு முந்தைய சிற்றூர்களும், குன்றிலமைந்த கோட்டைகளும் போலன்றி, ரோமானியப் பேரரசு முழுமையிலும் இருந்த பிறநாட்டு நகரங்களில் போன்று, பிரிட்டனிலும் நகர வாழ்க்கை முறையும் பண்பாடும் நிலவின.

பிரிட்டனில் கிறித்தவம்

ரோமானியர் பிரிட்டனை வெற்றி கொண்டதற்குப் பதினான்கு ஆண்டுகளுக்கு முன்னர், தமது ஆட்சியிலிருந்த பாலஸ்தீனத்தில் நாசரத்து ஏசு நாதரைச் சிலுவையில் அறைந்தனர். (பாலஸ்தீனம் என்பது நடுக் கிழக்கிலுள்ள பண்டை நாடாகும். அது ஜோர்தானுக்கும் மத்திய தரைக்கடலுக்கும், லெபனானுக்கும் சினாய்த் தீவக் குறைக்கும் இடைப்பட்ட நாடு, இதைப் புனித நாடு என்றும் கூறுவர்.) எனினும் கிறித்தவ சமயம் ஒரே தலைமுறைக்குள் ரோமானியப் பேரரசு முழுமையும் பரவிவிட்டது. ரோமானிய அரசு கிறித்தவ சமயத்தினரைக் கொடுமைக்குள்ளாக்கிய போதிலும், நகரங்களில் வாழ்ந்த அடிநிலை மக்களிடையே அச்சமயம் மிகுந்த செல்வாக்குப் பெற்றது.

கிறித்தவத் தியாகி ஆல்பன்

ஏசு நாதர் இறந்த நூறாண்டுக் காலத்திற்குள்ளேயே தென்கிழக்கு இங்கிலாந்தில் கிறித்தவர் இருந்தனர் என்பதில் ஐயமில்லை. அச்சமயம் அதையடுத்து இருநூறு ஆண்டுகளுக்குள் இத்தீவெங்கும் பரவிற்று. நான்காம் நூற்றாண்டின் தொடக்கத்தில் பேரரசர் டயோக்கிளிசியன் (கி.பி.245-313; ரோமானியப் பேரரசராக இருந்த காலம் 284-305) கிறித்தவர்களைப் பெரிதும் கொடுமைப்படுத்தினார். அவரது இக்கொடுமைகள் கடைசியாக 303 ஆம் ஆண்டு உச்ச கட்டத்தை அடைந்தன.

1721

ஆல்பன் என்ற ரோமானியப் படைவீரர் கி.பி.304 ஆம் ஆண்டு பிரிட்டனில் உயிர்ப் பலியானார் என்று பிற்காலத்துக் கிறித்தவ எழுத்தாளர் எழுதி வைத்துள்ளனர். எனினும் இது பற்றி இந் நிகழ்ச்சி நடந்த காலத்தில் எழுதி வைக்கப்பட்ட சான்று எதுவுமில்லை.

ஆல்பன் இன்று அவர் பெயரால் அழைக்கப்படும் செயிண்ட் ஆல்பன்ஸ் என்ற அந்நாளைய வெருலாமியம் நகரத்தில் ரோமானியப் படையில் இருந்த ரோமானியர். அவர் கிறித்தவ சமயத்தரல்ல ரெனினும், துன்புறுத்தப்பட்ட பிரிட்டிஷ் கிறித்தவர் ஒருவரைத் தனது வீட்டில் ஒளித்து வைத்தார். அவர் சட்ட விரோதிக்கு, நீதிக்குப் புறம்பாகப் புகலளித்தார் என்று அவர் மீது குற்றஞ்சாட்டப் பட்டபோது, தானே கிறித்தவராகிவிட முடிவு செய்து விட்டதாக அறிவித்தார். அவருக்கு மரண தண்டனை விதிக்கப்பட்டது. அவரை ஊருக்கு வெளியேயிருந்த ஒரு குன்றின் மேல் கொண்டு சென்றனர். ஆல்பனின் தலையை வெட்டிக் கொல்லுமாறு ஆணையிடப்பட்டிருந்த படைவீரர், அவ்வாறு செய்ய மறுத்து விட்டார். எனவே படைக் கட்டுப்பாட்டிற்கு இணங்கி நடந்த மற்றொரு படை வீரர் இவ்விருவரையும் கொன்றார்.

(செயிண்ட் ஆல்பன்ஸ் நகரம் தென் கிழக்கு இங்கிலாந்தில் உள்ளது. ஆல்பன்ஸ் கி.பி. 304 இல் உயிர்ப்பலியான இடத்தையும், சாக்சன்கள் முதன் முதலில் கட்டிய துறவி மடத்தையும் சுற்றி 948 ஆம் ஆண்டு செயிண்ட் ஆல்பன்ஸ் நகரம் நிறுவப்பட்டது. இதன் இலத்தீனப் பெயர் வெருலாமியம்.)

பேரரசர் கான்ஸ்டண்டைன்

டயோக்ளிசியசின் கொடுமைகள் நடந்து முடிந்த பத்தாண்டுகளுக்குள், கிறித்தவ சமயத்திற்கு மிகப்பெரிய செல்வாக்கு ஏற்பட்டது. அவரையடுத்து ரோமானியப் பேரரசராகிய கான்ஸ்டாண்டியஸ், காலிடோனியருக்கு எதிராக எடுத்த தண்டனைத் தாக்குதலின் போது யார்க் என்ற இடத்தில் இறந்தார். (யார்க் நகரம் வடகிழக்கு இங்கிலாந்தின் ஒளஸ் ஆற்றின் கரை மீதுள்ளது, இது ரோமானியர் காலத்தில், அவர்களின் இராணுவத் தலைநகராயிருந்தது.) எனவே அப்போது கான்ஸ்டாண்டியசுடன் இருந்த

அவருடைய காமக் கிழத்தியின் மகனான கான்ஸ்டண்டைனை ரோமானிய இராணுவம் பேரரசராகத் தேர்ந்தெடுத்தது. கான்ஸ்டண்டைனின் தாயார் துருக்கியில் ஒரு மதுக்கடையில் வேலை செய்தவர். அப்பெண்மணி அக்காலத்து வாழ்ந்த தாழ்ந்த வகுப்பினரைப் போன்று மறைமுகமாகக் கிறித்தவராயிருந்தார்.

கான்ஸ்டண்டைனுக்குப் போட்டியாகப் பலர் ரோமானிய மணி மகுடத்தின் மீது உரிமை கொண்டாடினர். அவர் போட்டியாளரை எதிர்த்து நடத்திய போரில், கிறித்தவர்கள் அவருக்கு ஆதரவு தந்தனர். அவர் தன்னுடைய எதிராளிகளை முறியடித்த பிறகு, கிறித்தவர் பொறுத்துக் கொள்ளப்பட்டனர். அவர்கள் கொடுமைக்கு ஆளாகவில்லை. அதன் பிறகு கிறித்தவம் ரோமானியப் பேரரசில் அரசு ஏற்ற சமயமாக உயர்நிலை எய்திற்று. எனினும் கான்ஸ்டண்டைன் தனது மரணப் படுக்கையில்தான் கிறித்தவம் தழுவினர்.

ஆங்கிலோ - சாக்சன் முடியரசுகள் (7-9 ஆம் நூற்றாண்டுகள்)

கி.பி. ஏழாம் நூற்றாண்டின் இறுதி வாக்கில் வலிமை வாய்ந்த ஏழு ஆங்கிலோ -சாக்சன் முடியரசுகள் தோன்றி, இங்கிலாந்தின் மையப் பகுதிகளிலும், கிழக்குப் பகுதிகளிலும் பரந்திருந்தன. (ஆங்கிலோ -சாக்சன் என்பது கிழக்கு ஜெர்மானிய இனக் கூட்டங்களான ஆங்கில்கள், சாக்சன்கள், ஜுட்டுகள் என்போரில் ஏதேனுமொரு கூட்டத்தைச் சுட்டும். இக்கூட்டத்தார் கி.பி ஐந்தாம் நூற்றாண்டு முதல் பிரிட்டனில் குடியேறி வந்தனர். நார்மன்கள் *1066* இல் பிரிட்டனை வெற்றி கொண்டது வரையிலும், இவ்வினக் கூட்டத்தார் மேலோங்கியிருந்தனர்.) அவர்களின் முடியரசுகள் கெண்ட், சசக்ஸ், எசக்ஸ், கிழக்கு ஆங்கிலியா, மெர்சியா, நார்த் தம்பிரியா என்று ஏழு முடியரசுகளாகும்.

ஆங்கிலோ - சாக்சானியர் பையப்பையத்தான் கிறித்தவம் தழுவினர். ரோமானியர் ஆட்சியில் அங்கு நிலவிய கிறித்தவம் ஆர்வமூட்டுவதாயிருக்கவில்லை. அயர்லாந்தில் புனித பாட்ரிக் நிறுவிய கிறித்தவச் சபை பேரார்வம் தருவதாயிருந்தது. (அயர்லாந்து வடமேற்கு ஐரோப்பாவிலுள்ள தீவு. அது பிரிட்டிஷ் தீவுகளுள் அடங்கும். வட கால்வாய், அயர் கடல் ஆகியவற்றால் பிரிட்டனிலிருந்து பிரிக்கப்பட்டு, அதன் மேற்கே உள்ளது.) அங்கிருந்து புனித கொலம்பைன் என்றவர் ஸ்காத்லாந்திற்குக் கிறித்தவத்தைக் கொண்டு சென்றார்.

போப் முதலாம் கிரிகோரி (*540-604*; போப்பாக இருந்த காலம் *590-604*) அகஸ்டைனின் தலைமையில் இத்தாலியத் துறவியர் குழு ஒன்றை 597 ஆம் ஆண்டு கெண்ட் முடியாட்சியிலிருந்த ஆங்கிலேயரைக் கிறித்தவர் ஆக்குவதற்காக அனுப்பி வைத்தார். அவர்கள் ரோமானியத் திருச்சபைக்கு மாற்றப்பட்டனர். அதன் பிறகு வடகிழக்கு இங்கிலாந்திலுள்ள விட்பை என்ற துறைமுகப்பட்டினத்தில் அயர்லாந்தையும், ரோமையும் சேர்ந்த துறவியர் *663* ஆம் ஆண்டு கூடிப் பேசியதையடுத்து, இங்கிலாந்து கிறித்தவ ஐரோப்பா என்ற சமய நீரோட்டத்தில் கலந்து விட்டது.

டேனிய, நார்மன் வெற்றிகள்

மா ஆல்ஃபிரடு *849-899* காலத்தில் வாழ்ந்தவர். அவர் வெசக்சின் மன்னராக *871* முதல் *899* வரை அரசோச்சினார். அவர் இங்கிலாந்தின் மீது மேலாண்மை கொண்டிருந்தார். ஒன்பதாம் நூற்றாண்டின் நடுவில் இங்கிலாந்தின் மேல் படையெடுத்து வந்த டேனியரை (வைக்கிங்குகள்) ஆல்ஃபிரடு முறியடித்தார். ஆல்ஃபிரடு ஆங்கில மொழியைக் கற்பதையும், அம்மொழியில் எழுதுவதையும் ஊக்குவித்தார்.

வைக்கிங்குகளான டேனியர் முப்பதாண்டுக் காலம் விட்டு விட்டுத் தாக்கிய பின்னர்,

மிகப்பெரிய அளவில் 865 ஆம் ஆண்டு படை கொண்டு வந்து அடுத்த சில ஆண்டுகளுக்குள் நார்த்தம் பிரியா, மெர்சியா, கிழக்கு ஆங்கிலியா ஆகிய முடியரசுகளை வென்றனர். இங்கிலாந்து இறுதியில் 1016 ஆம் ஆண்டு கான்யூட்டு மன்னரின் ஸ்காண்டிநேவியப் பேரரசில் ஒரு பகுதியாயிற்று.

கான்யூட் இறந்த ஆண்டு 1035. இந்த டேனிய மன்னர், இங்கிலாந்தை 1016 முதல் 1035 வரை ஆண்டார். கான்யூட்டின் வழிவந்த டேனிய மன்னர்களுக்கு நேரடி வாரிசுகள் இல்லாது போனமையால், 1066 வாக்கில் நால்வர் முடியுரிமை கோரினர். அந்நால்வரும் சாக்சன் பிரபுக்கள், ஹெரால்டு, அவரது உடன் பிறந்த தோஸ்திக், நார்வே நாட்டின் மூன்றாம் ஹெரால்டு, நார்மண்டியின் வில்லியம் கோமகன்.

ஹெரால்டு தன் உடன்பிறந்தவரையும், நார்வே மன்னரையும் தோற்கடித்தார். நார்மண்டியின் வில்லியத்திடம் தோற்றுப் போனார். இங்கிலாந்து இப்போது ஸ்காண்டிநேவியரின் நேரடி ஆட்சியிலிருந்து தப்பிய போதிலும், வட பிரான்சில் குடியேறிய ஸ்காண்டிநேவியரான நார்மன்களின் குடியைச் சேர்ந்த வில்லியத்தினால் 1066 ஆம் ஆண்டு வெல்லப்பட்டு விட்டது. கிறித்தவம் தழுவிய நார்வியரான நார்மன்கள் ஐரோப்பாவின் பல பகுதிகளில் குடியேறியிருந்தனர்.

1721

நார்மானியர் ஆட்சி (1066 - 1135)

வில்லியம் இங்கிலாந்தை வெல்ல வேண்டுமென்று ஐந்தாண்டுகள் தொடர்ந்து போர் செய்தார். அதன் பிறகு தான் நார்மன் வெற்றி உறுதியானது. வில்லியத்தைப் பின்பற்றிப் பிரிட்டனை வெற்றி கொள்ள வந்தவர்களுக்கெல்லாம், ஊக்கக் கொடை தர வேண்டிய நிலை, இவ்வெற்றியின் பின்னால் ஏற்பட்டது. நார்மன் வீரப் பெருந்தகையாளருக்கும், பிரபுக்களுக்கும், அவர்கள் இங்கிலாந்தின் வெற்றிக்கு உதவினார்கள் என்பதற்காக மட்டுமன்றி, அவர்களால்தான் அவ்வெற்றியைக் கட்டிக் காக்க முடியுமென்பதற்காகவும் அவர்களுக்கு நிலமானியங்கள் தரப்பட்டன.

அந்நிலத்தில் பாடுபட்ட குடியானவர்கள், அமைதி நிலவும் காலங்களில் உழைக்கும் கூட்டங்களாக இருக்கவும், போர்க் காலத்தில் படை வீரர்களாகச் சேர்ந்து போரிடவும் கூடியவகையில் நிலமானியம் பெற்ற இப்பிரபுக்களுடன் பிணைக்கப் பட்டிருந்தனர். நார்மானியர் இந்த முறைக்கு ஃபியூடலிசம் என்ற பெயரைத் தந்தனர். எனினும் இந்த முறையின் கட்டுக்கோப்புப் பல நூற்றாண்டுகளுக்கு முற்பட்டது.

ஃபியூடலிசம் - நிலப் பிரபுத்துவ முறை

இந்நிலப்பிரபுத்துவ முறை ஐரோப்பாவிற்கு மட்டுமே உரிய தாகையால், இதைத் தமிழில் துல்லியமாகக் குறிக்கும் சொல் இல்லை. எனினும் இதை நிலப்பிரபுத்துவ முறை என்று அழைக்கின்றோம். ஃபியூடலிசம் மேற்கு ஐரோப்பாவில் கி.பி. எட்டாம் நூற்றாண்டில் உருவாகிப் படிமுறை வளர்ச்சி பெற்றது. இது சட்டம், சமூக அமைப்பு ஆகியவற்றைக் கொண்ட ஒரு நிறுவனமாகும். இதன்படி நிலப்பிரபுக்கள் தமது கட்டிலுள்ள குடியானவர்களுக்குப் பாதுகாப்புத் தந்து பராமரிக்க வேண்டும். குடியானவர்களுக்கு ஊதியத்திற்கு ஈடாகப் பயிர் செய்யும் நிலங்களை அளிப்பது வழக்கமாகும். குடியாள்கள் போர்க்காலத்தில் தமது ஆண்டையரான பிரபுக்களுக்காகப் போரில் படைவீரராக ஊழியம் செய்தல் வேண்டும். இதையொத்த நிலப்பிரபுத்துவ முறை வரலாற்று இடைக்காலத்தில் ஜப்பானிலும், தாலமி காலத்து எகிப்திலும் நிலவிற்று என்று அறிகின்றோம்.

இறுதித் தீர்ப்பு நாள் ஏடு (டூம்ஸ்டே புக்)

நார்மன் மன்னர் இவ்வாறு பிரிட்டனில் நிலப்பிரபுக்களை உண்டாக்கிய போதிலும் பெரும்பாலான அதிகாரங்களைத் தமது கைகளில் வைத்திருக்கவே விரும்பினர். நார்மன் வெற்றி வீரரான முதலாம் வில்லியம் (1027-10876; இங்கிலாந்து மன்னராயிருந்த காலம் 1066 -1087), நிலத்தின் தனிமுதல் உரிமையாளரான பிரபுக்கள் தனக்கு எதிராகக் கிளர்ச்சி செய்துவிடாது, தன்னைக் காத்துக் கொள்வதற்காகப் புதுமுறையானதும், மிக முக்கியமானது மாகிய ஒரு நடவடிக்கையை எடுத்தார்.

அவர் நாட்டின் பொருளாதார வளங்கள் பற்றிய மதிப்பீட்டு ஆய்வு ஒன்றை மேற்கொள்ளுமாறு 1086 ஆம் ஆண்டு ஆணை பிறப்பித்தார். அந்த ஆய்வின் முடிவுகள் அடங்கிய தொகுப்பு **இறுதித் தீர்ப்பு நாள் ஏடு** என்ற பட்டப் பெயரைப் பெற்றது. ஆங்கிலத்தில் **டூம்ஸ்டே புக்** என்றனர். அது மிகவும் துல்லியமான முறையில் மதிப்பிடப்பட்ட ஆய்வாக இருந்தமையால், மக்கள் அதை விவிலியத்தில் கூறப்பட்டிருக்கும் வானுலகின் இறுதித் தீர்ப்பு நாள் முடிவு என்று எண்ணலாயினர். மன்னர் நேரடியாக வரி விதிப்பதற்கு இந்த ஆய்வு வழிவகுத்தது: நிலப் பிரபுக்களின் வழியே வரி தண்ட வேண்டிய முறை தோன்றாமல் செய்தது.

கி.பி.12 ஆம் நூற்றாண்டுக்கு முன்னர் இத்தனை விரிந்த முறையில் நாடு தழுவிய நிலஅளவையும் பிறகணிப்புகளும் டூம்ஸ்டே புக்கைப்போல் இங்கிலாந்தில் செய்யப் பட்டில்லை. இக்கணிப்பிலிருந்து பல விவரங்கள் துல்லியமாகத் தெரிந்தன. அயல் நாட்டினரில் சுமார் 1500 பேருக்கு நிலக் கொடை தரப்பட்டது என்பதை இக்கணிப்புக் காட்டியது. இங்கிலாந்தின் மொத்த மக்கள் எண்ணிக்கையான ஒன்பது அல்லது இரண்டு மில்லியனில், அங்கு வந்தேறியவர்களில் ஆணும் பெண்ணுமாக ஐயாயிரம் முதல் பத்தாயிரம் பேர் இருந்தனர்.

வில்லியத்தின் மகன் முதலாம் ஹென்றி (1068;1135) 1100 ஆம் ஆண்டு அரசுரிமை ஏற்றதும், தன் தந்தையைப் போன்று சட்டத்தையும், ஆட்சி நிர்வாகத்தையும் மையக் கட்டுப்பாட்டில் தொடர்ந்து வைத்திருந்தார். அவர் இறந்த பின்னர் அரசுரிமைக்காக உள்நாட்டுப் போர் தோன்றிற்று. முதலாம் ஹென்றியின் மகளுக்கு அரசுரிமை வாக்களிக்கப்பட்டிருந்தது. எனவே அப்பெண்மணியின் மகள் இரண்டாம் ஹென்றி (1133-89; ஆட்சிக்காலம் 1154-89) உள்நாட்டுப் போரில் வெற்றி பெற்று அரியணை ஏறினார். அவர் நாட்டில் சட்டத்தையும் ஒழுங்கையும் நிலை நாட்டினார்.

மேக்ன கார்டா – மா சாசனம்

இங்கிலாந்தின் மன்னர்கள், குறிப்பாக மன்னர் ஜான், பதின்மூன்றாம் நூற்றாண்டில் மக்களிடமிருந்து பணத்தைக் கசக்கிப் பிழிந்தனர் என்பதால், எங்கும் பரவலாக வெறுப்பு நிலவிற்று. இறுதியாகப் பிரபுக்கள் அனைவரும் ஒன்று சேர்ந்து ஜான் மன்னரை விண்சருக்கு அருகே தேம்ஸ் ஆற்றின் தென் கரை மீதிருக்கும் ரன்னிமீடு என்ற பசும்புல் வெளியில் 1215 ஆம் ஆண்டு மேக்ன கார்டா என்ற மா சாசனத்தில் கையெழுத்திடச் செய்தனர். ஜான் மன்னர் அச்சாசனத்தில் பண்ணை நில ஆட்சிக் கோமான்களாகிய பிரபுக்கள், கிறித்தவ மதபீடத்தின், தொழும்பரல்லாத குடிமக்கள் ஆகியோரின் உரிமைகளையும், அவர்களுடைய சலுகைகளையும் ஏற்று அங்கீகரித்தார்.

மன்னரும், மத பீடமும்

நார்மன் வெற்றி வீரரான வில்லியம் இங்கிலாந்தின் மீது தன் பிடியை இறுக்கிக் கொண்டிருந்த வேளையில், போப் ஏழாம் கிரிகோரி (1020-1085; போப்பாக ஆட்சி செய்த காலம் 1073-1085) கிறித்தவ உலகின் முடி மன்னரனைவரையும் தன் கட்டுக்குள் கொண்டு வந்து மேலாண்மை செய்வதில் முனைந்தார். மண்ணுலகில் போப் இறைவனின் பிரதிநிதியாக இருந்து மேலாண்மை செலுத்துவதால், மண்ணுலக மன்னர்கள் போப்பின் அதிகாரத்திற்குக் கட்டுப்பட வேண்டும் என்று ஏழாம் கிரிகோரி கருதினார்.

இங்கிலாந்தின் கிறித்தவத் தலைவரில் பெரும்பாலர் முடிமன்னர் பக்கம் சார்ந்திருந்தனர். எனினும் இரண்டாம் ஹென்றியினால் ஆர்ச் பிஷப்பாக அமர்த்தப்பட்ட தாமஸ் பெக்கட், மன்னருக்கு மதபீடத்தின் மீது அதிகாரம் செலுத்தும் உரிமையில்லை என்று கூறிவிட்டார். ஆதலால் மன்னர் மீது பற்றுமிகக் கொண்டோர், பெக்கட்டை 1170 இல் கொன்றுவிடவே, அவர் பெருந் தியாகியானார். இருப்பினும் கிறித்தவ மதபீடம் பொது ஆட்சி நிர்வாகம் பற்றிய விதிமுறைகளை வகுப்பது, கல்வி முறையை வரை செய்வது போன்ற தன் பழைய பணிகளைத் திரும்பவும் மேற்கொள்ளலாயிற்று.

இரண்டாம் ஹென்றியின் ஆட்சிப் பரப்பு, அவர் கொண்ட திருமண உறவினாலும், அடைந்த வாரிசுரிமைகளாலும் பிரான்சில் பாதியை உள்ளடக்கியிருந்தது. அவர் அயர்லாந்தின் மீது படையெடுத்தும், ஸ்காத்லாந்து, வேல்ஸ் இரண்டின் மேலும் மேலாண்மை உரிமை கொண்டாடிய போதிலும், பிரான்சில்தான் தனது ஆட்சிப்பரப்பை விரிக்க அவாவினார். ஆனால் அவர் இறந்த பிறகு பிரஞ்சுப்பகுதியில் பல இடங்கள் இழக்கப்பட்டன. பிரஞ்சுக்காரர் ஜான் மன்னருக்கும், அவரை எதிர்த்துக் கிளர்ச்சி செய்த பிரபுக்களுக்குமிடையே நடந்த சச்சரவைத் தமக்குச் சாதகமாக்கிக் கொண்டு பிரிட்டன் மீது படையெடுத்துத் தோல்வியும் கண்டனர்.

நூற்றாண்டுப் போர்

இது பிரஞ்சுக்காரருக்கும், ஆங்கிலேயருக்குமிடையே தீராப் பகையை உண்டாக்கிற்று. அப்பகை இறுதியில் நூற்றாண்டுப் போர் என்ற பெரும் போரில் வந்து முடிந்தது. அப்போரை மூன்றாவது எட்வர்டு தொடங்கினார். மூன்றாம் எட்வர்டு 1372-1377; அவர் ஆட்சி செய்த காலம் 1327-1377; இவர் ஸ்காத்லந்தின் மீது போர் நடத்தி இராபட் புரூசினால் தோற்கடிக்கப்பட்டார். இரண்டாம் ஹென்றியின் மகன், பிரஞ்சுக்காரர் ஸ்காத்லந்தில் தலையிடுவதைத் தடுக்கவும், மேற்கு ஐரோப்பாவின் தாழ்நில நாடுகளைச் சேர்ந்த ஃபிளாண்டர்சுடன் நடந்து வந்த வாணிபத்தைக் காக்கவும் தொடங்கிய இப்போர், பிரஞ்சு மண்ணை மீண்டும் வெற்றி கொள்ள வேண்டுமென்ற பெரு முயற்சியாக உருவெடுத்தது.

பிரஞ்சுக்காரருடன் நடந்த இப்போரினால், ஆங்கிலேயரிடம் தாம் ஆங்கிலேயர் என்ற தேசிய உணர்வு மிகுந்தது; சமயத்துறையிலிருந்து இலத்தீனத்தையும், கொச்சையாக வழங்கி வந்த அரசவைப் பிரஞ்சு மொழியையும் விரட்டிவிட்டு ஆங்கிலம் தேசிய மொழியாயிற்று.

ரோஜாப் பூப் போர்கள்

பிரஞ்சுக்காரர் அரசுரிமை பெற வேண்டுமென்று அவாவிய யார்க் குடும்பத்தைச் சேர்ந்த பிரபுக்கள் வெள்ளை ரோஜாவை முத்திரைச் சின்னமாகக் கொண்டிருந்தனர். அவர்களுக்கு எதிரியான லங்காஸ்டர் பிரபுக் குடும்பத்தின் சின்னம் சிவப்பு ரோஜா. இவ்விரு மேட்டுக் குடிகளுக்குமிடையே *1455* தொடங்கி *1485* வரை முப்பதாண்டுக்காலம் நடந்த சண்டைகளுக்கு ரோஜாப்பூப் போர்கள் என்று பெயர்.

மைய இங்கிலாந்திலுள்ள மார்க்கட் பாஸ்வொர்த் என்ற இடத்தின் தெற்கில் சுமார் மூன்று கிலோ மீட்டர் (இரண்டு மைல்) தொலைவிலுள்ள பாஸ்வொர்த் என்ற களத்தில் *1485* இல் நடந்த சண்டையோடு ரோஜாப் பூப் போர் நின்றது என்பது வரலாற்றாசிரியர் முடிவு. லங்காஸ்டர் குடியின் ஹென்றி டியூடர் வெற்றி பெற்றமையால் அவர் ஏழாம் ஹென்றி (*1457-1509* ஆட்சிக் காலம் *1485-1509*) என்ற பெயரில் *1485* இல் முடி புனைந்து, டியூடர் குடியின் முதல் மன்னரானார். அவர் யார்க் குடும்பத்தின் எலிசபெத்தை மணந்து கொள்ள இரு குடியினரும் இணக்கமாயினர்.

உள் சண்டைகள் ஒழிந்து இனி நாடு வலுப்படும் காலம் வந்துவிட்டது என்பது விரைவில் தெளிவாயிற்றெனினும், உள்பகை பற்றிய நினைவுகள் இன்னும் பசுமையாக இருந்தன. ஹென்றியையடுத்து அரசு கட்டிலேறிய அவருடைய இரண்டாவது மகனான எட்டாம் ஹென்றி (*1491-1547*; ஆட்சிக் காலம் *1500-1547*) பெண் வாரிசு முடிசூடுமாயின், அதனால் டியூடர் குடி வலுக்குன்றிவிடும் என்று அஞ்சி, ஓர் ஆண்வாரிசைப் பெறுவ தென்று உறுதி கொண்டார். அவருடைய மனைவியான ஸ்பெயின் நாட்டு அரகோனின் அரசியான காதரினுக்கு ஆண் மகவு இல்லை யென்பதால், அவரை மண விலக்குச் செய்ய எட்டாம் ஹென்றி முடிவெடுத்தார். அம்மன்னரின் அயல் நாட்டு, உள்நாட்டுக் கொள்கைகளில் செல்வாக்குச் செலுத்தி வந்த கார்டினல் தாமஸ் உல்சியினால் (*1475-1530*) ரோமானிய உயர் மத பீடத்திடமிருந்து மன்னருக்கு மணவிலக்குப் பெற்றுத்தருவதற்கு இயலவில்லை. கத்தோலிக்க மதபீடம் மணவிலக்கை ஏற்காது என்ற விதி அரசரானாலும், ஆண்டியானாலும் கத்தோலிக்கர் அனைவருக்கும் பொதுவானது. எனவே உல்சி வீழ்ச்சியடைய நேரிட்டது. கார்டினல் உல்சியிடம் செயலாளராக இருந்த தாமஸ் கிராம்வெல் (*1485 -1540*) ஹென்றியின் தலைமை அமைச்சரானார். ஹென்றி அதன் பிறகு புதிதாகக் கிறித்தவத் திருச்சபை ஒன்றை நிறுவி, அதற்குத் தலைமைப் பொறுப்பேற்று விட்டார். அரசு செல்வமும் செல்வாக்கும் படைத்த கிறித்தவத் துறவி மடங்களை ஒழித்தது. அவற்றின் நிலங்களையும் சொத்துகளையும் பறித்துக் கொண்டது, பின்னர் இந்நிலங்கள் விற்கப்பட்டன.

இன்னல் நிறைந்த ஆண்டுகள்

எட்டாம் ஹென்றி *1547* இல் இறந்தார். அவருக்கும் ஜேன் சேமூருக்கும் பிறந்த ஒரே மகனான ஆறாம் எட்வர்டு (*1537 - 1553*; ஆட்சிக்காலம் *1547-1553*) ஒன்பது வயதில் பட்டத்திற்கு வந்தார். அப்போது ஒருவரோடொருவர் பகை சாதித்துக் கொண்டிருந்த

பிரபுக்களின் ஆட்சியில் இங்கிலாந்து இருந்து வந்தது. பிரபுக்களின் உள் சண்டை மீண்டும் புத்துயிர் பெற்றது. அவர்கள் பற்றார்வம் மிக்க புராட்டஸ்டண்டுகள். அவர்கள் எட்டாம் ஹென்றி செய்தது போல் ஆங்கிலத் கிறித்தவ பீடத்தைத் தனியாக வைத்திராது. ஐரோப்பாவையே பிளவுபடுத்திய புராட்டஸ்டண்டுச் சீர்திருத்த இயக்கத்தில் பங்கு பெற்றனர். எனவே ஐரோப்பாவின் மிகப் பெரிய கத்தோலிக்க நாடுகளான பிரான்சும், ஸ்பெயினும் இங்கிலாந்தைக் கவர்ந்து கொள்ளலாம் என்று கருதலாயின.

ஆறாம் எட்வர்டு பதினாறாவது வயதில் இறந்ததும், கத்தோலிக்கரான அவருடைய தங்கை மேரி டியூடர் *(1516-1558; ஆட்சிக்காலம் 1553-1558)* ஆட்சிக்கு வந்தார். அவர் எட்டாம் ஹென்றிக்கும் காதரைன் அரசிக்கும் பிறந்த மகளாவார். மேரி ஸ்பெயினின் இரண்டாவது பிலிப்பை *(1527-1598; ஆட்சிக் காலம் 1556-1598; இவர் போர்ச்சுக்கல் மன்னராகவும் 1580 முதல் 1598 வரை ஆட்சி புரிந்தார்.)* 1554 இல் மணந்தார். எனினும் மேரி சமயப் பொறையின்மை காரணமாகப் புராட்டஸ்டண்டுகளைக் கொடுமைப் படுத்தியதால், மக்களின் ஆதரவை இழந்தார். மேரியின் ஆட்சிக் காலத்தில் கிட்டத்தட்ட முந்நூறு புராட்டன்டண்டுகள் உயிரோடு எரிக்கப்பட்டனர். அவரைக் ''குருதி வெறி பிடித்த மேரி'' என்று மக்கள் அழைத்தனர். அவர் பிள்ளையில்லாமல் செத்தார்.

ஸ்காத்திய மேரி

இக்கால கட்டத்தில், பிரான்ஸ் ஸ்காத்தலாந்தின் ஐந்தாம் ஜேம்ஸ் மன்னரின் ஒரே வாரிசான ஸ்காத்திய அரசி மேரி வழியாக இங்கிலாந்தைத் தன் கைக்குள் கொண்டு வர முயன்றது. ஸ்காத்திய மேரி பிரெஞ்சு மன்னரை மணந்து பிரான்சின் அரசியாக விளங்கினார். அவர் தன் கணவரான பிரஞ்சு மன்னர் இறந்ததும், பிரான்சிலிருந்து ஸ்காத்லாந்திற்குத் திரும்பினார். ஆனால் அவருடைய புராட்டஸ்டண்டுக் குடிமக்கள் அவர் மீது பகை கொண்டிருந்தனர் என்பதைக் கண்டார். மேரி இறுதியாக இங்கிலாந்தில் புகலடையவே அங்கு சிறை வைக்கப்பட்டார். அவர் இங்கிலாந்தின் முதலாம் எலிசபெத்திற்கு எதிராகச் சதி செய்தார் என்று கொலைத் தண்டனைக்கு ஆளானார்.

1721

முதலாம் எலிசபெத் காலம்

எட்டாம் ஹென்றிக்கும் அரசி ஆன் பொலீனுக்கும் மகளாகப் பிறந்த முதலாம் எலிசபெத் *(1533-1603; ஆட்சிக் காலம் 1558-1603)*, இங்கிலாந்தின் அரியணையைக் கவரப் பிரஞ்சுக்காரரும், ஸ்பானியரும் செய்த சூழ்ச்சிகளை முறியடிக்கும் வகையில் நாட்டை வலுவாகக் காத்தார். அவர் அவ்விரு வல்லரசுகளும் தமக்குள் மோதிக் கொள்ளுமாறு செய்தார். அப்போது எலிசபெத் நாட்டை வலுப்படுத்தி ஸ்பெயின் மீது போர் தொடுக்கக் கூடிய துணிச்சலைப் பெறும் அளவிற்கு அதை உறுதியாக்கினார்.

எலிசபெத் உள்நாட்டிலும் சமயப் பொறையோடு கத்தோலிக்கரையும், புராட்டஸ்டண்டுகளையும் மிகவும் அனுசரித்து இணக்கமாகச் செயல் புரிந்தார். இதில் அவரது அரசியல் தந்திர நுட்பம் வெளிப்பட்டது. அரசாட்சியைத் தாங்கிப் பிடித்து நிற்கக்கூடிய முக்கியமான பணியைச் செய்துவந்த கிறித்தவ மதபீடத்தின் துணையை வைத்துக் கொண்டு, இதற்கு முன்னர் நாடு எக்காலத்தும் கண்டிராத வகையில், அதை வலுவான நிலையில் வைத்தார். அவருடைய நீதிபதிகள் விலைவாசி, ஊதியம், வேலை நேரம் இவற்றையெல்லாம் ஒழுங்குபடுத்தினர். அரசியாரின் பிஷப்புகளும், பாதிரிமாரும் தமது பொறுப்பிலுள்ள சமய ஆட்சிப் பங்கின் பகுதிகளில் ஒழுங்கைக் கொண்டு வந்தனர். இதற்குக் கட்டுப்படாதவர்கள் ஒடுக்கப்பட்டனர்.

இவ்வாறு மதபீடத்தின் அதிகாரத்திற்கு அடங்கி நடக்க மறுத்தவர்கள் தம்மைப் பியூரிட்டன் என்று அழைத்துக் கொண்டனர். கடுஞ் சீர்திருத்தவாதிகளான பியூரிட்டன்கள், புராட்டஸ்டண்டுச் சமயப் பிரிவினர்.

முதலாம் எலிசபெத்

எலிசபெத்தின் ஆட்சிக் காலம் இங்கிலாந்தின் வரலாற்றில் பல துறைகளில் வளர்ந்தோங்கியிருந்தது. **வில்லியம் ஷேக்ஸ்பியர்** *(1564-1616)*, **கிறிஸ்தபர் மார்லோ** *(1564-1593)*, **பென் ஜான்சன்** *(1572-1637)* போன்றோர் ஆங்கில இலக்கியத்தைச் செழிக்கச் செய்தனர். எலிசபெத்தின் ஆட்சிக்காலத்தில் கல்வியறிவும், புலமைத்திறமும் விரிந்து பண்பாட்டில் மேல்நிலை எய்திற்று.

பதினைந்தாம் நூற்றாண்டு ஐரோப்பாவில் மலர்ந்த மறுமலர்ச்சி இயக்கத்தின் பலன்களை இங்கிலாந்து பதினாறாம் நூற்றாண்டில் பெற்றுச் சிறந்தது.

எலிசபெத்தின் கடலோடிகள் வாணிபத்திலும் கடற்கொள்ளையிலும் ஈடுபட்டு இங்கிலாந்தைச் செல்வ வளம்பெறச் செய்ததுடன், புதிய நாடுகளைக் கண்டு அவற்றின் வளத்தையும் கொண்டு வந்து நிலவியல் அறிவின் அடிவானத்தை வெகு தொலைவிற்குக் கொண்டு சென்றனர்.

இந்தியாவில் கிழக்கிந்தியக் கம்பெனி முதலாம் எலிசபெத்திடம் உரிமைச் சாசனம் பெற்றுத் தொடங்கப்பட்டது என்பதையும், அதுவே பிரிட்டனுக்கு உலகின் மிகப்பெரிய காலனியாக அமைந்தது என்பதையும் நினைவிற் கொள்ளவேண்டும்.

பாராளுமன்றமும் மன்னனும்

எலிசபெத்தையடுத்து ஸ்காத்லாந்தின் மன்னரான ஜேம்ஸ் ஸ்டூவட் பட்டத்திற்கு வந்தார். முதலாம் ஜேம்ஸ் என்ற அம்மன்னர் *(1566 -1625; இங்கிலாந்து மன்னராக ஆண்ட காலம் 1603 -1625)* இங்கிலாந்தையும் ஸ்காத்லாந்தையும் ஒரே நாடாக்க முயன்றபோதும், அந்தத் திட்டம் நிறைவேறவில்லை. எனினும் ஜேம்சும் அவர் மகன் முதலாம் சார்லசும் *(1600-1649 ஆட்சிக் காலம் 1625-1649)* இரண்டு முடியரசுகளுக்குமிடையே ஓரளவு ஒரே சீர்மையை உண்டாக்கினர். இருப்பினும் இவ்விருமன்னரும் பாராளுமன்றத்தை எதிர்த்தனர். சார்லஸ் தனது ஆட்சிக் காலத்தில் பதினோரு ஆண்டுகள் பாராளுமன்றம் இல்லாமல் செயல்பட்டார். ஆனால் சார்லஸ் ஆங்கிலக் கிறித்தவ அமைப்பு முறையை ஸ்காத்லாந்தியர் மீது திணிக்க முயன்றபோது அவர்கள் *1638* இல் கிளர்ந்தெழுந்தனர்; இங்கிலாந்தின் மீது படையெடுத்தனர்.

அதனால் மன்னர் பாராளுமன்றத்தைக் கூட்ட வேண்டிய கட்டாயம் உண்டானது. பாராளுமன்றம் ஸ்காத்லாந்தியப் படையெடுப்பாளரை விரட்டுவதாயின், மன்னர் தமது மனக்குறையனைத்தையும் நீக்க வேண்டுமென்று வலியுறுத்தினர். சார்லஸ் அதற்கு உடன்பட்டு, இரண்டாண்டுக்காலம் பாராளுமன்றத்திடம் அடங்கி நடந்தார். அப்போது ஊழல் பேர் வழிகளான அரசவையினர் மட்டுமன்றி, அறிவுடைய அமைச்சர்களையும் மன்னர் வெளியேற்ற நேர்ந்தது. அரசரும் தனது சில அதிகாரங்களை விட்டுக்கொடுத்தார். மன்னரின் தலையாய ஆலோசகரான ஸ்டிராஃபோர்டு (ஏள்) பிரபு பாராளுமன்றத்தின் முன் குற்றவாளியாக விசாரிக்கப்பட்டு, மரண தண்டனைக்கு ஆளானார். சார்லஸ் அவரது

மரண தண்டனை நிறைவேற்ற ஆணையில் கையெழுத்திடவும் வேண்டியதாயிற்று.

சார்லஸ் *1642* இல் அயர்லாந்தில் நடந்த ஒரு கிளர்ச்சியை அடக்குவதற்கு அங்கு படைகளை அனுப்பவேண்டிய செலவு தொகையை அளிக்க முடியாதென்று பாராளுமன்றம் மறுத்துவிட்டது. அதனால் ஒருபோரே மூள நேர்ந்தது. மன்னர் பாராளுமன்றத்தை எதிர்ப்பதற்காக *1642* ஆகஸ்டு *22* அன்று வட நடு இங்கிலாந்தின் டிரெண்ட் ஆற்றின் கரை மீதுள்ள நாட்டிங் காம்ஷயரில் அணி திரண்டார்.

உள்நாட்டுப் போரும் கிராம்வெலும்

ஆலிவர் கிராம்வெல் *(1599-1658)* நாட்டுப்புறத்துத் தலைமை நிலக்கிழார்; பாராளுமன்ற உறுப்பினர்; பற்றுறுதி மிக்க பியூரிட்டன் என்ற புராட்டஸ்டண்டு சமயப் பிரிவினர். மன்னர் பாராளுமன்றத்தோடு மோதியபோது ஆலிவர் கிராம்வெல் ஆக்கமான போர்த்தலைவராக விளங்கி முடியரசு ஆதரவுப்படைகளை *1644* ஆம் ஆண்டு வடகிழக்கு இங்கிலாந்தில் யார்க்கிற்கு மேற்கேயிருக்கும் தாழ்வான மார்ஸ்டன் மூர் என்ற சமவெளியிலும், *1645* இல் நேஸ்பை என்ற இடத்திலும் படுதோல்வியடையச் செய்தார். மன்னர் *1646* ஆம் ஆண்டு இங்கிலாந்திலுள்ள ஆக்ஸ்ஃபோர்டு என்ற இடத்தில் பாராளுமன்றப் படையிடம் சரணடைந்தார்.

ஆனால் பாராளுமன்றப் படையினர், பாராளுமன்றத்திற்கு எதிராகவும், ஸ்காத்லாந்தியருடனும் மோதிக்கொள்வதற்கு மன்னர் சதிசெய்தார். அதனால் மன்னர் மீது விசாரணை நடந்ததில், அவர் நாட்டுத்துரோகம் செய்தார் என்பது தெரிந்தது. இக்குற்றத்திற்காக மன்னர் தலை *1649* ஆண்டு வெட்டப்பட்டது. இறுதியாகக் கிராம்வெலின் தலைமையில் இராணுவ ஆட்சி நிறுவப்பட்டது. அவர் பாராளு மன்றத்தைக் கலைத்தார். அவர் உயர் பாதுகாவலராக, கிட்டத்தட்ட ஒரு சர்வாதிகாரி போன்று இருந்து ஆட்சிசெய்தார். அவர் அதே நேரத்தில் மணி முடிக்கும் பணிய மறுத்துவிட்டார். மேஜர் ஜெனரல்கள் என்ற படைத்தலைவர்களின் வழியே கிராம்வெல் நேரடியாகத் தானே ஆட்சி புரிந்தார்.

கிராம்வெலின் தனிப்பட்ட சொந்த வலிமையால் நின்று வந்த ஆட்சியானது, அவர் *1658* இல் இறந்ததும் சரிந்து விழுந்தது. இதனால் ஏற்பட்ட பெருங்குழப்பத்திலிருந்த நாட்டை மீட்பதற்கு மாற்றுவழி முடியாட்சிதான் என்பதை இராணுவத் தலைவர் பலர் நம்பினர். ஆதலால் முதலாம் சார்லசின் மகன் இரண்டாம் சார்லஸ் *(1630-1685;* ஆட்சிக் காலம் *1660-1685)* என்ற பெயரில் அரசு கட்டில் ஏறினார். அவருக்குப் பிறகு அவருடைய தம்பி இரண்டாம் ஜேம்ஸ் *(1633-1701;* ஆட்சிக் காலம் *1685-1688) 1685* இல் இங்கிலாந்தின் மன்னரானார்.

புரட்சி

இரண்டாம் சார்லஸ், இரண்டாம் ஜேம்ஸ் ஆகிய மன்னர்களின் காலத்தில் மேற்கு ஐரோப்பாவில் மத வெறியும் அதிகார வெறிகொண்ட அரசியலும் மேலோங்கி நின்றன. ஜேம்ஸ் கத்தோலிக்கராயிருந்தமையால், பிரான்சின் கத்தோலிக்க மன்னரான பதினான்காம் லூயியின் அதிகாரம் மேலோங்குவதற்குக் கருவியாக இருக்கின்றார் என்று பலரும் கருதினர். மீண்டும் அரியணை ஏற்றப்பட்ட ஸ்டூவட் குடியினர், பாராளு மன்றத்தை வலுக்குன்றுமாறு செய்கின்றனர் என்ற ஐயப்பாடும் வலுத்தது.

ஆரஞ்சு வில்லியம்

எனவே டச்சு மன்னரும், ஐரோப்பியப் புராட்டஸ்டண்டு இயக்கத்தைப் பிரஞ்சுக்காரரிடமிருந்து பாதுகாப்பவராய் இருந்தவருமான ஆரஞ்சு வில்லியம் (*1650 -1702;* பிரிட்டனின் மன்னராக இருந்த காலம் *1689 - 1702)* இங்கிலாந்தில் மாற்று மன்னராக அமையும் வாய்ப்புகள் தோன்றின. ஆரஞ்சு வில்லியம் இரண்டாம் சார்லசின் உடன் பிறந்தார் மகன்; இரண்டாம் ஜேம்சின் மகளான மேரியை மணந்திருந்தார். மேரி ஆங்கிலிக்கன் திருச்சபையைச் சேர்ந்தவர். (ஆங்கிலிக்கன் திருச்சபை அமைப்பில் இங்கிலாந்துத் திருச்சபை, அயர்லாந்துத் திருச்சபை, ஸ்காத்லாந்தின் எப்பிஸ்கோப்பல் திருச்சபை, வேல்ஸ் திருச்சபை ஆகியன அடங்கியிருந்தன.)

ஜேம்சை அரசுரிமை வாரிசாக வரக்கூடிய நிலையிலிருந்து மாற்றுவதற்கென்று, ஷாஃப்டுஸ்பரி தலைமையில் விக் கட்சியினர் கொண்டுவந்த தீர்மானம் பாராளு மன்றத்தில் தோற்றது.

இருப்பினும் ஆங்கிலப் பிரபுக்களில் சிலர், ஜேம்சின் கத்தோலிக்கக் கொள்கைகளுக்கு எதிராக ஆரஞ்சு வில்லியத்தின் உதவியை *1688* இல் நாடினர். ஜேம்ஸ் நாட்டைவிட்டு ஓடிப்போனார். பாராளுமன்றம் ஆரஞ்சு வில்லியத்திற்கும் மேரிக்கும் *1689* இல் அரியணையை அளித்தது. அவ்விருவரும் பாராளுமன்றத்தின் உரிமைகளை ஏற்று மதிப்பதாக வாக்களித்தனர். பிரான்சுடன் போர் மூண்டுவிட்டதால் வில்லியமும், மேரியும் பாராளுமன்றத்தையே நிதிக்காக நம்பி நிற்க நேர்ந்தது. அவர்கள் இப்படியாகப் பாராளுமன்றத்திற்கு அளித்த வாக்குறுதியை நிறைவேற்றினர்.

ஐரோப்பாவில் போர்

ஸ்பானிய மணிமுடி பற்றிய வாரிசுரிமை குறித்து ஏற்பட்ட சச்சரவின் விளைவாக, ஸ்பானிய வாரிசுரிமைப் போர் மூண்டபோது *(1701-14)*, பிரான்சின் அரசியல், வாணிப வலிமை கண்டு அஞ்சிய இங்கிலாந்தும், ஆலந்தும், ஆஸ்திரியா, பிரஷியா ஆகிய நாடுகளுடன் 47 அணிசேர்ந்து, பிரான்ஸ், ஸ்பெயின், பவேரியா ஆகிய நாடுகளின் அணியுடன் பொருதின. நாடுகடந்து வாழ்ந்த பிரிட்டிஷ் முடிமன்னரான ஸ்டூவட் குடியினருக்குப் பிரான்சின் பதினான்காம் லூயி ஆதரவு காட்டியதால், நிலைமை மேலும் மோசமாயிற்று.

ஸ்பானிய வாரிசுரிமைப் போரின் காரணமாக எழுந்த அவசியத்தினால் பாங்கு ஆஃப் இங்கிலாந்து பிறந்தது; பாங்கிக் கடன் வசதிகள் ஏற்பட்டன. இங்கிலாந்து பின்னர் பொருளாதாரத்திலும், கடல் வாணிபத்திலும் செழிப்பதற்கு இப்புதிய வசதிகள் பெருந்துணையாக அமைந்தன.

அரசியல் கட்சிகள்

பதினெட்டாம் நூற்றாண்டில் இரண்டு அரசியல் கட்சிகள் எழுந்தன. ஒன்று மணி முடியின் அதிகாரத்தை வரையறை செய்ய வேண்டும் என்பதை வழிவழியாகக் கொண்டிருந்த விக் கட்சி; மற்றொன்று ஸ்டூவட்டுகளையும், ஆங்கிலிக்கன்களையும் ஆதரிப்பதை மரபாகக் கொண்ட டோரிக் கட்சி.

விக்குகள் *1688* இல் நடந்த ''மேன்மை பொருந்திய புரட்சியைப்'' *(The Glorious Revolution)* பேரார்வத்துடன் ஆதரித்து நின்றனர். அக்கட்சியினர் இங்கிலாந்து ஐரோப்பியக்

கண்டத்தில் ஈடுபாடு கொள்வதை ஆதரித்தனர். ஆனால் டோரியரோ, கால்வினியக் கோட்பாட்டாளரான ஆரஞ்சு வில்லியமோ, அவர் தன்னுடன் கொண்டு வந்த போரோ நாட்டிற்கு வேண்டியதில்லை என்று கூறினார். (கால்வினியம் என்பது 1509 இல் பிறந்து 1564 வரை வாழ்ந்த பிரஞ்சு இறையியல் விற்பன்னரான ஜான் கால்வினும் அவரைப் பின்பற்றியோரும் உருவாக்கிய இறையியல் கொள்கையாகும்.)

ஆன் அரசியின் ஆட்சிக் காலத்தில் (1665 -1714; ஆட்சிக் காலம் 1702-1714) டோரியர் சற்று மகிழ்ச்சியோடு இருந்தனர். ஏனெனில் அந்த அரசியார் ஸ்டூவட் குடியினராயும், ஆங்கிலிக்கன் சபையைச் சேர்ந்தவராயுமிருந்தார். ஆனால் அவர் இறந்த போது, அவருக்கு வாரிசில்லாது போயிற்று. எனவே அரசுரிமையானது ஜெர்மானிய லுதரன்களான அரசகுடியினர் கைக்குச் சென்றுவிட்டது. ஆதலால் டோரி கட்சியினர் வைத்திருந்த பற்று நெருக்கடிக்குள்ளாயிற்று. டோரியரில் பலர் மறைமுக ஜோசபிய ஆதரவாளராயினர். அதாவது இரண்டாம் ஜேம்சையும் அவருக்குப்பின் ஆட்சிக்கு வந்தவர்களையும் ஆதரிப்போராயினர்.

இக்கட்சிப் பிரிவினைகள் மறைந்து விடும் என்று சிலர் கருதினர். ஆனால் மன்னரின் அமைச்சர்களுக்குப் பாராளுமன்றத்தில் ஆதரவாளர் வேண்டியிருந்தனர். அமைச்சர்களைப் பதவியிலிருந்து தள்ள முயன்றவர்கள், சில வேளைகளில் பாராளுமன்றத்தில் அதிகார பூர்வமற்ற எதிர்க்கட்சியாக அணி திரண்டுவிட்டனர். கட்சிகளில் கண்டிப்பான கட்டு திட்டங்களை ஏற்றுக் கொண்ட உறுப்பினர் இல்லையெனினும், கட்சி அரசியல் என்பது நிலைத்த ஓர் அமைப்பாயிற்று. அவை பெரிதும் பதவிக்காகவே பிளவுபட்டிருந்தன.

ஹனோவர் குடியின் முதல் மன்னரான முதலாம் ஜார்ஜும் (1660 - 1727: ஆட்சிக் காலம் 1714 - 1727; இம்மன்னர் ஆங்கில மொழி அறியாத ஜெர்மானியர்; அவருக்குச் சில ஆங்கிலச் சொற்கள் மட்டுமே தெரிந்திருந்தன.) இரண்டாம் ஜார்ஜும் (1683-1760; ஆட்சிக் காலம் 1727-1760) பெரிதும் அமைச்சர்களையே நம்பியிருந்தனர். முதலாம் ஜார்ஜின் ஆதரவு பெற்ற இராபட் வால்போல், இந்த 1721 இல் பிரிட்டனின் தலைமை அமைச்சர் அல்லது முதல் பிரதமர் என்ற நிலையை, முதலாம் ஜார்ஜின் உதவியால் அடைந்தார். வால்போல் 1742 வரையிலும் பிரதமராகப் பிரிட்டிஷ்அரசில் நிலவினார்.

இவ்வாறு வாழையடி வாழையெனப் பல்வேறு காலகட்டங்களில் படிமுறை வளர்ச்சி பெற்று, உலகப் பாராளுமன்றங்களுக்கெல்லாம் அன்னை என்று போற்றிப் புகழப் பெறும் பிரிட்டிஷ் பாராளுமன்ற அரசியலில் வால்போல் காலம் ஒரு புதிய அத்தியாயத்தை உண்டாக்கியது. அச்சிறப்பு வாய்ந்த அரசியல் நிறுவனமான பிரிட்டிஷ் பாராளுமன்றத்தின் தோற்றுவாய் பல நூற்றாண்டுகளுக்கு முற்பட்டது.

பாராளுமன்றங்களின் அன்னை

பிரிட்டனில் சட்டம் இயற்றக்கூடிய அதிகாரத்தை உடையதும், மக்கள் சபை என்ற ஆக்கமான அதிகாரம் செலுத்தும் மன்றம், மேட்டுக்குடியினரான பிரபுக்கள் சபை, முடி மன்னர் என்ற அமைப்புகளை உடையதுமான ஓர் அரசியல் நிறுவனத்தைப் பாராளுமன்றம் என்று கூறுகின்றனர். பிற நாடுகளில் இப்பணிகளை ஆற்றும் அதிகாரம் படைத்த மா மன்றங்களும் இதே பெயரில் வழங்குகின்றன. இந்தப் பெயர் தமிழில் பாராளுமன்றம், நாடாளுமன்றம் என்று பலவாறாக வழங்குதல் காணலாம்.

''இந்தப் பாராளுமன்ற அரசியல் முறை வரலாற்று இடைக்காலத்தில் (சுமார் கி.பி.476 முதல் 1453 வரையிலான கால கட்டம்) இங்கிலாந்திற்கு மட்டுமேயுரிய தனிச்

சிறப்புடைய அமைப்பு அன்று. பிற ஐரோப்பிய நாடுகளிலும் பிரபுக்கள், பிருப்புகள் என்ற சமயத் தலைவர்கள், பொதுமக்கள் ஆகியோரடங்கிய மன்றங்கள் நிலவி, அவை மன்னருக்கு அறிவுரை அல்லது ஆலோசனை கூறி வந்தன அல்லது பணக் கோரிக்கைகளை ஏற்று ஆதரித்து ஒப்பின. ஆங்கிலப் பாராளுமன்றத்தின் தனித்தன்மை யாதெனின் அது முன்னை வடிவை அடையாளங் காணும் வகையில் கட்டுக் குலையாமல், அதன் அண்டை நாடுகளின் வரலாறுகளில் பதிந்து போயிருக்கும் இடையீடுகள், புரட்சிகள், முழு அதிகார வரம்புகளைக் கொண்ட முடியரசுகள் இவையெல்லாம் இல்லாமல், அப்படியே நின்று நிலவுவதாகும்'' என்று ''ஆங்கில உலகம்'' என்ற ஆங்கிலத் தொகுப்பு நூலின் இரண்டாம் பகுதியில் விளக்கம் தரப்படுகின்றது.

அந்நூலின் அப்பகுதியில் பாராளுமன்றங்களின் அன்னை என்ற தலைப்பில் இராபட் பிளேகி எழுதியிருக்கும் கட்டுரை மேலும் இவ்வாறு கூறுகின்றது;

''இங்கிலாந்தின் மிகவும் குறிப்பிட்டத்தக்க ஏற்றுமதிகளில் பாராளுமன்ற நிறுவன அமைப்பு ஒன்றாகும் எனலாம். அது சுதந்திர உலகெங்கிலும் பார்த்துப் பயிலப்பட்டு வருகின்றது. அதில் சற்று வேறுபாடு இங்குமங்கும் இருக்கலாம். ஆயினும் என்றும் அடையாளம் கண்டுகொள்ளத்தக்கதாக அதன் வடிவம் மாறாதிருக்கும். ஆங்கிலப் பாராளுமன்றம் உலகிலேயே மிகவும் தொன்மை வாய்ந்தது. அதைவிட இன்னும் பழமையான முடியரசு தவிர, நமது (பிரிட்டிஷ்) அரசியல் நிறுவனங்களில் வேறு எதுவும் தொடர்ந்து இத்தனை நீண்ட காலம் இருந்ததில்லை. அதன் சரி நுட்பமான தோற்றுவாய் குறித்துப் பெரிய அளவில் கருத்து வேறுபாடுகள் உள. ஆங்கிலோ - சாக்சன் மன்னர்கள் அப்போதைக்கப்போது கூட்டி வந்த அறிவாளிகள் மன்றமான விட்டினகிமூட் (*Witenagemot*) என்ற அமைப்பிலிருந்து பாராளுமன்றம் தோன்றியது என்று ஆசிரியர் பலர் கூறுவர். அம்மன்றத்தில் பல்வேறு திறத்தவரும் மனம்போன போக்கில் செயல்படுவோருமான பல ஆர்ச் பிஷப்புகள், பிஷப்புகள், மடத்துத் தலைவர்கள், சட்டம், ஒழுங்கை நிலை நாட்டும் பொறுப்புள்ள நீதித்துறை மூப்பர்கள், இம்மூப்பர்களுக்கு அடுத்த நிலையிலிருந்தவர்கள் அல்லது மன்னரின் அலுவலர் முதலானோர் இடம் பெற்றிருந்தனர்.

1721

விட்டினகிமூட் என்பது பழைய ஆங்கிலச் சொற்களிலிருந்து உண்டான ஒட்டுச்சொல், விட்டா என்பது ஆலோசகர் என்று பொருள்படும். இதன் பன்மை வடிவம் விட்டான். அத்துடன் கூட்டம் என்று பொருள்படும் கிமூட் என்ற சொல்லும் சேர்ந்து விட்டினகிமூட் என்று உருப்பெற்றது. அதற்கு ஆலோசகர் கூட்டம் அல்லது மன்றம் என்பது பொருள்.

'' இதில் தொடர்ந்து வருகின்ற ஊடு இழை ஏதேனும் உள்ளதா என்பது கேள்விக்குரியது. இருந்த போதிலும், ஒரு முடிமன்னர் செல்வாக்கும் வலிமையும் பெற்ற தனது குடிமக்களிடம் ஆலோசனை கேட்டு, அவர்களின் ஒப்புதலைப் பெறுவது என்ற அடிப்படை அரசியல் அவசியத்தின் மேல் விட்டினகிமூட்டும், பின்னர் அதனடியாகப் பாராளுமன்றமும் உருவாயின என்பது நிச்சயமாக மெய்யாகும். இதை வைத்து நோக்குகையில் விட்டனகிமூட் என்பது நார்மன், ஆங்கிவின் மக்களுக்கு முந்திய ஆங்கில - சாக்சன்கள் கிறித்துவ மதபீடத்திலும், அரசிலும் உள்ள பெரும் புள்ளிகளைக் கலந்து கொண்டு, அவர்களைத் தாம் எடுக்கக் கூடிய முடிவுகளில் ஈடுபடுத்தி வந்ததைப் போன்று, நார்மன் ஆங்கிவின் மன்னர்களுக்குப் பிரபுகள் மன்றத்தின் மூத்த மன்றம் போல் இருந்தது என்று கொள்ளலாம். நிலப்பிரபுத்துவ சபைகள் அல்லது மாமன்றங்களிலிருந்து பிரபுக்கள் சபை பிறந்தது'' என்பது பிளேகின் விளக்கமாகும்.

(ஆங்கிவின் மேற்குப் பிரான்சின் லோயிர் சமவெளியில் இருந்த அஞ்சூ என்ற மாநிலத்திலிருந்து வந்தோராவர். அவர்கள் அஞ்சூ கோமகனான கியாஃபிரியின் வழிவந்த பிளாண்டாஜெனட் அரசகுடியினர். அக்குடியினர் இரண்டாம் ஹென்றி (1154-1189) தொடங்கி, மூன்றாம் ரிச்சர்டு (1327-1377) வரை இங்கிலாந்தை ஆண்டனர்.)

இந்தியப் பாராளுமன்ற அமைப்பில் மக்களால் தேர்ந்தெடுக்கப்படும் லோக்சபை என்ற மக்கள் அவையும், பிறமுறைகளில் தேர்ந்தெடுக்கப்படும். இராச்சிய சபை என்ற மாநிலங்களவையும் என்று இரு அவைகள் இருப்பதைப் போன்று, பிரிட்டிஷ் பாராளுமன்றத்தில் காமன்ஸ் என்ற மக்களவையும், ஹௌஸ் ஆஃப் லார்ட்ஸ் என்ற பிரபுக்கள் அவையுமாக இரு அவைகள் உள. நமது இந்திய அரசியலமைப்புப் பெரிதும் பிரிட்டிஷ் அரசியலமைப்பை அடிப்படையாகக் கொண்டது.

''நிலப் பிரபுத்துவ மூலக் கூறுகள் இந்த அரசியலமைப்பில் இணைந்திருப்பினும், இது நிலப்பிரபுத்துவ நிறுவனங்களிலிருந்து சற்று மாறுபட்டதாக மூன்றாம் ஹென்றி ஆட்சிக் காலத்தின் தொடக்கத்திலிருந்தது. அது சமயத் தலைவர்கள், பண்ணை நில ஆட்சிப் பிரபுக்கள், மன்னரின் ஆட்சியிலடங்கிய பொது மக்கள் (இவர்கள் சிலவேளைகளில் மூன்றாவது பிரிவினர் என்று அழைக்கப்பட்டனர்) என்ற முப்பிரிவினரைக் கொண்டதாக இம் மன்றம் தோன்றியது. கடைசியாகக் கூறப்பட்ட மூன்றாம் பிரிவினர் சைமன் தெ மாண்ட்ஃபோட்டு 1265 ஆம் ஆண்டு கூட்டிய பாராளுமன்றத்தில் கலந்திருந்தனர் என்பதற்குத் தெளிவான சான்றுகள் உள. (சைமன் தெ மாண்ட்ஃபோட்டு 1208-65; இவர் பிரான்சிலுள்ள வட நார்மண்டியில் பிறந்த ஆங்கிலப் போர் மறவர்; இவர் லெயிச்செஸ்டர் (ஏள்) பிரபு: இவர் 1264 முதல் 1265 வரை பிரபுக்கள் மூன்றாம் ஹென்றிக்கு எதிராக நடத்திய கிளர்ச்சியில் பிரபுக்களுக்குத் தலைமை ஏற்றிருந்தார். இவர் மேற்கு மைய இங்கிலாந்தில் ஏவோன் ஆற்றுக் கரைமீதுள்ள ஏவஷம் என்ற இடத்தில் நடந்த சண்டையின்போது 1265 ஆம் ஆண்டு கொல்லப்பட்டார்.) ... அது அவ்வாறு 1265 இல் கூட்டப்பட்ட போதிலும் அடுத்த முப்பதாண்டுக் காலத்தில், மாறாத நிலையான கொள்கை எதுவும் இருக்கவில்லை. முதலாம் எட்வர்டின் ஆட்சிக் காலத்தில் முக்கியமான சில சட்டங்கள் நிறைவேற்றப்பட்ட போது காமன்ஸ் என்ற மக்களவைப் பிரதிநிதிகள் பாராளுமன்றத்தில் இருக்கவில்லை. பின்னர் 1295 ஆம் ஆண்டு வரையிலும் பாராளுமன்றச் செயல்பாட்டில் முறையான கோலம் எதுவும் தோன்றவில்லை. அவ்வாண்டிற்குப்பிறகு அத்தகைய கோலம் உருப்பெற்றது. அவ்வாண்டு (1295) கூடிய மாதிரிப் பாராளுமன்றம் எனப்படும் மாமன்றம் வெஸ்ட்மினிஸ்டர் மண்டபத்தில் நடந்தது அதில் முப்பிரிவினரும் அடங்கியிருந்தனர்.'' பாராளுமன்ற அரசியல் முறை படிப்படியாக, வளர்ந்து வந்த பரிணாம வளர்ச்சியை நாம் காண்கிறோம்.

பதின்மூன்று, பதினான்கு, பதினைந்தாம் நூற்றாண்டுகளில் பாராளுமன்றத்தின் மூன்றாம் பிரிவான மக்கள் இதில் இடம் பெறுவதென்பது சலுகையாக இருக்கவில்லை. அது ஒரு வேலை என்ற பணியாகவே இருந்து வந்தது. அதற்கு முன்னரும் இதே நிலைதான் இருந்தது. அது மன்னர் கொண்டுவரும் பணக் கோரிக்கைகளை ஏற்று ஒப்புவது அல்லது ஏற்காதது என்பது தொடர்பான நன்றிகெட்ட வேலையாகவே பெரிதும் இருந்து வந்துள்ளது.

விவாதம் என்னும் பொருள் தருகின்ற பார்லிய மெண்டம் என்ற இலத்தீன மொழிச் சொல்லிலிருந்து, பார்லிமெண்ட் என்ற ஆங்கிலச் சொல் பிறந்தது. இதுகாறும் வரலாற்றுக் காலத்திற்கு முன்பிருந்து விவரித்து வந்த இங்கிலாந்தின் அரசியல் வரலாற்றில் அவ்வக்காலங்களில் ஆட்சி முறை குறித்துத் தோன்றிய வழக்கங்கள், மரபுகள் முதலியன

பல்வேறு படிநிலைகளில் வளர்ச்சி பெற்று, ஆட்சிப் பொறுப்பில் பல பிரிவுகளையும் சேர்ந்த மக்களுக்கு உரிமையும், பங்கும் உண்டு என்பதை நிலை நாட்டியுள்ள மெய்யான ஜனநாயக மன்றமாகப் பிரிட்டிஷ் பாராளுமன்றம் இந்தப் பதினெட்டாம் நூற்றாண்டில் மலர்ந்துள்ளது என்பதைக் காணலாம். எனினும் பாராளுமன்றச் சீர்திருத்தம் கோரி, பிரிட்டிஷ் மக்கள் தொடர்ந்து போராடி வந்தனர் என்பதை இனி வரும் வரலாறு நெடுகிலும் காணப் போகின்றோம். எனவே இவ்வளர்ச்சிகளெல்லாம் முடிவில்லாத சீர்த்திருத்த இயக்கமாகவே செயல்பட்டு வருகின்றன.

இராபட் வால்போல் (1676-1745)

இவர் ஆக்ஸ்ஃபோர்டின் முதல் ஏள் (பிரபு). பிரிட்டனின் இரண்டு அரசியல் கட்சிகளில் ஒன்றான விக் கட்சியைச் சேர்ந்தவர். இக்கட்சி சுமார் 1697 இல் தோன்றியது. எனினும் 1714 ஆம் ஆண்டுதான் முதல்முதலாக ஆட்சிக்கு வந்தது என்பதை முன்னர் கண்டோம்.

வால்போல் 1721 ஆம் ஆண்டு ஏப்ரல் 4 அன்று, முதலாம் ஜார்ஜ் மன்னரின் பேராதரவுடன் பிரிட்டனின் ஆட்சி நிர்வாகப் பொறுப்பை ஏற்றார். விக் கட்சியினர் ஹனோவரியன் குடியினர் தொடர்ந்து அரசுரிமை பெற்று வர வேண்டும் என்பதை ஆதரித்தனர். எனவே அக்குடி மன்னர்களின் ஆதரவு விக் கட்சிக்கு இருந்தமையால், இப்பதினெட்டாம் நூற்றாண்டு முழுமையிலும், அக்கட்சியினர் கிட்டத்தட்ட ஒற்றைக்கட்சி ஆட்சியைத் தோற்றுவித்தனர்.

பாராளுமன்றத் தலைவர் (ஸ்பீக்கர்) பதவிக்கு அரசர்தான் ஒருவரை நியமிக்கும் வழக்கம் ஆதியில் இருந்தது. அப்பதவியை வகித்தவர் 1640 ஆம் ஆண்டுகளில் தான் பாராளுமன்ற ஊழியரானார். மாமன்றத் தலைவர் அக்காலத்தில் நடுநிலையாளராக இருப்பதில்லை. எனவே அவர் வால்போலின் காலத்தில் பெரும்பான்மைக் கட்சியைத்தான் ஆதரித்தார். பத்தொன்பதாம் நூற்றாண்டின் இரண்டாம் காலாண்டுப் பகுதியிலிருந்துதான் (1726-1750) அப்பதவி நடுநிலையானதாகச் செயல்பட்டு வருகின்றது.

எனவே வால்போலுக்கு ஒருபுறம் மன்னரும், இன்னொருபுறம் பாராளுமன்ற அவைத்தலைவரும் ஆதரவாக இருந்தமையால் இருபதாண்டுக்காலம் அவர் ஆட்சிப் பொறுப்பில் இருந்தார்.

பழம்பெரும் குடும்பம்

வால்போலின் குடும்பம் மிகப் பழமையானது. அவர் 1671 ஆகஸ்டு மாதம் கிழக்கு இங்கிலாந்தில் வட கடலின் கரைமீது அமைந்துள்ள நார்ஃபோர்க்குக் கோட்டத்தின் ஹூட்டன் என்ற ஊரில் இராபட் வால்போலின் மூன்றாவது மகனாகப் பிறந்தார். இக்குடும்பத்தினர் ஹூட்டனில் பல தலைமுறைகளாகப் பெருங்கொண்ட நிலப்பிரப்புக்களாக இருந்து வந்தனர். வால்போல் பத்தொன்பது பேரடங்கிய பெரிய குடும்பத்தில் பிறந்தவர்.

முதல் பிரதமர்

''கருவூலப் பிரபு என்ற பதவி இருந்த காலத்தில் அதை வகித்து வந்த பெரிய அரச அலுவலர்தான் பொதுவாகத் தலைமை - பிரதம அமைச்சராக இருந்து வந்தார். ஆனால் வால்போல் காலத்திற்குப் பிறகு, கருவூல முதல் பிரபுதான் அரசின் நிர்வாகிகளில்

முதன்மையானவராகப் பொதுவாகக் கருதப்பட்டு வரலானார்,'' என்று மெக்காலே *(1800-1858)* பிரதமர் பதவியின் தோற்றுவாய் குறித்துத் தனது ''வரலாறு'' என்ற ஆங்கில நூலில் குறிக்கின்றார்.

''எனினும் பிரிட்டனின் பிரதமர் பதவி என்பது என்னவென்பதை வரையறுத்துக் கூறிவிடமுடியாது என்பர். அவருக்கு இருக்கின்ற அதிகாரங்களும், பணிகளும் இன்னவைதாம் என்று விவரித்துக் கூறுவதும் கடினமாகும். அவை கடந்த காலத்தில் அவ்வப்போது மாறி வந்திருக்கின்றன, இன்றும் மாறிக் கொண்டு வருகின்றன'' என்று ''பிரதமர்கள் -இராபட் வால்போல் தொடங்கி மார்கரட் தாச்சர் வரை'' என்ற நூலின் முன்னுரையில் ஜார்ஜ் மால்கம் தாம்சன் குறிப்பிடுகின்றார்.

இராபட் வால்போல்

வால்போல் நிர்வாகம்

பிரிட்டனின் முதல் பிரதமர் என்ற சிறப்பைப் பெற்றிருக்கும் இராபட் வால்போல் பெரிய அளவில் கருத்து வேறுபாட்டிற்கு ஆளானவர் என்பது குறிக்கத்தக்கது.

இவரது ஆட்சிக் காலத்தில்தான் இலண்டன் மாநகராட்சித் தேர்தல்களை ஒழுங்குபடுத்தும் நகரத் தேர்தல்கள் சட்டம், பெரும் எதிர்ப்புகளுக்கிடையே நிறைவேறிற்று.

வால்போல் புகையிலை, மது இரண்டிற்கும் வரியை ஏற்றி, நிலப்பிரபுக்களுக்கு நிலவரியிலிருந்து சற்று நிவாரணம் அளிக்கும் நோக்கத்துடன் ஆயத் தீர்வை (கலால்) மசோதாவைக் கொண்டு வந்தார். அவர் இப்புதுவரியை விதித்த முறைதான் நாட்டில் பெரிய சூறாவளியை உண்டாக்கிற்று. புகையிலை, மது ஆகியன அயல்நாடுகளிலிருந்து இறக்கப்படும்போது, அவை மீது நேரடியாகத் தீர்வை விதியாது, கிடங்குகளில் பிணையாக வைக்கப்பட்ட அச்சரக்குகளை உள்நாட்டின் பயனுக்கென்று வெளியே எடுத்தபோது வரி வாங்கப்பட்டது.

ஆயத் தீர்வைகள் இன்று *(1990)* உலகெங்கிலும் இப்படித்தான் வாங்கப்படுகின்றன. எனினும், அன்று பதினெட்டாம் நூற்றாண்டில் இவ்வாறு வாங்கப்பட்ட ஆயத் தீர்வைகள் பெரிதும் வெறுக்கப்பட்டன. ஆயத் தீர்வை தண்டுவோரைப் போன்ற, மிக மோசமான ஆள் வேறு எவருமிலர் என்று பொதுமக்கள் அந்தப் பணி செய்தவரை வெறுத்தனர்.

இந்த இருபதாம் நூற்றாண்டின் கடைசிப் பத்தாண்டுக் காலத்தில், பிரதமர் மார்கரட் தாச்சர் (பிறப்பு 1925: பிரதமரானது 1979 முதல். கன்சர்வேடிவ் கட்சியைச் சேர்ந்தவர். இக்கட்சி பழைய டோரி கட்சியிலிருந்து 1830 ஆம் ஆண்டுகளில் உருவானது.) கொண்டுவந்த தலை வரிக்கு எழும்பிய எதிர்ப்பைப் போன்று, வால்போலின் ஆயத் தீர்வைகளுக்குப் பேரெதிர்ப்புத் தோன்றியது. இலண்டனில் ஆயத் தீர்வைகளை எதிர்த்து ''அடிமை முறை வேண்டாம்; ஆயத் தீர்வை வேண்டாம்; கட்டை மிதியடி ஆகோம்'' என்று மக்கள் முழங்கினர். இங்கு கட்டை மிதியடி என்பது பிரஞ்சுக் குடியானவர்களைக்

குறிக்கின்றது. அவர்கள் கட்டைகளாலான காலணிகளை அணிவர். ''அவர்களைப் போன்ற இரங்கத்தக்க நிலைக்கு ஆளாக மாட்டோம்'' என்பதைக் குறிக்கும் சொல்லாக அது முழங்கப்பட்டது.

வால்போல் இந்த எதிர்ப்பைத் தாங்கிக்கொள்ள முடியாதவரானார். ஆயத்தீர்வைகள் தண்டும் திட்டம் கைவிடப்பட்டது.

அவர் வாணிபத்தைப் பெருக்குவதற்காக ஏற்றுமதி இறக்குமதித் தீர்வைகளைக் குறைத்தார். நொடித்துப்போன தென்கடல் நிறுவனத்தின் (இந்திய சரித்திரக் களஞ்சியம் 2/2) பங்குகளைப் பேங்க் ஆஃப் இங்கிலாந்து, கிழக்கிந்தியக் கம்பெனி இவற்றுடன் சேர்த்து, நாட்டில் உண்டான நிதிநிலை அச்சத்தைப் போக்கினார். தென்கடல் நிறுவனப் பங்குச் சூது பேரத்தில் இராபட் வால்போல் பேராதாயம் பெற்றார் என்பர்.

இராபட் வால்போல் 1742 வரை பிரதமராயிருந்தார். இனி ஆங்காங்கே வால்போல் பற்றிய செய்திகளை இக்களஞ்சிய வரிசையில் காணலாம்.

1722

1. ஆந்திரத்தில் கம்பெனி காலூன்றுதல்:

இந்தியாவின் துணி வாணிப ஏற்றம்

இன்று ஆந்திரப் பிரதேசம் என்று வழங்கும் தெலுங்கு மொழி பேசும் மக்களைக் கொண்ட மாநிலம், நெடிய வரலாற்றுச் சிறப்புடையதாகும். இம்மக்கள் பேசும் அழகிய இனிய தெலுங்கு மொழிக்குத் தெனுகு, திரிலிங்கமு, ஆந்திரமு என்று பல பெயர்கள் இருப்பினும், அதன் பண்டைப் பெயர் தெனுகு என்பதை அறிகின்றோம். தெலுங்கு மொழியின் முதற் புலவர், தெலுங்கிலும் சமஸ்கிருதத்திலும் சிறந்த விற்பன்னர், பாரதத்தைத் தெலுங்கில் மொழி பெயர்த்தவர் என்றெல்லாம் பெருஞ்சிறப்புப் பெற்றவர் நன்னய்ய ஆவார். ஆவர் கி.பி. 11 ஆம் நூற்றாண்டில் வாழ்ந்தவர்; அவர் எழுதியுள்ள பாரதத்திலிருந்து இம் மொழியின் பண்டைப் பெயர் தெனுகு என்பதை அறிகின்றோம்.

தெலுங்கு மொழி

தெலுங்கு சம்ஸ்கிருதத்தின் அடியாகப் பிறந்தது என்று வலிந்து நிலை நாட்ட முற்படுவோர், அது திரிலிங்கமு என்ற வடமொழிச் சொல்லிலிருந்து வந்தது என்பர். ஆந்திரத்தின் சிவத் தலங்களான திராட்சாரமம், ஸ்ரீசைலம், காளத்தி என்ற மூன்று இடங்களிலுமுள்ள மூன்று இலிங்கங்களைத் திரிலிங்கமு என்ற சொல் குறிக்கின்றது. ஆந்திரமு என்பதும் ஒரு நாட்டையும், அங்கு வாழும் மக்கள் பேசுகின்ற மொழியையும் சுட்ட வந்த சமஸ்கிருதச் சொல்லே என்பர்.

வரலாற்றின் பல்வேறு கால நிலைகளில் வெவ்வேறு பெயர்களைப் பெற்றிருந்த இப்பரந்த நிலப்பரப்பில் வாழ்ந்து வந்த மக்களில் பெரும்பாலர் பேசி வந்த தெலுங்கு மொழியின் தோற்றுவாய் குறித்துப் பல கருத்து வேறுபாடுகள் உள. தெலுங்கு சம்ஸ்கிருதத்திலிருந்து பிறந்தது; பிராகிருதத்திலிருந்து தோன்றியது; திராவிட மொழியின்

ஒரு பிரிவு என்றெல்லாம் அறிஞர் தத்தமது சார்பு நிலைகளுக்கு ஆள்பட்டுக் கூறி வருகின்றனர். ஆனால் டாக்டர் கால்டுவெல் *(1814-1891)* போன்ற நடுநிலையான விற்பன்னர்கள், தெலுங்கு மொழியின் அடிப்படை சொல்வளம், வினைமூலங்கள், சொற்களின் ஒட்டுந்தன்மை, மற்றும் பல பண்புகளை நோக்கி, தெலுங்கு மொழி திராவிட இனத்தைச் சேர்ந்தது என்று ஐயந்திரிபற உணர்த்தினர். இருப்பினும் தெலுங்கு மொழி இலக்கியத்தில் சமஸ்கிருதமும், பிராகிருதமும் தலையாய இடம் பெற்று வந்திருக்கின்றன. எனினும் இவ்விரு மொழிகளும் தெலுங்கு மொழியின் இலக்கிய வளர்ச்சிக்குத் துணை நின்றனவேயன்றி, அதன் தோற்றுவாய் திராவிட மொழிக் குடும்பமேயாகும் என்பது மொழிநூலார் முடிவு.

அரசியல்

ஆந்திரத்தின் தலைசிறந்த மன்னர் குடியாகச் சாதவாகனர் குடி விளங்கிற்று. அக்குடியினர் சுமார் கி.மு.*221* முதல் ஏறத்தாழக் கி.பி.*266* வரை கிட்டத்தட்ட நான்கு நூற்றாண்டுக் காலம் இந்திய மண்ணின் பெரும் பகுதியை ஆண்டனர். சாதவாகனர் காலத்தில் கடல் வாணிபம் செழித்திருந்தது. சமயப்பொறை நிலவிற்று.

சாதவாகனருக்குப் பிறகு வரலாறு குறிப்பிட்டுக் காட்டக் கூடியது காகதியர் குடியாகும். இக்குடியினர் வாரங்கல்லைக் கோநகராகக் கொண்டு கி.பி.1030 முதல் *1323* வரை மூன்று நூற்றாண்டுகள் ஆண்டனர். அடுத்துச் சிறப்பித்துக் கூறத்தக்கது. *1336* முதல் *1678* வரை கிட்டத்தட்ட மூன்றரை நூற்றாண்டுகள் நிலவிய விசயநகரப் பேரரசாட்சியாகும். இதைக் கர்நாடக, ஆந்திரப் பகுதிகளின் வரலாற்றில் பொற்காலம் என்பர். இக்காலத்தே கலைகளும், இலக்கியங்களும் செழித்தன. தெலுங்கு மொழிக்கு அணி செய்த மாபெரும் புலவர்களும், கற்பனைக்கு வடிவம் கொடுத்த சிற்பிகளும் விசயநகரப் பேரரசின் ஆதரவில் தென் பாரதமெங்கும் அந்தப் பொற்காலத்தின் ஒளியை வீசச் செய்தனர்.

விசயநகரப் பேரரசு நிறுவப்பட்ட பதினோரு ஆண்டுகளுக்குப் பிறகு *1347* இல் அலாவுதீன் ஃபர்கான் பாமனி என்றவர் ஆந்திர நாட்டில் ஓர் அரசை நிறுவினார். அது கிட்டத்தட்ட *180* ஆண்டுகள் *1526* வரை நிலைத்திருந்தது. அப்போது அந்த அரசு ஐந்து சுல்தான் அரசுகளாகச் சிதறிப் பிரிந்தது. பேராரை இமது ஷாகி குடியும்; அகமது நகரை நிசாம் ஷாகி குடியும்; கோல்கொண்டாவை குதுபு ஷாகி குடியும்; பிதரைப் பரீது ஷாகி குடியும்; பிஜப்பூரை அதில் ஷாகி குடியும் ஆண்டு வரலாயின.

முகலாயர் நுழைவு

தலைக்கோட்டையில் (1565 ஜனவரி *25)* நடந்த போரில் விசயநகரப் பேரரசை வீழ்த்தியது வரையிலும் கூடியிருந்த இவ்வைந்து சுல்தானரசுகளும் ஒன்றோடொன்று சண்டையிடலாயின. அக்பர் காலத்தில் *(1542-1605;* ஆட்சிக் காலம் *1556-1605)* முகலாயர் தக்காணத்தின் பக்கம் திரும்பி *1595*-இல் அகமது நகரை முற்றுகையிட்டனர். அப்போது விதவையான அரசி சாந்து பீபி முகலாயரைப் பெரு வீரத்துடன் எதிர்த்து நின்று அகமது நகரைக் காத்தார். எனினும் முகலாய மேலாண்மையை ஏற்றுப் பேராரை விட்டுத்தர நேர்ந்தது. முகலாயர் அகமது நகரை மீண்டும் *1630*-இல் தாக்கினரெனினும், அது ஷாஜகானின் ஆட்சிக் காலத்தில் *(1595-1666;* ஆட்சிக்காலம் *1628-1658)* தான் முகலாயப் பேரரசுடன் இணைந்தது. கோல்கொண்டாவும் விஜயபுரி என்ற பிஜப்பூரும் எஞ்சி நின்றன.

62 | ப. சிவனடி

ஷியா என்ற இஸ்லாமியப் பிரிவைச் சேர்ந்த முஸ்லிம் அரசுகளான கோல்கொண்டாவும், பிஜப்பூரும் சன்னி பிரிவைச் சேர்ந்த ஷாஜகானுக்கு வெறுப்பூட்டின. ஆதலால் அவர் *1636*-இல் இவ்வரசுகளைத் தாக்கினார். கோல்கொண்டாவின் குதுபு ஷாகி மன்னர் முகலாய மேலாண்மையை ஏற்று ஆண்டுதோறும் திறை செலுத்தி வர ஒப்பினார். அப்போது முகலாயர் ஆட்சிப் பகுதியில் கண்டேஷா, பேரார், தெளலதாபாது, தெலுங்கானத்தின் ஒரு பகுதி முதலியன தக்காணத்தில் இருந்தன. ஔரங்கசீபு *1614*-இல் ஆக்ராவிற்குச் சென்று விட்டு, மீண்டும் அரசப் பிரதிநிதியாக (வைசிராயாக) இரண்டாம் முறை தக்காணத்திற்கு வந்தார்.

அவர் அதன்பிறகு *1682*-இல் முகலாயப் பேரரசராகத் தக்காணத்திற்கு வந்தார். அவர் மராட்டியர் வலிமையை ஒடுக்கவும், ஷியா பிரிவைப் பின்பற்றிய முஸ்லிம் அரசுகளான பிஜப்பூர், கோல்கொண்டா இவையிரண்டையும் அடக்கியாளவும், இப்போது தக்காணத்தை அடைந்து, அதைச் சுடுகாடாக்கிய பின் அங்கேயே, தக்காணத்திலேயே வாழ்கையை முடித்துக் கொண்டார்.

தக்காணமும் ஐரோப்பியர் வருகையும்

போர்த்துக்கீசர் *1498*-இல் கேரளத்தை அடைந்ததைத் தொடர்ந்து டச்சுக்காரர், ஆங்கிலேயர், பிரஞ்சுக்காரர், ஜெர்மன்காரர் போன்ற ஐரோப்பிய நாட்டவர் பலர் பல்வேறு கால கட்டங்களில் தக்காணத்திற்கு வந்தனர்.

தக்காணம் என்பது தஷிணம் என்ற சம்ஸ்கிருதச் சொல்லின் தமிழ் வடிவமாகும். விந்திய மலைக்குத் தெற்கிலுள்ள தீபகற்பம்- முப்புறமும் கடலால் சூழப்பட்ட நிலப்பரப்பு தீவக்குறை என்ற தீபகற்பமாகும்-தக்காணம் எனப்பட்டது. தீவக்குறையின் கரையோரத்தைச் சுற்றியமைந்துள்ள தாழ்நிலப்பகுதி, இருபுறமும் கிழக்கு, மேற்கு மலைத் தொடர்களைத் தாங்கி நிற்கும் முக்கோண வடிவில் பரந்து கிடக்கும் தட்டையான பீடபூமி என்ற நிலமேடு ஆகிய இவை அடங்கியது. தக்காணம் முன்னர் தீவாயிருந்தது. விந்திய மலைத்தொடர் அக்கடலின் வடக்கரையில் அமைந்திருந்தது. அங்கிருந்து இமயமலை அடிவாரம் வரையிலும் கடல் பரந்திருந்தது என்பர் மண்ணியலார்.

(ஆங்கில மொழியில் டெக்கான் எனப்படும் தக்காணம் நர்மதை, கிருஷ்ணை என்ற கிருஷ்ணவேணி என்னும் ஆறுகளுக்கு இடைப்பட்ட உயர்ந்த நிலப்பரப்பைக் குறிக்கும். அதாவது நர்மதைக்குத் தெற்கிலுள்ள இந்தியத் தீவக்குறை முழுமையும் அதில் அடங்கும். போர்த்துக்கீசர் 16 ஆம் நூற்றாண்டில் முஸ்லிம் அரசான பிஜப்பூரைச் சுட்டவும், ஆங்கிலேயர் அதன் பிறகு ஐதராபாதைக் குறிக்கவும் தக்காணம் என்ற பெயரைப் பயன்படுத்தினர். இன்று இப்பெயர் வரலாற்றில் புதைந்து போன அரும் பொருளில் ஒன்றானது.

தக்காணத்தில் பிரிட்டிசார்

பிரிட்டிசார் சூரத்தில் பண்டசாலையை நிறுவிய 1612 ஆம் ஆண்டிற்குச் சிறிது காலத்திற்கு முன்னர், கோல்கொண்டா சுல்தானரசின் மிக முக்கியமான துறைமுகமாகிய மச்சிலிப்பட்டினத்தில், ஒரு பிரதிநிதி அமைப்பை நிறுவினர். மச்சிலிப்பட்டினம், மசூலிப்பட்டினம் என்றெல்லாம் அழைக்கப்படும் இந்த இடம், மிக அருமையான துறைமுகமாக இருந்ததுடன், கோல்கொண்டாவின் உலகப் புகழ்பெற்ற வைரம்,

மாணிக்கம் இவற்றின் முக்கியமான அங்காடியாகவும் விளங்கிற்று. மேலும், அது துணி வாணிபத்திலும் சிறந்த மையமாக விளங்கிற்று.

பிரிட்டிசார் அதைத் தமது சோழமண்டலக்கரைக் குடியேற்றங்களின் தலைமை யகமாக்கிக் கொண்டனர். அக்கரையோரப் பகுதி நெடுகிலும் உள்ள துறைமுகங்களில் பல நூற்றாண்டுகளாக வாணிபம் நடந்து வந்ததெனினும், அங்கு இயற்கையான துறைமுகம் எதுவுமில்லை. கலஞ்செலுத்தக்கூடிய ஆறுகளும், ஆறுகள் கூடுமிடங்களில் பண்டசாலைகளை அமைக்கும் வசதிகளும் இல்லை. நிலவழிப் போக்குவரவு, நாட்டில் நிலவும் அரசியல் இராணுவச் சூழல்களைப் பொருத்துத்தான் பெரிதும் இருந்தது. பதினேழாம் நூற்றாண்டில் விசயநகரப் பேரரசின் அதிகாரம் தாழ்ந்து போன கட்டத்தில், நாட்டின் அரசியல், இராணுவச் சூழல்கள் நொறுங்கிப்போய்க் கிடந்தன.

பதினேழாம் நூற்றாண்டில் கடல் கடந்தும், கரையோரமாகவும் தொண்டி, அதிராம்பட்டினம், நாகப்பட்டினம், நாகூர், காரைக்கால், தரங்கம்பாடி, திருமுல்லை வாயில், பரங்கிப்பேட்டை, கடலூர், தேங்காய்ப்பட்டினம், புதுச்சேரி, சதுரங்கப் பட்டினம், கோவளம், மயிலாப்பூர், சாந்தோம், சென்னப்பட்டினம், புலிக்காடு, ஆறுமுகம், பேடப்புலி, மச்சிலிப்பட்டினம், பாலக்கோல், காக்கிநாடா, விசாகப்பட்டினம், பீம்லிப் பட்டினம், என்ற கிழக்குக்கரை- சோழமண்டலக் கரைத் துறைமுகங்களிலிருந்து வாணிபத்தின் பொருட்டு ஏதோ ஒரு காலத்தில் கலங்கள் சென்றன.

இத்துறைமுகம் ஒவ்வொன்றின் கரையை அடுத்தும் அமைந்த சிற்றூர்களில் நெசவுத் தொழில் நடந்துவந்தது. இத்துணிகளை ஏற்றுமதி செய்வதே அவை தொடர்ந்து வாணிபத்தில் ஈடுபடுவதற்குப் போதியதாக இருந்தது. சோழ மண்டலக் கரையின் துணிகள் ஆசிய நாடுகளெங்கும் பரவலாகச் சென்றன. பர்மிய, தாய்லந்திய முடியரசுகள், மலாய்த் தீவக்குறையின் சுல்தானரசுகள், வடக்கு, கிழக்குச் சுமத்திரா, ஜாவா, மொலுக்கஸ், பாரசீக வளைகுடா நாடுகள், தென் அரேபியா, பாரசீகம் இங்கெல்லாம் சோழமண்டலக் கரையின் துணிகள் ஏற்றுமதியாயின. கடல் கடந்து நடந்த இவ்வாணிபத்தோடு வடக்கில் ஒரிசா, வங்கம் வரையிலும், தெற்கில் இலங்கை, மேற்கில் மலபார், குஜராது வரையிலும் குறிப்பிடத்தக்க அளவில் கரையோர வாணிபமும் நடந்தது.

மச்சிலிப்பட்டினம்

ஆந்திரக் கரையோரத்திலும், அதன் கரையடுத்த பகுதிகளிலும், கோல்கொண்டா அரசு எழுச்சி கண்டதால், மச்சிலிப்பட்டினம் மிக முக்கியமான பண்டசாலைத் துறைமுகமானது. அதாவது பல இடங்களிலிருந்து வந்த பண்டங்களை இறக்கிவைத்து ஏற்றும், அல்லது பிரித்து உள்நாடுகளுக்கு அனுப்பும் துறைமுகமாயிற்று. அது மேற்கு நோக்கிப் பாரசீக வளைகுடா நாடுகளுடன் நடத்திய வாணிபம் அளவில் பெரியதாயிருந்தது. அந்நாடுகளின் வணிகர்கள் மச்சிலிப் பட்டினத்திலிருந்து தாயகம் திரும்பிய வழியில் மேற்குக் கரையின் சூரத்துத் துறைமுகத்தையும் தொட்டுச் சென்றனர். மேலும் பணக்கார ஆளும் வகுப்பினரான இஸ்லாமியர் வாழ்ந்து வந்த கோல்கொண்டா தலைநகரத்திற்கு வேண்டிய பொருள்களை மச்சிலிப்பட்டினம் இறக்கி நில வழியாகவும் அனுப்பி வந்தது.

மீனூர் என்று பொருள்படும் மச்சிலிப்பட்டினம் இப்பதினெட்டாம் நூற்றாண்டிற்கு முன்னரே கடல் வாணிபத்தில் தனி இடம் பெற்றிருந்தது. இப்பட்டினத்தைக் கி.பி. இரண்டாம் நூற்றாண்டில் வாழ்ந்த தாலமியும், பெரிப்ளூஸ் நூலின் ஆசிரியரும் தமது

நூல்களில் குறித்துள்ளனர். இதன் சம்ஸ்கிருதம் பெயர் மச்சபுரம். இப்பகுதியில் மச்சிலிப்பட்டினம், கொண்டபள்ளி, ஏலூரு முதலியன முக்கியமான ஊர்களாகும்.

மச்சிலிப்பட்டினம் விசயவாடாவிலிருந்து கிழக்கே தென் கிழக்கில் 64 கிலோ மீட்டர் (40 மைல்); குண்டூரிலிருந்து கிழக்கில் 70 கி.மீ. (44 மைல்); சென்னையிலிருந்து வடக்கே வடகிழக்கில் சுமார் 350 கி.மீ. (218 மைல்); இப்பட்டினம் கிருஷ்ணையின் ஒரு கிளையாற்றின் வடபகுதியிலுள்ள கோல்கொண்டாக் கரைமீது அமைந்துள்ளது. கிருஷ்ணை மாவட்டத்தின் முக்கியமான துறைமுகங்களுள் ஒன்று. கிருஷ்ணை ஆற்றின் வடிநிலப் பகுதியை வந்தடையும் கால்வாய்கள் செல்கின்ற இடத்தில் காக்கிநாடா இருப்பதால், அது பத்தொன்பதாம் நூற்றாண்டில் மச்சிலிப்பட்டினத்திற்குப் போட்டியாக எழுந்தது.

அரபுகளும் மச்சிலிப்பட்டினமும்

அரபுகள் மச்சிலிப்பட்டினத்தைப் பதினான்காம் நூற்றாண்டில் நிறுவினர் என்பர். இதில் நம்பக்கூடிய ஆண்டுக் கணக்கு 1425 என்பாரும் உள். அப்போது தென்னிந்தியா வின் இந்து மன்னர்கள், அங்கு அரபுகள் பள்ளிவாசல் கட்டிக் கொள்வதற்கு ஒப்புதலளித்தனர். பாமினி சுல்தான் இரண்டாம் முகமது 1478 இல் மச்சிலிப்பட்டினத்திற்கு மன்னரானார்.

பிரிட்டிசார் இங்கு 1611 இல் பிரதிநிதி அமைப்பை நிறுவியதை ஏற்கெனவே அறிந்தோம். அதற்குப் பத்தாண்டுகளுக்குப்பின் 1621 -இல்தான் பிரிட்டிசார் இங்கு பண்டசாலை அமைத்தனர். ஆனால் கோல்கொண்டா சுல்தானின் அதிகாரிகளுடைய தொல்லையை இங்கு பொறுக்க முடியாது, துகராஸ்பட்டினம், ஆர்மேகம் என்றெல்லாம் அழைக்கப்படும் ஆறுமுகம் என்ற சிறு துறைமுகத்திற்குத் தமது பண்ட சாலையை மாற்றினர். அவர்கள் இங்கிருந்துதான் சென்னைக்குப் பின்னர் மாறினர் என்பது குறிக்க வேண்டியதாகும்.

ஆறுமுகம்

இவ்வூர் நெல்லூர் மாவட்டத்திலுள்ளது. கனுங்கோ ஆறுமுக முதலியார் என்ற கணக்குப் பிள்ளையின் உதவியால் பிரிட்டிசார் 1628 ஆம் ஆண்டு முதன் முதலாக நிறுவிய குடியிருப்பு ஆறுமுகம் ஆகும். அதைபெற ஆறுமுகம் உதவியதால், இவ்வூர் அவர் பெயரைப் பெற்றுத் திரிந்து ஆர்மேகம் ஆனது. எனினும் இதன் இயற்பெயர் மோனப் பள்ளம் ஆகும். ஆறுமுகம் கூடூரிலிருந்து தென் கிழக்கில் 46 கிலோ மீட்டர் (29 மைல்) தொலைவிலுள்ளது; சென்னையிலிருந்து வடக்கே 88 கி.மீ. (55 மைல்); இங்கிருந்த கலங்கரை விளக்கம் 17, 18 ஆம் நூற்றாண்டுகளில் ஐரோப்பியக் கப்பல்களுக்கு பேருதவியாக இருந்தது.

இஞ்சரம்

தென்னிந்தியாவின் வடகிழக்குக் கரைப்பகுதிகளில் இவ்வாறு காலூன்றத் தொடங்கிய பிரிட்டிசார், இந்த 1772 இல் கோதாவரி மாவட்டத்திலுள்ள இஞ்சரம் என்ற இடத்திலும் ஒரு பண்டசாலையை நிறுவினர். எனினும் அவர்கள் 1708 முதலே இஞ்சரத்தில் துணி வாணிபம் செய்து வருகின்றனர்.

இன்ப புரம் என்ற பெயர் ஐரோப்பியர் வாயில் இஞ்சரம் என்று ஒலித்தது. ஏற்கெனவே மேற்குக்கரையில் அஞ்சு தென்னு எங்ஙனம் அஞ்சங்கோவாக மாறிற்று என்பதை முன்னர் கண்டோம். இது கோதாவரி மாவட்டத்தில், கோதாவரி ஆற்றின் கழிமுகத்தில் கோல்கொண்டாக் கரை மீதுள்ளது.

(கோல்கொண்டாக் கரை என்பது ஐரோப்பிய மாலுமியர் இந்தியக் கடற்கரைகளுக்கு வழங்கிய பல பெயர்களுள் ஒன்றாம். சோழமண்டலக்கரை, ஒரிசாக்கரை, மலபார்க்கரை, மேற்குக் கரை என்று அவர்கள் பல பெயர்களைச் சூட்டினர். அவற்றுள் கோல்கொண்டாக் கரை ஆந்திரத்தின் குண்டலகம்மா ஆற்றிலிருந்து, ஒரிசாவில் கடற்கரை தொடங்கும் இடம் வரை நீள்கின்ற பகுதியைக் குறிக்கும்.)

இஞ்சரம் சென்னையிலிருந்து வடக்கே வட கிழக்கில் 445 கிலோ மீட்டர் (278 மைல்) தொலைவிலுள்ளது. காக்கிநாடாவிலிருந்து தெற்கே தென் கிழக்கில் சுமார் 26 கி.மீ (16 மைல்) ஆங்கிலேயர் இங்கு 1708 இல் தொழிற்சாலையை நிறுவி, இந்த 1722இல் அதை நிலைபெறச் செய்தனர். பிரஞ்சுக்காரர் தளபதி புசியின் தலைமையில் இஞ்சரத்தை 1757 இல் கைப்பற்றினர். அவ்வூர் ஒரு காலத்தில் லாங்கிளாத்து என்ற துணி நெசவிலும், துணி வாணிபத்திலும் சிறந்து விளங்கிற்று. (லாங்குலாத்து என்பது நீண்ட துண்டுகளாக நெய்யப்படும் சாய மேற்றாத துணி) இங்கு ஓடும் பாசனக் கால்வாய்க்கும் இஞ்சரம் என்று பெயர்.

ஆந்திரத் துணிகள்

ஆந்திரத்தில் நெய்யப்பட்ட துணிகள் நாம் ஏற்கெனவே குறித்த தென்கிழக்காசிய நாடுகள், நடுக் கிழக்கு நாடுகள் இவற்றிற்கு மட்டுமன்றி, இங்கிலாந்து, பிரான்ஸ் போன்ற ஐரோப்பிய நாடுகளிலும் விரும்பி உடுத்தப் பெற்றன. மச்சிலிப்பட்டினத்தில் சாயம் போட்ட சீட்டித் துணிகள் சலவைக்குச் சலவை வண்ணம் ஒளிர்ந்து அழகாயின என்று அயல் நாட்டினர் அவற்றைப் பெரிதும் விரும்பினர். இங்கிலாந்தில் சீட்டித் துணிகளுக்கும், கலிக்கோத் துணிகளுக்கும் பதினெட்டாம் நூற்றாண்டு வரையிலும் நல்ல கிராக்கி இருந்தது.

இந்நூற்றாண்டில் அரசியல் நிலை சீர்கெட்டிருந்தபோதிலும், ஆந்திரத்தில் நெசவுத் தொழில் செழித்தோங்கியது. டச்சு, போர்த்துக்கீச, பிரஞ்சு வணிகர் ஆந்திர நெசவாளருக்குத் தாராளமாக முன்பணம் தந்து, அவர்கள் நெய்து அளித்த துணிகளை வாங்கினர். அவர்கள் தரம் பார்ப்பதில்லை. ஆங்கிலேயரோ தர நோட்டம் பார்த்தனர். அதனால் அவர்கள் உள்ளூர்த் தரகர்களால் விரும்பப்படவில்லை.

மச்சிலிப்பட்டினத்தில் டச்சுக்காரருக்காகச் சுமார் 500 நெசவாளர் முன்பணம் பெற்று வேலை செய்தனர். அவர்களுக்கு 5000 சென்னை வராகன்களும், விலையில் மலிவான மளிகைச் சரக்குகளும் வழங்கப்பட்டன. ஆங்கிலேயர் இவ்வாண்டு பண்டசாலை திறந்த இஞ்சரத்தில் 2000 நெசவாளர் டச்சுக்காரர்களுக்காகவும், 700 நெசவாளர் ஆங்கிலேயருக்காகவும் வேலை செய்தனர்.

ஆங்கிலேயருக்கு இஞ்சரத்தில் மட்டுமன்றி, மட்டப்பாலம், பண்டமுரிலங்க, தூணி, காக்கிநாடா, கொரிங்கா, கொல்லபாலம், விசாகப்பட்டினம், இங்கெல்லாம் பண்டசாலைகள் பின்னர் ஏற்பட்டன. ஆங்கிலேயர் தரமான துணிகளை மலிவான விலைக்குக் கேட்டனர். டச்சுக்காரரோ தரம் பாராது, நெசவாளர் கேட்ட விலையைக் கொடுத்தனர்.

பெர்காம்பூர், பீமுனிப்பட்டினம், விசாகப்பட்டினம், தூணி என்ற இடங்களில் நெய்யப்பெற்ற துணிகள் அனைத்தும் டச்சுக்காரருக்கே விற்கப்பட்டன. ஆந்திரத்தின் நெசவுத்தொழில் பரவலாகப் பல இடங்களில் சிதறி இருந்தது. எனினும் நேர்த்தியானவையும் மிகவும் மென்மையானவையுமான உயர்வகைத் துணிகள் குறிப்பிட்ட சில ஊர்களில் மட்டும் நெய்யப்பட்டன.

பெர்காம்பூர்

பெர்காம்பூர் பட்டுத்துணிகளுக்குப் பேர் போனது. படைப்புக் கடவுளான பிரம்மனின் பெயர் தாங்கிய பிரம்மபுரமு என்ற தெலுங்குப் பெயர் இவ்வாறு திரிந்து உருமாறி நிற்கின்றது. இது சென்னையிலிருந்து வடகிழக்கில் சுமார் 800 கிலோமீட்டர் (518 மைல்) தொலைவிலுள்ளது. இது மலைப்பாங்கான பகுதியிலுள்ள ஒரு பாறை மீது அமைந்துள்ளது. இங்கு நெய்யப்படுவது டசூர்ப் பட்டு. முரட்டுப் பட்டுத்துணிக்கு டசூர்ப்பட்டு என்று பெயர். சீகாகுளம் மஸ்லின் என்ற மென் துகிலுக்குப் பேர் போனது. ஏற்கனவே நாம் குறித்தபடி மச்சிலிப்பட்டினம் சீட்டித் துணி நெசவில் சிறந்திருந்தது.

எதிர்ப்பாரற்று நடந்த இந்தியத் துணி வாணிபம்

இந்தியாவின் துணி நெசவுத் தொழில் இந்தப் பதினெட்டாம் நூற்றாண்டில் எவ்விதமான போட்டியுமின்றி, இதே நூற்றாண்டு இனிமேல் தோன்றவிருக்கும் தொழிற் புரட்சியினால் நசிக்கப் போகின்றது என்ற உணர்வு எதுவுமின்றி, உலகச் சந்தையில் ஒங்கியிருந்தது. (தமிழ்நாட்டில் இக்காலத்தில் நெசவான பல்வேறு வகையான துணிகள் பற்றியும், சாயம் போடுவது பற்றியும் இந்திய சரித்திரக் களஞ்சியம் தொகுதி ஒன்று பக்கம் 385-390 காண்க)

உலகின் போக்கையே மாற்றிய தொழிற்புரட்சி இந்நூற்றாண்டின் பிற்பாகத்தில் அசுரத்தனமான போட்டியாக எழுந்தபோதிலும், இன்றும் இந்தியத் துணிகள் உலகச் சந்தையில் தலையோங்கித்தான் நிற்கின்றன.

1722

2. பிரிட்டிசாரின் பங்கு மிகுந்த ஜெர்மன் வாணிப நிறுவனம் கோவளத்தில் அமைப்பு

ஆஸ்டெண்டுக் கம்பெனி என்ற ஒரு வாணிப நிறுவனம் இந்த 1722 ஆம் ஆண்டு அமைக்கப்பட்டது. இக்கம்பெனியில் பிரிட்டனின் செல்வாக்கு மிக்க ஹோம் குடும்பத்தினர் வியப்பூட்டும் வகையில் பெரும் பங்கெடுத்துக் கொண்டதிலிருந்து, ஜெர்மன் நிறுவனத்தில் ஆங்கிலேயரின் நலன்கள் மேலோங்கியிருந்தன என்பது தெளிவாகின்றது. ஹோம் குடும்பத்தினர் கீழையுலக வாணிபத்தில் ஆழ்ந்து தொடர்பு கொண்டிருந்தனர். இதில் பங்கெடுத்துக் கொண்ட ஹோம் குடும்பத்தினர், இராபட் அலெக்சாந்தர், ஆபிரகாம், ஜான் டேவிடு இவர்களனைவரும் கள்ளத்தனமாக வாணிபத்தில் ஈடுபட்டிருந்தனரெனினும் ஆபிரகாமிற்கு 1769 ஆம் ஆண்டு வீரப்பெருந்தகைப் பட்டம் தரப்பட்டது. அலெக்சாந்தர் கிழக்கிந்தியக் கம்பெனியின் இயக்குநராயும், பாராளுமன்ற உறுப்பினராயும் இருந்தார். அவர் 1765 இல் இறந்தார்.

ஆங்கில, டச்சுக் கிழக்கிந்தியக் கம்பெனிகளும் இந்நிறுவனத்திற்குக் கடும் எதிர்ப்புத் தெரிவித்தமையால், ஆஸ்திரிய மன்னர் 1727 ஆம் ஆண்டு ஆஸ்டென்டுக் கம்பெனியை ஒடுக்குமாறு செய்துவிட்டார். இவ்வளவெல்லாம் ஆனபின்னரும், வங்கத்தில் அமைந்திருந்த அக்கம்பெனியின் பங்கிபசார் தொழிற்சாலை 1744 ஆம் ஆண்டில் கூட இயங்கிக் கொண்டுதானிருந்தது. சென்னை நகரத்தின் தெற்கே மாமல்லபுரம் செல்லும் வழியிலுள்ள கோவளம் என்னுமிடத்திலிருந்த ஆஸ்டெண்டுக் கம்பெனித் தொழிற்சாலை 1752 வரையிலும் செயல்பட்டுக் கொண்டிருந்தது. கோவளம் பற்றி நாம் 1752 ஆம் ஆண்டு விரிவாக அறிந்து கொள்ளப்போகின்றோம்.

3. வரலாற்றுப் புதிர்களைக் கொண்ட ஈஸ்டர் தீவு கண்டுபிடிப்பு

தொல்லியலாரையும், வரலாற்றறிஞரையும், பண்டை எழுத்து ஆய்வாளரையும் இன்றும் புதிருக்குள்ளாக்கியிருக்கும் ஈஸ்டர் தீவு இந்த ஆண்டுதான் ஓர் ஐரோப்பியரின் கண்ணில் பட்டது. டச்சுத் தேட்டக்காரரான அவரது பெயர் ஜேகப் ரொக்கவின். அத்தீவு இந்த 1722 ஈஸ்டர் ஞாயிறன்று (ஏசுநாதர் உயிர்த்தெழுந்த நாள்) கண்டுபிடிக்கப்பட்டதால், இப்பெயரைப் பெற்றது.

இது பசிபிக் கடலிலுள்ள எரிமலைத் தீவு. தென்னமெரிக்காவிலுள்ள சிலி குடியரசிலிருந்து மேற்கே சுமார் 3700 கிலோ மீட்டர் (2300 மைல்) தொலைவிலுள்ளது. (தென்னமெரிக்காவின் மேற்குக்கரை நெடுகிலும் அமைந்துள்ள சிலி நாட்டின் நீளம் சுமார் 4090 கிலோ மீட்டர்-2650 மைல்; சராசரி அகலம் 177 கி.மீ.-110 மைலாகும். இந்நாடு 1818 ஆம் ஆண்டு ஸ்பெயினிடமிருந்து விடுதலை பெற்றது. ரோமன் கத்தோலிக்கரான இம்மக்கள் பேசும் மொழி ஸ்பானியம். தலைநகரம் சாண்டியாகோ) சிலி நாடு ஈஸ்டர் தீவை 1888 ஆம் ஆண்டு தனது நாட்டுடன் சேர்த்துக் கொண்டது. இங்கு 1960 ஆம் ஆண்டுக் குடிக்கணக்கின்படி மக்கள் தொகை 1135 பேர்தான். ஈஸ்டர் தீவின் பரப்பளவு 166 ச.கி.மீ (64 சதுர மைல்). இத்தீவிற்கு ரப்பா நூயி என்ற பெயரும் உண்டு.

1722

பேருருக்கள்

ஆனால் ஆராய்ச்சியாளர் இச்சின்னஞ்சிறு தீவைப் பற்றி விரிந்த அளவில் ஆராய்ந்துள்ளனர். இங்கு வாழ்ந்த பாலினீசியா மக்கள் (பாலினீசியா என்பது பசிபிக் பெருங்கடலின் மூன்று தீவுத் தொகுதிகளில் ஒன்றாகும். ஏனையன இரண்டும் மெலனீசியா, மைக்ரோனீசியா எனப்படும்.) எரிமலைக் குழம்பு இறுகிப் போன பாறைகளில் கிட்டத்தட்ட 91 மில்லி மீட்டரிலிருந்து (மூன்றடி), சுமார் 9.37 மீட்டர் உயரம் வரையில் 50 டன் எடையுள்ள பூதாகரமான உருவங்களைச் செதுக்கியுள்ளனர். இப்பேருருக்கள் அவிந்து போன எரிமலையின் வாயருகில் செதுக்கப்பட்டு, அங்கிருந்து சுமார் 16 கிலோமீட்டர் (10 மைல்) தொலைவு வரையிலும் செங்குத்தான பாறைகள் வழியே கீழே கொண்டு வந்து, பெரிய பீடங்களின் மீது நிறுத்தப்பட்டிருக்க வேண்டும் என்பது அறிஞர் கருத்தாகும். அவ்வுருவங்கள் வெறுங் கடலை வெறித்துப் பார்த்திருக்குமாறு நிறுத்தி வைக்கப்பட்டுள்ளன.

ஈஸ்டர் தீவைச் சுற்றிலும் குறைந்தது இரண்டாயிரம் கிலோ மீட்டர் (1300 மைல்) தொலைவிற்கு எந்த நிலப்பரப்பும் இல்லாத நிலையில், அதன் காவல் தெய்வங்களைப் போன்று இப்பேருருக்கள் நிற்கின்றன.

அங்கு அவிந்து போன எரிமலை வாயருகே கோடரி, உளி போன்ற கருவிகளும், முற்றுப்பெறாத நிலையிலுள்ள உருக்களினருகே கிடக்கின்றன. எனவே அவை அவற்றைக் கையாண்ட மக்களுடையவாகலாம் என்று அறிஞர் கருதுகின்றனர்.

இக்காலத்தில் நிலவும் பொறியியல் கருவிகளும் சாதனங்களும் இல்லாத மக்கள், மிகவும் கனமான இவ்வுருக்களை மலை மீதிருந்து பதினாறு கிலோமீட்டர் தொலைவிற்குக் கீழே இழுத்து வந்து, உயரமான தளத்தின் மீது நிலைபெறச் செய்திருப்பது வியக்கத்தக்க செயலாகும்.

இங்கு ஆயிரத்திற்கு மேற்பட்ட இப்படிப்பட்ட சிலைகள் காணப்படுகின்றன. அவை ஒவ்வொன்றும் சிறிதளவேனும் ஒன்றிலிருந்து மற்றொன்று மாறுப்பட்ட திக்கு

நோக்கி வக்கரித்து நிற்கின்றன. (நமது கோயில்களில் இருக்கும் நவக்கிரகங்களின் நினைவு வருகின்றது.)

1722

ஓச்சு மாச்சுவ

ஈஸ்டர் தீவில் இன்று வாழும் பழங்குடி மக்கள், தம் முன்னோரின் தலைவனான ஓச்சு மாச்சுவ ஏதோ அயல்நாடு ஒன்றிலிருந்து பல கலங்களில் தன் கூட்டத்துடன் வந்து இங்கு குடியேறினான் என்று கூறுகின்றனர். அவர்கள் இங்கு கி.பி.பதினொன்றாம் நூற்றாண்டில் குடியேறியிருக்கலாம் என்பது ஆராய்ச்சியாளர் கருத்து.

இங்கு (சீன, ஜப்பானிய மொழிகளின் சித்திர வடிவங்களைப் போன்று) குறியீடுகளால் ஆன எழுத்துக்கள் பொறித்த மரத்துண்டுகள் கிடைத்தன. இதை ஏசு சபையைச் சேர்ந்த வரலாற்றறிஞரான ஹீராஸ் சாமியார் ஆராய்ந்து இம்மரத்துண்டுகள் கிழக்கிந்தியத் தீவான செலிபசிற்குக் கொண்டு செல்லப்பட்டு, (செலிபஸ் கிழக்கு இந்தோனேசியத்திலுள்ள மலைகளும் காடுகளும் செறிந்த தீவாகும். அங்கு எரிமலைகளும் வெப்ப நீரூற்றுகளும் உள்ளன. இதன் இந்தோனேசியப் பெயர் சூலவேசி) ஏறத்தாழ 900 ஆண்டுகளுக்கு முன்னர், அதாவது கி.பி. பதினொன்றாம் நூற்றாண்டில் ஈஸ்டர் தீவில் குடியேறிய மக்களின் தலைவனான ஒச்சு மாச்சுவ கொண்டு வந்திருக்கலாம் என்று கருதுகின்றார்.

ஈஸ்டர் தீவின் மேற்கிலிருக்கும் தாகித்தித் தீவிலிருந்து (தாகித்தி தென் பசிபிக்கிலுள்ளது. பிரஞ்சுப் பாலினீசியாவில் பெரிய முக்கியமான தீவாகும். இது 1832 இல் பிரஞ்சுப் பாதுகாப்புப் பகுதியாகி, 1880 இல் பிரஞ்சுக் காலனியானது. இதன் பரப்பளவு 1005 ச.கி.மீ. - 388 ச.மைல்) 1884 ஆம் ஆண்டு இங்கு வந்த கிறித்துவ சமயப் பரப்பிகள், ஒரு குகையினுள் மேற்சொன்ன மரத்துண்டுகளைக் கண்டனர். அவற்றின் மேல் செதுக்கப்பட்டிருந்த குறியீட்டு வரிவடிவத்தை அவர்களில் எவராலும் படிக்க முடியவில்லை. ஆதலால் பாதிரிமார் மாதிரிக்காகச் சில மரத்துண்டுகளைத் தாகித்திற்கு கொண்டு சென்றனர்.

அப்பாதிரிமார் அங்கு எஞ்சிய மரத்துண்டுகளை மதக் காரணங்களுக்காக

அழித்துவிட்டனர். அத்துண்டுகளின் மேல் காணப்படும் எழுத்துக்களான குறியீடுகளைப் படித்தறிவதற்காக **ரட்லட்ஜ்** என்ற தொல் பொருளியலறிஞர் ஈஸ்டர் தீவிற்கு 1914 ஆம் ஆண்டு சென்றிருந்தார். அவர் அங்கு சென்ற காலத்தில் அதைப் படிக்க வல்ல ஒரு முதியவர் இருப்பதாக அறிந்து, அவரைக் காண விரைந்து சென்றார். அம்முதியவரைக் கண்டும் பயனில்லாது போயிற்று. ஏனெனில் அவர் தொழுநோயினால் சிறுகச் சிறுகச் செத்துக் கொண்டிருந்தார். ஆராய்ச்சியாளரின் வினாக்களுக்கு விடை யளிக்கும் சக்தி அவருக்கு இல்லை எனவே இன்று ரப்பா நூயி என்று வழங்கும் ஈஸ்டர் தீவு எழுத்துக்கள் இன்றும் ஹிட்டைட்டு, ஹரியன் என்ற பண்டை வரிவடிவங்களைப் போன்று படித்தறியப்படாத மொழிகளின் பட்டியலில் இடம் பெற்று விட்டது.

4. மையழி மாகியானது: மேற்குத் கரையில் பிரஞ்சுத் திட்டு

இந்தியாவில் பிரஞ்சுக்காரரின் சிறப்பு வாய்ந்த குடியேற்றமாகக் கிழக்குக் கரையிலுள்ள பாண்டிச்சேரி எனப்படும் புதுச்சேரி பதினேழாம் நூற்றாண்டின் பிற்பகுதியிலிருந்து விளங்கி வந்தது. புதுச்சேரி இதனினும் தொன்மை வாய்ந்தது. ரோமானியர் இதைப் பொதுக்கா (*Poduca*) என்று அறிந்திருந்தனர். பிரஞ்சுக்காரர் முதலில் அங்கு 1674 ஆம் ஆண்டு ஃபிரான்ஸ்வா மார்டின் தலைமையில் குடியமர்ந்தனர். (இந்திய சரித்திர களஞ்சியம் தொகுதி-1)

அதை டச்சுக்காரர் 1693 இல் பிரஞ்சுக்காரரிடமிருந்து கைப்பற்றினர். பின்னர் 1697 ஆம் ஆண்டு ரைஸ்விக் என்ற ஆலந்து நாட்டின் தென்மேற்குப் பகுதி நகரத்தில் ஐரோப்பிய நாடுகளிடையே கையெழுத்தான உடன்படிக்கையின்படி புதுச்சேரி பிரஞ்சுக்காரருக்குத் திரும்பக் கிடைத்தது. ஆங்கிலேயர் அதைக் கைப்பற்றுவதற்கு 1748 ஆம் ஆண்டு முயன்று தோற்றனர். சர் அயர் கூட் என்ற பிரிட்டிஷ்படைத்தலைவர் இதை 1761 இல் கைப்பற்றிய பின்னர் 1763 இல் திருப்பித் தந்தார். இவ்வாறு புதுச்சேரி பதினெட்டாம் நூற்றாண்டில் பல களங்களைத் தொடர்ந்து கண்டு வந்திருக்கின்றது. அது பதினெட்டாம் நூற்றாண்டின் நடுப்பகுதி வரையிலும் இந்தியாவின் மிகவும் சிறந்த நகராயிருந்து வந்தது.

பிரஞ்சுக்காரர் புதிய + சேரி என்ற புதுச்சேரியைப் பாண்டிச்சேரி என்று தவறாக ஒலித்துவிட்டமையால், அப்பெயரே வழங்க லாயிற்று. பிரஞ்சு மொழியில் *Pouducherry* என்று எழுதப்பட்டதில் மூன்றாவது எழுத்தான *u* தவறாக *n* ஆகிப் பாண்டிச்சேரி ஆனது என்பாரும் உளர்.

பிரஞ்சுக்காரர் முதலில் புதுச்சேரியிலிருந்து கொண்டு கள்ளிக்கோட்டையுடன் வாணிபம் செய்து வந்தனர். பின்னர் அங்கு நேரடியாக மிளகு வாணிபத்தில் ஈடுபட வேண்டும் என்ற நோக்கத்துடன். ஒரு பண்டசாலையை அமைப்பதற்காக 1722 ஆம் ஆண்டு கடத்தநாடு என்ற மிகப் பழமையான நாடு வழியான குறுநில மன்னரிடமிருந்து ஒரு சிறு நிலத்தை வாங்கினர். அதேநேரத்தில் கள்ளிக்கோட்டை மன்னரான சாமூதிரியிடமிருந்தும் சிறு நிலப்பரப்பை மானியமாகப் பெற்றனர்.

பிரஞ்சுக்காரர் இவ்வாண்டு கடத்த நாட்டுக் குறுநில மன்னரிடமிருந்து வாங்கிய இடத்தின் பெயர் மையழி. மை என்பது கறுமையையும், அழி என்பது ஆற்றையும் குறித்துக் கறுப்பு ஆறு என்னும் பொருளைத்தரும் மையழி ஆயிற்று. பிரஞ்சுக்காரர் இந்த இடத்தை இடையில் இழந்தனர். அதைப் பிரஞ்சுக் கப்பல் தலைவரான காப்டன் **பெட்ரண்டு ஃபிரான்ஸ்வா மாகி தெ லா பூர்தோனைஸ்** (1699-1753) 1725 ஆம் ஆண்டு தாக்கிக் கைப்பற்றினார். ஆதலால் மையழி என்பது அவர் பெயரால் மாகி என்று

இவ்வாண்டு முதல் வழங்கப்படலாயிற்று. இந்தியாவின் மேற்குக்கரையிலமைந்த இச்சின்னஞ்சிறு ஊருக்குத் தன் பெயரைத் தந்த மாகி பூர்தோனைசைப் பற்றிய சில செய்திகள்;

மாகி பூர்தோனைஸ்

மாவீரம் காட்டிய சாகசக்காரரான மாகி பூர்தோனைஸ் பத்து வயதானபிறகு பன்முறை இந்தியாவிற்கு வந்திருக்கின்றார். அவர் 1699 ஆம் ஆண்டு பிறந்தவர். அவர் இவ்வாறு பன்முறை வந்த காலையில், பொதுப் பொறியியல் கற்பதற்காகப் புதுச்சேரியில் தங்கிவிட்டார். அவர் இங்கிருந்து தாயகம் திரும்பிச் சென்றதும். அரசு அவரை மோரீசுத் தீவிற்கும், போர்பான் என்ற தீவிற்கும் ஐந்தாண்டுக் காலத்திற்கு (1735-1740) ஆளுநராக அமர்த்தியது. எனினும் அவர் 1748 வரையிலும் அப்பதவியில் நீடித்தார்.

பூர்தோனைஸ் மிகச்சிறந்த கடலோடியாகவும் கலஞ்செலுத்துவதில் நன்கு தேர்ந்தவராகவும் இருந்தமையால், அவர் இந்துமாக் கடலில் இங்கிலாந்தின் மேலாண்மையை ஒடுக்கும் வல்லமை வாய்ந்த ஒரு கப்பல் தொகுதியை உருவாக்கி வைத்திருந்தார்.

அவர் 1746 செப்டம்பர் மாதம் பிரிட்டிஷ் கப்பற்படையுடன் வெற்றி தோல்வி காணமுடியாத போரில் ஈடுபட்ட பிறகு, சோழ மண்டலக்கரைக்குக் கலஞ் செலுத்திச் சென்றார். அவர் அங்கு 1746 இல் சென்னையை முற்றுகையிட்டுக் கைப்பற்றிவிட்டார். அவர் ஆங்கிலேயரிடம் அங்கு பிணையத் தொகையாக 40,000 பவுனைப் பெற்றுக் கொண்டு (அக்கால மதிப்பின் 1 பவுன் ஸ்ரீ பத்து ரூபாய்) அவர்களிடம் சென்னையைத் திருப்பித் தந்துவிடுவது என்று செய்த ஒப்பந்தத்தைத் தூய்ப்பிளே ஏற்கவில்லை.

எனவே ஆங்கிலேயருடன் தொடர்ந்து சண்டை நடந்து வந்த நேரத்தில் ஒரு புயல் வந்து பிரஞ்சுக் கப்பல்களை அழித்தது, பிரிட்டிசார் சென்னையைப் பிரஞ்சுக் காரரிடமிருந்து மீட்பதற்குப் பூர்தோனைசிற்குக் கையூட்டுத் தந்தனர் என்றும், அவர் அதன்பிறகே மோரீசிற்குக் கப்பலில் சென்று விட்டார் என்றும் கூறப்பட்டது.

அவர் அதையடுத்துப் பிரான்சிற்குத் திருப்பியழைக்கப்பட்டார். தூய்ப்பிளே அவர் மீது பல குற்றங்களைச் சுமத்தினார்; அவர் கடமையைச் சரிவரச் செய்யவில்லை என்று குற்றஞ்சாட்டினார். இக்குற்றங்களுக்காகப் பூர்தோனைஸ் மூன்றாண்டுக்காலம் இழி பெயர் பெற்ற பாஸ்டிலிச் சிறையில் அடைக்கப்பட்டார். இக்குற்றங்களை விசாரித்த பிரிவி கவுன்சில், அவர் குற்றமற்றவர் என்று அவரை விடுதலை செய்தது. பூர்தோனைஸ் உடலும் உள்ளமும் உடைந்து 1753 செப்டம்பர் 9 அன்று தனது 54 ஆவது வயதில் இறந்தார்.

அவர் பெயரைத் தாங்கிய மாகி இன்று புதுச்சேரி மாநிலத்தின் ஒரு பகுதியாக விளங்குகின்றது. மாகி இந்தக் குறுகியகால வரலாற்றில் பல களங்களைக் கண்டுள்ளது. எனினும் பிரான்சிற்கும், இங்கிலாந்திற்குமிடையே பல சண்டைகள் நடந்த போதிலும், தலைச்சேரியிலிருந்த பிரிட்டிஷ் ஆள்களுடன் அடிக்கடி சச்சரவுகள் நேர்ந்த போதிலும், சிறிது கால இடைவெளி தவிர, இந்திய விடுதலைக்குப் பிறகும் மாகி பிரஞ்சுக்காரரின் கைகளிலேயே இருந்தது.

மாகி வடகேரளத்தில் உள்ளது. இது படகர ஆன வடகரை என்ற ஊரிலிருந்து வடக்கே வடமேற்கில் சுமார் 13 கிலோமீட்டர் (8 மைல்) தொலைவிலுள்ளது; பம்பாயி லிருந்து தெற்கே தென் கிழக்கில் சுமார் 826 கி.மீ. (516 மைல்); கள்ளிக்கோட்டை யிலிருந்து

மாகி பூர்தோனைஸ்

வடக்கே வடமேற்கில் 56 கி.மீ. (35 மைல்); கண்ணனூரிலிருந்து தென்கிழக்கில் சுமார் 26 கி.மீ. (16 மைல்); தலைச்சேரியிலிருந்து தென் கிழக்கில் சுமார் 6 கி.மீ. (4 மைல்).

இது மேற்குக் கரையிலிருந்த ஒரே பிரஞ்சுக் குடியேற்றம். இன்று இதற்கு முக்கியத்துவம் இல்லை.

5. மேள தாள வரவேற்புத் தூய்ப்பிளேக்கா?

புதுச்சேரி என்ற பாண்டிச்சேரிக்குப் பிரஞ்சு நாட்டிற்குப் பல வழிகளில் பெருமை சேர்த்த பல பிரஞ்சுக்காரர் வந்து இறங்கியிருக்கின்றனர்.

இந்தியா மீது மாபெருங் காதல் கொண்டு அதன் அறிவுக் கடலில் மாந்தித் திளைக்க வந்து, உபநிடதங்களை ஐரோப்பிய உலகிற்குத் தெரியக் காட்டிய கீழை இயல் ஆய்வின் முன்னோடிகளில் ஒருவரான ஆங்குவெடில் துப்பரோன் ஆயினும், அவருக்குச் சில ஆண்டுகளுக்குப் பிறகு சமயம் பரப்ப வந்து, அக்காலத்து இந்து சமூகம் பற்றிய ஆழமான சிறந்த நூல்களை எழுதிய ஆபே துபாய் ஆயினும், அவர்களையடுத்து வந்த எண்ணற்ற அறிஞர், விற்பன்னர், படைத்தலைவர், அரசியல் தந்திரி என்று எவராயினும் அவர்களுக்குப் புதுச்சேரியுடன் மிக நெருக்கமான தொடர்பு உண்டு. அவர்களெல்லாம் பிரஞ்சு மெய்ப் பொருளியலாரையும், இலக்கியச் சிற்பிகளையும் இந்தியாவின் அறிவுச் செல்வத்திற்கு அறிமுகப்படுத்தியமை உலகறிந்த வரலாறாகும்.

எனினும் இவர்களனைவரைக் காட்டிலும் மிக அழுத்தமான முத்திரையை இந்திய வரலாற்றில் பதித்துச் சென்ற ஒருவர் இன்று (1722, ஆகஸ்டு 16) புதுச்சேரிக்குக் கப்பலில் வந்து இறங்கினார். ஆயின் அவரது அரசியல் தந்திரச் செயல்கள், மாபெரும் கனவுகள், போர்த் தந்திரங்கள் இவையெல்லாம் இனிமேல்தான் வெளிப்பட விருக்கின்றன.

பிரஞ்சு மன்னருக்குரிமையான இந்தியக் கம்பெனியைச் சேர்ந்த அட்லாண்டா என்ற 500 டன் எடைத் திறனுள்ள கப்பல் 1722 ஆகஸ்டு 16 அன்று காலையில் ஒன்பது மணிக்கு வந்து சேர்ந்ததும், அக்கப்பலை வரவேற்பதற்காகப் புதுச்சேரியிலிருந்த பீரங்கி ஒன்பது முறை குண்டுகளை வெடித்தது. அக்கப்பல் அரியாங்குப்ப ஆற்றின் கழிமுகத்தில் ஓரிரவைக் கழித்துவிட்டு இப்போதுதான் நங்கூரம் பாய்ச்சியது.

அக்கப்பலில் தகடுகள், கடியாரங்கள், தொப்பிகள், நயமான திராட்சைத் தேறல்கள் இரும்புப் பொருள்கள் முதலியன பிரான்சிலிருந்து வந்திருந்தன. அதே கப்பலில் புதுச்சேரியின் வரலாற்றில் தமது முத்திரைகளைப் பதிக்கப்போகும் இரண்டு இளைஞர்களும் பிரான்சிலிருந்து வந்தனர். அவ்விருவரும் கற்பனையை மிஞ்சும் ஒரு காலகட்டத்தைத் தொடங்கி வைக்கப் போகின்றனர்; தென்னிந்தியாவின் தலைவிதிக்கு உருக் கொடுக்கப் போகின்றனர்; பின்னர் இந்திய நாடு முழுவதன் விதியையும் மாற்றுவர். ஒருவர் பெயர் குருவப்பன்; மற்றவர் ஜோசப் பிரான்ஸ்வா தூய்ப்பிளே. முன்னவர் தமிழர்; பின்னவர் பிரஞ்சுக்காரர்.

72 | ப. சிவனடி

இருவருக்கும் வயது இருபத்தைந்து. இது ஒன்று மட்டும்தான் அவர்களிடம் காணப்பட்ட ஒற்றுமை.

தூய்ப்பிளே

தூய்ப்பிளே சிறு வயதில் தாயை இழந்தவர். கருத்தில்லாதவரும், பேராசை பிடித்தவருமான தந்தையால் வளர்க்கப்பட்டவர். அவரது ஒரே எண்ணமெல்லாம் மகனை எவ்வாறு கை கழுவுவது என்பதுதான்.

ஜோசப் ஒன்பது வயதில் வடமேற்குப் பிரான்சிலுள்ள பிரிட்டனிப் பகுதியைச் சேர்ந்த ஓர் ஊரில் அமைந்திருந்த ஏசு சபைப் பள்ளியில் சேர்க்கப்பட்டார். பதினெட்டாவது வயதில் மிசியூ என்ற நிறுவனத்திற்குச் சொந்தமான ஒரு கப்பலில் துணை லெப்டினெண் டானார். அவர் இதற்கு முன்னர் இந்தியாவிற்கு வந்திருக்கலாம். அது நமக்குத் தெரியாது. எது எவ்வாறாயினும், ஓரளவு செல்வாக்குப் பெற்றுவிட்ட ஜோசப்பின் தந்தை அவரை இந்தியாவிற்கு இப்போது அனுப்பி வைத்தார். ஆனால் அதற்கு முன்னர் ஜோசப் ஒவ்வொரு துறைமுகமாகத் திரிந்து கடன்காரராகி வந்தார்.

மகனின் நிலையைக் கண்ட தந்தை அவரை மேல்நிலைப்படுத்தும் எண்ணம் கொண்டார். அதற்காக நியாயமற்ற வழிகளைக் கையாண்டு தன் மகன் ஜோசப்பிற்குப் புதுச்சேரியிலிருந்த பிரஞ்சுக் கிழக் கிந்தியக் கம்பெனியின் உயர்குழுவில் கவுன்சிலர் என்ற உறுப்பினர் பதவியை அவர் வாங்கித் தந்து விட்டார். எனினும் அவர் தன் மகன் மேற் கொள்ளப் போகும் பணியின் தகுதிக்கு ஏற்ப நல்ல துணிமணிகளைக்கூட வாங்கித் தரவில்லை. எனவே ஜோசப் தூய்ப்பிளேயிடம், அழுக்கடைந்து அடிபட்டுப் போயிருந்த டிரங்குப் பெட்டியும், அதனுள் படுக்கை, காலுறை, சட்டை, வயோலோ என்ற இசைக் கருவி ஆகியன மட்டுமே இருந்தன. வயோலோ என்பது தந்திக் கருவி. அவருக்கு இசை என்றால் உயிர்.

குருவப்பன்

குருவப்பனோ செல்வச் செழிப்புள்ளவராகத் தோன்றினார். அவர் பணக்காரக் கூட்டுக் குடும்பத்தில் வளர்ந்தவர். அவர் குடும்பத்தின் நலன்களைக் காக்கும் பொருட்டுப் பிரான்சிற்கு அனுப்பப்பட்டார். அவருடைய தந்தை நைனியப்ப பிள்ளைக்கு முதலியார் என்ற பட்டம் உண்டு. முதலியார் என்றால் முதன்மையானவர் என்று பொருள்.

நைனியப்ப பிள்ளை துபாஷ் அல்லது தரகர் பதவியைப் பிரஞ்சுக் கம்பெனியிடமிருந்து பெற்றிருந்தார். அது மிகுந்த செல்வாக்குடைய பதவியாகும். எனவே பிரான்சிற்கும் இந்தியாவிற்குமிடையே நடந்து வந்த வரவு, செலவுகள் அனைத்திலும் நைனியப்ப பிள்ளை இடைத்தரகராயிருந்தார். எனினும் நைனியப்ப பிள்ளை கையாடல் செய்தார் என்று அவர் மீது குற்றஞ் சுமத்திச் சிறையில் அடைத்தனர். ஆதலால் அவர் தம்பி திருவேங்கடம் பிள்ளையும், அன்னாரின் மகன்

தூய்ப்பிளே

ஆனந்தரங்கம் பிள்ளையும் தமது ஊரான சென்னைக்கு ஓடி விட்டனர். நைனியப்ப பிள்ளையின் மகன் குருவப்பன் ஆர்க்காட்டு நவாபிடம் புகலடைந்தார். புதிய கவர்னர் பிரான்சிலிருந்து வந்ததும்தான் அமைதி ஏற்பட்டது.

அதன் பிறகு குருவப்ப பிள்ளையின் குடும்பத்தினர் அவரைப் பாரிசிற்கு அனுப்பினர். அப்போது பதினைந்தாம் லூயி (1710-1774; ஆட்சிக் காலம் 1715-1774) சிறுவராயிருந்தமையால், ஆட்சி நிர்வாகம் கருதி அரச காவலர் ஒருவர் அமர்த்தப்பட்டிருந்தார். குருவப்பன் அந்த அரசு காவலரிடம் தன் குடும்பத்தின் வழக்கை எடுத்துரைத்தார்.

பாரிசில் குருவப்பனைக் கேப்புசின் சபையைச் சேர்ந்த எஸ்பிரிட் சாமியார் வரவேற்றார். (கேப்புசின் சபை என்பது ஃபிரான்சிஸ்கன் சபையின் கிளையாகும். கேப்புசின் என்ற கிறித்தவ சமயத் தொண்டு அமைப்பு 1528 ஆம் ஆண்டு நிறுவப்பட்டது. இது ஏசு சபை போன்ற மத நிறுவனமாகும்.) கேப்புசின் சபையைச் சேர்ந்த இச்சாமியார் புதுச்சேரியில் பல ஆண்டுகள் வாழ்ந்தவர். பிரஞ்சு மன்னரான இளைஞருக்கு அரச காவலராயிருந்தவர். இதற்குச் சிறிது காலத்திற்கு முன்னர் பிரஞ்சுக் கிழக்கிந்தியக் கம்பெனியைச் சீர்படுத்தி விரித்தார்.

குருவப்ப பிள்ளை அவரிடம் தன் குடும்பத்தின் நியாயத்தை எடுத்துரைத்ததுடன், தன் தந்தை குற்றமற்றவர் என்பதையும் தெளிவுபடுத்தினார். மேலும் தனக்குத் தன் தந்தை வசித்து வந்த பேராதாயம் தரும் துபாஷ் வேலையையும் அரச காவலரிடமிருந்து கேட்டுப் பெற்றுவிட்டார். எனினும் அவர் கிறித்தவராக மதம் மாற வேண்டும் என்ற நிபந்தனையை அரச காவலர் விதித்தார். குருவப்பனும் அதை ஏற்றார். அரச காவலரே குருவப்பனுக்கு ஞானத் தந்தையாக இருக்கத் திருமுழுக்குப் பெற்று, அவர் கிறித்தவரானார்.

அதன் பிறகு குருவப்பனுக்கு நிரம்ப மதிப்பு வாய்ந்த ''புனித மைக்கேல் வீரப் பெருந்தகை விருது'' என்ற சிறப்பு விருதும் கிடைத்தது. குருவப்பன் கப்பலில் வெள்ளை மஸ்லினில் தைத்த ஆடை அணிந்திருந்தார். துபாஷிக்குரிய அணிகலன்கள் மேனியில் மின்னின. இடுப்பில் கட்டியிருந்த பொற்கச்சிலிருந்து உடைவாள் தொங்கிற்று.

ஆனால் அதே கப்பலில் வந்த பிரஞ்சுக்காரான ஜோசப் தூய்ப்பிளே மிக எளிமையாகவும், ஓரங்களில் நைந்துபோன கோட்டு அணிந்தும் இருந்தார்.

துறைமுகத்தில் முதலியாரை வரவேற்கப் பெரிய கூட்டம் மாலைகளுடனும், பரிசுப் பொருள்களுடனும் காத்திருந்தது. நாதசுர இசை முழங்கிக் கொண்டிருந்தது.

தூய்ப்பிளே மிகவும் அடக்கமாகத் தன்னைச் சந்திக்க வந்திருந்த ஒரு கவுன்சிலர், மருத்துவ அலுவலர், அவருடைய உதவியாளர் ஆகிய மூவருடன் கப்பலிலிருந்து இறங்கி ஊருக்குள் சென்றார்.

புதுச்சேரி 1722 இல்

சோழமண்டலக் கரையிலமைந்த சிறு பட்டினம். ஆங்கிலேயர் சென்னையில் கட்டிய ஜார்ஜ் கோட்டைக்கு இணையாக அமைய வேண்டுமென்று ஒரு கோட்டையைச் சுற்றி அந்த ஊர் அமைந்திருந்தது. அதற்குப் புனித லூயி கோட்டை என்று பெயர். அவ்வூரில் கேப்புசின் சபைச் சர்ச்சுகளும், ஏசு சபைச் சர்ச்சுகளும் இருந்தன. அவற்றைச் சுற்றிலும், கடற்கரையிலும் பிரஞ்சு வணிகர் சிலரும் அவர்களின் குடும்பத்தினரும், கோட்டைப் பாதுகாப்பிற்குப் பொறுப்பான படைப் பிரிவினரும் வாழ்ந்தனர்.

இன்னும் சற்றுத் தள்ளி, பிரஞ்சுக்காரர் கட்டிய நகரத்தின் பழைய எல்லையைக் குறிக்கும் ஒரு வடிகாலுக்கு அப்பால் தமிழர் வாழ்ந்தனர். பிரான்ஸ்வா மார்டின் காலத்தில், அதாவது 1709 வாக்கில் புதுச்சேரியின் மக்கள் தொகை 40,000. இது அன்றைய கல்கத்தாவின் மக்கள் தொகையைப்போல் இரண்டு மடங்காகும். எனினும் மார்டின் காலத்திற்குப்பிறகு (1706 ஆம் ஆண்டிற்குப் பிறகு) பதவி ஏற்ற கவர்னர்கள் செய்த பிழைகளின் காரணமாக ஊரின் மக்கள் தொகை சிறிது குறைந்தது.

இருந்தபோதிலும், நகரில் மிகுந்த பரபரப்போடு எல்லா வேலைகளும் நடந்து வந்தன, இந்நகரத்திற்குத் துறைமுகம் இல்லை. எனினும் ஊருக்கு வெளியே சற்று தொலைவில் வந்து கப்பல் நிற்கும். ஆண்டில் ஒன்பது மாதம் இங்கு காற்று வீசும். இருபதாம் நூற்றாண்டுப் பெரும் புலவன் பாரதியை அறிந்தவர்கள் இங்கு வீசும் காற்றையும் நன்கறிவர். கரையோரத்தில் ஆழம் குறைவாக இருப்பதாலும், அலைகள் வலுவாக வீசுவதாலும், தட்டையான அடிப்பாகமுள்ள தோணிகளைக் கொண்டு எட்டத்தில் நின்ற கப்பல்களில் சரக்குகள் ஏறவும், இறங்கவும் செய்தன.

புதிய சேரியான பாண்டிச்சேரியின் கடைத்தெரு வேதபுரீசுவரர் கோயிலுக்கு அருகில் இருந்தது. அங்கு உணவு தானிய வணிகர் மொய்த்துக் கிடந்தனர். பழங்கள், மணக்காரச் சரக்குகள், வெற்றிலை, புகையிலை விற்போரும் அங்கு நிறைந்திருந்தனர்.

புகையிலை வாணிபத்தின் ஏகபோக உரிமை குருவப்ப முதலியின் சிற்றப்பனான திருவேங்கடம்பிள்ளை - ஆனந்தரங்கம் பிள்ளையின் தந்தை - கையிலிருந்தது. கைவினைஞர் எங்கும் வேலை செய்து கொண்டிருந்தனர்; தோல் பதனிடப்பட்டது; அயல் நாட்டினர் காதல் மிக்குண்டு வாங்கிய விதவிதமான துணிகளின் நெசவும், அவற்றுக்குச் சாயம் தோய்க்கும் பட்டறைகளும் இருந்தன. புதுச்சேரி பருத்தித் துணிகளுக்கு நீலச்சாயம் தோய்ப்பதில் புகழ் பெற்று விளங்கியது. ஊத்தை மலிந்து நாறிய தெருக்களில் நீலச்சாய நீர் ஓடிக்கொண்டிருந்தது.

முதலியார்

தமிழரில் முதன்மையானவர் என்று பட்டம் பெற்ற முதலியார் பிரஞ்சுக் கம்பெனியின் தரகராயிருந்தார். அவர் ஊர் மக்கள் மீது தனது தார்மீக அதிகாரத்தைச் செலுத்தி வந்தார். அவர்கள் மீது தனது பொருளாதார ஆதிக்கத்தை நிறுவினார். அரசின் ஆணைகள் அனைத்தும் அவர் வழியே சென்று நிறைவேற்றப்பட வேண்டும். அவர் வேலைக்காரர்களைத் திரட்டித் தருவார். கைவினைஞர்களைக் கம்பெனிக்குப் பரிந்துரைப்பார். வேண்டும் போது அவர்களுக்குக் கடனும் தருவார்.

அவர் இவற்றிலெல்லாம் பணம் பண்ணுவதை எவரும் கண்டு கொள்வதில்லை. முதலியார் சரக்குத் தோணிகளை விலைக்கு வாங்கினார். அல்லது கப்பல் கட்டினார். லேவாதேவித் தொழில் செய்து வட்டிக்குப் பணம் கொடுத்து வாங்கினார். அவர் இல்லாமல் எந்த வியாபாரமும் படியாது. அவரின் வாணிபம் பிறரது வாணிபம் அனைத்திற்கும் நடுமையமாக இருக்க, அந்தச் சகடம் சுழன்றது.

புதுச்சேரி உண்டான நாளிலிருந்து, அது விரிந்து பல்கியதற்கு, அங்கு முதன்முதலில் இருந்த துபாசிகள் காரணமாவர். குறிப்பாகக் குருவப்ப முதலியாரின் தந்தை நைனியப்பபிள்ளையும், ஆனந்தரங்கம் பிள்ளையின் தந்தை திருவேங்கடம் பிள்ளையும் காரணமாவர். அவர்களின் முயற்சியால்தான் வணிகரும், கைவினைஞரும் கோட்டையைச் சுற்றிச் சூழ்ந்தனர்.

1722

கவர்னர்

அவர்களுக்கு இத்தனை செல்வாக்கு இருந்தபோதிலும், புதுச்சேரியும் அதனருகிலுள்ள சிற்றூர்களும் (பாண்டிச்சேரி மாவட்டம் 11 ஊர்கள்; வில்லியனூர் மாவட்டம் 45 ஊர்கள்; பாகூர் மாவட்டம் 36 ஊர்கள்; மொத்தம் 92 ஊர்கள்; அவற்றின் மொத்தப் பரப்பு 69,000 ஏக்கர்; அவை தனித்தனியே பிரிந்து கிடந்ததால், 1,73,000 ஏக்கருக்கு மதிகமான பரப்பில் சிதறியிருந்தன), சட்டப்படி அவர்களின் கீழ் அடங்கியனவன்று. அச்சலுகை கம்பெனியின் பிரதிநிதியான கவர்னருக்கு மட்டுமே இருந்தது. கவர்னருக்குத் துணையாக ஐவரடங்கிய ஓர் ஆயம் (பேர்ர்டு) செயல்பட்டது. பிரஞ்சுக் கவர்னர் கிருஷ்ணை ஆற்றின் தெற்கிலிருந்த கர்நாடகத்தை ஆர்க்காட்டிலிருந்து ஆண்டு வந்த ஆற்றல் வாய்ந்த நவாபை நம்பியிருந்தார். அந்த நவாபு தக்காணத்தின் மேலாளரான ஐதராபாது நிசாமிற்கு அடங்கி ஆட்சி செய்தார்.

இருப்பினும் பிரஞ்சுக் கவர்னர் தமது பகுதியில் ஆண்டையாக இருந்து, தமது ஆட்சிப் பரப்பிற்கு என்று நாணயங்களை வெளியிட்டார். (இந்திய சரித்திரக்களஞ்சியம் முதற் தொகுதி) நீதிபரிபாலனம் செய்தார். மக்களிடம் நன்மதிப்பைப் பெறுவதற்காகவும், நாட்டு மன்னர் பிறரைப் போன்று ஆரவாரமாகவும், படாடோபமாகவும் கவர்னர் வாழ்ந்தார்.

கவர்னர் எங்கும் சிவிகையில் - பல்லக்கில் சென்றார். அவரது தலைக்கு மேலே கறுப்பு அடிமைகள் குடை பிடித்தனர். அவர் இடுப்பில் உடைவாளும், கையில் நீண்ட கோலும் ஏந்தியவாறு, தலைப்பாகை அணிந்துள்ள சுமார் நூறு காவலரால் பாதுகாக்கப்பட்டார். வழிப்போக்கர் எவரும் கவர்னரின் வழியில் வந்தால், இக்காவலர் அவர்களை விரட்டியடித்தனர். கோட்டை மீது அவரது கொடி, அதாவது கம்பெனிக் கொடி, பிரஞ்சு மன்னரின் கொடியோடு பறந்தது. அவரது குதிரைக் கொட்டடியில் பாரசீகக் குதிரைகள் இருந்தன. அவரது காவல் படையினர் வெள்ளைப் பொத்தான்களும், சிவப்புக் கைப் பொத்தான்களும் கூடிய நீலச் சீருடைகளை அணிந்திருந்தனர்.

தூய்ப்பிளே வாணிபம்

தூய்ப்பிளே ஐந்தாவது கவுன்சிலராக வந்து, வெகு விரைவிலேயே நாலாவது இடத்தைப்பெற்று விட்டார். அவருக்குச் சிவிகை ஏறும் உரிமையும், சில காவலர்களை வைத்துக்கொள்ளும் அதிகாரமும் இருந்தன. அவர் இச்சலுகைகளைத் தன்னைவிட ஒரு

வயது மூத்தவரான தன்னுடைய நண்பர் ஜேக்கு வின்சென்ஸ் என்பவருடன் சேர்ந்து அனுபவித்தார். வின்சென்ஸ் அண்மையில் தான் ஆட்சி வாரியமான கவுன்சிலின் உறுப்பினரானார்.

வின்சென்ஸ் இந்தியாவை நன்கறிந்தவர். அவர் பல ஆண்டுகளாக இளநிலை வணிக அலுவலராகப் பாண்டிச்சேரியில் வாடிக்கிடந்தவர். அவருக்கு நிறைந்த அனுபவம் இருந்தபோதிலும், செயலூக்கமும் கற்பனைத் திறனும் இல்லை. தூய்ப்பிளேக்கு அனுபவம் இல்லை. எனினும் நல்ல கருத்துக்கள் இருந்தன.

அவற்றைச் செயலாக்குவதற்கு வேண்டிய துணிவும் இருந்தது. இருவரும் ஒருவரோடொருவர் இயைந்து செயல்படலாயினர். வின்சென்ஸ் கரையோரமாகக் கடலோடும் கப்பல் தலைவர் பலரை நன்கு அறிந்தவர்.

தூய்ப்பிளே கப்பலில் இந்தியா வந்த வழியில், பாண்டிச்சேரியில் கவர்னராயிருந்து தாயகம் திரும்பிக் கொண்டிருந்த துவிலியர் என்பவரைப் பூர்பான் தீவில் கண்டார். (இத்தீவு இப்போது ரீயூனியன் என்ற பெயரால் வழங்கி வருகின்றது. இது இந்து மாக்கடலில் ஐரோப்பிய வாணிபத்தின் இயக்க மையமாக விளங்கியது. மேற்குப் பிரான்சிலுள்ள லோரியண்ட், இந்தியா, சீனம் முதலிய இடங்களிலிருந்து மட்டுமன்றி, அரபுக் காப்பிக் கொட்டைகளைச் செங்கடலிலுள்ள தென்மேற்கு ஏமனின் மோக்கா என்ற துறை முகத்திலிருந்து ஏற்றி வந்த கடு விரைவான அரபுப் படகுகளும், மொசாம்பிக்கிலிருந்து ஆப்பிரிக்க அடிமைகளை ஏற்றி வந்த கொள்ளைக் கப்பல்களும் பூர்பான் - இப்போது ரீயூனியன்-தீவிற்கு வந்தன.) துவிலியருக்கு இளைஞரான தூய்ப்பிளேயை மிகவும் பிடித்து போய்விட்டது போலும். அதனால் தூய்ப்பிளேக்கு அவர் பல ஆலோசனைகளைக் கூறியும், *400* பொற்காசுகளைத் தந்தும், புதுச்சேரியை அடைந்ததும் தனி முறையில் வாணிபம் செய்யும்படி ஊக்குவித்தார்.

தூய்ப்பிளே அந்தப் பணத்தை வைத்துக் கொண்டு, வின்சென்சிற்குத் தெரிந்த கப்பல் தலைவர்களின் உதவியுடன் வியாபாரத்தில் இறங்கிவிட்டார். அவர் எஞ்சியிருந்த முந்நூறு பொன்னைக் கொண்டு, வங்கத்தில் பக்குவம் செய்த பட்டை விலைக்கு வாங்கினார். இதில் அவருக்கு இரட்டிப்பு ஆதாயம் கிடைத்தது.

தென்னிந்திய வரலாற்றில் பதினெட்டாம் நூற்றாண்டின் போது, அகண்ட பேரரசு ஒன்றை நிறுவ வேண்டுமென்று கனவு கண்ட பிரஞ்சுக்காரரான ஜோசப் தூய்ப்பிளே யின் *(1697-1763;* புதுச்சேரிக் கவர்னராயிருந்த காலம் *1742-54)* இந்திய வாழ்க்கை இவ்வளவு அடக்கமாகத்தான் தொடங்கியது.

6. இந்திய அரசியல் வானில் புதிய வால் நட்சத்திரம் ஐதரலி (1722-1782)

ஐதர் என்றால் சிங்கம் என்று பொருள். தன் முயற்சியினால் தனக்கென்று ஓர் அரசை நிறுவிக் கொண்ட ஔது நாட்டின் நவாபாகிவிட்ட சாதத் கான் பாரசீகத்தில் ஒரு பிரபுக் குடியில் பிறந்தவர். இதோ அண்மையிலுள்ள ஐதராபாதில் நிசாம் குடியைத் தோற்றுவித்த நிசாம்-உல்-முல்கின் முன்னோரும் நடு ஆசியாவில் பொக்காரோ நாட்டைச் சேர்ந்த பெருங்குடியினர். ஆனால் தன் வாளினால் ஒரு பரந்த மண்ணைத் தன் ஆளுகைக்குள் கொண்டு வந்த ஐதரலிக்கு அத்தகைய குடிச் சிறப்பு எதுவுமில்லை. அவர் மிகவும் புனிதமான மெக்காவைச் சேர்ந்தவர் என்று பின்னாளில் குடிவழி குறித்த பண்டிதர்கள் அவரது குடிச்சிறப்பை உயர்த்திக்காட்ட முயன்றனரெனினும், அவரோ,

1722

முஸ்லிம் சமயப் பற்றும், கல்வியறிவும் மிகுந்த அவருடைய மகன் திப்புவோ அவ்வாறு குடிப் பெருமையை உயர்த்திக்காட்ட எப்போதும் முயன்றதில்லை.

ஐதரலியின் முன்னோர் **பஞ்சாபி முஸ்லிம் துறவி** (தெர்விஷ்) என்று கொள்வர். அவர் பெயர் ஷைக் வலி முகம்மது. அவர் பதினேழாம் நூற்றாண்டின் முதற்பகுதியில் டெல்லியிலிருந்து தெற்கே புறப்பட்டு வந்தார். ஐதரலியின் கொள்ளுப்பாட்டனராகிய ஷைக் முகமது பிஜப்பூருக்கு வடகிழக்கு சுமார் 128 கிலோமீட்டர் (80 மைல்) தொலைவிலுள்ள குல்பர்க்காவில் ஒரு சிறு முஸ்லிம் தர்க்காவை வந்தடைந்தார்.

(குல்பர்க்கா தென்னிந்தியாவின் வரலாற்றில் குறிப்பிடத்தக்க இடம் பெற்றுள்ளது. பாமன் ஷாகி அல்லது பாமினி சுல்தான் என்ற குடியினர் முதலில் குல்பர்க்காவிலிருந்தும், பின்னர் பிதரிலிருந்தும் இன்றைய கர்நாடக மாநிலத்தின் வட பகுதியை 1347 முதல் 1690 வரை 180 ஆண்டுகள் ஆட்சிபுரிந்தனர். அம்முடியரசு தாழ்ந்ததும் அதில் ஷாகி குடியினர் 1490 முதல் 1660 வரை அரசிருந்தனர். அவர்கள் பிஜப்பூர்ச் சுல்தான்கள் எனப்பட்டனர். இந்த பிஜப்பூர் அரசில் பாரசீகம் ஆட்சி மொழியாயினும், கன்னடமும், மராட்டியும் மக்கள் பேசிய மொழிகளாகும்.)

ஐதரலியின் கொள்ளுப் பாட்டனாரான ஷைக்கு முகம்மது கன்னட மொழி வழங்கிய நாட்டை அடைந்து விட்டார். அங்கு அவர் மகன் முகமதலி ஏற்கெனவே வளர்ந்து பெரியவனாயிருந்தான். அவர்களுக்குப் புகலிடம் தந்த தர்க்காவில் பணிபுரிந்த ஊழியர் ஒருவரின் மகளை முகமதலி மணந்தார். (தர்க்கா என்பது சூஃபி ஞானியர் அடக்கமான இடமாகும்.)

முதியவரான ஷைக்கு இறந்ததும், முகமதலி பிஜப்பூர் சென்று அங்கு தன் மனைவியுடனும், ஏழு மைத்துனர்களுடனும் குடும்பம் நடத்தினார். மைத்துனர் எழுவரும் கற்பனையை மிஞ்சும் விதத்தில் வீரராயிருந்தனர் என்று வரலாற்றாசிரியர் கிர்மானி கூறுகின்றார்.

ஔரங்கசீப் இக்காலகட்டத்தில் (1686) பிஜப்பூரின் மீது படையெடுத்தார். கோல்கொண்டா சுல்தானைப் போன்று பிஜப்பூரின் அதில் ஷாகி குடியின் மன்னர் முகலாயரிடம் பணிந்துவிடவில்லை. முகலாயர் இப்போரில் பல அட்டூழியங்களைச் செய்தனர். வயல்களில் கதிர் முற்றி நின்ற பயிர் பச்சைகளைத் தீயிட்டு அழித்தனர். வீடுகளுக்குக் கொள்ளி வைத்தனர். ஆயிரக்கணக்கான ஆடவர், பெண்டிர், சிறார் முதலானோரை அடிமைகளாக விற்பதற்காகச் சிறைப்பிடித்தனர்.

பிஜப்பூர் இதன் பிறகும் பணியவில்லை. அப்போது குல்பர்க்காவின் அருகில் நடந்த ஒரு போரில் முகமதலியின் ஏழு மைத்துனர்களும் விழுப்புண்பட்டுக் களத்தில் இறந்தனர். முகமதலி அதன் பிறகு குல்பர்க்காவை விடுத்து மைசூரின் வடகிழக்கிலுள்ள கோலாரில் குடியேறினார். அங்கு அவர் 1697 இல் இறந்தார். முகமதலி தன் பாட்டனாரைப் போல் போரைத் தொழிலாகக் கொள்ளவில்லை. ஆனால் அவருடைய நான்கு ஆண்மக்களும் போர்த்தொழிலை மேற்கொள்ள விரும்பினர். அவர்களில் நான்காவது பிள்ளையின் பெயர் ஃபத்தா முகமது நவாபு. இவர் முதலில் ஆர்க்காட்டு நவாபின் படையில் இருந்தார் என்பர். அப்போது அவரை 5000 குதிரைப்படை வீரர்களுக்கும், 600 காலாள் படையினருக்கும் நாற்பது வாணப்படையினருக்கும் தலைவராக்கினார் என்றும் கூறுவர். ஆனால் என்ன காரணத்தினாலோ ஃபத்தா முகமது ஆர்க்காட்டுப் படையிலிருந்து விலகிவிட்டார்.

அவர் அதன்பிறகு சிரா நவாபின் படையில் சேர்ந்து ஆர்க்காட்டுப் படையில் இருந்ததைவிடச் சற்று குறைந்த படைப் பொறுப்பை வகித்தார். சிறிது காலம் சித்தூர்க்

கோட்டைக் காவல் தலைவரிடமும் பணிபுரிந்தார். இருப்பினும் மறுபடியும் சிரா கோட்டைப் பணிக்கே வந்துவிட்டார். அவரது படைத் தலைமை பெங்களூருக்கு வடக்கில் சுமார் 43 கிலோ மீட்டரில் (27 மைலில்) உள்ள தோத் பல்லாப்பூரில் இருந்தது.

ஃபத்தா முகமது ஆர்க்காட்டுப் படையில் இருந்தபோது, தஞ்சாவூரைச் சேர்ந்த முஸ்லிம் சமய ஞானி ஒருவரின் மகளை மணந்தார். அவருக்கு ஷாபாஷ் என்ற மகன் பிறந்தான்.அவர்கள் தோத்பல்லாப்பூரில் வாழ்ந்தபோது 1722 ஆம் ஆண்டு மேட இராசியில் பிறந்த மகனுக்கு ஐதரலி கான் என்று பெயரிட்டனர். அவர்கள் இறுதியாகக் கோலாரில் குடியேறினர். பின்னர் ஃபத்தா முகமது ஒரு போரில் கொல்லப்பட்டார்.

அவருடைய விதவை 1729 இல் தனது இரண்டு மக்களான ஷாபாஷ், ஐதரலி ஆகியோருடன் பெங்களூருக்கு வந்தார். அப்போது ஐதருக்கு வயது ஏழு. அங்கு பிள்ளைகளுடன் தன்னுடைய சகோதரன் இபுராகிம் சாகிபு வீட்டில் புகலடைந்தார். அச்சகோதரர் பெங்களூர்க் கோட்டைக் காவல் அதிகாரியான கில்லேதாரின் கீழ் பணிபுரிந்த சில படைவீரர்களுக்குத் தலைவராயிருந்தார்.

ஐதரலி

மைசூர் அரசுப் படை 1749 ஆம் ஆண்டு தேவனள்ளியை முற்றுகையிட்டபோது, ஐதரலியின் அண்ணனான ஷாபாஷ் மைசூர்ப் படையில் கீழ்நிலைப் பதவியில் இருந்தார். ஐதரலியும் இம் முற்றுகையில் தன் அண்ணனுடன் ஒரு குதிரைப்படை வீரனாகக் கலந்து கொண்டார். இப்போரில் ஐதரலி காட்டிய வீரமும், அமைதியான அவரது தோற்றமும் மைசூர்ப் படையின் தளபதியான காரச்சூரி நஞ்ச ராசய்யாவின் கவனத்தை ஈர்த்தன.

ஐதரலி தேவனள்ளி முற்றுகையின் போது போர் புரிந்ததை மெச்சி அவர் 50 குதிரைப்படையினரும், 200 காலாள் படையினரும் அடங்கிய சிறுபடைப் பிரிவின் தலைவரானார். அப்பிரிவிடம் தேவனள்ளிக் கோட்டையின் ஒரு வாயிலைக் காக்கும் பொறுப்புத் தரப்பட்டது. அதன்பிறகு ஐதரின் எழுச்சி வேகம் ஒரு வால் நட்சத்திரத்தையும் மிஞ்சுவதாக இருந்தது.

1723

1. பொருளியல் வானில் புதிய விடிவெள்ளி

ஆடம் ஸ்மித் (1723-1790)

பொருளாதார சித்தாந்த மலர்ச்சியில் குறிப்பிடத்தக்க புதுச் சிந்தனைகளை எடுத்துக் காட்டியவருள் தலையாயவர் என்ற சிறப்பைப் பெற்றுத் திகழும் ஆடம் ஸ்மித் ஸ்காத்லாந்திலுள்ள கிர்க்கால்டி என்ற இடத்தில் 1723 ஆம் ஆண்டு பிறந்தார். அவர்

இளவயதில் ஆக்ஸ்போர்டு பல்கலைக் கழகத்தில் பயின்றார். பின்னர் 1751 முதல் 1764 வரை கிளாஸ்கோ பல்கலைக் கழகத்தில் மெய்ப் பொருளியல் துறைப் பேராசிரியராயிருந்தார்.

அவர் அங்கு பணியாற்றிய காலத்தில் அற உணர்வுகள் பற்றிய சித்தாந்தம் என்ற முதல் நூலை எழுதினார். அந்நூல் அவருக்கு அறிவாளர் நடுவில் இடம் பெற்றுத் தந்தது. நாடுகளின் செல்வம் பற்றிய தன்மையும் விளைவுகளும் குறித்த ஓர் ஆய்வு என்ற நூல்தான் அவருக்கு நிலைத்த புகழைப் பெற்றுத் தந்தது. அது 1776 ஆம் ஆண்டு வெளியானது.

நாடுகளின் செல்வம்

அந்நூல் வெளியானதுமே அதற்குப்பெரிய வரவேற்பு இருந்தது. அந்நூல் அவருக்கு வாணாள் முழுவதும் புகழையும், பெருமையையும் அள்ளிக் கொடுத்தது. அவர் 1790 ஆம் ஆண்டு பிறந்த ஊரான கிர்க்கால்டியிலேயே இறந்தார். (கிர்க்கால்டி கிழக்கு ஸ்காத்லாந்திலுள்ள துறைமுகப் பட்டினம்.) அவர் மணம் புரிந்து கொள்ளவில்லை.

பொருளாதார சித்தாந்தக் கொள்கையில் தன்னை ஈடுபடுத்திய முதல் மனிதர் என்று ஆடம் ஸ்மித்தைக் கூறமுடியாது. அவரது உலகறிந்த கருத்துக்களில் பல, அவர் முதலில் கூறியனவுமன்று. எனினும் பன்னோக்குடையதும், முறைப்படி அமைந்ததுமான ஒரு பொருளாதார சித்தாந்தத்தை, இத்துறையில் எதிர்கால முன்னேற்றம் காண்பதற்கு வேண்டிய அடிப்படையாய் அமைத்துச் சரியான முறையில் பயன்படுத்தத் தக்கதாக அதை முதன்முதலில் எடுத்துரைத்த பெருமை ஆடம் ஸ்மித்தைத்தான் சாரும். அக்காரணத்தினால்தான் தற்காலத்து அரசியல் பொருளாதார ஆய்வின் தொடக்கப்புள்ளி என்று அவரது நாடுகளின் செல்வம் விளங்குகின்றது என்று மிகச் சரியாகக் கூறலாம்.

கடந்த காலத்தின் தவறான பல கோட்பாடுகளைத் தெளிவு படுத்தியமை இந்நூலின் மாபெருஞ் சாதனைகளில் ஒன்றாகும். அரசு பெரிய அளவில் தங்கத்தை இருப்பு வைத்துக் கொள்ள வேண்டியதன் முக்கியத்துவத்தை வலியுறுத்திய பழைய வாணிபக் கொள்கையை எதிர்த்து ஆடம் ஸ்மித் வாதாடினார். நிலம்தான் தலையாய மதிப்புள்ளது என்ற வேளாண்மைக் கோட்பாட்டாளரின் கருத்தையும் அவரது நூல் ஒதுக்கித் தள்ளிற்று. மாறாக, உடல் உழைப்பின் அடிப்படை முக்கியத்துவத்தை அந்நூல் வலியுறுத்தியது.

உடலுழைப்பைப் பகிர்ந்து செய்வதன் மூலம் உற்பத்தியில் மிகவும் பேரளவில் பெருக்கம் காண முடியும் என்பதை ஸ்மித் அடித்துக் கூறினார். அவர் தொழில் விரிவடைவதற்கு இடையூறாக இருக்கும் பத்தாம் பசலியானவையும், ஒரு தலைப்பட்ச மானவையுமாகிய அரசுக் கட்டுப்பாடுகளை வலுவாக தாக்கினார்.

பெருங் குழப்பமானது போல் வெளிக்குத் தோன்றும் சுதந்திர வாணிபமானது தன்னைத்தானே

ஆடம் ஸ்மித்

ஒழுங்கு படுத்திக்கொள்ளக் கூடியது என்றும், அது சமூகம் பெரிதும் விரும்பத் தக்கனவும், வேண்டுகின்றனவுமான பண்டங்களை அதே வகையிலும், அளவிலும் தானாகவே ஆக்கிக் கொள்ளக்கூடிய போக்குகளை உடையது என்பதையும் ஸ்மித் விளக்கினார்.

தலையீடு இன்மை

சான்றாக, மக்கள் விரும்புகின்ற சில பொருள்களில் பற்றாக்குறை ஏற்படுகின்றது என்று வைத்துக்கொள்வோம். அப்போது இயற்கையாகவே அதன் விலைகள் மிகும். அதிக விலையினால் அவற்றைச் செய்பவர்களுக்குக் கூடுதலான ஆதாயம் கிடைக்கும். கூடுதலான ஆதாயம் கிடைக்கின்றது என்பதால், பிற தயாரிப்பாளரும் அதே பொருளை ஆக்குவதில் ஆர்வம் கொள்வர். இதனால் உண்டாகும் உற்பத்திப் பெருக்கத்தினால் முதலில் ஏற்பட்ட பற்றாக்குறை தணியும்.

மேலும் ஆக்கமும் மிகுந்து அத்துடன் பல்வேறு தயாரிப்பாளரிடையே போட்டியும் ஏற்படுவதால், அப்பண்டத்தின் விலை, அதன் இயற்கை விலைக்கு அதாவது அடக்க விலைக்கு இறங்கிவிடும். சமுதாயத்தில் ஏற்படுகின்ற பற்றாக் குறையைப் போக்கி அதற்கு உதவுவதென்று எவரும் அப்பணியில் இறங்காமலே அச்சிக்கல் இவ்வாறு தீர்ந்து விடுகின்றது.

ஒவ்வொருவரும் தனது ''ஆதாயத்தை மட்டும் கருதுகின்றார்''; அவ்வாறு இருப்பினும் ''அவரது எண்ணத்தில் எந்த இடமும் பெற்றிராத ஒரு முடிவைக் கண்ணுக்குத் தெரியாத ஒரு கை வழிகாட்டி (நம்மை) அடையச் செய்கின்றது..... அவர் தனது தனி நலனைத் தேடிச் செல்கையில், அவர் சமூகத்தின் நலன்களையும் வளர்க்க வேண்டுமென்று மெய்யாக எண்ணுகின்றதைவிட ஆக்கமான வகையில் சமூகத்தில் பலன்களை விளைவிக்கின்றார்'' என்று நாடுகளின் செல்வம் (*Wealth of Nations*)என்ற நூலில் ஆடம் ஸ்மித் குறிக்கின்றார்.

சுதந்திரத் தொழில் போட்டிக்குத் தடைகள் இருக்குமாயின் கண்ணுக்குத் தெரியாத கையினால் தன் பணியைச் சரியாகச் செய்ய முடியாது. எனவே ஸ்மித் தங்கு தடையற்ற சுதந்திர வாணிபத்தில் நம்பிக்கை கொண்டிருந்தார். அவர் உயர்ந்த காப்பு வரிகளை நீக்க வேண்டுமென்று வாதிட்டார்.

அவர் வாணிபத்திலும், சுதந்திரச் சந்தையிலும் அரசின் பெரும்பாலான தலையீடுகளை வன்மையாக எதிர்த்து வந்திருக்கின்றார். அத்தடைகள் எப்போதும் பொருளாதாரத் திறமையைக் குன்றச் செய்கின்றன என்றும், அதன் விளைவாக மக்கள் கடைசியில் கூடுதல் விலைகளைத் தர நேரிடும் என்றும் எடுத்துக்காட்டினார். அவர் ஆங்கிலத்தில் வழங்கும் லெயிஸ ஃபேர் (*Laissez Faire*)என்ற சொற்றொடரை (அதன் பொருள் தலையீடு இன்மை ஆகும்) கண்டு பிடிக்க வில்லையெனினும் அக்கோட் பாட்டை வளர்த்ததில் மற்றெவரையும் விட அதிகமாகவே ஸ்மித் பங்கு பெற்றிருக்கின்றார் எனலாம்.

ஸ்மித்தின் காலத்திற்குப் பிறகு பொருளாதாரக் கொள்கை பெரிதும் முன்னேறியுள்ளது. அவரது சில கருத்துக்கள் கைவிடப்பட்டுவிட்டன. எனினும் இவற்றைக் கொண்டு ஆடம் ஸ்மித்தின் முக்கியத்துவத்தைக் குறைத்து மதிப்பிட்டு விடமுடியாது.

2. கிழக்கிந்தியக் கம்பெனியுடன் இராம வர்மன் உடன்படிக்கை

வேனாடு என்ற திருவிதாங்கூர் அரியணையில் ஆதித்த வர்மனையடுத்து (1718-1721) இராம வர்மன் என்ற மன்னர் அமர்ந்தார். இவர் காலத்தில் தான் நாஞ்சில் நாட்டுக் கோயில் நிலக் குத்தகைக்காரர்களுக்கும், அரசரின் படையினருக்குமிடையே பல இடங்களில் கைகலப்பு ஏற்பட்டுக் கொந்தளிப்பு உண்டானது. நாஞ்சில் நாடு என்பது இன்றையக் கன்னியாகுமாரி மாவட்டம் என்ற தமிழ் மக்கள் வாழும் பகுதியாகும். நாஞ்சில் நாட்டு மக்கள் 1702 ஆம் ஆண்டு தொடங்கிய போராடட்ம் இராம வர்மன் ஆட்சிக்கு வந்த காலத்திலும் நீடிக்கின்றது. (இப்போராட்டம் பற்றி இ.ச.க. தொகுதி-1 காண்க.)

இராம வர்மன் ஆட்சிக் காலத்தில்தான் வேனாட்டுக்கும், கிழக்கிந்தியக் கம்பெனிக் குமிடையே முறையான உடன்படிக்கை 1723 ஆம் ஆண்டு கையெழுத்தாயிற்று. இதில் பட்டத்து இளவரசரான மார்த்தாண்ட வர்மன் கையெழுத்திட்டார்.

வேனாட்டு மன்னர் இவ்வுடன்படிக்கைப்படி பிரிட்டிசாரைக் குளச்சலில் ஒரு கோட்டையைக் கட்டிக்கொள்ள அனுமதித்தார். கொல்லம் + கல் என்பது கொளச்சல் என்று மருவிப் பின்னர் குளச்சல் ஆயிற்று என்பர். கொல்லம் என்பது கோ வீடு = அரண்மனை; கல் என்பது விகுதி. இது முன்னர் வேனாட்டில் (திருவிதாங்கூர்) இருந்த சிற்றூர். இன்று குமரி மாவட்டத்திலுள்ளது. சிறு துறைமுகம்.

1723

குளச்சல்

குளச்சல் இரணியலிலிருந்து தென்மேற்கில் சுமார் எட்டுக் கிலோமீட்டர் (4 3/4 மைல்); பம்பாயிலிருந்து தெற்கே தென்கிழக்கில் 1264 கி.மீ. (790 மைல்); திருவனந்தபுரத்திலிருந்து தென்கிழக்கில் சுமார் 46 கி.மீ. (29 மைல்). குளச்சல் மிகச் சிறிய குடாவில் உள்ளது. அக்காலத்தில் கரையிறங்கும் நீராவிக் கப்பல்களுக்கு முக்கியமான துறையாயிருந்தது. சேரமான் பெருமாள் இங்கிருந்து தான் மெக்காவிற்குக் கப்பல் ஏறினார் என்பர். இது மிகவும் தொன்மையான துறைமுகம். டேனியர்களுக்கு இங்கு ஒரு பண்ட சாலை இருந்தது. இது மிகவும் பத்திரமான துறைமுகம் என்பது பண்டைக் காலத்தவருக்குத் தெரியும் என்று பார்த்தலோமியோ என்ற கடலோடி கூறியிருக்கின்றார்.

வேனாட்டு மன்னர் மேற்கூறியவாறு பிரிட்டிசாருடன் உடன்படிக்கை செய்து, அவர்களின் உதவியைப் பெற்று விட்டதால், கோயில் ஆட்சியாளரான யோகக்காரருடனும், அவர்களுக்குத் துணை நின்ற நாயர் பிரபுக்களான எட்டு வீட்டுப் பிள்ளைமாருடனும் தான் நடத்திவரும் சண்டையில் தனது நிலையை வலுப்படுத்திக் கொள்ளலாம் என்று எண்ணினார். திருவிதாங்கூர் மன்னர்களுக்கும், அவர்களைக் கைப்பாவையாக வைத்திருந்த யோகக்காரர், எட்டு வீட்டுப் பிள்ளைமார் ஆகியோருக்குமிடையே நிகழ்ந்த சச்சரவும், பூசலும் இந்திய சரித்திரக் களஞ்சியம் முதற் தொகுதியில் விவரிக்கப்பட்டுள்ளது.

இராமவர்மன் உள்நாட்டு மேட்டுக் குடியினரான நாயர்களின் ஆதிக்கத்தை ஒடுக்குவதற்கு மதுரையை ஆண்ட நாயக்கரின் உதவியையும் நாடினார். அதனால் அவர் மதுரை நாயக்கருடன் 1726 ஆம் ஆண்டு ஓர் உடன்படிக்கையும் செய்து கொண்டார். மதுரை நாயக்கரின் இந்த உதவிக்காக இராமவர்மன் 3000 ரூபாயை மதுரைக்குக் கப்பமாகக் கட்டுவதற்கு ஒப்பினார்.

எனவே வேனாட்டு-திருவிதாங்கூர் மன்னர்களுக்கும் எட்டரை யோகம் என்ற யோகக்காரர்களுக்கும், யோகக்காரர்களின் அரசியல் அதிகாரத்தால் வலுப்பட்டுவிட்ட எட்டு

வீட்டுப் பிள்ளைமார்களுக்குமிடையே இரவிவர்மன் (*1663-1672*), ஆதித்த வர்மன் *(1672-1677)* ஆகியோர் காலத்தில் தொடங்கிய சச்சரவு, இராம வர்மன் காலத்திலும் *(1721-1729)* நீடிக்கின்றது. மார்த்தாண்டவர்மன் தான் எட்டு வீட்டுப்பிள்ளைமாரை ஒழித்து நாயர்களின் செல்வாக்கை ஒடுக்குகின்றார்.

3. பிரிட்டிஷ் ஓவியர் ஜோசுவா ரெயினால்ட்ஸ் (1723-1792)

சர் ஜோசுவா ரெயினால்ட்ஸ் மனித உருவங்களை வரைவதில் தலை சிறந்த உருவப்பட ஓவியராக விளங்கியவர். இவரும் புகழ் பெற்ற மற்றோர் ஆங்கில ஓவியரான தாமஸ் கெயின்ஸ்பரோவும் *(1727-1788)* பதினெட்டாம் நூற்றாண்டின் பெருஞ்செல்வர்களையும், புகழ்பெற்ற மனிதர்களையும் ஓவியமாகத் தீட்டிப் பெருஞ்சிறப்பு எய்தினர். கெயின்ஸ்பரோ இயற்கைக் காட்சிகளை வரைவதிலும் சிறந்து விளங்கினார்.

மூன்றாம் ஜார்ஜ் மன்னர் *(1738-1820;ஆட்சிக் காலம் 1760-1820)* இங்கிலாந்தில் ஓவியம், சிற்பம், வடிவமைப்பு ஆகிய கலைகளை வளர்க்கும் தேசியப் பள்ளியை ஆதரிப்பதற்காக 1768 ஆம் ஆண்டு நிறுவிய இராயல் கழகம் (அகாதமி) என்ற அமைப்பின் முதல் தலைவராக ரெயினால்ட்ஸ் அமர்ந்தார். அவர் இக்கழகத்தில் ஆண்டுதோறும் ஆற்றிய உரைகள் ''பேருரைகள்'' *(Discources)* என்ற பெயரில் நூலாக வெளியிடப்பட்டுள்ளன. அவை கலை பற்றிய கோட்பாடு, திறனாய்வு முதலிய கருத்துக்களைத் தெரிவிக்கின்றன.

ரெயினால்ட்ஸ் இராபட் கிளைவு காலத்தவர். அவர் 1792 ஆம் ஆண்டு இறந்தார்.

4. கட்டடக்கலை வல்லுநர் கிறிஸ்தபர் ரென் மரணம் (1632-1723)

சர் கிறிஸ்தபர் ரென் புகழ்பெற்ற ஆங்கிலக் கட்டுமானக்கலை வல்லுநராவார். இலண்டனில் 1666 செப்டம்பர் 2 அன்று மூண்ட பெருந் தீயினால் பெரும்பகுதி அழிந்து போயிற்று. நகரின் பழைய கோட்டைச் சுவருக்கு உள்ளும் புறமும் 436 ஏக்கர் நிலப்பரப்பில் ஐந்து நாள் பற்றியெரிந்த தீயில் 13,200 வீடுகளும், 89 சர்ச்சுகளும் மேலும் பல கட்டடங்களும் எரிந்து சாம்பலாயின. அவற்றுள் கில்டுஹாலும், புனித பால் கதீட்ரலும் அடங்கும். இத்தீயினால் பத்து மில்லியன் மதிப்புள்ள சொத்துக்களும் *(அக்காலத்து மதிப்புப் படி 1 பவுன் = 10 ரூபாய்: எனவே தீயினால் நேர்ந்த அழிவின் மதிப்புச் சுமார் பத்துக்கோடி ரூபாய்)* பொருள்களும் நாசமாயின என்று வரலாற்றாசிரியர் கணிக்கின்றனர்.

இவ்வாறு அழிந்துபோன இலண்டன் மாநகரைப் புதுப்பித்துக் கட்டுவதற்காக 1666 அக்டோபர் மாதம் ஆறு ஆணையாளர்களைப் பிரிட்டிஷ் மன்னர் அமர்த்தினார். அவர்களுள் கிறிஸ்தபர் ரென்னும் ஒருவர்.

அவர் நெருப்பினால் எரிந்து போன புனித பால் கதீட்ரல், ஐம்பதுக்கு மேற்பட்ட சர்ச்சுகள் மற்றும் பல பொதுக் கட்டடங்களுக்கு வடிவமைத்தார். அவரது வடிவமைப்பின்படி அக்கட்டடங்கள் எழுந்தன.

ரென் தனது தொண்ணூறாவது வயதில் 1723 பிப்ரவரி 25 அன்று இறந்தார். அவரால் வடிவமைத்துக் கட்டப்பெற்ற புனித பால் கதீட்ரலுக்கு அப்போது வயது பதின்மூன்று. அத்திருக்கோயில் கல்லறைத் தோட்டத்தில் சர் கிறிஸ்தபர் ரென் அடக்கம் செய்யப்பட்டார்.

அவர் வடிவமைத்த கிரீன்விச் மருத்துவமனையில் கட்டுமானப் பணிகள் நடந்த கொண்டிருந்த வேளையில் இறந்தார்.

5. சென்னை ஜார்ஜ் கோட்டைக்குள் நாணயச்சாலை

கிழக்கிந்தியக் கம்பெனியார் சென்னை ஜார்ஜ் கோட்டைக்குள் நாணயங்களை அச்சிடும் ஒரு நாணயச் சாலையை இவ்வாண்டு அமைத்தனர்.

இந்தியாவில் இந்நூற்றாண்டில் முகலாயரும், நாட்டு மன்னர் பலரும், ஐரோப்பிய வணிக நிறுவினங்களும் தத்தமது நாணயங்களை அச்சிட்டு வந்தனர் என்பதை இக்களஞ்சியத்தில் ஆங்காங்கே காணலாம்.

6. சீனத்தில் பேரரசர் யுங்கு-செங்கு

ஆட்சி தொடக்கம் (1723-1735)

1723

சீனப் பெருநிலத்தை 276 ஆண்டுகளாக (1368 முதல் 1644 வரை) ஆண்டு வந்த மிங்கு அரச குடியின் ஆட்சி 1644 இல் முடிவுற்றது. அதையடுத்துச் சிங்கு அரச குடியின் ஆட்சி 1644 இல் தொடங்கிற்று. இக்குடியைத் தோற்றுவித்தவர்களுக்கு மஞ்சு என்ற பெயரும் உண்டு.

சீனத்தில் ஒரு புதிய யுகம் 1600 வாக்கில் தோன்றிக்கொண்டிருந்தது. முதன் முறையாக ஐரோப்பியத் தோட்டக்காரர், வணிகர், சமயப் பரப்பிகள் முதலானோர் கடல் வழியாகக் குறிப்பிடத்தக்க எண்ணிக்கையில் சீன நாட்டை வந்தடைந்தனர். அவர்கள் தம்முடன் புதிய நாகரிகம் ஒன்றின் வித்துக்களையும் கொண்டு வந்தனர். புத்திடந் தேடிகள் புவியெங்கும் கடல் கடந்தும் காலால் நடந்தும் சென்று கொண்டிருந்த இக்கால கட்டத்தில்தான் இரஷியா சைபீரியாவின் குறுக்கே படை நடத்தி மஞ்சூரியாவை நெருங்கியது.

வாணிபமும், கொள்ளையும்

ஐரோப்பிய புத்திடந்தேடிகளில் போர்த்துக்கீசருக்குச் சிறப்பான இடம் உண்டென்பது வரலாறு கண்ட உண்மை. ஆனால் அவர்கள் தமது வலுக்குன்றிய காலத்தில் அக்கரைச் சீமைகளில் வாணிபம் செய்தனர். வலுவேறியதும் தாக்கிக் கொள்ளையடித்தனர். எனவே அவர்கள் வணிகராயும், கொள்ளைக்காரராயும் இருந்து வந்தனர். நான்கு போர்த்துக்கீசக் கப்பல்கள் 1517 ஆம் ஆண்டு வாணிபம் செய்யப் புறப்படுவது போல் தென்கிழக்குச் சீனத்தின் தென் கவாங்குதுங்கு மாநிலத்தின் தென்கிழக்கிலிருந்து பாய்ந்து தென் சீனக்கடலில் கலக்கும் முத்து ஆறு என்ற சூ சியாங்கு ஆற்றின் வழியே (இதன் நீளம் சுமார் 177 கிலோ மீட்டர்-110 மைல்; இதற்குக் காண்டன் ஆறு என்ற பெயரும் உண்டு.) காண்டன் என்ற துறைமுகப்பட்டினத்தை அடைந்தனர். இப்பட்டினம் முத்து ஆற்றின் கரைமீதுள்ளது. இதுவே ஐரோப்பியருக்காக வாணிபத்திற்கென்று முதன்முதலில் திறந்து விடப்பட்ட சீனத் துறைமுகமாகும்.

சீனத்தின் மீது ஐரோப்பியர் கவனம்

போர்த்துக்கீசர் காண்டன் போய்ச் சேர்ந்ததும் கரையோரங்களில் வாழ்ந்த மக்களைக் கொள்ளையடித்தனர். அங்கு சீன மக்களைக் கொன்று குவித்தனர். சீன அரசப் பிரதிநிதி

தக்க வேளையில் நடவடிக்கை எடுத்துப் படைகொண்டு போர்த்துக்கீசரை விரட்டியடித்தார். இவ்வாறு சீனத்தினுள் நுழைந்த போர்த்துக்கீசர் சீனம் பற்றிய செய்திகளைப் பதினாறாம் நூற்றாண்டில் ஐரோப்பியர் அறியும்படி செய்தனர். சீனத்தில் பணிபுரிந்து வந்த ஏசு சபைச் சாமியார்கள் பதினேழாம் நூற்றாண்டு முழுமையிலும் சீனம் பற்றி ஏராளமான செய்திகளை மேலும் மேலும் அனுப்பிய வண்ணம் இருந்தனர்.

டச்சு, இரஷியத் தூதுக் குழுவுடன் சீனம் சென்ற கிறித்தவ சமயத்தின் பிற சபையினரும் பல செய்திகளை அளித்தனர். ஆங்கில வாசகர் பதினாறாம் நூற்றாண்டிலேயே சீனத்தின் மீது ஆர்வம் காட்டலாயினர். சீனம் பற்றிய பல மொழி பெயர்ப்புகள் ஆங்கில மொழியில் நூல்களாக வெளிவந்தன. ஆங்கிலேயர் 1600 வாக்கிலேயே சீனத்தைப் பற்றி நன்கு அறிந்திருந்தனர் என்று லாக்கு (*Lach, Asia In the Making of Eurpe*) என்ற தற்காலத்து ஆசிரியர் குறிப்பிடுகின்றார்.

ஏசு சபை மிசனின் முன்னோடியான ரிச்சி (*Ricci*) எழுதியவற்றை அடிப்படையாகக் கொண்டு திரிகால்ட்டு என்றவர் எழுதிய நூல்கள் இலத்தீன மொழியில் இருந்தன. ஏசு சபையினர் ஆங்கிலத்தில் எழுதிய நூல்களையும் வெளியிட்டனர். ஆங்கில மக்கள் இவ்வாறு நூல்கள் வழியாகச் சீன நாட்டை அறிந்து கொள்ளும் வழிவகைகள் பதினேழாம் நூற்றாண்டிலேயே இருந்தன. கன்ஃபூசியசின் மெய்ப்பொருள் கருத்துக்கள் பிரஞ்சு மொழியில் ஏறிப் பின் 1691 இல் கன்ஃபூசியசின் ஒழுக்கத் தத்துவங்கள் (*The Morals of Confucius*) என்று ஆங்கிலத்தில் வெளியிடப்பட்டது.

ஐரோப்பிய அரசியல், பொருளியல் மேலாதிக்கங்கள் ஆசியாவிலும், உலகின் பல பகுதிகளிலும் நிறுவப்பட்டதற்கு அப்பகுதிகள் பற்றியும், அங்கு வாழும் மக்களைக் குறித்தும், அவர் தம் சமயம், பண்பாடு, நாகரிகம் முதலியன சார்ந்த விரிந்த செய்திகள் சேகரிக்கப்பட்டும் பதினாறு, பதினேழாம் நூற்றாண்டுகளில் பல நூல்கள் ஆங்கில, ஐரோப்பிய மொழிகளில் எழுதி வெளியிடப்பட்டமை காரணமாகும்.

அக்கரையில் நெடுந் தொலைவிற்கப்பால் இருந்த நிலப்பரப்புகள் பற்றிய ஏட்டறிவு, ஐரோப்பியர் உலகியல் அறிவு வளம் பெற உதவிற்று என்பதை நமக்கு வரலாறு காட்டுகின்றது. ஐரோப்பியர் கடல் கடந்த நாடுகளைத் தெளிவாக அறிந்து கொள்வதில் கி.பி. முதல் நூற்றாண்டில் வாழ்ந்த தாலமி போன்றவர்களின் காலத்திலிருந்து மிகவும் அண்மைக் காலம் வரையிலும் ஏராளமான எழுத்தாளர்கள் எண்ணற்ற நூல்களை எழுதி வைத்திருக்கின்றனர். அக்கரை நாடுகளுக்குச் செல்வோர் அந்நாடுகளின் பல்வேறு சிறப்புகளை உற்றுநோக்கி, எவ்வெளற்றையெல்லாம் எழுதிக் கொண்டு வரவேண்டுமென்று 1650 ஆம் ஆண்டு வெளியான ஒரு நூல் பட்டியல் போட்டுக் காட்டியுள்ளது.

அயல் நாடுகளில் வாழும் மக்களின்

ஆகிருதி, வடிவம், தோலின் நிறம், உணவு,
பழக்க வழக்கங்கள், தொழில்,
நற்பண்புகள், தீய குணங்கள், கல்வியறிவு,
அறிவுத் திறன், திருமண முறைகள், பிறப்பு,
இறப்பு, ஈமச் சடங்கு, பெயர் சூட்டுதல்,
பேச்சு, மொழி, நாடு, அரசியல், சமயம்,
நகரங்கள், பெயர் பெற்ற இடங்கள், வரலாறு,

புகழ்பெற்றவர்கள், கண்டுபிடிப்புகள்,
புத்தாக்கங்கள்.

எனவே ஐரோப்பியர் பதினேழாம் நூற்றாண்டு சீனத்திற்கு வந்த காலையில், அப்பெருநிலத்தைப் பற்றி மார்க்கோபோலோ பதினான்காம் நூற்றாண்டில் காட்டியிருந்ததைவிட மேலும் பல புதிய செய்திகளை அறிந்து வைத்திருந்தனர்.

மிங்கு அரசு மங்கி வந்த காலம்

மிங்கு அரச குடி உச்ச நிலை எய்தியிருந்த சிறப்பு மங்கி வந்து கொண்டிருந்த காலம். அரச குடிகளின் ஆட்சிச் சுழற்சியில் இயல்பாக ஏற்படுகின்ற இறுதிக் கட்டத்தின் அறிகுறிகள் தெளிவாகத் தெரிந்தன. அரசவையில் அலிகளின் கை ஓங்கியிருந்தது. ஒழுக்கப் பண்புகள் சீர்கெட்டுப் போயிருந்தன. அறிவாளிகளிடையே பொறுப்பின்மை காணப்பட்டது. ,கூடுதலாக வரி விதிப்பும், பஞ்சமும் சேர்ந்து மக்களை வாட்டத் தொடங்கின. இது பதினேழாம் நூற்றாண்டின் தொடக்கத்தில் சீனப் பெரு நிலத்தில் இருந்து வந்த நிலை.

சீனம் இவ்வாறு சீர்கெட்டிருந்த நேரத்தில் சாங்கு ஷியன்-சங்கு, லீ சூ-செங்கு என்று இரு கிளர்ச்சிக்காரர்களின் தலைமையில் திடீரென்று புரட்சி தோன்றி, அவ்விருவரும் சுமார் இருபதாண்டுக் காலத்தில் (1628-1647) பரந்த சீன நாட்டின் பெரும் பகுதியைக் கைப்பற்றிக் கொண்டனர். அரச குடியின் இச்சீரழிவையும், நாட்டில் இருந்து வந்த குழப்ப நிலையையும், சீன நாட்டின் வடகிழக்கில் வாழ்ந்த மஞ்சு என்ற நாடோடி இனத்தார், தமக்குச் சாதகமாக்கிக் கொண்டனர். அவர்கள் மைய ஆட்சிக்கு அறை கூவல் விடுக்கலானர். அவர்கள் இறுதியாக 1644 ஆம் ஆண்டில் சீனப் பெருநிலத்தில் புதிதாகச் சிங்கு என்ற மஞ்சு அரச குடியைத் தோற்றுவித்துவிட்டனர்.

மஞ்சு

இன்று மஞ்சூரியா என்று அழைக்கப்படும் பகுதி சீனப்பெரு நிலத்தின் வடகிழக்கில் உள்ளது. இதில் இன்று உள் மங்கோலியத் தன்னாட்சிக் குடியரசின் ஒரு பகுதி, ஹெயிலுங்கியாங்கு, கிரின்,லியவோனிங்கு என்ற செஞ்சீன மாநிலங்கள் முதலியன அடங்கியுள்ளன. இதன் பரப்பளவு சுமார் 1,300,000 சதுர கிலோ மீட்டர் - 5,02,000 சதுர மைல். அங்கு வேட்டையாடியும், மீன்பிடித்தும் வாழ்ந்துவந்த உடலுறம் மிக்க மக்களினம் நிலவிற்று. அவர்கள் மஞ்சு என்றும் ஜர்ச்செடு என்றும் அழைக்கப்பட்டனர். அவர்கள் பன்னிரண்டாம் நூற்றாண்டில் சின் (தங்கம்) என்ற அரச குடியை (1115-1234) உண்டாக்கினர். அக்குடியினர் தெற்கில் வாழ்ந்த சங்கு என்ற குடிக்குப் பேராபத்தாக விளங்கினர்.

மஞ்சு என்ற ஜர்ச்செடுகளை மங்கோலியர் பதின்மூன்றாம் நூற்றாண்டில் வென்றடக்கிய போதிலும், சீன மிங்கு குடி மன்னர்களின் கீழ் முன்னர் கொண்டிருந்த தன்னாட்சியில் ஒரு பகுதியை மீண்டும் அடைந்தனர். மிங்கு அரச குடியினர் மஞ்சுகளை சியன்-சூ, ஹை-ஷி, யே-ஜென் என்று மூன்று ஆணை அதிகாரப்பகுதியினராகப் பிரித்திருந்தனர். மஞ்சுகள் மிங்கு அரசவைக்குத் திறையாகக் குதிரைகள், விலங்குகளின் மென்மயிர்த் தோல்கள், ஜின்செங்குக் கிழங்குகள் முதலியவற்றை அனுப்பி அவற்றுக்கு மாற்றாகச் சீன வேளாண்மைப் பண்டங்களைப் பெற்று வந்தனர்.

ஜர்ச்செடு என்ற இம்மஞ்சு இன மக்களின் எதிர்கால மேம்பாட்டிற்கு அவர்களின்

நாடு அமைந்திருந்த இடம் காரணமாகி, அவர்கள் அரசியல் முக்கியத்துவம் பெற நேர்ந்தது. அவர்கள் கொரியாவிற்கு வடக்கிலும், சீனர் ஏற்கெனவே குடியேறியிருந்த லியோவோதுங்கிற்கு மேற்கிலும் வாழ்ந்து வந்தனர். ஆதலால் சீனரின் அனுபவங்களையும், அரசியல் நிறுவன அமைப்பு முறைகளையும் அருகிலிருந்து கண்டறிந்து ஆதாயம் பெற்றுவிட்டனர்.

அவர்கள் வெகுவிரைவிலேயே உறையுள், உணவு, குடிப்பழக்கம் இவற்றில் சீனரின் செல்வாக்குகளுக்கு ஆளாயினர். பதினாறாம் நூற்றாண்டின் நடுப்பகுதியில் ஏராளமான சீனர்கள் தமது நாட்டின் எல்லையைத் தாண்டிச் சென்று, ஜர்ச்செடுகள் வேளாண்மைப் பண்ணைகளை அமைப்பதற்கும், கோட்டைகளையும், கோட்டை மாளிகைகளையும் கட்டுவதற்கும் கற்றுத் தந்தனர். இவ்வாறு மஞ்சுகளிடம் பொருளியல், தொழில் நுட்பவியல் துறைகளில் முன்னேற்றம் ஏற்பட்டதால், ஒரு காலத்தில் நாடோடிகளாகத் திரிந்த இம்மக்களின் குணப்பண்புகளில் சீனர் தொடர்பால் மாற்றம் ஏற்பட்டது. ஜர்ச்செடுகளான மஞ்சுகளை நிலப்பிரபுத்துவ முறையிலமைந்த வாழ்க்கையிலிருந்து மேலே ஏற்றுவதற்குத் தகுந்த ஒரு தலைவர் தோன்றக்கூடிய விதத்தில் நிலைமை அப்போது கனிந்திருந்தது என்பது காலங்கடந்து இன்று நோக்குகையில் புலனாகின்றது.

கிழக்கு எல்லையில் வெடித்த சண்டைகளை அடக்குவதில் சியன்-சூ என்ற மஞ்சு ஆணையதிகாரப் பகுதியின் தலைவர் சீன அரசிற்கு உதவியதால், மிங்கு அரசகுடி அவருக்கு லீ என்ற பெயரைச் சூட்டிப் பெருமைப்படுத்திற்று. இந்த ஆட்சிப் பகுதி வலக்கிளை இடக் கிளை என்று இரண்டு பிரிவுகளாகப் பிரிக்கப்பட்டு லியோவோதுங்கு என்ற சீன மாநிலத்தில் இருந்த சீனத் தளபதியின் கட்டுப்பாட்டின்கீழ் விடப்பட்டிருந்தது.

இடக்கிளையின் தலைவரான ஜியோ கங்காவும், அவர் மகன் தக்சியும் 1574 இல் சீனப்படைத் தலைவரான லீ செங்கு-லியாங்கு என்பவருடன் சேர்ந்து கொண்டு, சீனப் பேரரசிற்கு அடங்காது இருந்து வந்த வலக்கிளையின் தலைவரை மடங்கச் செய்தனர். இவ்வாறு மடங்கிய தலைவரின் மகனுக்கு எதிராக 1582 இல் இரண்டாம் முறை படையெடுத்த போது ஜியோ கங்காவும், தக்சியும் இறந்தனர். அதன் பின்னர் இறந்தவர்களின் குடும்பத்தில் உள்சண்டை வலுத்தது. தக்சியின் 24 வயது மகன் நுராசி அப்பூசலில் வெற்றி பெற்றுத் தன் தந்தையின் இடத்தில் இடக்கிளையின் தலைவரானார்.

நுராசி எழுச்சி

நுராசி *(1569-1626)* இளவயதில் சீனப்படைத் தளபதி லீ செங்கு-லியாங்கின் வீட்டிற்கு அடிக்கடி செல்வார். அவருக்கு மூன்று குடியரசுகளின் வீரகாதை (சன் குவோ யென்-யி), மனிதரனைவரும் சோதரர் (ஹுய் ஹுசுவான்) என்ற சீனப் புதினங்கள் மீது பேரார்வம் ஏற்பட்டது. அவருக்கு எல்லை விவகாரங்கள் நன்கு தெரிந்திருந்தன. வாழ்க்கையில் பெரிய ஆசைகளை வைத்திருந்த மஞ்சு-ஜர்ச்செடு குடியின் தலைவரான நுராசி தன் தந்தையையும், பாட்டனையும், கொன்றவர்களைப் பழிதீர்க்க உறுதிகொண்டார். அவர் இக்குறிக்கோளை முனைந்து நிறைவேற்றத் துடித்தார்.

சீனத்தைத் தாக்குவது என்ற தன் திட்டம் நிறைவேற வேண்டுமாயின் ஜர்ச்செடு இன மக்களை ஒன்று சேர்த்தாக வேண்டும் என்பதை நுராசி உணர்ந்தார். சீனப் பேரரசை ஆண்டு வந்த மிங்கு அரசகுடி மீது தாக்குதல் நடத்துவதில் தனக்குள்ள வாய்ப்பு வரம்புகளை உணர்ந்து, அந்த ஆசையை அடக்கிக் கொண்டு காலம் கனியட்டும் என்று காத்திருந்தார்.

அவர் மிகவும் கெட்டிக்காரத்தனமாகத் திருமண உறவுகளைச் செய்து கொண்டு, வரிசையாகப் பல சண்டைகளிலும் வெற்றி பெற்றார். அவர் அதனால் அதிகாரத்திலும் அந்தஸ்திலும் உயர்ந்து எழுந்தார். அவரிடம் சிறைப்பட்ட குங்கு செங்கு-லியூ என்ற சீனர் அவருடைய நம்பிக்கைக்குரிய ஆலோசகராகி, நுராசியின் கடிதப் போக்குவரவுகளைக் கவனித்தும், ஆவணங்களைத் தொகுத்து வைத்தும் உதவியாக இருந்தார்.

நுராசி இவ்வாறு ஆயத்தம் செய்து கொண்டிருந்த வேளையில், மிங்கு பேரரசின் மீது விசுவாசம் காட்டுவதை நிறுத்தவில்லை. அவர் 1590 ஆம் ஆண்டு சீனப் பேரரசிற்குத் தானே திறைப் பொருள்களை எடுத்துக் கொண்டு பீகிங் சென்றார். நுராசி ஜப்பானியப் படையெடுப்பிற்கு எதிராகக் கொரியாவைப் பாதுகாப்பதற்கென்று ஒரு படையைத் தன் தலைமையில் நடத்திச் செல்வதற்கு முன்வந்தார். மிங்கு பேரரசர் இதைப் பாராட்டும் வகையில் ஜர்ச்செடு இனத்தலைவர்களுக்கு அளிக்கப்படும் வேதாள புலி தளபதி என்ற பெரிய பட்டத்தை நுராசிக்கு அளித்தார்.

நுராசி இவ்வாறு சிறுகச்சிறுகச் தனது நிலையையும் வலிமையையும் ஏற்றிக்கொண்டெ வந்தார். இராணுவ வெற்றிகளைப் பொருளாதாரம் என்ற அடிப்படை மீது வலுவாக ஊன்றுவதற்காக, வாணிபத்தில் தனக்கிருந்த முன் அனுபவத்தை வைத்துப் பெருஞ் செல்வம் திரட்டினார். அவர் முத்து, மென் மயிர்த்தோல், ஜின்செங்குக் கிழங்கு இவற்றின் வாணிபத்தில் ஏகபோகம் செலுத்தினார்.

(ஜின்செங்கு என்பது கொரிய நாட்டில் விளையும் கிழங்கு வகையினதாகும். இது ஆண்மை விருத்திக்கு உதவும் என்று சீனர் நம்பினர். அது உடல் வலிமை தரும் மருந்துச் சரக்காக இன்று உலகெங்கும் பயன்படுத்தப்பட்டு வருகின்றது. இக்கிழங்கு வேர் கிட்டத்தட்ட மனித உருவை உடையது.)

நுராசி அண்டை அயலாரைத் தாக்கும் வலிமை தனக்கு வந்து விட்டது என்பதை 1599 இல் உணர்ந்தார். அவர் நயந்தும், பயந்தும் பலரைத் தன் ஆளுகைக்குள் கொண்டு வந்தார். அவர் 1607 வாக்கில் மிகவும் வலிமை வாய்ந்த நிலையை எய்தினார். மங்கோலியர் அவருக்குக் குண்டுலென் ஹன் என்ற பட்டத்தை அளித்தனர். அவர் 1608 இல் லியோவோதுங்கில் (லியோவோதுங்கு வடகிழக்குச் சீனத்தின் தீவக்குறை; இது தென் மஞ்சூரியாவில் உள்ளது; இத்தீவக்குறை கொரியாவிற்கும் வடகிழக்குச் சீனத்திற்குமிடையே பசிபிக்கின் ஒரு பகுதியான ஆழங் குறைந்த மஞ்சள் கடல் வரையில் தெற்கு நோக்கி நீள்கின்றது. இது தென் மஞ்சூரியாவிலுள்ள வடகிழக்குச் சீன மாநிலமான லியோனிங்கில் இருக்கின்றது. லியோனிங்கு மாநிலத்தின் தென்பகுதி லியோவோதுங்கு ஆகும்.) இருந்த மிங்கு பேரரசின் படைத் தலைவருடன் முறைப்படி செய்த ஒப்பந்தப்படி தனது நாட்டின் எல்லைகளை வரையறுத்தார். சீனர் அந்த எல்லையைத் தாண்டலாகாது என்று தடை விதித்தார்.

புதிய ஜர்ச்செடு வரி வடிவம்

நுராசி 1613 வாக்கில் ஜர்ச்செடு இனத்தில் ஹை-ஷி ஆட்சிப் பகுதியில் இருந்த யெகே (*Yehe*) என்ற குடி ஒன்றைத்தவிர, அனைவரையும் அடக்கிவிட்டார். யெகே குடியினர் மிங்கு படையினரின் உதவியுடன் நுராசியை எதிர்த்தனர்.

ஜர்ச்செடு மக்கள் ஏறத்தாழ 1444 முதல் பயன்படுத்தி வந்த மங்கோலிய வரிவடிவின் இடத்தில், ஜர்ச்செடு எழுத்தை உண்டாக்கினர். புதிய அரசு ஒன்றை உருவாக்கும் முயற்சியில் இது முதற்படியானது. அவர் 1601 இல் கொடி முறை என்ற புதிய

1723

படையமைப்பு முறையை உருவாக்கினார். இம்முறைப்படி அவரது படை வீரர்கள் ஒவ்வொன்றிலும் 300 பேரடங்கிய நான்கு கூட்டங்களாக (கம்பெனிகளாக) இருப்பர். அக்கூட்டம் ஒவ்வொன்றும் மஞ்சள், வெள்ளை, நீலம், சிவப்பு என்று நான்கு நிறங்களில் கொடிகளைக் கொண்டிருக்கும். அவை 1615 வாக்கில் இருநூறு கம்பெனிகளாகப் பெருகின. எனவே மேலும் நான்கு கொடிகள் உண்டாக்கப்பட்டன. அக்கொடிகள் மேற்கூறிய நான்கு நிறங்களைக் கொண்டிருந்தனவெனினும், செங்கொடி தவிர ஏனைய நிறக் கொடிகளில் சுற்றிலும் சிவப்புக் கரையிருக்கும். செங்கொடிக்கு வெள்ளைக் கரை உண்டு.

பின்னர் கொடிப் படையின் எண்ணிக்கையை 7500 வீரராக உயர்த்தி, அவற்றை ஐந்து ரெஜிமெண்டுகளாகப் பிரித்து, ஒவ்வொரு ரெஜிமெண்டும் ஐந்து கம்பெனிகள் அடங்கியதாக அமைக்கப்பட்டது. நுராசி இவ்வாறு தன் படை பலத்தைப் பெருக்கியதும், 1616 ஆம் ஆண்டு, சீன் என்ற அரசு நிறுவப்பட்டதாகத் துணிந்து அறிவித்து விட்டார். தன்னை விண்ணுலகமர்த்திய பேரரசர் (தியன்-மிங்கு) என்று அழைத்துக் கொண்டார். அதற்கு இரண்டாண்டுகளுக்குப் பிறகு குவில்குவா இன மங்கோலியரின் உதவியுடன் சீனப் பெருநிலத்தைத் தாக்குவதற்கு ஆயத்தமானார்.

ஏழு பெருங்குற்றங்கள்

நுராசி சீனப் பேரரசின் மிங்கு குடிமீது ஏழு பெருங்குற்றங்களைக் கூறினார்;

தன் தந்தையையும், பாட்டனையும் கொன்றது; தனக்கு எதிராக யெகி குடியினருக்கு உதவி செய்தது; சீன மக்களை எல்லை தாண்டுவதற்கு அனுமதித்தது; மிங்கு பேரரசர் தரங் குறைந்த தூதரைத் தன்னிடம் அனுப்பி வைத்தது உள்பட ஏழு குற்றங்களை நுராசி சாட்டினர். அவர் இவ்வாறு சீனப் பேரரசின் மீது பலர் அறியக் கூறிய இக்குறைகளைப் போர்ப் பிரகடனம் என்று கொள்ளலாம்.

நுராசி சீன எல்லையை நோக்கி விரைந்து வடகிழக்குச் சீனத்தின் மையப்பகுதியிலுள்ள ஃபூஷன் என்ற முக்கியமான நகரத்தைப் பிடித்துக் கொண்டார். (ஃபூஷன் நகரம் உலகில் நிலக்கரி வளஞ் செறிந்த பகுதிக்கு அருகில் இன்றுள்ளது. இங்கு வடகிழக்கு ஆசியாவிலேயே மிகப்பெரிய அனல்மின் நிலையம் அமைந்திருக்கின்றது.) நுராசி சீன விற்பன்னரான ஃபான் வென்-செங்கு என்றவரைச் சிறைப்பிடித்துத் தன்பக்கம் சேர்த்துக் கொண்டார். இந்த அறிஞர் நுராசிக்குப் பின் ஆட்சிக்கு வந்தவர்களுக்கும் அமைச்சராக விளங்கினார்.

சீனப்படை தோல்வி

மிங்கு அரசவை 90,000 வீரர் அடங்கிய ஒரு பெரிய படையை நுராசியை ஒடுக்குவதற்கென்று அனுப்பியது. அவர் அப்படையை ஃபூஷன் நகரின் கிழக்கே சர்கு என்ற இடத்தில் தோற்கடித்தார். இந்த வெற்றி வேகத்தில் ஜர்ச்செடு இனத்தின் யெகி குடியை 1619 ஆம் ஆண்டு வென்றார். அதையடுத்து மிங்குகளுக்கு எதிராக நடந்த சண்டைகளில் நுராசி 1621 மே மாதம் லியோவோயாங்கு, முக்தன் என்ற நகரங்களைக் கைப்பற்றினார். (லியோவோயாங்கு; வடகிழக்குச் சீனத்தின் தென் மஞ்சூரியாவில் லியோனிங்கு மாநிலத்தில் உள்ளது என்பதை மேலே கண்டோம். முக்தன்; இதுவும் வடகிழக்குச் சீனத்தின் தென் மஞ்சூரியாவிலுள்ள மதில் சூழ்ந்த கோட்டை நகராகும். இதன் இன்றைய பெயர் ஷென்யாங்கு: இது இன்று லியோனிங்கு மாநிலத்தின் தலைநகரம். இது 1644 முதல் 1912 வரை மஞ்சு அரச குடியின் தலைநகராக இருந்தது.)

அதற்கு ஓராண்டிற்குப் பிறகு வெற்றியின் உச்சத்தில் நின்று கொண்டிருந்த நுராசி, நிங்கு-யூவான் என்ற இடத்தைத் தாக்கினார். அதைக் காத்து நின்ற மிங்கு படைத்தலைவர், ஏசு சபைச் சாமியார்கள் வார்த்தெடுத்த பீரங்கிகளைக் கொண்டு நுராசியைத் தோற்கடித்தார். நுராசி வாழ்க்கையில் முதன் முதலாக அடைந்த பெருந்தோல்வி இதுவேயாகும். அவர் இப்போரில் காயமுற்று, அதற்கு ஏழு மாதங்கள் கழித்து இறந்தார்.

அபாஹை

நுராசியின் ஏழாவது மகன் அபாஹை (1592-1643) தன் தந்தையின் முற்றுப்பெறாப் பணியை முடித்து வைக்கப் புறப்பட்டார். அவர் தன் பின்னணியைப் பாதுகாக்கவும், ஆண்டு தோறும் வெள்ளியில் கப்பம் பெறவும், கொரியாவை முதலில் தாக்கினார். (கொரியா; இக்கிழக்காசிய நாடு ஜப்பான் கடலுக்கும் ஏற்கெனவே கூறிய மஞ்சள் கடலுக்கும் இடையில் உள்ளது. இது ஒரு தீவக்குறை. இன்று இந்நாடு வடகொரியா தென் கொரியா என்று பிளவுபட்டுக் கிடக்கின்றது. அவற்றை இணைக்கும் பேச்சு நடந்து வருகின்றது. ஜெர்மனி போன்று இவையும் இணையலாம்.) அவர் அதன் பிறகு சீனத்தின் பக்கம் திரும்பினார்.

அவர் ஷி-ஃபெங்கு-கூ என்ற இடத்தில் சீனப் பெருஞ்சுவரை உடைத்துக் கொண்டு பீகிங்கை நோக்கி முன்னேறினார். அபாஹை அங்கு கொள்ளையடித்து விட்டுப் பெருஞ் செல்வத்துடன் தலைநகரான முக்தனுக்கு மீண்டார். அபாஹை அங்கு 1631 இல் மிங்கு அரசவை ஆட்சி முறையின் மாதிரியில் ஆறு வாரியங்களுடன் கூடிய பொது நிர்வாக அமைப்பை உண்டாக்கினார். மஞ்சுகளின் கொடிமுறை அமைப்போடு கூடிய இராணுவ அரசியலமைப்பு என்பது, இவ்வாறு சீன மாதிரியில் நிறுவிய பொது ஆட்சி நிர்வாக முறையாக உருப்பெற்றது.

இந்நிர்வாக அமைப்பில் மஞ்சு இளவரசர் பெயருக்கு இயக்குநராயிருந்தார். ஏனெனில் அவர் போர்க் களத்தில்தான் பெரிதும் இருந்தார். அவரது ஆட்சி நிர்வாகப் பொறுப்பை ஒரு மங்கோலியர் ஒரு சீனர் உள்பட, மூன்று முதல் ஐந்து உதவியாளர் கவனித்துக் கொண்டனர். தண்டனை வாரியத்தில் மட்டும் இரண்டு சீன உதவியாளர் இருந்தனர். அவர்கள் மிகவும் நுணுக்கமான சட்ட விஷயங்களில் வல்லுநராக இருந்தது இதற்குக் காரணமாகலாம். இதுதான் மஞ்சு-சீன இரட்டையாட்சியின் தொடக்கம் எனலாம். இந்த ஆட்சிமுறைதான் 1912 வரை நீடித்த சிங்கு என்ற மஞ்சு அரச குடியின் ஆட்சி நிர்வாகத்தில் 268 ஆண்டுகள் நீடித்து வந்தது.

மஞ்சுஸ்ரீ மஞ்சுவானது?

அபாஹை தன்னுடன் சேர்ந்து கொண்ட சீனர்களின் ஆலோசனைப்படி ஜர்ச்செடு, சியன்-சூ என்ற பெயர்களைப் பயன்படுத்தலாகாது என்றும், அவற்றின் இடத்தில் மஞ்சு என்ற பெயரை வழங்கவேண்டுமென்றும் 1635 இல் ஆணை பிறப்பித்தார். அவர் 1636 மே 14 அன்று தன் குடியின் பெயரைச் சீன் என்றதிலிருந்து சிங்கு என்று மாற்றிவிட்டுத் தன்னைப் பேரரசர் என்று பிரகடனம் செய்தார்.

சீன மேலாண்மையை நினைவு படுத்துகின்ற எதுவாயினும், அதை அழித்து விடவும், தன் இனத்தார் மிங்கு ஆட்சியில் சிற்றரசர்களாக இருந்து வந்ததை மறைக்கவும் அபாஹை விரும்பினார் என்பது தெளிவு.

மஞ்சு என்ற சொல்லின் தோற்றம் சற்று ஆர்வமூட்டுவதாகும். மஞ்-சு என்ற சீன

மொழிப் பெயரின் திரிபு இது என்பது சிங்கு (மஞ்சு) குடியின் பேரரசரான சியன்-லுங்கின் (1736-1795) கருத்தாகும். மஞ்-சு என்பது தொடக்கத்தில் ஜர்ச்செடு அரசின் பழம் பெயராக இருந்தது. மஞ்-சு என்ற பெயர் ஜர்ச்செடு, மங்கோலியர், திபேத்தியர் ஆகியோரிடையே மரியாதைக்கும், மதிப்பிற்குமுரிய பெயராக இருந்து வந்தது என்பர் அறிஞர். மஞ்சு என்ற சொல் அற்புத அதிர்ஷிடம் என்ற பொருளைத் தரும் மஞ்சுஸ்ரீ என்ற சம்ஸ்கிருதச் சொல்லிலிருந்து வந்தது என்று ஷியாவோ ஐ-ஷான் என்ற பேராசிரியர் கூறுகின்றார். ஜர்ச்செடு இனத்தார்க்கு அனுப்பி வைக்கப்பட்ட பௌத்த மறை நூல்களில் அற்புத அதிர்ஷ்டம் என்ற பொருளைத் தரும் மஞ்சு என்ற சொல் காணப்படுகின்றது.

மஞ்சு, சிங்கு என்ற பெயர்களைக் குறித்து மேலும் பல விளக்கங்கள் தரப்படுகின்றன.

சீன நாட்டில் மூவேந்தரா?

சீன நாட்டு வரலாற்றில் தமிழ் மூவேந்தரோடு பல வகையிலும் ஒத்த மூன்று அரசர்கள் கூறப்படுகின்றனர் என்றும், அவருள் முதல்வன் பூஹி (பூமியன்) என்பான் என்றும், அவன் தன் வில் வலியால் வேட்டையாடி வாழ்ந்து வந்த தன் நாட்டவர்க்குத் தலைமை எய்தினான் என்றும், அதன்பின் ஷோ ஹா ஷென்னி (சோழன் = சென்னி) உண்டாயினானென்றும், அவன் நீர்நிலை கண்டு நிலங்களைத் திருத்திப் பயிர்களை வளர்த்துத் தன் நாட்டை உணவால் வலுப்படுத்தினவன் என்றும், இதன் பின் ஹாண்டி (பாண்டியன்) உண்டாயினன் என்றும், அவன் தேர் முதலியவை ஆக்கினான் என்றும், இசையளவு கண்டானென்றும் தமிழறிஞர் ரா.இராகவையங்கார் தமது தமிழ் வரலாறு என்ற நூலில் (பக்கம் 57, 58) கூறியுள்ளார். இக்கூற்றுக்கு ஆதாரம் இன்னதென்று நமக்குப் புலனாகவில்லை. எனினும் இது வலிந்து கூறப்பட்டது என்பதில் ஐயமில்லை. பழம் பெயர்களுக்குப் பின்னாளில் அறிஞர் விளக்கம் காண முற்படுகையில் இப்படிப்பட்ட கற்பனைக் குதிரைகள் பறப்பது இயல்பு.

யிங்கு-யான், பஞ்சபூதங்கள் என்ற கொள்கைகளுக்கு ஏற்ப இப்பெயர்கள் வலிந்து உண்டாக்கப்பட்டன என்பாருமுளர். மிங்கு அரச குடியைக் குறிக்கும் எழுத்துக்குறி பிரகாசம் என்றும், அவ்வரச குடியின் சூ என்ற பெயரைச் சுட்டும் எழுத்துக்குறி சிவப்பு என்றும் பொருள்படும். பிரகாசம், சிவப்பு இரண்டும் சேர்ந்தால் அது தங்கத்தை உருக்கும் நெருப்பாகி விடும். அது பன்னிரண்டாம் நூற்றாண்டில் நிலவிய சீனப் பேரரசின் சீன் என்ற அரசகுடியைச் சுட்டும் எழுத்துக் குறியின் தன்மையைக் காட்டுகின்றது. எனவே அமங்கலமான சீன் போன்ற பெயரை மாற்றியாக வேண்டும் என்ற நிலை உருவானது.

ஆனால் பன்னிரண்டாம் நூற்றாண்டில் நிலவிய (1115-1234) சீன அரசைப் போன்றதொரு புதிய அரசை உண்டாக்க வேண்டுமென்பதற்காகவும், நுராசி ஜர்ச்செடு இனத்தாரிடையே பழைய நினைவுகளைத் தூண்டவேண்டுமென்பதற்காகவும், 1616 இல் சீன் என்ற பட்டப் பெயரை முதன் முதலில் வைத்துக் கொண்டார் என்பது நினைவிற் கொள்ளத்தக்கது. எனினும் அபாஹை காலமான 1630 ஆம் ஆண்டுகளில் உணர்ச்சியைத் தூண்டும் சீன் என்ற இந்தப் பெயருக்கு அவசியமில்லாது போயிற்று.

பழம் பெருமையும் புதுப் பெருமையும்

சீனரில் பலர் மிங்கு அரச குடியை வீழ்த்த வேண்டுமென்பதற்காகப் புதிய அரசுடன் ஒத்துழைத்தனர். எனவே சீனரின் ஆதரவைப் பெறவும், அவர்களின் உணர்ச்சியைப்

புண்படுத்தாதிருப்பதற்கும் ஏற்ற வகையில் மஞ்சுகள் நடந்து கொள்ள வேண்டி வந்தது. எனவே சீன் என்ற குடிப்பெயரை வைத்துக் கொள்வது உகந்ததாகாது. ஏனென்றால் அந்த ஆட்சியின் பெயரானது கொலை, கொள்ளை இவற்றுடனும், ஜர்ச்செடுகளின் நாட்டின் மீது நடந்த படையெடுப்புடனும் தொடர்புடையது. ஆகவே அந்த அமங்கலமான பெயரை அபாஹை விடுத்துத் தூய்மை என்ற பொருளைத் தரும் சிங்கு என்ற பட்டப் பெயரைக் குடிப்பெயராகச் சூடிக் கொண்டார்.

சீன் என்பதைக் குறிக்கும் எழுத்துக்குறியும், சிங்கு என்பதைக் குறிக்கும் குறியும் கிட்டத்தட்ட ஒன்றுபோல ஒலிக்கின்றன. எனினும் அவற்றின் பொருள்கள் பெரிதும் வேறுபடுகின்றன. மேலும் சிங்கு என்பது சீன மொழிச் சொல் போல் ஒலிக்கின்றது. ஆதலால் சீனர் அதை மிக எளிதில் ஏற்பர்.

பழைய சீன் பேரரசு சீனப்பெரு நிலத்தின் வடபாதியை மட்டுமே வென்றது; சீனம் அனைத்தையும் அன்று என்பது வரலாற்று உண்மை. ஆகவே அபிலாசை மிக்க அபாஹை இப்படிப்பட்ட அரைகுறை வெற்றியோடு மனநிறைவடையாது, இதில் புதிய தொடக்கம் செய்ய வேண்டுமென்று புதுப்பெயரைத் தன் குடிக்குச் சூடிக் கொண்டார்.

சிங்கு என்ற மஞ்சு இனமக்களின் அரசகுடி சீனத்தைக் கடைசியாக ஆண்ட குடி என்பதாலும், அதன் ஆட்சி முடிந்த பிறகு சீனத்தில் முடியரசோ, பேரரசோ இல்லையென்பதாலும், இக்குடியின் வரலாற்றை இங்கு சுருக்கியுரைக்க நேர்ந்தது.

1723

பீகிங்கைப் பிடித்தல்

அபாஹை இப்போது சீனத்தின் மீது படையெடுக்க ஆயத்தமானார். அவர் 1640 இல் சிஞ்சோவ் என்ற இடத்தைத் தாக்கினார். சிங்கு அரசு 1,30,000 பேர் கொண்ட பெரும் படையை ஹங்கு செங்கு-சூ என்ற படைத்தளபதியின் கீழ் அனுப்பி வைத்தது. எனினும் அபாஹை இப்போது தன் ஆதிக்கப் பரப்பைச் சீனப் பெருஞ்சுவரிலுள்ள முக்கியமான ஷான் ஹை குலான் என்ற கணவாய் வரையிலும் விரித்த போதிலும், அங்கிருந்த மிங்குப் பெரும்படையுடன் மோதுவதற்குத் துணியவில்லை.

மாறாக, அவர் வட மஞ்சூரியாவின் பக்கம் திரும்பி ஆமூர் ஆற்றுப் பகுதி முழுவதையும் கைப்பற்றிச் சிங்கு ஆட்சிப் பரப்பில் சேர்த்து விட்டார். இந்த இடத்தில் அவர் உடல் நலம் குன்றவே, தனது ஐம்பத்தொன்றாவது வயதில் இறந்தார். அப்போது அவரின் ஐந்து வயது மகன் ஃபூ-லின் (1638-1661) பட்டத்திற்கு வந்தார். அவருக்கு அரச காப்பாளராக நுராசியின் தந்தையுடன் பிறந்தார். மகனான ஜிர்கலாங்கும், நுராசியின் பதினான்காவது மகனான தோர்கனும் இருந்தனர்.

மிங்குப் பேரரசு மஞ்சூரியரின் எழுச்சியினால் மட்டுமின்றி, உள்நாட்டுக் கிளர்ச்சிகளாலும் ஆபத்திற்குள்ளானது. தோர்கன் புரட்சித் தலைவர்களுடன் தொடர்பு கொள்ள முயன்றபோது, அவரது எண்ணம் ஈடேறு முன்னரே, லீ சூ-செங்கு (1605-1645) என்ற புரட்சித் தலைவர் 1644 ஏப்ரல் கடைசியில் பீகிங்கை நோக்கி முன்னேறினார்.

(பீகிங் இன்று பீஜிங்கு என்று பெயர் பெற்றுள்ளது) இது சீனத்தின் வடகிழக்கில் ஹோப்போ மாநிலத்தின் நடுவில் உள்ளது. இந்நகரம் கி.மு.12 ஆம் நூற்றாண்டிலிருந்து நிலவி வருகின்றது.)

மிங்கு அரசின் படையினர் அரிதின் முயன்ற போதும், பீகிங் நகரம் புரட்சிக்காரரிடம் வீழ்ந்தது. புரட்சித்தலைவர் லீ-சூ-செங்கு ஏப்ரல் 25 அன்று பீகிங்கிற்குள் நுழைந்தார். மிங்கு பேரரசர் தூக்கிட்டு இறந்தார்.

மஞ்சு வெற்றி

தோர்கன் சீனப் பெருநிலத்தில் நடந்ததையெல்லாம் கவனித்துக் கொண்டு காத்திருந்தார். மிங்கு படைத்தலைவரான ஊசன்-குவெய் இப்போது தோர்கனை உதவிக்கு அழைத்தார். உடனே மஞ்சு படைகள் பீகிங்கை நோக்கி முன்னேறின. புரட்சித் தலைவர் லீ அரண்மனையில் ஒரு பகுதிக்கும், ஒன்பது வாயில்களைக் கொண்ட நகரின் கோட்டைக்கு அருகிலும் தீ வைத்துவிட்டு மஞ்சு படைகள் வருமுன்னர் மேற்கு நோக்கித் தப்பி ஓடினார். மஞ்சு படைகள் ஜூன் 6 அன்று பீகிங்கினுள் நுழைந்தன.

மிங்கு பேரரசின் சாவிற்குப் பழி வாங்குவதற்காகவும், அப்பேரரசைப் புரட்சிக்காரரிடமிருந்து பாதுகாப்பாற்றவுமே தாம் சீனத்திற்குள் நுழைந்ததாக மஞ்சூரியர் அறிவித்தபோதிலும், இப்பெருநாட்டைக் கவர்வது தான் அவர்களின் உள்நோக்கமாயிருந்தது. மஞ்சுகளின் சிங்கு அரசவை முக்தனிலிருந்து 1644 அக்டோபர் மாதம் பீகிங்கிற்கு மாறியது. சீனத்தில் இவ்வாறு அன்று தொடங்கிய சிங்கு அரசகுடியின் ஆட்சி 1911 வரை நீடித்திருந்தது.

சிங்கு குடியின் முதற் பேரரசர் ஷன்-ஷி (1644-1661)

சிங்கு குடியின் முதற் பேரரசர் பெயர் ஃபூ-லின். எனினும் பேரரசர் தனது இயற்பெயரால் அழைக்கப்படலாகாது என்ற மரபிற்கிணங்க ஷன்-ஷி என்று அறியப்படலானார். ஆட்சியதிகாரம் அரச காவலரான தோர்கனின் கைகளில் இருந்தது.

ஷன்-ஷி 1644 அக்டோபர் 30 அன்று தனது ஆறாவது வயதில் சிங்கு அரச குடியின் முதற் பேரரசரானார். அவர் அதற்கு ஏழாண்டுகளுக்குப் பிறகு 1651 இல் ஆட்சிப்பொறுப்பைத் தன் கையில் எடுத்துக் கொண்டது வரையிலும் அரச காப்பாளரான தோர்கன் அனைத்து அதிகாரங்களையும் கொண்டிருந்தார். அவர் அப்போது ஷென்சி, ஹோனான், ஷாங்குதுங்கு, கியங்குனான், கியாங்குசி, ஹூப்பே, சேகியாங்கு, சேச்சுவான், ஃபூக்கியன் என்ற சீன மாநிலங்களையெல்லாம் சிங்கு பேரரசுடன் சேர்த்துவிட்டார்.

தோர்கன் மஞ்சூரியரின் பழக்க வழக்கங்களைச் சீனர் கைக்கொள்ளச் செய்தார். சீனர்களை அரச ஊழியர்களை ஏற்க வருமாறு வரவேற்றார். அவர்கள் மஞ்சூரிய ஆடைகளை அணியும் சலுகைகளையும் அவர்களுக்குத் தோர்கன் தந்தார். இருப்பினும் அவர் பிறப்பித்த இரண்டு ஆணைகள் சீனருக்கு நிரம்ப எரிச்சலூட்டின.

கட்டாயப் பின்னல் சடை

ஒன்று; சீன ஆடவர் மஞ்சூரியரைப் போன்று கட்டாயமாகப் பின்னல் சடை போட்டுக் கொள்ளவேண்டும் என்றது; மற்றொன்று வளஞ்செறிந்த சீனப் பண்ணைகளை மஞ்சூரியப் பிரபுக்களுக்கும், இளவரசர்களுக்கும் பகிர்ந்தளித்தது.

தோர்கன் இனிமேல் தான் அடையக்கூடிய உயர்நிலை எதுவுமில்லையென்பதை உணர்ந்ததும், பெரிய ஏமாற்றமடையவே, சிற்றின்ப விளையாட்டில் ஈடுபட்டார். அவர் 1650 ஆம் ஆண்டு இறுதியில் வேட்டையாடச் சென்றபோது, சீனப்பெருஞ்சுவரருகே தனது முப்பத்தெட்டாவது வயதில் இறந்தார்.

ஷன்-ஷி அரசப் பொறுப்புகளை ஏற்றதும், ஆட்சியமைப்பில் பல மாறுதல்களைச் செய்தார். இவர் காலத்தில் பேரரச அரண்மனை நிர்வாகப் பொறுப்பைக் கவனித்து வந்த அமைச்சு, 1653இல் நீக்கப்பட்டு, அப்பொறுப்புகள் மிகுந்த செல்வாக்குப் படைத்த அந்தப்புர அலிகளிடம் ஒப்படைக்கப்பட்டன. அலி என்போர் இருபாலுமற்ற மனிதர்.

அலிகள் பொது விவகாரங்களில் தலையிடலாகாது என்று எச்சரிக்கப்பட்டிருந்தாலும், அவர்களைக் கட்டுப்படுத்த இயலாது போகவே, 1600 ஆம் ஆண்டு அலிகளின் நிர்வாக அமைப்பு முறை ஒழிக்கப்பட்டது. ஷன்-ஷி அம்மை கண்டு 1661இல் இறந்தார்.

காங்கு-ஷி (1662-1722)

பேரரசர் ஷன்-ஷி இறந்ததும், அவரின் மூன்றாவது மகன் ஷுவான்-யே ஏழாவது வயதில் பட்டத்திற்கு வந்தார். இவரது பேரரசப் பெயர் காங்கு-ஷிஆகும். இவர் அம்மை நோயிலிருந்து தப்பிப்பிழைத்தமைக்காகவே பேரரசராக்கப்பட்டார். இவர் சிறுவராயிருந்த காலத்தில் ஆட்சி நிர்வாகத்தை நடத்துவதற்கென்று நான்கு அரச காப்பாளர் இருந்தனர்.

இவரது ஆட்சிக் காலத்தில் பாராட்டத்தக்க பல நற்பணிகள் நடந்தன. இவர் மக்களின் இன்னல்களை நன்குணர்ந்து, சீனரின் பண்ணைகளை மஞ்சூரியா கவர்ந்து வந்த வழக்கத்தை நிறுத்தினார். அவர் மஞ்சளாறு, ஹுவாய் ஆறு ஆகியவற்றில் வருகின்ற வெள்ளப் பெருக்கைப் பற்றிக் கவலை கொண்டு, தானே நேரில் நின்று வெள்ளப் பாதுகாப்புப் பணிகளைச் செய்தார். அவர் கியாங்சு, சேகியாங்கு என்ற தென் மாநிலங்களுக்குச் சென்றார். வடக்கிலிருக்கும் கணவாய்களையும் ஆறு முறை கடந்து அப்பால் சென்றார்.

மக்களின் வாழ்க்கை முறையை நேரில் அறிந்து கொள்ளவும், மைய அரசிற்கும் நாட்டின் பல்வேறு பகுதிகளுக்குமிடையே நல்லுறவு ஏற்படவும், அவரது இப்பயணங்கள் துணைபுரிந்தன.

1723

பேரரசர் காங்கு-ஷி எண்ணற்ற தடவைகளில் நிலவரி, தானிய வரிகளைக் குறைத்தார். அவரது முதல் நாற்பத்து நான்காண்டுக் கால (1662-1705) ஆட்சியில் சுமார் 90 மில்லியன் டாயில் (சீன நாணயம், இதன் மதிப்பு 1600-1814 ஆண்டுகளுக்கு இடைப்பட்ட காலத்தில்; மூன்று டாயில் = ஓர் அமெரிக்க டாலருக்குச் சமம்.) வரி வருவாய் 1713 இல் மட்டும்தான் சுமார் 33 மில்லியன் டாயிலாகக் குறைந்தது.

அவர் முழு மூச்சாக நீதியை நிலை நாட்டி அரசில் நிலவிய ஊழல்களையெல்லாம் ஒழித்தார். அரசப் பணிக்கென நடத்தப்பட்டு வந்த சிவில் சர்வீஸ் தேர்வுகளில் நடந்த முறைகேடுகளை மிகவும் கடுமையாகத் தண்டித்தார்.

சீனக் கலைக் களஞ்சியம்

காங்கு-ஷி கல்வியறிவின் புரவலராக விளங்கினார். அவர் சீன மொழியின் பழம் பெரும் நூல்களையும், மெய்ப்பொருள் நூல்களையும் கற்றுத் தேர்ந்திருந்தார் என்று கூறுவர். அவர் தன் குடிக்கு முன்னர் சீனப் பெரு நிலத்தை ஆண்ட ''மிங்கு குடி வரலாறு'' (மிங்கு-ஷி) எழுதுவதற்காக ஐம்பது விற்பன்னர்களைத் தேர்ந்தெடுக்கும் சிறப்புத் தேர்வை நடத்தினார்.

அவர் கற்றறிவாளரைப் புரந்தமையால் நிலை பேறான பல அரிய நூல்கள் இக்காலத்தில் தொகுக்கப்பெற்றன. அவற்றுள் மிகுபெருஞ் சிறப்புப் பெற்ற நூல்கள்:

காங்கு-ஷி அகராதி:

பேய்-வென் யூன் - ஃபூ - இது மிகவும் முக்கியமான மரபுச் சொற்றொடர்களின் அகராதி;

கூ - சின் டூ - ஷூ சி - செங்கு-மாபெரும் சீனக் கலைக் களஞ்சியம்.

கடைசியாகக் கூறப்பட்ட இக்கலைக் களஞ்சியத்தில் பண்டை நூல்களும், தற்கால நூல்களும் அடங்கியிருந்தன; அது மொத்தம் 5020 தொகுதிகளாக அமைந்திருந்தது.

இந்நூல்கள் பலவற்றுக்குப் பேரரசரே முன்னுரை எழுதியிருந்தாரெனினும், பெரும்பாலான முன்னுரைகளைக் கற்றறிந்த சீன விற்பன்னரே எழுதியிருந்தனர்.

சீன வரலாற்றில் போற்றத்தக்க மாபெரும் பேரரசருள் காங்கு-ஷி மெய்யாகவே ஒருவராவார். அவரைச் சிலர் பிரஞ்சு மன்னரான பதினான்காம் லூயியுடனும் (1638-1715), இரஷிய அரசரான மா பீட்டருடனும் (1672-1725) ஒப்பிடுகின்றனர்.

காங்கு-ஷி காலத்தில் தொகுத்த சீனக் கலைக் களஞ்சியம் ஐரோப்பியக் கலைக் களஞ்சியங்களுக்கு முன்னோடியென்றாலும், அவை பதினெட்டாம் நூற்றாண்டில் எழுந்தன என்பது கவனிக்கத்தக்கது.

அவர் மங்கோலியரின் யுவான் அரசகுடிக்குப் பிறகு (கி.பி. 1260-1368) சீனப் பெரு நிலத்தில் மிகப்பெரியதொரு பேரரசிற்குக் கால்கோளிட்டார். அவர் மூன்று நிலப்பிரபுக்கள் கிளர்ச்சி என்ற கிளர்ச்சியை அடக்கினார். அவரின் அருஞ்செயல்களிலெல்லாம் இது மிகப் பெரியது. சிங்குகளின் இவ்வெற்றிக்குச் சீனர் பலர் பேருதவியாயிருந்தனர் என்பது குறிப்பிடத்தக்கது.

1723

''மூன்று நிலப் பிரபுக்கள்''

''மூன்று நிலப் பிரபுக்கள்'' (சேன்- ஃபேன்) சிங்கு அரச குடிக்கு மிகுந்த தொல்லை கொடுத்து வந்தனர். பேரரசர் ஷன்-ஷி (1644-1561) உள்நாட்டுப் போரை உண்டாக்கிவிடலாகாது என்று நிலப்பிரபுக்களை அனுசரித்துப் போனார். ஆனால் காங்கு ஷி அரசு கட்டிலேறிய போது சிங்கு அரசகுடி வலுப்பெற்று விட்டது. எனவே நிலப்பிரபுக்களை ஒழித்து, அம்மூன்று சிற்றரசர்களின் படை வலிமையை குன்றச்செய்து விடுவதென்று அவர் முடிவெடுத்தார்.

இவ்வாறு நடந்த எட்டாண்டுக் காலச் சண்டைக்குப்பிறகு, உள்நாட்டுப் போர் ஒடுக்கப்பட்டதும், காங்கு-ஷி தனது கவனத்தை வடமேற்கே ஓடலோடு மங்கோலியர் மீதும், வட கிழக்கில் இரஷியர் மீதும் திருப்பினர். இவ்விரு சிக்கல்களும் ஒன்றுடனொன்று நேரடித் தொடர்புடையன. ஏனெனில் ஓடலோடு மங்கோலியரும், இரஷியரும் சீனத்தின் சிங்கு அரசகுடிக்கு எதிராக ஒன்று சேர்வர் என்ற சாத்தியக் கூறு இருந்தது.

ஆதியிலிருந்தே சீன - இரஷிய எல்லைத் தாவா

இரஷியர் சைபீரியாவை வென்று, ஆமூர் ஆற்றை அடைந்தனர். ஆமூர் ஆறு வட மங்கோலியாவில் ஆர்குன் என்ற பெயரில் பிறந்து முதலில் தென்கிழக்கிலும், பின்னர் வடகிழக்கிலும் ஓடி ஓகோட்ஸ்க் கடலில் கலப்பது. இக்கடல் வடமேற்குப் பசிபிக்கின் ஒரு பகுதியாகும். இது காம்சட்காத் தீவக்குறை, குரில் தீவுகள், ஷக்கலின் தீவு, சைபீரியாவின் கிழக்குக் கரை இவற்றால் சூழப்பட்டது. ஆமூர் ஆறு முன்னர் மஞ்சூரிய-இரஷிய எல்லையாகவும், இன்று சீன சோவியத்து எல்லையாகவும் உள்ளது. இதன் நீளம் சுமார் 4350 கிலோ மீட்டர்-2700 மைல்.

சைபீரியாவைச் சேர்ந்த கோசாக்குகள் என்ற மறக் குடியினர் 1640 ஆம் ஆண்டுகள்,

1650 ஆம் ஆண்டுகள் ஆகிய காலகட்டங்களில் ஆமூர் ஆற்றுப் பகுதி மீது அடிக்கடி தாக்குதல் நடத்தி வந்தனர். அவர்கள் 1666 ஆம் ஆண்டு அல்பசின் என்ற இடத்தில் முன்னணித் தளம் ஒன்றை நிறுவி, மஞ்சூரியாவின் தாயகத்தை அச்சுறுத்தும் நிலையை அடைந்தனர்.

சீனர்-மங்கோலியர் பகை

கிட்டத்தட்ட இதே வேளையில் 1670 ஆம் ஆண்டுகளில் மேற்கத்தி மங்கோலியரான சுங்கார் என்ற பிரிவின் கான் என்ற தலைவரான கால்தன் அதிகார வலிமை பெற்று எழுந்தார். இவர் ஓடலோடு மங்கோலிய இனத்தைச் சேர்ந்தவர். அவர் நடு ஆசியாவில் ஒரு பேரரசை நிறுவுவதற்கு அவாவினார். அவர் 1699 இல் கிழக்குத் துருக்கித்தானத்தை வென்றார். வெளிமங்கோலியா மீது 1687 இல் படையெடுத்தார். கிழக்கத்தி மங்கோலியரான கல்கா மக்களைத் தோற்கடித்தார். அவர் தேருலன் ஆறுவரை ஊடுருவிச் சீனத்தினுள் வெகு தொலைவு வந்துவிட்டார்.

சீன-இரஷியப் போர்

காங்கு-ஷி இதைத் தடுக்க வேண்டுமாயின் இரஷியரை அல்பசினிலேயே நசுக்க வேண்டும். அதன் பிறகு அவர்களை ஆற்றுப்படுத்தும் வகையில் மிகவும் தாராளமான முறையில் அவர்களுடன் சந்து செய்து கொள்ளவேண்டும். சீனப் பேரரசின் படைத்தளபதி பெங்குகன் 1685 இல் அல்பசினைத் தாக்கித் தாக்கி இரக்கமின்றி அழித்தார். அதற்கடுத்த ஆண்டு உதவிக்குப் படைகளைக் கேட்டனுப்பிக் கோட்டைகளை வலுப்படுத்தினார்.

சீனப்படை அல்பசினை முற்றுகையிட்டது. ஆனால் இரஷியர் ஃபெடோர் ஏ.கோலோவின் என்றவர் தலைமையில் ஒரு தூதுக் குழுவை அனுப்பினர் என்பதைச் சீனப் பேரரசர் அறிந்ததும் முற்றுகையை விலக்கினார். இரஷியத் தூதுவருடன் பேச்சு நடத்த ஆயத்தமானார். அவர் இதன் மூலம் இரஷியாவின் நல்லெண்ணத்தைப் பெறக் கருதினார்.

சீனர் மேற்கத்தியருடன் செய்துகொண்ட முதல் உடன்படிக்கை

இதன் பலனாக நெர்ச்சின்ஸ்கு உடன்படிக்கை 1689 இல் ஏற்பட்டது. சீனர் ஒரு மேற்கத்தி நாட்டுடன் செய்து கொண்ட முதல் உடன்படிக்கை இதுவேயாகும். இரஷியா இவ்வுடன்படிக்கையின்படி அல்பசினிலுள்ள கோட்டையை இடித்து விட்டுத் தன் நாட்டு மக்களை அங்கிருந்து வெளியேற்ற ஒப்புக்கொண்டது. சீனம் முடிவு செய்யப்படாத எல்லைகளில் சிலபகுதிகளை இரஷியாவிற்கு விட்டுத்தரவும் இரஷியாவிற்குச் சில சலுகைகளை அளிக்கவும் முன்வந்தது.

சீனர் இரஷியருடன் இவ்வாறு சந்து செய்து கொண்டதால், மங்கோலியர் தலைவரான கால்தனுக்கு எதிராகத் தாம் நடத்தப் போகும் போரில் இரஷியா நடுநிலை வகிக்கும் என்று காங்கு-ஷி நிச்சயமாக நம்பினார். அவர் கால்தனை 1696 ஆம் ஆண்டு ஜாவோ மோடோ என்ற இடத்தில் தோற்கடித்தார். அதற்கடுத்த ஆண்டில் ஓடலோடு மாங்கோலியர் தலைவனான கால்தன் இறந்தார். ஆதலால் சிங்கு அரசகுடியின் ஆட்சிப்பரப்பை வெளிமங்கோலியா, ஹம்லின் வரையிலும் காங்கு-ஷி விரித்துத் தன் பேரனான பேரரசர் சியன்-லுங்கு 1750 ஆம் ஆண்டுகளில் சீனத் துருக்கித்தானம் வரையிலுமுள்ள பகுதியை முழு வெற்றி காண்பதற்கு வழிகோலினார்.

காங்கு-ஷி காலத்துச் சீனம் பலதுறைகளில் சிறந்தோங்கியது. அவர் மன நிறைவோடு 1722 ஆம் ஆண்டு உயிர் நீத்தார்.

யுங்கு-செங்கு (1723-1735)

காங்கு-ஷியை அடுத்துச் சீனத்துச் சிங்கு குடிப் பேரரசராக யுங்கு-செங்கு, தமது 44 ஆவது வயதில் இந்த 1723 ஆம் ஆண்டு பட்டம் ஏற்றார். இவர் மிகவும் கடுமையான போக்குடையவர்; சந்தேகமும், பொறாமையும் நிறைந்தவர். எனினும் மிகுந்த திறமையும், கெட்டிக்காரத்தன முடையவர். அவருடைய இக் குணநலன்கள் அவரது ஆட்சி நிர்வாகத்தில் பிரதிபலிக்கக் காணலாம்.

யுங்கு-செங்கு மிதமிஞ்சிய சர்வாதிகாரப் போக்கையும் கொடுங்கோன்மையையும் இலக்கியத் துறையிடம் காட்டினார். இதில் மிகவும் குறிப்பிடத்தக்க வழக்கு ஒன்றுண்டு.

லூ லியு-லியாங்கு என்பவர் மஞ்சூரியருக்கு எதிராக ஒரு நூலை எழுதினாரென்றும், அதில் சீனருக்கும், காட்டுமிராண்டிகளுக்கும் (அதாவது மஞ்சூரியருக்கும்) இடையிலுள்ள வேறுபாடுகள் வலியுறுத்தப்பட்டன என்றும் அவர் மீது குற்றஞ்சாட்டி வழக்குத் தொடுத்தனர். (சீனர் உலகில் இந்தியரைத் தவிர அனைவரையும் காட்டுமிராண்டிகள் என்று தாழ்வாகக் கருதினர் என்பது வரலாறு. எனவே அயலாரான மஞ்சூரியரும் அவர்களுக்குக் காட்டு மிராண்டிகளே.)

இந்நூலை எழுதிய லூ ''அணு அணுவாகச் சாகும்'' கொடிய தண்டணைக்கு ஆளானார். அவருடைய மகன், மாணாக்கர் ஆகியோரின் தலைகள் வெட்டப்பட்டன.

சீனப் பேரரசர் யுங்கு-செங்கே சீனத்தில் நடைபெறும் மஞ்சு ஆட்சியை நியாயப்படுத்தியும், சீனர் இனப்புரட்சியை உண்டாக்குவதால் நேரக்கூடிய ஆபத்தை விவரித்தும் ஒரு கட்டுரை எழுதினார்.

வந்தேறிகளான மஞ்சூரியருக்கு எதிராகச் சீனரின் நடுவே இருபதாம் நூற்றாண்டு வரையிலும் கசப்புணர்ச்சி இருந்து வந்தது. அப்போது மஞ்சூரியர் சீனத்தில் புகுத்திய பழக்க வழக்கங்கள் கண்டிக்கப்பட்டன. மஞ்சூரியரின் சிங்கு குடியைச் சேர்ந்த கடைசி மன்னரான பூ-யீ பட்ட இன்னல்கள் கம்யூனிசம் மலர்ந்த பின்னும் கூட, செஞ்சீனத்தில் முடிவடைந்து விடவில்லை.

1723

7. சீனத்தில் கிறித்தவம் பரப்பத் தடை

சீனத்தில் கத்தோலிக்கர்களுக்குப் பதினேழாம் நூற்றாண்டில் அரசர்களின் ஆதரவும், நல்ல செல்வாக்கும் இருந்தன. குறிப்பாக ஏசு சபைச் சாமியார்கள் அறிவியல் துறையில் சீனத்திற்குப் பல வழிகளில் துணைபுரிந்தனர் என்பதைக் கண்டோம். (இ.ச.க.தொகுதி-2 காண்க.) எனினும் பதினெட்டாம் நூற்றாண்டின் தொடக்க ஆண்டுகளில் அவர்களின் செல்வாக்கு மங்கலாயிற்று.

கற்றறிவாளரும். அரசியல் தந்திரியும், தேர்ந்த ஆட்சி நிர்வாகியுமான பேரரசர் காங்கு-ஹி (ஆட்சிக்காலம் 1662-1722) 1722 ஆம் ஆண்டு இறந்த பிறகு சீனத்தில் அரசியல் நிலைமாறியது. சீனத்தில் கிறித்தவ சமயத்தைப் பரப்புவது சட்டவிரோதம் என்று 1723 ஆம் ஆண்டு அரசு இறுதியாக ஆணை விதித்து விட்டது. இதே சிங்கு அரச குடிதான் (1644-1912) கிறித்தவ சமயம் சீனத்தில் பரவுவதை அனுமதித்தது. எனினும் ஏசு சபையைச் சேர்ந்த ரோமன் கத்தோலிக்க வானியலார் சிலர் மட்டும் பீகிங் வானியல் ஆராய்ச்சிக்கு

7

உதவுவதற்காக வைத்துக் கொள்ளப்பட்டனர். இத்தடை 1840 வாக்கில் அபினிப் போர் மூண்ட பிறகு தான் நீக்கப்பட்டது.

கத்தோலிக்கச் சமயப் பரப்பாளர் குழு முதன்முதலாகப் பதின்மூன்றாம் நூற்றாண்டில் சீனத்தை அடைந்தது. இருப்பினும் அவர்களின் தாக்கம் அப்போது பெரிதாக இருக்கவில்லை. சீனத்திலிருந்த ரோமானிய சமூகத்தவர் சமயப் பரப்பிகளாகவும், மதம் மாற்றப்பட்டவர்களைக் காட்டிலும் பல்லாயிரவராகவும் இருந்தனர்.

கி.பி.1368 இல் யூவான் என்ற மங்கோலியர் குடியின் (1260-1368) ஆட்சி முடிந்து மிங்கு அரச குடியின் ஆட்சி வந்ததும் (1368-1644) கிறித்தவர்களுக்கு இதுவரை அளிக்கப்பட்டு வந்த ஆதரவு நிறுத்தப்பட்டது. அப்போது சமயம் பரப்பும் பணி அறவே நிறுத்தப்பட்டது. இதுவே கிறித்தவ சமயப் பரப்புப் பணிக்கு முதலில் அறிவிக்கப்பட்ட தடையாகும்.

8. வரலாற்றில் மருமக்கள் தாயம்:
கேரளத்தின் குடும்ப வாழ்க்கை முறையும் மேனாட்டார் கவனமும்

வெனிஸ்

நிக்கோலோ கோண்டி இத்தாலி நாட்டிலுள்ள வெனிஸ் என்ற வரலாற்றுச் சிறப்புமிக்க நகரத்தில் பிறந்தவர். அந்நகரம் இன்று உலகின் மிகச்சிறந்த மாபெரும் கட்டடக்கலை, பண்பாடு இவற்றின் கருவூலமாக விளங்குகின்றது. வெனிஸ் நகரம் கி.பி.5 ஆம் நூற்றாண்டில் ரோமானியரால் நிறுவப்பட்டது. இது வடகிழக்கு இத்தாலியின் வெனிட்டோ பகுதியின் தலைநகராக இன்று விளங்குகின்றது. அது நூற்றுக்கணக்கான சேற்றுச் சதுப்பான தீவுகளின் மேல் கட்டப்பட்டது. அது முதன்முதலாக நகரக் குடியரசுத் தலைவர் ஒருவரின் கீழ் கி.பி.697இல் ஒன்றுபட்டது. அதன்பிறகு தனிச் சுதந்திரமான குடியரசாகவும், மாபெரும் வாணிப, கடலாதிக்க வல்லரசாகவும் ஒன்பதாம் நூற்றாண்டில் விளங்கிற்று. வெனிஸ் நகரக் குடியரசு தனக்குப் போட்டியாக இத்தாலியின் வடமேற்கில் மற்றொரு வாணிப வல்லரசாக மலர்ந்த ஜெனோவா என்ற நகரக் குடியரசை 1380ஆம் ஆண்டு போரில் தோற்கடித்தது.

வெனிசில் கிராண்டு கனால் என்ற பெரு வாய்க்காலும், சுமார் 170 சிறு கால்வாய்களும் உள் அவை நகரின் போக்குவரவிற்கு நீர் வழிகளாக விளங்குகின்றன. உலகப் புகழ் வாய்ந்த நாடோடியான மார்க்கோ போலோ (1254-1324) வெனிஸ் நகரத்தவர் என்பது குறிப்பிடத்தக்கது.

போலோவும் கோண்டியும்

மார்க்கோ போலோ இந்தியாவைப் பற்றிய பயனுள்ள வரலாற்றுச் செய்திகளைத் தனது பயணக்குறிப்பு நூலில் எழுதிவைக்கச் செய்திருக்கின்றார். இந்திய வரலாற்றின் பதினான்காம் நூற்றாண்டுக் காலப் பகுதியைப் பற்றிய போலோவின் குறிப்புகள், நமது நாட்டு வரலாற்றைக் கட்டி எழுப்புவதற்குப் பெருந்துணை புரிந்துள்ளன.

போலோவிற்குச் சுமார் நூறு ஆண்டுகளுக்குப் பிறகு அதே வெனிஸ் நகரத்திலிருந்து நாடோடுவதற்காக நிக்கோலோ கோண்டி புறப்பட்டார். அவர் உலகின் மிகவும் தொன்மையான நகரம் என்று மதிக்கப்பெறும் டமாஸ்கசில் (இது இன்று சிரியாவின்

தலைநகரம்) சிறிது காலம் தங்கி அரபு மொழி கற்றார். டமாஸ்கஸ் கௌத்தா என்ற பாலைவனச் சோலையின் ஓரத்தில் அமைந்திருக்கின்றது. அது மத்திய

தரைக் கடலிலிருந்து சுமார் 92 கிலோ மீட்டர் (57 மைல்) தொலைவில் உள்ளது. டமாஸ்கஸ் பற்றிய வரலாற்றுக் குறிப்புப் பண்டை மெசபடோமிய நகராகிய மாரி என்ற இடத்தில் கண்டுபிடிக்கப்பட்ட களிமண் தகட்டில் முதன்முதலாகக் காணப்பட்டது. அக்குறிப்புச் சுமார் கி.மு.2500ஆம் ஆண்டுக் காலத்தது. அக்குறிப்புகளின்படி டமாஸ்கஸ் நோவாவின் மகனான ஷேம் என்றவனின் ஊராகும். அது கி.மு.1900 வாக்கில் முக்கியத்துவம் பெற்றது. இந்நகரம் கடல் மட்டத்திலிருந்து சுமார் 690 மீட்டர் (2264 அடி) உயரமான ஒரு குன்றின் மீதமைந்துள்ளது. இது இன்று அம்மான், பாக்தாது, பேரூட் ஆகிய நகரங்களை இணைக்கும் சாலைகளும், இருப்புப்பாதைகளும் குறுக்கு மறுக்காகச் செல்லும் இடத்தில் உள்ளது.

டமாஸ்கசில் கி.பி.708 ஆம் ஆண்டு கட்டப்பட்ட ''பெரிய பள்ளி வாசல்'' மிகவும் தொன்மையானது. இங்கு முஸ்லிம்களின் அரசியல், இராணுவத் தலைவரான சலாடின் (சுமார் 1137-1193) என்றவரின் கல்லறை உள்ளது. ரோமானியர் ஜூப்பிட்டர் என்ற தமது கடவுளுக்குக் கட்டிய கோயிலின் இடிபாடுகளையும் காணலாம். நிக்கோலோ கோண்டி இத்தகைய தொன்மைச் சிறப்பு வாய்ந்த நகரத்தை விட்டு, நீண்ட பயணம் மேற்கொண்டு இந்தியாவின் பல பகுதிகளையும், இலங்கை, சுமத்திரா ஆகிய இடங்களையும் சுற்றிப் பார்த்தார். அவர் தாய் நாட்டை விட்டுச் சுமார் 1418 வாக்கில் கிளம்பினார்; கிட்டத்தட்ட இருபத்தைந்தாண்டுக்காலம் நாடோடித் திரிந்த பின்னர் கடைசியாக 1444ஆம் ஆண்டு ஐரோப்பா திரும்பினார்.

1723

பதினான்காம் நூற்றாண்டில் இந்தியா

அவர் இச்செலவுகளின்போது (செலவு - பயணம்) மதம் மாறி முஸ்லிம் ஆனார். அவர் அன்று ஆற்றல் மிக்கோராயிருந்த முஸ்லிம்களின் அதிகார வலிமைக்கு அஞ்சி இவ்வாறு செய்யவில்லை. தன்னுடனிருந்த மனைவி, மக்களுக்குத் தீங்கு வரலாகாது என்பதற்காக இவ்வாறு மதம் மாறினார். அவர் பின்னர் போப்பிடம் மன்றாடி மீண்டும் கிறித்தவரானார்.

நிக்கோலோ கோண்டி தன் பயணம் பற்றிய முழு விவரங்களையும் பொக்கியோ பிராச்சிபோலினி (1380-1459) என்ற விற்பன்னரிடம் எடுத்துரைக்க வேண்டுமென்று போப் அவரைப் பணித்தார். பொக்கியோ அச்செய்திகளை நிக்கோலோ கோண்டியிடம் கேட்டபிறகு அவற்றைத் தன் முதல் நூலில் சேர்த்துக் கொண்டார். அந்நூல் அதன் பிறகு சுமார் 275 ஆண்டுகளுக்குப் பிறகு 1723 ஆம் ஆண்டு தான் பாரிசில் வெளியிடப் பட்டது. அதன் பின்னர் 1857 ஆம் ஆண்டில் ''பதினைந்தாம் நூற்றாண்டில் இந்தியா'' என்ற தலைப்பில் ஆங்கில மொழியில் அந்நூல் வெளியானது.

வரலாற்று இடைக்காலத்தில் இந்தியாவிற்கு வந்த ஐரோப்பிய நாடோடியர் பிறரையெல்லாம்விட நிக்கோலா கோண்டி இந்தியாவில் தான் கண்டவை அனைத்தையும் முழு அளவில் விவரித்துள்ளார். சான்றாகக் கள்ளிக் கோட்டையில்,

''பெண்கள் பல கணவர்களை வைத்துக் கொள்வதற்கு அனுமதிக்கப்பட்டனர். அதனால் அங்கு ஒருத்திக்குப் பத்து அல்லது அதற்கும் கூடுதலான எண்ணிக்கையில் கணவன்மார் இருந்தனர். மனைவி விருப்பப்பட்டு கணவனுக்குக் குழந்தையைக்

கொடுக்கின்றாள். தந்தையின் சொத்து, அவன் பிள்ளைகளைச் சேராமல், அவன் பேரன்மாரை அடைகின்றது'' என்று அவர் அன்று சேர நாட்டில் நிலவிய மருமக்கள் தாயம் என்ற பெண்வழி உடைமை சேரல் என்ற குடும்ப அமைப்பு முறைபற்றித் தான் அறிந்தவற்றைக் கூறியுள்ளார்.

ஜார்டனஸ் பாதிரியார்

எனினும் நிக்கோலோ கோண்டிக்கு முன்னரே, கிட்டத்தட்ட மார்க்கோ போலோ நாடோடிய காலத்தில், 1324 ஆம் ஆண்டு ஜார்டனஸ் என்ற கிறித்தவத் துறவி சேர நாட்டிற்கு வந்திருந்த காலையில், மேற்சொன்ன மருமக்கள் தாய முறை பற்றி அறிந்து, அது குறித்து எழுதிவைத்திருக்கின்றார்.

''இந்தியாவின் அப்பகுதியில் பெரிய மன்னர் அல்லது இளவரசர் அல்லது மேட்டுக்குடிப் பிரபு இவர்களின் ஆண் மக்கள் தமது பெற்றோரின் சொத்துக்கு வாரிசாவதில்லை. அவர்களின் சகோதரிகளுக்குப் பிறக்கும் ஆண் மக்களுக்குத்தான் அந்த உரிமை போய்ச் சேர்கின்றது. ஏனெனில் அவர்கள் தமக்குப் பிறந்த மக்கள் தாம் என்று உறுதிப்படுத்த (ஆடவரால்) முடியாது என்று, அவர்கள் கூறுகின்றனர். எனினும் ஒரு சகோதரி விஷயம் அப்படி அன்று. ஏனென்றால் அவருக்குப் பிறக்கும் குழந்தைக்கு யார் தந்தையாக இருந்தாலும். அது தனது சகோதரிக்குப் பிறந்தது என்பதும், அதனால் தமது குருதி அக்குழந்தையின் உடலில் ஓடுகின்றது என்பதும் நிச்சயமாகத் தெரிகின்றது.''

பிற்காலத்து அயல் நோக்கர் பலரைப் போன்று சேரநாட்டு நாயர்களிடையே அன்று நிலவிய மருமக்கள் தாயத் திருமணமுறை கண்டு ஜார்டனசும், கோண்டியும் வியப்படைந்திருக்க வேண்டும். சேரநாட்டின் மருமக்கள் தாயமுறை மேல் நாட்டினருக்குப் பதினான்காம் நூற்றாண்டிலேயே தெரிய வந்ததால் இச்சமூக வாழ்க்கை முறை, அக்காலத்திற்கு முற்பட்டது என்று கொள்ளலாம். அவ்வாறாயின் அது எக்காலத்து, எவ்வாறு தோன்றியது என்பன ஆராயத்தக்கனவாம்.

தோற்றுவாய்

நம்பூதிரிமார் என்ற சேர நாட்டுப் பிராமணர் கூட்டுக் குடும்பமாக இல்லம் என்று அழைக்கப்பட்ட அமைப்பினுள் வாழ்ந்தனர். அவர்கள் தமது சொத்துக்கள் பிரிந்து சிதைந்துவிடாமல் பாதுகாக்கப் படவேண்டும் என்பதில் மிகுந்த அக்கறை கொண்டிருந்தனர். அவர்களிடம் ஜன்மி என்ற நில உடைமை உரிமையின் கீழ் நாட்டின் நிலங்களில் பெரும்பகுதி இருந்து வந்தது. அவர்கள் பெரிய நிலப்பரப்பிற்கு உரிமை யுடைய நிலப்பிரபுக்களாகவும், மக்களின் சமயத்துறையில் ஆன்மீக ஆண்டையராகவும் சமூகத்தின் உயர் மேல் மட்டத்தில் வீற்றிருந்தனர்.

எனவே அவர்கள் தமது சமூக மேலாண்மை கருதியும், சொத்துக்களின் நலன்களையும் கருத்திற்கொண்டும் ஓர் ஏற்பாட்டை வகுத்தனர். குடும்பச் சொத்துக்கள் சரியான காரணமின்றிச் சிதறிப்போகாமல் தடுக்கும் ஒரு வழியாக, முதலில் பிறந்தவனுக்கே சொத்தில் முற்றுரிமை என்ற அடிப்படையில் ஒருவகையான அமைப்பை நம்பூதிரிமார் உண்டாக்கினர்.

நம்பூதிரிமார் ஏற்பாடு

நம்பூதிரியரின் கூட்டுக் குடும்பமான இல்லத்தைச் சேர்ந்த மூத்த மகன் மட்டுமே

தன் சாதியைச் சேர்ந்த பெண்ணை மணக்க முடியும். அவன் நான்கு மனைவியர் வரையிலும் மணந்து கொள்ளலாம். ஆனால் - அந்தர்ஜனம் - உள்ளுறைபவர் என்று அழைக்கப்பட்ட நம்பூதிரி மகளிரில் பலர் நித்திய கன்னியராய் இல்லங்களின் மூலை முடுக்குகளில் வெம்பிப் போய்த் தனித்து வாழ்ந்தனர். எனினும் இல்லத்தைச் சேர்ந்த தம்பியரான இளைய மக்களில் பலரும் அவர்களின் உடன்பிறந்தாரும் வேளாண்மை யிலோ, போரிலோ தமது உடல் ஆற்றலைச் செலவிடவில்லை.

இவ்வாறு எண்ணிக்கையில் மிஞ்சிப் போய்த் தமது சாதிப் பெண்களை மணக்க முடியாத நம்பூதிரி ஆடவர்களின் காம இச்சையைத் தீர்ப்பதற்காக மிகவும் விசித்திரமான சம்பந்தம் என்ற ஒரு முறை உருவாக்கப்பட்டது. சாதித் தீட்டுப் பற்றிய விதிமுறைகள் இதற்கு வசதியாகத் திருத்தப்பட்டன.

ஒரு நாயர் நம்பூதிரியிடமிருந்து பதினாறு அடி தள்ளி நிற்க வேண்டும்;

ஈழவன் நாயரிடமிருந்து பதினாறு அடி எட்டிப் போதல் வேண்டும்; நம்பூதிரியிடமிருந்து அவன் முப்பத்திரண்டடிக்கு அப்பால் போய்விட வேண்டும்.

புலையனோ ஈழவனிடமிருந்து 32 அடியும், நாயரிடமிருந்து 48 அடியும், நம்பூதிரியிடமிருந்து 64 அடியும் எட்டி நிற்க வேண்டும்;

நாயாடியோ மேற்சாதியினரின் கண்ணிலேயே படக்கூடாது.

கேரளத்தில் இவ்வாறு தீண்டாமைக்கும், பாராமைக்கும் தொலைவு கணித்திருந்தனர் என்பதும், நம்பூதிரிகளின் சம்பந்தம் என்ற ஏற்பாட்டிற்காகத் தீட்டுக் குறித்த சட்ட திட்டங்கள் மாற்றப்பட்டன என்பதும் வரலாறு. ஆதலால் நம்பூதிரி ஆடவர்க்கும் கோயில் பணியாளரான அம்பலவாசி என்றழைக்கப்படும் நாயர் வகுப்பினரில் ஒரு பிரிவினரின் பெண்களுக்குமிடையே உடல் தொடர்பு ஏற்படமுடிந்தது. இந்தச் சம்பந்தம் பின்னர் நாயர் வகுப்பினரின் தரவாடுகள்-கூட்டுக் குடும்பங்கள்- அனைத்திலுமுள்ள பெண்களுடன் உண்டாகலாயிற்று. இப்படித்தான் மேல் சாதி ஆடவனுக்கும், தாழ்ந்த சாதிச் சூத்திரப் பெண்ணுக்குமிடையே சம்பந்தம் என்ற உடல் தொடர்பு அல்லது காமக்கிழத்தித் தொடர்பு உண்டானது.

1723

நம்பூதிரிமார் இப்பெண்களின் வீடுகளுக்கு வந்து செல்லும் ஆசை நாயகர் களாயிருந்தனர். நாயர்களுக்கிடையிலும் இதுபோன்ற தொடர்புகள் இருந்தனவெனினும், நம்பூதிரிகளுடன் இருந்ததைப் போன்று வலுவாக இருக்கவில்லை. ஒரு பெண்ணை அவளின் ஆசை நாயகனான நம்பூதிரியும், அப்பெண்ணின் கணவனான நாயரும் பகிர்ந்து கொள்ளும் ஒரு வகையான பல கணவருடைமை முறை உருவாயிற்று. இந்த இடத்தில்தான் மருமக்கள்தாயம் என்ற ஏற்பாடு உருவாகியிருத்தல் கூடும். இப்படிப் பட்ட ஏற்பாடுகள் இரண்டும் ஒன்றுக்கு இசைவாக மற்றொன்று செல்வதற்கு ஏற்ற வகையில் முன்னதையடுத்துப் பின்னது பரிணமித்திருக்கலாம்.

இப்படிப்பட்ட சம்பந்தம் அல்லது ஏற்பாட்டை வேறு சிலர் இழிவான வாழ்க்கையின் அறிகுறி என்று கருதக் கூடியதாக இருந்த காலையில், நாயர் குடியினர் அதை ஏற்றத்துடனும், பெருமைக்குரியதாகவும் கருதினர் எனின், வரலாற்று நடுக்காலத் தில் பிராமணர் தமது சமூக எழுச்சியை எந்த அளவில் ஏற்றிக் கொண்டிருந்தனர் என்பதைத்தான் இது எடுத்துக் காட்டுகின்றது. மருமக்கள் தாயம் பற்றிப் புறச்சமயத்தார் என்ன கருதினர் என்பதற்குத் திப்பு சுல்தானின் கூற்று ஓர் எடுத்துக்காட்டாக உள்ளது. திப்பு சுல்தான் தன்னை மிகுந்த வீரத்துடன் எதிர்த்துப் போராடி நின்ற மறப்பண்பு வாய்ந்த

நாயர்களைத் தன்பக்கம் இழுத்துவிடலாம் என்ற நம்பிக்கையில் இப்படி கூறினார்;

''நாயர்களே, உங்கள் பெண்கள் நான்கு அல்லது அதற்கு மேற்பட்ட ஆடவர்களைக் கணவர்களாகக் கொண்டுள்ளனர். நீங்கள் இஸ்லாத்தில் சேர்ந்தால் உங்களில் ஒவ்வொருவரும் ஆளுக்கு நான்கு மனைவியரை மணந்து கொள்ளலாம்.''

வரலாற்றுக் காரணம்

சம்பந்தம், அதனடியாக மலர்ந்த மருமக்கள் தாயம் என்ற குடும்ப வாழ்க்கை முறைகளின் தோற்றத்திற்கு மேற்சொன்ன சமூகவியல் கட்டாயம் அல்லது அவசியம் காரணமாயிற்று என்பதை இங்கு கண்டோம்.

கிட்டத்தட்டப் பத்தாம் நூற்றாண்டு முழுமையிலும் சேரருக்கும், சோழருக்கு மிடையில் ஆழமற்றதும், நொய்தானதுமாகிய உறவு இருந்து வந்தது. இக்காலகட்டத்தில் இவ்விரு குடிகளின் முடி மன்னர் ஒவ்வொருரின் ஆட்சியின்போதும், இரு சாராருக் குமிடையில் கொள்வதும், கொடுப்பதுமான மண உறவுகள் இருந்து வந்தன. சோழப் பேரரசு சங்க காலம் காணாத மிகப்பெரிய வல்லரசு என்ற நிலையை முதலாம் இராசராசன் காலத்தில் (கி.பி.985 - 1014) எய்தியது.

பெரு என்ற தென்னமெரிக்க நாட்டில் முகிழ்த்த நாகரிகத்தைத் தோற்றுவித்த இங்கா மக்கள் சோழப்பேரரசிலிருந்து சென்றவர்கள் என்று தொல்லியலார் இன்று (ஹிந்து இதழ்ச் செய்தி, 1.8.1990) கூறுகின்றனர். இது குறித்துத் ''தென் அமெரிக்காவின் சோழர்கள்'' என்ற தலைப்பில் மீ.மனோகரன் என்பவர் இதே கருத்தை வலியுறுத்தி ஓர் அரிய ஆராய்ச்சி நூலை 1976 ஆம் ஆண்டு எழுதியிருந்தார்.

விசயாலயன் கி.பி.816 ஆம் ஆண்டு தோற்றுவித்த சோழப் பேரரசு தென் கிழக்காசியாவிலும், அதையும் தாண்டிப் பசிபிக் வழியே தென்னமெரிக்காவையும் அடைந்திருக்கலாம் என்பதைச் சுட்டுவதாக இதைக் கொள்ளலாம்.

இராசராசன் படையெடுப்பு

முதலாம் இராசராசன் சேர நாட்டின் தென் பகுதி மீது மின்னல் தாக்குதல் ஒன்றை நடத்தியதும் சேர, சோழரிடையே நிலவி வந்த உறவு முறிந்து போயிற்று. ''திராவிட இந்தியா இதற்கு முன்னர் எக்காலத்திலும் கண்டிராத ஒருவகையான ஈவிரக்கமற்ற பேரரசாக சோழநாடு இக்காலத்தில் வளர்ந்துவிட்டது. அது தென்னாடு முழுவதையும் தன் கைக்குள் கொண்டு வருவதற்குச் சேரநாடு தடையாக இருந்தது'' என்று சேரரின் பேரரச அவாவைத் தற்கால எழுத்தாளர் ஒருவர் எடுத்துக் காட்டுகின்றார்.

இது சேர நாட்டு வரலாற்றில் மாபெரும் வீரம் விளைந்த காலம், அவர்கள் தம் தாயகத்தை எப்பாடுபட்டேனும் நிலைகுலையாது காப்பதென்று உறுதியாக நின்றனர். சேரர் புறநானூற்று வீரத்தையும் மிஞ்சுகின்ற மாவீரத்தோடு போராடினர். திராவிட நாட்டில் இதற்கு முன்னர் நடந்த போர்களின் தன்மையிலிருந்து, வேறுபட்டுப் போன கொடிய அழிப்போராக அது வளர்ந்தது. அப்போர் கிட்டதட்ட நூறாண்டுகள் நீடித்தது.

சாவார் படை, களரி

சேர நாட்டில் இக்காலத்தில் தான் சோழரை எதிர்த்துப் போராடும் சாவார் என்ற தற்கொலைப் படை உருவானது. (சோழர் இப்படிப்பட்டவர்கள் அடங்கிய தனது படையை

வேளக்காரப் படை என்றனர்). இளைஞர்களுக்குப் போர்ப்பயிற்சி தருவதற்காக, ஊர்களில், அது சிறிதாயினும், பெரிதாயினும், களரிகள் என்ற போர்ப் பள்ளிகள் அமைந்தன.

மேற்கு மலைக் கணவாய் வழியாகவோ, குமரி முனையின் வழியாகவோ வரக்கூடிய எதிரிகளிடமிருந்து சேர நாட்டைக் காப்பதற்காக நாயர் குடியிலுள்ள ஆண்மக்கள் அனைவரையும் படையில் சேர்ப்பதற்காக, அவர்கள் எங்கும் திரட்டப் பட்டனர். சோழர் வடக்கிலும், தெற்கிலுமிருந்து சேரரைத் தாக்கினர். இராசராசனின் ஆட்சிக் காலத்தில் குலசேகர மன்னர்களின் சேரர் தலைநகரான மகோதயபுரத்தைச் சோழர் தாக்கிச் சூறையாடினர்.

இராசராசனையடுத்து அரியணை ஏறிய முதலாம் இராசேந்திர சோழன் *(1012-1044)* காலத்தில் சோழர் படை விழிஞ்சியத்தையும், காந்தளூர்ச்சாலையையும் கைப்பற்றியது. தெற்கிலிருந்த காந்தளூர்ச்சாலை என்பது இளம் நம்பூதிரிகள் காத்து நின்ற சேரர் கோட்டையாகும்.

சோழர் படை மகோதயபுரத்தின் மீது மற்றொரு தாக்குதலை நடத்திச் சேர மன்னரான முதலாம் இரவிவர்மனை கொன்றது. அவருக்குப்பின் ஆட்சிக்கு வந்தவருள் ஒருவரான வீரகேரள குலசேகரனைச் சோழர் *1028* ஆம் ஆண்டு சிறைப்படுத்தி, இரக்கமின்றி யானைக் காலால் இடறச் செய்து கொடூரமாகக் கொன்றனர்.

சோழர் வெற்றி முழு வெற்றியல்ல

எனினும் கங்கைகொண்டான், இலங்கைவென்றான் என்றெல்லாம் சிறப்பிக்கப் படும் இராசேந்திர சோழனால் சேரநாடு முழுவதையும் வெற்றிகொள்வதற்கு முடியவில்லை. சேரமன்னரான இராச சிம்மன் காலத்தில் *(1028-1043)* சேரநாடு முழுவதும் அயலாராட்சியில் இருந்ததென்பது மெய்யே எனினும்; சோழருக்குச் சேர நாட்டில் ஆங்காங்கே எதிர்ப்பு இருந்து வந்தது. தக்காணத்தில் சாளுக்கியர் வலிமை பெற்று மேலோங்கியமையால், சோழரின் கவனம் பதினோராம் நூற்றாண்டில் வடக்கே திரும்பிது.

சேரர்கள் *1080* ஆம் ஆண்டு வாக்கில் மூன்றாம் பாஸ்கர இரவிவர்மனின் தலைமையில் மீண்டும் வலிமைபெற்று, மதுரையில் ஆட்சிக்கு வந்த பாண்டியர் துணை கொண்டு தமது நாட்டின் பெரும் பகுதியை மீட்டனர். தெற்கில் விழிஞ்சியம். இது சங்ககாலத்தில் சிறப்பு வாய்ந்திருந்த ஆஅய் குடியின் தலைநகராகும்; அது இன்று *(1990-*இல்) அடையாளங் காணமுடியாத சிற்றூராயிருக்கின்றது - மீட்கப்பட்டது. கோநகரான மகோதயபுரம் மீண்டும் கட்டியமைக்கப்பட்டது.

சோழர் தோல்வி, சேரம் சீர்குலைவு

பின்னர் சோழர் குடியின் மாபெரும் மன்னர் வரிசையில் கடைசியான முதலாம் குலோத்துங்கன் *1070* ஆம் ஆண்டு ஆட்சிக்கு வந்தார். அவர் தன் குடியினர் முன்னர் வென்ற சேரப் பகுதிகளை மீண்டும் கைப்பற்றப் போரில் இறங்கினார். அவர் பாண்டியரைத் தோற்கடித்தார். பாண்டிய நாட்டை வென்ற பின்னர், தென் வழியாக முன்னேறிச் சேரரைத் தாக்கக் கிளம்பினார். அவர் கொல்லத்தின் வடபகுதியைக் கூடத்தாக்கினர். இந்தப் போர் முப்பதாண்டுகள் நீடித்தது. இராமவர்ம குலசேகரன் *1090* ஆம் ஆண்டு ஆட்சிக்கு வந்தது வரையிலும் சேரர் வெற்றி காணவில்லை. இம்மன்னர்கள் சோழருடன் போரிட்டு அவர்களை *1102* ஆம் ஆண்டு வாக்கில், வடக்கே சேர நாட்டு எல்லையில் சோழரை நிறுத்தி விட்டார். இராமவர்ம குலசேகரன் அதே ஆண்டு இறந்தார்.

இந்த ஆண்டிலிருந்து சேரர் புத்தெழுச்சி கண்ட பாண்டியரையும் எதிர்த்துப் போரிட வேண்டி வந்தது. முதலாம் குலோத்துங்கன் 1020 ஆம் ஆண்டு இறந்ததற்கு முன்னரே, பாண்டியர் சேரநாட்டின் தென் எல்லையைத் தாக்கத் தொடங்கி விட்டனர்.

சோழர் முதலாம் இராசராசன் (985-1014) காலந்தொட்டு நடத்தி வந்த அழிபோரினால், சேரநாடு ஆறாத காயமடைந்தது. சோழர் தாக்குதலால், போக்குவரவும், வேளாண்மையும் பாழ்பட்டன. சேரநாடு சங்க காலந்தொட்டுப் பெரும் பொருளீட்டி வந்த அயல் வாணிபம் இன்னல் தரத்தக்க விதத்தில் சீர்குலைந்தது. கடல் வாணிபம் சீரழிந்த நிலையில் சேரர்க்கு ஏற்பட்ட பேரிழப்பின் காரணமாகத்தான், சோழரால் தீக்கிரையாக்கப்பட்ட கோநகரான மகோதயபுரத்தையும், அங்கிருந்த குலசேகரர் குடி மன்னர்களின் பெரிய அரண்மையையும் பதினோராம் நூற்றாண்டில் மீண்டும் கட்டிமுடிக்க இயலாது போயிற்று. மகோயதபுரம் அப்பகுதியிலிருந்த நாடுவாழிகள் என்ற குறுநில மன்னர்களுக்கென்று விடப்பட்டது.

குலசேகர மன்னர்கள் முதலில் கிராங்கனூருக்கும் (சங்க காலத்து முசிறி), பின்னர் வேனாட்டிலிருந்த (பிற்காலத்துத் திருவிதாங்கூர்) கொல்லத்திற்கும் கோநகரத்தை மாற்றினர். இக்காலத்திற்குப்பிறகு வேனாட்டு மன்னர்கள், பிற்காலச் சேரர் குடிக்குரிய குலசேகரர் என்ற பெயரைத் தாமும் சூடிக் கொண்டனர். அப்பெயர் அவர்களின் வழிவந்த திருவிதாங்கூர் மன்னர்களாலும் பயன்படுத்தப்பட்டது. திருவிதாங்கூர் 1949 ஆம் ஆண்டு இந்தியக் கூட்டாட்சியுடன் சேர்ந்தது வரையிலும், அக்குடியின் கடைசியின் கடைசி மன்னர் அனைவரும், தம்மைக் குலசேகரர் என்று அழைத்துக் கொண்டனர்.

சேரம் சிதறுதல்

இக்கொடிய நீண்ட அழிபோரின் விளைவு சேர நாட்டின் அரசியல், சமூகவியல், பொருளியல் துறைகளில் உண்டாக்கிய பெரிய கொந்தளிப்புகளைச் சுமார் ஆயிரமாண்டுகளுக்குப் பிறகு இன்று எண்ணிப்பார்க்கும்போது, கேரளத்தில் பின்னாளில் தோன்றிய பல்துறை மாறுதல்களின் காரணங்களை ஓரளவு உணர முடிகின்றது. பொருளாதாரப் பின்விளைவுகளை மேலே கண்டோம். அரசியலைப் பொருத்தவரையில் சேரநாடு சிதறுண்டு போயிற்று.

இதற்கு முந்திய இரண்டு நூற்றாண்டுக் காலத்தில் குலசேகரர் குடியின் வலுவான மைய ஆட்சியினாலும், அதன் அரசப் பிரதிநிதிகளான நாடுவாழிகள் மைய அரசுக்காகத் திறம்பட உள்நாட்டு ஆட்சிகளை நிர்வகித்து வந்தமையாலும் ஒன்றுபட்ட ஓர் உறுப்பாக இருந்த சேரநாடு பன்னிரண்டாம் நூற்றாண்டளவில் வலிமைகுன்றிப் பிளவுபட்டுச் சிதறியது. அரசப் பிரதிநிதிகளான நாடு வாழிகள் ஆங்காங்கு தன்னுரிமைபெற்ற சிற்றரசுகளை நிறுவிவிட்டனர்.

சேர-சோழப் போரால் விளைந்த சமூகக் கேடுகள்

சமூகவியலில் விளைந்த கேடுகளே பொருளியல், அரசியல் கேடுகளை விடக்கொடியதாகி மனிதரைப் பிரித்துச் சாதிகள் மலியப் பண்ணிச் சாதிக்குள் சாதிகள் என்று பிரிவினை பெருகி ஆன்ம நேயமற்ற கொடிய நிலை தோன்றியது. பௌத்தமும், சமணமும் சேர நாட்டை விட்டு மறைந்தன. மக்கள் ஒற்றுமையிழந்து தீய சமூகப் பழக்க வழக்கங்களையும், ஒழுக்கப் பண்புகளுக்கு முரணான வாழ்க்கை முறைகளையும் ஏற்க வேண்டிய நிலை தோன்றியது.

''பரசுராமர் சூத்திரப் பெண்டிர் (அதாவது நாயர் மகளிர்) பிராமணரின் காம இச்சையைத் தீர்ப்பதற்காகக் கற்பழிக்கப்பட வேண்டும்'' என்று விதி செய்ததாக நம்பூதிரிகள் விளக்கம் தந்த விசித்திர நிலை பிறந்தது.

மருமக்கள் தாயம் என்ற தாய்வழிக் குடும்பமுறை இக்காலத்தில் தான் பிறந்தது. ''தந்தைவழிச் சொத்துரிமை கேரளத்தில் இருந்ததேயில்லை. மிகப்பழைய காலத்திலிருந்தே மருமக்கள் தாய முறையே இருந்து வந்தது என்ற வழிவழியான கருத்துத் தவறானது,'' என்று ஏ.ஸ்ரீதர மேனன் தனது ''கேரள வரலாறு'' என்ற ஆங்கில நூலில் கூறுகின்றார்.

ஆகையால் சேர, சோழரிடையே நிகழ்ந்த நூற்றாண்டுப் போரின் விளைவு களிலிருந்து பிறந்ததுதான் மருமக்கள் தாயம் என்பதைக் கண்டோம்.

மருமக்கள் தாயம் செயல்பட்ட விதம்

நம்பூதிரிமார் இல்லங்கள் என்ற கூட்டுக் குடும்பங்களில் வாழ்ந்ததைப் போன்று, நாயர்கள் தரவாடு என்ற கூட்டுக் குடும்பங்களில் வாழ்க்கை நடத்தினர். நம்பூதிரிமார் தமக்கேயுரிய தனி அமைப்புடன் கூடிய மக்கள் தாய முறையைக் கைக் கொண்டிருக்க, நாயர்கள் **மருமக்கள் தாயம்** என்ற குடும்ப வாழ்க்கை முறையைக் கடைப் பிடித்திருந்தனர்.

இவ்விரு குடியினரின் குடும்ப அமைப்பு, வாழ்க்கை முறைகள் இவற்றில் வேறுபாடுகள் இருந்தபோதிலும், பரஸ்பரம் சமூக அவசியத்தின் காரணமாக, அவர்களிடையே அன்பும், பாசமும், காதலும், நிறைந்த ஒருதலைப்பட்சமான உறவின்முறை உண்டாயிற்று.

நாயர் குடியினர் ஒழுகிவந்த மருமக்கள் தாயம் என்ற தாய்வழிக் குடும்ப முறைப்படி ஒருவன் தன் தாயின் குடும்பத்தைச் சேர்ந்தவனாவான். தந்தையின் குடும்பத்தைச் சேர்வதில்லை. குடும்பத்தின் நடுமையமாக இருப்பவள் பெண்ணே யாவாள். அவள் வழியாகவே கால்வழி கணிக்கப்படும். தாய்வழியில் தான் சொத்துக்கள் செல்லும்; தந்தை வழியில் அன்று. ஒருவனின் நிலமும் வீடும் அவனுடைய ஆண் மக்களைச் சேர்வதில்லை; அவை அவனுடைய சகோதரிகளையே சேரும்.

திருவிதாங்கூர், கொச்சி போன்ற பழைய சமஸ்தானங்களில் பிரிட்டிஷ் ஆட்சிக் காலத்தில் நிலவிய நாட்டரசுகள் - மன்னர் இறந்ததும், மகுடம் அவருடைய சகோதரியின் மகனுக்குக் கிடைக்கும். எனினும் சகோதரிகள் இல்லாத நிலையில், இம்மன்னர்கள் சகோதரிகளைச் சுவிகாரம் செய்து கொள்ளும் நிகழ்ச்சிகளும் நடந்துள்ளன. திருவிதாங்கூர் மன்னர் ஒருவர் இந்நூற்றாண்டின் தொடக்கத்தில் தன் குடி நீடிக்க வேண்டுமென்பதற்காக இரண்டு பெண்களைத் தத்து எடுத்தார். அவ்வாறு சுவிகாரம் செய்த பெண்ணில் இளையவருக்கு ஒரு மகன் பிறந்து, அவன் பட்டத்து இளவரசனானான். ஆதலால் மருமக்கள் தாயக் குடும்ப அமைப்பில், வாரிசுரிமைக்கு ஆண்மக்கள் வழி கணக்கில் சேர்த்துக் கொள்ளப்படுவதில்லை.

இக்குடும்ப அமைப்பு முறையின் தோற்றத்திற்குத் தரப்படும் விளக்கங்கள் பலவற்றுள், நாயர் குடியினர் போர் மறவர் என்பதும் ஒன்றாகும். அவர்கள் அடிக்கடி போர்க்களம் செல்வராகையால், குடும்பத்தைப் பெண்கள் நடத்தி வந்தனர். மற்றொன்று நாயர் வகுப்புப் பெண்கள் பல கணவன்மாரை மணந்திருந்தனர் என்பது; ஒருத்திக்குப் பல கணவன்மார் இருப்பராயின், அவளுக்குப் பிறக்கும் குழந்தை எந்தக் கணவனுடையது என்பதைக் கண்டறிவது கடினமாகும். எனவே மானுடவியலார் குறிப் பிடுவதைப்

போன்ற, கேரளத்தில் மட்டுமன்று உலகில் எங்குமே தாய்மை என்பதுதான் மெய்; தந்தைமை என்பது ஊகமே. மறுக்கவே முடியாத தாய்மையைச் சுற்றித்தான் கேரளத்தின் மருமக்கள் தாயம் என்னும் முறை கட்டியமைக்கப்பட்டிருந்தது என்பர்.

தரவாடு, காரணவான்

இம் முறையானது தாயாட்சியாக இருந்தது என்பதைவிடத் தாய் வழிக் குடும்ப முறையாகத்தான் செயல்பட்டது எனலாம். ஒரு தரவாட்டை (தரவாடு என்பது நாயர் குடியின் கூட்டுக் குடும்பத்தைக் குறிக்கும்) நிர்வகிக்கும் பொறுப்பு, அந்தத் தரவாட்டைச் சேர்ந்த மூப்பனுடையதாகத்தான் இருக்கும். அவன் குடும்பச் சொத்துக்குரிய நாயர் குலத்துப் பெண்ணின் சார்பில் அவளது குடும்பத்தை நடத்திச் செல்வான். அவனுக்குக் காரணவான் என்று பெயர். காரணவான் அந்தத் தரவாட்டிலுள்ள ஒவ்வொருவருக்கும் கார்டியன் என்ற பாதுகாவலனாக இருப்பான். அவனால்தான் குடும்பத் தொடர்பான வழக்குகளைத் தொடுக்க முடியும். பிறரும் குடும்பத்தின் மீது போடும் வழக்கைக் காரணவான் மீதுதான் தொடுக்க முடியும்.

குடும்பத்தின் வரவு, செலவுகளையும் காரணவானே கவனித்துக் கொள்வான். அவன் தனக்கு மாற்றாக மற்றொருவரைக் காரணவானாக அமர்த்த வேண்டுமாயின், அதற்குக் குடும்பத்தினரின் ஒப்புதலைப் பெற்றாகவேண்டும். காரணவான் பெரும்பாலும் கொடுங்கோலனாகவே இருப்பான். எனினும் தரவாட்டுப் பெண்ணின் குரல்தான் எப்போதும் எடுபட்டு வந்திருக்கின்றது. தன் பேச்சிற்குப் பிறரைப் பணிய வைப்பது எப்படி என்பதை நாயர் குடிப்பெண் எப்போதும் நன்கு அறிந்திருந்தாள்.

நாயர் குடிப்பெண்ணுக்குப் பொருளாதாரத்தைப் பொருத்த மட்டில் முழுச் சுதந்திரம் இருந்தது. அவர் தன் கணவனைத் தலைவனாகவோ முதலாளியாகவோ எந்நாளும் கருதியதில்லை. ஏனெனில் அவ்வாறு அவள் கருதுவதற்கு வலுவான காரணம் எதுவுமில்லை.

நாயர் திருமணம்

நாயர்களிடையே திருமணம் என்பது, பொதுவாக இந்துக்களிடம் காணப்படும் புனிதமான திருமணச் சடங்கு அன்று. திருமணத்தின்போது எந்தப் புரோகிதரும் சர்வேசுவரனை நோக்கிப் பார்த்திருப்பதோ, அவனது ஆசியை மணமக்களுக்காகக் கோருவதோ இல்லை. ''இறைவனால் இணைக்கப்பட்ட இவ்விருவரையும் எவரும் பிரித்தலாகாது'' என்று அவர் இறைஞ்சுவதுமில்லை. மணம்புரிந்து கொண்டவர்கள் விரும்புகின்றவரையில் திருமண உறவு நீடிக்கும். அவர்கள் மண உறவை முறித்துக் கொள்வதற்காக வெறுப்புக் கொள்ளச் செய்யும் நீதிமன்ற நடவடிக்கைகளை நாடுவதில்லை. தமிழ்நாட்டில் இதைச் சில வகுப்பினர் அறுத்துக் கட்டுதல் என்பர்.

ஒருத்திக்கு அவளுடைய கணவனுடன் வாழ்ந்தது அலுத்துப்போகுமாயின், அவள் கணவனின் செருப்பை எடுத்து வீட்டிற்கு வெளியே வைத்துவிட்டால் போதும். அவனுக்கு இனி அந்த வீட்டில் வரவேற்பு இல்லை என்பதை இது குறிக்கின்றது. எனவே பெருமை மிக்க நாயர் குடிப் பெண்மணி தன் கணவனோடு சென்று அவனது வீட்டில் வாழ்வதில்லை. அவளுடைய கணவன்தான் அவள் வீட்டிற்கு வந்து வாழவேண்டும்.

எனவே திருமணம் என்பது கேரளத்தில் ஆணின் சர்வாதிகாரத்திற்குக் கருவியாகவோ, கணவனையும் மனைவியையும் வாணாள் முழுமையும் பிணைத்து வைக்கும் சமயக் கயிறாகவோ இருந்ததில்லை. இருப்பினும் பெண்ணுக்குள்ள இச்சுதந்திரம் வரைமுறை அற்றதன்று. நாயர் குடிப்பெண் பிற இடங்களில் வாழும் பெண்களைப் போலத்தான் மணவாழ்வு வாழ்ந்தாள். அவள் வழிதவறிப் போனாள் என்பது சரியாகாது. அவளுக்கிருந்த இச்சுதந்திரமானது கட்டுபாட்டு உணர்வைத் தூண்டும் கருவியாகத்தான் இருந்தது.

மருமக்கள் தாயமுறை இருபதாம் நூற்றாண்டின் தொடக்கத்திலும், இதற்குச் சிறிதுகாலம் வரையிலும் நாயர்களிடையிலும், முஸ்லிம்கள் சிலர் நடுவிலும் முழுவேகமாகச் செயல்பட்டுவந்தது. பின்னர் கால மாறுதலையொட்டிச் சிறுகச் சிறுக மறைந்து போயிற்று.

துளு மொழி பேசும் பண்டர் வகுப்பாரிடையே மருமக்கள் தாய முறையை ஒத்த அளிய சந்தானம் என்ற குடும்ப வாழ்க்கை முறை நிலவிற்று. அது குறித்து உரிய இடத்தில் விவரிப்போம்.

9. கச்சு வரலாறு

இந்தியாவில் பண்டைக் காலந்தொட்டுப் பேரரசுகளன்றிப் பல்வேறு சிறு அரசுகளும் நிலவி வந்தன. எனினும் பதினெட்டாம் நூற்றாண்டில் புதிதாகப் பல அரசுகள் ஆங்காங்கே தோன்றி, நாடு விடுதலைபெற்ற நேரத்தில் ஐநூறுக்குமதிக மானவையாக அவை மிகுந்திருந்தன. அவை எத்தகைய சூழலில் உருவாயின என்பதை விளக்கி, அவற்றின் சுருக்கமான வரலாறு குறிப்பிட்ட கால அளவில் இக்களஞ்சியத்தில் இடம்பெறும். இங்கு இன்றைய குஜராத்து மாநிலத்திலுள்ள கச்சு என்ற பகுதியில் தோன்றி, நிலவி, விடுதலைக்குப் பின் மறைந்த ஒரு நாட்டரசின் வரலாறு கூறப்படுகின்றது.

கச்சு என்பது எது?

கச்சு இந்தியாவின் மேற்குக் கோடியில் அமைந்துள்ளது. இன்று அது குஜராத்து

மாநிலத்தில் அடங்கியிருக்கின்றது. கச்சு வளைகுடாவில் தொங்கிக் கொண்டுள்ளது எனலாம். அது ஆமதாபாதிலிருந்து நேர் மேற்கில் சுமார் 110 கிலோ மீட்டர் (75-மைல்) தொலைவில் அமைந்துள்ளது. குஜராதின் கரையோரமான கச்சு, பம்பாயிலிருந்து வடமேற்கில் சுமார் 550 கிலோ மீட்டார் (340 மைல்) தொலைவில் உள்ளது. இது 44,185 சதுர கிலோ மீட்டர் (17,060 சதுர மைல்) பரப்பில் விரிந்து பரந்திருக்கும் சதுப்பு, உவர்நில வெளியாகும். அது தொலைவு காரணமாக மட்டும் நாட்டின் பிறபகுதி களிலிருந்து ஒதுங்கியிருக்கவில்லை; அது இந்தியப் பெரு நிலத்திலிருந்து கடலாலும் ரண் எனப்படும் உவர் நிலப் பெருவெளியாலும் பிரிக்கப்பட்டுள்ளது. ரண் என்ற தாழ்நில உவர்நிலப் பெருவெளியானது இயல்பு மீறிய இயற்கை அமைப்பாகும். கச்சுக்கு வடக்கிலும், கிழக்கிலும் உள்ள பெரிய ரண் சிறிய ரண் என்ற தாழ்நிலப்பரப்பு ஆண்டில் ஐந்து மாதம் வெள்ளக்காடாக நீர்மலிந்து கிடக்கின்றது. எஞ்சிய காலத்தில் இறுகிப்போய், உவர், அதாவது உப்புப் படிந்த பாழ்வெளியாக இருக்கின்றது. அங்கு காட்டுக் கழுதைகளும், எண்ணற்ற ஃபிளேமிங்கோ என்ற இளஞ்செந்நாரைகளும் வாழ்கின்றன.

பாகிஸ்தானம் இங்கு ஒரு பகுதி மீது உரிமை கொண்டாடி 1965 ஆம் ஆண்டு இந்தியா மீது படையெடுத்துத் தோற்றது.

கச்சும், கடல் வாணிபமும்

கடந்த காலத்தில் பன்முறையும் அண்மையில் 1819-ஆம் ஆண்டிலும் நிலநடுக்கம் ஏற்பட்டு ரண்ணின் எல்லைகள் மாறியுள்ளன. அப்போது பயிர் செய்யத்தக்க நிலப்பரப்பில் பெரும் பகுதியை நிலநடுக்கம் விழுங்கி விட்டது. எனவே கச்சுக்காரர் உயிர் வாழ்க்கைக்கு எப்போதும் கடலையே நம்பியிருந்தனர்.

வாஸ்கோடகாமா (1649-1524) தென்கிழக்காப்பிரிக்காவிலுள்ள மொசாம்பிக்கில் கச்சுக் கப்பல்களைக் கண்டார் என்பர். அவர் கச்சு நாட்டைச் சேர்ந்த கடல் வழிகாட்டி ஒருவரின் துணை கொண்டுதான் 1498 ஆம் ஆண்டு கள்ளிக் கோட்டைக்கு அருகில் கலம் இறங்கினார்.

கச்சியர் பல நூற்றாண்டுகளாகவே ஒரு பக்கம் அரேபியா, பாரசீக வளைகுடா நாடுகள் இவற்றின் துறைமுகங்கள் வழியே சான்சிபாருக்கும், மறுபுறம் இந்தியத் தீவக்குறை வழியே கல்கத்தாவிற்கும் கடல் வழியே கலஞ்செலுத்திக் கடலோடிகளாகவும், வணிகர்களாகவும் விளங்கி வந்திருக்கின்றனர். சான்சிபார்தான் அவர்களுக்கு வாணிபத்தில் மிக முக்கியமான இடமாயிருந்தது.

(சான்சிபார் இந்துக் கடலிலுள்ள ஒரு தீவு. அது கிழக்காப்பிரிக்கக் கரைக்கு அப்பாலுள்ளது. அங்கு ஏழாம் நூற்றாண்டிலிருந்து பாரசீகரும், அரேபியரும் குடியேறிவந்தனர். யானைத் தந்தம், அடிமைகள், கிராம்பு இவற்றுக்குச் சான்சிபார் பெரிய சந்தையாக விளங்கியது. அது 1890 இல் பிரிட்டிஷ் பாதுகாப்புப் பகுதியாயிற்று. பின்னர் 1963 ஆம் ஆண்டு காமன்வெல்தினுள் அடங்கிய நாடாக விடுதலை பெற்று, 1964 ஆம் ஆண்டு குடியரசானது. அதே ஆண்டு தங்கனீகாவுடன் சேர்ந்து தாஞ்சானியக் கூட்டுக் குடியரசானது.)

கச்சின் கடல் வாணிபம்

கச்சுக் கப்பல்கள் இந்தியாவிலிருந்து பருத்தி, அரிசி, உப்பு, மண்பாண்டம் முதலியவற்றை ஏற்றிக் கொண்டு ஆப்பிரிக்கா சென்று, அவற்றுக்கு மாற்றாக அங்கிருந்து யானைத் தந்தம், கிராம்பு, காண்டாமிருகத் தோல் ஆகிய பண்டங்களைக் கொண்டு வந்தன.

ஐரோப்பிய வணிக நிறுவனங்களுக்குப் போட்டியாகக் கச்சுக் கப்பல்கள் மேற்கிந்தியக் கரை வாணிபத்தைத் தம் கையில் வைத்திருந்தமையால், முகலாயர் அதைத் தமக்குச் சாதகம் எனக் கருதிக் கொண்டு, கச்சு நாட்டிடம் கடுமையாக நடந்து கொள்ளவில்லை. மேலும் மெக்கா செல்லும் பயணிகள் கப்பலேறும் வகையில் கச்சு நாட்டுத் துறைமுகங்கள் யாவும் வசதியான இடங்களில் அமைந்திருந்தமையாலும் முகலாயர் மிகுந்த இணக்கம் காட்டி வந்தனர்.

பிரிட்டிசார் 1819-ஆம் ஆண்டு கச்சுக்கு வந்தபோது எண்ணூறு கலங்கள் மாண்டுவி துறைமுகத்திலிருந்து வாணிபத்திற்குப் புறப்பட்டதைக் கண்டனர். துறைமுகக் கட்டணங்களாக ஆண்டில் பல நூறாயிர ரூபாய் வருவாய் கிடைத்தது.

கச்சு மேமாம் என்ற முஸ்லிம் வணிகர்களுக்கு அரேபியாவிலும், ஆப்பிரிக்கா விலும் இருந்த துறைமுகங்கள் அனைத்திலும் நிறுவனங்கள் இருந்தன. கச்சு மன்னர்கள் கடலையே நம்பியிருந்த காரணத்தால்தான், மாண்டுவி துறைமுகத்தை இரண்டாவது கோநகராகக் கொண்டனர். அவர்கள் அங்கு ஏராளமான அரண்மனைகளைக் கட்டியுள்ளனர். அவற்றுள் மிகவும் புகழ்பெற்றதும், அரிய வேலைப்பாடுகளை யுடையதுமான பழைய அரண்மனை ஆகும். அதை ராவ் லக்குபத என்ற மன்னர் பதினெட்டாம் நூற்றாண்டின் நடுவில் கட்டினார். அதற்கு வடிவமைத்த பெருமை ராம்சிங்கு என்ற கடலோடியைச் சேரும்.

ராம்சிங்கு கதை

ராம்சிங்கு அண்டையிலுள்ள கத்தியவாரைச் சேர்ந்தவர். அவர் கப்பலில் எடுபிடி வேலை செய்யும் சிறுவனாக வாழ்க்கையைத் தொடங்கினார். அவர் சென்ற கப்பல் ஆப்பிரிக்க கரைக்கப்பால் பதினெட்டாம் நூற்றாண்டின் இக்கால கட்டத்தில் உடைந்து போயிற்று. அப்போது அவ்வழியே நெதர்லாந்து சென்று கொண்டிருந்த டச்சுக் கப்பலினால் ராம்சிங்கு கடலிலிருந்து காப்பற்றப்பட்டார்.

அவர் ஐரோப்பாவை அடைந்ததும் தனக்கு கைநுட்ப வேலைத்திறன் உள்ளது என்பதைக் கண்டுகொண்டார். அவர் அடுத்த பதினெட்டாண்டு காலம் ஐரோப்பாவில் தங்கினார். அப்போது பிறவகையான கைநுட்பத் தொழில்களையும் கற்றுக் கொண்டார். ஓடு செய்தல், கடியாரம் செய்தல், கண்ணாடிப் பொருள் செய்தல், கல் செதுக்கு வேலை, கட்டுமான வேலை; இவையனைத்திற்கும் மேலாக எனாமல் வேலை, இவற்றை யெல்லாம் கற்றார். டச்சுக்காரர் எனாமல் வேலையில் இக்காலகட்டத்தில் மிகவும் புகழ் பெற்று விளங்கினார்.

கத்தியவாடு மன்னர்கள் தன் அருந்திறன்களை மதித்து ஆதரவு தருவர் என்ற நம்பிக்கையில், ராம்சிங்கு நாடு திரும்பினார். ஆனால் தன் திறன்களைனைத்தும் இங்கு பயன்படா என்பதை அறிந்து ஏமாற்றமடைந்தார். எனவே அவர் மாண்டுவியிலிருந்த தன் உறவினர் வீட்டிற்குக் கடைசியாகப் போய்ச் சேர்ந்தார். அங்கு மாண்டுவி வணிகர்கள் தன் கலைத்திறன் மீது பேரார்வம் கொண்டதை ராம்சிங்கு கண்டார். பின்னர் கச்சு மன்னரான ராவ் லக்குபத, ராவ்சிங்கைப் பற்றிக் கேள்வியுறவே, அவருக்குக் கச்சு அரண்மனையில் ஆதரவு கிடைத்தது.

கச்சு நாட்டில் ஐரோப்பியக் கலைகள்

ராவ் லக்குபத அவருக்குத் தன் அரண்மனையில் தொழிற்கூடத்தை அமைத்துத் தந்தார். அவர் நாட்டிலிருந்த கைவேலைக்காரர்களையெல்லாம் அழைத்து வந்து ராம்சிங்கின்

உதவியாளராயும், மாணவர்களாயும் இருக்கச் செய்தார். கடலோடி ராம்சிங்கு தன் நுட்பத்திறனை மேலும் வளர்த்துக் கொள்வதற்காக அவரை கச்சு மன்னர் இரு முறை ஐரோப்பாவிற்கு அனுப்பி வைத்தார். ராம்சிங்கு வெனிஸ், ஆஸ்திரியா ஆகிய இடங்களிலுள்ள கலைகளைக் கற்றுவந்து தனது மாணவர்களுக்குக் கற்பிக்குமாறு மன்னர் செய்தார்.

எனவே மேற்கிந்தியாவில் ஓர் ஓரத்தில் கச்ச வளைகுடாவில் ஒட்டிக் கொண்டு, அடிக்கடி இடம் மாறி மக்களின் வாழ்க்கையை அச்சுறுத்திக் கொண்டிருந்த உவர் வெளி சூழ வாழ்ந்து கொண்டிருந்த கச்சு, பதினெட்டாம் நூற்றாண்டின் இறுதிவாக்கில் ஐரோப்பியத் தொழில் நுட்பத்திறன்களை வைத்துக் கொண்டு மிகவும் சுறுசுறுப்பாக இயங்கி வந்தது. அங்கு கண்ணாடித் தொழிற்சாலை, ஓட்டுச் சூளை, பீரங்கி செய்யும் இரும்பு வார்ப்படச் சாலை, மணிப்பொறி, கைக் கடியாரம் முதலியன செய்யும் தொழிற்சாலை ஆகிய இவை கச்சு நாட்டில் நடந்து வந்தன. அங்கு உண்டான எனாமல் தொழிற்சாலை உலகெங்கும் பெயர் பெற்று விளங்கியது.

கருவூலத்தைக் கரைத்த கலைத் தொழில்

கடலோடி ராம்சிங்கு மாண்டுவியிலுள்ள பழைய அரண்மனையில் தன் நினைவுகளை முத்திரையாகப் பதித்துச் சென்றிருக்கின்றார். அந்த அரண்மனை வெள்ளைக் கல்லால் கட்டப்பட்டது. அதன் முன் முகப்பில் கடவுளர், நடனமாதர், யானைகள், பூக்கள், முதலைகள், ஆவினங்கள் ஆகியவற்றோடு, ராம் சிங்கிற்கு அக்கலைகளைக் கற்றுத்தந்த இரண்டு டச்சுக்காரரையொத்த உருவங்கள் முதலியன பொறிக்கப்பட்டுள்ளன. பதினெட்டாம் நூற்றாண்டு டச்சுக் கலையின் நுட்பங்கள், அசைவுகள், இயற்கைத் தன்மை ஆகியன யாவும் இச்சிற்பங்களில் மிளிர்கின்றன என்று பரோடா மன்னர் தனது ''இந்திய அரண்மனைகள்'' என்ற ஆங்கில நூலில் விவரிக்கின்றார்.

மன்னரின் படுக்கையறையில் காதுக்கினிய மணியோசை கிளப்பும் மணிப் பொறிகள், உலக உருண்டைகள், தொன்மையான ஓவியங்கள், எந்திரப் பொம்மைகள், கண்ணாடி, பீங்கான் பொருள்கள், பிரிட்டிஷ் ஓவியர் வில்லியம் ஹோகார்த் *(1697-1764;* புகழ்பெற்ற இந்த நையாண்டி ஓவியக் கலைஞரைப் பற்றி *1764* ஆம் ஆண்டுக் கட்டுரையில் காணலாம்) வரைந்த கேலிச் சித்திரங்கள் கூட நிறைந்திருந்தன. இவை யனைத்தும் ராம் சிங்கு ஐரோப்பா சென்று திரும்பியபோது கொண்டு வந்தனவாகும்.

அது மிக மிக அருமையான வாழ்க்கைதான். ஆனால் இவற்றுக்கு ஆகிய பெருஞ்செலவு லக்குபதின் கருவூலத்தைக் கரைத்து விட்டது. ஆதலால் கச்சுப் பிரபுக்கள் மன்னரை எதிர்த்துக் கிளர்ச்சி செய்தனர். பிரிட்டிஷ், மராட்டியப் படைகள் கச்சின் எல்லைகளில் வந்து நின்றன. இம்மாறுதல்களின் காரணமாகக் கச்சு விவகாரங்களில் மாண்டுவிக்கு இருந்த முக்கியத்துவமும் மாறலாயிற்று. உள்நாட்டில் கோட்டைச் சுவர்களுக்குள் அமைந்திருந்த பூஜ் என்ற கோ நகரம் சிறப்புப் பெறலாயிற்று.

கச்சு வரலாறு

கச்சு மன்னர்குடி பதினைந்தாம் நூற்றாண்டில் சிந்து அல்லது வட இந்தியா விலிருந்து வந்து குடியேறிய இரசபுத்திரரின் வழி வந்ததாகும். அவர்கள் இங்கு வந்த புதிதில் சில காலம் அரசுரிமைக்காகச் சண்டைகள் நடந்தன. எனினும், போர்த் தந்திரச் சிறப்பு வாய்ந்த ஒரு குன்றின் மீது பூஜ் என்ற கோநகரம் *1548* இல் நிறுவப்பட்ட பிறகு கச்சில் அமைதி நிலவிற்று பூஜ் அயலார் படையெடுப்பினால் சிறிதளவே இன்னலுற்றது.

கச்சுக் கப்பல்களில் மெக்கா செல்லும் முஸ்லிம் பயணிகளைத் தாராளமாகத் தனது நாட்டிற்குள் கச்சு அனுமதித்ததற்கு மாற்றாக, முகலாயர் அந்நாட்டிடமிருந்து திறை வாங்குவதில்லையென்று விட்டுக் கொடுத்தனர். முகலாயப் பேரரசு சீரழியத் தொடங்கியதும் உண்டான குழப்பம் நிறைந்த காலம் வரையிலும் பூஜ் நகரம் நல்ல முறையில் அமைந்து அங்கு அரண்மனைகள் தோன்றவில்லை, ராவ் கோடஜி என்ற மன்னர் இந்த 1723 ஆம் ஆண்டு முப்பத்தைந்தடி உயரமும், நான்கடி கனமும் உள்ள ஒரு மதிலை நகரைச் சுற்றிக் கட்டினார். அங்கு ஐம்பத்தோரு பீரங்கிகளை நிறுத்தினார்.

ஆனால் கச்சு மன்னர்களுக்கு இக்காலத்தில் ஆபத்து வெளியுலகிலிருந்து வரவில்லை. பரம்பரையாகப் பிரபுக்குடியினராயிருந்த பாயது என்ற மேட்டுக் குடியினர்தாம் அவர்களுக்கு ஆபத்தாக முளைத்தனர். அவர்கள் எங்கெங்கு சிறு குன்று அல்லது மேடு இருந்ததோ அங்கெல்லாம் தமக்குக் கோட்டைகளைக் கட்டிக் கொண்டனர். அவர்கள் அரசின் கருவூலத்திற்குச் சேரவேண்டிய வருவாயைத் தாமே கவர்ந்து கொண்டனர். மன்னரை எல்லாத் திக்குகளிலுமிருந்து நெருக்கினர்.

பிரிட்டிஷ் தலையீடு

மன்னர் கட்டுக் கடங்காத் தன் குடிமக்கள் கரையோரப்பகுதிகளில் கடற்கொள்ளை களில் ஈடுபடுவதையும், கத்தியவாடுப் பகுதிகளில் கொள்ளையடிப்பதையும் தடுக்கும் வல்லமை அற்றவராயிருந்தார். பிரிட்டிசார் கத்தியவாடில் இருந்த அரசுகளுடன் உடன்படிக்கைகள் செய்து கொண்டு கரையோரக் கடற்பகுதியைப் பொதுவாகத் தமது கட்டுப்பாட்டில் கொண்டு வந்ததும் அப்பகுதியில் ஒழுங்கை நிலைநாட்டுவது என்ற பெயரில் கச்சு நாட்டிற்குள் நுழைவதற்கு அது தகுந்த சாக்காக அமைந்தது.

சிந்திலிருந்த பிரஞ்சுக்காரர்களுக்கு விரோதமாக எடுத்த நடவடிக்கைகளில், கச்சை அடிதாங்கும் மத்தளமாக வைத்துக் கொள்ள வேண்டும் என்பதுதான் பிரிட்டிஷ்காரரின் நோக்கமாக இருந்தது. அவர்கள் மேற்கொண்ட உடனடி நடவடிக்கையின் விளைவாகக் கச்சு மன்னர் பதவியிலிருந்து இறக்கப்பட்டார். பூஜ் கோட்டை நிலநடுக்கத்தால் தகர்ந்து போயிற்று. இந்நில நடுக்கம் 1819-இல் ஏற்பட்டது. இதனால் ரண் பாழ்வெளி இடம் பெயர்ந்தது.

பிரிட்டிசார் இழி பெயர் பெற்ற பாயதுகளைப் பிரபுக்களின் கூட்டம் என்று தவறாக எண்ணிக் கொண்டமையால், கச்சு அரச குடியினரைப் பத்தொன்பதாம் நூற்றாண்டில் தொல்லைக் குள்ளாக்கினர். பிரிட்டிசாரின் இந்தத் தலையீட்டினால் கச்சு மன்னர் குடி செல்வத்தையும், செல்வாக்கையும் இழந்தது. அவர்கள் பத்தொன்பதாம் நூற்றாண்டின் பிற்பாதியில் மாண்டுவியின் வாணிபத்தை வளர்த்துச் செல்வம் சேர்த்த பிறகுதான், மேலே எழும்ப முடிந்தது. இதைச் செய்து முடித்த பெருமை கச்சு நாட்டை 1860 முதல் 1876 வரை ஆண்டிருந்த பிரகமல்ஜி என்ற மன்னரைச் சேரும்.

வாணிபத்தினால் எழுந்த மன்னர் குடி

அவர் மாண்டுவி துறைமுகத்தைச் செப்பனிட்டார்; சாலைகள் அமைத்தார்; பாசன வேலைகளை மேற்கொண்டார். சுங்கத் தீர்வையிலிருந்து கிடைத்த கூடுதலான வருவாயைக் கொண்டு பள்ளிகளை அமைத்தார். சிறை, வழக்காடுமன்றம், மருத்துவ மனை, புதிய அரண்மனைகள் ஆகியவற்றைக் கட்டினார். அவற்றுள் மிகச்சிறந்தது பூஜ் நகரத்திலுள்ள இளஞ்சிவப்பு நிற மாளிகையாகும்.

மாண்டுவியிலிருந்த அரண்மனை இக்காலத்திற்குள் நசிக்கவே, மகளிர் பள்ளி நடத்துவதற்காக விடப்பட்டது.

10. குஜராதில் மராட்டியர் படையெடுப்பு

பரோடா மராட்டியர் குடியின் பிலாஜி நுழைவதற்குக் கடினமான சோன்கடு மலைப்பகுதிக்குள் சிறு படையுடன் இருக்குமாறு அமர்த்தப்பட்டிருந்தார். அது பில், கோலி என்ற மலைக்குடியினர் வாழ்ந்த மலைப்பகுதி; சூரத்து மாவட்டத்தைச் சேர்ந்தது. இவ்வாறு மலைகளுக்குள் அமைந்த சோன்கடு பின்னாளில் பரோடா கெயிக்குவாடு குடியின் தொட்டிலானது.

பிலாஜி அங்கு வாழ்ந்த மலைக் குடியினருடன் நல்லிணக்கம் கொண்டு அங்கிருந்த இராஜபிப்பில அரசருடன் நட்புக்கொண்டு அணி சேர்ந்தார். அவர் அதையடுத்துக் குஜராதினுள் திட்டமிட்டு ஊடுருவி வந்தார். அவர் 1720 ஆம் ஆண்டு வட குஜராதினுள் நுழைந்து, குஜராதின் அப்பகுதி மக்களிடமிருந்து சௌத்து என்ற வரியைத் தண்டலானார்.

பிலாஜி கெயிக்குவாடு இந்த 1723 ஆம் ஆண்டு சூரத்தின் மீதும் படையெடுத்தார். அது முகலாயர் பகுதியாக முகலாய ஆளுநரின் கீழ் இருந்து வந்தது; அங்கு ஐரோப்பிய வணிகர் நிறுவனங்களுக்குப் பண்டசாலைகள் இருந்தன. அந்நிறுவனங்கள் அங்கிருந்து பெரிய அளவில் இயங்கின. பிலாஜி சூரத்தின் முகலாய ஆளுநரான மோமின் கான் என்றவரைத் தோற்கடித்ததும் சூரத்து நகரைக் கொள்ளையடித்தார். சூரத்திலும் சௌத்து என்ற வரியை வாங்கினார்.

11. நுண்ணோக்காடி, நுண்ணுயிர் ஆய்வு: அந்தணி வான் லூவன்ஹோயக் (1632-1723)

அந்தணி வான் லூவன்ஹோயக் என்ற இவர் மைக்குரோபு என்ற நோயுண்டாக்கும் நுண்ணுயிரைக் கண்டுபிடித்தவர். நெதர்லாந்தின் டெல்ஃப்ட் என்ற ஊரில் 1632 ஆம் ஆண்டு நடுத்தர வகுப்பில் பிறந்தார். அவர் வயது வந்த காலத்தின் பெரும் பகுதியிலும், பிறந்த ஊரில் சிறு அரசு அதிகாரியாகவே கழித்தார். லூவன்ஹோயக் நுண்ணோக்காடி என்ற மைக்கிராஸ்கோப்பைப் பயன்படுத்துவதைப் பொழுது போக்காகக் கொண்டிருந்தமையால் இம் மாபெரும் கண்டுபிடிப்பைச் செய்ய முடிந்தது. அக்காலத்தில் உருப்பெருக்காடிகளைக் கடைகளில் விலை கொடுத்து வாங்க முடியாது. எனவே லூவன்ஹோயக் தானே ஓர் உருப்பெருக்காடியைச் செய்து கொண்டார். அவர் ஆடிகளுக்கு வேண்டிய கண்ணாடிகளைக் கடைந்தெடுக்கத் தெரிந்தவருமல்லர்; அத்துறையில் முறையான பயிற்சி பெற்றவருமல்லர். எனினும் அவர் உருப்பெருக் காடியை உருவாக்கியதில் காட்டிய நுட்பத்திறன் மிகவும் குறிப்பிடத்தக்கது. அந்நாளில் அத்துறையில் கைதேர்ந்தவர்களைவிட மிகுந்த நுட்பத்துடன், அவர் அந்த நுண்ணோக்காடியைச் செய்திருந்தார்.

அவர் பிறந்ததற்கு ஒரு தலைமுறைக்கு முன்னரே, பதினேழாம் நூற்றாண்டின் தொடக்கத்தில் உருப்பெருக்காடி கண்டுபிடிக்கப்பட்டு விட்டதெனினும், அவர் அதைப் பயன்படுத்தவில்லை. மாறாக, மிகச்சிறிய குவி நீளமுள்ள சிறு கண்ணாடி வில்லைகளை, மிகுந்த கவனத்தோடும், துல்லியமாகவும் கடையச் செய்து, இந்நாளில் வழக்கிலிருந்த உருப்பெருக்காடி களைவிட மிகுந்த சக்தி வாய்ந்த ஓர் ஆடியை உண்டாக்கிக் கொண்டார்.

அவர் பயன்படுத்திய அந்த உருப்பெருக்காடி இன்னும் உள்ளது. இதிலுள்ள கண்ணாடி வில்லைகள் ஒரு பொருள்; சுமார் 270 மடங்கு பெருக்கிக் காட்டவல்லனவாக இருக் கின்றன. அவர் இவற்றைவிட ஆற்றல் வாய்ந்த கண்ணாடி வில்லைகளைப் பயன் படுத்தினார் என்றும் அறிகின்றோம்.

கூரிய நோக்கும் சீரிய ஆய்வும்

லூவன்ஹோயக் மிதமிஞ்சிய பொறுமை வாய்ந்தவர், கவனத்தோடு நோக்கும் ஆற்றலு முடையவர், அவருக்குக் கூர்மையான கண்பார்வை யுமிருந்தது. அவற்றோடு எல்லையில்லாத ஆர்வம், ஒன்றைத் துருவி ஆயும் துடிப்பு இவையும் இருந்தன. அவர் தன் சிறு கண்ணாடிவில்லைகளைக் கொண்டு பல்வேறு வகையான பொருள்களை, அதாவது மனிதரின் மயிரிலிருந்து, நாயின் விந்து வரையிலும்; மழை நீரிலிருந்து தசை நார்கள், தோல் திசுக்கள் என்று பல்வேறுபட்ட பொருள்களையும் நோக்கி ஆராய்ந்திருக்கின்றார். அவர் மிகுந்த கவனத்துடன் அவை பற்றிய குறிப்புகளை எழுதிவைத்தார். தாம் நோக்கிய பொருள்களை மிகுந்த நுட்பத்துடன் படங்களாகவும் வரைந்தார்.

லூவன்ஹோயக் 1673 முதல் இங்கிலாந்தின் இராயல் சொசைட்டியுடன் கடிதத் தொடர்பு கொண்டிருந்தார். அந்நாளில் உலகில் அதுவே தலையாய அறிவியல் சங்கமாக விளங்கிற்று. அவர் தொடக்கப் பள்ளியில் மட்டுமே கற்றவர்: டச்சு மொழியையன்றி வேறு மொழி அறியாதவர். உயர் கல்வி கற்காதபோதிலும், அவர் 1680 இல் இச்சங்கத்தில் உறுப்பினராகச் சேர்த்துக் கொள்ளப்பட்டார்.. அவர் பாரிசிலிருந்த அறிவியல் அகாதமியிலும் கடிதத் தொடர்பு கொள்ளும் உறுப்பினர் என்ற தகுதியைப் பெற்றிருந்தார்.

அவர் இருமுறை மணம் புரிந்தார். அவருக்கு ஆறு குழந்தைகள் எனினும் பேரக் குழந்தைகள் இல்லை. அவர் உடல் நலத்துடன் வாழ்ந்தார். அவர் தன் பிற்காலத்திலும் தொடர்ந்து ஆராய்ச்சியில் ஈடுபட்டார். பெரிய மனிதர்களெல்லாம், அவரை வந்து சந்தித்திருக்கின்றனர். அவர்களுள் இரஷ்யாவின் சார் மன்னரான மா பீட்டர் (1672-1725) குறிப்பிடத்தக்கவராவார். அவர் தன் தொண்ணூறாவது வயதில் பிறந்த ஊரான டெல்ஃப்டியிலேயே இறந்தார்.

நுண்ணுயிர் கண்டவர்

அவர் சிறப்பான பல கண்டுபிடிப்புகளைச் செய்திருக்கின்றார். அவர்தான் முதன்முதலில் ஸ்பெர்மடோசா (ஆணின் விந்திலுள்ள கரு அணு) எப்படி இருக்கு மென்பதை 1677-இல் முதன் முதலில் விவரித்தார். குருதியின் சிவப்பு அணுக்கள் எப்படி யிருக்கும் என்பதை வருணித்தவரும் அவரேயாவார்.

அடிநிலை உயிரினங்கள் தாமாகத் திடீரென்று பிறக்கின்றன என்ற கொள்கையை அவர் எதிர்த்தார். அதற்கு வேண்டிய பல சான்றுகளையும் காட்டினார்.

சான்றாக, தெள்ளுப் பூச்சிகள், இறக்கையுள்ள பூச்சிகள் எவ்வாறு இனப்பெருக்கம் செய்கின்றனவோ, அவ்வாறே செய்கின்றன என்பதை அவர் தெரியக் காட்டினார்.

அவரின் மாபெரும் கண்டுபிடிப்பு 1677 ஆம் ஆண்டு நிகழ்ந்தது. அப்போது தான் அவர் முதன் முதலாக மைக்குரோபுகளைக் கண்ணால் கண்டார். இது மனித குல வரலாற்றில் பல துறைகளுக்கு வித்தாக அமைந்த கண்டுபிடிப்பாகும்.

சிறு தண்ணீர்த் துளிக்குள் ஒரு புதிய உலகத்தையே லூவன்ஹோயக் கண்டார்.

லூவன்ஹோயக்

அப்படி ஒரு புதிய உலகம் அதில் உள்ளது என்பதை அதுவரையிலும் எவரும் நினைத்துப் பார்த்தது கூட இல்லை. அந்த உலகினுள் எண்ணிறந்த உயிர்கள் வாழ்ந்து கொண்டிருக்கின்றன என்பதை எவர் தான் அன்று கற்பனை செய்திருக்க முடியும்?

அவர் அது குறித்து அதுவரை அறியாதிருந்த போதிலும், இப்புதிய உலகம் மனித இனத்திற்கு மாபெரும் முக்கியத்துவம் வாய்ந்ததாகும். அவர் அடிக்கடி அதனுள் கண்டுவந்த மிக நுண்ணிய விலங்குயிர்கள் மனிதரின் வாழ்வையும், சாவையும் தீர்மானிப்பவையாக இருந்தன.

அவர் அது குறித்து ஆராய்ந்ததும், பல்வேறு இடங்களில் நுண்ணியிர்கள் உள்ளன என்பதைக் கண்டார். அவை கிணறுகள், குளங்கள், மழை நீர், மனிதரின் வாய், குடல்கள் இங்கெல்லாம் இருக்கக் கண்டார். அவர் பல்வேறுபட்ட பாக்டீரியாக்களையும், புரோட்டோசா எனப்படும் ஒற்றைச் செல் உயிர்களையும் விவரித்தார். அவற்றின் அளவுகளைக் கணித்தார்.

லூவன்ஹோயக்கின் கண்டுபிடிப்புகள், பிரஞ்சு நுண்ணுயிர் ஆய்வாளரான லூயி பாஸ்சர் (1822-1895) காலம் வரையிலும், அதாவது கிட்டத்தட்ட 160 ஆண்டுக்காலம் வரையிலும் பயன்படாமலே இருந்து வந்தன.

சொல்லப்போனால் நுண்ணுயிரியல் என்ற துறை முழுவதுமே பத்தொன்பதாம் நூற்றாண்டு வரையிலும் அப்படியே செயலற்றுக் கிடந்தது. அந்நூற்றாண்டில் திருத்தமான நுண்ணோக்காடிகள் செய்யப்பட்ட பின்னர் நிலைமை மாறிற்று.

12. அமெரிக்கக் கண்டத்தில்

காப்பிப் பயிர் அறிமுகம்

அமெரிக்கக் கண்டம், குறிப்பாகத் தென்னமெரிக்கா உலகிற்கு மிகவும் அரிய பல வேளாண் பொருள்களை வழங்கியுள்ளது. மிளகாய், உருளைக்கிழங்கு, தக்காளி, அன்னாசிப்பழம், புகையிலை போன்றவை அக்கண்டம் உலகிற்கு அளித்தனவாகும். இவ்வாண்டு அங்கு ஆசியக் கண்டத்தின் காப்பிப் பயிர் அறிமுகமாகின்றது.

காப்பியை வளர்க்கும் முயற்சி உலகின் பல பகுதிகளில் பதினேழாம் நூற்றாண்டில் தொடங்கிவிட்டது. ஜாவாவில் 1696 ஆம் ஆண்டு காப்பியைப் பயிர் செய்ய முயன்றனர். இலங்கையில் 1716-1722 ஆண்டுகளில் காப்பி விளைவிக்க முயன்று அதிகப் பலன் பெறமுடியாது தோற்றனர்.

புதிய உலகமான அமெரிக்கக் கண்டத்திலும் காப்பியைப் பயிர் செய்வதற்கென்று இந்தப் பதினெட்டாம் நூற்றாண்டில் முயன்றார்.

பிரான்சின் பதினான்காம் லூயி மன்னருக்கு (1638-1715; ஆட்சிக்காலம் 1643-1715) நெதர்லாந்தின் பெரிய வாணிபப் பட்டினமாகிய ஆம்ஸ்டர்டாமிலிருந்த கண்ணாடித்

தோட்டத்தில் வளர்க்கப்பட்ட ஒரு காப்பிச் செடி அளிக்கப்பட்டது. அதைப் பிரஞ்சு அரசத் தோட்டத்தில் நட்டு வளர்த்தனர்.

அந்தக் காப்பிச் செடியைப் பிரஞ்சுக் கப்பற்படை அதிகாரியான காபிரியேல் தெகிளியூ அமெரிக்காவின் தென் மாநிலக் கிளர்ச்சிக் காரர்களின் உதவியோடு பிரஞ்சு அரசுப்பண்ணை வீட்டை இரவில் உடைத்துத் திருடிவிட்டார். பின்னர் அதை அமெரிக்கக் கண்டத்திற்குக் கொண்டு சென்று அங்கு கரீபியனிலுள்ள மார்டினிக்கு என்ற தீவில் நட்டனர்.

(மேற்கிந்தியத் தீவுக் கூட்டத்தைச் சேர்ந்த மார்டினிக்கு கிழக்குக் கரீபியனில் உள்ளது. வெப்ப மண்டலத்திலுள்ள இத்தீவு, தம்மை மதீனினா என்று அழைத்துக் கொண்ட கொடிய கரீபிய இந்தியரின் தாயகமாக இருந்தது. கிறிஸ்தபர் கொலம்பஸ் *(1451-1506)* - *1493*-ஆம் ஆண்டு இத்தீவைக் கண்டுபிடித்தார். எனினும் அங்கு ஐரோப்பியர் குடியேறுவதைக் கரீபிய இந்தியர் வன்மையாக எதிர்த்தமையால், அம்முயற்சி கைவிடப்பட்டது. பிரஞ்சுக்காரர் இறுதியாக அங்கு *1635*-இல் குடியேறினர். ஆங்கிலேயர் சிறிது காலம் அதைப் பிரஞ்சுகாரரிடமிருந்து கைப்பற்றி வைத்திருந்த போதிலும், இது பிரஞ்சு ஆட்சியில் நீடித்தது. அது *1946*ம் ஆண்டு கடல் கடந்த பிரஞ்சு மாநிலமாயிற்று. அது உள்நாட்டில் தன்னாட்சி அமைத்துக் கொண்டு, பாரிசிலுள்ள தேசியப் பேரவையில் (பாராளுமன்றம்) முழுப்பிரதிநிதித்துவம் வகித்து வருகின்றது. நெப்போலியன் *(1769-1821)* மனைவியான ஜோசஃபீன் *(1763-1814)* மார்டினிக்கில் பிறந்தவர் என்பது குறிப்பிடத்தக்கது)

பிரஞ்சு அரசுத் தோட்டத்திலிருந்து திருடப்பட்டு மார்டினிக்குத் தீவில் இவ்வாண்டு நடப்பட்ட காப்பிச் செடியானது, இன்று *(1990)* காப்பி விளைச்சலில் *90* சதத்தை அளிக்கும் மாபெரும் காப்பி வேளாண்மைத் தொழிலுக்குத் தென்னமெரிக்கா வில் வித்தாக அமைந்தது.

1724

1724

1. நிசாமின் அசஃபு ஷா குடி தோற்றம்: இந்திய அரசியலில் ஏற்றம் பெற்ற நடு ஆசியாவின் வரலாறு : ஐதராபாது நகர வரலாறு

நிசாம்-உல்-முல்க் என்ற சிறப்புப் பெயரையுடைய மீர் கமாருதீன் முகலாய அரசவையில் இளம் வயதிலிருந்தே ஏற்றம் பெற்று, அப்பேரரசின் வசீர் என்ற முதன்மை அமைச்சர் பதவியைப் பெற்றதையும், அவருடைய பாட்டனார் நடு ஆசியாவிலுள்ள புக்காராவிலிருந்து இந்தியா வந்து, முகலாயப் படையில் ஔரங்கசீபன் நம்பக்கைக்குரிய படைத்தலைவராக விளங்கியதையும் *1721* கட்டுரை இ.ச.க. தொகுதி-*7* ல் கண்டோம்.

நிசாம்-உல்-முல்க் இந்த *1724* ஆம் ஆண்டு தனக்கெனத் தக்காணத்தில் ஒரு தனியரசை நிறுவி, அசஃபு ஷா குடி என்ற புதிய முஸ்லிம் அரசு குடியைத் தோற்று வித்தது; ஐதாராபாது என்றழைக்கப்பட்ட அந்நாடு, அதன் தலைநகரான ஐதாரபாதின் தோற்றம், அக்குடியைச் சேர்ந்த எச்சத்தார் இன்று எந்நிலையில் உள்ளனர் என்ற செய்திகளெல்லாம் இக்கட்டுரையில் கூறப்படுகின்றன. இவற்றோடு, இன்று சோவியத்து யூனியன்

தென்பகுதியிலுள்ள பல குடியரசுகளைத் தன்னகத்தே கொண்டுள்ள நடு ஆசியாவிற்கும் இந்தியாவிற்கும் பன்னெடுங்காலத்திற்கு முன்னர் இருந்துவந்த உறவுகளும் உரைக்கப்படும். அத்தொடர்பு இந்தப் பதினெட்டாம் நூற்றாண்டிற்குப் பறகு சிறுக சிறுகத் தளர்ந்து வந்ததெனினும், அதனால் இந்திய வரலாற்றில் ஏற்பட்ட தாக்கம் உரம் வாய்ந்தது.

அப்பாலுக்கு அப்பால்

நடு ஆசியா ஐரோப்பியருக்கு அப்பாலுக்கு அப்பால் இருக்கும் மண்ணாகத்தான் தோன்றியது. ஆனால், இந்தியாவும், நடு ஆசியாவும் அவ்வாறு எட்டாக் கையில் இருப்பதாகக் கருதிக் கொண்டதில்லை. ஏனெனில் உலகில் வரலாற்றுக் காலத்திற்கு முன்னும், பின்னும் பாரதம் பல்வேறு இனத்தாரை ஈர்த்து வந்துள்ளது என்பதும், அவர்களில் பெரும்பாலர் நடு ஆசியாவிலிருந்து வந்தனர் என்பதும், இந்தியா அங்கு தனது சமயத்தையும், நாகரிகத்தையும், பண்பாடுகளையும் பரப்ப வந்திருக்கின்றது. என்பதும் மாபெரும் வரலாற்று உண்மைகளாகும். நடுஆசிய மக்கள் இந்து குஷ் மலைகளைத் தாண்டி இந்து தேசத்தினுள் புகுந்தனர்.

இமயத்தின் மேற்குத் தொடரான இந்து குஷ் மலைத்தொடர் நடு ஆசியாவில் உள்ளது. அது வடகிழக்கிலுள்ள பாமிர் மலைத் தொடர் வரை 600 கிலோமீட்டர் (373 மைல்) தொலைவு நீள்கின்றது. (பாமிர் மலைத்தொடர் நடு ஆசியாவிலுள்ள உயர்ந்த பீடபூமியும், மலை முகடுகளும், பனிபடர்ந்த மலைகளும் உடையது. சோவியத்து யூனியனில் பாமிர் மலை மிக உயரமானது. இங்குள்ள மலைச் சிகரங்கள் 6000 மீட்டருக்கும் (20,000 அடிக்கும்) அதிகமான உயரமுள்ளவை.)

1724

இந்து குஷ் - இந்துக் கொல்லி

இந்து குஷ் என்றால் இந்துக் கொல்லி என்று பொருளாகும். ஏனெனில் அது அத்தகைய கரடு முரடான மலை. அதைத் தாண்ட முயன்ற பலர் தமது உயிரை இழந்துள்ளனர். இது கடக்கக் கடினமான மலை அன்று என்பதை மக்கள் காலப்போக்கில் அறியலாயினர். இங்கு பல கணவாய்கள் உள. அவை 2500 மீட்டருக்கும்(8200 அடிக்கும்) கூடுதலான உயரமுடையவை. பண்டைக்காலத்திலிருந்து இம்மலைத் தொடரின் தாழ்ந்த பகுதியிலுள்ள கணவாய்கள் வழியாகவே நடு ஆசியாவிலிருந்து வந்தவர்கள் இந்தியா மீது படையெடுத்தனர். ஆக்சஸ் ஆற்று வெளியிலிருந்து ஆப்கானிஸ்தானத்தின் காபுலுக்கு வரும் பல கணவாய்களின் தொகுதி இம்மலையில்தான உள்ளது.

ஆக்சஸ் ஆறு

கிரேக்கர், பாரசீகர், ரோமானியர் முதலானோர் இந்த ஆற்றை ஆக்சஸ் என்று அழைத்தனரெனினும், சோவியத்து யூனியனிலும், ஆப்கானிஸ்தானத்திலும் ஓடுகின்ற இந்த ஆற்றின் பெயர் அமு தாரிய. இந்த நடு ஆசிய ஆற்றின் நீளம் 2620 கிலோமீட்டர் (1630 மைல்) இது பாமிர் மலையில் தோன்றிப் பொதுவாக மேற்கில் பாய்ந்து சோவியத்து யூனியனுக்கும், ஆப்கானிஸ்தானத்திற்கும் எல்லையாக அமைகின்றது. இவ்வாறு பன்னர் வடமேற்கில் திரும்ப 160 கிலோமீட்டர் (100 மைல்) நீளமான வடிநிலப்பகுதி வழியே ஓடி, ஆரல் என்ற உலகின் மிகப்பெரிய நிலஞ்சூழ் கடலில் கலக்கின்றது. ஆரல் கடலின் பரப்பு 65,500 சதுர கிலோமீட்டர் (25,300 சதுர மைல்) ஆகும். இது கசாக்குத்தானத்திற்கும், உசுபெக்கித்தானத்திற்கும் இடையிலுள்ள கடல். இவ்வாறு ஆரல் கடலில் கலக்கும் ஆக்சஸ் அல்லது அமு தாரிய ஆற்றில் கப்பல்கள் செல்லலாம். அவ்வாறு கலம் செல்லக்கூடிய

ஆற்றுப் பகுதியின் நீளம் 1450 கிலோ மீட்டர் (900 மைல்) ஆக்சஸ் ஆற்று வெளியும் அங்குள்ள கணவாய்களும் மக்கள் பெயர்ச்சிக்கு ஏற்ற வகையில் அமைந்து இந்திய-நடு ஆசியத் தொடர்புகளுக்குத் துணை புரிந்தன.

திராவிடர் வந்த வழி

திராவிடரின் ஆதித்தாயகம் எது என்பது ஆரியரின் தோற்றுவாய் போலவே இன்னும் விடுபடாத புதிராக உள்ளது. இது குறித்து அறிஞரிடையே கருத்து வேற்றுமைகள் உள்ளன. எனினும் திராவிடரின் தாயகம் சுமேர், ஏலம், ஈரான் அல்லது காகசஸ் மலைகளாக இருக்கலாம் என்று அறிஞர் சிலர் கூறுகின்றனர். அவர்களின் அனுமானங்களைப் பரந்து விரிந்த ஓர் ஊகமாக இப்படிக் கூறலாம்;

ஈரான், காகசஸ் மலைகள், நடு ஆசியாவின் சில பகுதிகள் முதலிய இடங்களில் திராவிட மொழிகளைப் பேசிய மக்கள் வாழ்ந்திருக்கலாம். நாடோடிகளாகச் சுமேரியா, ஏலம் ஆகிய பகுதிகளின் எல்லைகளிலிருந்து அமு தாரிய, சிர் தாரிய, காகசஸ் வரையிலும் அலைந்து திரிந்த புரோட்டோ திராவிடர், அதாவது தொல் பழந்திராவிடர், சுமார் கி.மு. ஆறாயிரம் ஆண்டு வாக்கில் வடமேற்கு இந்தியாவின் வசதியான கணவாய்களின் வழியே இந்தியத் துணைக் கண்டத்தை அடைந்தனர் என்பது ஆராய்ச்சியாளர் சிலரது கூற்றாகும்.

இந்தியாவை முதலில் அடைந்த வந்தேறிகள் திராவிடர் ஆவர்; அவர்கள் தெற்கிலிருந்தும், அதாவது கடல் கொண்ட குமரிக்கண்டத்திலிருந்தும் வந்திருக்கலாம் என்ற கருத்தும் நிலவுகின்றது.

ஆரியரும் வந்த வழி

ஆரியரும் இந்த வழியாகத்தான் இமயந்தாண்டி இந்தியாவை அடைந்தனர். பாரசீகர், கிரேக்கர், சித்தியர், ஹூணர், மங்கோலியர் என்று நடு ஆசிய மக்களினத்தவர் பலரும் இந்து மண்ணுக்கு இவ்வழியேதான் வந்து சேர்ந்தனர். இந்தியாவின் மிக நீண்ட வரலாற்றில், அதன் வடமேற்குப் பகுதி-சிந்து, பாஞ்சாலம் ஆகியன-நடு ஆசிய மக்களின் ஆட்சி முறையில் ஒரு பகுதியாக இருந்து வந்திருக்கின்றது.

எனவே நடு ஆசிய மக்களுக்கு இந்தியாவின் அரசியல், சமய, வாணிப, பண்பாட்டு வாழ்க்கையில் வாழையடி வாழையெனத் தொடர்பு இருந்து வருகின்றது. அம்மக்கள் இந்திய வரலாற்றில் பதினெட்டாம் நூற்றாண்டு வரையிலும் தமது முத்திரையைப் பதித்து வந்திருக்கின்றனர். அவர்களின் வரிசையில் முகலாயப் பேரரசின் தலைமை அமைச்சரான வசீராயிருந்து, அசஃபு ஷா குடி என்ற முஸ்லிம் அரசகுடியை ஐதராபாதில் தோற்றுவித்த நிசாம் உல்-முல்கும் ஒருவராவார்.

வரலாற்றில் நடு ஆசியா

நடு ஆசியாவின் பண்டை வரலாறு அறிய முடியாததாக உள்ளது. அது குறித்து நாடோடி மக்கள் எழுதிவைத்திருப்பவை வெகுசில. நம்புதற்குரிய ஆதாரங்களும் குறைவே. மெய்யும், புனை கதைகளும், வரலாறும், செவிவழிச் செய்திகளும் பிரிக்க முடியாதவாறு ஒன்றோடொன்று பின்னிக் கிடக்கின்றன. இது அவ்வளவு வியப்பிற் குரியதுமன்று. ஆசிய நிலப் பரப்பின் ஒரு பகுதியிலிருந்து மறு பகுதி மீது கொள்ளைக் கூட்டங்கள் பாய்ந்து தாக்கிப் போகின்ற போக்கில் மக்களைக் கொன்றும், இடங்களை

அழித்தும் செல்வதும் இங்கு அடிக்கடி நிகழ்ந்துள்ளன. இனங்கள், அரசுகள், நாகரிகங்கள் முதலியன அங்கு தோன்றின; அழிந்தன அல்லது அப்படியே செரிக்கப்பட்டிருக்கின்றன. எனினும் அவை வரலாற்றில் விட்டுச் சென்ற சுவடுகள் வெகு சிலவேயாம்.

நடுஆசியாவிற்கு வரலாறு இல்லையென்றோ, அதன் வரலாறு அறிவதற்கு ஆர்வம் தராதது என்றோ முற்றிலும் கூறுவதற்கில்லை. மாசிடோனியரான அலெக்சாந்தர் கி.மு.329 இல் சாமர்க்கண்டை வென்று, அதை அழித்த காலத்திலேயே, அப்பண்டை நகரம் நடு ஆசியாவில் நாகரிகச் சிறப்புடன் விளங்கி வந்திருக்கின்றது. அதே கால கட்டத்தில் சாமர்க்கண்டின் தெற்கே பால்க்மெர்வு என்று இரு நகரங்கள் இருந்தன என்பதையும், அவையிரண்டும் கி.மு.ஐந்தாம் நூற்றாண்டு அல்லது அதற்கு முற்பட்டவையென்பதையும் வரலாறு அறியும். எனினும் நாம் முழுமையாக அறிந்து கொள்ள முடியாத வகையில் இந்த இடைவெளிகள் இருக்கின்றன.

மானுடப் பஞ்சாமிர்தம்: பாரசீகப் பேரரசு

பல்வேறு இனத்தவர் இந்த மானுடப் பஞ்சாமிர்தத்தில் வந்து கலந்துள்ளனர்: ஈரானியர், துருக்கர், தத்தாரியர்,ஹூணர், சோகதியர், சித்தியர், மங்கோலியர், கசாக்கியர், கிர்கிசர் என்று பலவகை இனத்தவர்.

ஈரானியர் மூவாயிரம் ஆண்டுகளுக்கு முன்னரே நடு ஆசியாவிற்கு வந்து விட்டனர். பாரசீகப் பேரரசரான முதலாம் டேரியசுக்கு (இவர் மாடேரியஸ் என்று அழைக்கப்பட்டார். காலம் கி.மு. 550-486 பாரசீக மன்னராக ஆண்டகாலம் கி.மு.521-486) உள்பட்ட அரசப் பரதிநிதிகள் (சத்திரபகள்) நடு ஆசியாவில் இருந்தனர் என்பதும், அதில் பாக்டிரிய மாநிலமும் அடங்கியிருந்தது என்பதும் கி.மு.ஆறாம் நூற்றாண்டைச் சேர்ந்த ஒரு கல்வெட்டிலிருந்து தெரிகின்றது. (பாக்டிரியா என்பது இந்து குஷ் மலைக்கும் ஆக்கஸ்-அமு தாரிய-ஆற்றுக்கும் இடையே தென் மேற்கு ஆசியாவிலிருந்த பண்டை நாடு. இது இன்று வட ஆப்கானிஸ்தானத்தின் பால்கு மாவட்டத்தில் உள்ளது.)

அக்கல்வெட்டு அக்காலத்தில் பக்தரான் என்றும் அண்மையில் கெர்மன்ஷா என்றும் பெயர் மாற்றப்பட்ட பண்டை வாணிப நகரத்தின் அருகேயுள்ள பெதிஸ்தர் என்ற இடத்தில் கண்டுபிடிக்கப்பட்டது. இன்று கெர்மன்ஷா என்று பெயர் மாற்றப்பட்டுள்ள ஈரானிய நகரானது தெகரானுக்கும், ஈராக்கின் தலைநகரான பாக்தாதிற்குமிடையே சென்ற வாணிப வழித்தடத்தில் உள்ளது. இது தெகரானிலிருந்து தென்மேற்கில் சுமார் 400 கிலோ மீட்டர் (250 மைல்) தொலைவிலுள்ளது. பாரசீகம் என்பது இன்றைய ஈரான் நாட்டின் பழம் பெயர்.

இக்கல்வெட்டுக் கிடைத்ததாகக் குறிப்பிட்ட இடம் ஆக்சஸ் என்ற அமு தாரிய ஆற்றுக்கும் பரோபாமிசஸ் என்ற இந்து குஷ் மலைத் தொடருக்குமிடையில் இருந்தது. பாக்டிரியம் மட்டுமன்றி அதன் அண்டையிலிருந்து மார்ஜியான் அல்லது மேலே குறித்த மெர்வு, பற்காலத்தில் கிவா என்று அழைக்கப்பட்ட கோரசம், புக்காராவும், சாமர்க்கண்டும் அடங்கிய சோகதியான ஆகியவற்றையும் டேரியசிற்கு முந்திய பாரசீக மன்னரான மா சைரஸ் வெற்றிபெற்றார் என்பதையும் இக்கல்வெட்டினால் அறிகின்றோம்.

(மா சைரஸ் அல்லது மூத்த சைரஸ் என்று அழைக்கப்பட்ட இப்பாரசீக மன்னர்தான் பாரசீகப் பேரரசை நிறுவினார். இவர் கி.மு.529 இல் இறந்திருக்கலாம் என்று அறிகின்றோம்.)

துருக்கித்தானம் என்று பிற்காலத்தில் அழைக்கப்படும் பகுதியிலும் அதைச் சூழ்ந்துள்ள சமவெளியிலும் வாழ்ந்த மக்கள் தமது அண்டையிலிருந்து ஈரானிய இனத்திலிருந்து தோன்றியவராகலாம். (ஆரியன் என்ற சொல்லின் திரிபே ஈரான் என்பர் அறிஞர்.) அலெக்சாந்தர் சாமர்க்கண்டை வென்று கி.ப.329 ஆம் ஆண்டு அதன் மன்னரானதற்கு முன்னர், குறைந்தது இரு நூறு ஆண்டுக்காலம் அப்பகுதி முழுமையும் பாரசீகப் பேரரசில் அடங்கியிருந்தது.

அலெக்சாந்தர்

மூன்றாம் டேரியசின் (இவர் இறந்த ஆண்டு கி.மு.330; அக்கிமினிடு குடியின் கடைசிப் பாரசீக மன்னர்; ஆட்சிக் காலம் கி.மு. 336-330)கீழ் இருந்த பாரசீகரை, அலெக்சாந்தர் முற்றாக முறியடித்து விட்டுக் கிரேக்க-அக்கிமினிடு அரசின் மாதிரியில் ஒரு பேரரசை அமைக்க விரும்ப, அங்கு இரண்டாண்டுகள் இருந்தார். ஆக்சஸ் ஆற்றுக்கும் ஜாக்ராட்சுக்கும் இடையிலிருந்த நிலப்பரப்பில் தன் படியை அலெக்சாந்தர் வலுப்படுத்தினார். அங்கு புறக்காவலர் படைகள் நிறுத்தி வைத்தார். அங்கு வாழ்ந்த மக்களை ஆற்றுப்படுத்தித் தனது விரிந்த பேரரசின் ஒரு பகுதியான மாநிலமாக அதை மாற்றினார்.

அலெக்சாந்தர்

1724

அலெக்சாந்தர் (கி.மு.356-323) அதன் பிறகுதான் இந்து குஷ் மலைகளைத் தாண்டி இந்தியாவை வெற்றி கொள்வதற்குக் கிளம்பினார். அவர் இந்தியா சென்றிருந்த காலத்தில், நடு ஆசியாவில் புதிதாக வென்றிருந்த இடங்களைக் கட்டிக் காக்கவும், வடக்கிலும் கிழக்கிலும் வாழ்ந்த நாடோடி இனத்தாரின் சீற்றமிக்க தாக்குதலை எதிர்த்து நிற்பதற்காகவும் உறுதியான தடைகளை அமைக்க வேண்டியிருந்தது. கிரேக்கர் பாக்டிரியாவின் பல நகரங்களில் தடுப்புக் காவல்படைகளை நிறுவினர். தற்காலத்துக் கோஜண்டு, ஹெராட்டு, லெனினாபாது முதலியன உள்பட, அலெக்சாந்திரியா என்ற பெயரில் பல நகரங்கள் அங்கு தோன்றின. பாரசீகம் இங்கு பெற்றிருந்த இடத்தைக் கிரேக்க ஆட்சிமுறையும் கிரேக்கப் பண்பாடுகளும் கவர்ந்து கொண்டன.

தத்தாரியர்

அலெக்சாந்தர் பாரசீகரைக் கிரேக்கருக்குச் சமமாக நடத்தினார். பாரசீகரோ கிரேக்கரை நாகரிகமற்ற காட்டுமிராண்டி என்றே கருதினர். அலெக்சாந்தர் பாரசீக உயர்குடியினளான ரோக்சேன் என்ற பெண்ணை மணந்தார். அவர் அதற்கு நான்காண்டுகளுக்குப் பிறகு இறந்தார். கிரேக்க-அக்கிமினிடு (பாரசீகப்) பேரரசை அமைக்கும் அவரது இலட்சியம் ஈடேறவில்லை. அவர் கி.மு.323-ஆம் ஆண்டு இறந்த பிறகு மேலும் சுமார் நூற்றைம்பதாண்டுக் காலம், அவர் அமைத்த கிரேக்க பாக்டிரிய அரசு நிலைத்திருந்தது. அவ்வரசு தத்தாரிய இனத்தாரின் தாக்குதலால் சின்னா பின்னமாயிற்று என்பது சீனச் சான்றுகளிலிருந்து தெரிகின்றது.

அந்தத் தத்தாரிய இனத்தாரே அதன்பின் பல நூற்றாண்டுக்காலத்திற்கு நடு ஆசியாவை ஆட்டிப்படைத்தனர். ஆயினும் கிரேக்கச் செல்வாக்கும், பண்பாடும் முற்றாக அழிந்துவிடவில்லை. இன்றுங்கூட நடு ஆசிய மக்களின் நாடோடிக் கதைகளில் அலெக்சாந்தர் அல்லது இஸ்கந்தர் கதை ஒரு பகுதியாக வழங்கி வருகின்றது. அவர் வட இந்தியாவில் சிக்கந்தர் என்று அறியப்பட்டார் என்பது குறிப்பிடத்தக்கது.

அலெக்சாந்தர் மறைந்து ஆயிரம் ஆண்டுகள் ஆன பின்னர் நடு ஆசியாவில் என்னென்ன நிகழ்ந்தன என்பதோ, இங்கொன்றும் அங்கொன்றுமாக நடந்த நிகழ்ச்சிகளைத் துருவி ஆராய்வதோ, ஒன்றுக்கொன்று தொடர்பற்ற நிகழ்ச்சிகளைக் கோவைப் படுத்துவதோ அவ்வளவு சாத்தியமன்று. சமவெளிகள் நெடுகிலும் நாடோடி இனத்தவர் மீண்டும் திரண்டு தமக்குள் போரிட்டுக் கொண்டனர். முழு மாநிலங்கள் அடிக்கடி கை மாறின.

ஹூணர்

1724

சீனப் பேரரசரான சீன் சி ஹவாங்குதி கொள்ளைக்காரரான ஹூணர் என்ற இந்நாடோடிகளிட மிருந்து எப்படியும் தனது நாட்டைப் பாதுகாப்பதென்று உறுதி பூண்டார். அவர் இழிப்பெயர் பெற்ற சியுங்கு-நு அல்லது ஹூணர் என்ற ஏதிலியரிடமிருந்து தன் நாட்டைக் காக்கவே சீனப் பெருஞ்சுவரை எழுப்பினார். (சீனப்பெருஞ்சுவர் சீனத்தின் சீன் என்ற முதல் அரசகுடியின் காலத்தில் கி.மு.214-ஆம் ஆண்டு எழுப்பப்பட்டது) ஹூணர் என்போர் மங்கோலிய இனத்தவர். இம்மக்களைப் பற்றிய செய்திகள் இ.ச.க.தொகுதி -1 இல் குறித்திருந்தோம்.

ஏறமுடியாத இப்பெருஞ் சுவரில் ஏறிப்பார்த்த ஏதிலியரான இந்நாடோடி மக்கள் மேற்கு நோக்கித் திரும்ப குஷ் மலையடிவாரத்திலிருந்து பாக்டிரிய அரசின் மீது பாய்ந்தனர்.

குசாணர்

ஹூணரின் பயங்கர எதிரிகளான துங்கு-நு அல்லது கிழக்கத்திக் தாத்தாரியரில் ஒரு பிரிவினரான யூச்சி அல்லது குசாணர் (இ.ச.க.தொகுதி-1 காண்க) என்போர் இதற்கு இருநூற்றைம்பது ஆண்டுகளுக்குப் பின்னர், கிறித்தவ அப்தத்தில் நடு ஆசியாவின் தலையாய சக்திகளாக விளங்கினர். அவர்கள் ரோமானியருடன் முறையான உறவு வைத்திருந்தனர். அவர்களது பரந்த பேரரசு வடக்கே நடு ஆசியா வரையிலும், தெற்கே இந்தியா வரையிலும் இந்து குஷ் மலையைத் தழுவி அமைந்திருந்தது. குசாணர் 400 ஆண்டுக் காலம் நிலைத்திருந்தனர்.

பின்னர் சுமார் கி.பி. 430 வாக்கில் துருக்கிய, மாங்கோலியக் கால் வழியைச் சேர்ந்தவராயிருக்கலாம் என்று கருதத் தக்க எஃப்தலைட்டுகள் அல்லது வெள்ளை ஹூணர் அல்லது சீனர் அழைத்ததைப் போன்று ஏத்தா என்ற இனத்தாரின் கை ஓங்கிற்று. அட்டில்லா தலைமையில் ஐரோப்பா முழுவதையும் அதிரச் செய்த அதே இனத்தவராகவும் அவர்கள் இருக்கலாம்.

அட்டில்லா என்ற கொடிய வெற்றி வீரர் ஹூணரின் மன்னர்; அவரது காலம் கி.பி. 406-453. அவர் ரோமானியப் பேரரசின் பெரும் பகுதியைச் சூறையாடியவர். அவர் கி.பி. 451-இல் மேற்கு ஐரோப்பாவின் கால் என்ற பண்டைப் பிரஞ்சுப் பகுதி மீது படையெடுத்தார். அப்போது ரோமானியரும், விசிக்கோத்துகளும் ஒன்று சேர்ந்து அட்டில்லாவை வடகிழக்குப் பிரான்சில் மார்டினி ஆற்றின் கரைமீதிருந்த ஷலோ சிர் மார்ன் என்ற இடத்தில் தோற்கடித்தனர்.

துருக்கர்

துருக்கர் அல்லது சீனர் அழைத்தவாறு து-கியூ என்பார் கி.பி.ஆறாம் நூற்றாண்டின் நடுப்பகுதியில்தான் வரலாற்றில் இடம் பெறுகின்றனர். அவர்கள் இக்காலத்தில் தனியான இரண்டு கான்களின் ஆட்சியில் பிரிந்திருந்தனர். கான் என்பது ஆப்கானித்தானத்திலும், நடு ஆசியாவிலும் மதிப்பு வாய்ந்த ஒரு தலைவரைக் குறிக்கும் பட்டப்பெயர். இதற்கு மேதகு என்று பொருள் கொள்ளலாம்.

கிழக்கத்தித் துருக்கர் வசம் ஐரோப்பாவிற்கும் ஆசியாவிற்குமிடையே எல்லைக் கோடு அமைந்திருக்கும் உரல் மலைகளிலிருந்து மங்கோலியா வரையிலும் அமைந்திருந்த நிலப்பரப்பும்; மேற்கத்தித் துருக்கரிடம் நடு ஆசியாவிலிருந்து அல்டாய் மலை, பண்டைக் காலத்தில் ஜாக்சார்டஸ் என்றும், இன்று சிர் தாரிய என்று வழங்கும் ஆறுவரையிலும் அமைந்த நிலப்பரப்புகளும் அடங்கி இருந்தன. (சிர் தாரிய-ஜாக்சார்டஸ் என்பது மையச் சோவியத்து யூனியனின் தெற்கில் ஓடும் ஆறு ஆகும். இது நடு ஆசியாவிலுள்ள மிகப் பெரிய தியன் ஷான் என்ற மலையில் உண்டாகும் இரண்டு ஓடைகளும் சேர்ந்த ஓர் ஆறாகும். இது பொதுவாக மேற்கில் பாய்ந்து அமு தாரியவைப் போன்று நிலஞ் சூழ்ந்த ஆரல் கடலில் கலக்கின்றது. இதன் நீளம் 2900 கிலோமீட்டர் (1800 மைல்) ஆகும்.

துருக்கரும் பாரசீகரும் சிறிது காலம் ஒன்று சேர்ந்து தமது பொது எதிரியான வெள்ளை ஹூணரை முறியடித்தனர்; வென்ற பகுதிகளைத் தமக்குள் பங்கு போட்டுக் கொண்டனர். பாரசீக மன்னர் துருக்கரின் தலைமை ஆட்சியாளர் அல்லது கக்கானின் மகளை மணந்து உறவை வலுப்படுத்தினார். பாரசீகருக்கு முள்ளாயிருந்து வந்த பாக்டிரியா பாரசீக மாநிலமானது.

துருக்கர் அகண்ட ஆக்சஸ் பகுதியில் தமது ஆட்சியை நிறுவினர். எனினும் துருக்கர் - பாரசீகர் கூட்டு நிலைக்கவில்லை. பாரசீகர் துருக்கருடன் ஒரு புறமும், பைசாந்தியத்துடன் இன்னொரு புறமும் மோத வேண்டியிருந்தது. (பைசாந்தியம்; கிழக்கத்தி ரோமானியப் பேரரசாகும். கடைசி ரோமானியப் பேரரசர் கி.பி.476-இல் பதவியிலிருந்து இறங்கிய பிறகு கான்ஸ்டாண்டி நோபளைத் தலைநகராகத் கொண்டு கிழக்கத்தி ரோமானியப் பேரரசு நிறுவப்பட்டது. இது வரலாற்றில் பைசாந்தியப் பேரரசு என்று அழைக்கப் படுகிறது. இப்பேரரசு 1453 ஆம் ஆண்டு அரபுகளால் வீழ்த்தப் பட்டது.)

நபிகள் 632 ஆம் ஆண்டு மக்கத்திலிருந்து மதீனம் சென்ற வெகுசில ஆண்டுகளுக்குள், அவர் தமது தாயகமான அரேபியாவைப் பல வெற்றிகள் காணச் செய்து, வரலாறு அன்று அறிந்திருந்த உலகின் பெருநிலப் பரப்பை இஸ்லாத்தின் கீழ் கொண்டுவந்த நேரத்தில் நடு ஆசியாவின் நிலை மேற்கூறியவாறு இருந்தது.

இஸ்லாம் பரவுதல்

முதலில் நடுக்கிழக்கிலிருந்து பண்டை நாடான பாலஸ்தீனமும் மேற்காசியாவில் மத்திய தரைக்கடலின் கரைமீதிருந்த சிரியாவும் அரபுகளிடம் வீழ்ந்தன. இருபது ஆண்டுகளுக்குள் பாரசீகம் முழுவதும் அரபு ஆட்சியின்கீழ் வந்தது. அரபுப் படை அந்நேரத்தில் ஆக்சசையும், துருக்கித்தானத்தையும் நெருங்கிக் கொண்டிருந்தது. அரபுப் படை பாரசீகத்தின் சாசனிய மரபு ஆட்சியை உருத்தெரியாமல் சின்னா பின்னமாக்கி யதும், அகண்ட ஆக்சஸ் வெளியையும் வெற்றி கொண்டது. கி.பி.705-715 ஆண்டுகளுக்கு இடைப்பட்ட காலத்தில் அரபுப் படைகள் ஸ்பெயின் வழியாகப் பிரான்சை நெருங்கி வந்த வேளையில், வட ஆப்பிரிக்கக் கடலோரப் பகுதி நெடுகிலும் அரபுகள் வலுவாகக் காலூன்றி விட்டனர்.

எமீர் குதைபா-இபன்-முஸ்லிம் என்ற மாபெரும் அரபு வெற்றி வீரரிடம் பாக்டிரியாவிலும், அகண்ட காகசசிலும் இருந்த நடு ஆசிய நகரங்கள் ஒன்றன்பின் ஒன்றாக வீழ்ந்தன. அவர் கி.பி.705 ஆம் ஆண்டு கோரசான் வைசிராய் ஆனார். அரபு முன்னணிப் படைகளுடன் அவரது படையும் அடங்கிய பெரும் படையோடு. பாரசீகத்தில் திரட்டப்பெற்ற துணைப்படைகளும் அடங்கியிருந்தன.

புகழ்பெற்ற அப்பாசிது காலிஃபாவான ஹாரூன் அல் ரஷீது (கி.பி.786-809) பாக்தாதைத் தலைநகராகக் கொண்டு சீன எல்லையிலிருந்து அட்லாண்டிக்கின் கரையிலிருந்த ஸ்பெயின் வரையிலும் விரிந்து பரந்த செழிப்பான பெருநிலத்தை ஆண்டு வந்தார். *(உம்மா அல்லது முஸ்லிம் சமூகத் தலைவர்கள் காலிஃபா பட்டத்தைச் சூட்டிக் கொண்டனர். அவர்கள் இஸ்லாத்தின் தலைமைப் பொறுப்பை ஏற்றனர். அப்படித் தோன்றிய காலிஃபாக்களின் பல மரபுகளில் அப்பாசிது காலிஃபாக்கள் மூன்றாவது மரபினர் ஆவர். முதல் மரபு அபு பக்கரின் கீழ் ஹிஜிரி 11-ஆம் ஆண்டு, (கி.பி.632 ஆம் ஆண்டு) தொடங்கி அலி பி.அபுதாலியுடன் ஹிஜிரி 40, கி.பி.661 ஆம் ஆண்டுடனும்; இரண்டாவதான உமாய்யது காலிஃபா மரபு முதலாம் மூவாவியா அபி-சுஃபியான் என்றவருடன் ஹிஜிரி 41, கி.பி 661 இல் தொடங்கி, இரண்டாம் மர்வான் அல்-ஹிமார் என்பவருடன் ஹிஜிரி 32, கி.பி.750 ஆம் ஆண்டுடனும், மூன்றாவதாகிய அப்பாசிது காலிஃபா மரபு ஹிஜிரி 132, கி.பி.749 இல் அல்- சஃபாவுடன் பாக்தாதில் தொடங்கி, ஹிஜிரி 923, கி.பி.1517 இல் கெய்ரோவில் முடிவுற்றது. இதன் பிறகும் பல குடிமரபுகள் பலநாடுகளில் தொடர்ந்து நீடித்தன.*

(மங்கோலியர் பாக்தாதைச் சூறையாடிச் சிதைத்ததும், அங்கிருந்த அப்பாசிது காலிஃபா மரபு. கி.பி. 1261 முதல் 1517 வரை நிலைபெற்றிருந்தது. ஹாரூன் அல் ரஷீது இம்மரபன் காலிஃபாக இருந்த காலம் கி.பி.786 முதல் 809 வரையிலாகும். அச்சிறந்த காலம் அரபுக் கதைகள் என்ற இறவாக் கதைகளில் உயிரோவியமாக இன்றும் விளங்குகின்றது.)

பாரசீகர் மறுவாழ்வு

இம்மாபெரும் அரபுப் பேரரசினுள்தான் இஸ்லாத்திற்கு மாறிக்கொண்ட மிகத் தொன்மையான நாகரிகத்தைவுடைய பாரசீகமும் (இன்றைய ஈரான்) அடங்கியிருந்தது. அது விரைவில் தன்னாட்சி அதிகாரத்தைப் பெற்றுத் தனது அரச குடியினரான சாமனிடுகளின் கீழ் தனியரசானது. அதன் ஆட்சிப் பரப்பில் அகண்ட ஆக்சஸ் பகுதி முழுமையும் அடங்கியிருந்தது. அதன் தலைநகரம் சாமர்க்கண்டிலிருந்து புக்காராவிற்கு மாறியது.

சாமனிடு ஆட்சி பன்னிரண்டாம் நூற்றாண்டில் கரா-கிதாய் என்ற நாடோடி இனத்தின் கீழ் வந்தது. அவ்வினத்தார் சீனப் பண்பாட்டை உடையவர்கள் என்றும், மங்கோலிய இனத்தவராய் இருக்கலாம் என்றும் வரலாற்றாசிரியர் கருதுகின்றனர். அவர்கள் இஸ்லாத்தைத் தழுவியிருக்கவில்லை.

இதனிடையே பாரசீகத்திலும், ஆப்கானித்தானத்திலும் புதிய நாடோடி இனத்தவரான செலூக்குத் துருக்கர் என்ற ஆட்டோமான் துருக்கர் குடிக்கு முற்பட்ட துருக்கர்கைக்கு ஆட்சி மாறியது. அவர்கள் மெர்வு என்ற தலைநகரிலிருந்து அனட்டோலியா, பாலத்தீனம் உள்பட மெசபடோமியா, ஆசியாவின் பெரும் பகுதியை ஆண்டனர்.

மங்கோலியர்

இவ்வாறு ஒன்றுக்கொன்று, முரணானவையும், ஒன்றன் மீது ஒன்று ஏறி நின்றனவும், ஆட்சிச் செல்வாக்கு மாறிக் கொண்டு வந்ததுமான மக்களையும், சமயங்களையும், பண்பாடுகளையும் கொண்டிருந்த இந் நடு ஆசியப் பெருவெளியில் கி.பி.1220 வாக்கில் மங்கோலியர் படையெடுப்பு என்ற பெருங் குமுறல் வெடித்தது. இது வரையிலும் தம்மைத் தத்தாரியர் என்று அழைத்து வந்து மங்கோலியர் என்னும் இம்மக்கள், கோப பாலைவனத்திற்கு வடக்கிலும், பைக்கல் ஏரிக்குத் தெற்கிலும், இன்றுள்ள மங்கோலியா என்ற நடு ஆசிய நிலப்பரப்பில் வாழ்ந்துவந்த பல்வேறு நாடோடி இனத்தவரில் ஒருவராவர். மங்கோலியர் பன்னிரண்டாம் நூற்றாண்டு வரையிலும் வரலாற்றின் போக்கில் எந்தத் தாக்கத்தையும் உண்டாக்கவில்லை.

செங்கிஸ்கான்

செங்கிஸ்கான் கி.பி. 1155 ஆம் ஆண்டு வாக்கில் மங்கோலிய இனத்தலைவர் அல்லது கான் ஒருவருக்கு மகனாகப் பிறந்தார். அந்தப் பிள்ளைக்குத் தேமுஜன் என்று பெயரிட்டனர். (இ.ச.க. தொகுதி-1 காண்க). ஆனால் அக்குழந்தை வளர்ந்து ஆளானதும் தன்னை உலகரசன் அல்லது செங்கிஸ்கான் என்று அழைத்துக் கொண்டது. அவர் ஐம்பது வயது வரையிலும் தாயகத்திலேயே இருந்தார். அவர் அங்கு தன் இனத்தலைவராகத் தன்னை வலுவாக நிலைநிறுத்தியதும், அண்டையிலிருந்த மக்களையெல்லாம் ஒன்றுபடுத்தினார். பிறகு கி.பி.1206 வாக்கில் மங்கோலிய இன மக்கள் அனைவரையும், ஓரே அமைப்பு முறையின் கீழ் கொண்டு வந்து அவர்களின் எதிர்ப்பாரற்ற தலைவரானார். அப்போது தான், அவர் தன்னைச் செங்கிஸ்கான் என்று அழைத்துக் கொண்டார்.

மங்கோலியப் படையமைப்பு

அவர் பத்து, நூறு, ஆயிரம், பத்தாயிரம் பேர் அடங்கிய படைப் பிரிவுகளை அமைத்துத் தனது படையின் அமைப்பைச் சீர் செய்தார். அது தற்கால இராணுவத்தின் டிவிசனை ஒத்த படைப்பரிவு ஆகும். நாடோடி மக்களிடம் இயல்பாய் அமைந்திருந்த துரிதமான இயக்க வேகத்தோடு, ஈவிரக்கமற்ற கடும் கட்டுப்பாட்டையும் புகுத்திச் சங்கிலித்தொடர் போன்ற ஒன்றன்பின் ஒன்றாக இயங்கும் படைத் தலைமையை அமைத்தார். அவர் விரைவிலேயே ஏறத்தாழ இரண்டரை இலட்சம் பேரடங்கிய படையொன்றைத் தோற்றுவித்தார்.

சீனத்தின் மேல் படையெடுப்பு

செங்கிஸ்கான் சீனத்தை வெற்றி கொள்ள 1209 ஆம் ஆண்டு நடத்திய படையெடுப்புத் தோற்றது. அவர் அதன் பிறகு வட சீனத்தின்மீது திரும்பி, அங்கு ஆட்சிபுரிந்து வந்த ஜர்ச்செடு என்ற வலிமை வாய்ந்த அரச குடியை வென்றார். அவருக்கு வெற்றிமேல் வெற்றி குவிந்தது. மங்கோலியப்படை 1214 இல் பீகிங்கு நகரத்தின் கோட்டைச் சுவருக்கு வெளியே வந்து நின்றது. செங்கிஸ்கான் அப்போது மேலும் முன்னேறாது சீனருடன் சந்து செய்து கொண்டார். அவர் அதற்கு அடுத்த ஆண்டு மீண்டும் தாக்குதலைத் தொடங்கிப் பீகிங்கையும், அதன் கருவூலங்களையும் கவர்ந்தார். எனினும் அவர் சீனத்தினுள் நுழையவில்லை. மாறாகத் தனது மேற்கத்தி எல்லைகளை வலுப்படுத்தினார்.

அப்போது துருக்க ஷாக்கள் வசம் ஆப்கானித்தானம், ஈரான் ஆகிய நாடுகளின் பெரும் பகுதியும், வட இந்தியாவின் ஒரு பகுதியும் இருந்தன. இவர்களுக்கும் மங்கோலியருக்குமிடையே போர் மூண்டது.

மங்கோலியர்- துருக்கர் போர்

மங்கோலியாவிலிருந்து பெரும் பொதிகளோடு ஆயிரக்கணக்கான வணிகர் 1218 ஆம் ஆண்டு துருக்கித்தானத்திற்கு வந்து கொண்டிருந்தனர். அவர்கள் அட்ரார் என்னுமிடத்தில் கோரசாம் பகுதி ஆளுநரால் படுகொலை செய்யப்பட்டனர். அவர்களின் பண்டங்களும் கொள்ளையடிக்கப்பட்டன.

1724

வணிகப் போக்குவரவுக்கு இடையூறாக எதுவும் இல்லாதிருக்க வேண்டும் என்பது மங்கோலியரின் பொதுவான கொள்கை. நடந்தது அப்படியே மறக்கப்பட்டிருக்கலாம். ஆனால் இச்செயலுக்குக் கண்டனம் தெரிவிப்பதற்காகச் செங்கிஸ்கான் அனுப்பிய தூதுவர் தலைவரைக் கோரசாம் ஷா, வாகை முகமது என்றவர் ஆராயாது தலையைச் சீவிவிட்டார். மற்ற இருவரின் தாடியைச் சிரைக்கச் செய்தார்.

உடனே, செங்கிஸ்கான் சீனத்தின் மேல் படையெடுத்த வேளையில் எடுத்துக் கொண்ட கவனத்தைவிட மிகுந்த எச்சரிக்கையோடும், அக்கறையோடும் கோரசாம் மீது படையெடுக்கத் திட்டமிட்டார். அவர் தன் படைத்தளபதிகளில் ஒருவரை வட சீனத்தில் நிறுத்திவிட்டு ஏறத்தாழ ஒன்றரை இலட்சம் முதல் இரண்டரை இலட்சம் பேரடங்கிய படையைத் திரட்டிக் கொண்டு மேற்கு நோக்கி விரைந்து 1219 கோடையில் இர்த்திஷ் ஆற்றை அடைந்தார். (இந்த ஆறு சீனத்திலும், சோவியத்து யூனியனிலும் ஓடுகின்றது. வட மேற்குச் சீனத்தில் அல்டாய் மலையின் மேற்குப் பகுதியில் தோன்றிச் சீன-இரஷிய எல்லையின் குறுக்கே கசாக்குத்தானத்திற்குள் பாய்கின்றது. இதில் கலங்கள் செலுத்தலாம். இதன் நீளம் 4440 கிலோமீட்டர்-2760 மைல்; செமிபலாட்டின்ஸ்கு, பௌலோதார், ஓம்ஸ்கு, டொபோல்ஸ்கு உள்படப் பல துறைமுகங்களை இந்த ஆறு இணைக்கின்றது.)

கோரசாம் ஷாவின் படையில் மூன்று இலட்சம் பேர் இருந்த போதிலும், செங்கிஸ்கான் போர்த்திறத்தாலும், தந்திரத்தாலும் தொடக்க நிலையிலேயே கையோங்கி நின்றார். அவர் முதலில் ஆட்ராவையும் பன்னர் சாமர்க்கண்டையும் தாக்கினார். அவ்விரு நகரங்களும் விரைவில் பணிந்தன. அதே நேரத்தில் மங்கோலியரின் படைகள் கோரசாம் அரசின் பிறபகுதிகளைத் தாக்கி ஒவ்வொரு நகரமாகக் கைப்பற்றின. முன்னேறி வந்த மங்கோலியப் படையிடமிருந்து கோரசாம் மன்னர் தப்பிச் சென்று ஒரு தீவில் புகலடைந்து, அங்கேயே இறந்து போனார்.

செங்கிஸ்கான் இதையடுத்து நடு ஆசிய நிலப்பரப்பு முழுவதையும் சிறுகச் சிறுகத் தன் ஆட்சிப் பரப்பினுள் சேர்த்துவிட்டார். அவர் 1225 வரையிலும் மங்கோலியாவிற்குத் திரும்பச் செல்லவில்லை. அவர் ஆர்க்கான் ஆற்றின் கரைமீதிருந்த கறுந்தண்டு அல்லது காரக்கோரம் என்ற தன் தலைநகரை அடைந்தபோது, தான் நாட்டில் இல்லாத நேரத்தில் சீனத்துடன் சச்சரவு நேர்ந்தது என்பதை அறிந்தார்.

(மங்கோலியர் கறுந்தண்டு என்ற காரக்கோரத்தை ஹர் ஹோரின் என்பவர். வரலாற்றுச் சிறப்பு மிக்க இந்த இடம் இன்றைய மங்கோலியத் தலைநகரான உலான் படோரில் இருந்து மேற்கே சுமார் 322 கிலோ மீட்டர்-200 மைல்-தொலைவிலுள்ள ஆர்க்கான் சமவெளியில் இருந்து. மா கான்கள் என்ற மங்கோலிய உயர் தலைவர்களின் தலைநகராகக் காரக்கோரம் இருந்தது. மங்கோலியர் பதினாறாம் நூற்றாண்டில் வலுக்குன்றியதும் இந்நகரம் கைவிடப்பட்டது. இப்போது சிதறிக் கிடக்கும் சில இடிபாடுகள் மட்டுமே அங்கு உள்ளன).

செங்கிஸ்கான் சாவு

செங்கிஸ்கான்

செங்கிஸ்கான் காரக்கோரம் திரும்பியபோது அவருக்கு வயது 74; உடல் நலம் குன்றியிருந்தார். எனினும் அவர் உடனே தன் படைகளைக் கூட்டிக் கொண்டு, சீனத்தில் கிளர்ச்சி செய்தவர்களை அடக்குவதற்காக 1226 இல் புறப்பட்டார். இதுவே அவரது கடைசிப் போர். அவர் 1227 ஆகஸ்டு 24 அன்று இறந்தார். அவரது சடலம் மங்கோலியாவிற்கு எடுத்துச் செல்லப்பட்டது. அங்கு புர்க்கான் கால்துன் என்ற மலை மீதிருந்த தோப்பனுள் அடக்கம் செய்யப்பட்டது.

1724

செங்கிஸ்கான் சாவு மங்கோலியப் படையின் முன்னேற்றத்தைச் சிறுகாலம் மட்டுமே நிறுத்தி வைத்தது. அவர் சாவதற்குமுன் தன் நான்கு மக்களுக்கும் உலு எனப்படும் வட்டாரங்களைப் பரித்து கொடுத்து விட்டார். செங்கிஸ்கானுக்குப் பிறகு மங்கோலியர் ஆட்சி 1251 முதல் 1259 வரை மிகு உச்சமான நிலையை எட்டியது.

மங்கோலிய உள் சண்டை

செங்கிஸ்கானின் மூன்றாவது மகன் ஓகேத்தாயின் பேரன் குவாய்து என்பார், நடு ஆசியாவிலும், மங்கோலியாவிலும் குப்லாய்க் கானுக்கு இருந்து வந்த அதிகாரத்தை எதிர்த்தார். குப்லாய்க் கான் செங்கிஸ்கானின் பேரன். காலம் 1216-1294. குப்லாய்க் கான் தன் பாட்டன் செங்கிஸ்கானின் சீனப்படையெடுப்பை முற்றுப் பெறச் செய்தார். அவர் சீனத்தில் 1279 ஆம் ஆண்டு சுங்கு அரச குடியைத் தோற்கடித்து, யுவான் குடியைத் தோற்றுவித்தார். இம்மங்கோலிய அரசர் குடி 1279 முதல் 1368 வரை 89 ஆண்டுகள் சீனத்தில் நிலவிற்று. குப்லாய்க் கானின் காலத்தில்தான் செங்கிஸ்கான் நிறுவிய பேரரசு சிதையலாயிற்று. அல்லது ஒரு வகையான கூட்டரசாக மாற்றம் பெற்றது.

மங்கோலியர் இஸ்லாம் தழுவுதல்

செங்கிஸ்கானின் புகழ்பெற்ற பேரர்களில் பட்டு கான் ஒருவராவார். அவர் 1237-1242

ஆண்டுகளுக்கு இடைப்பட்ட காலத்தில் இரஷியா, போலந்து, அங்கேரி ஆகிய நாடுகளுக்குள் நுழைந்தார். அவர் தன்னை எதிர்த்த அனைவரையும் முறியடித்து ஐரோப்பா முழுவதையும் அஞ்சி நடுங்கச் செய்தார். அவர் 1255 ஆம் ஆண்டு இறந்ததும், அவருடைய தம்ப பெர்க்கி என்பவர் பட்டு கானின் மக்களில் ஒவ்வொருவராய்க் கொன்றுவிட்டு 1258 ஆம் ஆண்டு பட்டு கானின் இடத்தில் ''தங்கப் பாசறை'' என்ற மங்கோலியப் பெருங்குலத்தின் கான் என்ற மேதகு தலைவரானார். ஐரோப்பாவைப் பதின்மூன்றாம் நூற்றாண்டின் தொடக்கத்தில் சூறையாடிய மங்கோலியப் பெரும் படைக்குத் தங்கப் பாசறை என்று பெயர்.

பெர்க்கி என்ற இம்மங்கோலியர்தான் இஸ்லாம் தழுவிய முதல் மங்கோலியர். அதன் பிறகு தத்தாரியக் கூட்டத்தின் தலையாய சமயமாக இஸ்லாம் விளங்கிற்று. எனினும் அல்டாயிக்கு மொழிக் குடும்பத்தின் துருக்கிக்கு மொழிக் கிளையைச் சேர்ந்த தத்தாரிய மொழியே அம்மக்களிடையே வழக்கில் இருந்தது. அல்டாயிக்கு மொழிக் குடும்பத்தில் ஆசியாவிலும், தென்கிழக்கு ஐரோப்பாவிலும் வழங்கிவரும் துருக்கிக்கு, மங்கோலிக்கு, துங்குசிக்குக் கிளைக் குடும்ப மொழிகள் அல்லது துணைக் குடும்ப மொழிகள் அடங்கியுள்ளன.

தைமூர்

தாமர்லேன், முடத் தைமூர் என்றெல்லாம் அழைக்கப்படும் தைமூர் (காலம் 1336-1405) மங்கோலியாவிலிருந்து மத்திய தரைக்கடல் வரை நீண்டிருந்த பெரிய நிலப்பரப்பை ஆண்ட மங்கோலிய மன்னர். அவர் சாமர்க்கண்டில் 1369 முதல் 1405 வரை ஆட்சி செய்தார். தைமூர் என்ற இரும்பன் தன் 62 ஆவது வயதில் 1398 ஆம் ஆண்டு ''பறவையின் வேகத்தையும் மிஞ்சி'' இந்தியா மீது படையெடுத்து வந்து, நாவலந் தீவை நாசக் காடாக்கினார். துருக்கரை 1402 ஆம் ஆண்டு தோற்கடித்தார். சீனத்தின் மீது படையெடுத்திருந்த போது இறந்தார்.

முகலாயர்

திராவிடர்க்கும், ஆரியர்க்கும் முன்பிருந்தே இந்து தேசத்திற்கும் இன்று நடு ஆசியா என்று அழைக்கப்படும் சோவியத்து யூனியனின் தென்பகுதி சோஷலிசக் குடியரசுப் பகுதிகளுக்குமிடையே நீடித்து வந்த உறவில், பாரசீகர், குசாணர், ஹூணர், மங்கோலியர், துருக்கர், ஆப்கானியர், முகலாயர் என்று அலை அலையென நடு ஆசிய மக்கள் வந்து கலந்தனர் என்பதை இச்சிறுகட்டுரை இதுகாறும் விளக்கி வந்தது. முகலாயர் மங்கோலியர் வழி வந்தவர் என்பது குறிப்படத்தக்கது.

பானிப்பட்டுப் போர்க்களத்தில் 1526 ஏப்ரல் 21 அன்று இபுராகிம் லோடியின் படையைத் தோற்கடித்து இந்தியாவில் முகலாயர் ஆட்சியை நிறுவிய பாபர் (1483-1530) தாய் வழியில் செங்கிஸ்கானுக்கும், தந்தை வழியில் தைமூருக்கும் உறவினர் என்பதும், அவரும் நடு ஆசியாவிலிருந்து இந்தியாவிற்கு வந்தவர் என்பதும் நினைவிற் கொள்ளத்தக்கனவாம். எனவே நடு ஆசியாவைச் சேர்ந்தவர்கள் முகலாயரின் ஊழியத்தில் பல துறைகளிலும் இடம் பெற்றதும், ஏற்றம் கண்டதும் இயற்கையேயாகும். முகலாயர் அவையில் இடம் பெற்றிருந்த நடு ஆசியப் பகுதியினர் பெரும் பரபுக்களாகவும், பெரிய படைத்தலைவர்களாகவும், சாதாரணப் படைவீரர்களாகவும் இருந்தனர்.

முகலாய மன்னர்கள் அரபு, பாரசீக மொழிகளைக் கற்றறிந்தவர்களாக இருந்தனர். ஔரங்கசீபைப் போன்ற முகலாய மன்னர்கள் மேற்சொன்ன இருமொழிகளுடன்; தாய்

மொழியினை இந்துஸ்தானி, இந்தி ஆகியவற்றோடு, சக்தாய் துருக்கி என்ற நடு ஆசிய மக்களின் மொழியையும் அறிந்திருந்தனர். ஏனெனில் முகலாயர் படையில் நடு ஆசியாவிலிருந்து வந்து சேர்ந்தவர் பலர் இருந்தனர். அம்மக்கள் சக்தாய் துருக்கி என்ற நடு ஆசிய மொழியைப் பேசினர். முகலாயர் குடியினர் அனைவரும் தனது தாயகமான நடு ஆசியாவை வெற்றி கண்டு ஆளவேண்டுமென்ற ஆசையைக் கடைசி வரை கைவிடவேயில்லை என்பது குறிப்படத்தக்கது.

இன்று நடு ஆசியா

இன்று நடு ஆசியாவின் பெரும்பரப்புச் சோவியத்து யூனியனில் பல சோஷலிசக் குடியரசுகளாக அமைந்துள்ளது. மங்கோலியா கம்யூனிஸ்டு நாடாக விளங்குகின்றது. நடு ஆசியா பற்றிய செய்திகள் எப்போதேனும் ஒரு முறை மட்டுமே செய்திகளில் அடிபடுகின்றது. இந்தியாவிற்கும் பாகிஸ்தானத்திற்குமிடையே ஏற்பட்ட தாஷ்கண்டு உடன்படிக்கை, குறிப்பிடத் தக்கது. அது நடு ஆசியாவின் உசுபெக்குச் சோவியத்துச் சோஷலிசக் குடியரசிலுள்ள மிகத் தொன்மையான நகரம்: அது நடு ஆசியாவிலேயே பெரிய நகராக விளங்குகின்றது. அர்மீனியா என்ற சோஷலிசக் குடியரசும் அங்குதான் உள்ளது. அதற்கும், அசர்பைசானுக்குமிடையே, அண்மையில் பகை மூண்டு, சோவியத்துப் படைகள் சென்று அங்கு அமைதியை நிலைநாட்டின. அதற்குச் சில மாதங்கள் கழித்து அர்மீனியாவில் பெரிய நிலநடுக்கம் ஏற்பட்டு மக்களும், சொத்துக்களும் பேரிழப்பிற்கு உள்ளாக நேரிட்டது. (அர்மீனியா பற்றி இந்திய சரித்திரக் களஞ்சியம் இரண்டாம் தொகுதி, இரண்டாம் பகுதியில் காண்க.) நடு ஆசியா சோவியத்து ஆட்சியில் சமயப்பொறை மிக்க பகுதியாக இருந்த நிலை இப்போது சற்று மாறியுள்ளது. அங்கு முஸ்லிம் பழைமைப் போக்கு வெறி தலை தூக்க முயலுகின்றது.

வரலாற்றுக்கு முந்திய காலத்திலிருந்து நடு ஆசியாவின் வரலாற்றைக் கூடிய மட்டும் சுருக்கமாக உரைக்க முயன்றிருக்கின்றோம் நடு ஆசியத்தைத் தாயகமாகக் கொண்டிருந்தவர்களின் வழிவந்த ஒருவர், அவ்வாறு இந்தியாவை வந்தடைந்த பின்னர், மூன்று தலைமுறைக்குள், தென்பாரதத்தில் செல்வச் செழிப்பு மிக்க ஒரு நாட்டைத் தனக்கெனச் சூழ்ச்சித் திறத்தாலும், வாள் வலிமையாலும் அமைத்ததைப் புலப்படுத்துவதற்கு விரிந்த இச்செய்திகள் துணை புரியும்.

நிசாமின் பூர்வீகம்

இந்த 1724 ஆம் ஆண்டு முகலாயப் பேரரசி லிருந்து தன்னைத் துண்டித்துக் கொண்டு தனியரசு நிறுவிய நிசாம்-உல்-முல்கின் பாட்டனார் புக்காரா நகரத்தில் பிறந்தவர். அந்தப் பூர்வீகம் பற்றியும் சிறிது எடுத்துரைத்துவிட்டு மீண்டும் இந்திய மண்ணுக்கு வருவோம்.

புக்காரா நகரம் ஆப்கானிய எல்லையிலிருந்து சுமார் 440 கிலோ மீட்டர் (275 மைல்) தொலைவிலும், தைமூரின் தலைநகராக இருந்ததும், எப்படியாவது அதைப் படித்தும் அதன் மன்னராகிவிட வேண்டு மென்று பாபர் பெரும்பாடுபட்டதுமான சாமர்க்கண்டின் மேற்கே சுமார் 225 கிலோ மீட்டர் (140 மைல்) தொலை விலும் அமைந்துள்ளது. புக்காரா நடு ஆசியாவின் தொன்மையான நகரங்களுள் ஒன்று. எட்டாம் நூற்றாண்டிலிருந்து, மங்கோலியர் தலைவரான செங்கிஸ்கான் பதின்மூன்றாம் நூற்றாண்டின் தொடக்கத் தில் அதை அழித்தது வரையிலும், புக்காரா இஸ்லாமிய மையமாக விளங்கிற்று. அந்த அழிவின் பிறகு புக்காரா புதுப்பித்துக் கட்டப்பெற்றது. இன்று (1990) பள்ளிவாசல்களும், மினார்களும், மதரசாக்கள் என்ற சமயக் கல்விக் கூடங்களும் நிறைந்த நகராக விளங்குகின்றது.

சாமர்க்கண்டிலிருந்து மேற்கு நோக்கி ஒருமணி நேரம் விமானத்தில் சென்றால், அல்லது பேருந்து, இரயில் இவற்றில் ஏதாவது ஒன்றில் எட்டு மணி நேரம் பயணப்பட்டால் மிகவும் செழிப்பான செளரசான் என்ற சமவெளியில் அமைந்திருக்கும் புக்காரா நகரை அடையலாம்.

இது ஒரு காலத்தில் புக்காரா எமீர் என்ற தன்னாட்சிச் சிற்றரசு ஒன்றின் தலை நகராயிருந்தது. இஸ்லாத்தின் வலிமை மிக்க மையமாக விளங்கிய புக்காரா அரசு 1920 ஆம் ஆண்டு சோவியத்து யூனியனின் ஒரு பகுதியாயிற்று. புக்காராவை உஸ்பெக்கு, தாசிக்கு துருக்குமேன் என்ற சோவியத்துச் சோஷலிசக் குடியரசுகள் தமக்குள் பங்கிட்டுக் கொண்டன.

புக்காரா நகரம் ஒரு காலத்தில் நடு ஆசியா முழுமையிலும் மிகப் புனிதமான நகர் என்று பெயர் பெற்றிருந்தது. அங்கு முந்நூற்றைம்பதுக்கு மேற்பட்ட பள்ளி வாசல்களும், நூற்றுக்கும் அதிகமான மதரசாக்களும் உள்ளன என்றும் அந்நகரம் பெருமைப்பட்டுக் கொண்டது. ''வானிலிருந்து தான் ஒளி வரும். ஆனால் மண்ணிலிருந்து விண்ணுக்கு அறிவொளி செலுத்தும் ஒரே நகரம் புக்காரா'' என்பர். அதற்கு புக்காரோ எஸ் ஷெரீஃபு என்ற சிறப்புப் பெயருண்டு; மேதகு புக்காரா என்பது அதன் பொருள்.

1724

அந்நகரம் பாரசீகம் முழுமையிலும் காண முடியாத மிகு நேர்த்தி வாய்ந்த நகரம் என்று மார்க்கோ போலோ பதின்மூன்றாம் நூற்றாண்டில் வருணித்தார். சாமர்க்கண்டில் போலவே (இ.ச.க.தொகுதி-1 இல் காண்க) புக்காராவிலும் வெயிலில் உலர்த்திய செங்கற்களைக் கொண்டுதான் பள்ளிவாசல்களும் மதரசாக்களும் கட்டப்பட்டுள்ளன. இவ்விரு நகரங்களும் ஒரே வடிவில் அமைந்துள்ளன.

மத சகிப்பின்மை

அருகருகே உள்ள இவ்விரு நகரங்களும் அமைப்பில் ஒன்றாயிருப்பது போலவே, அடிப்படை இஸ்லாமியப் பற்று, என சமயப் பொறையின்மை என்ற வெறியார்வக் கொள்கையைக் கடுமையாக வெளிப்படுத்தி வந்திருக்கின்றன. அந்நகரங்களுக்குள் இஸ்லாமிய ரல்லாப் புறச் சமயத்தவர் எவரும் சென்றால், அவர் கொடிய சித்திரவதைக்கு ஆளாகிக் கொல்லப்படும் ஆபத்துச் சுமார் நூறு ஆண்டுகளுக்கு முன்பு வரை இருந்து வந்தது. அயலுலகத் தொடர்பின்றி, அல்லது முற்றிலும் துண்டிக்கப்பட்டுக் கிடந்த இவை போன்ற நகரங்கள் மண்ணில் வெகு சிலவேயாம். ஆனால் அவை சோவியத்துக் குடியரசினுள் அடங்கியதும் இந்நிலை அறவே மறைந்தது. எனினும் அடிப்படை இஸ்லாமியப்பற்று என்ற வெறியார்வம் இலை மறை காயாக இன்னும் இப்பகுதியில் இருந்து வருகின்றது.

ஐதராபாது சமஸ்தானம் என்ற முஸ்லீம் நாடு தக்காணத்தில் உருவானது தொடர்பான ஆழ்ந்த முன்னுரையை அடுத்து, அங்கு அமைந்த அசஃபு ஷா என்ற நிசாம் மன்னர்களின் புதிய தாயகத்திற்கு வருவோம்.

ஐதராபாது நகர வரலாறு

முகமது பின் துக்ளக்கின் ஆட்சிக்கால இறுதியில் டெல்லியிலமைந்த துக்ளக் பேரரசு பல்வேறு கிளர்ச்சிகளினால் சிதறுண்டதிலிருந்து பாமினி குடியின் அரசு கி.பி.1347 ஆம் ஆண்டு தென் இந்தியாவின் வடபகுதியில் அமைந்தது. அதன் ஆட்சி 1527 வரை பதினேழு மன்னர்களின் கீழ் 180 ஆண்டுகள் நீடித்தது. அதைத் தொடர்ந்து ஐந்து முஸ்லீம் அரசுகள்

எழுந்தன. பிஜப்பூர், கோல்கொண்டா, அகமது நகர், பிதர், பேரார் என்ற இவ்வைந்தனுள், கோல்கொண்டா உலகப் புகழ் பெற்றது. கோல்கொண்டாவை ஆண்ட குதுபு ஷாஹி குடியினர் 1518 முதல் 1687 வரை கிட்டத்தட்ட நூற்று எழுபதாண்டுகள் அரசிருந்தனர். ஔரங்கசீபு 1687 இல் கோல்கொண்டாக் கோட்டையை முற்றுகையிட்டு வென்ற பிறகு, அது 1687 முதல் 1724 வரை முகலாயர் ஆளுகையில் இருந்தது. நிசாம்-உல்-முல்கின் அசஃபு ஷா அதைத் தன் தக்காண அரசுடன் 1724 இல் இணைத்து விட்டார்.

கோல்கொண்டாவை ஆண்ட குதுபு ஷாகி குடியினர் கட்டுமானத்தில் பெரிதும் ஈடுபட்டிருந்தனர். கட்டடக் கலையைப் பெரிதும் வளர்த்தனர். அவற்றுள் ஐதராபாது நகரம், அங்குள்ள சார்மினார். சார் கமான் கட்டடம், மக்க மசூதி, தோலி மசூதி, கோல்கொண்டாக் கோட்டை முதலிய சிறப்புடையன. கோல்கொண்டாவிற்கு வேறு சிறப்புகளும் உண்டு.

உலக வைரச் சந்தை - டேவர்னியர்

கோல்கொண்டா உலக வைரச் சந்தையாக விளங்கிற்று. இங்கு வைரங்களையன்றி கார்னட் என்ற செந்நிற மணிக்கல், அமித்திஸ்டு என்ற செவ்வந்திக்கல், புஷ்பராகம், அகேட் என்ற வகை இரத்தினக்கல் ஆகியனவும் கிடைத்தன. பாரசீகத்திலிருந்து முத்துக் களும் விற்பனைக்கு இங்கு வந்தன. வைரங்களை அறுத்துப் பட்டை தீட்டுவதிலும் மெருகேற்றுவதிலும் கோல்கொண்டா பெயர் பெற்று விளங்கிற்று. பிரஞ்சு மாணிக்க, நகை வணிகரான ஜீன் பாப்டிஸ்டி டேவர்னியர் (1605 - 1689) டேவர்னியர் 1636 ஆண்டு முதன் முறையாகக் கிழக்கு நாடுகளுக்குப் பயணமானார். இரண்டாவதாக 1638 செப்டம்பர் 13 அன்றும், மூன்றாவதாக 1643 டிசம்பர் 6 அன்றும், நான்காவதாக 1651 ஜனவரி 18 அன்றும், ஐந்தாவதாக 1657 பிப்ரவரியிலும், ஆறாவதாக 1662 ஆம் ஆண்டு திருமணம் முடிந்த பின்னர் 1663 நவம்பர் 27 அன்றும் பிரஞ்சு நாட்டிலிருந்து கீழை நாடுகளுக்கும் இந்தியாவிற்கும் வந்தார். கடைசியாக 1687 ஜூலை மாத வாக்கில் மீண்டும் கிழக்கு நோக்கிப் புறப்பட்டார். அப்போது வழியில் மாஸ்கோவில் இறந்து போனார். மாஸ்கோவிற்கு அருகில் 1876 ஆம் ஆண்டு டேவர்னியரின் கல்லறை கண்டுபிடிக்கப்பட்டது. அதில் காணப்பட்ட கல்வெட்டில் 16-என்று மட்டும் ஆண்டு காணப்பட்டது. இரண்டு எண்கள் அழிந்திருந்தன. டேவர்னியர் 1689 பிப்ரவரி மாதத் தொடக்கத்தில் மாஸ்கோ வந்திருந்தார். எனவே, 1689 வாக்கில் அவர் அங்கு இறந்திருக்கக் கூடும். 1645 இல் கோல்கொண்டா நகரத்திற்கும், கோல்கொண்டா நாட்டிற்கும் வந்திருந்தார்.

டேவர்னியர்

1724

கோகினூர் வைரம்

கோல்கொண்டாக் கோட்டைக்கருகிலிருந்த கர்வான் என்ற சிற்றூரில் வைரங்கள் அறுத்துப் பட்டை தீட்டப்பட்டன என்று டேவர்னியர் கூறுகின்றார். கிருஷ்ணை என்னும் கிருஷ்ணவேணி ஆற்றின் கரைமீதிருந்த கொல்லூர் வைரச் சுரங்கங்களில் 60,000 பேர்

வேலை செய்ததை அவர் கண்டார். இப்பகுதி கோல்கொண்டா அரசில் அடங்கியிருந்தது. டேவர்னியர் கூற்றுப்படி கோகினூர் வைரம் கிருஷ்ண(வேணி) ஆற்றின் கரைமீதுள்ள கொல்லூரில் *1656* ஆம் ஆண்டு சுல்தான் அப்துல்லா குதுபு ஷா காலத்தில் கண்டெடுக்கப்பட்டது என்று அறிகின்றோம்.

கோல்கொண்டாக் கோட்டை

குதுபு ஷாகி குடியினர் கட்டுவித்த அச்ச மூட்டக்கூடிய கோல்கொண்டாக் கோட்டையும் நிசாமின் ஆட்சிக்குள் வந்தது. இக்கோட்டை ஐதராபாத்தின் மேற்கே சுமார் *10* கிலோமீட்டர் (*6* மைல்) தொலைவில் உள்ளது. இக்கோட்டையின் பழம் பெயர் மங்க்கல். இது வாரங்கல்லைத் தலைநகராக வைத்து ஆண்ட காகதியரால் ஒரு குன்றின் மீது கட்டப்பட்டது. வாரங்கல் மன்னரான கிருஷ்ணதேவர் இக்கோட்டையை *1363* ஆம் ஆண்டு பாமினி சுல்தானான முகமது ஷா பாமினியிடம் (*1358-1375*) இழந்தார். இவ்வாறு இக்கோட்டையின் வரலாறு விரிகின்றது.

தக்காணம் என்ற தென் பாரதம் செல்வமும் வளமும் நிறைந்தது. மிகப்பெரிய ஏரி, குளங்களிலிருந்து கால்வாய்கள் வழியே வெப்பமான நிலத்தில் நீர் பாய்ந்து, அங்கு நெல், சோளம் முதலியன விளைந்து குவிந்தன. கால்நடைகள், ஆடுகள், மீன் வளம் முதலியன நிறைந்திருந்தன. ஒரு மன்னர் இத்தகைய சிறப்பு வாய்ந்த ஐதராபாது நகரத்தை ‘‘அதிர்ஷ்டம் நிறைந்த நகரம்’’ என்றார்.

ஐதராபாதின் தொன்மை

ஐதராபாது நகரத்தினருகே பெருங் கற்காலச் சின்னங்கள் கண்டு பிடிக்கப் பட்டதைத் தள்ளி விட்டுப் பார்த்தால் கூட, அதன் தொன்மை கி.பி.நான்காம் நூற்றாண்டு வரை செல்கின்றது. ஹீனயானப் பௌத்தப் பிரிவைச் சேர்ந்த கோவிந்தராச விகாரை என்று அறியப்பட்ட பிற்காலத்துப் பௌத்த மையம் ஒன்றும் அங்கே கண்டுபிடிக்கப் பட்டது. அங்கு அண்மையில் கண்டு பிடித்த பிராகிருத எழுத்துப் பொறிப்புகளை நோக்குமிடத்து, அது கி.பி.நான்காம் நூற்றாண்டின் நடுப்பகுதியைச் சேர்ந்தது என்பது தெரிய வந்துள்ளது.

எனினும் அது ஒரு சிற்றூராகக் கருவாகி உருவானது. அதன் அருகில் ஓர் ஆறு ஓடியது. அந்த ஊருக்குச் சிச்சாசலம் என்று பெயர். மூசி என்றும் அழைக்கப்பட்டது. ஒரு சாதாரணமான சிறு ஊர். ஆறோடும் மிகச் சாதாரணமான அச்சிற்றூரை வரலாற்றுச் சிறப்புடையுமாறு செய்த பெருமைக் குரியவர், அங்கு பிறந்த பாக்கியமதி ஆவார்.

காதலில் ஐதராபாது பிறந்ததா ?

மூசி ஆறு கோடை காலத்தில் வற்றிச் சிற்றோடையாகும். மழைக் காலத்தில் வெள்ளப் பெருக்கெடுத்தோடும். இச்சிற்றூரில் பிறந்த பாக்கியமதி நாளொரு மேனியும், பொழுதொரு வண்ணமுமாக நளின சிங்காரியாக மலர்ந்து, பேரழகியெனத் திகழ்ந்தாள். இச்சிற்றூரான சிச்சாலத்தின் அருகே வலிமை மிகுந்த கோல்கொண்டாச் சுல்தான் அரசு நிலவிற்று. அங்கு செல்வம் பொழிந்தது. அங்கு ஓர் இளவரசர் இருந்தார். அவருக்கு ஆடல், பாடலிலும், கவிதையிலும் மிகுந்த ஈடுபாடு இருந்தது. ஓர் இளவரசருக்குரிய காதல் விளையாட்டுகளும் உண்டு.

அவர் ஒரு நாள் தனது சிறந்த குதிரையில் ஏறி வேட்டைக்குப் புறப்பட்டார். வேட்டையில் அவருக்கு விருப்பம் அதிகம். எண்ணற்ற கற்பனைக் காவியங்களில்

வருவதைப் போன்று, அவர் முன்னும் ஒரு மான் வந்து நின்றது. அவர் அதைத் துரத்திக் கொண்டு காட்டினுள் வெகு தொலைவு சென்று விட்டார். அவர் பாக்கியமதி என்ற அதிர்ஷ்டக்காரி வாழ்ந்த சிச்சாலத்தின் மருங்கே ஓடிய மூசி ஆற்றையும் தாண்டிப் போனார். இளவரசர் துரத்திச் சென்ற மான் தப்பி மறைந்தது. அந்த மான் தப்பியது. ஆனால் இயற்கையின் மடியில் தவழ்ந்து அதன் அழகையும், அணிகளையும் பெற்றிருந்த கட்டழகி பாக்கியமதி இளவரசரின் கண்ணிலிருந்து தப்பவில்லை. அவர் சேற்றில் மலர்ந்த செந்தாமரை போன்று, வறுமையில் உழன்ற சிச்சாலம் என்ற சிற்றூரில் புள்ளிமானெனத் துள்ளித் திரிந்த பாக்கியமதியை நோக்கியதுமே காதல் கொண்டார். இளவரசர் குயிலி குதுபு ஷா மாறாத காதல் வயப்பட்டு விட்டார்.

அவர் தன் தந்தைக்குப் பிறகு அரியணை ஏறியதும், தான் பாக்கியமதி மீது கொண்ட காதலின் நினைவாகச் சிச்சாலத்தில் புதிய தலைநகரைக் கட்டச் செய்து, அதற்குத் தன் காதலியின் பெயரை இட்டுப் பாக்கியநகர் என்று அழைக்கச் செய்தார். இது கட்டுக் கதையாகத்தான் இருக்குமெனினும் இன்று வரையிலும் இக்காதல் காவியம் வழங்கி வருகின்றது. ஆனால் அக்காலத்தின் மெய்யான செய்திகளை வைத்துப் பார்க்கும்போது பாக்கியமதி நளின சிங்காரிதான்; கட்டழகு மங்கைதான்; எனினும் அவர் சாதாரணமான ஒரு வேசை என்பதையும் அறிய முடிகின்றது.

குயிலு குதுபு ஷா காலத்தைச் சேர்ந்த ஒரு வரலாற்றாசிரியர் பாக்கியமதியை வேசை என்றார்; இன்னொருவரோ அவளைக் கிழட்டு வேசை என்பார். எனினும் ஐதராபாது நகரத்தின் தோற்றம் இத்தகைய கற்பனைச் சம்பவங்களுடன் சம்மந்தப்படவில்லை எனலாம்.

குதுபு ஷாகி குடியினர் கோட்டை நகரான கோல்கொண்டாவை 1510 ஆம் ஆண்டு நிறுவினர். அது கொல்ல கொண்டா-இடையர்குன்று - அல்லது கவால் குண்ட - அதாவது ஆவின்குளம் என்று பெயர் பெற்றது. அந்நகரம் தோன்றி எழுபத்தைந்து ஆண்டுகளுக்குள் - 1585 வாக்கில் - அங்கு மக்கள் தொகை பெருகி விட்டது. அதன் வாணிபம் புதிய உச்சத்தை எட்டியது.

கோல்கொண்டாவின் வைரங்கள், துணிகள், எஃகு ஆகியவற்றின் புகழ் நாற்றிசையும் பரவியமையால், அந்நகரை நோக்கி அண்டையிலிருந்தோரும், அயல் நாட்டினரும் ஏராளமாக வந்தனர். இப்போது திடீரென்று மக்கள் தொகை பெருகி நெருக்கடி ஏற்பட்டமையால், 1576 வாக்கில் நகரம் இதைத் தாங்க முடியாது திக்குமுக்காடிற்று. சுகாதார வசதிகள் குன்றியமையால் கொடிய கொள்ளை நோய்கள் பரவின. இவ்வாறு கோல்கொண்டா மக்கள் பெருக்கத்தினால் தள்ளாடித் தடுமாறிக் கொண்டிருந்த வேளையில், நான்காவது குதுபு ஷாகியான இபுராகிம் தனது மக்களும், படையினரும், படைத்தலைவர்களும் வசதியாக வாழ்வதற்காக, ஒரு மாற்றுக் கோநகரை அமைப்பது என்று புது இடத்தைத் தேடினார்.

இந்திய சரித்திரக் களஞ்சியம் | 131

கிழக்கில் விரிப்பதற்கு மட்டுமே வசதியிருந்தமையால், அவர் மூசி ஆற்றின் குறுக்கே அறுநூறு அடி நீளம் பாலத்தை அமைக்கக் கட்டளையிட்டார். இந்தப் பாலம் கோல்கொண்டா நகரின் கிழக்கே சுமார் மூன்று கிலோமீட்டரில் (சுமார் 2 மைல்) அமைந்தது. அதைக் கட்டுவதற்குச் சுமார் ஆறு இலட்ச ரூபாய் செலவாயிற்று. அந்த வேலை சரியான முறையில் தொடங்கி 1578 இல் முற்றுப்பெற்றது. அப்பாலத்திற்கு அப்பால் சரிவான மிகப் பரந்த புல்வெளி கிடந்தது. அங்கு மழைநீர் தேங்குவதில்லை. ஆண்டு முழுவதும் பாசன வசதி அளிக்கும் குளம் ஒன்றும் இருந்தது.

சுப வேளையில் நகர் வேலை தொடக்கம்

ஆதலால் சந்திரன் சிம்ம இராசியிலும், வியாழன் தனது வீட்டிலும் இருந்த சுபயோக நல்ல வேளையில் ஒரு நகரத்தின் திட்டத்தை வரையுமாறு, சுல்தான் தன் கட்டடக் கலை வல்லுநருக்கும் கொத்தர்களுக்கும் கட்டளை யிட்டார். அது உலகில் ஈடு இணையற்ற நகராயும், சொர்க்கத்தின் மறுவடிவாயும் இருக்க வேண்டுமென்று சுல்தான் சொன்னார். ஆனால் இபுராகிம் குதுபு ஷாகி தன் சொர்க்க நகரத்தின் மறுவடிவமான இப்பூலோக சொர்க்கத்தைக் காணுமுன்னரே 1558 ஆம் ஆண்டு சிறிது காலம் நோய் வாய்ப்பட்டு இறந்து போனார்.

குதுபு ஷாகி கட்டுமானக் கலையின் மிக நேர்த்தியான இரு காட்சிப் பொருள்கள் எனத் தக்க சார்மினாரும், மக்கப் பள்ளி வாசலும் கட்டி முடிக்கப்பட்டதுமே, இந்தப் பாக்கிய நகரம் நெடுங்காலம் நின்று நிலவி உலகின் பாக்கியங்கள் அனைத்தையும் பெற்றுத் திகழவும் மகிழவும் போகின்றது என்பது தெளிவாயிற்று. இந்நகரம் செழித்து வளர்ந்தது. ஐதராபாது நகரம் அமைந்து இவ்வாண்டோடு (1990) நானூறு ஆண்டுகள் நிறைந்துவிட்டன. கோல்கொண்டா அரசும், அதன் கோ நகரான ஐதராபாதும் செல்வச் செழிப்பில் இன்புற்றிருந்த வேளையில், குயிலி குதுபு ஷாகி சுல்தான் பல்வேறு பணிகளில் ஈடுபட்டிருந்தார். ஒரு சண்டையில் இறங்கினார், கலைகளையும், கவிதைகளையும் ஆதரித்துப் போற்றினார். ஒரு மன்னர் இன்புற்றுத் துய்க்கத் தக்க இன்பங்களையும், பிற கேளிக்கைகளையும் திகட்டத் திகட்ட அனுபவித்தார்.

ஐதராபாது பெயர்க் காரணம்

இக்காலகட்டத்தில் தான் பாக்கிய நகரம் ஐதராபாது என்ற பெயரை பெற்றது. அதற்கு இஸ்லாத்தின் நான்காவது காலிஃபான ஹசரத்து அலி ஐதர் (கி.பி.656 - 661) பெயரைச் சூட்டினர். ஐதர் என்றால் அரிமா என்றும் பொருள். பாக்கியமதி என்ற பெயரை, ஐதர் மகால் என்று ஆக்கிப் பின்னர் சிறிது காலத்தில் ஐதராபாது என்று குதுபு ஷாகியர் மாற்றினர் என்றும் கூறுவாருளர். இதுவும் புனை கதையோ? எனினும் முகமது குயிலி குதுபு ஷா, பாக்கியமதி என்ற நடனக்காரி மீது காதல் கொண்டு, அவள் பெயரில் புதிய நகரத்தை அமைத்தார் என்பது கதையன்று; அதை நிறுவும் சான்று உள்ளது என்று நரேந்திர லூதர் என்ற முதுநிலை அதிகாரி ஒருவர் அண்மையில் கூறினார்.

ஐதராபாது நகரத்தில் அடி நாளில் தோட்டங்கள் இருந்தன. செல்வம் நிறைந்திருந்தது. கொல்லூரின் வைரச் சுரங்கங்களில் ஓராயிரம் பேர் தோண்டித் தோண்டிச் சாதி வைரங்களை எடுத்துக் குவித்துக் கொண்டிருந்தனர். ஒவ்வொரு நாள் மாலையிலும் ஐநூறு பொதி விலங்குகள் கள்ளைச் சுமந்து கொண்டு, இபுராகிம் குதுபு ஷாகி மூசி ஆற்றின் குறுக்கே கட்டிய பாலத்தைத் தாண்டி நகருக்குள் புகுந்து, களிகொண்டு துள்ளிய மக்களுக்குக் கள்ளை ஊற்றி விடாயைத் தீர்த்தன. இரவில் அவர்களின் இன்ப நோவைத் தணிக்க இருபதாயிரத்திற்குக் குறையாத பொருள் பெண்டிரும் அதாவது விலை மாதரும் - ஐதராபாது நகரினுள் இருந்தனர்.

அசஃபு ஷா குடியினர்

ஆளவந்த மன்னர்கள் பெருமபாலரைப் பின்பற்றி இவ்வாண்டு புதிய அரச குடியைத் தோற்றுவித்த அசஃபு (1657 - 1748) இருபத்து நான்கு ஆண்டுகள் சுகபோக வாழ்க்கையைச் சுவைத்து மகிழ்ந்த பின்னர், பழுத்த பழமாக 1748 இல் இறந்தார். அவர் கடைசியாக எழுதி வைத்த உயிலில் பதினேழு விதிகள் அடங்கியுள்ளன. அவர் பல்வேறு விஷயங்களைப் பற்றிப் பட்டறிந்து தேர்ந்த அறிவுரைகளாகக் கூறியிருந்தார்.

அவற்றுள் சில : கருவூலத்தை எப்போதும் இடம் மாற்றிக் கொண்டிருக்க வேண்டும்; படையினருக்கு நீண்ட விடுமுறை தந்து அவர்களை மக்கள் பெருக்கம் செய்யுமாறு விட வேண்டும், காசுமீரிகள் ஒருபோதும் உண்மை பேசார்; எனவே அவர்கள் சொல்வதை நம்பலாகாது, போர் வேண்டாம்; தகராறுகளையும், பகைமையை யும் தவிர்க்க வேண்டும்.

இதில் கவனிக்க வேண்டியது யாதெனில், அவர் யாருக்காக இவ்வறிவுரைகளைக் கூறினாரோ, அவர்கள் அதைச் சிறிதும் பொருள் படுத்தாது, அரியணையைப் பிடிப்பதற்காக நடந்த போட்டிகளில் ஒருவரையொருவர் கொன்றனர்.

ரொட்டிக் கொடி

நமது நாட்டில் மன்னர்களும், கடவுளரும் கொடிகளைக் கொண்டிருந்தனர். மூவேந்தரான பாண்டியர்க்கு மீன் கொடி, சோழர்க்கு புலிக் கொடி, சேரர்க்கு வில் கொடி, முருகனுக்கு சேவற் கொடி. இவ்வாறு தான் கொடிகளில் உருவம் பொறிக்க வரலாறு கண்டுள்ளது. காம்ருதீன் கான் என்ற நிசாம்-உல்-முல்க் நிறுவிய அசஃபு ஷா குடியின் கொடி நடுவே வெந்தும் வேகாத ரொட்டிக்கு இடம் கிடைத்தது.

அது முதல் நிசாமின் வாழ்க்கையில் நிகழ்ந்த ஒரு நிகழ்ச்சியைக் குறிக்கின்றது. ஐதாராபாதின் மேற்கே சுமார் 480 கிலோமீட்டர் (300 மைல்) தொலைவிலுள்ள ஔரங்கபாது நகரின் வெளியே ஒரு சமவெளியில் பெரிதும் பிரபலமடையாத சூஃபி மகான், காம்ருதீனுக்கு ஒரு முறை சப்பாத்தி ரொட்டிகளைத் தந்தார். அவரால் குளிர் மிகுந்த அந்தப்பனி காலத்தில் ஏழு ரொட்டிகளை மட்டுமே உண்ண முடிந்தது. மேலும் சில ரொட்டிகளைத் தின்னுமாறு ஞானி காம்ரு தீனை - முதல் நிசாமான அசஃபு ஷாவை - வற்புறுத்தினார். அவர் மறுத்துவிடவே, மர்மமான அந்த ஞானி அவரை இப்படி வாழ்த்தினார் என்பது கதை.

ஐதராபாதின் முதல் நிசாமான நிசாம்-உல்-முல்க் என்ற காம்ரு தீன் குடியில் ஏழு மன்னர்கள் மட்டுமே இருக்குமாறு விதிக்கப்பட்டு விட்டது. அக்குடியில் ஏழு மன்னர்களுக்குமேல் எவரும் இருக்க முடியாது.

இது மெய்யோ, பொய்யோ, இக்குடியின் கடைசி மன்னரான நிசாம் ஏழாமவர்.

அவர்தான் இந்தியாவுடன் இணைவதற்கு முதலில் மறுத்து, இந்தியா பின்னர் நடவடிக்கை எடுத்ததும் ஐதராபாது சமஸ்தானத்தை இணைத்தார். இன்று (1990) நிசாம் என்ற பட்டத்தைத் தாங்கி நிற்பவர், ஆஸ்திரேலியாவில் மிகப்பெரிய பண்ணையை நடத்திக் கொண்டிருக்கின்றார். அவர் தன் ஆஸ்திரேலிய மனைவியுடன் அடிக்கடி இந்தியா வந்து செல்கின்றார்.

2. டெல்லியில் ஜந்தர் மந்தர் வானாய்வு நிலையம்

இராசபுத்திரர் குடியைச் சேர்ந்த ஜெயப்பூர் மன்னரான இரண்டாம் ஜெயசிங் (1656 - 1743) முகலாயரிடமிருந்து டெல்லியில் ஓர் இடத்தைப் பெற்றார். அவர் அவ்விடத்தில் இந்த 1724 ஆம் ஆண்டு வான ஆராய்ச்சிகென்று ஒரு பகுதியை உருவாக்கி, மிகுந்த நுட்பத்துடன் பல கட்டுமானங்களை அங்கு நிறுவினார். அவற்றை இன்றும் நாம் டெல்லியில் காணலாம். அது புதுடெல்லியின் பாராளுமன்றத் தெருவில் உள்ளது.

ஜெயசிங் மிகுந்த ஆர்வத்துடன் தொடங்கிய பணி முற்றுப் பெறாத நிலையில் இறந்து போனார். அத்துடன் முகலாயப் பேரரசில் அடிக்கடி தோன்றிய உள் சண்டைகளும், பிற குழப்பங்களும் அதற்கு இடையூராயின. எனினும் இதை நிறுவிய இரசபுத்திர மன்னரின் வானாய்வு ஆர்வம், திறன் முதலியன நன்கு முதிர்ச்சி பெற்றிருந்தன. துல்லியமாகக் கணக்கிடக் கூடிய வகையிலும் அவர் மிகுந்த முன்னேற்றம் கண்டிருந்தார்.

இந்நிலையம் ஜாட்டுகள் என்ற மறக்குடியினரின் தாக்குதலால் பெரிதும் பழுதடைந்தது. அவர்கள் அங்கு அழிவை உண்டாக்கியதுடன், அங்கிருந்த நுட்பமான அமைப்புகளையும் வேண்டுமென்றே பாழ் செய்தனர். அங்கு நிறுவப்பட்ட மிகப் பெரிய நில நடுக்கோட்டுத் தொடர்பான தட்டு அழியாது தப்பிற்று.

இதை டெல்லியில் கட்டுவித்தவரும், பாதுகாப்பான சிறு குன்றின் மீதிருந்த ஆம்பரிலிருந்து ஜெயப்பூர் என்ற நகரத்தைச் சமவெளியில் நிறுவி அங்கும் வானாய்வுக் கருவிகளை அமைத்தவருமான இரண்டாம் ஜெயசிங் ஆம்பர் அரியணை மீது 1699 இல் அமர்ந்தார். அவர் 1743 ஆம் ஆண்டு தன் 57 ஆவது வயதில் இறந்தார். லெப்டினண்ட் கர்னல் ஜேம்ஸ் டாடு, ''இராசபுதன வரலாற்றுக் குறிப்புகளும், தொன்மையும்'' என்ற ஆங்கில நூலில் ஜெயசிங்கின் மரணம் பற்றி இங்ஙனம் கூறியிருந்தார் ;

''அவரோடு அவரின் எண்ணற்ற மனைவியரும் காமக்கிழத்தியரும், சிதையில் மரித்தனர்.''

''ஜெயசிங்கின் பணிகள் இந்தியாவின் இருண்ட காலத்திற்கு ஒளியூட்டுகின்றன '' என்றும் டாடு கூறுகின்றார்.

ஜெயசிங் அரசியல் போராட்டங்களும், இனி என்ன நேருமென்ற நிச்சயமின்மையும், குழப்பங்களும் மக்களிடையே நிலவி வந்த அமைதியற்ற காலத்தில் வாழ்ந்தார். முகலாயப் பேரரசு பரந்து விரிந்திருந்த போதிலும், மேலும் மண்ணாசை கொண்டு அலைந்து திரிந்ததால், இடைவிடாது நடந்த போர்களும், அப்போர்களால் செல்வ வளம் குன்றியதாலும், அது தன் தலையில் தானே மண்ணை வாரிப் போட்டுக் கொண்டிருந்தது. அரசின் இந்த வாணவேடிக்கைக்கு, அதாவது போர்ச் செலவுகளுக்கு மட்டுமீறிய அளவில் செல்வம் வேண்டியிருந்ததால், உழவன் தலையில் வரிச்சுமை ஏற்றப்பட்டது. வேளாண்மை புறக்கணிக்கப்பட்டது. அரசின் இதர பொல்லாங்குகளும் சேர்ந்து நாட்டில் மக்களிடையே பெருங் குழப்பம் உண்டாயிற்று.

இங்ஙனம் மக்களிடையே அமைதி குன்றி, நாட்டில் குழப்பம் நிலவிய காலத்தில், வானாய்வு நிலைகளை அமைக்கவும், திட்டமிட்டுப் புதுநகரான ஜெயப்பூரை அமைக்கவும், பல்வேறு தொழில்கள், கலைப் பணிகள் இவற்றுக்காகவும், தன் பணத்தைச் செலவிடுவதென்று ஜெயசிங் முடிவெடுத்தார். அவர் சாதிக்க நினைத்தது என்ன; அவரது வாழ்க்கைக்கு அகத்தூண்டுதல் அளித்தது எது? அவரை இப்பணிகளில் ஈடுபடுமாறு தூண்டியவர் யார்? என்று தற்காலத்து வரலாற்றாசிரியர் வினாக்களை அடுக்கிக் கொண்டு அவற்றுக்கு விடை காண முற்படுகின்றனர்.

ஜெயசிங் ஐரோப்பாவில் ஏற்பட்ட அறிவியல் வளர்ச்சிகளை நன்கு அறிந்திருந்தார். அவரது அறிவியல் அறிவு வானியல் ஆய்வுடன் அடங்கிவிடவில்லை. அது விரிந்து பரந்திருந்தது. ஐரோப்பாவில் என்ன நடக்கின்றது என்பதை அறிந்து கொள்வதற்காக, இந்தியாவிற்குத் தாமாக வந்திருந்த அல்லது தன்னால் அழைக்கப் பெற்ற பல்வேறு நாடோடியர், வணிகர், அறிவியலார் முதலானோரிடமிருந்து ஜெயசிங் அறிவியல் பற்றிய செய்திகளை கேட்டறிந்தார். எனினும் அவை பற்றிய விரிந்த செய்திகள் எதுவும் பதிந்து வைக்கப்படவில்லை. அவர்களிடமிருந்து அரிய அறிவியல் செய்திகளைப் பெற்றார். ஆனால் எவ்வினாக்களை எழுப்பி எம்முடிவிற்கு வந்தார் என்பவற்றை நாம் அறியோம். அவர் அறிவியலையும், தொழில் நுட்பத்தையும் மேம்படுத்துவதற்காகவும், எதிர்கால இந்தியா பற்றிய தன் குறிக்கோளை விரித்துப் பெருக்கவும், எவ்வாறு அச்செய்திகளைத் தன் பணிகளில் இணைத்தார் என்பனவும் நமக்குப் புலனாகவில்லை.

எனினும் அவர் இந்திய மறுமலர்ச்சிக்கு *(Renaissance)* வழி கோலிய முன்னோடியருள் முன்வரிசையில் நிற்கின்றார்.

3. லாங்மென் புத்தக வெளியீட்டு நிறுவனம் தோற்றம்

பழம் பெரும் இந்து தேசம் ஞானப் பெட்டகமாக இருந்த போதிலும், அறிவைப் பரப்பும் முயற்சியில், மேலை நாடுகளை விட எவ்வளவு பின் தங்கியிருக்கின்றது (இன்றும்) என்பதை ஒப்பிட்டு அறிதற்கு இங்கு கூறப்பட்டுள்ள செய்திகள் துணை புரியும்.

சீனத்தில் கி.பி.இரண்டாம் நூற்றாண்டில் தாள் என்ற காகிதம் எங்கும் பரவலாகப் பயன்பட்ட போதிலும், ஜோகான் கூடன்பர்க்கு *(1398 - 1468)* பதினைந்தாம் நூற்றாண்டில் எழுத்தைக் கோத்து, பக்கங் கட்டி அச்சிடும் முறையைக் கண்டுபிடித்த பிறகுதான், அறிவு வளர்ச்சி ஐரோப்பாவெங்கும் சுடர் போல் ஒளிரத் தொடங்கிற்று. (சீனத்தில் தாள் கண்டுபிடிப்பு, கூடன்பர்க்கின் அச்சுக் கண்டுபிடிப்பு, இவை பற்றி இந்திய சரித்திரக் களஞ்சியம் முதல் தொகுதியில் காண்க)

அங்கு இதற்கு முன்னர் மரக் கட்டையில் எழுத்துகளைச் செதுக்கி அச்சிடும் அச்சுக் கட்டை *(Block Printing)* முறைதான் இருந்தது. அதற்கும் முன்பு கிறித்தவத் துறவி மடங்களிலும், மேட்டுக் குடியினரின் மாளிகைகளிலும் நூல்களை அழகிய கையெழுத்துகளால் எழுதிப் படியெடிக்கும் முறை நிலவிற்று. கடும் உழைப்பினால் உருவாக்கப்பட்ட இவ்வகைக் கையெழுத்து நூல்களின் படிகள் பொதுமக்கள் வாங்கிப் படிக்க இயலாதவாறு விலை மதிப்பு மிக்கனவாயிருந்தன.

ஆனால் அச்சுக் கோத்து எந்திரங்களின் உதவி கொண்டு வேண்டிய எண்ணிக்கை யில் புத்தகங்களைப் பல படிகளாக அச்சிடக் கூடிய வசதியும் வாய்ப்பும் கிடைத்த பிறகு புத்தகங்களின் விலை மலிந்தது. அவற்றைப் பலர் வாங்கிப் படிக்கும் வாய்ப்புப் பதினைந்தாம் நூற்றாண்டில் ஏற்பட்டது. அத்துடன் இக்கால கட்டத்தின் வரலாற்றில்

ஏற்பட்ட பல்துறை முன்னேற்றங்களினாலும், ஐரோப்பிய மக்களிடையே அறிவுத் தோட்டத்தில் புதிய பொங்கு ஆர்வம் ஏற்பட்டது.

ஐரோப்பிய மக்களின் அறிவுப் பசிக்குப் பல்துறை நூல்கள் சிறந்த உணவாக அமைந்தன. அறிவு வளர்ச்சி ஊற்றெனப் பெருக்கெடுக்கலாயிற்று. அதனால் நூல்களை வெளியிடுவது பேராதாயம் தருகின்ற தொழிலானது. ஆனால் எழுதுவதென்பது சிலருக்கு மட்டுமே ஆதாயம் தந்தது என்பது குறிப்பிடத்தக்கது. பதினெட்டாம் நூற்றாண்டாகிய இக்கால கட்டத்தில் கூட ஜானதன் ஸ்விஃப்டு போன்ற எழுத்தாளர்களுக்கு உரிய சன்மானம் கிடைக்கவில்லை. ஆனால் நூல் வெளியீடு என்பது அச்சுக் கலையைக் கூடன்பர்க் சீர்திருத்திய 456 வாக்கில் இருந்து கிட்டத்தட்ட 120 ஆண்டுகளுக்குள், பதினேழாம் நூற்றாண்டு வாக்கில் பொருளீட்டுத்தரும் தொழிலாகப் பரிணமித்தது. இந்த ஒன்றரை நூற்றாண்டு காலத்திற்குள் எண்ணற்ற நாடோடிகள் கண்டும், கேட்டும், கதைத்திருந்த, மெய்யுரைத்திருந்த பல நூல்கள் ஐரோப்பிய மொழிகளில் வெளிவரலாயின. உரிய காலத்திலும், இடத்திலும் அறிவுத் தொடர்பான இச்செய்திகளை விவரிப்போம்.

1724

தாமஸ் கை இலண்டனில் இருந்த புத்தக வியாபாரி. அவர் தனது 77 ஆவது வயதில் இலண்டன் நகரத்தில் ஒரு மருத்துவமனையை நிறுவுவதற்காக மூன்று இலட்சம் பவுனை நன்கொடையாகக் கொடுத்தார். (பதினெட்டாம் நூற்றாண்டில் ஒரு பவுனின் மதிப்புப் பத்து ரூபாய். எனவே மூன்று இலட்சம் பவுன் என்பது முப்பது இலட்ச ரூபாயாகும். அந்தக் காலத்தில் - இந்தக் காலத்திலும் தான் இது மிகப் பெரிய தொகை என்பதில் ஐயமில்லை) இதிலிருந்து புத்தக வியாபாரம் என்பது பதினெட்டாம் நூற்றாண்டில் எவ்வளவு செழிப்பாயிருந்தது என்பது புலனாகின்றது.

இன்று லாங்மென் நூல் வெளியீட்டு நிறுவனம் உலகின் பெரிய நகரங்களி லெல்லாம் பரவியுள்ளது. (இந்நிறுவனத்தின் கிளை சென்னையில் அண்ணா சாலையில் உள்ளது. இன்று இந்நிறுவனம் ஓரியண்ட் லாங்மென் லிமிட்டடு என்று அழைக்கப் படுகின்றது. இந்நிறுவனம் தமிழிலும் நூல்களை வெளியிடுகின்றது) இந்நிறுவனம் பல்வேறு துறைகளில் எண்ணற்ற நூல்களை வெளியிடுகின்றது.

தாமஸ் லாங்குமென் என்பவர் 1724 ஆம் ஆண்டு லாங்குமென்ஸ், கிரீன் அண்டு கம்பெனி என்ற நிறுவனத்தை இலண்டன் நகரில் தொடங்கினார் என்பது குறிப்பிடத் தக்கது. அவருக்கு இந்த ஆண்டில் வயது இருபத்தைந்து. அவர் ஓர் அச்சாளராக இருந்தவர். எனவே அவருக்குப் புத்தக வெளியீட்டுத் தொழில் தொடர்பான நேரடி அனுபவம் இருந்தது.

அவர் 1755 இல் தன் முப்பத்திரண்டாவது வயதில் இறந்ததும், அவரின் உடன் பிறந்தவர் மகனும், அவரது பெயரை உடையவருமான தாமஸ் லாங்மென் இந்நிறுவனத்தைத் தொடர்ந்து நடத்தினார்.

4. சேதுபதிகளிடையே உள் சண்டை

மராட்டியர் தலையீடு

மறவர் நாட்டை சேர்ந்த இராமநாதபுரம் என்ற சேது நாட்டில் ஆட்சியிலிருந்த சேதுபதி தண்டத் தேவருக்கும், அவரின் எதிரியான பவானி சங்கரனுக்குமிடையே பதவிப் பூசல் இருந்தது. இந்த உள் சண்டையில் பவானி சங்கரனை ஆதரிப்பதென்று முதலாம் சரபோசி (1712-1728) என்ற தஞ்சை மராட்டிய மன்னர் முடிவெடுத்தார்.

திருச்சியிலிருந்து மதுரைச் சீமையை ஆண்ட விசயரங்கச் சொக்கநாத நாயக்கனும் (1706-1732) புதுக்கோட்டை மன்னரான இரகுநாதராயத் தொண்டைமானும் (1686-1730) காட்டாத் தேவரை ஆதரிப்பதென்று நின்றனர்.

ஆர்க்காட்டு நவாபின் படைகள் இவர்கள் அனைவரையும் வென்றடக்கித் தென்தமிழ்நாடு முழுவதையும் தன்னடிக் கீழ் கொண்டுவரக் காத்துக் கிடந்த இவ்வேளையில் இக் குறுநிலத்தலைவர்கள் பிளவுபட்டு நின்றனர்.

இராமநாதபுரத்தை ஆள வேண்டுமென்பதற்காக நடந்த இந்த உள் சண்டையில் தஞ்சை மராட்டியர் காட்டாத் தேவர் என்ற தண்டத் தேவரைக் கொன்று, பவானி சங்கரனை மறவர் நாட்டின் தலைவராக்கினார். அதன் பிறகு தண்டத் தேவரின் சிற்றப்பன் காட்டாத் தேவர் மராட்டிய மன்னரிடம் பவானி சங்கரனுக்கு எதிராக முறையிட்டார். இவ்வாறு உள் நாட்டுப் பூசல்களில் தலையிட்டு ஆதாயங் கண்ட தஞ்சை மராட்டிய மன்னர் இப்போது காட்டாத் தேவருக்கு ஆதரவு தந்து, பவானி சங்கரனை வீழ்த்தினார். மராட்டியர் துணையுடன் காட்டாத் தேவர் 1728 ஆம் ஆண்டு இராமநாதபுரத்தின் ஆட்சித் தலைவர் ஆனார்.

5. கடலில் புது வழிகள்

பேரிங்கின் தேட்டப் பயணம்

உலகின் மிகப்பெரிய புத்திடத் தேட்டப் பயணங்கள் ஐரோப்பாவில் பதினைந்தாம் நூற்றாண்டில் கடல் வழிகளில் மேற்கொள்ளப்பட்டன. நில வழியில் புதிய இடங்களையும், பழைய இடங்களையும் அடைவதென்பதிலும் கடினமான முயற்சி அடங்கியிருந்ததெனினும், கடல் வழியே செல்லும் பயணங்களினால் விரைவில் அவ்விடங்களை அடைந்து விடும் சாதகம் இருந்தது. ஐரோப்பாவில் பதினான்காம் நூற்றாண்டில் முகிழ்த்த மறுமலர்ச்சி இயக்கம், அம்மக்களிடையே புதிய எழுச்சியைப் பல துறைகளில் தோற்றுவித்தது, இவற்றுக்கு முக்கிய தூண்டுதலாகும்.

தென்கிழக்கு வழி

போர்ச்சுக்கீசக் கடலோடியான பார்த்தலோமியா டயஸ் (1450 - 1500) 1488 இல் ஐரோப்பாவிலிருந்து ஆப்பிரிக்காவின் நன்னம்பிக்கை முனையைச் சுற்றிக் கொண்டு கீழையுலகிற்குக் கடல் வழியைக் கண்டுபிடித்தார். மற்றொரு போர்த்துக்கீசக் கடலோடி வாஸ்கோடகாமா (1469-1524) 1498 ஆம் ஆண்டு ஆப்பிரிக்காவைச் சுற்றிச் சென்று இந்தியாவின் மேற்குக்கரையை அடைந்தார். இவ்விருவரும் சென்ற கடல்வழித் தடத்திற்குத் தென்கிழக்கு வழி என்று பெயர் கூறுகின்றனர். இந்தத் தென்கிழக்கு வழியானது செயல் சாத்தியமானது என்று நிரூபணமாகிக் கிட்டத்தட்ட ஒரு நூற்றாண்டா யிற்று. இந்நிலையில் இன்னொரு மாற்று வழியும் கண்டுபிடிக்க வேண்டுமென்று முயன்றனர்.

தென்மேற்கு வழி

இத்தாலியின் ஜெனோவா நகரத்தைச் சேர்ந்த கிறிஸ்தபர் கொலம்பஸ் (1451-1508) ஸ்பானிய மன்னரான இரண்டாம் ஃபெர்டினாந்தையும் (1452-1516) அரசியான முதலாம் இசபெல்லாவையும் (1451-1504) அணுகி அட்லாண்டிக்கைக் கடந்து நேரே மேற்கே சென்று, இந்தியாவிற்கு மேற்கு வழித் தடத்தைக் காண்பதற்கு உதவுமாறு வேண்டினார்.

கொலம்பஸ் 1492 ஆகஸ்டு 6 அன்று கடலில் பயணம் தொடங்கி 1492 அக்டோபர் 14 அன்று வடஅமெரிக்காவின் கிழக்குக் கரைக்கு அப்பாலிருந்த ஒரு தீவில் இறங்கினார். அவர் ஆசியாவின் கிழக்குக் கரையில் இறங்கி விட்டதாக உறுதிப்படுத்த முனைந்தார். தாலமியின் நிலநூலையும், மார்க்கோ போலோ பயணத்தையும் நன்கறிந்த கொலம்பஸ் ஆசியாவை எட்டி விட்டதாகவே நம்பினார். ஆனால் தாலமி (கி.பி.இரண்டாம் நூற்றாண்டு) அன்று நினைத்ததைவிட உலகம் மிகப் பெரியது. ஆசியா ஐரோப்பாவின் மேற்குப் பகுதியிலிருந்து 20,000 கிலோ மீட்டர் தொலைவில் இருக்கின்றது. தாலமி கணித்ததைப் போன்று அத்தொலைவு 5000 கிலோ மீட்டர் அன்று.

(தாலமி பற்றி இந்திய சுதந்திரக் களஞ்சியம், இரண்டாம் தொகுதி, முதற் பகுதியில் காண்க)

கொலம்பஸ் கண்டுபிடித்தவை புதிய நாடுகள். அப்படி ஒரு நிலப்பரப்பு உள்ளது என்று தாலமியோ, அவருக்கு முன்னர் வாழ்ந்த பண்டை மக்களோ அறிந்திருக்கவில்லை. இந்நிலப் பரப்பிற்கு அப்பால் அட்லாண்டிக்கைவிடப் பெரியதான உலகின் இரண்டாவது பெருங்கடல் பசிபிக் உள்ளது. இந்த இரண்டாவது மாக்கடலைக் கடந்துதான் தொலைக் கிழக்கை அடைய முடியும். இக்கருத்தை முதன் முதலில் எடுத்துக் கூறியவர் அமெரிக்கஸ் வெஸ்பூசியஸ் என்ற இலத்தீனப் பெயரையுடைய அமெரிகோ வெஸ்பூச்சி (1454-1512) என்ற இத்தாலியக் கடலோடி ஆவார். கொலம்பஸ் கண்டுபிடித்தது ''புதிய உலகம்''. ஐரோப்பாவிற்கும் ஆசியாவிற்குமிடையே இரண்டு கடல்கள் உள்ளன; ஒன்று அன்று என்பதை முதன் முதலில் வெஸ்பூச்சிதான் எடுத்துரைத்தார். அவர் இக்கருத்தை 1504 ஆம் ஆண்டு வெளிப்படுத்தினார்.

அதை ஜெர்மன் நில நூலாரான மார்டின் வால்டுசீமுல்லர் 1507 ஆம் ஆண்டு ஏற்றுக்கொண்டு, நாம் இன்று காண்பதைப் போன்ற புதிய கண்டத்தின் நிலப்படத்தை வெளியிட்டார். இக்கண்டத்தை, அது இருக்கின்றது என்று இனங்கண்டு கொண்ட மனிதரின் பெயரால் அமெரிக்கா என்று அழைக்க வேண்டுமென்று அவர் கூறினார். அதுவும் ஏற்றுக்கொள்ளப்பட்டது.

இந்த மேற்கு வழியாக ஆசியாவை அடைய வேண்டுமாயின், வடஅமெரிக்கா, தென்னமெரிக்கா என்ற இருபெரும் நிலப்பரப்புகளைத் தாண்டிச் செல்ல வேண்டும். அது மேற்கு வழி என்று அழைக்கப்பட்டது. இந்த மேற்குத் தடத்தின் வழியாக அமெரிக்க நிலப்பரப்புகளைச் சுற்றிக் கொண்டு ஆசியாவை அடைந்தவர், போர்த்துக்கீசக் கடலோடியான ஃபெர்டினாந்து மகல்லன் *(1480-1521)* ஆவார். அவர் ஸ்பெயினை விட்டுக் கடலில் புறப்பட்டுத் தென்னமெரிக்காவின் தென் முனையைச் சுற்றிச் சென்று இரண்டாவது கடலையும் தாண்டினார். அவர் அக்கடலுக்குப் பசிபிக் என்று பெயரிட்டார்.

அவர் தொடர்ந்து நூறு நாள் கடலில் சென்ற பின்னர் ஆசியாவின் கிழக்குக் கரையை அடைந்தார். ஸ்பெயின் மன்னர் இரண்டாம் பிலிப்பைப் *(1527-1598)* பெருமைப் படுத்தும்வகையில் அந்த இடத்திற்கு இறுதியில் பிலிப்பைன்கள் என்று பெயரிட்டனர். மகல்லன் இவ்வாறு பிலிப்பைன்களை அடைந்து தென் மேற்கு வழியும் சாத்தியம் என்பதைச் செயல்படுத்திக் காட்டினார்.

இவ்வாறு தென்கிழக்கு வழி போர்த்துக்கீசர் கட்டுப்பாட்டிலும், தென்மேற்கு வழி ஸ்பானியரின் கட்டுப்பாட்டிலும் வந்தன. இந்நிலையில் வேறு நாடுகளும் ஆசியாவை அடைய வேண்டுமென்று எழுச்சி கொண்டன. புத்திடங்களில் நடத்துகின்ற தொழிலிலும். வாணிபத்திலும் கிடைக்கக்கூடிய செல்வ வளத்தைக் கண்டு தாமும் அவற்றை அடைய வேண்டுமென்று, காலந்தாழ்ந்து கடலில் இறங்கிய பிற ஐரோப்பிய நாடுகள் அவாவின.

இங்கிலாந்தும், நெதர்லாந்தும் ஸ்பெயின், போர்ச்சுக்கல் இரண்டும் கடல் வழிகளில் கொண்டிருந்த இந்த மேலாண்மையை எதிர்த்து நின்று வாது புரியும் நிலையில் இருக்கவில்லை. எனவே, வடகிழக்கு வழி அல்லது வடமேற்கு வழி ஒன்றைக் கண்டுபிடிக்கும் பேராபத்தான முயற்சியில் அவை இறங்கின.

வடகிழக்கு வழி

இங்கிலாந்து *1553* ஆம் ஆண்டு சர் ஹியூ வில்லோபி என்றவர் தலைமையில், மூன்று கப்பல்களைத் தொலைக் கிழக்கைக் கண்டு வருமாறு அனுப்பிற்று. (தொலைக் கிழக்கு; இது சீனம், ஜப்பான், வட தென்கொரியா, கிழக்குச் சைபீரியா, இந்தோசீனம், அதையடுத்த தீவுகள் ஆகியனவும், சில வேளைகளில் ஆப்கானித்தானத்தின் கிழக்குப் பகுதியும் சேர்த்துக் கூறப்படும் நாடுகள் அடங்கிய கிழக்கு ஆசியா) அவை ஸ்காண்டிநேவியாவின் வடமுனையைச் சுற்றிக் கொண்டு சென்றன. (ஸ்காண்டிநேவியர் இதற்கு ஸ்காண்டிநேவியத் தீவக்குறை என்ற பெயரும் உண்டு. இது நார்வேயையும், சுவீடனையும் அடக்கிய வட ஐரோப்பியத் தீவக்குறை) அப்போது வில்லோபி வடதுருவத்தைக் கடந்து சென்றார். ஆதலால் வில்லோபியை வடதுருவத்தைக் கண்டு பிடித்தவர் என்று கூறலாம்.

ஆனால் அவரும் அவருடன் சென்றவர்களும் இரண்டு கப்பல்களில் ஸ்காண்டிநேவியாவின் கிழக்கே வடதுருவக் கரையில் தங்கினர். அப்போது கடுங்குளிரில் அங்கு மாண்டு போயினர். எனினும் ரிச்சர்டு சான்சலர் என்றவரின் மூன்றாவது கப்பல் இரஷியத் துறைமுகமான ஆர்க்கேஞ்சல்ஸ் என்ற பட்டினத்தை அடைந்தது. இரஷியர் அவரைக் கண்டு மகிழ்ந்து வரவேற்றனர். அவர் நில வழியாக மாஸ்கோவிற்கு அழைத்துச் செல்லப்பட்டார்.

நான்காம் இவான் *(1530-1584)* என்ற பயங்கர இவான் சான்சலரைச் கண்டு மகிழ்ந்து, இங்கிலாந்துடன் வாணிபத் தொடர்பு கொள்ள விரும்பினார். ஆங்கிலேயர், சான்சலரின் இப்பயணத்தைக் குறிப்பிடுகையில், அவர் இரஷியாவைக் கண்டு பிடித்தவர்

என்று கூறிக் கொள்வதுண்டு, இருப்பினும் சான்சலருக்குப் பல நூற்றாண்டுகளுக்கு முன்னரே இரஷியா இருப்பது அறியப்பட்டுள்ளது. இரஷியாவுடன் வாணிபம் செய்வதற்காக 1555 ஆம் ஆண்டு இலண்டனில் தனியார் நிறுவனம் ஒன்றும் அமைக்கப்பட்டது. அது மக்களால் மாஸ்கோ கம்பெனி என்று அழைக்கப்பட்டது.

வில்லியம் பாரண்ட்ஸ்

எனினும் ஆங்கிலேயர் வடமேற்கு வழிகாணும் இம்முயற்சியில் ஆர்க்கேஞ்சலோடு நின்று விட்டனர். அதற்கு அப்பால் நகரம் இல்லை. ஆனால் சான்சலருக்குச் சுமார் ஐம்பதாண்டுகளுக்குப் பிறகு, டச்சுக் கடலோடியான வில்லியம் பாரண்ட்ஸ் (1550-1597) புத்திடத்தேட்ட முயற்சியில் இறங்கிப் பல அருஞ் செயல்களை நிகழ்த்தினார்.

பாரண்ட்ஸ் 1594 ஆம் ஆண்டு இரண்டு கப்பல்களில் நெதர்லாந்தின் (டச்சு) தலைநகரான ஆம்ஸ்டர்டாமை விட்டு நீங்கி நார்வேயைச் சுற்றிக் கொண்டு, இரஷியாவின் வடக்கிலுள்ள கடலைக் கடந்து பயணமானார். அக்கடலில் வெள்ளைக் கடல் என்பது ஒரு கழிமுகம். அது இப்போது அவரைச் சிறப்பிக்கும் வகையில் பாரண்ட்ஸ் கடல் என்று அழைக்கப்படுகின்றது.

பாரண்ட்ஸ் நோவாயா செம்லியா என்ற இடத்தையும் அடைந்தார். இது சோவியத்து யூனியனின் வட கிழக்குக் கரைக்கப்பால் ஆர்டிக் மாக்கடலிலுள்ள தீவுத் தொகுதியாகும். இதில் இரண்டு பெரிய தீவுகளும், பல சிறு தீவுகளும் அடங்கியுள்ளன. வைக்கிங்குகள் என்ற புகழ்வாய்ந்த ஸ்காண்டிநேவியக் கடலோடிகள் (வைக்கியங்குள் பற்றி இந்திய சரித்திரக் களஞ்சியம், முதற் தொகுதியில் காண்க) காலத்திலிருந்து, வில்லோபி, பாரண்ட்ஸ் போன்ற ஐரோப்பியர் வடக்கே வெகு தொலைவு ஊடுருவிய பகுதியாகும் இது.

பாரண்ட்ஸ் இரண்டாம் முறையாக 1596 ஆம் ஆண்டு நார்வேயின் வட கரையிலிருந்து பயணப்பட்டார். அவர் நார்வேக்கு 240 கிலோ மீட்டர் வடக்கேயுள்ள பேர் என்ற தீவைக் கண்டுபிடித்தார். அவர் அதையுங் கடந்து 240 கிலோ மீட்டர் தொலைவு சென்று ஸ்பிட்ஸ்பர்கன் என்ற இடத்தை உளவு பார்த்தார். இதுவும் ஆர்டிக் கடலிலுள்ள தீவுக் கூட்டமாகும். அவர் இதை கிரீன்லாந்தின் (கிரீன்லாந்து: இது உலகின் மிகப் பெரிய தீவு; பெரிதும் வட துருவ வட்டத்தினுள், வட அமெரிக்காவின் வட கிழக்குக் கரைக்கப்பால் உள்ளது. இங்கு ஐசிலாந்து மக்கள் கி.பி.986 இல் குடியேறினர். பின்னர் டேனியர் 1721 ஆம் ஆண்டிற்குப் பிறகு தொடர்ந்து குடியேறினர்; பின்னர் 1953-79 ஆம் ஆண்டு காலத்தில் டென்மார்க்கின் உரிமைக்குரிய பகுதியாக நிலவியது; அது 1979 ஆம் ஆண்டு உள் தன்னாட்சி உரிமை பெற்றது. இத்தீவின் பெரும் பகுதி 3300 மீட்டர் (11,000 அடி) கனத்திற்கு உறைபனியால் மூடப்பட்டுள்ளது. இதன் தலைநகரம் காடுத்தாபு, இது 21,75,600 சதுர கிலோ மீட்டர் (8,40,000 சதுர மைல்-பரப்புடையது) உடைய ஒரு பகுதி என்று ஸ்பிட்ஸ்பர்கன் தீவுக் கூட்டத்தைத் தவறாக எண்ணி விட்டார்.

ஸ்பிட்ஸ்பர்கன் பல காலமாகவே ஒரு வகையான பன்னாட்டுப் பகுதியாக இருந்து வருகின்றது. ஆங்கில, பிரஞ்சு, டச்சு, டேனிய, நார்வீஜிய, இரஷிய நாடுகளின் திமிங்கிலம் பிடிக்கும் கப்பல்களுக்கு ஒரு மையமாக விளங்கியது. அது முதல் உலகப் போருக்குப் பிறகுதான் நார்வேயிடம் 1925 ஆம் ஆண்டு முறைப்படி ஒப்படைக்கப் பட்டது. அங்கு 1988 ஆம் ஆண்டுக் கணக்குப்படி சுமார் 3000 பேர் வாழ்ந்தனர்.

பாரண்ட்ஸ் அங்கிருந்து இரண்டாவது முறையாகவும் நோவா செமிலியாவிற்குச் சென்றார். அவர் தன்னுடன் பதினாறு மாலுமியரையும், காபின் சிறுவன் என்ற எடுபிடிப்

பையன் ஒருவனையும் அழைத்துக் கொண்டு சென்றார். அவரும் அவருடைய குழுவினரும் 76 பாகைக்கு வடக்கில் குளிர் காலத்தைக் கழித்தனர். இத்தனை தொலைவு வடக்கில் சென்று வடதுருவக் குளிரில் உயிர் பிழைத்த முதல் ஐரோப்பியர் இவரேயாவார். அவர்கள் இரண்டு சிறு படகில் அங்கிருந்து திரும்பியவுடனேயே பாரண்ட்ஸ் இறந்தார். ஏனையோர் கோலோ தீவக்குறையைப் பத்திரமாக அடைந்தனர். இது சோவியத்து யூனியனின் வடமேற்கே பாரண்ட்ஸ் கடலுக்கும், வெள்ளைக் கடலுக்கும் இடையிலுள்ளது.

இரஷியர் முயற்சி : சைபிரியாவைப் பெறுதல்

எர்மாக்கு டிபோஃபிளிவிச் என்ற கசாக்கு ஒருவரை ஃபர் எனப்படும் மென்மயிர் ஆடை வாணிபத்தில் பெருஞ்செல்வம் ஈட்டிய ஸ்டிரோகனோவ் என்ற இரஷியக் குடும்பத்தினர் பணிக்கு அமர்த்தி, உரல் மலைகளுக்கு அப்பாலுள்ள மேற்கு பகுதியை அவர் ஆராயுமாறு செய்தனர். எர்மாக்கு சைபீரியாவில் பல வீரச் செயல்களைச் செய்து ஒரு புராண புருஷனின் நிலையை எய்தினார். அவரது தனிப் பெரும் முயற்சியினால் சைபீரியப் பகுதி இரஷியப் பேரரசிற்குக் கிடைத்தது. (சைபிரியா : உரல் மலையிலிருந்து பசிபிக் கடல் வரையிலும், வட ஆர்டிக் கடலிலிருந்து சீனம், மங்கோலிய மக்கள் குடியரசு வரையிலும் விரிந்து பரந்த சோவியத்து நிலப்பரப்பு).

எர்மாக்கையடுத்து இவனோவ் தெஸ்நோவ் என்ற மற்றொரு கசாக்கு (கசாக்கு என்போர் இந்திய- ஐரோப்பிய மொழிக் குடும்பத்தைச் சேர்ந்த ஸ்லாவோனிய மொழி பேசும் கிழக்கு ஸ்லாவோனிய இனத்தார் ஆவர். அவர்கள் குறிப்பாக உக்ரேனில் வாழ்ந்து வந்தனர். வீரம் செறிந்த கசாக்கு மக்கள் இரஷியாவின் சார் மன்னர்களுடைய குதிரைப் படைகளில் பணி புரிந்தனர். கசாக்குகளின் நடனம் நமது நாட்டுப் பஞ்சாபியரின் நடனத்தைப் போன்று துள்ளாட்டமும் உயிர்த் துடிப்பும் மிகுந்தது) 1648 ஆம் ஆண்டு கிழக்கு நோக்கிச் சென்று கோலிமா ஆற்றின் தோற்றுவாயை அடைந்தார். லுக்கோட்ஸ்கு கடலின் வடக்கேயுள்ள கோலிமா மலைகளில் தோன்றிப் பொதுவாக வடக்கே ஒடிக் கிழக்குச் சைபீரியக் கடலில் சங்கமிக்கும் கோலிமா ஆறு சோவியத்து யூனியனின் வடகிழக்கில் உள்ளது. அவர் இந்த ஆற்றையும் கடந்து 1800 கிலோ மீட்டர் கிழக்கே சென்று சைபீரியாவின் கடைக் கோடியை எட்டி அங்குள்ள ஒடுக்கமான, குறுகிய ஒரு நீரிணை வழியாக (இதுவே பின்னர் பேரிங்கு நீரிணை அல்லது சலசந்தி என்று பெயர் பெற்றது) பசிபிக் கடலை அடைந்தார். 1724

இரஷியா இவ்வாறு எழுபதாண்டுக்கும் குறைந்த காலத்தில் ஆசியாவின் முழுமையான அகன்ற பகுதியின் குறுக்கே ஆயிரக்கணக்கான கிலோ மீட்டர்ப் பரப்பு நிலத்தைக் கிழக்குப் பக்கமாக விரித்து எடுத்துக் கொண்டது. இரஷியர் இத்தேட்டத்தின் போது சீனத்தையும் அடைந்தனர்; எனினும் இச்சாதனை அமைதியான முறையில் நிகழ்த்தப்பட்டுவிடவில்லை. இரஷிய வேட்டைக்காரர்களும், வணிகர்களும் தென் கிழக்குச் சைபீரியாவிலுள்ள ஆமூர் ஆற்றை அடைந்தனர். அங்கு சீனர் அந்நிலப் பரப்பிற்கு உரிமையானவர்களாக இருக்கக் கண்டனர். சீனர் அவ்விடத்தை இரஷியருக்கு விட்டுக் கொடுக்க ஆயத்தமாயில்லை. இரஷியர் தம் நாட்டைவிட்டு வெகு தொலைவிற்கு அப்பால் இருந்தமையால், அங்கு தமது அதிகார வன்மையைக் காட்டுவதற்கு இயலவில்லை.

முதல் சீன - இரஷிய மோதல்

இரஷியாவும், சீனமும் 1689 ஆம் ஆண்டு நெர்ச்சின்ஸ் உடன்படிக்கையில் கையெழுத்திட்டன. இந்நகரம் ஆமூர் ஆற்றின் கரையிலுள்ளது. அது பீகிங்கிற்கு வடக்கே

1350 கிலோமீட்டர் தொலைவிலும், மாஸ்கோவிற்குக் கிழக்கே 5600 கிலோ மீட்டர் தொலைவிலும் உள்ளது. இரஷியா அவ்வுடன்படிக்கைப்படி, சீனம் உரிமை கொண்டாடிய அந்நிலப் பரப்பிலிருந்து வெளியேறுவதற்கு ஒப்பியது. சீன-இரஷிய மோதல், வரலாற்றில் முதன் முறையாக இங்குதான் நிகழ்ந்தது எனலாம். எனினும் இவ்வுடன்படிக்கை அப்போதைக்குக் காணப்பட்ட தீர்வுதான். இரஷியாவின் அதிகாரம் தொலைக்கிழக்கில் ஓங்கி வர வரச் சீனத்தின் வன்மை அங்கு மெலிந்தது. இன்று நெர்ச்சினாவும் அதைச் சுற்றியுள்ள பகுதியும் சோவியத்து யூனியனில் அடங்கியுள்ளன. அவை மேற்சொன்ன உடன்படிக்கை ஏற்பட்ட காலத்தில் சீனத்தின் வசம் இருந்தன.

தொலைக்கிழக்கு ஆசியாவிற்கு வடக்கு வழியைத் திறக்கும் இந்நெடிய முயற்சி முற்றிலும் சாத்தியமற்றது என்பது தெளிவாகியது. ஏனெனில் வேறு வழியே இல்லை என்றால்தான், எவரும் உறைபனி எங்கும் நிறைந்து படர்ந்து கிடக்கும் இந்நெடிய கடல் வழியே சுற்றிச் செல்வதற்குத் துணிவர்.

ஐரோப்பிய ஆசியாவின் வட விளிம்பைச் சுற்றிக் கொண்டு செல்ல முடியாது என்றால், வடஅமெரிக்காவின் வட விளிம்பைச் சுற்றிச் சென்று வழி காண்பது இயலுமா என்ற வினா இதனால் எழுந்தது.

1724

ஆங்கிலேயரின் ஊழியத்தில் கலஞ்செலுத்தி வந்த இத்தாலியக் கடலோடியான ஜான் கபாட் (1450-1498; இவர் இங்கிலாந்து மன்னர் ஏழாம் ஹென்றியிடம் உரிமம் பெற்று 1497 ஆம் ஆண்டு வட அமெரிக்காவில் கரையிறங்கியவர்) அவர் வாஸ்கோடகாமா கள்ளிக்கோட்டையைத் தொட்டதற்கு ஓராண்டிற்கு முன்னர் நியூஃபௌண்டுலாந்தை எட்டினார். நியூஃபௌண்டுலாந்து கிழக்குக் கனடாவிலுள்ள தீவு. இதைக் கனடியப் பெருநிலத்திலிருந்து பெல்லி ஐல் என்ற நீரிணை பிரிக்கின்றது.)

நியூஃபௌண்டுலாந்து - லாபரடார்

போர்த்துக்கீசக் கடலோடியான காஸ்பர் கோர்ட்டே - ரியல் என்றவரும், அதே காலத்தில் 1501 ஆம் ஆண்டு நியூஃபௌண்டுலாந்தின் வடகரையை வேவு பார்த்தார். அதற்கு அவர் லாபரடார் என்று பெயர் கொடுத்தார். அதே பெயர் அதற்கு இன்றும் வழங்குகின்றது. அந்தப் போர்த்துக்கீசச் சொல்லுக்கு அடிமைகள் என்று பெயர். ஏனெனில் ரியல் அங்கு சில எஸ்கிமோக்களைப் பிடித்து அடிமைகளாகக் கொண்டு சென்றார். (எஸ்கிமோ : கடும் உறை பனிக்குளிரையும் தாங்கவல்ல பண்பாட்டை உருவாக்கிக் கொண்ட மக்கள். இவர்கள் வட கனடா, கிரீன்லாந்து, அலாஸ்கா, கிழக்குச் சைபீரியா இங்கெல்லாம் வாழ்கின்றனர். இம்மக்கள் பேசும் மொழியும் எஸ்கிமோ என்றே பெயர் பெறும்)

பிரஞ்சுக்காரர்தாம் வடமேற்கு வழி ஒன்றைக் காண்பதற்கு முதலில் முயன்றனர். அவர்கள் கியோவன்னி டா வெராசானோ (1485 - 1528) தலைமையில் 1524 ஆம் ஆண்டு தேட்டப்பணி மேற்கொண்டனர். அக்கடலோடிக் கூட்டத்தார், அந்த ஆண்டு மார்ச்சு முதல் நாளன்று இன்று அச்ச முனை என்று அழைக்கப்படும் அமெரிக்காவின் கரையை அடைந்தனர். அந்த இடம் இப்போது அமெரிக்காவின் வட கரோலினா மாநிலத்தில் உள்ளது. அவர்கள் ஃபுளோரிடாவிலிருந்து ஸ்பானியக் குடியேற்றத்திற்கு வடக்கில் கரையிறங்கினர்.

வெரசானோ வடக்கு நோக்கிப் போய் அதே ஆண்டு (1524) ஏப்ரல் 17 அன்று நியூயார்க்கு வளைகுடாவை அடைந்து துறை முகத்தினுள் நுழைந்தார். அவர் தொடர்ந்து

கரையோரமாகவே சென்று, இறுதியாக நியுஃபௌண்டுலாந்தை எட்டினார். பிறகு அங்கிருந்து தாயகம் திரும்பினார். வடக்கே நியூஃபௌண்டுலாந்து வரையிலும் வட அமெரிக்க மண் மிகவும் அருமையான நிலப்பரப்பு என்பது இக்கடலோட்டத்தின் பயனாகத் தெளிவானது.

வடமேற்கு வழி எதையும் கண்டுபிடிக்க வேண்டுமாயின், அப்பயணம் நியூஃபௌண்டுலாந்திலிருந்து தொடங்கி வடக்கே செல்ல வேண்டும் என்பது உறுதியாயிற்று.

பிரஞ்சுக் கடலோடியான ஜேக்கு கார்டியர் *1534* ஆம் ஆண்டு மேற்கே வந்தார். அவர் நியூஃபௌண்டுலாந்தை விரிவாக ஆராய்ந்தார். அவர் நியூஃபௌண்டுலாந்திற்கும், லாபரடாருக்குமிடையே ஒரு திறப்பைக் கண்டார். அதற்கு இப்போது பெல்லி ஐல் நீரிணை என்று பெயர்.

வடமேற்கு வழி என்று ஒன்று கடல் வெளியில் இருக்குமாயின், அது லாபரடாருக்கும் அப்பால் வடக்கில்தான் இருக்க வேண்டும் என்பது கார்டியரின் பயணத்தினால் நிரூபணமானது. லாபரடாரின் கடுங்குளிரான தட்ப நிலையை வைத்து எண்ணிப் பார்த்த போது, வடமேற்கு வழியானது வடகிழக்கு வழியைப் போன்று ஆர்டிக் கடலில் செல்ல வேண்டியதாகவே இருக்கும் என்று தோன்றியது. இருப்பினும் கடுங்குளிர் மிக்க கடலின் வழியே சுருக்கமான வழி ஒன்று இருக்கும் என்று கருதப்பட்டதால் அதைத் தேடுவதற்கு முயன்றனர்.

இதில் ஆங்கிலேயர் தான் முதன் முதலாக *1576* ஆம் ஆண்டு பெரிய அளவில் முயன்றனர். மார்டின் பிராஃபிஷர் தலைமையில் மூன்று கப்பல்களும், முப்பத்தைந்து மாலுமியரும் இங்கிலாந்திலிருந்து வட அமெரிக்காவிற்குப் பாய்மரக் கப்பலில் புறப்பட்டனர். அவற்றுள் ஒரே கப்பல் மட்டும் பதினெட்டுப்பேரை ஏற்றிக்கொண்டு கடலைக் கடந்து வழி கண்டது.

பிராஃபிஷரை அடுத்தும் ஆங்கிலத் தேட்டக்காரர் இக்கடல் வழியில் சென்றனர். அவர்கள் பிரஞ்சுக் கனடாவிற்கு வடக்கிலிருந்த பகுதிகள் மீது பிரிட்டன் உரிமை கொண்டாடுவதற்குரிய அடிப்படையை உண்டாக்கினர். இன்று அமெரிக்க ஒன்றியத்தின் வடக்குப் பகுதியிலுள்ள இடங்களில் ஆங்கிலேயர் குடியேற்றங்களை அமைத்தனர். இது குறித்த தாவா வடக்குப் பகுதிகள் மீதும், தெற்குப் பகுதிகள் குறித்தும், *1607* ஆம் ஆண்டு தொடங்கிச் சுமார் இரண்டு நூற்றாண்டுகள் நீடித்தது. அந்தத் தாவா *1763* ஆம் ஆண்டு இங்கிலாந்திற்கு முழு வெற்றியாக முடிந்தது.

எனினும் பிரிட்டன் இப்பகுதிகள் மீது கொண்டிருந்த பிடி *1770* ஆம் ஆண்டுகளில் தென் குடியேற்றங்களின் கிளர்ச்சிகள் காரணமாகத் தளர்ந்தது. இறுதியாக *1783* இல் அமெரிக்க ஒன்றியம் மலர்ந்தது.

டேவிஸ், ஹட்சன்

பிராஃபிஷரின் பயணங்களுக்குச் சில ஆண்டுகளுக்குப் பிறகு, வடமேற்குக் கடல் வழியைத் தேடும் பணி தொடர்ந்தது. ஜான் டேவிஸ் *(1550 - 1605 : இவர்தான் 1592 ஆம் ஆண்டு ஃபாக்லாந்தைக் கண்டுபிடித்தவர்) 1585* ஆம் ஆண்டில் வடமேற்கு வழியைக் கண்டுபிடிக்கப் புறப்பட்டார். அவர் கண்டுபிடிக்கத் தவறிய மேற்கு வழியை ஹென்றி ஹட்சன் (இறந்த ஆண்டு *1611*) என்ற மற்றோர் ஆங்கிலக் கடலோடி *1607* ஆம்

ஆண்டு கண்டுபிடித்தார். அவர் பாரண்ட்ஸ் வடகிழக்கு வழியைக் கண்டு பிடித்தது தொடர்பாகக் கைக் கொண்ட வழிமுறைகளைப் பின்பற்றி வெற்றி கண்டார்.

பஃபின்

வில்லியம் பஃபின் (1584 - 1622) என்ற கடலோடி இப்பகுதிகளில் சுற்றித் திரிந்தபின் செய்த அறிக்கையை வைத்து, வடமேற்கு வழியை அமைக்கும் முயற்சியை இங்கிலாந்து கைவிட்டது. ஐரோப்பிய நாடுகளும் வடகிழக்கு வழித்தடத்தில் செல்வதைப் பொதுவாகக் கைவிட்டு வந்தன.

இவ்வாறு பதினைந்தாம் நூற்றாண்டின் பிற்பாதியில் பார்த்தலோமியா டயஸ் தொடங்கி வைத்த புத்திடத் தேட்டத் கடற்பயணங்கள் பதினெட்டாம் நூற்றாண்டு வரையிலும் நீடித்தன. இதில் கலந்து கொண்ட கடலோடிகளில் பெரும்பாலர் முதலில் இத்தாலியராயிருந்தனர். பின்னர் பிரஞ்சுக்காரர், ஆங்கிலேயர் முதலானோரும் கடலில் வழித்தடங்களைக் காணும் கடினமான நெடிய பயணங்களைத் தமது பாய்மரக் கப்பல்களில் மேற்கொள்ளலாயினர்.

இக்கடலோடிகளின் வரிசையில் டென்மார்க்கைச் சேர்ந்த வைட்டஸ் ஜோனசன் பேரிங்கு (1681 - 1741) இப்பதினெட்டாம் நூற்றாண்டில் குறிப்பிடத்தக்க சாதனையை நிகழ்த்தியதற்கு முன்னுரையாகத்தான் ஐரோப்பியக் கடலோடிகள் கடந்த சுமார் இருநூறு ஆண்டுகளாகப் புத்திடம் தேடி மேற்கொண்ட பயணங்களும், கண்ட இடங்களும் மேலே விவரிக்கப்பட்டன. இக்கடலோட்டம் முழுமையும் பாய்மரக் கப்பல்களில் தான் நடந்தது என்பது குறிப்பிடத்தக்கது.

1724

பேரிங்கு

மா பீட்டர் என்று பெருஞ்சிறப்பெய்திய முதலாம் பீட்டர் (1672 - 1725) இரஷிய அரியணையில் 1682 ஆம் ஆண்டு ஏறியபோது, அவருக்கு வயது பத்தேயாகும். அவரது ஆட்சியில் தான் இரஷியா ஐரோப்பிய வரலாற்று ஓட்டத்தில் சங்கமித்தது. மா பீட்டர் தனது நாட்டின் மிகப் பெரிய, பரந்த நிலப்பரப்பைத் துல்லியமாக அளந்தெடுத்து நிலப்படமாக வரைந்துவிட வேண்டுமென்று விரும்பினார். அப்பணிக்கென்று வைட்டஸ் ஜோனசன் பேரிங்கை 1724 ஆம் ஆண்டு மா பீட்டர் தேர்ந்தெடுத்தார். எனினும் பீட்டர் மறு ஆண்டில் இறந்து போனார்.

ஆனால் அவருக்குப் பிறகு அவரின் இரண்டாவது மனைவியான முதலாம் காதரைன் (1684 - 1727) 1725 ஆம் ஆண்டு அரியணை ஏறியதும், பேரிங்கு அவரது ஆதரவுடன் தேட்டப்பணிக்குக் கிளம்பினார். அவர் நெடுங்காலமாக இரஷியக் கப்பற்படையில் பணியாற்றிவர். அவர் நில வழியாகப் பீட்டர்ஸ்பர்க் (இந்திய சரித்திரக் களஞ்சியம் தொகுதி இரண்டு, பகுதி இரண்டில் காண்க) நகரத்திலிருந்து காம்சட்கா என்ற தீவக்குறையை அடைந்தார். அது தொலைக்கிழக்குச் சைபீரியாவிலிருந்து தெற்கு நோக்கி நீண்டிருக்கும் பெரிய தீவக்குறை முப்புறமும் கடலால் சூழப்பட்ட நிலப்பரப்பு.

பேரிங்கு காம்சட்கா தீவக்குறையில் கப்பல்களைக் கட்டிக் கொண்டு, சைபீரியா முடிவடைந்து விடுகின்றதா, அல்லவா என்ற தேட்ட ஆய்வில் ஈடுபட்டார். காம்சட்காவின் கரையோரப் பகுதிகளை ஆராய்ந்தார். அவர் சைபீரியாவின் தென் கிழக்குக் கரையோரமாகவே சென்று, அதன் கோடியை அடைந்தார். அந்தக் கடைக்கோடி இன்று பேரிங்கு நீரிணை என்று பெயர் பெற்று திகழ்கின்றது.

துரதிருஷ்டவசமாகப் பேரிங்கினால் நீரிணையின் மறுகரையைப் பார்க்க முடியாது போய் விட்டது. பருவ நிலை தடுத்து விட்டமையால், அந்நீரினை எவ்வளவு குறுகலானது என்பதையும் அவரால் காண முடியவில்லை. அது மிகவும் குறுகியுள்ள இடத்தில் 85 கிலோ மீட்டர் அகலம் மட்டுமே இருந்தது. அச்சிறு தொலைவுதான் (சுமார் 53 மைல்) ஆசியாவையும் வட அமெரிக்காவையும் பிரித்தது.

அவர் அங்கிருந்து திரும்பி வந்த வழியில், பேரிங்கு நீரிணையில் இரண்டு சிறு தீவுகளைக் கண்டார். அவர் அவற்றுக்கு டயோமிடு தீவுகள் என்று பெயரிட்டார். பெரிய தீவு பெரிய டயோமிடு என்றும் சிறியது சின்ன டயோமிடு என்றும் அழைக்கப்படுகின்றன. டயோமிடு என்பது கிரேக்கப் புராணத்தில் வரும் ஆர்கோஸ் நாட்டு மன்னனின் பெயர். அம்மன்னன் ஹெலனை மீட்பதற்காகக் கிரேக்கருடன் சேர்ந்து திராய் நகர முற்றுகையில் போரிட்டான். இன்னொரு கதைப்படி திரேஸ் என்ற கிரேக்கப் பகுதியிலுள்ள பிரிஸ்டோனிஸ் மன்னனின் பெயரும் டயோமிடு; அவனுடைய பயங்கரமான குதிரைகள், நாட்டிற்குள் புதிதாக வருபவர்களைத் தின்று விடுமாம்.

பேரிங்கு இதன்பிறகு இப்பகுதிகளுக்கு அடுத்தடுத்து வந்தார். அவர் சைபீரியாவின் வடகரைப் பகுதிகளை மாதிரி நிலப்படமாக வரைந்தார். பேரிங்கு நீரிணைக்குத் தெற்கிலுள்ள கடலையும் ஆராய்ந்தார். அக்கடற்பகுதி பேரிங்கைச் சிறப்பிக்கும் வகையில் பேரிங்குக் கடல் என்று பெயர் பெற்றுள்ளது. பேரிங்குக் கடலின் தென் எல்லையில் பெரிய அரைவட்ட வடிவில் அமைந்திருக்கும் அலூசியன் தீவுகளையும் அவர் கண்டு பிடித்தார்.

பேரிங்கு 1741 ஆம் ஆண்டு அமெரிக்காக் கண்டத்தில் காலடி வைத்தார். இன்று அலாஸ்கா எனப்படும் அந்நிலத்தில் முதன் முதலில் கால் வைத்த ஐரோப்பியர் அவரேயாவார்.

இரஷியா பேரிங்கின் தேட்டங்களை அடிப்படையாகக் கொண்டு அலூசியன் தீவுகளும், அலாஸ்காவும் தனக்குரியன என்று உரிமை கொண்டாடியது. இரஷியா அமெரிக்கா ஒன்றியத்தின் இன்றைய மாநிலமான அலாஸ்கா வரையிலும் விரிகின்ற வகையில் தன் பரந்த நிலப்பரப்பை நீட்டிக்கொண்டே சென்றது. இந்த மண்ணாதிக்க விரிவு பத்தொன்பதாம் நூற்றாண்டு நடுப்பகுதி வரையிலும் இரஷியாவின் கொள்கையாக இருந்தது. எனினும் அலாஸ்கா இரஷியாவிலிருந்து வெகு தொலைவில் இருந்தது. ஆதலால் இரஷியாவினால் அதை ஆக்கமான முறையில் ஆள்வதற்கு இயலவில்லை. அமெரிக்கா ஒன்றியம் 1867 ஆம் ஆண்டு அலாஸ்காவை இரஷியாவிடமிருந்து 7,200,000 டாலருக்கு விலைக்கு வாங்கியது.

அலாஸ்கா இன்று அமெரிக்கா ஒன்றியத்தின் பெரிய மாநிலமாகும்; அது வட அமெரிக்காவின் வடமேற்குக் கோடியில் உள்ளது. அதன் பரப்பு 15,18,859 சதுர கிலோ மீட்டர் (5,86,432 சதுர மைல்) அதன் தலை நகரம் வில்லோ சௌத்.

அலாஸ்கா குறித்து விரிந்த முறையில் உரிய காலத்திலும், இடத்திலும் எடுத்துரைப்போம்.

1725

1. சென்னையில் கச்சாலீசுவரருக்குப் பஞ்சாசனக் கோயில்

உலகின் இறை வழிபாடும், வழிபாட்டு இடங்களும் நினைவிற் கெட்டாத காலத்திலிருந்து, மனித வரலாறு நெடுகிலும் தொடர்ந்து இருந்து வருகின்றன. மனிதன் தன்னைப் படைத்துக் காப்பதாக நம்பி இறைவனை வழிப்பட்டதுடன், கட்டுமானங்களை எழுப்ப கற்றதற்கு முன்னரே, இறைவனுக்கு இல்லங்களை எழுப்பினான். நாகரிகங்கள் தோன்றிய இடங்கள் என்று வரலாறு கூறுகின்ற மெசபடோமியா, சிந்து வெளி ஆகிய பழந்தொன்மையான பகுதிகளிலும், சீனம், எகிப்து, கிரேக்கம் என்ற பண்டை நாகரிகங்களிலும் வழிபாட்டு இடங்களான இறையில்லங்கள் - கோயில்கள் இருந்து வந்தன. மெசபடோமியாவில் சுமேரியர் என்ற பண்டை இனத்தார் சுமார் கி.மு.2100 வாக்கில் சிக்குராட்டு என்ற மேலுயர்ந்த கோயிலை ஊர் என்ற ஊரில் நிறுவினர். இதே கால வட்டத்தில் சிந்து வெளி நாகரிகத்திலும் சிவன், சக்தி என்ற இறைவர் வழிபடப்பட்டனர்.

ஆரியரும் கோயிலும்

பண்டை ஆரியரின் இயற்கையோடியைந்த சமயத்தில் - வேத சமயத்தில் - மனித அல்லது விலங்கு உருவம் எதுவும் வழிபடப் பட்டதாகச் சான்று இலது. ஆரியர் திறந்த, வெட்ட வெளியில் புரோகிதர் என்ற குருமார் வகுத்த விதி முறைகளின்படி அமைத்த பலி பீடங்களில் வழிபாடு செய்து வந்தனர். ஆரியரின் வேத சமயத்தில் விலங்குகளைப் பலியிட்டு இறைவனுக்குப் படைக்கும் வழக்கம் ஆழமாக வேரூன்றியிருந்தது. வேள்விக் குண்டத்தில் குதிரைகளை வெட்டிப் பலியிடுவது, அவையனைத்திற்கும் மகுடம் வைத்தது போலிருந்தது. எனினும் வேத சமயம் பல்வேறு பரிணாம வளர்ச்சிகளைக் கண்ட பின்னர் தோன்றிய இந்து நாகரிகம், கோயில்களை மையமாகக் கொண்டுதான் இன்றும் சுழன்று வருகின்றது. கோயில் அமைப்பு முறை, கட்டுமானம், சிற்பக்கலை, வழிபாட்டு ஆகம முறைகள் முதலியன காலந்தோறும் புதுப்புது மாற்றங்களைக் கண்டு வந்திருக்கின்றன என்பதை வரலாற்றில் காணலாம். கோயில்கள் பற்றிய மேற்சொன்ன வளர்ச்சிகள் ஆராய்வதற்கு உகந்த துறையாக அமைந்துள்ளது என்பதில் ஐயமில்லை.

கிரேக்கர் கூட வடக்கே தட்சசீலத்திலும், ரோமானியர் தெற்கே முசிறியிலும் தம் இறைவர்க்குக் கோயில் எழுப்பி, இப்பாரத மண்ணில் வழி பட்டனர் என்பதும் சுவையான செய்தியன்றோ!

சங்க காலத்துக் கோயில்கள்

சங்க காலம் என்ற காலப் பகுப்பு ஏறத்தாழ ஆறு நூற்றாண்டுகளாகும். அதாவது கி.மு.300 தொடங்கிக் கி.பி.300 வரையிலான காலமாகும். இக்காலக்கட்டத்தில் சைவம், வைணவம், பௌத்தம், சமணம் முதலிய சமயங்கள் தமிழ் நாட்டில் நிலவின. அச்சமயத்தார் வழிபட்ட கோயில்களும் இங்கு இருந்தன என்பதற்குச் சங்க நூல்களில் சான்றுகள் உள. அக்காலத்தே நிலவிய கோயில்களனைத்தும் செங்கல், மண் முதலியவற்றாலான சுவர்களால் அமைந்திருந்தன. சில கோயில்கள் இன்று கேரளத்தில் காணப்படும் அம்பலங்களைப் போன்று மரத்தாலும் எழுப்பப்பட்டிருந்தது. வேறு சிலவற்றின் மேல் சாந்து பூசினர்.

இன்னுஞ் சில கோயில்களில் பழஞ்சேர நாடான கேரளத்தைப் போன்று உலோகத் தகடுகள் வேய்ந்திருந்தனர்.

திருமூலர் கூறும் கோயில் அமைப்பு

ஆய பதிதான் அருட்சிவ லிங்கமாம்
ஆய பசுவும் அடலேறென நிற்கும்
ஆய பலிபீடம் ஆகும்நற் பாசமாம்
ஆய அரனிலை ஆய்ந்து கொள்வார்க்கே

என்று திருமூலர் திருமந்திரத்தில் கோயிலுக்கு இலக்கணம் வகுக்கின்றார்.

அருளைத் திருமேனியாகக் கொண்ட சிவலிங்கம், ஆதியான பதியாகும்; சிவலிங்கத்தை நோக்கியவாறு அதன் எதிரே படுத்திருக்கும் காளையான நந்தி அநாதியான ஆன்மாவைக் குறிக்கும். அக்காளையின் பின்புறம் அமைந்திருக்கும் பலிபீடம் பாச பந்தத்தை எடுத்துக் காட்டுகின்றது. இவையே இறைவன் கோயிலின் அமைப்பு முறை என்று திருமூலர் மெய்ப்பொருள் விளக்கம் தருகின்றார்.

தமிழ் நாட்டில் சங்க காலத்திற்குப் பிறகு, கி.பி.300 தொடங்கி 900 வரை கோயில்களனைத்தும் செங்கற்கலாலும், கல்லாலும் கட்டப்பட்டன என்பதை டாக்டர் மா.இராசமாணிக்கனார் ஆராய்ந்து கண்டிருக்கின்றார். பொதுவாக, ஒவ்வொரு கோயிலிலும் கருவறை, நடுமண்டபம், முன்மண்டபம் முதலியன அமைந்திருக்கும். கோயிலைச் சுற்றிலும் ஒரு திருச்சுற்றும், அதன் புறத்தே மதிலும் எழும்பியிருக்கும். அத்திருச்சுற்றில் கருவறையை அடுத்துக் கோயில் சொத்துக்களைக் கண்காணிக்கும் சண்டேசுவரர் கோயில் இருக்கும். எனினும் அக்காலத்துக் கோயில்களை இன்று காண்பது அரிதாகும். எனவே, அப்போது கோயில் அமைப்பு முறை எவ்வாறு இருந்தது என்பது நமக்குப் புலப்படவில்லை. இருப்பினும் அக்கோயில்கள் செங்கல்லைக் கொண்டு கட்டப்பட்டிருந்தன என்பது மட்டும் தெரிகின்றது.

கோயில் வகை

கோயில்கள் ஆறு வகையாக இருந்தன என்று அறிகின்றோம். அவை பெருங் கோயில், ஞாழற் கோயில், கொகுடிக் கோயில், இளங் கோயில், ஆலக் கோயில், துங்கானை மாடம், இவற்றோடு ஈச்சரம் என்று முடியும் பெயரையுடையனவும், சுரக் கோயில், மணிக் கோயில் என்பனவும் தமிழ் நாட்டில் இருந்தன.

பெருங்கோயில்

தேவாரப் பதிகங்கள் சில கோயில்களைப் பெருங் கோயில்கள் என்று பாடுகின்றன. அவற்றுக்கு மாடக் கோயில்கள் என்ற பெயரும் உண்டு. இப்பெருங் கோயில்கள் செய்குன்றுகள் மீது எடுக்கப்பட்ட மையால் மலைக் கோயில் என்றும் சிலர் கூறுவர். பெருங் கோயில்களைக் கோச்செங்கண்ணன் என்ற சோழ வேந்தர் எழுப்பினார் என்பர். அவர் அறுபத்து மூன்று நாயன்மாரில் ஒருவராவார். திருநாவுக்கரசர் காலத்தில் (கி.பி.570-655) தமிழ் நாட்டில் எழுபது பெருங் கோயில்கள் இருந்தன என்பது, அவரது பாடல் ஒன்றிலிருந்து அறியப்படுகின்றது. சமய குரவர்களான இவர்கள் காலத்திற்குப் பிறகு வாழ்ந்த மன்னர்களும் பெருங் கோயில்களை எழுப்பியுள்ளனர்.

ஞாழற் கோயில்

ஞாழல் என்பது ஒருவகை மரம்.

ஞாழற் கோயில் பற்றிய செய்திகளைத் தேவாரப் பதிகங்களிலிருந்தும், கல்வெட்டுகளிலிருந்தும் அறிகின்றோம். இப்பெயர் பெற்ற ஒரு கோயில் திருப்பாதிரிப்புலியூரில் இருந்ததாக ஒரு கல்வெட்டு கூறுகின்றது. அக்கல்வெட்டுச் சிவபெருமானை ஞாழல் மரத்தடியில் அமர்ந்தமையால்; அப்பெயர் பெற்றார் போலும். மற்றொரு கல்வெட்டும் ஞாழற் கோயில் பற்றிக் கூறுகின்றது.

கொகுடிக் கோயில்

திருக்கருப்பறியலூர் என்ற தலத்தில் கொகுடிக் கோயில் இருந்த தென்பதையும் தேவாரப் பதிகங்கள் வாயிலாகவே அறிகின்றோம். இவ்வூர் இன்று தலை ஞாயிறு என்று பெயர் பெற்றுள்ளது. இதனை மேலைக் காழி என்றும் அழைக்கின்றனர். இவ்வூர் சீர்காழிக்கு மேற்கில் சுமார் பத்துக் கிலோ மீட்டர் (ஆறு மைல்) தொலைவில் உள்ளது. கொகுடி என்பது ஒருவகை முல்லையாகும். அவ்வகை முல்லை மலர் செறிந்திருக்கும் பெருங் கோயிலைக் கொகுடிக் கோயில் என்று வகைப்படுத்தினர். மேற்சொன்ன ஊருக்கு நேரில் சென்று கண்ட சதாசிவ பண்டாரத்தார் இவ்வுண்மையை அறிந்ததாக உரைக்கின்றார். இன்று தலை ஞாயிறு என்று வழங்கும் இந்த இடம் தஞ்சாவூரிலிருந்து தென்கிழக்கில் சுமார் 70 கிலோ மீட்டர் (44 மைல்) தொலைவிலுள்ளது.

1725

இளங் கோயில்

இளங் கோயில் திருமீயச்சூர் என்ற இடத்தில் உள்ளது. பழைய கோயிலைப் புதுப்பிக்கும் போது, அதன் அருகில் இறைவனை எழுந்தருளச் செய்து வழிபாடு செய்வது இளங்கோயில் ஆகும்.

ஆலக் கோயில்

திருக்கச்சூரில் ஆலக் கோயில் உள்ளது. சிவபிரானுக்கு ஆலமர் செல்வன் என்றொரு பெயர் உண்டு. எனவே ஆல மரத்தடியில் இறைவன் எழுந்தருளியிருக்கும் கோயில் ஆலமர் ஆல் + அமர் கோயில் என்று பெயர் பெற்றிருத்தல் கூடும் என்பர் அறிஞர். சிவபெருமான் சுந்தரருக்கு நண்பகலில் சோறு அளித்த தலமாகும். இது செங்கற்பட்டிற்கு வடக்கேயுள்ள சிங்கப்பெருமாள் கோயில் இரயில் நிலையத்திற்கு அருகிலுள்ளது.

தூங்கானை மடம்

பெண்ணாகடத்திலுள்ள கோயில் இப்பெயர் பெறும். அப்பரடிகள் இதைத் தம் பதிகத்தில் பாடியுள்ளார். இக்கோயிலின் கருவறைக்கு மேலேயுள்ள விமானத்தின் அமைப்புத் தூங்கும் யானையைப் போன்று இருப்பதால், இது தூங்கானை மாடம் என்று பெயர் பெற்றிருத்தல் கூடும்.

திருமுருகன் உறையும் திருத்தணிகைக் கோயிலும், தூங்கானை மாடமேயாகும்.

எனினும் சோலைகளும் கோயில்களாக விளங்கின என்பதைத் திருநெல்லிக் கா, குரங்குக் கா, ஆனைக் கா என்ற தலங்களிலிருந்து அறிகின்றோம். கா என்றால் சோலையாகும்.

இக்காலத்து கோயில்களின் தலையாய கூறுகள்;

1. கர்ப்பக் கிரகம் - மேலே விமானத்துடன் கூடிய இறைவனின் இருப்பிடமாகிய கருவறை.
2. அர்த்த மண்டபம், முகமண்டபம் - கருவறையின் முன்புறம் அமைந்த மண்டபங்கள்.
3. கோபுரம் - பண்டைக் காலத்தில் மண்ணீடுகள் என்று அழைக்கப்பெற்ற நுழைவாயில்கள்
4. பிரதட்சணப் பாதை - கோயில் திருச்சுற்று.
5. தீர்த்தம் - குளிப்பதற்காக அமைந்த திருக்குளங்கள், கிணறுகள்
6. துணைக் கோயில்கள்

சுவடழிந்த கோயில்களும் புதிய கோயில்களும்

ஆழ்ந்த பக்தியுடன் எழுப்பப்பெற்ற பல கோயில்கள் காலப்பெரு வெளியில் பல்வேறு காரணங்களினால் சுவடழிந்து போயிருக்கின்றன. அவ்வக் காலங்களில புதியதாகவும் இறையில்கள் எழும்பி வரக்காண்கின்றோம். பட்டினத்தார் ''பிறந்தன இறக்கும்; இறந்தன பிறக்கும்'' என்று கூறியவாறு கோயில்கள் மறைந்தும், தோன்றியும் வருகின்றன. திருநிறைந்த தொண்டை மண்டலத்துச் சென்னைப் பட்டினத்தில் பண்டை நாளிலிருந்து கோயில்களும் மலிந்திருந்தன. மிகத்தொன்மையான திருமயிலைக் கபாலீச்சரம், திரு அல்லிக்கேணிப் பார்த்தசாரதித் தலம் இவற்றோடு காலங்கள் தோறும் காலனை வென்ற ஈசனுக்கு மக்கள் கோயில் எடுத்து வருகின்றனர்.

1725

இந்நெடிய பண்பாட்டின் மரபு வழியாக இந்த 1725 ஆம் ஆண்டு, அன்று கறுப்பர் பட்டினம் எனப் பெயர் பெற்று, ஜார்ஜ் நகராகிய பழஞ் சென்னைப் பட்டினத்தில் கச்சாலீசுவரருக்கு ஒரு கோயில் எழுப்பப்பெற்றது. இக்கோயிலுக்குப் பஞ்சாசனம் என்று பெயர். இறைவன் இங்கு கூர்மாசனம் (ஆமை இருக்கை) அனந்தாசனம் (பாம்பு இருக்கை), சிம்மாசனம் (சிங்க இருக்கை) யோகாசனம் (யோக நிலையிருக்கை), கமலாசனம் (தாமரையிருக்கை) என்று ஐயிருக்கைகள் கொண்டுள்ளான்.

சென்னை நகரமக்கள் மிகவும் புனிதமானது என்று போற்றி வணங்கும் இத்திருக்கோயிலுக்கு 1989 ஜூலை 9 அன்று பெருங்குடமுழுக்கு விழா பெருஞ் செலவில் எடுக்கப்பட்டது. இதன் திருப்பணிக்கென ஏறத்தாழ ரூ.20 இலட்சம் செலவிடப்பட்டது.

2. இராபட் கிளைவு பிறப்பு

மகாப் பிரபுக்களும், நிலப் பிரபுக்களும் தமக்கு ஆதரவான பாராளுமன்றச் சட்டங்களை வைத்துக் கொண்டு ஏக்கரோடு ஏக்கரைச் சேர்த்தும், சிறு நிலச்சுவான்தார்களின் நிலங்களைக் கவர்ந்தும், தமது நிலப்பரப்பை விரித்துக் கொண்டனர். வணிகர்கள் பெரும் பொருளீட்டிச் செல்வத்தில் செழித்தனர். தம்மால் எப்போதெல்லாம் விலைக்கு வாங்க முடியுமோ அப்போதெல்லாம் பண்ணைகளை வாங்கி நாட்டுப் புறங்களில், தமது நிலப்பிரபுக் கூட்டத்திற்கேயுரிய பண்புகளை விதைத்தனர். செல்வமே அனைத்திலும் தலையானது என்ற மனநிலை மேலோங்கி நின்றது.

சமூகத்தில் ஒருவர் தம் நற்செயலால் பெற்ற நன்னிலை, பரம்பரை உரிமை பற்றிய வலுவான கோட்பாடு இவற்றையெல்லாம், பணத்தால் பெற்ற மதிப்புக் கவர்ந்து கொண்டு அவை இருந்த இடத்தில் பணநாயகம் அமர்ந்து கொண்டது. இந்தப் பணநாயக மனநிலை அரசியலுக்கும் பரவியது. அங்கு மோசடிகள் ஏற்கெனவே மலிந்திருந்தன. வெற்று ஊதியம் அல்லது உதவிச் சம்பளம் என்று கொடுத்து விலைக்கு வாங்கிய ஆதரவுகளைக் கொண்டு அரசியல் செல்வாக்குகளைப் பெறுவோர் பிரிட்டனில் இக்காலத்தில் பெருத்திருந்தனர்.

அரசியல் ஊத்தைகள்

ஒரு தனி ஆள் அல்லது குடும்பத்தினர் சொன்னபடி ஆடுகின்ற வெகுசில வாக்காளர் மட்டுமே உள்ள, கைக்கு அடங்கிய தொகுதி என்ற வாக்காளர் தொகுதி, அமைப்பு நிலை பெற்று விட்ட தேசிய அமைப்புப் போலானது. இப்படிப்பட்ட தொகுதிகளுக்குக் கேடுகெட்ட தொகுதி என்றும் பெயர். உயர் குடியினரின் கைக்கு அடங்கிய *(pocket borrough)* இத்தொகுதிகளில் விரல் விட்டு எண்ணக் கூடிய வாக்காளர் மட்டுமே இருப்பதுமுண்டு இவை வாக்களித்துப் பிரிட்டிஷ் பாராளு மன்றத்திற்கு உறுப்பினரைத் தேர்ந்தெடுத்து அனுப்பிய காலம் இது.

செல்வச் சீமான்களாக நிலப் பிரபுக்களிடம் பெறுகின்ற சலுகைகளுக்காகப் பல கூட்டத்தினர் வாக்களிக்கும் தமது உரிமைகளைப் பேரம் பேசினர். அரசியல் உலகில் மேலேறுவதற்கு இடைத் தேர்தல்களில் வெற்றி பெறவோ, பொது மேடைகளில் சொற்பொழிவாற்றவோ வேண்டியதில்லை, பணக்கார அரசியல்வாதி ஒருவருடன் ஒட்டிக்கொண்டு அவர் அளிக்கின்ற கைக்கு அடங்கிய தொகுதி ஒன்றைப் பெற்று விட்டால் போதும், ஒருவர் பாராளுமன்றத்தின் உறுப்பினராகி விடலாம்.

இக்காலக் கட்டத்து இங்கிலாந்தின் அரசியல் நிலை இவ்வாறு இருந்தது என்று இருபதாம் நூற்றாண்டுப் பேராசிரியர் பெர்சிவல் ஸ்பியர் காட்டிய சொல்லோவியம், பதினெட்டாம் நூற்றாண்டின் பிரிட்டிஷ் அங்கத ஓவியரான வில்லியம் ஹோகார்த் *(1697 - 1764)* தீட்டிய கேலிச் சித்திரங்களின் தொகுதி போல் நம் கண் முன் தெரிகின்றது.

செல்வச் செழிப்பும், வலிமை வாய்ந்த அரசும், கடல் கடந்த பேரரசு ஆதிக்க விரிவுக்கான நல்லறி குறிகளும் நிலவிய இந்தக் காலச்சுழியில் அரசியல் என்னும் உயிர் நாடியான அமைப்புச் சீர்கெட்டுப் போயிருந்த நேரத்தில், வால்போல் பிரிட்டனின் முதல் பிரதமராகியிருந்த வேளையில், இராபட் கிளைவு என்ற ஓர் ஆங்கிலேயர் எவ்விதமான ஆரவாரமோ, நல்ல சகுனங்களோ இல்லாமல், வேல்சின் எல்லையில் அமைதியான ஓர் ஊரில் பிறந்தார்.

கிளைவு குடி

இரண்டாம் ஹென்றி *(1113-1189;* பிளாண்டாஜெனட் குடியின் முதல் மன்னரான இவர், *1154* முதல் *1189* வரை இங்கிலாந்தில் ஆட்சி புரிந்தார்) காலத்திலிருந்தே அதாவது இராபட் கிளைவு பிறந்ததற்கு ஐநூறு ஆண்டுகளுக்கு முன்னரே, கிளைவு குடும்பம் இருந்து வந்தது என்பர். அவர் முதலாம் எலிசபெத்து அரசி *(1533 - 1603)* காலத்தில் கட்டப்பட்ட மேனார் எனப்படும் ஒரு பண்ணை மாளிகையில், *1725* செப்டம்பர் *29* அன்று ரிச்சர்டு கிளைவிற்கும், ரெபக்கா காஷ்கல் என்ற பெண்மணிக்கும் மூத்தமகனாய் பிறந்தார். அவர் பிறந்த மாளிகை வேல்சின் எல்லையிலுள்ள இங்கிலாந்தின் கோட்டமான ஷிராபுஷயரின் ஸ்டிச்சி என்ற ஊரில் உள்ளது. அம்மாளிகைக்கு ஸ்டிச்சி ஹால் என்று பெயர்.

இராபட் கிளைவுக்கு மோரிடன்சே என்னுமிடத்திலுள்ள புனித மார்கரட்டு சர்ச்சில் திருமுழுக்குச் செய்து 1725 அக்டோபர் 2 அன்று பெயரிட்டனர். குடும்பம் பண்டைச் சிறப்பு வாய்ந்ததெனினும் முன்னோர் விட்டுச் சென்றது ஆண்டிற்கு 500 பவுன் (அக்கால மதிப்பின்படி ரூ.5000) வருவாய் தரும் சொத்து மட்டுமேயாகும்.

இராபட் கிளைவின் தந்தை ரிச்சர்டு வழக்கறிஞர், பொதுவாக இவர் வாதாடும் வழக்குகளெல்லாம் தோல்வியடையும் அதிர்ஷ்டக் கட்டையானவர். இதனால் இராபட் பிறந்த நாளிலிருந்து குடும்பத்தின் கடன் சுமை ஏறி வந்தது.

முரடர்

கிளைவு சிறுவயதில் பெரிய முரடர்; யாராயினும் வயதில் சிறியவர், பெரியவர் என்ற பேதமின்றிச் சண்டைக்கு வருவோரிடமெல்லாம் மல்லுக்கு நிற்கும் முரட்டுக் குணம் இருந்தது. இவர் தன் அன்னையின் தங்கையான எலிசபெத், அவள் கணவர் டேனியல் பேலி என்றவரிடம் மூன்று வயதில் தத்துப் போனார். அவர்கள் வட மேற்கு இங்கிலாந்திலுள்ள மாஞ்செஸ்டர் நகரில் இருந்தனர். எனினும் கிளைவிற்குப் பத்து வயதான போது சித்தி எலிசபெத்து இறந்தமையால், அவர் மீண்டும் பெற்றோரிடம் அனுப்பப்பட்டு விட்டார்.

படிப்பு ஏறவில்லை.

இராபட் கிளைவு முதலில் சித்தியுடன் வாழ்ந்த போது ஸ்டாண்டு என்ற பெயருள்ள அரசு இடைநிலைப் பள்ளியில் பயின்றார். பின்னர் பெற்றோரிடம் வந்ததும் செஷயரில் இருந்த டாக்டர் ஈட்டன் என்றவர் நடத்திய பள்ளிக்கு அனுப்பப் பட்டார். ஆனால் கிளைவிற்குப் படிப்பில் நாட்டமில்லை. எனினும் இவர் எதிர்காலத்தில் புகழ்பெறுவார் என்று டாக்டர் ஈட்டன் அப்போதே வருவதுரைத் திருக்கின்றார்.

தந்தை ரிச்சர்டு கிளைவு மகன் இராபட் தன்னைப்போல் ஒரு வழக்குரைஞனா வான் என்று எண்ணி வந்தார். எனினும் தெருவில் வருகின்ற பையன்களின் தலையில் இராபட் புத்தகத்தை எறிவதைக் கண்டதும், அவன் படிக்கமாட்டான் என்று முடிவு கட்டி பின்னர் அவர்களின் வீட்டிற்கு மேற்கே சுமார் இரண்டு கிலோ மீட்டர் (சுமார் ஒன்றரை மைல்) தொலைவிலுள்ள மார்க்கட் டிரேட்டன் ஒன்ற இடத்தில் ரெவரண்டு பர்ஸ்லிம் என்றவர் தலைமை ஆசிரியராயிருந்த பள்ளியில் சேர்த்தனர்.

1725

போக்கிரிக் கும்பல்

கிளைவு அங்கு நாலைந்து பையன்களைச் சேர்த்து கொண்டு அந்தக் கும்பலுக்கு தலைவன் ஆனான். இது மற்ற கும்பல்களைப் போல் இருக்கவில்லை. ஏனெனில் கிளைவின் கும்பல் ஒரு புதுமையான தொழிலில் இறங்கியது. இதேபோன்ற மற்றொரு போக்கிரிச் சிறுவர் கும்பலிலிருந்து பாதுகாப்புத் தருவதாக இனிப்புப் பண்டக் கடைக்காரர் ஒருவரிடம் கூறிப் பணம்பெறும் தொழில் அதுவாகும்.

இப்போக்கிரிப் பையன்களின் தொல்லை பொறுக்க மாட்டாது சில கடைக்காரர்கள் பணம் கொடுத்தனர். பணம் தராத கடைக்காரர்களை வழிக்குக் கொண்டு வரக் கிளைவு ஒரு தந்திரம் செய்தான். அது மழை காலம். வீதியெல்லாம் தண்ணீர் தேங்கிக் கிடந்தது. அந்தத் தண்ணீரைத் தேக்கிக் கடைக்குள் அது பாயுமாறு கால்வாய்கள் செய்து திருப்பி விட்டனர். இவ்வாறெல்லாம் தொல்லை கொடுத்து பணம் பறிக்கும் சண்டியராகக் கிளைவு வளர்ந்தார்.

இச்செய்திகளெல்லாம் ரிச்சர்டு கிளைவின் காதை எட்டின. தந்தை மகனை ஒழுங்கிற்குக் கொண்டு வரமுயன்றார். தாயோ மகனுக்குப் பாதுகாப்பாக இருந்தார். தந்தை பார்த்தார். பையனைப் படிக்காமல் இப்படியே விட்டு வைக்க முடியாது. எனவே தொலைவிலுள்ள ஒரு பள்ளிக்கு அனுப்புவதென்று, இலண்டனில் இருந்த மெர்ச்சண்ட்டெயிலர்ஸ் என்ற பள்ளிக்கு மகனைப் பன்னிரண்டாவது வயதில் 1737 இல் அனுப்பிப் பள்ளியின் விடுதியில் தங்கச் செய்தார். ஆனால் இந்த முரட்டு பிள்ளையை இந்தப் பள்ளியினாலும் வழிக்குக் கொணடு வர முடியவில்லை, இரண்டாண்டுகளுக்குப் பிறகு வீட்டிற்கு அனுப்பிவிட்டது.

தந்தையோ மகனை வீட்டில் சேர்ப்பதாக இல்லை. தென் இங்கிலாந்தில் இலண்டனருகே ஹெட்ஃபோர்டுஷயரைச் சேர்ந்த ஹெமல் ஹெம்ப்ஸ்டடு என்னுமிடத்திலிருந்த சிறு தனியார் பள்ளியில் சேர்த்து வணிகம், கணக்கெழுதும் முறை ஆகிய பாடங்களைக் கற்கச் செய்தனர். இராபட் அங்கு தன் பதினெட்டு வயது வரையிலும், அதாவது 1742 வரையிலும் கல்வி கற்றார் என்று தெரிகின்றது. படிப்பு முடிந்தது. இனி என்ன?

இராபட் கிளைவ்

1725

பெரிய நிலப்பரப்பின் உரிமையாளர்களான நிலப் பிரபுக்களின் பிள்ளைகள், தமது நில உடைமைகளைப் பெருக்கிக் கொண்டதைப் போன்று, சிறுதர நிலச்சுவான்தாரர்களின் பிள்ளைகள் வாணிபத்தில் ஈடுபட்டுப் பொருளீட்டுவதற்கு முனைந்த காலம் இதுவாகும். அவர்களுக்கு இலண்டனைப் போன்ற நகரங்களில் மாபெரும் வாய்ப்புகள் காத்திருந்தன. அம்மாநகரத்தில் உலகெங்கும் செல்வத்தைத் தேடித்திரிந்த பல நிறுவனங்களில், கம்பெனிகளில் முனைப்பு மிக்கதும், வெற்றி கண்டதும் இந்தியாவில் இயங்கி வந்த கிழக்கிந்தியக் கம்பெனியாகும்.

ஷிராப்ஷயரைச் சேர்ந்த இளைஞன் இராபட் கிளைவு அந்தக் கிழக்கிந்தியக் கம்பெனியில் 1742 டிசம்பர் 15 அன்று ஓர் எழுத்தனாகப் பணியில் சேர்ந்தான். அவன் 1743 ஜனவரி 5 அன்று சென்னை ஜார்ஜ் கோட்டையில் பணியாற்ற வேலைக்கு அமர்த்தப்பட்டான்.

3. சென்னையின் புது கவர்னர்

இன்று ஆளுநர் என்று அழைக்கப்படும் கவர்னருக்கும், இக்காலச் சூழியில் கிழக்கிந்தியக் கம்பெனியின் மூன்று மாநிலத் தலை நகரங்களில் இருந்து வந்த கௌன்சில்கள் என்ற ஆட்சிக் குழுவின் தலைவர்களாக இருந்த கவர்னருக்கும் வேறுபாடு உண்டு. எனினும் அவர் இன்றைய கவர்னரைப் போன்றே உயர்மட்ட அதிகார பீடம் ஒன்றின் கட்டுப்பாட்டில் தான் செயல்பட்டார்.

நதானியல் எல்ஸ்பிக் என்ற கவர்னரையடுத்து ஜேம்ஸ் மக்கி இவ்வாண்டு சென்னையின் புது கவர்னர் ஆனார். அவர் 1730 மே 14 வரையிலும் இப்பதவியிலிருந்தார்.

4. தமிழில் புதிய ஏற்பாட்டுப் பணி முற்றியது

சீகன்பால்கு (1683 - 1716) என்ற ஜெர்மன் நாட்டுச் சமயப் பரப்பி 1706 ஆம் ஆண்டு தரங்கம்பாடிக்கு வந்து, அங்கு அச்சகம் நிறுவியும் தமிழில் சமயநூல்களை எழுதியும், தமிழில் முதன்முதலாக விவிலியத்தின் புதிய ஏற்பாட்டை மொழி பெயர்த்து 1715 ஆம் ஆண்டு வெளியிட்டதுமான செய்திகளை இக்களஞ்சியத்தின் 1706, 1711, ஆகிய காலப்பகுதிகளில் ஏற்கெனவே கண்டோம்.

சீகன்பால்கு மலையப்பன் என்றவரின் உதவியோடு விவிலிய மொழி பெயர்ப்புப் பணியைச் செய்தார். இவர் 1714 இல் மலையப்பனுடன் ஐரோப்பா சென்று 1716 ஆம் ஆண்டு தரங்கம்பாடிக்குத் திரும்பினார். அவர் அதுவரையிலும் யோசுவாவின் புத்தகம் வரை தமிழில் விவிலியத்தை மொழி பெயர்த்திருந்தார். பின்னர் 1716 முதல், 23.02.1719 வரை, அதாவது தன் இறுதி மூச்சு வரை ரூத்தின் வரலாறு முடியத் தமிழ்ப்படுத்தியிருந்தார்.

தொடுத்து முடித்தவர்

சீகன்பால்கு முடிக்காது விட்டிருந்த பகுதியைப் பெஞ்சமின் சூல்ஸ் என்ற மற்றொரு ஜெர்மன் பாதிரியார் முடிவு பெறச் செய்தார். அவர் இப்பணியை 1722 மார்ச் 18 இல் தொடங்கி, நாளொன்றுக்கு ஆறு மணி நேரம் பணியாற்றி 1725 ஆம் ஆண்டு நவம்பர் 25 அன்று எஞ்சிய மொழி பெயர்ப்புப் பணியை முடித்தார். பின்னர் அதை மூலத்துடன் ஒப்பிட்டுத் திருத்த முயன்றார்.

சூல்ஸ் என்ற இந்த ஜெர்மன் பாதிரியார் சென்னையில் 1728 ஆம் ஆண்டு எஸ்.பி.சி.கே. என்ற கிறித்தவச் சமயப் பரப்பு அமைப்பைப் பழைய கலங்கரை விளக்கத்தினருகில் அமைத்தார். அதற்கென்று ஃபப்ரியஸ் (1711-1791) என்ற மற்றொரு சமயப் பரப்பி பணியாற்றி வந்த வேப்பேரியில் பரந்த நிலப்பரப்பு வழங்கப்பட்டது.

1725

5. இரஷியப் பேரரசர் மா பீட்டர்

இரஷியாவின் தொன்மையான வரலாறு கூறுவது ''மூலத் தொடர் வரலாறு'' *(Primary Chroniclie)* ஆகும். தினீப ஆற்றின் கரைமீது அமைந்துள்ள பகுதியை ஆண்ட கீவ இளவரசர் விளாதிமிர், இரஷிய வரலாறு பண்பாடு ஆகியவற்றில் ஆழ்ந்த விளைவுகளை உண்டாக்கத்தக்க முடிவை எடுத்தவர் என்ற சிறப்பைப் பெறுகின்றார். அவர் கிறித்தவம் தழுவாதவர். பல்வேறு நாடுகளிலிருந்து வந்திருந்த தூதுவர்கள் தமது நாடுகளில் கடைப்பிடித்து ஒழுகப்படும் சமயங்களின் அருமைகளையும், பெருமைகளையும் எடுத்துரைத்து விளாதிமிரைத் தமது சமயத்தில் சேர்த்துவிடும் நோக்கத்துடன் கி.பி.987 ஆம் ஆண்டு முயன்றனர் என்று மேற்சொன்ன வரலாற்று ஏடு கூறுகின்றது.

பல்கேரியாவிலிருந்து வந்திருந்த தூதுவர் இளவரசர் விளாதிமிரிடம் சொன்னார்:

''நீர் அறிவும், செயல் நுட்பத் திறனும் உடைய மன்னராயிருந்தபோதிலும், நீவிர் எச்சமயத்தையும் கடைப்பிடித்து ஒழுகவில்லை. எமது மார்க்கத்தைத் தழுவி முகமதைப் போற்றுவீராக''

அவர்களுடைய சமயத்தின் இயல்பு யாது என்று விளாதிமிர் வினவியபோது, அவர்கள் தம் கடவுளை நம்பினர் என்றும், அவர்கள் அவ்வாறு நம்பிக்கையுடன் இருப்பதால், செத்த பின்னர் அவர்களின் புலன் இச்சை அனைத்தையும் அக்கடவுள் நிறைவேற்றி வைப்பார் என்று முகமது வாக்களித்துள்ளார் என்றும் மறுமொழி பகன்றனர்.

விளாதிமிருக்கு இது வியப்பாக இருந்தது என்று ''தொடர் வரலாறு'' கூறுகின்றது. ஏனெனில் அவர் நான்கு முறை மணம் புரிந்தும், பல நூறு காமக் கிழத்தியரோடும் மண்ணுலகிலேயே இன்புற்றிருந்தார்.

பல்கேரியர் தொடர்ந்து விளக்கினர்: முஸ்லிம் மது அருந்தலாகாது. ''இரஷியருக்கு இன்பம் தருவது மது. அந்த இன்பம் இல்லாது எங்களால் வாழ முடியாது'' என்று விளாதிமிர் உரைத்துவிட்டார். அதன்பிறகு ஒரு ஜெர்மானியர் பாப்பரசரின் தூதுவராக வந்து சொன்னார்.

''உமது நாடு எமது நாட்டைப் போல் இருக்கின்றது....... எங்கள் மதம் எளிமையானது. நாங்கள் இறைவனை வணங்குகின்றோம். அவன் விண்ணையும், மண்ணையும், உடுக்களையும், நிலவையும், அனைத்துயிர்களையும் படைத்தான். நீர் வணங்கும் கடவுளரோ வெறும் மரக்கட்டைகளாகும்.''

யூதராகிய கசபர் வந்து, தாம் ஒரே கடவுளை, ஆபிரகாம், ஐசக் யாக்கூபு ஆகிய இறையடியார் வணங்கிய கடவுளை நம்புவதை விளக்கியுரைத்தனர். ஆனால் யூதர்கள் உலகெங்கிலும் அலைந்து திரியுமாறு தண்டிக்கப்பட்டவர்கள் என்பதை இளவரசர் விளாதிமிர் கேட்டறிந்ததும், ''எங்களுக்கும் இந்த கதி நேர வேண்டுமென்று நீங்கள் எதிர்பார்க்கின்றீர்களா'' என்று கேட்டு அவர்களின் சமயத்தையும் ஏற்க மறுத்துவிட்டார்.

1725

கிரேக்க தத்துவ ஞானியான மெய்ப்பொருள் அறிஞர் ஒருவரை அனுப்பி வைத்தனர். அவர் கற்றறிந்தவர் என்ற முறையில் விளாதிமிருக்கு உலக முழுமையின் வரலாற்றையும் எடுத்துரைத்தார். அக்கிரேக்க விற்பன்னர் தம் கல்வியறிவினால், இளவரசர் விளாதிமிரைப் பெரிதும் கவர்ந்து விட்டார்.

எனினும் விளாதிமிருக்கு இன்னும் மயக்கமாகவே இருந்தது. எனவே அவர் தம் பிரபுக்களிடமும், மூப்பர்களிடமும் அறிவுரை பெற்றார். அவர்கள்; ''நல்லோரும் அறிவாளிகளுமான பத்துப்பேரை அனுப்பி, ஒவ்வொரு சமயமும் ஆங்காங்கே எவ்வாறு கடைபிடித்து ஒழுகப்படுகின்றது என்பதை நேரில் கண்டறிந்து வரச்செய்க'' என்று அவர்கள் மன்னருக்கு அறிவுரை கூறினர். மன்னரின் ஆள்கள் அத்தகைய பயணங்கள் சென்று திரும்பி வந்ததும், அவர்கள் கூறியதை விளாதிமிர் கவனமாகச் செவிமடுத்தார். விளாதிமிர் அனுப்பிய தூதுவர்கள் ஜெர்மன் கோயில்களில் பல சடங்குகள் செய்யப்பட்டதைக் கண்டபோதிலும், ''எந்த மேன்மைச் சிறப்பும் ஜெர்மனியில் இருக்கவில்லை'' என்றனர்.

ஆனால் அவர்கள் கான்ஸ்டாண்டிநோபிளிலுள்ள மிகப்பெரிய ஹேகியா சோஃபியா என்ற கோயிலுக்கு அழைத்துச் செல்லப்பட்டனர். அதன் உள்புறம் பத்தாயிரம் மெழுகு திரிகளின் ஒளியினால் சொக்கக்கூடிய வகையில் சொக்கத் தங்கம் கொண்டு பன்னிற ஒட்டுக் கலையலங்காரத்தால் முற்றிலும் அழகு செய்யப்பட்டுச் செகசோதியாய் இருந்தது. அவர்கள் இதைக் கண்டு வியப்பினால் வாயடைத்துப் போயினர்.

''நாங்கள் மண்ணுலகில் இருக்கின்றோமா, விண்ணுலகில் இருக்கின்றோமா என்பது எங்களுக்குத் தெரியவில்லை. இச்சிறப்பை விண்டிடும் வகையறியோம். இறைவன் இங்கு மனிதரின் நடுவே வாழ்கின்றார் என்பதையும், பிற இனத்தவரின் வழிபாடுகளைவிட, அவர்களின் பூசனை மிகவும் நேர்மையாக இருக்கின்றது என்பதையும் மட்டுமே நாங்கள் அறிவோம். ஏனெனில் அந்தப் பெரும் பேரழகை எங்களால் மறக்கமுடியாது.''

அதற்குச் சிறிது காலத்தின்பின் விளாதிமிர் திருமுழுக்குப் பெற்றார். இனிமேல் கீவர் நாடு மேற்கத்தி முறை அல்லது ரோமன் திருச்சபை முறையாக இராது. கிழக்கத்தித்

திருச்சபை அல்லது கிரேக்க வைதீகக் கிறித்தவத்தைக் கடைப்பிடித்து ஒழுகும் என்று விளாதிமிர் ஆணை பிறப்பித்தார்.

கான்ஸ்டாண்டிநோபிள்

கான்ஸ்டாண்டிநோபிள்- இரஷியர் அதை சார்கிராடு (*Tsargrad*) என்று அழைத்தனர். அக்காலத்தில் ஐரோப்பாவின் மிக முக்கியமான அரசியல், பண்பாட்டு மையமாய் விளங்கிற்று. அது ரோமானியப் பேரரசின் வழித்தோன்றலாக இருந்து, இத்தாலி, பால்கன் தீவக்குறை, ஏஜியத் தீவுக்கூட்டம், ஆசியா மைனர் முழுமையும் அடங்கிய நிலப்பரப்பு, இங்கெல்லாம் பரந்த பகுதியில் ஆதிக்கம் செலுத்திக் கொண்டிருந்தது. இந்தப் பைசாந்தியப் பேரரசின் இலக்கிய மொழியும், ஆட்சி மொழியும் கிரேக்கமாக இருந்தது. கான்ஸ்டாண்டிநோபிள் கிறித்துவ சிந்தனைகளையும், இன்னும் பின் தங்கிக்கிடந்த மேற்கு ஐரோப்பாவிற்காகப் பண்டைக் கிரேக்க, ரோமானியக் கலைகளையும் பாதுகாத்து வைத்துக் கொண்டிருந்தது. பல்வேறுபட்ட முரணான கருத்துகளும், புரட்சித்தனமான எண்ணங்களும் கான்ஸ்டாண்டிநோபிளைப் போல் வேறெங்கும் காணப்படவில்லை. அதன் நாகரிகத்தில் பழமையும், புதுமையும் கலந்து நயந்திருந்தன. சொல்லுக் கடங்காச் சொகுசான வாழ்க்கையும், வார்த்தைக்குள் அடைபடாத கொடிய வறுமையும் அங்கு அருகருகே நிலவின. இரஷியர் இந்தக் கிழக்கத்திக் கிறித்துவத்தை மகிழ்ச்சியுடன் ஏற்றுத் தழுவினர். அதற்கு வைதீகக் கிறித்துவம் என்று பெயர். அவர்கள் புதுச் சமயத்தை ஏற்றுக்கொண்ட ஐம்பதாண்டு களுக்குள் கீவ் நகரத்தில் பல சர்ச்சுகள் இருந்தன என்று அந்நகரத்திற்குச் சென்ற ஒருவர் கூறியிருக்கின்றார். வைதீகம் என்றச் சொல்லுக்கு நேரான இரஷியச் சொல் பிரவோஸ்லாவி (*Pravoslavie*) ஆகும். அதற்கு ''மெய்யான வழிபாடு'' அல்லது ''சரியான புகழ்'' என்று பொருள். அவர்கள் தமது சர்ச்சுகளை இறைவனின் அரண்மனை என்று அழைத்தனர்.

கீவ் நகரம்

தற்கால இரஷிய வரலாறு இவ்வாறு தான் கீவ் என்ற பட்டணத்தில் கி.பி.பத்தாம் நூற்றாண்டில் தொடங்கியது. இந்நகரம் சோவியத்து யூனியனின் தென்மேற்குப் பகுதியில், இன்று உக்ரேனிய சோவியத்துச் சோஷலிசக் குடியரசின் தலைநகரமாக உள்ளது. இரஷிய வீரக் கதைகள் கீவ் நகரத்தை ''இரஷிய நகரங்களின் தாய்'' என்று கூறுகின்றன. அது கீவ் முடியரசின் தலைநகராயிருந்தது. இங்கிருந்துதான் இரஷியா பரவிப் படர்ந்தது.

கீவ் இளவரசர்கள் இங்கிலாந்து, ஜெர்மனி, பிரான்ஸ், சுவீடன், அங்கேரி, பைசாந்தியம் ஆகிய நாடுகளின் அரசக் குடிகளில் பெண் கொண்டனர். இரஷியா அக்காலத்தில் ஐரோப்பாவுடன் இணைந்துவிட்ட ஒரு பகுதியாகவே இருந்தது. எனினும் மா மன்னர் பீட்டர்தான் இரஷியாவை ஐரோப்பியப் பண்பாடு, கலை அறிவியல் போன்ற துறைகளோடு நெருக்கமாக இணைத்து, இரஷியாவை முன்னேற்றப் பாதையில் முடுக்கிவிட்டார் என்பது வரலாறு.

மா பீட்டர்

மா பீட்டர் ரோமனோவ் அரச குடியைச் சேர்ந்தவர். மிகைல் ஃபியோடோரோவிச் *1613* ஆம் ஆண்டு முடிசூட்டிக் கொண்டதுடன் இந்த அரச குடியின் ஆட்சி இரஷியாவில் தொடங்குகின்றது. இக்குடியினர் சோவியத்துப் புரட்சியினால் இரண்டாம் நிக்கலஸ் முடிதுறந்த *1917* ஆம் ஆண்டு வரை இரஷியப் பேரரசை ஆண்டு வந்தனர். முந்நூறு

ஆண்டுகளுக்கு மேல் ஆட்சி புரிந்த இக்குடியின் பேரரசருள் நாற்பத்து மூன்று ஆண்டுகள் அரசிருந்த பீட்டர் சிறப்பு வாய்ந்த மன்னராவார்.

இரஷிய மன்னர் சார் என்று அழைக்கப்பட்டனர். இது சீசர் என்ற பெயர்ச் சொல்லின் திரிபு என்பர். சார் அலெக்சிஸ் மிகைலோ விச்சிற்கும் அவரின் இரண்டாவது மனைவி நடாலியா நரிஷ்கினா அரசிக்கும். பீட்டர் ஒரே மகனாக 1672 ஆம் ஆண்டு மாஸ்கோவில் பிறந்தார். பீட்டருக்கு நான்கு அகவை நிறையு முன்னரே தந்தை இறந்தார். சார் அலெக்சிஸ் மிக்கைலோவிச்சின் (1629-1676; ஆட்சிக் காலம் 1615 × 1676) முதல் மனைவி பதின்மூன்று பிள்ளைகளைப் பெற்றிருந்தார். அதனால் மிக நீண்டதும், சில வேளைகளில் வன்செயல் நிறைந்ததுமான அரசுரிமைச் சண்டை இரஷியாவில் நடந்தது என்பதில் வியப்பில்லை.

இளம் பீட்டர் ஒரு முறை உயிருக்கு அஞ்சி ஓடவேண்டி நேர்ந்தது. பீட்டரின் மாற்றாந்தாய் மகளான சோஃபியா பல ஆண்டுகள் ஆட்சிப் பொறுப்பை ஏற்று நடத்தி வந்தார். அவரை 1689 வரையிலும் பதவியிலிருந்து இறக்க முடியவில்லை. அவர் கீழே கொண்டு வரப்பட்ட பின்னர் தான் பீட்டரின் நிலை வலுப்பெற்றது.

மா பீட்டர்

1725

இரஷியா 1689 ஆம் ஆண்டில் மிகவும் பின் தங்கியிருந்தது. அங்கு மேற்குலகில் இருந்ததைவிட நகரங்கள் குறைவு. தொழும்பு எனப்படும் பண்ணை அடிமை முறை இருந்து வந்தது. தொழும்பரின் எண்ணிக்கை பெருத்துச் சென்றது. அவர்களுக்குச் சட்டப்படி எந்த உரிமையும் இல்லாது போயிற்று. இரஷியாவில் ஐரோப்பாவில் போன்று மறுமலர்ச்சி இயக்கமும் நடக்கவில்லை. மதச் சீர்திருத்தமும் ஏற்படவில்லை.

கிறித்தவக் குருமார்கள் எழுத்தறிவற்றவர் களாயிருந்தனர். இலக்கியம் என்பது இல்லவேயில்லை எனலாம். கணிதமும், அறிவியலும் புறக்கணிக்கப்பட்டன அல்லது வெறுக்கப்பட்டன. மேற்கு ஐரோப்பாவில் இதற்கு நேர் மாறான நிலை இருந்தது. அங்கு சர் ஐசக் நியூட்டன் (1613-1627) அண்மையில்தான் இயற்கைத் தத்துவத்தின் கணிதக் கொள்கைகள் (சுருக்கமாகப் பிரின்சிப்பியா) என்ற நூலை எழுதி முடித்திருந்தார். அவர் இந்நூலில் தனது புவி ஈர்ப்பு விதியையும், இயக்கம் பற்றிய விதிகளையும் விவரித்துக் கூறியிருந்தார்.

மேலையுலகில் இலக்கியமும், மெய்ப்பொருளியலும் செழித்திருந்தன. கட்டடக்கலை சிறப்புற்றோங்கியிருந்தது புத்திடந்தேடிகள் உலகக் கடல்களைக் கலக்கிக் கொண்டிருந்தனர். இரஷியாவோ வரலாற்று இடைக்காலத்தில் (ஐரோப்பாவில் சுமார் கி.பி.476 முதல் 1453 வரை நிலவிய தேக்கமான காலத்தை வரலாற்று இடைக்காலம் என்பர்) ஐரோப்பா இருந்ததைப் போன்ற நிலையில் மங்கிக் கிடந்தது.

பீட்டர் 1697-98 ஆம் ஆண்டு மேற்கு ஐரோப்பாவில் நீண்ட பயணம் மேற்கொண்டார். அவர் அதையடுத்து வந்த ஆண்டுகளில் நடத்திய ஆட்சியின் சிறப்பை மிகச் செய்தது இந்தப் பயணம் ஆகும். பீட்டர் இப் "பெரும் பயணத்தின்" போது

தன்னுடன் சுமார் 250 பேரை அழைத்துச் சென்றார். அவர் பியோட்டர் மிகைலோவ் என்ற மாறு பெயரில் சாதாரணமான ஆளைப்போல் சென்று மன்னராயிருந்து காண முடியாதனவெல்லாம் கண்டார். அவர் இப்பயணத்தில் ஆலந்து சென்றிருந்தபோது, அங்கு டச்சுக் கிழக்கிந்தியக் கம்பெனியின் ஊதியத்தில் கப்பல் தச்சராக வேலை செய்தார். இங்கிலாந்தின் இராயல் கப்பல் கட்டும் துறையிலும் தொழிலாளியாக வேலை செய்தார். பிரஷியாவில் பீரங்கி செய்யும் தொழிலைக் கற்றார்.

அவர் தொழிற்சாலைகள், பள்ளிகள், அருங்காட்சியகங்கள், ஆயுதக் கிடங்குகள் இவற்றை மட்டுமின்றி இங்கிலாந்தின் பாராளுமன்றக் கூட்டத்தையும் சென்று கண்டார். சுருக்கமாகக் கூறுவதாயின், மேற்கத்திப் பண்பாடு, அறிவியல், தொழில், நிர்வாக நுட்பங்களையெல்லாம் நேரில் கண்டு கற்றார் எனலாம்.

நகரங்கள் பெருக்கம்

பீட்டர் 1698 இல் இரஷியாவிற்குத் திரும்பிச் சென்று தன் நாட்டை நவீனமாயும், மேற்கத்திப் பண்புகளையுடையதாயும் மாற்றத்தக்க நோக்கத்துடன், வரிசையாகப் பல சீர்திருத்தங்களைக் கொண்டுவந்தார். மேற்கத்தித் தொழில் நுட்பத்தையும் உத்திகளையும் கொண்டு வருவதை ஊக்குவிப்பதற்காக மேற்கத்தித் தொழில் வல்லுநர் பலரைப் பீட்டர் இரஷியாவிற்கு அழைத்து வந்தார். அவர் இளம் இரஷியர் பலரை மேற்கத்தி நாடுகளுக்கு அனுப்பிப் படித்துக் கொண்டு வரவும் செய்தார். அவரது ஆட்சியில் நகரங்கள் அளவில் பெருத்தன. புதிய நகரமான செயிண்ட் பீட்டர்ஸ் பர்க்கை 1712 ஆம் ஆண்டில் கண்டோம். (இந்திய சரித்திரக் களஞ்சியம் தொகுதி இரண்டு, பகுதி இரண்டில் காண்க)

1725

இரஷியக் கப்பற்படை தோற்றம்

பீட்டரின் ஆட்சிக் காலத்தில்தான் முதன் முதலாக இரஷியக் கப்பற்படை அமைந்தது. மேலும் மேற்கத்தி முறைப்படி இராணுவம் புதுவடிவம் பெற்றது. படையினருக்குச் சீருடைகளும், துப்பாக்கிகளும் வழங்கப்பெற்றன. மேற்கத்தி முறையில் படை அணிவகுப்பு, பயிற்சி முறைகள் இரஷியப் படையினருக்குக் கற்றுத் தரப்பட்டன.

அரசின் பொது ஊழியர்கள் பரம்பரை அந்தஸ்தின் அடிப்படையில் பணிக்கு அமர்த்தப்பட்டு வந்த முறையைப் பீட்டர் மாற்றினார். ஊழியர்களின் வேலைத் திறமைக்கு ஏற்பப் பதவிகளில் அவர்களை உயர்த்துவது என்ற அறிவிற்குகந்த முறை உள்படப் பல சீரிய மாறுதல்களைப் பொது ஊழியத்தில் பீட்டர் கொண்டு வந்தார்.

மேற்கத்தி மோகம்

பீட்டர் சமூகப் பழக்க வழக்கங்களிலும் மேற்கத்தி முறைகளை ஊக்குவித்தார். தாடிகளை மழிக்க வேண்டுமென்று அவர் முதலில் கட்டளையிட்டபோதும், பின்னர் அதை மாற்றினார். அரசவைக் குழாத்தினர் மேற்கத்தி ஆடைகளை அணிவதையும் புகை பிடிப்பதையும், காப்பி அருந்துவதையும், பீட்டர் ஊக்குவித்தார். அவருடைய திட்டங்களில் பலவற்றுக்கு அப்போது பலத்த எதிர்ப்பு எழுந்ததெனினும், இரஷிய மேட்டுக்குடியினர் காலப்போக்கில் மேற்கத்திப் பழக்க வழக்கங்களையும், பண்பாட்டையும் கடைப்பிடிக்க அவை இறுதியில் வகை செய்தன.

அவர் இரஷியாவின் வைதீகக் கிறித்தவத் திருச்சபை பின்தங்கியது என்றும், பிற்போக்குத்தனமான சக்தி என்றும் கருதியதில் வியப்பில்லை. அவரால் அத்திருச்சபையை

ஓரளவு சீர்திருத்தி அமைக்க முடிந்தது. குறிப்பிட்ட ஓர் அளவு அதைத் தனது கட்டுப்பாட்டில் கொண்டு வரவும் இயன்றது.

பீட்டர் இரஷியாவில் சமயச் சார்பற்ற பள்ளிகளைத் திறந்தார். அறிவியல் ஆராய்ச்சியை ஊக்குவித்தார். கூகலியன் காலண்டர் முறையைக் கொண்டு வந்தார். இரஷிய எழுத்துகளைப் புதுக்கினார். அவர் காலத்தில்தான் இரஷியாவின் முதல் செய்திப் பத்திரிகை வெளிவந்தது. பீட்டர் உள்நாட்டில் இச்சீர்திருத்தங்களைக் கொண்டு வந்ததுடன், எதிர்காலத்தில் மிக முக்கியமான விளைவுகளை உண்டாக்க வல்ல அயல்நாட்டுக் கொள்கையையும் கைக்கொண்டார். அவர் காலத்தில் இரஷியா தெற்கில் துருக்கியுடனும், வடக்கில் சுவீடனுடனும் போரில் ஈடுபட்டது.

போர்கள்

அவர் துருக்கிக்கு எதிரான போரில் சில வெற்றிகளை முதலில் கண்டார். அவர் 1696 ஆம் ஆண்டு அசோவ் துறைமுகத்தை வென்று, இரஷியா கருங்கடலை அடைவதற்கு வழிவகுத்தார். பின்னர் துருக்கர் கை ஓங்கியமையால், 1711 ஆம் ஆண்டு அசோவை அவர்களிடம் திருப்பித் தர நேரிட்டது.

சுவீடனுடன் நடந்த போரில் இரஷியர் வெற்றி கண்டனர். இரஷியா 1700 ஆம் ஆண்டு டென்மார்க்கு, சாக்சனி இரண்டுடனும் சேர்ந்து சுவீடனுடன் பொருதிற்று. சுவீடன் இக்காலச்சுழியில் பெரிய இராணுவ வல்லரசாக விளங்கிற்று. பின்னர் போலந்தும் சுவீடன் மீது போர் தொடுத்தது.

நர்வாடு என்ற இடத்தில் 1700 இல் நடந்த சண்டையில் இரஷியப் படைகள் படுதோல்வியடைந்தன. சுவீடிய மன்னர் இச்சண்டைக்குப் பிறகு தன்னுடைய பிற எதிரிகள் பக்கம் திரும்பினார். இதற்கிடையே பீட்டர் இரஷியப் படையை வலுப்படுத்தினார். இறுதியாக 1709 ஆம் ஆண்டு இரஷியாவிற்கும், சுவீடனுக்கு மிடையே போல்தவா என்ற இடத்தில் நடந்த சண்டையில் சுவீடியப் படை தோல்வியடைந்தது.

பீட்டர் நேவா ஆற்றங்கரையில் சுவீடனிடமிருந்து வென்ற இடத்தில் புனித பீட்டர்ஸ்பர்க் என்ற புதிய நகரத்தை அமைத்ததையும், அது இன்று லெனின்கிராடு என்று விளங்குவதையும் இதற்கு முந்திய தொகுதியில் ஏற்கெனவே கண்டோம். பீட்டர் மாஸ்கோவிலிருந்த தலை நகரத்தை இப்புதிய நகரத்திற்கு மாற்றினார். அதன் பிறகு இரஷியாவிற்கும், மேற்கு ஐரோப்பாவிற்கும் இடையில் ஏற்பட்ட தொடர்புகளில் பீட்டர்ஸ்பர்க் முக்கியமான இடத்தைப் பெற்றிருந்தது.

தோற்றப்பொலிவு

பீட்டர் பார்க்க ஆசானுபாகுவாக இருப்பார். குறைந்தது ஆறடி ஆறங்குல உயரம் இருப்பார். சுறுசுறுப்பு மிக்கவர். காட்சிக்கு அழகானவர். உணர்ச்சித் துடிப்பும் களிப்பும் மிகுந்த குணம். சில வேளைகளில் மிதமிஞ்சிக் குடிப்பார். அவரிடம் கொடிய குணம் சற்று இருந்தது. பீட்டர் அரசியலிலும், போர்த் தந்திரத்திலும் திறமை வாய்ந்தவராக இருந்ததுடன், தச்சு வேலை, அச்சுக்கலை, கப்பலோட்டுதல், கப்பல் கட்டுதல் முதலிய தொழில்களையும் கற்றிருந்த புதுமையான மன்னராகவும் இருந்து ஆட்சி செய்தார்.

அவர் இருமுறை மணம் புரிந்தார். அவர் பதினேழு வயதில் யூடோக்சியா என்ற பெண்ணை முதலில் மணந்தார். அவ்விருவரும் ஒரு கிழமை தான் கூடிவாழ்ந்தனர். பீட்டர் தன் இருபத்தாறாவது வயதில் முதல் மனைவியைக் கன்னிமாடத்திற்கு அனுப்பி விட்டார்.

அவர் முதல் மனைவியை 1712 இல் மணவிலக்குச் செய்து விட்டுக் காதரைன் என்ற பெண்ணை இரண்டாவதாக மணந்தார். இவர் ஏழைக்குடியில் பிறந்த லிதுவேனியப் பெண்மணி, பீட்டருக்கு முதல் மனைவியிடம் அலெக்சிஸ் என்ற மகன் பிறந்தார். பீட்டருக்கும் முதல் மனைவிக்கும் நல்லுறவு இல்லாததால், அலெக்சிஸ் சதியில் ஈடுபட்டார். அவர் மன்னருக்கு எதிராகச் சதி செய்தார் என்று 1718 ஆம் ஆண்டு பீட்டரால் சிறைப்படுத்தப்பட்டார். அங்கு சித்திரவதைக்குள்ளாகிச் சிறையிலேயே செத்தார்.

பீட்டரால் இரஷியா பல துறைகளில் ஏற்றங் கண்டது. பதினாறாம் நூற்றாண்டில் கூட இரஷியா என்றொரு நாடு இருப்பதைப் பிரிட்டனைப் போன்ற நாடுகள் அறியாதிருந்தன. பீட்டர் அந்நிலையை மாற்றி இரஷியா வல்லரசாகும் நிலைக்கு வழிவகுத்துச் சென்றார். அவர் 1725 ஆம் ஆண்டு தனது 52 ஆவது வயதில் தன்னால் நிறுவப்பட்ட பீட்டர்ஸ்பர்க் நகரில் இறந்தார். அவருக்குப்பின் அவர் மனைவி முதலாம் காதரைன் ஆட்சிக்கு வந்தார்.

6. சிற்றின்பலோலர் காசனோவா (1725 - 1798)

பதினெட்டாம் நூற்றாண்டில் புதுமையான சிற்றின்ப இலக்கியத்தைத் தோற்றுவித்த ஜூவனி ஜேகோட்போ காசனோவா இந்த ஆண்டு இத்தாலியில் பிறந்தார். அவர் ஐரோப்பாவின் பல நகரங்களில் பல பெண்களுடன் புரிந்த லீலைகளையெல்லாம் தொகுத்து உயிர்த்துடிப்புள்ள நடையில் நினைவுக் குறிப்புகளாக எழுதிவைத்திருக் கின்றார். பல தொகுதிகளில் வெளிவந்துள்ள இக்குறிப்புகள் பதினெட்டாம் நூற்றாண்டு ஐரோப்பியச் சமூக வாழ்க்கையைச் சொல்லோவியமாகக் காட்டுகின்றது.

''அவர் (காசனோவா) ஆயிரக்கணக்கான பெண்களுடன் கொண்டிருந்த காதலானது, திருமணத்தில் முடிந்துவிடும் பிற காதலைப் போன்று, அத்தனை மெய் யானதுதான். ஆனால் காசனோவாவின் காதல் நிலைத்திருக்கவில்லை. அவ்வளவுதான்... அவர் உறவு கொண்டிருந்த பெண்களெல்லாம் புனிதமான திருமண இன்பத்தில் கிடைக்கக்கூடிய எதையும் பெறாதவாறு, அவர்களைக் காசனோவா ஏமாற்றி விடவில்லை. ஏனெனில் அவர் (காசனோவா) தன்னுடையவை அனைத்தையும், தன் முழுமையையும் ஒரே முறையில் (காதல்) கட்டணமாக அப்பெண்களுக்குச் செலுத்தி விட்டார்'' என்று இந்தச் சிற்றின்ப லோலரின் வாழ்க்கை வரலாற்றாசிரியரான வில்லியம் போலித்தோ (*William Bolitho*) கூறுகின்றனர். இவரைப் போன்று பலர் காசனோவாவின் வாழ்க்கை வரலாற்றை எழுதிவைத்திருக்கின்றனர்.

காசனோவா தன் காதல் தந்திரங்களைப் பற்றி இவ்வாறு விவரிக்கின்றார்.

'' நான் என் நீண்ட ஊதாரி வாழ்க்கையில் பல நூறு பெண்களை என்பால் ஈர்த்திருக்கின்றேன். அவர்களின் கற்பை அழிக்கும் முறைகள் அனைத்தும் எனக்கு நன்கு பழக்கமானவை. ஆனால் நான் என் மன்மதத் தாக்குதலைக் கற்றுக் குட்டிகளின் பக்கம் திருப்புவதில்லை; இன்னொரு பெண்ணை வைத்துக் கொண்டோ, ஒருதலையாகவோ, பொறாமை கொள்பவர்களாக இருக்கும் பெண்களின் பக்கமோ திருப்புவதில்லை என்பதை எனது வழி காட்டும் இலட்சியமாக நான் வைத்திருக்கின்றேன். கூச்சப்பட்டுத் தயங்கிக் கொண்டிருக்கும் ஒருத்தி, தன்னை ஒருவர் கற்பழிப்பதை வெறுக்கின்றாள் என்பதை நான் அறிவேன். இன்னொரு பெண்ணைப் பக்கத்தில் வைத்துக்கொண்டு அவளை மிக எளிதாக வெற்றிகொள்ளலாம். இங்கு ஒருத்தியின் பலவீனம் மற்றொருத்தியை விழச்செய்கின்றது''.

1725

காசனோவா

காசனோவா பெரிய சூதாடி. பில்லி சூனியத்தில் நம்பிக்கையுடையவர். இவர் கன்னிமாடங்களிலிருந்த கன்னிப் பெண்களைக் கூடத் தன் வலையில் வீழ்த்தியிருக்கின்றார்.

காசனோவா ஓர் அழகிய இளம் பெண்ணுடன் உரையாடிக் கொண்டிருக்கின்றார். அவள் மீது காசனோவாவின் கண் விழுந்து விட்டது. ஆனால் அக்குமரியின் பேச்சிலிருந்து, அவள் தன் பழைய காதலிக்குத் தன்னால் பிறந்த மகள் என்பதை அறிந்து தானும் தப்பி, அப்பெண்ணையும் தப்பச் செய்வது போன்ற பல நிகழ்ச்சிகள் அவருடைய நினைவுக் குறிப்புகளில் அடங்கியுள்ளன.

காசனோவா முதுமையில் தன் இளம் பருவத்து நினைவுகளை எண்ணி அசை போடுவதாகவே மேற்சொன்ன நினைவுக் குறிப்புத் தொகுதிகளை வயதான காலத்தில் எழுதியிருக்கின்றார்.

கிறித்தவ சமயக் கோட்பாடுகளிலிருந்து முரணியவர்களை அல்லது முரண் பட்டோர் என்று ஐயுற்றவர்களை விசாரிக்கச் சமய மன்றம் அமைத்து, அப்பாவிகளைக் கொடிய தண்டனைக் குள்ளாக்கும் (*inquisition*) தீயசெயலைக் கத்தோலிக்க மதபீடம் இக்காலச் சுழியில் செய்து வந்தது. இதை வால்டயர் போன்ற அறிவாளர் கண்டித்து வந்தனர். காசனோவா தன் முதிய வயதில் மதபீடத்திடம் முரண்பட்டவர்களைக் காட்டிக் கொடுத்துக் கைக்கூலி பெறும் தாழ்ந்த வேலையைச் செய்தார்.

இருபதாம் நூற்றாண்டில் இவருக்கு இணையாக ஆகா கானின் மகனான அலிகானைக் கூறுவர். ஆனால் அவர் காசனோவா போன்று சிற்றின்ப இலக்கியம் எதுவும் செய்யவில்லை.

1726

1. திருவிதாங்கூர் மன்னர் மதுரை நாயக்கரிடம் உதவி கோருதல்

திருவிதாங்கூர் வேனாடு எனப்படும். வேனாட்டு அரச குடும்பத்தினருக்கும், திருவனந்தபுரத்திலுள்ள பத்மநாபசாமி கோயில் அறங்காவலரான யோகக்காரர் களுக்குமிடையே பல நூற்றாண்டுகளாகவே மனவேற்றுமை இருந்து வந்தது. கி.பி. 1050 ஆம் ஆண்டு கூடியது என்று கூறப்படும் புரோகிதர் சபையின் முடிவுப்படி, கோயில் நிலங்களையும், சொத்துக்களையும் ஆட்சிபுரிய எட்டரை யோகம் என்ற அறங்காவலர் மன்றம் அமைக்கப்பட்டது என்பது மரபு.

எட்டரை யோகம்

இம்மன்றத்தில் - யோகத்தில் போற்றிமார் என்ற பிராமணர் எட்டுப்பேர் இருந்தனர். அவர்கள் எட்டுப் பேருக்கும் ஆளுக்கு ஒரு வாக்குரிமை இருந்தது. எனினும் அதில் இடம் பெற்றிருந்த திருவிதாங்கூர் மன்னர் மட்டும் அரை உறுப்பினர். அவருக்கு அதனால் அம்மன்றில் வாக்குரிமை கிடையாது. எனவே அம் மன்றம் எட்டரை யோகம் என்று அழைக்கப்பட்டது.

போற்றிமாருக்கு எட்டு வீட்டுப் பிள்ளைமார் என்ற நாயர் குடிப் பிரபுக்கள் ஆதரவாயிருந்தனர். கோயில் சொத்துக்களிலிருந்து குத்தகை வாங்கும் பணி எட்டு வீட்டுப் பிள்ளைமாரின் பொறுப்பில் இருந்தது. யோகக்காரர்கள் அரசரை மதியாது செயல்பட்டனர். சில வேலைகளின் அரசன் செய்தது தவறு என்று அரசனுக்கே தண்டனை விதித்தனர்.

இந்தச் சச்சரவு பல நூற்றாண்டுகளாகவே இருந்து வருகின்றது. எட்டு வீட்டுப் பிள்ளைமார் அரச குடும்பத்தவரைப் பலமுறை கோழைத்தனமாக மறைந்திருந்து கொன்றனர். இவர்களை ஒடுக்குவதற்கு வழி இல்லாதிருந்தது.

உன்னி கேரள வர்மன் 1718 ஆம் ஆண்டு ஆட்சிக்கு வந்தார். இக்கால வட்டத்தில் இளவரசர் மார்த்தாண்ட வர்மருக்கு வயது பதினான்கு. இவருக்கு நாட்டு நடப்புகள் பிடிக்கவில்லை. எனவே மன்னரான தன் மாமனிடம் வேண்டித் தன்னை அரசியலில் ஈடுபடுத்துமாறு வேண்டினார். மார்த்தாண்ட வர்மனுக்கு அந்த அதிகாரம் கிடைத்ததும் யோகக்காரரையும், அவர்களுக்குத் துணை நின்ற எட்டு வீட்டுப் பிள்ளைமாரையும், மாடம்பிமாரையும் ஒடுக்கத் தொடங்கினார்.

இந்த எதிர்ப்பு அணியினர் மன்னரைக்கண்டு அஞ்சுவதுமில்லை, அவரை மதிப்பதும் இல்லை. ஆனால் மார்த்தாண்ட வர்மன் என்றால் இவர்களுக்குக் குலைநடுக்கம். எனவே அவரை எப்படியாவது சூழ்ச்சியால் கொன்று விடுவதென்று

1726

பிரம்மப் பிரயத்தனம் செய்தனர். ஆதலால் மார்த்தாண்ட வர்மன் ஓரிடத்தில் நிலையாக இராது, எப்போதும் இடம் மாறிக் கொண்டும், காடுகளிலும், வீட்டுக் கூரைகளிலும், ஏழைக் குடியானவர் நடுவிலும், மாறு வேடமிட்டுத் திரிய நேர்ந்தது.

உன்னி கேரள வர்மன் ஆறாண்டுக்காலம் ஆட்சி செய்த பின்னர் 1724 இல் இறக்கவே, அவரின் தம்பி இராம வர்மன் பட்டத்திற்கு வந்தார். அவருக்குச் சகோதரி மகனான மார்த்தாண்ட வர்மனுக்கு எட்டு வீட்டுப் பிள்ளைமாரால் ஏற்பட்ட இடர்ப்பாடுகளைக் கண்டு கவலை மிகுந்தது. அதனால் அவர் மார்த்தாண்ட வர்மனுடன் கலந்து பேசித் தன் அதிகாரிகள் சிலருடன் 1726 ஆம் ஆண்டு மதுரை நாயக்க மன்னரான விசயரங்கச் சொக்கநாத நாயக்கனிடம் *(1706-1732)* உதவி கோரித் திருச்சிராப் பள்ளிக்குச் சென்றார்.

சொக்கநாத நாயக்கன் மங்கம்மாளால் வளர்க்கப்பட்ட பேரன். அவருக்கும் திருவிதாங்கூர் மன்னர் இராம வர்மனுக்கும் திருச்சிராப் பள்ளியில் ஓர் உடன்படிக்கை ஏற்பட்டது. ஏற்கனவே செயல்படாது போய்விட்ட உடன்படிக்கையைப் புதுப்பிக்கவும், நாய்க்கர் அரசுக்கு ஆண்டுதோறும் குறிப்பிட்ட ஒரு தொகையைக் கொடுத்து உதவவும் திருவிதாங்கூர் மன்னர் ஒப்பினார். அதே நேரத்தில் மாடம்பிமாரையும், கலகம் செய்யும் இதர தலைவர்களையும் தண்டித்துப் புத்தி புகட்டுவதற்காகத் தகுந்த படையை நாயக்கர் அனுப்பி வைக்கவும் அது வகை செய்தது.

1726

மதுரை நாயக்கர் சொக்கநாதனே இக்கால வட்டத்தில் பல நெருக்கடிகளுக்கு உள்ளாகியிருந்தார். இருப்பினும் வெங்கடபதி நாயக்கன் என்றவர் தலைமையில் ஆயிரம் குதிரை வீரர் அடங்கிய ஒரு படையையும், திருப்பதி நாயக்கன் தலைமையில் இரண்டாயிரம் கர்நாடகச் சிப்பாய்களையும், இராகவ அய்யன், சுப்பய்யன் உள்பட சர்தார்கள் என்ற படைத்தலைவர்களையும் அனுப்புவதற்கு மதுரை நாயக்கர் ஒப்புக் கொண்டார்.

இப்படை திருவனந்தபுரத்தை அடைந்ததும், மாடம்பிமாரும், இதர கிளர்ச்சிக்காரர்களும் ஓடிவிட்டனர். அதனால் நாயக்கர் படைக்கு எந்த வேலையும் இல்லாது போயிற்று. இருப்பினும் கிளர்ச்சிக் காரர்களை அச்சுறுத்துவதற்காக, அப்படை மலையாளத்தில் நிறுத்தி வைக்கப்பட்டது.

எனினும் திருவனந்தபுரத்திலிருந்த யோகக்காரர் என்ற போற்றிமாரும், எட்டு வீட்டுப் பிள்ளைமாரும் தமது கடமையை உணருமாறு செய்யப்படவில்லை. ஏனெனில் மன்னர் தேவத்தானக்காரருக்கு எதிராகக் கடும் நடவடிக்கை எதையும் எடுக்கமாட்டார் என்று அவர்கள் மெத்தனமாய்க் கவலையற்று இருந்தனர். அதனால் அவர்கள் அரச குடும்பத்தினரை மதியாமல், அவர்களுக்கு எரிச்சலுண்டாக்கும் விதத்தில் தொடர்ந்து நடந்து வந்தனர்.

2. இந்தியாவில் நீதிமன்றங்கள் :
சென்னை, பம்பாய், கல்கத்தாவில் நிறுவச் சாசன உரிமை

பிரிட்டிஷ் மன்னர் முதலாம் ஜார்ஜ் *(1660-1727; ஆட்சிக் காலம் 1714-1727)* கிழக்கிந்தியக் கம்பெனிக்கு இவ்வாண்டு செப்டம்பர் 24 அன்று அளித்த சாசன உரிமைப்படி, இந்தியாவில் சிவில், குற்றவியல் துறைகளில் நீதி பரிபாலனம் செய்யும் பொருட்டுச் சென்னை, பம்பாய், கல்கத்தா முதலிய இடங்களில் நீதிமன்றங்களை நிறுவுவதற்கு வகை செய்யப்பட்டது.

இம் முறைமன்றத்தில் ஒரு மேயரும் ஒன்பது ஆல்டர்மென்களும் அடங்கி யிருப்பர். இம் முறைமன்றங்கள் குற்றங்களின் காரணங்கள் அனைத்தையும் மட்டுமன்றி, அரசத் துரோகத்தையும் விசாரித்து முடிவு எடுக்கும். அதாவது ஆங்கிலச் சட்டம் இந்தியாவில் விரிக்கப்படுவதற்கு இந்த உரிமைச் சாசனம் வகை செய்தது.

3. கிழக்கிந்தியக் கம்பெனிக்கு இலண்டனில் மாளிகை

கிழக்கிந்தியக் கம்பெனி அலுவலகத்திற்காக 1726 ஆம் ஆண்டு இலண்டனில் லெடன்ஹால் தெருவில் ஒரு பெரிய மாளிகையை நிர்மாணித்தனர்.

4. சென்னையில் சீர்திருத்தக் கிறித்தவச் சபை

இன்று நிலவும் தென்னிந்தியக் கிறித்தவத் திருச்சபையின் *(Chruch of South India)* முன்னோடியான புராட்டஸ்டண்டுத் திருச்சபை, சென்னையில் முதன் முதலாக இந்த 1726 ஆம் ஆண்டு அமைக்கப்பட்டது.

5. மர்மலாங்கு (மறைமலை) பாலம் கட்டப்பட்டது

சென்னையில் செல்வஞ் செழித்த வணிகர்களாக விளங்கிய அர்மீனியரில் ஒருவரான லுஸ்கான் பக்தியான் 1726 ஆம் ஆண்டு சைதாப்பேட்டையில் அடையாற்றின் குறுக்கே ஒரு பாலத்தைக் கட்டினார். அது மர்மலாங்குப் பாலம் என்று பல காலமாகப் பெயர் பெற்றிருந்தது. இப்போது மறைமலையடிகள் பாலம் என்ற புதுப் பெயரைப் பெற்று அகன்று நீண்டு புதுப் பொலிவோடு இலங்குகின்றது.

1726

6. இராமநாதபுரத்தின் புதிய சேதுபதி

இராமநாதபுரம் என்ற சேது சீமையின் காவலராக விசய ரகுநாத சேதுபதியை அடுத்து, இந்த 1726 ஆம் ஆண்டு சுந்தரேசுவர இரகுநாத சேதுபதி பட்டத்திற்கு வந்தார். இவர் 1729 வரை சேதுபதியாயிருந்தார். இவருக்குப் பிறகு சடையப்பத்தேவர் 1729 இல் பட்டத்திற்கு வந்தார்.

7. சுவிஃப்டின் ''கலிவர் பயணம்''

பிரிட்டனில் நாடகம் என்பது கேலிக் கூத்தாக நடந்து கொண்டிருந்த இந்தக் காலகட்டத்தில், ஷேக்ஸ்பியரின் (1564-1616) நாடகங்கள் புத்துயிர் பெற்று வந்தன. இக்காலத்தில் எந்தப் பெண்ணும் நாடகம் பார்ப்பதற்கு இலண்டனில் சென்றுவிட முடியாது. அங்கு போக்கிரிகளும் தரங் கெட்டவர்களும் நடமாடினர்.

பலவகை நூல்கள் மக்களால் இப்போது படிக்கப்பட்டன. எனினும், இந்தச் சமூகத்தில் எழுத்தாளனுக்கு மரியாதை இருக்கவில்லை. இப்படிப்பட்ட காலச் சூழலில் ஆங்கில- அயர்லாந்தியரும் அங்கத எழுத்தாளருமான ஜானதன் சுவிஃப்டு (1667-1745) எழுத்தைத் தொழிலாகக் கொள்ளாத கிறித்தவக் குருவாக இருந்து மிகச் சிறந்த சில கதைகளை எழுதினார்.

அவர் இன்று அயர்லாந்துக் குடியரசின் தலை நகராயிருக்கும் டப்ளின் நகரத்துப் புனித பாட்ரிக்கு கோயிலில் 1713 ஆம் ஆண்டு கிறித்தவக் குருவாகப் பணி புரிந்தார்.

(அயர்லாந்து என்பது வடமேற்கு ஐரோப்பாவிற்கு அப்பால் பிரிட்டிஷ் தீவுக் கூட்டத்தின் ஒரு பகுதியாக வட கால்வாய், அயர்லாந்துக் கடல், புனித ஜார்ஜ் கால்வாய் என்ற இவற்றால் பிரிட்டனிலிருந்து தனியாக அமைந்துள்ள தீவு. இதை இங்கிலாந்து பதினாறாம் நூற்றாண்டிலும் பதினேழாம் நூற்றாண்டின் தொடக்கத்திலும் பெற்றுக்கொண்டு, 1801 ஆம் ஆண்டு வரை அதைத் தன்னைச் சார்ந்து நிற்கும் நாடு என்ற முறையில் ஆண்டு வந்தது. அயர்லாந்து 1801 ஆம் ஆண்டு மா பிரிட்டன் ஒன்றியத்துடன் இணைக்கப்பட்டு விட்டது. பின்னர் அயர்லாந்து மக்களின் போராட்டம் காரணமாக, 1921 ஆம் ஆண்டு அயர்லாந்துக் குடியரசு, வட அயர்லாந்து என்று இரண்டாக அத்தீவு பிரிக்கப்பட்டது) சுவிஃப்டின் காலத்தில் டப்ளின் ஆங்கில ஆட்சியில் இருந்தது.

சுவிஃப்டு எழுதிய ''ஒரு தோணியின் கதை'' 1704 ஆம் ஆண்டு வெளி வந்தது. உலகெங்கிலும் இன்றும் விரும்பிப் படிக்கப்படும் கலிவரின் பயணம் என்ற அங்கதக் கதை இந்த 1726 ஆம் ஆண்டு வெளியானது.

இலண்டன் நகரத்து மேட்டுக் குடியினரின் போலிப் பகட்டு, வெற்று ஆரவாரம், அரசியல் கட்சிகளின் நிலை, அரசியல் தந்திரிகளின் போக்குகள் இவற்றையெல்லாம் சுவிஃப்டு கலிவரின் பயணம் என்ற இந்நூலில் நையாண்டி செய்திருக்கின்றார். இக்கதையில் கலிவர் என்ற நாயகன் லில்லிப்புட்டு என்ற சின்ன மனிதர் வாழும் இடத்திற்கும், பிராப்டிங்னேக்கு என்ற பேருருவினர் வாழும் இடத்திற்கும் சென்று நிகழ்த்தும் சாகசங்களை வைத்துக் கொண்டு தனது சமூகத்தின் சிறுமையையும், குறைபாடுகளையும் கேலி செய்திருக்கும் விதம் சிந்தனையைத் தூண்டவல்லது.

லில்லிப்புட்டு என்பது சுண்டு விரலினும் சிறிய மனிதர் வாழும் நாடென்றும்; பிராப்டிங்குனேக்கு என்பது பூதாகரமான உருவினர் வாழும் நாடென்றும் கற்பனை செய்து கொண்டு, மனிதரின் கோணங்கித் தனத்தையும் பம்மாத்துகளையும், வெற்று வீராப்புகளையும், இயலாமையையும் எடுத்துக் கூறுகின்ற இந்நூலுக்காக இவர் இந்த ஆண்டில் பெற்ற சன்மானம் 200 பவுன் (சுமார் ரூ.2000)

இதன் பிறகு அவர் வேறு எந்த நூலுக்கும் சன்மானம் பெற்றதில்லை. இது இக்காலக்கட்டத்தில் பிரிட்டனில் எழுத்தாளர் எந்நிலையில் இருந்தனர் என்பதற்கு ஓர் எடுத்துக்காட்டு.

8. பதினெட்டாம் நூற்றாண்டு இந்திய நாணயங்கள்

டச்சுக் கிழக்கிந்தியக் கம்பெனி தன் ஆதிக்கத்திலிருந்த எல்லா இடங்களுக்கும் பொதுவாகப் பல நாணயங்களைத் தன் சொந்த நாட்டில் அச்சிட்டது. இக்காசுகளுக்குத் துகா தூண்கள் என்று பெயர். இவற்றின் முன்புறம் போர்க் கவசம் அணிந்த போர் வீரன் சின்னமும், அச்சின்னத்தின் கீழே மாநில அரசின் சின்னமும் காணப்படுகின்றன. பின்புறம் நெதர்லாந்து நாட்டின் சிறு கேடயத்தை இரு சிங்கங்கள் தாங்கிக் கொண்டிருப்பது போலவும், அதன் கீழே அணிகலன்களால் அழகுபடுத்திய பட்டயத்தில் VOC என்று அடுக்கு எழுத்து முத்திரையும் உள்ளன. (VOC = Vereenigde Oust-Indische Compagne என்ற டச்சுக் கிழக்கிந்தியக் கம்பெனிப் பெயரின் முதல் எழுத்துக்கள்)

துகா தூண் வெள்ளிக்காசுகள் மிகவும் அழகுடையன. டச்சுக்காரர்கள் பண்டமாற்றுக்காகவும், வாணிப நோக்குடனும் வெளியிட்ட வெள்ளித் துகா தூண் காசு அண்மையில் (1990) நாகப்பட்டினத்தில் கிடைத்தது. இக்காசின் முன்பக்கம் இடப்புறமாக ஓடும் குதிரையின் மேல் கவச உடையணிந்த வீரன் உருவும், காசின் விளம்பைச் சுற்றிலும் Concordia-Resparvae-Crescent என்ற சொற்றொடர் உள்ளது. பின்புறம் அந்நாட்டுச்

சின்னக் கேடயத்தில் இரண்டு சிங்கங்கள் காணப்படுகின்றன. காசின் விளிம்பைச் சுற்றிலும் இப்புறத்தில் MONB. NOVA. ORD என்ற சொற்றொடர் உள்ளது. இக்காசின் மதிப்பு ஆறு ஸ்டூவியர். இது கி.பி.1680 இல் வெளியிடப்பட்டது. டச்சுக்காரர் தென்னிந்தியாவில் வெளியிட்ட முதல் வெள்ளிக்காசாக இதைக் கருதலாம் என்று அளக்குடி ஆறுமுக சீதாராமன் கருதுகின்றார்.

டச்சுக்காரர் பின்னர் இந்த 1726 ஆம் ஆண்டு செம்பினாலான டாயிட்டுகள் என்ற முழு நாணயங் களையும், 1749 இல் அரை டாயிட்டுகளையும் புழக்கத்திற்கு விட்டனர். இந்தியாவில் ஏற்கனவே புழங்கி வந்த பாரசீக அப்பாசிது, இந்திய போர்த்துக்கீசத் தங்கா என்ற காசுகள், சூரத்தில் அச்சிடப்பட்ட லாரின், ரூபாய் என்ற முகலாயர் நாணயங்கள் ஆகிய இவற்றிலெல்லாம் டச்சுக்காரர் தமது முத்திரையை அடித்து நாணயங்களை வெளியிட்டனர்.

எனினும் வீஓசி என்ற டச்சுக் கிழக்கிந்தியக் கம்பெனி கில்டார் அல்லது ஃபுளோரின் என்ற நாணயத்தில்தான் தன் கணக்குகளை வைத்திருந்தது.

கில்டார் என்பது முன்னர் நெதர்லாந்து, ஜெர்மனி, ஆஸ்திரியா ஆகிய நாடுகளில் வழங்கி வந்த பொன் அல்லது வெள்ளிக் காசாகும். இக்காசுதான் டச்சுக்காரரின் தாயகமான நெதர்லாந்தில் புழங்கியது. இதன் மதிப்பு 1950 இல் கிட்டத்தட்ட 0.26 டாலராக இருந்தது.

ஃபுளோரின் என்பது ஐரோப்பாவின் பல்வேறு நாடுகளில் வழக்கிலிருந்த பொன் அல்லது வெள்ளிக் காசாகும். இதில் லில்லி மலர் அச்சிடப் பெற்றிருந்தமையால் மலர் என்னும் பொருள் தரும் புளோரின் என்ற பெயரைப்பெற்றது. இக்காசை இத்தாலியிலுள்ள ஃபுளாரன்ஸ் நகரம் 1225 ஆம் ஆண்டு வெளியிட்டது.

இந்திய நாணயங்கள்

டச்சுக்காரரால் இந்தப் பதினெட்டாம் நூற்றாண்டில் உள்நாட்டு நாணயங்கள் நடப்பு விலைகளின்படி மாற்றிக் கொள்ளப்பட்டன. அவ்விலைகள் அடிக்கடி மாறின.

கீழ் நாடுகளில் எங்கும் பொதுவான ஸ்பானிய எட்டு ரியால் காசுதான் புழக்கத் தில் இருந்தது. இது இரண்டு ரூபாய்க்குச் சமம். ரிக்ஸ் டாலரும் எட்டு ரியாலும் ஒரே மதிப்புடையன.

அக்பர் (1542-1605; ஆட்சிக்காலம் 1556-1605) குஜராத்தில் ரூபாய் நாணயத்தை அறிமுகப்படுத்தியது வரையிலும், அங்கு மகமூதி என்ற நாணயம் சில ஆண்டுகள் பழக்கத்திலிருந்தது. ஐந்து ரூபாய்க்கு இரண்டு மகமூதிகள்.

வராகன், பகோடா

இந்தியாவின் பொற்காசுகளான வராகன்களுக்கு ஹன், ஹொான் என்றும் பெயர்.

அவை ஐரோப்பியரால் பகோடா என்று அழைக்கப்பட்டன. இப்பொற்காசுகள் கோல்கொண்டா, பிஜப்பூர், தென்னிந்தியாவின் இந்து முடியரசுகள் இங்கெல்லாம் புழக்கத்தில் இருந்தன. பழைய பகோடா, புதிய பகோடா என்று இருவகைப் பொற் காசுகள் வழங்கி வந்தன. புதிய பகோடா கோல்கொண்டா பிஜப்பூரிலும், ஆட்சியாளர் அனுமதி பெற்றுப் பல்வேறு இந்து, டச்சு, ஆங்கில நாணயச் சாலைகளிலும் அச்சிடப் பெற்று வந்தன. புதிய பகோடாவின் மதிப்புச் சுமார் மூன்று ரூபாயிலிருந்து மூன்றரை ரூபாய் வரை ஏறும்.

விசயநகரப் பேரரசின் காலத்திலிருந்து புழங்கி வருவது பழைய பகோடா. இது புதிய பகோடாவின் மதிப்பே உடைய தெனினும், சில வரவு - செலவுகளில், குறிப்பாக வரிகளைச் செலுத்துவதற்குப் பழைய பகோடாவே பயன்படுத்தப்பட்டதால், அதன் மதிப்புச் சற்று அதிகமாயிருந்தது.

பழைய பகோடாவை-வராகனை உருக்கலாகாது என்று ஒரு விதமான மூட நம்பிக்கை பதினெட்டாம் நூற்றாண்டில் இருந்தது. அதனால் இப்பழைய பொற்காசுகளை உருக்கிப் பழக்கத்திலிருந்து நீக்கிவிடாமலிருப்பதற்காகக் கோல்கொண்டா சுல்தானுக்கு நாணய மாற்றுக்காரர்கள் ஆண்டு தோறும் ஒரு தொகையைக் கொடுத்து வந்தனர் என்று தெரிகின்றது. அந்நாணயத்தின் மதிப்பு நான்கு அல்லது ஐந்து ரூபாயிருக்கும்.

சில்லறைக் காசுகள்

வராகன் என்ற பகோடாவுடன் புழங்கிய சில்லறைக் காசுகள் பலவாக இருந்தன. சிறு பொற்காசுகளுக்குப் பணம் என்று பெயர். இது பல்வேறு காலங்களில் பல்வேறு இடங்களில், ஒரு வராகனுக்கு 12,16,24,32 பணங்கள் என்று கணக்கிடப்பட்டு வந்தது.

வங்கத்தில் சோழிகளும் நாணயமாகப் பயன்பட்டு வந்தன. முன்னர் 2,560 சோழிகளின் மதிப்பு ஒரு ரூபாயாயிருந்தது. இது சிறுகச் சிறுக அதிகரித்து 4,880 ஆகிப் பதினெட்டாம் நூற்றாண்டின் கடைசியில் 5,200 என்று உயர்ந்து விட்டது.

அதே காலத்தில் வாதுமை சூரத்தில் நாணயமாகக் கைமாறி வந்தது. நாலாயிரம் வாதுமைகளைக் கொண்டு ஒரு ரூபாயை வாங்கலாம் என்றும், அது கசப்பு வாதுமையாயின் 4,352 கொட்டைக்கு ஒரு ரூபாய் வாங்கலாமென்றும் மதிப்பிட்டனர். இவ்வகை வாதுமைகள் இதற்காக வென்று ஈரானில் வளர்க்கப் பெற்று, அங்கிருந்து கொண்டு வரப்பட்டதாகக் கூறுவர்.

1727

1.சர் ஐசக் நியூட்டன் (1642-1727) : சில சிந்தனைகள்

இயற்கையும் இயற்கை விதிகளும்
இரவினுள் ஒளிந்துள :
இறை இயம்பிற்று:
எழுக நியூட்டன்; மறைக இருள்!

-அலெக்சாந்தர் போப் *(1688-1744)*

ஐசக் நியூட்டன் *1642* கிறிஸ்துமஸ் நாளன்று இங்கிலாந்தின் உல்ஸ்காட் என்னுமிடத்தில் பிறந்தார். இத்தாலியக் கணிதவியலார், வானவியலார், பௌதிகர் என்ற சிறப்புப்பெற்ற கலீலியோ கலீலி *(1564-1642)* இந்த ஆண்டில் தான் மறைந்தார்.

நியூட்டன் மாபெரும் விஞ்ஞானி; மனித வாழ்க்கையைத் தம் அறிவினால் ஆளுகை கொண்டு, மனித சிந்தனையின் போக்கில் புது வழி காட்டியவர்களுள் நியூட்டனும் ஒருவராகின்றார்.

நியூட்டன் சிறுவயதில் தந்தையை இழந்தவர். குழந்தைப் பருவத்தில் கெட்டிக் காரராக இருந்தபோதிலும், பள்ளிப் படிப்பில் போதிய கவனஞ் செலுத்தவில்லை. அவர் குமரப் பருவத்தை அடைந்ததும், அவரைப் படிப்பை முடிக்கச் செய்து வேளாண்மையில் ஈடுபடுத்த வேண்டுமென்று அவரின் தாயார் கருதினார். எனினும் அதிர்ஷ்டவசமாக அவர் மனத்தை மாற்றிக் கொண்டார். ஆதலால் நியூட்டன் பதினெட்டாவது வயதில் கேம்பிரிட்ஜ் பல்கலைக் கழகத்தில் சேர்ந்தார். இப்பல்கலைக் கழகம் பன்னிரண்டாம் நூற்றாண்டில் நிறுவப்பட்டது.

நியூட்டன் அப்பல்கலைக் கழகத்தில், அக்காலத்தே அறியப்பட்டிருந்த அறிவியலையும், கணிதத்தையும் கற்றுத் தானே விரைவில் ஆராய்ச்சியில் ஈடுபடலானார். அவர் தனது 21 ஆவது வயதிற்கும் 27 ஆவது வயதிற்கும் இடைப்பட்ட காலத்தில், இனி வரும் நாளில் புரட்சியை ஏற்படுத்தவிருந்த அறிவியல் கோட்பாடுகளுக்கு வேண்டிய அடிப்படையை அமைத்து விட்டார்.

பதினேழாம் நூற்றாண்டில் அறிவியல் நிலை

பதினேழாம் நூற்றாண்டின் இடைக் காலத்தில் அறிவியல் துறை மிகவும் கொந்தளித்துக் கிடந்தது. அந்நூற்றாண்டின் தொடக்கத்தில் தான் தொலை நோக்காடி கண்டுபிடிக்கப்பட்டது; அது வானியல் ஆராய்ச்சியில் பெரும் புரட்சியை உண்டாக்கியிருந்தது.

விஞ்ஞானியர் அரிஸ்டாட்டிலின் *(கி.மு.384-322)* கோட்பாடுகளையே சார்ந்து நிற்பதைக் கைவிட்டுத் தாமே ஆராய்ந்து, தேர்ந்து அறிவியல் முடிவுகளைக் காண வேண்டும் என்று ஆங்கில மெய்ப்பொருளியலாரும், அரசியல் தந்திரியும், கட்டுரையாளருமான பிரான்சிஸ் பேக்கன் *(1561-1626)*, பிரஞ்சுத் தத்துவ ஞானியும், கணித வல்லுநருமான ரெனி டெக்காட் *(1596-1650)* போன்றோர், ஐரோப்பாவெங்கிலுமிருந்த அறிவியலாரைத் தூண்டி வந்தனர். பேக்கனும், டெக்காட்டும் போதித்ததைக் கலீலியோ செயல்படுத்தினார்.

கலீலியோ புதிதாகக் கண்டுபிடித்த தொலை நோக்காடியைக் கொண்டு வானத்தை நோக்கி ஆய்ந்து, வானியல் ஆய்வில் மகத்தான புரட்சியைச் செய்தார். அவரின் எந்திரவியல் சோதனைகள் இன்று அறியப்பட்டுள்ள நியூட்டனின் முதல் இயக்க விதியை நிறுவின.

இரத்த ஓட்டத்தைக் கண்டு பிடித்த ஆங்கில மருத்துவரான வில்லியம் ஹார்வி *(1578-1657)*, கோள்கள் சூரியனைச் சுற்றி வருவதை விவரிக்கும் கொள்கைகளைக் கண்டறிந்த ஜோகனஸ் கெப்ளர் *(1571-1630)* போன்றோர் பதினேழாம் நூற்றாண்டில் அறிவியலில் புதுப் புது உண்மைகளைக் கண்டறிந்து அவற்றை மனிதனின் அறிவுச் செல்வத்துடன் சேர்த்து வந்தனர்.

இருப்பினும் சுத்த விஞ்ஞானம் என்பது இன்னும் அறிவுடையாரின் விளையாட்டுப் பொருளாகவே இருந்து வந்திருக்கிறது. அறிவியலைத் தொழில் நுட்பத்திற்குப்

பயன்படுத்தினால், பிரான்சிஸ் பேக்கன் கூறியதைப் போன்று, அது மனித வாழ்க்கையின் தன்மையையே தலைகீழாக மாற்றிவிடும் என்பதற்கான சான்று எதுவும் இந்தக்காலச் சுழியில் இன்னும் கிடைத்திலது.

நியூட்டன் வகுத்த வழி

நிக்கலஸ் கோப்பர்னிக்கசும் (*1473-1543;* இந்திய சரித்திரக் களஞ்சியம், இரண்டாம் தொகுதி, முதற்பகுதியில் காண்க), கலீலியோவும் பண்டை அறிவியலின் தவறான சில கோட்பாடுகளை ஒதுக்கித் தள்ளிப் பிரபஞ்சத்தைப் பேரளவில் விளங்கிக் கொள்வதற்குப் பெரும் பங்காற்றினர். எனினும் ஒன்றுக்கொன்று தொடர்பற்றனபோல் தோன்றிய இவ்வுண்மைகளை ஒன்றுபட்ட ஒரு கொள்கையாக்கி அறிவியல் முடிவுகளை முன் கூட்டிக் கூறக்கூடிய வகையில் எந்த விதிமுறையோ, கோட்பாடோ வகுக்கப் பெறவில்லை. அப்படிப்பட்ட ஒன்றுபட்ட ஒரு கொள்கையை அளித்து நவீன விஞ்ஞானத்தைச் சரியான திக்கில் செலுத்துவதற்கு வழி வகுத்த சிறப்பு ஐசக் நியூட்டனுக்கு உண்டு. இன்றைய அறிவியல் அந்தப் பாதையில் தான் அன்றிலிருந்து போய்க் கொண்டிருக்கின்றது.

நியூட்டன் தன் அறிவியல் ஆய்வு முடிவுகளை வெளியிடுவதில் எப்போதும் தயக்கம் காட்டியே வந்தார். அவர் தன் பெரும்பாலான ஆராய்ச்சிப் பணிகளுக்கு அடிப்படையான கருத்துக்களை 1669 ஆம் ஆண்டுவாக்கில் வகுத்துக் கொண்டா ரெனினும், அவருடைய பல கொள்கைகளும், விதிகளும், அதற்குப் பல காலத்தின் பின்னர் தான் வெளியிடப்பட்டன.

அவர் ஒளியின் தன்மை பற்றி ஆராய்ந்து வெளியிட்ட கண்டு பிடிப்புகள் முதலில் வெளியிடப்பட்டன. இக்கொள்கைகள் தாம், அவரது ஆராய்ச்சிப் பணியின் அங்குரார்ப்பணம் எனலாம். நியூட்டன் வரிசையாக மிகுந்த கவனத்துடன் செய்த ஆய்வுகளிலிருந்து, சாதாரணமான வெள்ளை ஒளியில் வானவில்லின் அத்தனை நிறங்களும் உள்ளன என்பதைக் கண்டுபிடித்தார்.

ஒளியின் பிரதிபலிப்பு, சிதறல் ஆகியன பற்றிய கொள்கைகளின் விளைவுகளை யும் கவனத்துடன் பகுத்தாராய்ந்தார். அவர் இவ்விதிகளைக் கொண்டு 1668 ஆம் ஆண்டில் பிரதிபலிக்கும் முதல் தொலை நோக்கியைச் செய்தார். இன்று உலகின் மிகப் பெரிய வானியல் ஆய்வுக் கூடங்களில் பயன்படும் தொலை நோக்கிகளின் வகையை நியூட்டனின் அந்தத் தொலைநோக்கி சேர்ந்தது.

நியூட்டனின் இக் கண்டுபிடிப்புகளையும், பிற காட்சிச் சோதனைகள் பலவற்றின் முடிவுகளையும் தமது 29 ஆவது வயதில் பிரிட்டிஷ் இராயல் சங்கம் என்ற அறிவியல் சங்கத்திடம் சமர்ப்பித்தார். அவர் கணிதத்தில் தொகையீட்டு நுண் கணிதம் (*Integral Caleculus*) என்ற கணிதத் துறையில் செய்த கண்டு பிடிப்புகள் பெரியனவாகும். அவர் அவற்றைத் தமது இருபத்து மூன்று அல்லது இருபத்து நான்காவது வயதில் சாதித்தார். இது நவீன கணிதத்தில் மிகவும் முக்கியமான சாதனை. அது நவீன கணிதக் கொள்கை தோன்றுவதற்கு வித்தாக அமைந்ததுடன், அதையடுத்து நவீன அறிவியலில் அக்கொள்கையின்றி முன்னேற்றம் காண முடியாது என்று கூறத் தக்க அளவிற்கு, நியூட்டனின் சாதனை உயிர் நாடியான கருவியாயும் அமைந்தது. நியூட்டன் வேறு எதைச் சாதிக்கா விடினும் இந்த முழு எண் கணிப்பியலைக் கண்டுபிடித்தமை ஒன்றே அவருக்கு மேலுயர்ந்த இடத்தைப் பெற்றுத்தரும்.

இருப்பினும் எந்திரவியல் துறையில்தான் நியூட்டனின் மிக முக்கியமான

கண்டுபிடிப்புகள் நிகழ்ந்தன. பொருள்கள் எவ்வாறு இயங்குகின்றன என்பதைக் கூறுவது எந்திரவியல்.

கலீலியோ இயக்கம் பற்றிய முதல் விதியைக் கண்டுபிடித்தார். புறச் சக்தி எதற்கும் உள்ளாக்கப்படாதிருப்பின், பொருள்களின் இயக்கம் எப்படி இருக்கும் என்பதை இக்கொள்கை விவரிக்கின்றது. பொருள்கள் அனைத்தும் நடைமுறையில் புறச்சக்திகளுக்கு உள்படவே செய்கின்றன. அப்படிப்பட்ட நிலைகளில் பொருள்கள் எவ்வாறு இயங்குகின்றன என்பதே எந்திரவியலில் மிக முக்கியமான வினா ஆகும்.

நியூட்டன் இந்தச் சிக்கலைப் பெயர் பெற்ற தன் இரண்டாவது இயக்க விதியின் மூலம் தீர்த்தார். இதை இயற்பியலின் மிகவும் அடிப்படையான விதி என்று சரியாகக் கொள்ளலாம்.

ஒரு பொருளின் விசை முடுக்கம் (அதாவது அதன் விசை முடுக்க விகிதங்களின் மாறுதல்கள்) ஒரு பொருளின் நிகர விசையை அதன் பொருண்மையுடன் வகுப்பதால் வரும் விசைக்குச் சமம், என்பது அந்த இரண்டாவது விதியாகும். நியூட்டன் இவ்விரு விதிகளுடன் தனது புகழ்பெற்ற மூன்றாவது இயக்க விதியைச் சேர்த்தார். ஒவ்வொரு வினைக்கும், அதாவது சக்திக்கும் சமமாக எதிர் வினை இருக்கும் என்று இந்த மூன்றாவது விதி கூறுகின்றது. அடுத்து ஈர்ப்புச் சக்தி பற்றிய அவரது புகழ் வாய்ந்த விதியாகும்.

நியூட்டன்

இந் நான்கு விதிகளையும் ஒன்றாக்குகையில், அது ஒன்றுபட்ட ஒரு தொடர்பு முறையாகின்றது; அதில் எந்திரவியல் தொடர்பு முறைகள் அனைத்தும் கிட்டத்தட்ட அடங்கியுள்ளன. அதாவது ஓர் ஊசல் ஆடுவதிலிருந்து, கோள்கள் சூரியனைத் தமது கோள் வழியில் சுற்றி வரும் இயக்கம் வரையிலும் பல்வேறுபட்ட எந்திரவியலை இவ்விதிகளைக் கொண்டு ஆராயலாம். அவற்றின் போக்கு எவ்வாறு அமையும் என்பதை முன்கூட்டிக் கூறலாம்.

நியூட்டன் இயக்க விதிகளை வகுத்து விளக்கியுரைத்தமையால் தான், புதிய கோள்களைக் கண்டுபிடிக்க முடிந்தது. கேம்பிரிட்ஜைச் சேர்ந்த ஜான் கௌச் ஆடம்ஸ் (1819-1892) என்பவரும், பிரஞ்சு நாட்டுக்காரரான அர்பேன் லாவெரிய என்பவரும் நியூட்டன் கூறிய ஈர்ப்பு விதியின் அடிப்படையில் தனித்தனியே கணக்குப் போட்டுப் பார்த்தனர். ஆங்கில வானியல் ஆராய்ச்சியாளரான ஜான் பிரடரிக் வில்லியம் ஹெர்ஷல் (1792-1871) தற்செயலாக யூரனஸ் என்ற கோளைக் கண்டு பிடித்தார். நியூட்டனின் விதிக்கு இணங்க அக்கோள் சுற்றிவரவில்லை என்பதை மேற்கூறிய இரண்டு அறிவியலாரும் கண்டனர். நியூட்டன் கூறிய விதி சரியானால், அந்தக் கோளின் சுற்றோட்டத்தில் ஏற்பட்ட மாறுதலுக்கு வேறு ஏதேனும் காரணம் இருக்க வேண்டுமென்பது உணரப்பட்டது. யூரனஸ் கோளுக்கும் அப்பால் வேறொரு கோள் இருக்க வேண்டும்; அதன் ஈர்ப்பு விசையினால் தான் யூரனஸ் போக்கில் மாறுதல் ஏற்படுகின்றது; கணித வல்லுநர் இருவரும் தமது கணித அறிவைக் கொண்டு கணித்தறிந்ததில், யூரனசிடம் மாறுதலை உண்டாக்கத் தக்க இன்னொரு கோள்,

இன்ன இடத்தில், இன்ன தொலைவில் இருக்க வேண்டும் என்பதைக் கண்டறிந்து உலகிற்குக் காட்டினர். அந்தக் கோள் நெப்டியூன் ஆகும். இது கதிரவனைச் சுற்றி வருகின்ற எட்டாவது கோள். புதிய முன்னேற்றத்திற்குக் காரணமாகக் கணித அறிவியல் வளர்க்கப்படாதிருப்பின், நியூட்டனால் தம்முடைய ஈர்ப்பு விதிகளையோ, இயக்க விதிகளையோ, கண்டு பிடித்துக் கூறியிருக்க முடியாது. அவர் அறிவியலில் நுண் கணித இயல் என்ற புதிய துறையையும் கண்டுபிடித்தார்.

''நியூட்டனுக்குக் கணிதத் துறையில் இருந்த அறிவை உலகம் நன்கு அறிந்திருந்தது. அவரது புகழ் ஐரோப்பிய நாடுகள் எங்கிலும் பரவியிருந்தது. அவருக்கு இருந்த தனிப்பட்ட இத்திறமை கணித மேதைகளையும் வியக்கச் செய்தது'' என்று தமிழில் அறிவியல் நூல்களையும், கட்டுரைகளையும் எழுதிய முன்னோடியான பெ.நா.அப்புசாமி (இறப்பு 1986) நியூட்டனின் அருஞ்செயலை விவரிக்கின்றார்.

நியூட்டன் 1727 ஆம் ஆண்டு இறந்தார். அவரது உடல் இலண்டனிலுள்ள வெஸ்ட்மினிஸ்டர் கோயிலின் கல்லறைத் தோட்டத்தில் அடக்கம் செய்யப்பட்டுள்ளது. இந்தச் சிறப்பைப் பெற்ற முதல் விஞ்ஞானி சர் ஐசக் நியூட்டன் ஆவார்.

நியூட்டன் கொள்கையில் தவறு நேர்ந்ததா?

''நியூட்டன் கொள்கை தவறா?'' என்ற தலைப்பில், இந்து இதழில் 1988 அக்டோபர் 5 அன்று வெளிவந்த செய்தியின் சில பகுதிகள் இங்கு தரப்படுகின்றன.

நியூட்டனின் புவி ஈர்ப்பு விதி பற்றிய கொள்கையின் முந்நூறாவது தோற்ற நாள் 1987 ஆம் ஆண்டு கொண்டாடப்பட்டது. அக்கொள்கை மூத்துக் கிழமாகி விட்டதோ என்று இப்போது தோன்றுகின்றது. அண்மையில் அறிவியலார் புவி ஈர்ப்பு விசையைத் துல்லியமாக அளந்தறிய முயன்றனர். அதை வைத்து நோக்குகையில் நியூட்டனின் ஈர்ப்பு விதியை அடிப்படையாக வைத்துப் பெறப்பட்ட அனுமானங்களில் தவறு உள்ளது என்பது தெரிய வந்திருக்கின்றது.

ஆராய்ச்சியாளர் இப்போது புவி ஈர்ப்பு விசையை அளக்கவல்ல ஒரு கருவியை உருவாக்கினர். அதை கிரீன்லாந்தின் உறைபனி அடுக்குகளில் இருந்த ஒரு மைல் (சுமார் 1.6 கிலோமீட்டர்) ஆழமான ஒரு துளைக்குள் செலுத்தி ஆராய்ந்தனர். அவர்களும் நியூட்டன் விதியின் கோட்பாட்டியல் கணிப்புகள் குறித்துக் கருத்து வேறுபடுகின்றனர்.

நியூட்டனின் விதியை மிகவும் துல்லியமாகக் கணித்து அறிய மேற்கொண்ட சோதனையில், இதை மிகவும் நுட்பமானது என்று ஆராய்ச்சியாளர் கருதுகின்றனர். இதுவரையிலும், இதைப்போன்ற துல்லியமான சோதனைமுறை கைக் கொள்ளப்பட்ட தில்லை. நியூட்டன் எண்ணியதைப் போன்று ஈர்ப்பு விசையானது நடந்து கொள்வ தில்லை என்று கருதுவதற்கு இந்த ஆய்வின் முடிவுகள் இடந்தருகின்றன.

பிற இயற்பியலார் இதை ஏற்றுக் கொள்ளாமல் இருக்கின்றனர் என்று சயின்ஸ் என்ற ஆங்கில அறிவியல் இதழ் இது குறித்துக் கூறுகின்றது. இது மிகுந்த கவனத்துடன் செய்யப்பட்ட சோதனையின் துல்லியம் பற்றிய விஷயம் அன்று; ஆனால் இச்சோதனை யின்போது பெறப்பட்ட அளவைகள் மெய்யாகவே நியூட்டனின் ஈர்ப்பு விதி பற்றிய அனுமானங்களுடன் ஒத்துப் போகின்றனவா அல்லவா என்பதே இதில் முக்கியமாகும் என்று பிற இயற்பியலார் கூறுகின்றனர்.

இந்த ஆய்விற்கும், நியூட்டனின் விதிக்கும் இடையில் இருக்கக் கூடிய முரண்

பாடானது, ஏற்கெனவே ஏற்கப்பட்டுள்ள நான்கு விசைகளுடன், ஐந்தாவதாக இன்னொரு விசையும் இருக்கலாம் என்பதற்கு இது சான்றாகுமோ என்ற கருத்தை அறிவியல் இதழ்கள் எடுத்துரைக்கின்றன. ஏற்கெனவே ஏற்கப்பட்ட நான்கு விசைகள் வருமாறு:

புவி ஈர்ப்பு விசை, மின்காந்த விசை, வலிய விசை, மெலிய விசை என நான்கு விசைகள்.

எனினும் இந்த ஆய்வில் ஈடுபட்ட ஆராய்ச்சியாளர்கள், தாம் சேகரித்த ஆதாரக் கூறுகளின் (DATA) கோட்பாட்டியல் சுட்டுகின்றவை குறித்து எந்த உரிமையும் கொண்டாடவில்லையெனினும், தாம் திரட்டிய ஆதாரக் கூறுகள் நியூட்டனின் புவி ஈர்ப்பு விசை விதி கூறும் அனுமானங்களிலிருந்து வித்தியாசப்படுகின்றன என்று மட்டும் எடுத்துக் காட்டுகின்றனர்.

நியூட்டனின் புவி ஈர்ப்பு விதியிலிருந்து இது வேறுபட்டிருப்பது மெய்யாகவே இருக்குமாயின், அது முற்றிலும் புதிய விசை என்பதைவிட, ஈர்ப்புவிசையில் முன்னர் கண்டுபிடிக்கப்பட்டிருந்த ஒரு பகுதி என்பதையே அது காட்டுகின்றது எனலாம் என்று வேறு சில இயற்பியலார் எடுத்துக் காட்டுகின்றனர்.

2. கிறித்தவ சமயப் பரப்பிகளிடையே போட்டி

ஏசு சபையைச் சேர்ந்த கத்தோலிக்கருக்கும், சீர்திருத்தக் கிறித்தவ அமைப்பினரான லூதரன்களுக்குமிடையே பூசல் இருந்து வந்தது.

தரங்கம்பாடியைத் தளமாகக் கொண்டு லூதரன் சபையினர் இயங்கி வந்தனர் என்பதை இக்களஞ்சியத்தின் பல இடங்களில் விவரித்திருந்தோம். அவர்கள் தமது சமயப்பிரிவை மக்களிடையே பரப்புவதில் மிகுந்த முனைப்புடன் செயல்பட்டனர். இது குறித்து ஏசு சபையினருக்கு அதிருப்தியும், மனக்கசப்பும் இருந்து வந்தன. வீரமாமுனிவர் என்ற பெஸ்கி லூதரன்களைக் கண்டித்து இந்த 1727 ஆம் ஆண்டு ஒரு நூல் எழுதினார். அதற்கு வேத விளக்கம் என்று பெயர். வீரமாமுனிவர் அந்நூலில் லூதரன்களைக் கடுமையாகத் தாக்கினார். இத்தகைய பூசலுக்கும், போட்டிக்கும் வலுவான காரணங்கள் இருந்தன என்பதை 1729 ஆம் ஆண்டு வரும் கட்டுரையில் காணலாம்.

1727

3. சென்னையில் மேயர் முறை மன்றம் அங்கீகாரம் பெறுதல்

பிரிட்டனின் முதலாம் ஜார்ஜ் மன்னர் 1726, செப்டம்பர் 24 அன்று அளித்த உரிமைச் சாசனப்படி சென்னையில் மேயர் முறை மன்றம் என்ற நீதிமன்றம் இந்த 1727 ஆம் ஆண்டில் அங்கீகாரம் பெற்றது.

4. இரண்டாம் ஜார்ஜ் பிரிட்டனில் பட்டத்திற்கு வந்தார்

பிரிட்டனின் முதலாம் ஜார்ஜ் மன்னரின் (1660-1727; ஆட்சிக் காலம் 1714-1727) மகனான இரண்டாம் ஜார்ஜ் (1683-1660) இந்த ஆண்டு தன் தந்தையை அடுத்துப் பட்டத்திற்கு வந்தார்.

இலண்டன் மாநகரம் தனது நெடிய வரலாற்றில், இக்கால கட்டத்தில் போன்று எப்போதும் இத்தனை கொந்தளிப்பு மிகுந்திருந்ததில்லை. இப்படிப்பட்ட நிலையில் இரண்டாம் ஜார்ஜ் இந்த 1727 இல் அரியணை ஏறினார்.

இலண்டன் மாநகர மேயர் மன்னருக்கு மிகப்பெரிய விருந்து ஒன்றைக் கொடுத்தார். மிகவும் துல்லியமாகக் கூறுவதாயின் அந்த விருந்திற்கு 4,889 பவுன் 4 சில்லிங்கு செலவாயிற்று. (இக்காலச் சூழலில் ஒரு பவுனின் மதிப்புச் சுமார் பத்து ரூபாய்.)

புதிதாக இப்போது பட்டம் ஏற்ற இரண்டாம் ஜார்ஜ் மன்னர் பதினெட்டாம் நூற்றாண்டு ஐரோப்பாவில் காணப்பட்ட கொடுங்கோல் மன்னர்களைப் போன்று கிட்டத்தட்ட இருந்தார் எனலாம். மன்னர் பதவியேற்றதும் ஏழைக் கடன்காரர்களுக்கு நிவாரணம் தருவதற்காக ஆயிரம் கினி கொடையாகக் கொடுத்தார். (கினி என்பது இன்று பிரிட்டனில் புழக்கத்தில் இல்லாத பொற்காசு. அது 1813 ஆம் ஆண்டு புழக்கத்திலிருந்து நீக்கப்பட்டது. அதன் மதிப்பு 21 சில்லிங்கு; ஒரு பவுனுக்குச் சற்று அதிகம்) இவரது ஆட்சிக்காலம் மிகவும் குறிப்பிடத்தக்கதாகப் பிரிட்டிஷ் வரலாற்றில் கருதப்படுகின்றது. இவர் 1760 வரை ஆட்சி புரிந்தார்.

5. இரத்த அழுத்தம் : துல்லியமாக அளந்தறிதல்

வில்லியம் ஹார்வி (1578-1657) என்ற ஆங்கில மருத்துவர் சென்ற நூற்றாண்டில், 1627 ஆம் ஆண்டு இரத்த ஓட்டத்தைக் கண்டுபிடித்தார். இது மருத்துவத் துறையில் ஒரு பெரிய முன்னேற்றமாகக் கருதப்பட்டது.

இரத்த ஓட்டத்தின் அழுத்தம் எவ்வளவு என்பதைத் துல்லியமாக அளக்கும் ஒரு முறை இந்த 1727 ஆம் ஆண்டில் கண்டுபிடிக்கப்பட்டது. இந்தப் பதினெட்டாம் நூற்றாண்டு அறிவியல் துறையில் அடிப்படையான பல கண்டுபிடிப்புகள், விதிகள், கொள்கைகள் முதலியன எழக் காரணமாயிருந்தது.

6. பிரேசிலில் காப்பிப் பயிர் அறிமுகம்

போர்த்துக்கீசரான வாஸ்கோட காமா (1469-1524) 1498, மே 21 அன்று கள்ளிக்கோட்டையின் அருகே கரையிறங்கினார். அதற்கு இரண்டாண்டுகளுக்குப்பிறகு அதே நாட்டினரான கப்பல் படை உயர் தலைவராகிய அட்மிரல் பெத்ரோ ஆல்வாரஸ் கபரால் 1500 ஆம் ஆண்டு பிரேசிலில் இறங்கிய போது, அங்கு கற்காலப் பண்பாட்டையே தாண்டாத நாகரிக முதிர்ச்சியற்ற சிவப்பு இந்தியர் வாழ்ந்திருந்தனர். இங்கு வண்ணப் பொருள்கள் செய்யப்பயன்படும் பிரேசில் என்ற மரம் செழித்திருந்தமையால், அந்த மரத்தின் பெயரே இந்நாட்டிற்கும் வழங்கலாயிற்று.

புது உலகென்ற அமெரிக்காவைப் போர்ச்சுக்கல்லும், ஸ்பெயினும் பங்கு போட்டுக் கொள்வதற்காக 1494 ஆம் ஆண்டு ஏற்பட்ட தோர்டிசில்லாஸ் (Tordesillas) உடன்படிக்கைப்படி, போர்ச்சுக்கல் பிரேசிலைத் தன் பங்காகக் கேட்டுப் பெற்றது.

தென் வடக்காகச் சுமார் 4,320 கிலோ மீட்டரும் (2700 மைல்), கிழ மேலாக அதைவிடச் சிறிது அதிகமாகவும் உள்ள மாபெரு நிலப்பரப்பைக் கொண்ட பிரேசிலில் பதினாறாம் நூற்றாண்டில் போர்ச்சுக் கல்லின் நேரடி ஆட்சி ஏற்பட்டது. அங்கு உள் பூசல்களும் போட்டிகளும் தோன்றியபோதிலும், தென் அமெரிக்காவில் போர்ச்சுக்கீச மொழி பேசும் ஒரே நாடு என்ற நிலையைப் பிரேசில் பெற்றது.

இனக்கலப்பு

போர்த்துக்கீசக் குடியேறிகள், நாட்டு இந்திய மக்களுடனும், இந்தியர் வேலை செய்யத் தயங்கியமையால், இங்கு இறக்கப்பட்ட ஆப்பிரிக்க அடிமைகளுடனும் ஒன்றிக்

கலந்தனர். பிரேசிலுக்குப் பதினாறாம் நூற்றாண்டு தொடங்கி, 1888 ஆம் ஆண்டு அடிமை முறை ஒழிக்கப்பட்டது வரையிலும், ஏறத்தாழ 40 இலட்சம் பேர் அடிமை களாகக் கொண்டுவரப்பட்டனர் என்பது குறிப்பிடத்தக்கது. ஐரோப்பாவிலும், நடுக்கிழக்கு, தொலைக்கிழக்கு ஆகிய பகுதிகளிலுமிருந்து பேரெண்ணிக்கையில் மக்கள் இங்கு குடியேறியமையால் 1820, 1939 ஆகிய ஆண்டுகளுக்கு இடைப்பட்ட நூற்றியிருபது ஆண்டுகளில் மேலும் இனக்கலப்பு மிகுந்தது.

மிளகு

ஜெர்மானியர் பிரேசிலின் தென் பகுதியில் குடியேறினர். ஜப்பானியர் அமேசான் ஆற்றின் கழிமுகப் பகுதியில் மிளகு விளைவித்தனர்; காய்கறித் தோட்டங்கள் போட்டனர். அவர்கள் சா பௌலோ என்ற மாபெரும் நகருக்கு வெளியே நிறைந்திருந்தனர். எனினும் இந்நாட்டில் மக்களிடையே நிறவேற்றுமைப் போக்கு இல்லை.

கரும்பும் அடிமைகளும்

பிரேசிலின் கிழக்கத்திக் கரையோரப் பகுதியில் 1532 ஆம் ஆண்டு கரும்பு பயிரிடத் தொடங்கினர். கரும்புத் தோட்டங்களில் வேலை செய்வதற்காக மேற்காப்பிரிக்காவிலிருந்து ஆயிரக் கணக்கானோர் இங்கு அடிமைகளாகக் கொண்டு வரப்பட்டனர். அவர்களுக்கும் நாட்டு இந்தியர்களுக்கு மிடையே ஏற்பட்ட கலப்பின் பயனாக, இன்று பிரேசில் மக்கள் பெரிதும் பெருமை கொள்ளும் கலப்பு ஆளுமை அங்கு ஏற்பட்டது.

தங்கம்

பிரேசில் 1960 ஆம் ஆண்டுகளில் பெருஞ் செழிப்பைப் பெற்றது. அங்கு மினாஸ் செராயஸ் என்ற பகுதியில் 1600 ஆம் ஆண்டு தங்கம் கண்டுபிடிக்கப்பட்டதே அதற்குக் காரணமாகும். (மினாஸ் செராயஸ்; இது கிழக்குப் பிரேசிலின் உள்நாட்டு மாநிலம்; பிரேசிலிய உயர் பீடபூமி மீது உள்ளது. இங்கு பெரிய அளவில் இரும்புக் கனிமமும், மாங்கனீசும் உள்ளன. இது 5,87,172 சதுர கிலோ மீட்டர் - 2, 26, 707 சதுர மைல் பரப்புடையது.)

அதனால் கரும்புத் தோட்டக்காரர்கள் தங்கத்தைத் தேடித் தம்முடைய அடிமைகளோடு மேற்சொன்ன பகுதிக்குச் சென்றனர். இதற்குச் சில ஆண்டு களுக்குப்பிறகு இங்கு வைரமும் கண்டுபிடிக்கப்பட்டது. ஆதலால் பிரேசில் நூறு ஆண்டுகளாக உலகிற்குத் தங்கமும், வைரமும் அளித்த மிகப் பெரிய நாடாகச் செல்வத்தில் செழித்திருந்தது.

காப்பியும், இத்தாலியரும்

இவ்வாறு வேளாண்மையிலும், கனித்தொழிலிலும் சிறந்தோங்கியிருந்த பிரேசிலுக்கு இந்த 1727 ஆம் ஆண்டு முதன் முதலில் காப்பிச் செடி கொண்டு வரப்பட்டது. பிரேசிலுக்குச் செல்வத்தைக் கொண்டு வந்து குவித்த தங்கமும், வைரமும் எடுத்துத் தீர்ந்த பின்னர் அந்நாட்டை வாழ வைத்த பெருமை காப்பிக்கு உண்டு என்று கூறத்தக்க விதத்தில், அங்கு காப்பி வேளாண்மை சிறந்தது. பிரேசிலின் தென்கிழக்குப் பகுதியில் இப்போது காப்பி ஏராளமாகப் பயிராகின்றது.

இத்தாலியிலிருந்து பத்தொன்பதாம் நூற்றாண்டின் இறுதியில் பிரேசிலுக்கு ஏராளமான இத்தாலியர் வந்து குடியமர்ந்தனர். அவர்கள் பிரேசிலின் காப்பித்

தோட்டங்களில் வேலைக்கு அமர்த்தப்பட்டனர். பிரேசில் வெகு விரைவிலேயே உலகின் காப்பித் தேவையில் 75 சதவீதத்தை அளிக்கத் தொடங்கிற்று. பிரேசிலியா இதன் தலை நகரம். போர்த்துக்சீச மொழி இந்நாட்டில் வழங்குகின்றது. பிரேசில் இன்று குடியரசாக நிலவுகின்றது.

1728

1. ஓவியர் இரவி வர்மன்

முன்னோர் வீரம்

ஆட்டிங்கல் பற்றி 1722 மூன்றாம் கட்டுரையில் கண்டோம். திருவிதாங்கூர் மன்னர்களின் தாய்வீடான ஆட்டிங்கல்லிற்குக் கொல்லம் ஆண்டு 903, கி.பி. 1728 இல் அந்நாட்டு இளவரசர் அழைத்துச் செல்லப்பட்டார்.

ஆட்டிங்கல் அரசி இவ்வாறு இளவரசரை அழைத்துக் கொண்டு சென்ற வழியில் அவ்விருவரையும் கொல்வதற்காக எட்டு வீட்டுப் பிள்ளைமார் இரமண மடத்துப் பிள்ளையின் தலைமையில் சாலக் கூட்டம் என்ற இடத்தில் கூடினர்.

ஆனால் கிளிமானூர்க் கோயில் தம்பிரான் விழிப்போடு இருந்து தக்க வேளையில் எடுத்த நடவடிக்கையின் பலனாக அரசியும் இளவரசரும் தப்பினர். கோயில் தம்பிரான் அரசியையும், இளவரசரையும் மாறு வேடத்தில் அருகிலுள்ள ஓர் ஊருக்கு முன்கூட்டியே அனுப்பிவிட்டு, அவர் தன் ஆள்களுடன் பல்லக்கினுள் அமர்ந்து, வழக்கமாய்ப் போகும் வழியில் சென்றார்.

இரவி வர்மன்

அப்போது வெறிகொண்ட கூட்டம் அரசியும், இளவரசரும் பல்லக்கினுள் இருக்கின்றனர் என்று எண்ணி அதைத் தாக்கப் பாய்ந்த போது, கிளிமானூர்க் கோயில் தம்பிரான் வாளை உருவிக் கொண்டு பல்லக்கிலிருந்து வெளியே பாய்ந்தார். அவர் தன்னைத் தாக்க வந்த பலரை வெட்டிக் குவித்தார். எனினும் அவர் இந்தச் சண்டையில் இறக்க நேர்ந்தது.

கோயில் தம்பிரானின் இந்த விசுவாசமான செயலைப் பாராட்டி அவருடைய குடியினருக்குக் கிளிமானூர் என்ற ஊர் முற்றாக இறையிலியாகத் தரப்பட்டது. அரசியையும், இளவரசரையும் காத்த வீரர் என்று பட்டம் கொடுத்தனர். அதை இக்குடியினர் வழிவழியாக அனுபவித்து வந்தனர்.

பின்னாளில் புகழ்பெற்ற ஓவியராக இந்துக் கடவுளர், புராண நாயக, நாயகியர் படங்களை வண்ணத்தில் வரைந்து உலகெங்கும் சிறப்புப் பெற்ற ஓவியர் இரவி வர்மன் இந்தக் கிளிமானூர்க் குடும்பத்தைச்

சேர்ந்தவர் என்பது குறிப்பிடத்தக்கது. இரவி வர்மன் கோயில் தம்பிரானின் ஓவியங்கள் கல்கத்தா, சென்னை, வியன்னா ஆகிய இடங்களில் நடந்த காட்சிகளில் தங்கப் பதக்கங்கள் பெற்றன.

அவரின் ஓவியங்களுடைய வண்ண அச்சுப் பிரதிகள் இன்றும் தென்னிந்தியர் இல்லங்களில் வணக்கத்திற்குரிய இடத்தைப் பெற்றுள்ளன. மதுரையிலுள்ள அரவிந்தக் கண் மருத்துவ மனையின் மூன்று தளங்களிலும் ஆங்காங்கே இரவி வர்மனின் அச்சிட்ட இவ்வோவியங்களைக் கண்டு மகிழலாம்.

2. இந்தியாவில் கிராம்வெல் சந்ததியார்

ஆங்கிலப் படைத்தலைவரும் அரசியல் தந்திரியுமான ஆலிவர் கிராம்வெல் *(1599-1658)* பற்றி *1721* ஆம் ஆண்டு *8* ஆம் கட்டுரையில் ஏற்கெனவே கண்டோம். அவர் பிரிட்டனில் நடந்த உள்நாட்டுப்போரில் பாராளுமன்றப் படைக்குத் தலைமை ஏற்று அரச ஆதரவாளரைத் தோற்கடித்தார். முதலாம் சார்லஸ் மன்னர் *(1600-49;* ஆட்சிக்காலம் *1625-1649)* மரணதண்டனைக்கு ஆளான பிறகு, பிரிட்டிஷ் காமன்வெல்த்தில் நாட்டின் மேலுயர் பாதுகாவலராயிருந்து *1653-1658* வரை ஆட்சி நிர்வாகப் பொறுப்பைக் கிராம்வெல் ஏற்றிருந்தார்.

அவருடைய சந்ததியினர் இந்தியாவில் பணியாற்றியிருக்கின்றனர் என்பது சுவையான செய்தியாகும். கிராம்வெல்லின் கொள்ளுப் பேரரான ஃபிராங்குலாந்து இந்த *1728* இல் வங்கத்தின் கவர்னராயிருந்தார். மற்றொரு கொள்ளுப் பேரரான ஃபிரான்சிஸ் ரசல் கம்பெனி ஊழியராயிருந்து, *1743* ஆம் ஆண்டு கல்கத்தாவில் இறந்தார்.

பேரனுக்குப் பேரனான நிக்கலஸ் மார்ஸ் என்பவர் சென்னையில் கவர்னராயிருந்து *1772* இல் இறந்தார்.

1728

3. சென்னையில் கிறித்தவச் சமயப்பரப்பு அமைப்புத் தோற்றம்

விவிலியத்தின் புதிய ஏற்பாட்டைத் தமிழில் ஆக்கும் அரும்பணியைச் சீகன்பால்கு தொடங்கி வைக்க, மற்றொரு சமயப்பரப்பியான பெஞ்சமின் சூல்ஸ் முடித்து வைத்ததை *1725* ஆம் ஆண்டுக் கட்டுரை *4* விவரித்தது. சூல்ஸ் என்னும் அந்த ஜெர்மன் பாதிரியார் இந்த *1728* ஆம் ஆண்டு எஸ்.பி.சி.கே *(S.P.C.K)* என்ற கிறித்தவச் சமயப்பரப்பு அமைப்பின் கிளையை நிறுவினார். இது முதலில் சென்னையில் பழைய கலங்கரை விளக்கத்திற்கு அருகில் இருந்தது.

இத்துடன் ஒரு சர்ச்சும் பிற கட்டடங்களும் பின்னர் வேப்பேரியில் எழுப்பப் பட்டன. வேப்பேரி மிசனையடுத்த பழைய விடுதி இன்று கூட சர்ச்சின் அருகில் அண்மைக்காலம் வரையிலும் இருந்தது.

இதை ஆங்கிலத்தில் *(Society for Promotin Christian Knowledge)* என்று அழைத்தனர். இந்த அமைப்பின் சார்பில்தான் தரங்கம்பாடி மிசனுக்கு அச்சுப்பொறிகளும் பிற உதவிகளும் அடிக்கடி அளிக்கப்பட்டன. இந்த அமைப்பில் ஜெர்மனி, டென்மார்க்கு, இங்கிலாந்து, சுவீடன், இத்தாலி, ஆலந்து, அமெரிக்கா போன்ற பல்வேறு நாட்டினர் வந்து சமயப் பணியாற்றினர். இந்த அமைப்பு *1698* ஆம் ஆண்டு நிறுவப்பட்டது. இவ்வாண்டு சென்னையில் அமைந்தது, அதன் கிளையாகும்.

அதை ஃபப்ரீசியஸ் என்ற பாதிரியார் இந்த 1728 ஆம் ஆண்டு சென்னை வேப்பேரியில் நிறுவினார். ஆங்கிலேயர் புதுச்சேரியிலிருந்து கைப்பற்றிக் கொண்டு வந்த அச்சுப் பொறியையும், பிற சாதனங்களையும் வேப்பேரி அச்சகத்தில் வைத்துக் கொள்ள நிபந்தனையுடன் அளித்தனர்.

4. இளஞ்சிவப்பு நிற ஜெயப்பூர் நகரம் தோற்றம்

இன்று ராஜஸ்தான் மாநிலத்தின் தலைநகரான ஜெயப்பூர் நகரம் இந்த 1728 ஆம் ஆண்டு நிறுவப்பட்டது. நாட்டரசாகிய இச்சமஸ்தானத்திற்கு ஆம்பர் என்று பெயர், (இதன் வரலாறு 1743 காண்க.) இதை இரண்டாம் ஜெயசிங்கு என்ற ஆம்பர் மன்னர் இந்த ஆண்டு நீர் வற்றிப் போன ஓர் ஏரியின் படுகையில் எழுப்பினார். இந்நகரத்திற்கு இளஞ்சிவப்பு நிறம் பூசுவது மங்கலந் தரும் என்று சோதிடர்கள் மன்னரிடம் கூறியதால் இந்நிறம் தீட்டப் பெற்றது. இது இந்தியாவில் அழகிய நகரங்கள் சிலவற்றுள் ஒன்றாகும். இங்கும் டெல்லியில் போன்று ஜெயசிங் வானாய்வு நிலைகளை நிறுவினர்.

இங்கு அமைந்த காற்று மாளிகை எனப்படும் அரண்மனைக்கு ஆம்பர் இல்லம் என்ற பெயரும் உண்டு. அங்கு கல்லில் பூவேலை செய்த அழகிய பலகணிகளைக் காணலாம். இங்கும் திறந்தவெளியில் ஒரு வானாய்வு நிலையம் உண்டு. அங்கும் கல்லில் செதுக்கிய அலங்காரப் பூ வேலையுள்ள பலகணிகள் உள்ளன.

5. தஞ்சை மராட்டிய அரியணையில் புது மன்னர்

முதலாம் ஏகோசி தஞ்சை மராட்டியர் குடியை 1676 ஆம் ஆண்டு நிறுவி 1684 வரை ஆண்டார். அவருக்குப்பிறகு அவர் முதல் மகன் ஷாஜி 1684 முதல் 1712 வரை அரசிருந்தார். இவர் பல்லகீ சேவை என்ற வழிபாட்டு முறையைச் செல்வாக்குப் பெறச் செய்தார். இந்த வழிபாடு தஞ்சைத் தரணிக் கோயில்களில் பரவலாக இருந்தது. இறைவன் உலா வரும்போது இசையுடன் நடனமும் நடைபெறும். இதைப் பல்லகீ சேவை என்றனர். ஷாஜி பல்லகீ சேவப் பிரபந்தம் என்ற நூலை எழுதினார். இவர் தியாகராச விலாச யட்சகானம் என்ற நூலை எழுதியதாகவும் தெரிகின்றது. இவர் பல நாடகங்களையும் எழுதியிருக்கின்றார். தெலுங்கில் இருபது நூல்கள் எழுதியுள்ளார்.

முதலாம் சரபோசி தஞ்சை மராட்டியர் குடியின் மூன்றாவது மன்னர். இவர் 1712 முதல் 1728 வரை ஆட்சி புரிந்தார். சரபோசி இராச சாகித்தியம் என்ற தெலுங்கு நூல் இவரால் எழுதப்பெற்றது. இப்பாடல்கள் பதங்கள் எனப்படும் தெலுங்குப் பா வகையைச் சேர்ந்தவை.

துக்கோசி

முதலாம் சரபோசியை அடுத்துத் துக்கோசி இராசா அல்லது துளசா என்ற பெயரையுடைய முதலாம் துளசா இந்த 1728 இல் பட்டத்திற்கு வந்தார். இவர் ஏகோசியின் மூன்றாவது மகன். இவரும் இசை நூல்களையும் நாடகங்களையும் எழுதியிருக்கின்றார். துக்கோசி சங்கீத சாராமிருதம் என்ற இசை நூலை எழுதினார். அதில் சுருதி சுத்த ஸ்வரம், விக்ருதஸ்வரம், கிரமம், மூர்ச்சுனை, சாதாரணம், வர்ணாலங்காரம், ஜாதி, கீதி. மேளம், பாகம், வாத்தியம், பிரபந்தம், தாளம், பிரசீர்ணகம் ஆகிய பதினான்கு அதிகாரங்கள் அடங்கியுள்ளன. அவர் தமக்கு முந்திய மராட்டிய மன்னர்களை அடியொற்றிச் சிவகாம சுந்தரி பரிணயம் என்ற நாடகத்தையும் தெலுங்கு மொழியில் எழுதினார்.

இவர் ஒரு முஸ்லிம் படைத்தலைவருக்கு அளவுக்கு மீறி அதிகாரங்கள் கொடுத்திருந்ததாக ஏசு சபையினர் எழுதிவைத்திருக்கின்றனர். முதலாம் துளசா அந்த முஸ்லீமிற்கு உயர்ந்த பதவியை அளித்தார். அம் முஸ்லிம் பேராசை கொண்டு மக்களைக் கசக்கிப் பிழிந்து வரி தண்டினர். அவர் எண்ணிலடங்கா அட்டூழியங்களைச் செய்தார். '' அவர் ஏழைகளின் வியர்வையையும், குருதியையும் கொண்டு, அரசின் கருவூலத்தைப் பொன்னால் நிரப்பினார்'' என்று ஏசு சபையின் கடிதம் கூறுகின்றது.

இந்த முஸ்லிம் அதிகாரி மீது நாட்டில் மக்களிடையே மிகுந்த வெறுப்பு நிலவிற்று. அவர் மக்களின் தோலை உயிருடன் உரித்து விடுவார். அவர் பெயரைக் கேட்டதும் நாடே நடுங்கிற்று. மக்கள் அவரை வெறுக்க, மன்னரோ அவர் மீது அளவற்ற அன்பு காட்டினார்.

இந்து மன்னரிடம் உயர் பொறுப்பைத் தாங்கும் மேலான பதவிகளில் முஸ்லிம்கள் இருப்பதும், முஸ்லிம் மன்னரின் அவைகளில் இந்துக்கள் உயிர்நாடியான பதவிகளை வகிப்பதும் பன்னெடுங்காலத்து மரபாகப் பாரதத்தில் இருந்து வருகின்றது. சமயச் சார்பற்ற அரசியல் முறை இந்தியாவிற்குப் புதியதன்று என்பதற்கு இவை சிறந்த சான்றுகளாகும்.

6. இளகங்க நாட்டை மைசூர் வெல்லுதல்: பெங்களூர் நகர வரலாறு

மைசூர் நாட்டை ஆண்டுவந்த தொட்ட கிருஷ்ணராச உடையார் என்ற மன்னர் *1728* ஆம் ஆண்டு இளகங்க நாட்டுப் பகுதியை வெற்றி கொண்டார். இத்துடன் பல நூற்றாண்டுகளாக நிலவி வந்த இளகங்க நாட்டு மன்னர் குடி வரலாற்றிலிருந்து மறைந்தது. இது இவ்வாறு வரலாற்று ஏடுகளோடு ஒடுங்கிக்கொண்ட போதிலும், அக்குடியின் மாபெரும் மன்னரான கெம்பக் கவுடர் நிறுவிய பெங்களூர் நகரம் இன்றும் நின்று நிலவுகின்றது.

இளகங்க நாடு

கர்நாடகம் என்று இன்று பெயர் பெற்று விளங்கும் கன்னட மொழி வழங்கும் நாட்டின் தென் மேற்கில் இளகங்க நாடு என்றொரு சிற்றரசு இருந்தது. அது பண்டைக் கல்வெட்டுகளில் இளைப்பாக்கம் என்று குறிப்பிடப்படுகின்றது. சோழர் ஆட்சிக் காலத்தில் அப்பகுதியும், அதைச் சுற்றியிருந்த நாடும் அப்பெயரால் அழைக்கப்பட்டது. இளைப்பாக்கம் தற்காலத்துப் பெங்களூர் நகரின் வடக்கே சுமார் *13* கிலோ மீட்டர் *(8* மைல்) தொலைவில் இருந்தது.

இளைப்பாக்கம் இராசேந்திரச் சோழ வளநாட்டின் ஒரு பிரிவாக இருந்தது. இளைப்பாக்கம் என்ற தமிழ்ச் சொல் திரிந்து இளகக்க ஆகிப் பின்னர் இளகங்க ஆயிற்று. இது சோழர் காலத்தில் போலவே போசளர், விசயநகரப் பேரரசர்களின் காலத்திலும் தலையாயதாக விளங்கிற்று.

அது பதினான்காம் நூற்றாண்டில் சிவசமுத்திரச் சீமையில் சிவசமுத்திர அருவியின் பெயரால் வழங்கும் நாடு- ஒரு பகுதியாக இருந்தது. அதைப் புகழ்பெற்ற சுங்க மரபினரான உம்மாத்தூர் மன்னர் ஆண்டனர். விசயநகரப் பேரரசரான கிருஷ்ணதேவராயர் உம்மாத்தூர் மன்னர்களைப் பின்னர் வென்றடக்கினார்.

எனினும் இளகங்க நாடு பதினைந்தாம் நூற்றாண்டின் தொடக்கத்தில் செயக்கவுடர் தோற்றுவித்த இளகங்கநாட்டுத் தலைவர்கள் குடியின் உறைவிடமாயிற்று. செயக்கவுடர்தான் இளகங்க நாட்டுப் பிரபுக்களின் குடியைத் தோற்றுவித்தார். இக்குடியின் ஆட்சி கிட்டத்தட்ட *328* ஆண்டுகள் நீடித்தது என்பது குறிப்பிடத்தக்கது.

2

செயக்கவுடர் ஒரு தந்திரத்தைக் கையாண்டு இக்கோட்டையைப் பிடித்தார். அவர் அதன் பின்னர் விசயநகரப் பேரரசின் மேலாண்மையை ஏற்றார். இளகங்கநாடு இவ்வாறு விசயநகரப்பேரரசுடன் கொண்டிருந்த தொடர்பு, அப்பேரரசின் கடைசிக் காலம் வரையிலும் நீடித்தது.

கவுடர் யார்?

இளகங்க நாட்டுச் சிற்றரசர்களான பிரபுக்கள் கவுடர் அல்லது உழவர் ஆவார். அவர்கள் காஞ்சிபுரத்திற்கு அருகிலுள்ள ஆத்தூரிலிருந்து குடியேறிய மக்களின் முன்னோரான முரசு ஒக்கலு என்ற பிரிவைச் சேர்ந்தோராவர். அவர்கள் கர்நாடகத்தின் பிற்பகுதிகளில் வாழும் கங்காதீக்கரக் கவுடர்களுடன் உறவுடையோரல்லர். கங்காதீக்கரக் கவுடர்கள் கன்னட நாட்டினர்.

கங்கா தீக்கர என்பது சுங்கவாடிக்- கர என்ற சொல்லின் திரிபு ஆகும். அதாவது சுங்கர் ஆட்சியின் சின்னமான சுங்க வாடியில் வாழ்வோர் என்பது பொருள். சுங்கர் ஆட்சி முடிந்த பின்னர் இம்மக்கள் கன்னட நாட்டின் மண்ணிற்குரிய மக்களாக வாழ்ந்து வருகின்றனர்.

கங்கர் யார்?

கங்கரைப் பண்டைத் தமிழ்ப் புலவர் அறிந்திருந்தனர் என்பதை அகநானூற்றுப் பாடல் *(44:7-15)* ஒன்றிலிருந்து அறிகின்றோம். சிலப்பதிகாரத்திலும் சுங்கரைப் பற்றிய குறிப்புகள் காணப்படுகின்றன. செங்குட்டுவனுடன் போரிட்ட ஆறு மன்னர்களுள் கங்க மன்னனும் ஒருவன் என்று அறிகின்றோம். பண்டைத் தமிழ் இலக்கியத்தில் எருமை நாடு என்ற பகுதியைக் கங்கர் ஆண்டனர் என்று கூறப்பட்டுள்ளது.

எருமை என்ற தமிழ்ச் சொல் சம்ஸ்கிருதத்தில் மகிஷம் எனப்படும். தமிழரால் எருமை நாடு என்று அழைக்கப்பட்ட நிலம் காலப்போக்கில் மகிஷ நாடு ஆகி, மைசூர் என்று மருவியது என்பர் மொழிநூல் அறிஞர்.

கங்கர் ஏறத்தாழக் கி.பி. *350* முதல் மைசூர்ச் சீமை என்ற கங்க பாடியை ஆளத் தொடங்கினர். கி.பி. நான்காம் நூற்றாண்டில் வாழ்ந்த சமண ஆசாரியரான சிம்ம நந்தி கங்க நாடு ஏற்படக் காரணமாயிருந்தார். கங்கரின் ஆட்சி கி.பி. ஐந்தாம் நூற்றாண்டில் முடிவடைந்ததும் முரசு ஒக்கலு மரபைச் சேர்ந்த மக்கள் கன்னட நாட்டின் இதர கவுடர்களுடன் சேர்ந்து பொதுவாக ஒக்கலிகர் என்று அழைக்கப்படலாயினர்.

இன்று கர்நாடக மாநிலத்தின் ஒக்கலிக சமூகத்தில் ரெட்டிகளும் குஞ்சிதிகளும் அடங்கியுள்ளனர். ஒக்கலிகர் நன்கு பாடுபடக்கூடிய மக்கள். நாட்டுப்பற்று மிக்கோர். இவர்கள் பன்னெடுங்காலமாகவே வேளாண்மை, கால்நடை வளர்ப்பு, போர்த்தொழில் இவற்றில் ஈடுபட்டு நாட்டிற்குப் பெருந்தொண்டு புரிந்து வந்திருக்கின்றனர்.

முதலாம் கெம்பக்கவுடர்

இந்த இளகங்க நாட்டில் கெம்பக் கவுடர் என்ற குறுநில மன்னர் பதினாறாம் நூற்றாண்டில் எழுச்சி பெற்றார். பெங்களூர் நகர வரலாறு, அவரால் தான் தொடங்கி வைக்கப்பட்டது.

கெம்பக் கவுடர் ஆட்சிக்கு வந்ததும் அண்டை நாடுகளின் மேல் படையெடுத்தார். இளகங்க நாட்டின் அருகே சிவகங்கை என்றொரு நாடு இருந்தது. அவர்

முப்பதாண்டுகளுக்குப் பிறகு சிவகங்கையைத் தன் நாட்டுடன் சேர்த்தார். அவர் அதன் பிறகு, சோழர் காலத்திலிருந்து சிறப்புற்றிருந்து வந்த தோமரூர் என்பதையும் தன் நாட்டுடன் இணைத்தார்.

சிவகங்கைக்கும் தோமரூருக்கும் இடைப்பட்ட நிலப்பரப்பில் அடர்ந்த காடுகள் இருந்தன. கெம்பக் கவுடர் அதைப் பிடித்துத் தனது நாட்டின் இயற்கை அரணாக்கக் கருதினார். கெம்பக் கவுடர் அங்கு காடுகளை மேலும் வளர்த்துத் தனது நாட்டிற்குப் பாதுகாப்பை உண்டாக்கினார். இந்த அடர்ந்த காட்டின் நடுவில் கெம்பக் கவுடர் பிற்காலத்தில் ஒரு கோட்டையையும் நகரத்தையும் உண்டாக்கவிருந்தார். அந்நகரமே பெங்களூர் ஆகும்.

முதலாம் கெம்பக் கவுடர் கட்டடக் கலையில் பேரார்வம் கொண்டவர். அவர் எதைக் கட்டினாலும் சரி, அது கோயிலாகவோ, கோபுரமாகவோ, கோட்டையாகவோ, நகராகவோ இருந்தாலும் சரி, அதை ஒரு முன்னோடிக்கு இயல்பாக இருக்கின்ற ஆர்வத்தோடும் அக்கறையோடும் கட்டினார்.

அவந்தி நாட்டுக் குறுநில மன்னர் மரபை உண்டாக்கிய இரண பைரவக் கவுடருக்குப் பிறகு நான்காவதாகக் கெம்பக் கவுடர் பட்டம் ஏற்றார். புகழ் பெற்ற இளகங்கநாட்டுச் செயக் கவுடரின் கொள்ளுப் பேரர் கெம்பக் கவுடர். முதலாம் கெம்பக் கவுடர் எனப்படும் இவர், *1513* இல் பட்டத்திற்கு வந்து *46* ஆண்டுகள் ஆட்சி செய்தார்.

கெம்பக் கவுடர் பல நாடுகளை வென்றவர். அதனால் இளகங்க நாடு என்ற சிற்றரசின் ஆட்சிப் பரப்பு விரிந்தது. இவரது சிறப்பை விசய நகரப் பேரரசும் நன்கறிந்திருந்தது. உம்மாத்தூர்ப் பாளையக்காரர்கள் விசய நகரப் பேரரசின் ஒப்புதலின்றிப் பெனு கொண்டாவைப் பிடித்து வைத்திருந்ததால், கிருஷ்ண தேவராயர் அச்சிற்றரசரான கங்கராயர் மீது படையெடுத்தார். அவரை வென்று பெனுகொண்டாவை மீட்டார். கங்கராயரின் இரு தலைமை நகரங்களான சீரங்கப்பட்டணத்தையும், சிவ சமுத்திரத்தையும் கிருஷ்ண தேவராயர் கைப்பற்றினார். அதன் பிறகு கிருஷ்ண தேவராயர் கெம்பக் கவுடரிடம் உள் நாட்டு ஆட்சிப் பொறுப்பை ஒப்படைத்தார்.

இளகங்கநாடு கெம்பக் கவுடரின் சிற்றரசிற்குத் தலைநகராக விளங்கியது. எனினும் அது அவரது காலத்திற்கு முன்னமே வரலாற்றுச் சிறப்புற்று விளங்கியது என்பதை மேலே கூறினோம்.

1728

வீரஞ் செறிந்த மண்

கெம்பக் கவுடர் ஒரு நாள் சிவகங்கைக்கும், தோமரூக்கும் நடுவிலிருந்த காட்டிற்குள் வேட்டையாடப் போனார். ஒரு முயல் அங்கு நாயைத் துரத்துவதை இளகங்க நாட்டுச் சிற்றரசரான கெம்பக் கவுடர் காண்கின்றார். இந்த இடம் கண்டுபூமி-வீரஞ்செறிந்த மண் என்று கருதி, அங்கே களிமண்ணால் ஒரு கோட்டை கட்டுகின்றார். அக்கோட்டைக்குள் *1537* ஆம் ஆண்டு ஓர் ஊரையும் உண்டாக்குகின்றார்.

இளகங்க நாடு விசய நகரப் பேரரசின் மேலாண்மைக்குக் கீழே இயங்கி வந்த காரணத்தினால், துளுவ மரபைச் சேர்ந்த விசய நகரப் பேரரசரான அச்சுத் தேவராயரின் *(1529-1542)* ஒப்புதல் பெற்றுத்தான் கெம்பக் கவுடர் அங்கு கோட்டையும், ஊரும் நிறுவினார்.

பங்களூரு

கெம்பக் கவுடர் இப்புதிய கோட்டைக்குப் பங்களூரு என்று பெயரிட்டார். இது பண்டை நாளில் இப்பகுதியில் வாழ்ந்த மக்களின் கற்பனையைத் தூண்டிய பெயர். பங்களூரு என்பது மிகவும் தொன்மையான பெயர் என்று தோன்றுகின்றது. இப்பெயர் ஒன்பதாம் நூற்றாண்டுக் கல்வெட்டில் காணப்படுகின்றது. இக்கல்வெட்டுப் பெங்களூரின் தென் கிழக்கில் சுமார் *14* கிலோமீட்டரில் *(9* மைல்*)* உள்ள பேகூர் என்ற கிராமத்தில் கண்டு பிடிக்கப்பட்டது.

''பழ (ம்) பெங்களூரு''

இருப்பினும் பெங்களூர் வரலாற்றில் அடியெடுத்து வைத்த நேரத்தில் ஹள பெங்களூரு - பழ (ம்) பெங்களூரு அல்லது பழைய பெங்களூர் என்ற சிற்றூர் தன் பெயரை அதற்குக் கொடுத்திருக்கக் கூடும்.

இப்போது கோடகிபள்ளி என்ற கிராமம் இருக்கின்ற அதே இடத்தில் மேற்சொன்ன ஹள பெங்களூரு ஒரு காலத்தில் இருந்தது. இப்போது வேளாண்மைக் கல்லூரியும், விமான நிலையமும் இருக்கின்ற ஹெப்பல் என்ற இடத்திற்குச் சுமார் எட்டுக் கிலோ மீட்டருக்கு *(5* மைல்*)* அப்பால் கோடகிபள்ளி உள்ளது.

1728

இவ்வரலாற்று உண்மைகள் ஒருபுறமிருக்க இதனோடு தொடர்புடைய வரலாற்றுக் கதை ஒன்றும் உண்டு. போசள மன்னரான மூன்றாம் வீரவல்லாளர் *(1291-1342)* வேட்டைக்கு வந்த இடத்தில் பெருத்த ஏமாற்றமடைந்து தன்னந் தனியராகிப் பசித்துக் களைத்து வீடு திரும்பினார். அப்போது வழியில் ஒரு கிழவி மன்னனின் பசி தீர அவித்த பயற்றைக் கொடுத்தாள். உண்டு மகிழ்ந்த வீரவல்லாளர் நன்றிப் பெருக்கில் பெங்கல்-விரு என்று கூறினாராம். இக்கன்னட மொழிச் சொல்லுக்கு வேக வைத்த பயிறு என்று பொருளாம். அதிலிருந்து அவர் பயிறு உண்ட இடம் பெங்கல் - விரு ஆனது என்று அக்கதை கூறுகின்றது.

அக்கதை பன்னெடுங்காலமாக மக்களால் நம்பப்பட்டு வந்தபோதிலும், நமக்குக் கிடைக்கின்ற வரலாற்றுச் சான்றுகளின் முன்னர் இது மங்கி மறைகின்றது.

கெம்பக் கவுடர் இந்த இடத்தில் கட்டிய கோட்டை சிறியதன்று. அதற்கு எட்டு வாயில்கள் இருந்தன. அவற்றுள் வடக்கிலிருந்த இளகங்க வாயில், கிழக்கிலிருந்த அலசூர் வாயில், தெற்கிலிருந்த ஆனக்கல் வாயில் மேற்கிலிருந்த செங்கேரி வாயில் என்ற நான்கும் முக்கியமானவை. இக்கோட்டை இன்றைக்குச் சுமார் *45* ஆண்டுகளுக்கு முன்னர் இருந்த சென்னபட்டண அல்லது நாகமங்கலக் கோட்டைகளை ஒத்திருந்தது.

இப்போது நசரத்துப் பேட்டை, பல்லப்புரதப் பேட்டை, பலிப் பேட்டைகளைக் கொண்டு இலங்கும் பழைய பெங்களூர் நகரம் இருக்கின்ற அதே இடத்தில் கெம்பக்கவுடர் பதினான்காம் நூற்றாண்டில் கட்டிய கோட்டை நின்றது. சுமார் நூற்றைம்பது ஆண்டுகளுக்கு முன்னர், *1843* வாக்கில் பிரிட்டிஷ் ஆணையரின் ஆட்சி இருந்தபோது, விரிந்து பெருகி வந்த பழைய நகரத்து மக்களைக் குடியமர்த்துவதற்காகக் கோட்டைச்சுவர் முழுமையும் இடிக்கப்பட்டமையால், கெம்பக் கவுடர் கட்டிய கோட்டையின் சுவடே இன்று தடந்தெரியாது மறைந்தது.

வரலாற்றில் பெங்களூர்

முதலாம் கெம்பக் கவுடர் பெங்களூர்க் கோட்டையை எழுப்பிக் கொண்டிருந்த

நேரத்தில், அதற்கு முன்னர் ஐம்பதாண்டுக் காலத்தில் நடந்தவற்றைவிடப் பெருஞ்சிறப்பு வாய்ந்த நிகழ்ச்சிகள் உலகில் நடந்து கொண்டிருந்தன.

பதினைந்தாம் நூற்றாண்டின் இறுதியில் (1498) போர்த்துக்கீசர் கடல்வழியே தென்னகம் வந்ததை இந்தியா அப்போது கண்டது. அவர்களையடுத்து ஆலந்து (நெதர்லாந்து), டென்மார்க்கு, இங்கிலாந்து, பிரான்ஸ் முதலிய ஐரோப்பிய நாட்டினர் பலர் இந்தியாவிற்கு வரலாயினர்.

பாபரும் (1483-1530;1526 இல் முகலாயப் பேரரசரானார்) அவருடைய முகலாயப் படையினரும் வட இந்தியச் சமவெளிகளில் தோன்றினர். தபதி, கிருஷ்ணவேணி (கிருஷ்ணை) ஆறுகளுக்கு இடையிலமைந்த நிலப்பரப்பில் நிலவிய பாமினி அரசு 1526 ஆம் ஆண்டு ஐந்து தனியரசுகளாகச் சிதறிற்று. மாபெரும் விசயநகரப்பேரரசு கிருஷ்ணை ஆற்றின் கரையிலிருந்து குமரிமுனை வரையிலும் விரிந்து பரந்தது.

பெங்களூர் தோன்றியதற்கு எது காரணமாக இருந்தாலும் சரி, இந்திய அரசியல் ஓட்டத்திலிருந்து முற்றிலும் ஒதுங்கிய பல நிகழ்ச்சிகள் பெங்களூர் பிறந்த வேளையில் நிகழ்ந்தன.

விசயநகரப் பேரரசு தலைக்கோட்டைப் போரில் தக்காண முஸ்லிம் கூட்டணியினால் 1564ஆம் ஆண்டு தோல்வியுற்றதும், சுல்தான்கள் விசய நகரத்தைக் கொள்ளையடித்து, அதன் அரண்மனைகளையும், கோயில்களையும் இடித்து நகரத்தையே அழித்தனர். அவர்கள் இப்போருக்குப் பிறகு தெற்கில் படைகளை அனுப்பி ஆட்சிப் பரப்பை விரிப்பதில் முனைந்தனர். இத்தனை குமுறல்களுக்கும், கொந்தளிப்புகளுக்கும் நடுவே பெங்களூர் நகரம் முதலாம் கெம்பக் கவுடருக்குப் பிறகு அமைதியான வாழ்க்கை வாழ்ந்து கொண்டிருந்தது.

மராட்டியர் தொடர்பு

பெங்களூர் தோன்றிச் சரியாக நூறு ஆண்டுகள் ஆனபிறகு, அதை இரண்டாம் கெம்பக் கவுடர் ஆண்டு கொண்டிருந்த காலத்தில், பெரிய பிஜப்பூர்ப் படைக்குத் தலைமை தாங்கிய ரணதுல்லா கானும் அவருடன் சிவாஜியின் தந்தை ஷாஜி பான்ஸ்லேயும் (1594-1664) வந்து பெங்களூர்க் கோட்டையை முற்றுகையிட்டு மூன்று நாள் போருக்குப் பிறகு அதைக் கைப்பற்றினர்.

மராட்டியர் தலைவரான ஷாஜி பிஜப்பூர்ப்படை தெற்கில் நடத்திய தாக்குதல்களில் அரும்பெருஞ் சேவை புரிந்ததற்காகப் பிஜப்பூர்ச் சுல்தான் முகமது ஷா அவருக்குப் பெங்களூரையும், அதைச் சுற்றிய பெரும் பரப்பையும் ஜாகீராக அளித்தார். ஷாஜி பான்ஸ்லே 1664 இல் இறக்கவும், அவருக்கு மிகவும் விருப்பமான மகனாகிய ஏகோசிக்குப் பெங்களூர் ஜாகீர் பங்காகக் கிடைத்தது. வெங்காசி என்ற இந்த ஏகோசி ஷாஜியின் இரண்டாவது மனைவியான துர்க்காபாய்க்குப் பிறந்தவர்.

அகமது நகரை ஆண்டு அணைந்து போன நிசாம் ஷாகிச் சுல்தான் மரபிற்கு ஷாஜி பான்ஸ்லே ஆற்றிய பணிகளுக்காகக் கிடைத்த புனா ஜாகீர் அவருடைய முதல் மனைவி ஜீஜா பாய்க்குப் பிறந்த சிவாஜிக்குக் கிடைத்தது.

வெங்காசி தன் ஒன்று விட்ட சகோதரராகிய சிவாஜியைப் போல் தன் முனைப்பு உடையவரல்லர். எனவே அவர் பிஜப்பூர்ச் சுல்தானுக்கு விசுவாசமாயிருந்து பெங்களூர் ஜாகீருடன் மனநிறைவை அடைந்து விட்டார். எனினும் தஞ்சைத் தரணியில் அரசுரிமை

குறித்துத் தஞ்சை நாயக்கரிடையே 1675 இல் சச்சரவு ஏற்பட்டதால், தஞ்சையைக் கவர்ந்து கொள்ளும் வாய்ப்பு வெங்காசிக்குக் கிடைத்தது.

அவர் தஞ்சை மாராட்டியர் குடியின் முதல் மன்னரானதும், அடிக்கடி முகலாயராலும், மைசூர்க்காரராலும் தாக்கப்பட்டு வந்த பெங்களூரை வெகு தொலைவில் தஞ்சையிலிருந்தவாறு, காப்பாற்றுவது இயலாத செயலாக இருந்தது. எனவே பெங்களூரை மைசூர் மன்னர் சிக்க தேவராயருக்கு விற்று விடுவதென்று, அதுபற்றிப் பேச்சு நடந்தது.

மாபெரும் நிகழ்ச்சிகள்

பெங்களூரை விற்கும் பேரம் இப்படி நடந்து கொண்டிருக்கையில், வடக்கில் மாபெரும் நிகழ்ச்சிகள் நடந்து கொண்டிருந்தன. மராட்டியர் தலைவர் சிவாஜி (1627-1680) 1680 இல் இறந்தார். அவர் மகன் சாம்பாஜி அரியணை ஏறினார்.

இதற்கு முன்னர் தக்காணத்தில் சுபேதாராக இருந்து வந்த ஔரங்கசீபு (1618-1707: ஆட்சிக்காலம் 1658-1707) இக்காலத்தில் இமயத்திலிருந்து தென்முனை வரையிலும் நீண்டு பரந்த பெரும் பேரரசை அமைக்கக் கனவு கண்டார். அவர் இப்போது டெல்லியில் முகலாயப் பேரரசராயிருந்தார். அக்கனவை நிறைவேற்றுவதற்குத் தக்காணத்தின் செல்வம் உதவுமென்று அவர் நன்கு அறிந்திருந்தார்.

அகமது நகரின் நிசாம் ஷாகிச் சுல்தானிய மரபு மறைந்ததும், கடைசியாகத் தக்காணத்தில் எஞ்சி நின்ற பிஜப்பூர் மீதும், கோல் கொண்டா மீதும் முகலாயரின் கவனம் திரும்பிற்று. ஔரங்கசீபு முகலாயப் பேரரசரானதும், பிஜப்பூரை உடனே அடக்கினார். கோல் கொண்டாவை முற்றுகையிட்டார். மராட்டியரைச் சிதறடித்தார். முகலாயர் படை சென்ற இடமெல்லாம் வெற்றி கண்டது.

1728

பெங்களூரைப் பிடிக்க மாராட்டியர் படை

மராட்டிய மன்னரான சாம்பாஜி தன் முன்னோர்களுக்கு உரிமையான பெங்களூர் ஜாகீரைப்பிடித்துக் கொள்ள வெண்டுமென்று புகழ்பெற்ற படைத் தலைவர்களான கேசவ பிங்களே, சாந்தாஜி கோர்பாடே ஆகியோர் தலைமையில் கன்னட நாட்டிற்குப் பெரும்படையை அனுப்பினார்.

ஆத்திரக்காரரான சாம்பாஜியின் படைகள் தக்காணத்தில் முன்னேறுவதைக் கவனமாக நோக்கிவந்த ஔரங்கசீபு, சாம்பாஜியின் நோக்கம் பெங்களூரைக் கைப்பற்றுவதுதான் என்பதை உய்த்துணர்ந்தார். பெங்களூர் ஜாகீர் சாம்பாஜிக்குப் பகையான சிற்றப்பனாகிய ஏகோசியின் கையில் இருந்தது. சாம்பாஜி தென் இந்தியாவில் மராட்டியரின் வலுவான நிலையாக இருந்த செஞ்சிக் கோட்டையை வலுப்படுத்து வதற்காகவும், தன் படையில் ஒரு பிரிவை அங்கு அனுப்பினார்.

இதைக் கவனித்த ஔரங்கசீபு, கோல்கொண்டாக் கோட்டையை முற்றுகையிட்டுக் கொண்டிருந்த தன் பெரிய குதிரைப் படையில் ஒன்றைத் தளபதியான காசிம் கானின் தலைமையில், பெங்களூரை எப்பாடு பட்டேனும் பிடித்துவிடவேண்டுமென்று அனுப்பினார். முகலாயர் படைத்தலைவர் உடனே கர்னூல், பெனுகொண்ட வழியாக விரைந்து பெங்களூரையடைந்து, அதை 1687இல் கைப்பற்றிவிட்டார். பெங்களூரைச் சிக்க தேவராயருக்கு (ஆட்சிக் காலம் 1673-1704;இந்திய சரித்திரக் களஞ்சியம் முதற்தொகுதியில் காண்க. இவர் காவிரியைத் தடுத்துத் தமிழ் நாட்டிற்குத் தண்ணீர் வராமல் செய்தவர்.)

விற்றுவிட வேண்டுமென்று நீண்ட பேரத்தில் ஈடுபட்டிருந்த தஞ்சை மராட்டிய மன்னரான ஏகோசியின் படைகளை முகலாயர் படைத்தலைவர் பெங்களூரிலிருந்து விரட்டியடித்தார்.

முகலாயர் பெங்களூரைக் கைப்பற்றிய சில நாளைக்குப் பிறகு, சாம்பாஜி அனுப்பி வைத்த மராட்டியர் படை பெங்களூர்க் கோட்டை வாயிலை அடைந்தது. அங்கு நடந்த நிகழ்ச்சிகளினால் ஏமாற்ற மடைந்த மராட்டியர் படை செஞ்சிக்குத் திரும்பியது.

முகலாயரிடம் மூன்றாண்டுக்காலம் பெங்களூர்

பெங்களூர் முகலாயர் கையில் மூன்றாண்டுகள் இருந்தது. முகலாயப் பேரரசு தெற்கில் அமைத்த சுபாவான-மாநிலமான- சிரா என்ற மாகாணத்தின் ஒரு பகுதியில் பெங்களூர் அப்போது அடங்கியிருந்தது. ஆனால் வேறு பணிகளில் ஈடுபட்டிருந்த சிரா மாநிலத்தின் முகலாயச் சுபேதார்-ஆளுநர்- தன் புதிய நண்பரான சிக்க தேவராயருக்குப் பெங்களூரை மூன்று இலட்ச ரூபாய்க்கு விற்றுவிட்டார். சிக்க தேவராயர் தன் நாட்டின் எல்லையில் போர்த்தந்திர முக்கியத்துவம் வாய்ந்த இடத்தில் அமைந்திருந்த பெங்களூர்க் கோட்டையை எப்படியாவது விலைக்கு வாங்கிவிட வேண்டுமென்று ஏகோசி காலத்திலிருந்தே முயன்று வந்ததில் இப்போது வெற்றி கண்டார்.

சிக்க தேவராயரும் பெங்களூரும்

சிக்க தேவராயர் பெங்களூர்க் கோட்டையை வாங்கியதும், கெம்பக் கவுடர் நிறுவிய இந்தக் கோட்டைக்குத் தெற்கில் நீள்வட்ட வடிவில் மற்றொரு கோட்டையைக் கட்டினார். அவர் இவ்விரு கோட்டைகளையும் வலுப்படுத்தி, அங்கு மைசூர் நாட்டின் எல்லைகளைப் பாதுகாப்பதற்காக முறையான படைகளை நிறுத்தினார்.

சிக்க தேவராயரையடுத்து மைசூர் அரசகுடியில், வரிசையாக வலுக்குன்றியவர்களும், நிலைத்து நிற்க முடியாதவர்களுமான மன்னர் அடுத்தடுத்து ஆட்சிக்கு வந்தனர். அதனால் மைசூர் அரசின் படைகளைச் சேர்ந்த தளபதிகள் அந்நாட்டின் அரசாட்சியைக் கைப்பற்றிக் கொண்டனர்.

அரசியல் அரங்கில் இவ்வாறு புதிய அலைகள் வந்து மோதிப் புதுக்கோலங்களைத் தோற்றுவித்துக் கொண்டிருந்த காலத்தில் பெங்களூர்க் கோட்டையையும், பெங்களூர் நகரத்தையும் உண்டாக்கிய இளகங்க நாட்டுப் பிரபுக்கள் மராட்டியர்களுக்கும், முஸ்லிம்களுக்கும் கீழ்ப்பட்ட குறுநில மன்னர்களாக நிலவி வந்தனர். சோழர் காலத்திலிருந்தே, அதாவது கிட்டத்தட்டப் பத்தாவது நூற்றாண்டிலிருந்தே சிறப்புற்றிருந்து வந்த இக்குடியின் புகழ் மங்கியபோதிலும் பெயரளவிற்கேனும், தமது பூர்வீகப் பூமியில் ஆட்சி செய்து வந்தனர். அப்பழம் பெருமை நிறைந்த இக்குடி மிச்ச மீதியில்லாதவாறு இந்த *1728* ஆம் ஆண்டு மைசூர் மன்னரால் மறையுமாறு செய்யப்பட்டது. எனினும் இளகங்க மரபின் நீங்கா நினைவுச் சின்னமாகப் பெங்களூர் இன்றும் உள்ளது.

சென்னையிலிருந்து சுமார் *260* கிலோமீட்டர் *(160* மைல்) தொலைவிலுள்ள பெங்களூர் சென்னை நகரத்தைவிடச் சுமார் நூறு ஆண்டுகள் பழமை வாய்ந்தது என்பது குறிப்பிடத்தக்கது. சிக்க தேவராயரால் முகலாயரிடமிருந்து விலைக்கு வாங்கப்பட்டு மைசூர் மன்னர் குடியின் உடைமையாக இருந்து வந்த பெங்களூர் நகரத்தின் கதையைத் தொடர்ந்து கூறுவதுதான் பொருத்தமாக இருக்கும்.

மராட்டியர் பேஷ்வா நானா சாகேபு என்ற பாலாஜி ராவ், தன் தளபதிகளான கோபால்ராவ் பட்டவர்த்தனையும், ஆனந்த ராவ் ராங்கேயையும் பெரும்படையுடன்

மைசூரை வீழ்த்துவதற்காக அனுப்பி வைத்தார். (பாலாஜி ராவ் 1740 முதல் 1761 வரை பேஷ்வாவாக ஆட்சி புரிந்தவர்.) அவர் படையனுப்பிய நேரத்தில் மைசூர் அரசு வலுவிழந்து இருந்தது.

மைசூர்ப் படையிலிருந்த ஐதரலி (1722-1782) சீரங்கப்பட்டணத்தைத் தாக்கிய மராட்டியர் படையை விரட்டியடித்ததுடன் பெங்களூர்க் கோட்டையை மூன்று மாதமாக முற்றுகை செய்திருந்த மராட்டியப் படைகளையும் தோற்கடித்தார். மைசூர் மன்னர் இரண்டாம் கிருஷ்ணராஜ உடையார் இந்த அருஞ்செயலை மெச்சி ஐதரலிக்கு 1759 ஆம் ஆண்டு பெங்களூரைச் சொந்த ஜாகீசுராகக் கொடுத்தார்.

ஐதர் மண் கோட்டையைக் கற்கோட்டை ஆக்குதல்

பெங்களூர் இதன் பிறகு பல்வேறு சந்தர்ப்பங்களில் தென்னாட்டின் மாபெரும் படைவீடாகவும், படை வீரர்களைத் திரட்டிப் பயிற்சியளிக்கும் களமாகவும் மாறிற்று. ஐதரலி திண்டுக்கல்லில் மைசூரின் ஆளுநராக இருந்தபோது, சென்னையில் பேராற்றல் வாய்ந்த சக்தியாக எழும்பிவரும் பிரிட்டிசாருக்கு எதிராகப் பெங்களூர் எவ்வளவு அருமையான போர்த்தந்தரச் சிறப்புடையதாக விளங்க முடியும் என்பதைக் கவனமாக கணித்து வந்தார்.

அவர் மைசூர் அரசின் ஆட்சிப் பொறுப்பை முற்றிலும் ஏற்றதும், சிக்க தேவராயரால் மண்ணால் கட்டப்பெற்ற கோட்டை முழுவதையும் தன் போர்த்தந்திரக் கணிப்பிற்கு ஏற்றவாறு கற்கள் பதித்தும், விரித்தும் வலுப்படுத்தினார். அது இவ்வாறு கல்லால் கட்டப்பெற்றதும் மலைப்பை உண்டாக்கும் கோட்டையாகத் தோன்றியது.

1729

1. மார்த்தாண்ட வர்மன் வீட்டு எட்டுப் பிள்ளைமாரை வென்று அரியணை ஏறுதல்

கேரளத்தின் பல்வேறு பகுதிகளில் இருந்த தேயங்கள் எனப்பட்ட சிற்றூர்களைக் கூட்டம் என்ற ஒருவகைப் பஞ்சாயத்து மன்றுகளின் அறிவுரையோடும், ஒப்புதலோடும் சத்திரியர் ஆண்டு வந்தனர். இக் கூட்டங்கள் கோயில்களில் அமைந்திருந்தன. பிராமணரான நம்பூதிரிமாரும். சூத்திரரான நாயர்மாரும் இக்கூட்டங்களில் இடம் பெற்றிருந்தனர்.

திருவனந்தபுரத்தின் பத்மநாப சுவாமி கோயிலுள்ள கூட்டம் கேரளத்தின் மிகப்பெரிய மன்றுகளில் ஒன்றாகும். இந்தக் கூட்டத்திற்குச் சங்கராச்சாரியார் வழிவந்த புஷ்பாஞ்சலி மடத்துச்சாமியார் தலைவராயிருந்தார். இதில் பிராமணரான போற்றிமார் அறுவர், ஒரு நாயர், வேனாட்டு மன்னர் ஆகியோரும் இருந்தனர். இக்குழுவில் மன்னருக்கு அரை உரிமை மட்டுமே உண்டு. அதனால் ஒன்பது பேரடங்கிய இக்கூட்டம் எட்டரை யோகம் அல்லது எட்டரை மன்று என்று அழைக்கப்பட்டது.

பத்மநாபசுவாமி கோயிலுக்கு உரிமையான நிலபுலன்களை எட்டு வீட்டுப் பிள்ளைமார் என்பார் பரிபாலித்து வந்தனர். மலையாளத்தில் இவர்கள் எட்டு வீட்டில்

பிள்ளைமார் என்று அழைக்கப்பட்டனர். அவர்கள் நிலங்களிலிருந்து வரி தண்டினர். இக்கூட்டங்கள் அல்லது மன்றுகள் அல்லது யோகங்கள் தம் அதிகாரத்தைத் தவறாகப் பயன்படுத்தத் தொடங்கின. அவை ஜனநாயக அமைப்பாக இயங்குவதற்கு மாறாகச் சர்வாதிகாரப் போக்குகளை காட்டலாயின.

மார்த்தாண்டவர்மன் வெற்றி

இக்கூட்டங்கள் மன்னரின் முடிவுகளையே ஏற்க மறுத்தன.

மன்னருக்கும் தண்டம் விதித்தன. மகேந்திரவர்மன் அரசராயிருந்ததற்கு முந்திய காலத்தில் ஆட்சியிலிருந்த மன்னரின் காமக்கிழத்தி மக்களான மாடம்பிமார் என்போரும் எட்டு வீட்டுப்பிள்ளைமாரும் சேர்ந்துகொண்டு, மார்த்தாண்டவர்மனை அழிக்க முயன்றனர். மார்த்தாண்டவர்மன் தன் எதிரிகளையெல்லாம் வென்று அடக்கினார். வேனாட்டிற்கு வடக்கிலிருந்த சிற்றரசுகளை வென்று திருவிதாங்கூர் நாட்டை உண்டாக்கினார்.

நாயர் செல்வாக்கிழத்தல்

மார்த்தாண்டவர்மனான சத்திரியர், நாயர் தலைவர்களான சூத்திரராகிய எட்டு வீட்டுப் பிள்ளைமாரை வென்று அவர்களின் பெண்டுகளை மீனவருக்கு அடிமைகளாக விற்றார்; மார்த்தாண்ட வர்மன் இந்தப் போரில் 1729 ஆம் ஆண்டு வெற்றிகண்டார். அவர் அதன்பிறகு தன் அரசைப் பத்மாநாபசாமிக்குக் காணிக்கையாக்கினர். இவர் திருவிதாங்கூர் மன்னர்களுள் பெரும் புகழ் வாய்ந்தவர்.

1729

மார்த்தாண்டவர்மனின் வெற்றி நாட்டில் நாயர்களின் செல்வாக்கைக் குறைத்தது. சிற்றரசர்களாயிருந்த நாயர்கள் மிகுந்த அதிகாரத்தோடும் செல்வாக்கோடும் வாழ்ந்து விட்டு இப்போது அவற்றை இழந்து நின்றனர். மார்த்தாண்டவர்மன் நாயர்களின் படைபலத்தையும் குறைத்தார்.

மார்த்தாண்டவர்மனுக்கும் டச்சுக்காரருக்கும் குளச்சல் என்ற இடத்தில் நடந்த போரின் போது யூஸ்டாஸ் தெ லென்னாடய் என்ற டச்சுப்படை வீரர் பிடிபட்டார். மார்த்தாண்டவர்மன் அவ்வீரரின் உதவியைக் கொண்டு தன் படையைச் சீர்திருத்தி அமைத்து அவரைத் தனக்குப் பயன்படுமாறு செய்தார். இதற்கு முன்னர் குறுநில மன்னர்களிடம் இருந்து வேனாடு வந்த படையினரைத் திருவிதாங்கூர் மன்னரிடம் நேரடியாக ஊதியம் பெற்று மன்னருக்காகப் போரிடும் பெரும்படையாய் லென்னாய் உண்டாக்கினார். இப்புதிய படையானது நாயர் தலைவர்களின் தந்திரத்தையும், படை பலத்தையும் இழக்கச் செய்தது.

மார்த்தாண்டவர்மன் எழுச்சி

மார்த்தாண்டவர்மர் கிழக்கிந்தியக் கம்பெனியுடனும், மதுரை நாயக்கர்களுடனும் உடன்படிக்கைகள் செய்து கொண்டார். குறுநிலமாயிருந்த சிறிய வேனாட்டைக் கொச்சியிலிருந்து கன்னியாகுமரி வரை விரிந்து பரவிய திருவிதாங்கூர் அரசாக்கினார். அது ஏறத்தாழச் சுமார் 280 கிலோமீட்டர் (175 மைல்) நீளமும், சுமார் 19,163 சதுர கிலோ மீட்டர் (7500 சதுர மைல்) பரப்பும் உடையதாக விரிந்திருந்தது.

நாயர் தலைவர்கள், அரசு ஊழியத்தில் இடம் பெற்ற நாயர்மார் ஆகியோரின் அதிகாரங்களை மட்டுப்படுத்தும் வகையில், மார்த்தாண்டவர்மன் புதிய ஆட்சி நிர்வாக

முறையைக் கொண்டு வந்தார். அரசு ஊழியத்தில் இருந்த நாயர்கள், அங்கு மேலுயர் பதவிகளில் இருந்த தமிழ்ப் பிராமணரின் நல்லெண்ணம் இருந்தால்தான் வேலையில் இருக்க முடியும் என்ற நிலை ஏற்பட்டுவிட்டது.

மார்த்தாண்டவர்மன் இராமப்பய்யன் தளவாயின் ஆலோசனைப்படி ஏராளமான தமிழ்ப் பிராமணரைத் திருவிதாங்கூருக்கு அழைத்து வந்து அவர்களுக்கு அரசியல் மேலுயர் பதவிகளை அளித்தார்.

ஊட்டுப் புறை

மார்த்தாண்டவர்மன் தமிழ்ப் பிராமணர்க்கு வேண்டிய எல்லா உதவிகளையும் செய்தார். அவர் ஆட்சியில் பிராமணரின் நிலை மேலோங்கி இருந்தது. பிராமணர்களுக்கு இலவசமாக உணவு அளிப்பதற்காக அரசினால் எங்கும் ஊட்டுப் புறைகள் திறக்கப்பட்டன. அவர் பன்னிரண்டு ஆண்டுகளுக்கு ஒரு முறை நிகழ்த்தும் முறை ஜெபத்தை ஏற்படுத்தி நம்பூதிரிப் பிராமணரின் சினத்தை ஆற்றினார். நம்பூதிமாருக்கு மார்த்தாண்டவர்மரின் செயல்கள் பிடிக்கவில்லை.

திருவிதாங்கூர் மன்னர் நாயர்களின் செல்வாக்கிலிருந்து விலகிச் செல்லலானார். மார்த்தாண்டவர்மன் கேரள இலட்சியங்களில் அக்கறை காட்டவில்லையென்று வரலாற்றாசிரியர் பின்னாளில் குறை கூறினர். அவர் சூழ்ச்சிக்காரரான தமிழராலும், பேராசை கொண்ட தன்னலக்காரராலும் சூழப்பட்டிருந்தார் என்கின்றனர். அவர் நாயர்களை இங்ஙனம் அடக்கியபோதிலும், அவர்கள் வலிமை மிக்க கூட்டத்தினராகவே இருந்து வந்தனர். மார்த்தாண்டவர்மனையடுத்து ஆட்சிக்கு வந்த தர்மராசாவின் காலத்தில் கேசவதாசன் என்ற நாயர் அரசில் திவானாயிருந்தார். உள்ளூர் நாயர்களுக்கு முக்கியத்துவமும், சுதந்திரமும் போன பின்னரும் அவர்கள் ஆற்றல் மிக்கவர்களாகத்தான் இருந்தனர்.

தமிழர்க்கு ஏற்றம்

மார்த்தாண்டவர்மன் அமைத்த அமைச்சரவையில் திறமையும் நம்பிக்கையும் மிகுந்தவர்களே பதவி வகித்தனர். அவர்களில் பெரும்பாலோர் தமிழராயிருந்தனர். மாத்த்தாண்டவர்மனின் தாய் மாமனான இராமவர்மன் (1724-1729) மதுரை நாயக்க மன்னரிடம் உதவி வேண்டித் திருச்சிக்குச் சென்றிருந்த போது, தற்காலிகத் தலைவராயிருந்த ஆறுமுகம் பிள்ளை, மார்த்தாண்டவர்மன் ஆட்சியில் இப்போது அப்பதவியில் உறுதியாக்கப்பட்டார். குமாரசாமி பிள்ளை என்பவர் தலைமைத் தளபதியாயிருந்தார்.

தளவாயின் தம்பி தாணுப்பிள்ளை, குமாரசாமி பிள்ளைக்குத் துணைத் தளபதியானார். இராமவர்மன் தன் ஆதரவில் அழைத்து வந்திருந்த இராமய்யன் இராயசம் என்ற பதவியில் இருந்தார்.

மார்த்தாண்டவர்மன் தன் படைத்தலைவர்களான குமாரசாமிப் பிள்ளைக்கும் தாணுப்பிள்ளைக்கும் ஆணைப் பிறப்பித்து, மறவர் படை ஒன்றையும், குதிரைப்படை ஒன்றையும் திரட்டச் செய்தார். மாடக்கரை, மந்தரம் புத்தூர், ஆரல்வாய் மொழி, கன்னியாகுமரி ஆகிய இடங்களில் மண் அரண்களை எழுப்பி அங்கு மறவர் படையைக் காவல் வைத்து, எவரும் நாட்டினுள் புகாதவாறு செய்யச் சொன்னார். இப்பணிகள் யாவும் சில மாதங்களில் முற்றுப் பெற்றன. திருவிதாங்கூர் இதனால் அயலார் படையெடுப்பிலிருந்து பாதுகாக்கப்பட்டது. ஆதலால் திருச்சியிலிருந்து நாட்டுப் பாதுகாப்பிற்காக வந்திருந்த மதுரை நாயக்க படையைத் திருப்பியனுப்பி விட்டார்.

மார்த்தாண்டவர்மன் சேர நாட்டின் சிற்றரசுகளான பல நாடு வழிகளை இணைத்து வலிமை வாய்ந்த அரசை நிறுவிய காலத்தில் ஏற்பட்ட பல சண்டைகளில் மறவர் படை பெரும் பங்காற்றியது.

இராமய்யன் திருநெல்வேலிச் சீமையிலிருந்து பொன்னம் பாண்டியத்தேவன் தலைமையில் திரட்டி வந்த மறவர் படை காயாங்குளத்துச் சண்டையில் போரிட்டது. அத்துடன் பழைய கோட்டைப் பட்டக்காரரும் கொங்கு நாட்டிலிருந்து கொட்டாரக்கரை வழியே மூவாயிரம் பேரடங்கிய குதிரைப்படையை அனுப்பி வைத்தார்.

மார்த்தாண்டவர்மனின் சமயப்பற்று

மார்த்தாண்டவர்மன் சமயப்பற்று மிக்கவராயும், அந்தணாளரைப் போற்றித் தொழுபவராகவும் இருந்தார். அவர் எண்ணற்ற பல தானங்களையம், செப தபங்களையும் செய்தார். இச்செய்திகள் *1744* ஆம் ஆண்டுப் பகுதியில் விரிக்கப்படும்.

அவர் பிராமணப் புரோகிதர்களின் அறிவுரைப்படி அனந்த பத்மநாப சாமிக்கு நடத்திய வேள்விக்காகத் தாழ்ந்த குலங்களைச் சேர்ந்த பல சிறுவர்கள் உயிருடன் புதைக்கப்பட்டனர். நாடார், ஈழவர், பரதவர் என்ற சாதிகளைச் சேர்ந்த பதினைந்து குழந்தைகள் திருவனந்தபுரத்தில் பல இடங்களில் உயிருடன் மண்ணில் புதைக்கப்பட்டனர்.

2. டச்சு கிழக்கிந்தியக் கம்பெனி: மேலும் இருபது ஆண்டுகள் சாசன உரிமை

1729

ஆலந்து என்று அழைக்கப்பெறும் நெதர்லாந்து மக்கள் பேசும் மொழி டச்சு மொழியாகும். இது இந்திய ஐரோப்பிய மொழிக்குடும்பத்தின் மேற்கு ஜெர்மன் கிளையைச் சேர்ந்தது. டச்சு மொழி ஜெர்மன், ஆங்கிலம் என்னும் மொழிகளுடன் நெருக்கமான உறவுடையது. ஃபிளமிஷ் என்ற பெல்ஜிய நாட்டு மொழியும் கிட்டத்தட்ட டச்சு மொழி போலவே இருக்கும். தென்னாப்பிரிக்காவின் ஆட்சி மொழியான ஆப்பிரிக்கான் மொழியும் டச்சு, ஃபிளமிஷ் மொழிகளோடு நெருக்கமான உறவுடையது.

ஆலந்தில் இம்மொழி பேசும் மக்கள் டச்சுக்காரர் என்று மொழியின் பெயரால் அழைக்கப்படுகின்றனர். டச்சுக்காரர் இக்காலக் கட்டத்தில் வாணிபத்திற்கென அமைத்த விஓசி குறித்து *1726* எட்டாம் கட்டுரையில் கண்டோம்.

அந்நிறுவனம் இந்தியப் பகுதிகளில் தொடர்ந்து வாணிபம் செய்யும் பொருட்டுத் தன் நாட்டின் குடியரசிடமிருந்து மேலும் இருபதாண்டுகளுக்குச் சாசன உரிமையை இவ்வாண்டு பெற்றது. கம்பெனி இதற்கெனக் குடியரசிற்குப் பெருந்தொகையைக் கொடுத்தது. டச்சுக் கிழக்கிந்தியக் கம்பெனி இக்காலச் சூழலில் ஜாவாவில் செல்வமும், செல்வாக்கும் பெற்று உச்ச நிலையில் இருந்தது.

3. அபினி இறக்குமதிக்குச் சீனத்தில் தடை

பண்டைச் சீன மொழியில் அபினி தரும் செடி பற்றிய குறிப்புகள் காணப் படுகின்றன. அபினிச் செடியில் அழகிய பூக்கள் பூக்கும்; அப்பூக்களின் நிறம் சிவப்பு, ஆரஞ்சு அல்லது வெள்ளையாக இருக்கும். இதன் காய்கள் பருத்த பருத்திக் காய்கள் போலிருக்கும். இக்காய் ஒரு பக்குவத்திற்கு வந்ததும், அதை இலேசாகக் கத்தியால் கீறிவிடுவர். அதிலிருந்து பால் சுரக்கும். இந்தப்பால் இறுகியதும் கருப்பு நிறமா யிருக்கும்.

அதுதான் பக்குவம் செய்யாத அபினி. அக்காய்களுக்குள் இருக்கும் சிறிய விதைகளுக்குக் கசகசா என்று பெயர்.

சீனம் அபினிச் செடியை அறிந்திருந்தபோதிலும், அது மனிதரைக் கொடிய போதைக்கு அடிமையாக்க வல்லது என்பது வரலாற்றில் மிகவும் அண்மைக் காலத்தில்தான் அறியப்பட்டது. அபினிப் போதையை அரச போதை என்பார்.

போர்த்துக்கீசர் பதினேழாம் நூற்றாண்டின் தொடக்கத்தில்தான், சீனத்தில் புகையிலை என்ற புகைக்கும் இலையை அறிமுகம் செய்தனர். அதற்குச் சிறிது காலத்திற்குப் பிறகு அபினி கலந்த புகையிலை சீனத்தில் கிடைக்கலாயிற்று.

டச்சுக்காரர் தம் ஆதிக்கத்திலிருந்த பிலிப்பைன்களிலும், தைவான் தீவிலும் அபினி கலந்த புகையிலையைப் பயன்படுத்தி வந்தனர். தைவான் தீவிலிருந்து (தைவான்: கிழக்குச் சீனக் கடலுக்கும் தென் சீனக்கடலுக்குமிடையிலுள்ள தீவு; சீனப் பெரு நிலத்தின் தென் கிழக்குக் கரைக்கு அப்பால் உள்ளது). அதற்கு நேர் மேற்கிலுள்ள தென் கிழக்குச் சீன மாநிலமான ஃபூக்கியனில் அபினிப் பழக்கம் பரவிற்று. அபினி கலந்த புகையிலை சீனப் பெரு நிலத்தை அடைந்ததும், புகையிலையிலிருந்து அபினியைப் பிரித்து எடுத்து விடுவர்.

1729

தீய பழக்கம் அனைத்திலும் இருக்கின்ற மாயக் கவர்ச்சிகள் அபினியை முதன் முதலில் உள்கொள்ளும் பலிகடாக்களை ஈர்த்துக் கவர்ந்து கொண்டன. அபினியை உள்கொண்டதும் தலைவலி, செறியாமை, வயிற்றுக் கோளாறுகள் போன்ற நோவுகள் தணிந்தன. மருத்துவச்சிகள் பேறு காலங்களில் பிள்ளைத்தாய்ச்சியர்க்குப் பிரசவ நோவு தணிக்க அபினியைக் கொடுத்தனர். ஒருவர் நோவோ, வலியோ எதுவும் இல்லாத போதும் அபினியை உள் கொண்டாலும், அது அவரைத் தன்பால் ஈர்த்துப் பிடித்துக்கொண்டது. எனினும் அது சிறிது நேரம் நிலவும் மன வாட்டத்தை உண்டாக்கும். அபினிப் போதை இருக்கும் காலத்தில், அது பெருங்களிப்பை உண்டாக்கும்.

கறுப்புத் தங்கம்

கறுப்புத் தங்கமான அபினி விலையுயர்ந்த பொருள்தான். அதன் போதைக்கு அடிமைப்பட்டவருக்கு, அபினியைத் தராவிடில் அவர் தாங்கொணா நோவினால் துடிப்பார். அபினியை அவருக்குத் தொடர்ந்து தராமற் போனால் அவர் சித்தங் கலங்கிய நிலையை அடைந்து விடுவார். அதிலிருந்து அவரை மீட்க வேண்டுமாயின், அபினியை அவர் முகர்ந்து பார்க்குமாறு செய்தல் வேண்டும்.

செல்வந்தர் ஒருவரால் அபினிக்குப் பணம் செலவிட முடியுமென்ற போதிலும், அபினிப் பழக்கம் அவரது உடல் நலத்தை முற்றிலும் கெடுத்து விடும். அவரால் இயல்பான அன்றாட வாழ்க்கையை நடத்த முடியாது. ஏனெனில் அவரது உடல்நலம் கெட்டுப் போயிருப்பதுடன், நாளெல்லாம் அபினியைப் புகைப்பதிலேயே அவர் பொழுதெல்லாம் கழிந்து விடும்.

அபினிப் போதைக்கு ஆள்பட்டோரில் பெரும்பாலர் பயனற்றுப் போய்விடுவர். ஒருமுறை அபினி உட்கொண்டு பழகிப்போன ஒருவருக்கு, அதன்பிறகு அபினியிலிருந்து மீட்சியில்லை. அபினி விற்பவனுக்கு ஒரு முறை வாய்த்த வாடிக்கைக்காரர், கடைசி வரையிலும் அவனுக்கு வாடிக்கையாளரே.

188 | ப. சிவனடி

கோவாவிலிருந்து சீனத்திற்கு முதலில் அபினி சென்றது

போர்த்துக்கீசர் இந்தியாவில் கோவாவிலிருந்து தான் சீனத்திற்கு முதன் முதலில் அபினியைக் கொண்டு சென்றனர். சிங்கு அரச குடியைச்சேர்ந்த (1723 ஆம் ஆண்டு கட்டுரை 6 இல் காண்க). பேரரசர் யுங்கு-செங்கு 1729 ஆம் ஆண்டு அபினி வாணிபத்தைத் தடை செய்தார். இக்காலத்தில் சீனத்தில் இறக்குமதியான அபினியின் அளவு மிகவும் சிறியது. இப்போது ஓராண்டில் 200 பெட்டிகள் அபினி இறக்குமதியானது. ஒரு பெட்டியிலிருந்த அபினியின் எடை சுமார் 133 இராத்தல்.

பேரரசரின் அபினித் தடை ஆணை சரிவர நடைமுறைப் படுத்தப்படவில்லை. அதனால் அபினி இறக்குமதி கூடிக்கொண்டே சென்றது. இந்தியாவிலிருந்து 1790 ஆம் ஆண்டு மட்டும் கிழக்கிந்தியக் கம்பெனி 4,054 பெட்டி அபினியைச் சீனத்தில் இறக்கிற்று. இந்த ஏற்றுமதி பத்தொன்பதாம் நூற்றாண்டு பிறந்ததும் கணக்கு வழக்கின்றி மிகுந்துவிட்டது. பிரிட்டனுக்கும் சீனத்திற்குமிடையே அபினிப் போர் தொடங்கியதற்குச் சில ஆண்டுகளுக்கு முன்னர் வரையிலும் இறக்கப்பட்ட அபினியின் அளவு 30,000 பெட்டிகளாக உயர்ந்தது.

1729

4. மராட்டியர் கப்பற்படைத் தலைவர் கானோஜி ஆங்கரே: கடற்கொள்ளை பற்றிய சிறு வரலாறு

பதினெட்டாம் நூற்றாண்டிலும், பத்தொன்பதாம் நூற்றாண்டின் முற்பகுதியிலும் வாழ்ந்து, மக்களால் இன்றும் பெரு வீரர்கள் என்று போற்றப்படுவோர், மேல்நாட்டு வரலாற்றாசிரியர் சிலரால் கொள்ளைக்காரர் என்றும், கொடியவர் என்றும் சித்தரிக்கப் பட்டுள்ளனர் என்பதை வரலாறு நன்கு அறியும். கடற்கொள்ளையர் என்று பெயர் பெற்ற கானோஜி ஆங்கரே (1799 -1829) அத்தகையவருள் ஒருவர்.

கடல்சூழ் நாவலந் தீவும் கடலோட்டமும்

இந்தியாவைச் சூழ்ந்து பரவியுள்ள இந்து மாக்கடலில் சுமேரியத்துடன் சுமார் கி.மு. 4000 ஆண்டுகளுக்கு முன்பிருந்தும், எகிப்துடன் சுமார் கி.மு.3000 ஆண்டுகளுக்கு முன்னரும், சீனத்துடன் சுமார் கி.மு. 1200 ஆம் ஆண்டுக்கு முன்பும் கடல் வாணிபத்தை இந்தியா நடத்தி வந்தது என்பதற்குச் சான்றுகள் உள என்பர்.

பண்டைத் தமிழகத்திலிருந்து இந்துமாக்கடல் வழி அயலுலகுடன் வாணிபம் செய்தவர்கள் நாய்கர் என்று அழைக்கப்பட்டனர். நாவாய்+நர் = நாய்கர் ஆகும். நாவாய் என்பது கப்பலைக் குறிக்கும்.

கடல் வாணிபத்தை முந்நீர் வழக்கம் என்றனர். ''முந்நீர் வழக்கம் மகடூ வோடில்லை'' என்னும் தொல்காப்பிய நூற்பாவிலிருந்து தமிழர் கடற்பயணத்தின்போது மகளிரை உடன் அழைத்துச் செல்லவில்லை என்பதை அறிய முடிகின்றது.

பெரிய பாய்மரக் கலங்களைக் கட்டும் தொழிலுக்குக் கலம் புணர்தல் என்று பெயர். கப்பல் ஓட்டுபவனை மீகாமான் என்று அழைத்தனர். தமிழரின் பாய்மரக் கப்பல்கள் தொலை நாடுகளுடன் மிகவும் செழிப்பான வாணிபம் நடத்திய காலம் சுமார் கி.மு.5000 -3000 ஆண்டுகளுக்கு இடைப்பட்டது என்று கணிக்கின்றனர்.

நீரில் செலுத்தும் கலங்களுக்குப் படகு, நாவாய், கப்பல் என்று பெயர். அம்பி, ஓடம் என்பன ஆற்றைக் கடக்க உதவுவன. திமில், தோணி, கட்டுமரம் என்பன மீன்

பிடிக்கப் பயன்பட்டன. தமிழ்நாட்டில் பண்டைக்காலத்தில் நூற்றுக்கு மேற்பட்ட கப்பல் வகைகள் இருந்தன.

கடலோட்டமும் கடற் கொள்ளையும்

பண்டைய இக்கடல் வாணிபத்தைப் போலவே, கடற்கொள்ளையும் இந்துமாக்கடலில் மிகவும் தொன்மை வாய்ந்த வரலாற்றை உடையது. அக்கடலில் மிகவும் பழமையான காலத்திலிருந்து கடற்கொள்ளைகள் நடந்து வந்திருக்கின்றன.

ரோமானியர் பருவக்காற்றுகளின் செயல்பாட்டை முதலில் அறிந்துகொண்ட காலத்திலிருந்து (கி.பி. 41-58), இந்திய வாணிபத்தைப் பாதிக்கும் வகையில் இந்தியாவின் மேற்குக் கரைப்பகுதிகளில் கடற்கொள்ளை பெரிய அளவில் நடந்து வந்தது. அது பத்தொன்பதாம் நூற்றாண்டு வரையிலும் ஒடுக்கப்படவில்லை.

சங்க காலத்திலும் (சுமார் கி.மு. மூன்றாம் நூற்றாண்டு முதல், கி.பி. மூன்றாம் நூற்றாண்டு வரை) கடற்கொள்ளையர் இருந்து வந்தனர் என்பதை இலக்கியம் காட்டுகின்றது.

பதின்மூன்றாம் நூற்றாண்டின் கடைசி வாக்கில் சிந்து வடிநிலப்பகுதி, கத்திய வாடு, மக்கரான் கரை அல்லது காம்பே வளைகுடா இங்கெல்லாம் சிறு அளவில்தான் கடற்கொள்ளை நடந்து வந்தது. இதை மார்க்கோபோலோவின் கூற்றுகளிலிருந்து அறிகின்றோம். இஸ்லாம் தோன்றிய அடி நாளில் (கி.பி.6,7ஆம் நூற்றாண்டுகளில்) இந்தியக் கடற்கொள்ளையர் பவாரிஜ் என்ற பாய்மரக்கப்பலைச் செலுத்திச் சிந்து ஆற்றின் வடிநிலப் பகுதிகளில் மொய்த்திருந்தனர்.

ரோமானியர் காலத்தில் (கி.மு.29-கி.பி.641)போலவே, பதின்மூன்று, பதினான்காவது நூற்றாண்டுகளில் கொங்கணம், கன்னட நாடு இவற்றின் துறைமுகங்களிலிருந்தும், குஜராத்தின் பண்டத் தயாரிப்புப் பகுதிகளுக்கும், சேரநாட்டில் மிளகு விளையும் செழிப்பான பகுதிக்கு மிடையே அமைந்திருந்த வளங்குன்றிய நிலப்பரப்பில் இருந்தும் கடற்கொள்ளையர் மேலைக் கடலை அலைக்கழித்து வந்தனர்.

வளங்குன்றிய இக்கரையோரப் பகுதியின் மக்கள், தம் நாட்டின் அருகே பேராதயம் தரும் வகையில் கடலிலும், தரையிலும் நடந்து வந்த செழிப்பான வாணிபப் பணிகளில், மாலுமியராக, கப்பல் கட்டுபவர்களாக வேலை செய்து வந்தனர். அவர்கள் இப்பகுதியில் இருந்த மன்னரையும், வணிகரையும் அச்சுறுத்திச் சுங்கத்தீர்வை வாங்குவதுண்டு. தமது கரைகளில் எதிர்பாராது வந்திறங்கிய, அல்லது உடைந்துப்போன அல்லது போர்க் கப்பல்களால் தாக்கப்பட்டுக் கரையில் ஒதுங்கிய கப்பல்களிலிருந்து சரக்குகளையும், பண்டங்களையும் பறித்துத் தம்முள் பங்கு வைத்துக்கொண்டனர்.

"இந்த அடங்காபிடாரித்தனம் இந்தியாவின் இம்மாகாணங்கள் அனைத்திலும் நிலவுகின்றது. ஒரு கப்பல் பருவகாலத்து நெருக்கடியினால் அது போய்ச்சேர வேண்டிய துறைமுகத்தை விடுத்து மற்றொன்றை அடையுமாயின், அது கட்டாயம் கொள்ளை யடிக்கப்படும் என்பது உறுதி. ஆனால் அது எந்தத் துறைமுகத்தை அடைய வேண்டுமோ அங்கு சென்றால், தக்க மரியாதையுடன் அங்கு வரவேற்கப்படும். அதற்குரிய பாதுகாப்புத் தரப்படும்'' என்று பெரிப்புளூஸ் கூறுகின்றது. (கி.பி. முதல் நூ.)

இவ்வழக்கம் கள்ளிக்கோட்டையைத் தவிர்த்து, மிளகு மிகச் செழிப்பாக விளையும் நாடுகளின் துறைமுகங்களில் இருந்தது. கள்ளிக்கோட்டை மன்னரான சாமூதிரி

இவ்வழக்கத்தைக் கைக்கொள்ளவில்லை. சாமூதிரி தன் நாட்டுக் கரையோரங்களில் ஒதுங்கும் உடைந்த கப்பல்களைக் கைப்பற்றுவதில்லை. இச்செய்திகளை இபின் படூடா(1304-1374; இவர் 1342-1347 ஆண்டுகளில் இந்தியாவில் பயணம் செய்த வட ஆப்பிரிக்க முஸ்லிம் நாடோடி) குறிப்புகளிலிருந்து அறிகின்றோம்.

கரைக்கப்பால் காணும் கப்பல்களைப் பறித்துக்கொண்டு கொங்கணத்துச் சட்டம் என்று சிவாஜி பதினேழாம் நூற்றாண்டில் ஆங்கிலேயரிடம் வாதிட்டார் என்பதைப் பின்னாளில் காணுகின்றோம்.

கிழக்குக் கரையிலும் கடற்கொள்ளை

இது போன்ற வழக்கம் இந்தியாவின் கிழக்குக் கரையிலும் இருந்தது என்பது காகதிய மன்னர் கணபதி(1199-1261) மோட்டுப் பள்ளித் துறைமுகத்தில் பொறிக்கச் செய்த கல்வெட்டிலிருந்து புலப்படுகின்றது. அம்மன்னர் இவ்வழக்கத்தை ஒழித்துவிட்டதாக இக் கல்வெட்டுக் கூறுகின்றது.

ஒரு மன்னர் சுங்கத்தீர்வை தண்டுவதற்காகத் தன் போர்க் கப்பல்களைக் கொண்டு, ''ஒரு வணிகக்கப்பலை வலுக்கட்டாயமாகத் தன் ஆளுகைக்குட்பட்ட துறைமுகத்தினுள் கொண்டு வரவும் முடியும்; அல்லது அம்மன்னர் தன் கட்டுப்பாட்டில் அல்லது தன் பாதுகாப்பில் செயல்பட்டுவரும் கொள்ளைக் கப்பல்கள் தொகுதியை அனுப்பிக் கடலில் சென்று கொண்டிருக்கும் கப்பலைத் தாக்கலாம். இதுபற்றி கீழே விவரிக்கப்படுகின்றது:

இடைக்காலத்து நிலவிய அதாவது 15, 16-ஆம் நூற்றாண்டுகளில் வாழ்ந்து வந்த வணிகர்களின் செல்வ நிலையில் ஏற்ற இறக்கங்கள் ஏற்படக்கூடிய போக்குப் பெரிதாக இருந்து வந்தது. மேற்சொன்னவாறு கடலில் கப்பல்கள் தாக்கப்பட்டும், அவற்றிலிருந்து சரக்குகள் பறிக்கப்பட்டும் வந்தாலும், இன்னலுறுகின்ற பயணிகளைக் கொள்ளையர் அடிமைப்படுத்துவதில்லை: அவர்களைக் கொல்வதுமில்லை என்ற பொதுவான எழுதா மரபு ஒன்று இருந்து வந்தது. அவர்கள் இனிமேல் அடுத்து மேற்கொள்ளக்கூடிய பயணத்தில் மேலும் சரக்குகளைக் கொண்டு வருவதற்காகவாவது கடற் கொள்ளையர் அவர்களை உயிருடன் விட்டனர் போலும்.''

1729

''கொடிய கொள்ளையர்'': மார்க்கோபோலோ

''உலகின் இழிபெயர் பெற்ற கொடிய கப்பல் கொள்ளையர்'' என்று மார்க்கபோலோ, மேற்கிந்தியக் கடற்கொள்ளையரைப் பற்றிக் கூறுகின்றார். நன்கு திறமையான முறையில் அமைந்த கட்டமைப்புடைய கொள்ளைக் கப்பல்கள் தொகுதியில் அடங்கிய இருபது, முப்பது கப்பல்கள் கூடிக்கொண்டு, ஒன்றுக்கொன்று ஐந்தாறு மைல் (சுமார் எட்டு அல்லது பத்து கிலோமீட்டர்) இடைவெளிவிட்டுச் சங்கிலித் தொடர் போன்று கரையோரமாகக் கடலாடும். கடலில் தமக்கு இரையாகக் கூடிய ஒரு கப்பல் வந்து கொண்டிருக்கிறது என்பதற்கு அடையாளமாக, நெருப்பு ஏற்றப்படும். அதையடுத்து, ஒன்றன்பின் ஒன்றாக வந்துக்கொண்டிருந்த கொள்ளைக் கப்பல்கள், புதிதாக வந்த கப்பலைச் சூழ்ந்து மொய்க்கும். அவை நூறு மைல் வரையிலும் (சுமார் 160 கிலோமீட்டர்) இரையாகப் போகும் கப்பலைப் பின் தொடர்ந்து சென்று தாக்கவல்ல கொள்ளைக் கப்பல்களாகும்.

கடற்கொள்ளையரின் நெடுந் தொலைவுத் தாக்குதல்

மேற்கிந்தியக் கடற்கொள்ளைக்காரர்கள் ஆப்பிரிக்காவின் கொம்பு முனைக்கு

அப்பாலுள்ள சோகோத்திராத் தீவு வரையிலும் சென்றிருக்கின்றனர். (சோகோத்திரா தென் ஏமனிலுள்ள தீவு. இது சோமாலியா என்ற கிழக்காப்பிரிக்கா நாட்டின் ராஸ் கேசயர் என்ற தீவிற்கு வடகிழக்கில் 240 கிலோமீட்டர்-150 மைல்-தொலைவிற்கப்பால் இந்து மாக்கடலில் உள்ளது. இது பெரிதும் வறண்ட மேட்டு நிலமாகும். அதன் உயரம் 1433 மீட்டர் - 4700 அடி வரை எழும்பும். எனினும் கரையோரத்திலுள்ள சமவெளிகளிலும், பள்ளத் தாக்குகளிலும், பேரீட்சை, மிர், ஃபிராங்கின்செனஸ் என்ற நறுமணப் புகைப்பொருள்கள் விளைகின்றன. இத்தீவின் பெரு நகரம் தமரிடா, சோகோத்திராத்தீவு 1866 இல் பிரிட்டிசாரின் காப்புப் பகுதியானது. அது புதிதாக விடுதலை பெற்ற தென் ஏமனுடன் 1967 ஆம் ஆண்டு சேர்ந்து விட்டது.) அங்கு முன்னர் ஒரு சந்தை நடந்து வந்தது.

இந்தியக் கடற்கொள்ளையர் பதின்மூன்றாம் நூற்றாண்டு வாக்கில் தம் கொள்ளைப் பொருள்களைச் சோகோத்திராவின் இந்தச் சந்தையில்தான் விற்றனர். ஆசிய வாணிபத்திற்காகக் கடலில் சென்றபோது கொள்ளையடிக்கப்பட்டு இவ்வாறு சோகோத்திர அங்காடியில் விற்கப்பட்ட இப்பண்டங்கள், மீண்டும் ஆசிய வாணிபத்திற்கே திருப்பிவிடப்பட்டன.

இக்கால வட்டத்தில் (13 ஆம் நூற்றாண்டு) ஆயுத பலம் கொண்ட வல்லாண்மை, கடல் வாணிபம், முஸ்லிம்களின் செல்வாக்குப் பரவல் என்ற மூன்றுக்குமிடையே நிலவி வந்த உறவுகளை எடுத்துக்காட்டும் மூன்று அலைகளாக அவை மேற்குக் கரையில் இயங்கி வந்தன.

1729

இபின் படூடா அனுபவங்கள்

1. இன்று பம்பாய்ப் பெருநகரின் வடகிழக்குப் புறநகராக விளங்கும் தானேயில் முன்னர் இந்துச் சிற்றரசர் நிலவினார். அவர் கடற் கொள்ளைகளில் ஈடுபட்டார். அவர் துறைமுகத்திலிருந்து கொள்ளைக் கப்பல்கள் இயங்குவதற்குப் பதின்மூன்றாம் நூற்றாண்டில் அனுமதித்தார் என்று மார்க்கோபோலோ குறிப்பிடுகின்றார். எனினும் அவை வணிகக் கப்பல்களிலிருந்து கைப்பற்றும் குதிரைகள் அனைத்தும் தானே மன்னருக்குத் தரப்பட வேண்டும். அவர் அதன் மூலம் அப்பகுதியில் தன் இராணுவ அதிகாரத்தை நிறுவ முயன்றார். எனினும் அவரின் அரசு நிலைக்கவில்லை.

தானே முஸ்லிம் ஆளுநர் ஒருவரின் ஆளுகைக்குள் வந்துவிட்டது. அவர் டெல்லிச் சுல்தானின் பிரதிநிதியாக இங்கு இருந்தார். இப்படிப்பட்ட ஆளுநர்கள் இந்தியாவின் பல பகுதிகளில் டெல்லிச் சுல்தான்களின் பிரதிநிதிகளாகப் பதின்மூன்றாம் நூற்றாண்டில் இருந்தனர்.

2. இபின்படூடா காலத்தில் கன்னட நாட்டிலிருந்த பக்கனூர் மன்னர் ஓர் இந்துவாக இருந்தார். ஆனால் அவரது கடற்படைக்கு லூலூ (என்ற முத்தாம) என்ற முஸ்லிம் தலைவராயிருந்தார். இந்த லூலூ கடற்கொள்ளையன் என்கின்றனர். லூலூவிடம் இருபது போர்க் கப்பல்கள் இருந்தன. இபின் படூடாவும் அவருடனிருந்த அரசுத் தூதுவரும் மிகுந்த ஆயுத பலத்துடன் கூடிய நான்கு கப்பல்களடங்கிய ஒரு தொகுதியில் சென்றனர். அவர்கள் சென்ற இக்கப்பல்களை லூலூவின் கப்பல்கள் வழிமறித்து, வரிசெலுத்துவதற்காகப் பக்கனூருக்கு வளைத்து அழைத்துச் சென்றன.

சில கப்பல்கள் பக்கனூர் மன்னரின் வரிக் கோரிக்கையை மடத்தனமாக மறுக்கலாம். அப்படி மறுத்தால், அது அக்கப்பல்களுக்கு பெரிய ஆபத்தாக முடியும். வடக்கு நோக்கிச் சென்று கொண்டிருந்த இபின் படூடாவின் கப்பலில் கொள்ளையர் இறங்கிப் பயணிகளின்

பண்டங்கள் முழுமையையும் கொள்ளையடித்துவிட்டு ஆள்களை மட்டும் உயிருடன் விட்டுச்சென்றனர்.

3. ஹானவூர்ச் சுல்தான் ஜமாலுதீன் பற்றிய இச்செய்தியிலிருந்து கடல் வாணிபம், கடற்கொள்ளை, அரசியல் ஆதிக்கம் ஆகிய மூன்றுக்கும் மேற்குக்கரை நெடுகிலும் நெருங்கிய தொடர்பு இருந்தது என்பதைத் தெரிந்து கொள்ள முடிகின்றது. அந்தச் சுல்தானின் தந்தை ஹசன் ஒரு கப்பல் முதலாளி; சாந்தப்பூரில் (கோவா) பள்ளிவாசல் கட்டியவர். உள்நாட்டு இந்துத் தலைவர் ஒருவர் அவரையோ, அவர் மகனையோ சாந்தப்பூரை விட்டு விரட்டியடித்தார். ஹசன் மீண்டும் தன் செல்வாக்கைப் பெருக்கிக் கொண்ட நேரத்தில் அந்த இந்துத் தலைவரின் குடி ஆட்சியில் இருந்திருக்கலாம்.

படூடா இக்கரை வழியே கப்பலில் வந்த காலத்தில் ஜமாலுதீன் ஹானவூரில் தன் ஆட்சியை நிறுவியிருந்தார். ஹானவூர் கோவாவிற்கும் (சாந்தப்பூர்) மங்களூருக்கும் இடையே சரியாக நடுவில் அமைந்திருந்தது. ஹானவூரில் விளை நிலம் குறைவு. மக்கள் வெளியிலிருந்து வரும் உணவுப் பொருளைத்தான் நம்பியிருந்தனர். அவர்கள் முஸ்லிம்கள் மாலுமியராக அங்கு வாழ்க்கை நடத்தினர்.

ஜமாலுதீன் தென்னிந்தியத் துறைமுகங்களில் இருந்த முஸ்லிம் வணிகருடன் நெருங்கிய தொடர்பு கொண்டிருந்தார். அவர் விசய நகர அரசைக் கண்டு அஞ்சியதற்குக் காரணம் இருந்தது. அவர் விசயநகர மன்னரான முதலாம் அரிகரனுக்குத் திறை செலுத்தி வந்தார். அதே நேரத்தில் ஆறாயிரம் படைவீரர் அடங்கிய தன் படையைக் கொண்டு கப்பலில் வந்து கொள்ளையடிப்பேன் என்று அச்சுறுத்தி மலபார்த் துறைமுகங்களிலிருந்து ஜமாலுதீன் திறை திரட்டி வந்தார்.

ஜமாலுதீன் சாந்தப்பூரைக் கைப்பற்ற வேண்டும் என்ற கருத்தில் இருந்தார். அங்கு ஆட்சிபுரிந்த இந்துக் குடியினரிடையே அரசுரிமைச் சண்டை எழவே, அவர்களுள் ஒருவர் ஜமாலுதீனின் உதவியை நாடினார். அவர் முஸ்லிமாக மாறிவிடவும் ஜமாலுதீனின் குடும்பத்தில் மண உறவு கொள்ளவும் முன் வந்தார்.

இபின் படூடா சாந்தப்பூர் மீது நடந்த கப்பற்படைத் தாக்குதலில் பங்கு கொண்டார். அதில் ஐம்பத்திரண்டு கப்பல்கள் ஈடுபட்டன. இத் தாக்குதல் ஜமாலுதீனுக்கு வெற்றியான போதிலும் பின்னர் பல பின்னடைவுகள் ஏற்பட்டன என்று படூடா கூறுகின்றார்.

1729

கடலை நம்பி நடந்த வாழ்க்கை

கடலை வாழ்க்கையாகக் கொண்ட இரு பிரிவினர் இருந்தனர். ஒரு சாரர் மீனவர்; அவர்கள் பரம்பரைக் கடலோடிகளாதலால், பெரிய கப்பல்களில் மாலுமியராகப் பணிபுரிந்தனர். அவர்கள் சாதியில் தாழ்ந்தோராகக் கருதப்பட்டனர்.

கடலோடிகளான இரண்டாவது கூட்டத்தார் கடற்கொள்ளையைத் தொழிலாகக் கொண்டனர். இருப்பினும் கடற்கொள்ளையர் யார் என்று முடிவு செய்வது கடினம். ஒரு வணிகனுக்கும், கடற்கொள்ளைக்காரனுக்கும் அதே போன்று கடற்படைக் கப்பலுக்கும், கொள்ளைக் கப்பலுக்கும் சற்று ஒத்த சாயல் இருந்தது.

வணிகரில் சிலர் வாய்ப்புக்கிடைக்குமாயின், கடற்கொள்ளையிலும் ஈடுபட்டனர் என்பது தெளிவு. இதுபற்றிய செய்தி என்றென்றும் நினைவில் நிற்கும் வகையில், மேற்கிந்தியக் கரைக்கு அப்பால் நடந்த மலபாரிக் கடற்பயணம் பற்றிய பதினாறாம் நூற்றாண்டுக் குறிப்பு ஒன்றில் எழுதி வைக்கப்பட்டுள்ளது. ''அப்பயணத்தின் நோக்கம்

பெரிதும் வாணிபம்'' என்று அதில் கூறப்பட்டுள்ளது. எனினும் அதிற் காணப்படும் பிறசாயல்களைப் பொருத்தவரையில் அங்கு ஓர் ஒற்றுமை உள்ளது. அது கடற்கொள்ளையே.

ஐரோப்பியர் வருகையின் பிறகு

பிரஞ்சு மன்னரின் கப்பல்களும், ஆங்கிலக் கப்பற்படையும் இக்கடற்பகுதிக்கு வந்தது வரையிலும்- பெரிதும் பதினெட்டாம் நூற்றாண்டில்-கொள்ளைக்காரரில் பலர் போர்த்துக்கீசரின் ஊழியத்திலும், கள்ளிக் கோட்டைச் சாமூதிரியின் கீழும் அல்லது கானோஜி ஆங்கரே அல்லது பிற அரசியல் தலைவர்களின் தலைமையிலும் பணியாற்றியவர்களாகவே இருந்தனர். அவர்களின் சில கப்பல்கள் போர்த்திறனைக் கொண்டு கடற்கொள்ளையில் ஈடுபட்டன.

எனவே, போர்த்துக்கீசர் போர்க்கப்பல்கள் - போர்த்துக்கீசரிடம் பெற்ற இசைவுரிமைச் சீட்டுகளை வைத்திருந்த கப்பல்களையும் சேர்த்து- எல்லாக் கப்பல்களையும் கொள்ளையடித்தன என்பதைப் பதினாறாம் நூற்றாண்டில் எழுதி வைக்கப்பட்ட போர்த்துக்கீச, முஸ்லிம் ஆவணங்களின் ஏராளமான குறிப்புகளில் காண முடிகின்றது. *(இ.ச.க. தொகுதியில்-1 காண்க).*

அவர்களைப் போலவே சாமூதிரியின் கப்பல் தலைவர்களான குஞ்ஞாலியர், அவருக்கு ஓரளவு அடங்கி நடந்தபோதிலும், கடற் கொள்ளையராகவே இருந்தனர். குஞ்ஞாலியர் சில வேளைகளில் கப்பல்களைக் கொள்ளையடித்து வந்தனர்.

ஐயத்திற்கிடமான இச்செய்திகளைத் தள்ளி விட்டுப் பார்த்தாலும், தனிக்கடற் கொள்ளையர் *1500* முதல் *1800* வரையில் இந்துமாக் கடலில் பொதுவாக எங்கும் காணப்பட்டனர். பாரசீக வளைகுடா, மேற்கு இந்தியா, சயாம் வளைகுடா இங்கெல்லாம் குறிப்பாகக் கடற்கொள்ளையர் மொய்த்துக் கிடந்தனர். இவற்றுக்கப்பால் மிங்கு குடியின் ஆட்சிக் காலத்தில் *(1368-1644)* சீனத்தின் மேற்குக் கரையில் கொடியவர்களான வக்கோ என்ற கடற்கொள்ளையர் பதினாறாம் நூற்றாண்டில் அடிக்கடி துன்புறுத்தி வந்தனர்.

கொள்ளையில் தேசிய வேறுபாடு இல்லை

கடற்கொள்ளையில் தேசிய வேறுபாடே இல்லை. போர்த்துக்கீசக் கடற்கொள்ளையர் இதர கப்பல்களுடன், போர்த்துக்கீசக் கப்பல்களையும் தாக்கினர். பிற கொள்ளையரும் இதில் இவர்களைப் போலவே நடந்து கொண்டனர். இதைப் போலவே ஐரோப்பிய அல்லது ஆசிய நாடுகள் அனைத்துமே இந்துமாக்கடலில் கடற்கொள்ளையில் ஈடுபட்டன.

ஒருவர் கடற்கொள்ளையில் இறங்குமாறு கவரப்படும் நிலை எப்போதுமே இருந்து வருவதைப் போன்று, அதாவது சிலரிடையே இன்று கள்ளக் கடத்தல் தொழில் வருவதைப் போன்று கடற்கொள்ளை வேலையும் துணிந்தவரால் ஒரு தொழிலாகவே ஏற்றுக் கொள்ளப்பட்டது. அறமோ, தர்ம, நியாயமோ இதில் பார்க்கப்படுவதில்லை.

உள் நாட்டிலிருந்த வணிகர் கூட்டணிகள் அல்லது கிழக்கிந்தியக் கம்பெனி போன்ற ஐரோப்பிய ஏகபோக நிறுவனங்கள், தமது வாணிபத்தைக் கவர்ந்து கொண்டதும், ஆசிய நாட்டினர் கடற்கொள்ளையராயினர். எனினும் ஆங்கில, டச்சுக் கம்பெனிகளின் ஏகபோகத்தினால் ஆசிய வாணிபத்திலிருந்து விரட்டியடிக்கப்பட்ட ஐரோப்பியர் பலரும் கடற்கொள்ளையராக இந்துமாக்கடலில் திரிந்தனர்.

ஸ்காத்லந்தைச் சேர்ந்த கொலைகாரரும், இழிபெயர் பெற்ற கடற்கொள்ளையருமான காப்டன் கிடு என்ற வில்லியம் கிடு *(1645-1701)* கேரளத்தின் காயாங்குளம் மன்னருடன் *1690*ஆம் ஆண்டு வாணிபம் செய்திருக்கின்றார். காப்டன் கிடு செய்த குற்றங்களுக்காக இங்கிலாந்தில் *1701* ஆம் ஆண்டு தூக்கிலிடப்பட்டார், *(காயாங்குளம் பற்றி 1750 ஆம் ஆண்டுக் கட்டுரை காண்க.)*

வெகு தொலைவிலுள்ள நாடுகளுக்குக் கலங்களில் சரக்கு ஏற்றிச் சென்று வாணிபம் நடந்தமையால், அவற்றை இடையில மறித்துக் கொள்ளையடிக்கும் ஆர்வம் ஏற்பட்டதென்பது தெளிவு. நடுக்கிழக்குப்பகுதியைச் சேர்ந்த வணிகர்கள் மேற்கு இந்தியாவுடன் வாணிபம் செய்தனர். அதாவது கிழக்காப்பிரிக்காவிலிருந்து மலாக்கா, ஆச்சே வரையிலும் கிழக்கே வெகு தொலைவிற்கு இந்து மாக்கடலில் வாணிபம் நடந்தது.

கடலெங்கும் குஜராத்தியர்

குஜராத்தியர் இந்துமாக்கடல் முழுமையிலும் வாணிபம் செய்தனர். அதாவது கிழக்காப்பிரிக்காவிலிருந்து மலாக்கா வரையிலும் (மலாக்கா: இன்று மேற்கு மலேசியாவின் வடகிழக்கில் உள்ளது. இது பழைய காலத்தில் மாபெரும் அங்காடி யாகவும், பண்டசாலையாகவும் விளங்கிற்று.) வாணிபம் நடந்தது. ஐரோப்பியரும் குஜராத்தியரைப் போன்று இங்கெல்லாம் வாணிபம் செய்தனர்.

பதினேழாம் நூற்றாண்டின் தொடக்கத்தில் மொசாம்பிக்கைச் சுற்றியுள்ள கடல்களில் கடற்கொள்ளையர் மொய்த்திருந்தனர். (மொசாம்பிக்கு தென்கிழக்கு ஆப்பிரிக்காவில் உள்ளது; இன்று குடியரசாக விளங்குகின்றது. அது 1505 ஆம் ஆண்டு முதல் போர்த்துக்கீசர் வசம் இருந்து வந்தது. அது 1505 முதல் 1878 வரையிலும் மிகப்பெரிய அடிமை அங்காடியாக இருந்தது. ஆப்பிரிக்காவின் உள் பகுதிகளிலிருந்து பிடித்து வரப்படும் மக்கள் கப்பல்களில் புது உலகான அமெரிக்காக்களுக்குக் அடிமைகளாகக் கொண்டு செல்லப்பட்டனர். மொசாம்பிக்கு 1975 இல் விடுதலை பெற்றது வரையில் போர்த்துக்கீசக் கிழக்காப்பிரிக்கா என்று பெயர் பெற்றிருந்தது.)

ஐரோப்பியர் போட்டியால் உருவான கடற்கொள்ளை

ஐரோப்பியரிடையே எழுந்த போட்டியின் இயற்கையான விளைவாகக் கடற்கொள்ளை உருப்பெற்றது. ஓர் ஐரோப்பிய நாட்டின் கப்பல்கள் மற்றோர் ஐரோப்பிய நாட்டின் கப்பல்களை வழி மறித்தன. அந்நாடுகளுக்கிடையே ஐரோப்பாவில் போர் நடந்தாலும் சரி, அவை அதிகார பூர்வமான பணியில் ஈடுபட்டிருந்தாலும் சரி, அவை கடற்கொள்ளையில் ஈடுபட்டு வந்தன. இங்கிலாந்தில் நடந்த உள்நாட்டுப் போரில் *(1644-1645)* மன்னருக்கு ஆதரவான கப்பல்களும், அவருக்கு எதிரான காமன் வெல்தைச் சேர்ந்த கப்பல்களும் மோதிக் கொண்டு கடற்கொள்ளையை வளர்த்தன.

பதினேழாம் நூற்றாண்டின் இரண்டாம் பாதியில் கரீபியன் கடற்கொள்ளைக் காரரும், இந்துமாக் கடலுக்கு வரலாயினர். (கரீபியன், மேற்கிந்தியத் தீவுகள், மைய அமெரிக்கா, தென்னமெரிக்காவின் வடகரை ஆகியன சூழ்ந்த கடலின் பெயர். இது அட்லாண்டிக் கடலின் ஓர் உறுப்பு.) கரீபியன் கடற்கொள்ளையர் இந்தியாவிற்கும், செங்கடலுக்கும் இடையில் இருக்கும் கடல் வழித்தடங்களில் நடமாடினர். ஆப்பிரிக்காவின் கிழக்குக் கரைக்கப்பால் இந்துமாக்கடலிலுள்ள மடகாஸ்கர் தீவின் வட பகுதிகளில், அவர்கள் தளங்களை நிறுவினர். அவர்கள் கோமோரோ தீவுகளுக்கு அடிக்கடி வந்தனர்.

(இத்தீவுகள் மடகாஸ்கரின் வடமேற்குக் கரைக்கப்பால், இந்துமாக்கடலில் உள்ளன. இத்தீவுக் கூட்டம் *1947* முதல் *1976* வரையிலும் பிரஞ்சுப் பகுதியாக இருந்து, *1976* இல் விடுதலை பெற்றுக் குடியரசாயிற்று. இது இன்று இஸ்லாமியக் குடியரசுக் கூட்டாட்சிக் கோமோரோ என்று அழைக்கப்படுகின்றது.)

கரீபியக் கொள்ளையர் இங்கு வந்து வேவு பார்த்தனர். கொள்ளையடித்த பொருள்களை இங்கு கொணர்ந்து விற்றனர். அவர்கள் சில வேளைகளில் இங்கிருந்த ஊர்களையும், சிற்றூர்களையம் தாக்கிக் கொள்ளையடித்தனர்.

கடற்கொள்ளையருக்கு ஐரோப்பியர் ஊக்குதல்

ஐரோப்பிய வணிக நிறுவனங்கள் தமக்கென்று தனித் துறைமுகங்களை உண்டாக்கவும், மேற்கு இந்துமாக் கடலில் தமது அரசியல் இராணுவ நடவடிக்கைகளை விரிக்கவும் நோக்கம் கொண்டு இக்கொள்ளையரை ஊக்குவித்தன.

அஞ்சுவான் பதினெட்டாம் நூற்றாண்டில் பிரிட்டிசாரின் பாதுகாப்பில் வந்தது. பிரஞ்சுக்காரர் முன்னர் டச்சுக்காரரிடமிருந்து மோரீசுத்தீவில் நிலை பெற்று மடகாஸ்கர் வரையிலும் தம் செல்வாக்கை விரித்தனர்.

1729 கடற்கொள்ளையரின் குறியெல்லாம் பணமும் பண்டமுமேயாம். கொள்ளையரை எதிர்க்காதிருந்தால் கப்பலுக்கோ, மாலுமியர்க்கோ, பயணியருக்கோ அவர்கள் எந்தத் தீங்கும் செய்வதில்லை. சான்றாக டையூ துறைமுகத்திலிருந்து சென்ற மகமூதி என்ற கப்பலை *1636* இல் ஆங்கிலக் கொள்ளையர் சிலர் பிடித்தனர். அப்போது அக்கப்பல் தலைவரின் இரண்டு கைகளையும் கட்டி, விரல்களுக்கிடையில் தீக்குச்சியைக் கொளுத்தி வைத்துக் கையைச் சுட்டனர். அவர் அதன் பிறகு பணம் கப்பலில் எங்கே இருக்கின்றது என்று சொல்லிவிட்டார்.

கடல் வாணிகர் தாம் கடற்கொள்ளையரால் பெரிதும் இன்னலுற்றிருப்பர் என்பதில் ஐயமில்லை. கொள்ளையர் பெண் பயணிகளை அடிமைகளாக அல்லது காமக் கிழத்தியராகத் தூக்கிச் செல்வது வழக்கம்.

ஆங்கிலேயர்களின் கொள்ளை

ஔரங்கசீபு தக்காணப் போரில் சிக்கிக் கொண்டு மீள முடியாது உழன்ற நேரத்தில் சைல்ட்ஸ் என்ற பம்பாய்க் கவர்னரான ஆங்கிலேயர், முகலாயர் கப்பல்களையெல்லாம் கடலில் பிடித்துவிட வேண்டுமென்று கம்பெனிக் கப்பல் தலைவர்களுக்கு ''மறை வடக்கமாக'' ஆணை பிறப்பித்துவிட்டார். கம்பெனியின் துடிப்பு மிக்க மீகாமான்கள் - கப்பல் தலைவர்கள் - இதைப் பெரிதும் விரும்பி ஏற்று மகிழ்ச்சியும், ஆதாயமும் தருகின்ற இந்த வேலையில் ஈடுபட்டனர். அவர்கள் கரையோர வாணிபத்திற்குப் பயன்பட்டு வந்தனவும், போருக்கு ஆயத்தப்படுத்தப் படாதனவுமான முகலாயர் கப்பல்களை மிக எளிதாகப் பிடித்து விட்டனர். அவர்கள் ஏராளமாகச் சரக்கு ஏற்றி யிருந்த ஐம்பதிற்கும் அதிகமான கப்பல்களைப் பிடித்துச் சரக்கோடு சூரத்திற்குக் கொள்ளைப் பரிசுகளாகக் கொண்டு சென்றனர்.

கொடிய ''மலபார்க் கொள்ளையர்''

கிழக்கிந்தியக் கம்பெனியார் இவ்வாறு அறிவிக்காது முகலாயர் மீது தொடுத்த போர் போதாதென்று, ஆங்கிலக் கடற் கொள்ளையரின் நடவடிக்கைகளும் பெருக லாயின.

மிகவும் கொடூரமான மலபார்க் கடற்கொள்ளையர் என்று பெயர் பெற்றிருந்த கடற் கொள்ளையர் நடத்திய கொள்ளைகளில் ஆங்கிலக் கம்பெனி எந்த அளவு பங்கெடுத்திருந்தது என்பதை முடிவு கட்டுவது கடினம் என்று வரலாற்றாசிரியர் கூறுகின்றனர். மலபார்க் கொள்ளையர் பதினேழாம் நூற்றாண்டின் இறுதியிலும், பதினெட்டாம் நூற்றாண்டின் தொடக்கத்திலும் அரபுக் கடலில் நடமாடி வந்தனர்.

''இதில் (கடற் கொள்ளையில்) கிடைத்த கொள்ளைப் பொருள் மிகுந்தும், ஆபத்துகள் குறைந்தும் இருந்தமையால், கம்பெனியானது தன் ஆள்கள் இக்கடற் கொள்ளையருடன் சேர்வதைத் தடுக்க முடியாத நிலையில் இருந்தது'' என்று பிடுல்ஃபு என்பவர் கூறுகின்றார். முகலாயர் கடற்கொள்ளையரையும், கம்பெனியையும் கொள்ளையர் என்றுதான் கருதினர். இவ்விரு சாராரின் கப்பல்களிலும் பிரிட்டிஷ் கொடிதான் பறந்தது.

யார் கொள்ளையர்?

பண்டைக் காலந்தொட்டுப் பதினெட்டாம் நூற்றாண்டுவரை இந்துமாக் கடலில் நடந்து வந்த கொள்ளைகள் இதுவரை விவரிக்கப்பட்டன. கடற்கொள்ளை என்பது என்ன? அதில் ஈடுபட்டோர் யாவர்? என்பன மட்டுமன்றி, ஏற்றங் கொண்ட கொள்ளையர் தம்மையன்றிப் பிறரைக் கொள்ளையர் என்று இழித்துரைத்து வந்ததும் இங்கு இலைமறை காயாக எடுத்துரைக்கப்பட்டுள்ளன. எனவே, குஞ்ஞாலியர், மராட்டியர் (கானோஜி ஆங்கரே), சிதியர் (முகலாயரின் கடற்படையினர்) முதலானோரை மட்டும் ஐரோப்பியர் சிலர் கடற்கொள்ளையர் என்று இழித்துரைப்பது எந்த வகையில் சரியாகும் என்பது சிந்தித்தற்குரியது.

கானோஜி ஆங்கரே வரலாறு

கானோஜி ஆங்கரேயின் வாழ்க்கையும், பணியும் மேற்சொன்ன செய்திகளின் வெளிச்சத்தில் நோக்கப்படும்போதுதான், அவர் எத்தகையவர் என்பது புலனாகும்.

அவர் 1669 வாக்கில் பிறந்தார் என்பது, அவருக்குக் குருவாயிருந்த ஒரு பிராமணர் கணித்தது என்று நம்பப்படும் பழைய சாதகக் குறிப்பு ஒன்றிலிருந்து தெரிகின்றது. அவர் கிட்டத்தட்ட முப்பதாண்டுகளே வாழ்ந்தார். அவர் இந்த 1729 ஜூன் 20 அன்று இறந்தார். அவரது வாழ்க்கை கொங்கணத்தின் இந்தக் காலகட்டத்து வரலாறும் ஆகும்.

கொங்கணம்

இது கோவாவிற்குத் தெற்கிலிருந்த ஓர் அரசு என்று பண்டை நில நூலில் குறிக்கப்பட்டுள்ளது. கொங்கணம் தமிழகத்தின் கொங்கு நாட்டுடன் தொடர்பு கொண்டிருந்தது என்பது தெளிவு. பம்பாயிலிருந்து கோவா வரை நீள்கின்ற மேற்கு மலைத்தொடரை எல்லையாகக் கொண்டு மெல்லிய சிம்பு போல் கொங்கணம் நீண்டுள்ளது. இது மிகவும் குறுகலான நிலப்பரப்பு.

உவான் சவாங்கு (602-647) என்ற சீன நாடோடி தென்னிந்தியாவைப் பிரித்துக் கூறிய ஒன்பது பகுதிகளில் கொங்கணம் ஒன்றாம். இதன் தலைநகரம் கொங்கணபுரமாக இருந்தது. கடம்பரின் பண்டைக் கோநகராகக் கொங்கணபுரம் விளங்கிற்று. அது ஒரு காலத்தில் சாளுக்கியரின் கோநகரை விஞ்சியிருந்தது என்று வரலாறு கூறுகின்றது.

தாழ்வான கரையோரப் பகுதியாகிய கொங்கணம் நிலப்படங்களில் பச்சை வண்ணத்தில் தீட்டப்பட்டிருக்கும். வடக்கே பாசீனில் தொடங்கித் தெற்கில் கார்வாரில் முடிவதுமாகிய கொங்கணம் குறுகலானதும், கரடு முரடான பாறைகள் மலிந்ததுமான நிலப்பரப்பாகும். இக்கரையோரப் பகுதியின் நீளம் 640 கிலோமீட்டர் (400 மைல்); அகலமோ 64 கிலோமீட்டருக்கு (40 மைல்) மேல் அதிகமில்லை. அதன் தொண்டை போன்ற பகுதி சற்று பிதுங்கியிருக்கும். ஒரு பாம்பு பெரிய தவளையை விழுங்கி விட்டதைப் போன்று, கொங்கணத்தின் தொண்டைப் பகுதிக்குள் பம்பாய் மாநகரம் அமைந்துள்ளது.

மண்ணியலார் இது மிகவும் அண்மைக் காலத்தில் தோன்றிய நிலப்பரப்பு என்பர். கடலுக்கடியில் தோன்றிய ஒரு நில நடுக்கத்தினால் மேலே உந்தித்தள்ளப்பட்டு உண்டான நிலப்பரப்பு கொங்கணம் என்பர்.

பிராமணர் கூற்றுப்படி கூறுவதாயின், பரசுராமர் கடலைப் பலநூறு யோசனை தொலைவு உள்ளே தள்ளிவிட்டுப் பேராசை பிடித்த பிராமணர்களுக்கு மண்ணுலகம் முழுவதையும் தந்தார். ஆனால் பரசுராமருக்கோ நிற்கவும் நிலமில்லாது போனது. அவர் கடலிலிருந்து எழுப்பிய நிலம் கொங்கணமாகும். இதில் அறிவியலார் கூற்றுச் சரியா? அந்தணர் கதை சரியா? அது எதுவாகவேனும் இருந்து விட்டுப் போகட்டும்.

கடலின் அலையெழுச்சியும், மோதலும் கரையோரப் பகுதிகளில் பன்னெடுங் காலமாக முட்டி, மோதி உண்டாக்கிய இரண்டு வரிப் பள்ளங்களை இன்றும் காணலாம். அம்மலைகளின் முகடுகளுக்கு மேலே வல்லூறுகள் வட்டமிடும்.

கொங்கணத்தின் மேற்கில் அரபுக்கடல். கிழக்கில் திடீரென்று உயர்ந்து எழும்பும் மலைச்சுவர்கள். இம்மலைக்கு மேற்குமலை மேற்குத் தொடர்ச்சி மலை என்றெல்லாம் பெயர். பண்டைத் தமிழர் இதை வானமலை என்றனர். அதவாது வானளாவிய மலை. கடலுக்கும் இம்மலைக்கும் இடையில் கிடக்கும் நிலமே கொங்கணம்.

இந்நிலப்பரப்போ, அம்மலைத்தொடரோ ஒன்றுக்கொன்று விட்டுக் கொடாது நடத்துகின்ற போராட்டத்தில் சங்கிலித் தொடர் போன்று, செங்குத்தான, கரடு முரடான மலைமுகடுகள் உருவாகியுள்ளன. அலையென இங்கு அடுத்தடுத்து வந்த படையெடுப் பாளர்கள் இம்முகடுகளுக்கு முடிசூட்டுவது போன்று, அவற்றின் உச்சியில் படைக்காவல் முனைகளையும், காவல் கோட்டைகளையும் நிறுவினர். மலையின் உச்சியில்தான் பாதுகாப்பு இருக்க முடியும் என்று மனிதன் நினைத்த காலமிது.

கொங்கணம் தக்காணத்தில் அடங்கிய நிலம். இந்தியத் தீவக்குறையின் மேற்குப் பகுதிக்குத் தக்காணம் என்று அக்காலத்தில் ஒரு பெயர் இருந்தது. தக்காணம் மராட்டியரின் நாடு. இம்மண் எந்நாளும் போருக்குக் களமாக இருந்து வந்தது. அது மராட்டியர் காலத்தில் மிகுந்த கொந்தளிப்பான நிலமாக நிலவிற்று. எனினும் கொங்கணத்தில் ஆண்டில் நான்கு மாதம் மழை காலத்தில் போர் நடக்க முடிவதில்லை.

கானோஜி ஆங்கரேயின் காலத்திலும் கொங்கணக்கரை, இந்தப் பதினெட்டில் இப்படித்தானிருந்தது. கொங்கண நிலப்பரப்பை ஆண்டவர் எவராயினும், அகழிகளும், மதில்களும் சூழ்ந்த வாணிபக் குடியிருப்புகளுக்கு எவர் ஆண்டையாக இருந்தாலும் கொங்கணத்தின் கரையடுத்த கடற்பரப்பின் காவலனாகத் கானோஜி ஆங்கரேதான் நிலவினார் என்பது குறித்துக் கருத்து வேறுபாடு அக்காலத்தில் இருந்ததில்லை.

கானோஜி முன்னோர்

மராட்டிய மன்னர் சாகு 1713 ஆம் ஆண்டு பேஷ்வா என்ற தலைமை அமைச்சர் பதவியைப் பாலாஜி விசுவநாதிற்கு அளித்தார். பாலாஜியும், கானோஜி ஆங்கரேயும் சிறு வயதில் ஹர்னாய் என்ற சிற்றூரில் ஒரு பிராமணக் குருவிடம் கல்வி பயின்றனர் என்பது குறிப்பிடத்தக்கது.

ஆங்கரே என்ற பெயர் பூனேக்கு அருகிலுள்ள ஆங்கர்வாடி என்ற சிற்றூரின் பெயரிலிருந்து வந்ததாகும். கானோஜியின் குடும்பம் ஆங்கர்வாடியைச் சேர்ந்தது என்பதால் அவர்கள் ஆங்கரே என்று ஊர்ப் பெயரால் அழைக்கப்பட்டனர். எனினும் அக்குடும்பத்தின் பழம் பெயர் சங்கபால ஆகும். இக்குடும்பம் வழி வழியாகக் கடலோடு தொடர் புடையதன்று. ஆங்கரே குடியில் ஒருவர் முதன்முதலாக 1640 இல் தான் கடலோடுந் தொழிலைக் கொண்டார் என்பது தெரிகின்றது.

அந்த ஆண்டு போர்த்துக்கீசருக்கும், பிஜப்பூர் சுல்தானுக்கும் சௌல் என்ற இடத்தினருகே நடந்த கடற்சண்டையில் கானோஜியின் தந்தை துக்கோஜி பெருவீரம் காட்டினார் என்று சொல்லப்பட்டது. பிஜப்பூர்க் கப்பல் தொகுதிக்குச் சிவாஜியின் தந்தை ஷாஜி (1594-1664) தலைமை ஏற்றிருந்தார். சௌல் அருகில் நடந்த கடல் சண்டையில் போர்த்துக்கீசர் தோற்றனர். வட கொங்கணம் பிஜப்பூர்ச் சுல்தான்களின் ஆட்சியில் வந்தது.

கானோஜி பிராமணக் குருவிடம் கல்வி பயின்று முடிந்ததும் சுவர்ண துர்க்கக் கோட்டைத் தளபதியின் கீழ் பணிக்குச் சேர்ந்தார். அவர் கெட்டிக்காரத்தனமாகவும், கடினமாக உழைத்தும் வந்தமையால் அனைவரின் அன்பிற்கும் உரியவரானார்.

1729

சிவாஜியின் கப்பற்படை

சிவாஜி (1627-1680) இக்காலத்தில் வலிமை வாய்ந்த கப்பற்படையை உண்டாக்கிக் கொண்டிருந்தார். அப்படையில் பெரிய கப்பல்களின் எண்ணிக்கை 1674 ஆம் ஆண்டு 57 ஆகவும், ஆள்பலம் சுமார் 5,000 ஆகவும் இருந்தன. அதற்கு ஐந்தாண்டுகளுக்குப் பிறகு பெரிய கப்பல்களின் எண்ணிக்கை 66 ஆயிற்று. அதற்கு ஒன்பதாண்டுகள் கழித்து, அதாவது 1685 இல் ஒவ்வொன்றும் 30 முதல் 150 டன் எடைத் திறனுள்ளனவும், பீரங்கிகள் பொருத்தினவுமான பலவகைப்பட்ட 85 கப்பல்களாக உயர்ந்தது. அது வெல்ல முடியாத கப்பற்படை என்று இன்றைய நிலவரப்படியே கூறலாம் என்பது ஓர் ஆசிரியரின் கருத்தாகும்.

சிவாஜி இறந்ததற்கு முன்னர் இவ்வாறு கப்பற்படையைப் பெருக்கிக் கொண்டே சென்றதுடன், கரை நெடுகிலுமுள்ள கோட்டைகளைப் பிடிப்பதற்காகவும், போர்த்தந்திர முக்கியத்துவம் வாய்ந்த இடங்களில் அரண்களைக் கட்டவும் திட்டமிட்டுப் பல போர்களை நடத்தினார். இதற்கென்று பொறியாளர், கப்பல் கட்டுவோர், ஈய, பித்தளை வேலைக்காரர்கள், பீரங்கி செய்வோர் என்று பொறுக்கியெடுத்த தொழில் நுட்ப வல்லுநர்களை வேலைக்கு அமர்த்தினார். அவர்களுள் முஸ்லிம்கள், போர்த்துக்கீசர், பிரஞ்சுக்காரர், டச்சுக்காரர் முதலானோர் இருந்தனர்.

சிவாஜி கட்டிய கோட்டைகள்

சிவாஜி கொங்கணக் கரையோரத்தில் மொத்தம் பதின்மூன்று கோட்டைகளைக் கட்டினர். மேலும் பல கோட்டைகளைச் செம்மைப்படுத்தினார். அவற்றுள் மால்வனுக்கு அப்பால் ஒரு தீவில் கட்டப்பெற்ற சிந்து துர்க்கம் என்ற கோட்டை இன்றும் நல்ல

சிவாஜி

நிலையில் நிலவுகின்றது. அது மராட்டியக் கப்பற்படையின் தலைமையகமாக இருப்பதற்கென்று நிறுவப்பட்டது. அதன் கொத்தளங்கள் மீது முப்பதாண்டுக்காலம் மராட்டியர் கொடிகள் பறந்தன.

சிந்து துர்க்கக் கோட்டையைச் சுற்றி சுற்றி வந்தாலும், அதன் நுழைவாயில் எதுவென்று கண்டுபிடிக்க முடியாது. ஏனெனில் அது பல சுவர்களுக்கு இடையில் மறைவாக அமைந்திருந்தது. சிந்து துர்க்கம் என்றால் மலைக் கோட்டை என்று பொருள்.

சிவாஜி 1679 ஆம் ஆண்டு பம்பாய்க்குப் பக்கத்திலுள்ள கண்டேரி என்ற தீவைப் பிடித்துப் பிரிட்டிசாரின் தீர்ப்பையும் எதிர்ப்பையும் பொருள்படுத்தாது அதை வலுவான கோட்டையாக்கினார். கிழக்கிந்தியக் கம்பெனி அத்தீவைப் பிடிக்க எவ்வளவோ முயன்றபோதிலும், அது நூறாண்டுகளுக் கதிகமான காலம் மராட்டியர் கையிலேயே இருந்தது.

சிவாஜி கடலோரமாகக் கடைசியில் கட்டிய கோட்டை, துருத்திக் கொண்டிருக்கும் ஒரு பாறையின் மீது அமைந்ததாகத் தானிருக்க வேண்டும். அது பம்பாய்க்குத் தெற்கில், 32 கிலோமீட்டர் (20 மைல்) தொலைவில் அலிபாகிற்கு அப்பால் உள்ளது. இச்சிறு தீவு இதன் பிறகு பல்லாண்டுகளாக மராட்டியப் படையின் புறக்காவல் நிலையாக இருந்து வந்தது. இக்கோட்டை அமைந்த தீவு பரந்த வெறும் பாறையாக (குல்) நீரால் (ஆப்) சூழப்பட்டு இருந்தமையால் குல்-ஆப் என்று பெயர் பெற்றது. அதாவது நீர் சூழ்ந்த பாறை என்று அதற்குப் பொருள். அதை மக்கள் எளிமையாகக் குலாபா அல்லது கொலாபா என்று அழைக்கலாயினர்.

கொலாபாவின் கோட்டை அடுத்து வந்த ஆண்டுகளில் மராட்டிய மன்னர்களின் கப்பற்படைத் தலைவர்களான ஆங்கரேக்கள் வழி வழியாகக் கொண்டிருந்த கப்பற்படைத் தலைமையகமாயிற்று. அது பிற்காலத்தில் ஆங்கரேக்களின் கொலாபா என்றே அறியப்படலாயிற்று.

கானோஜி எப்படிப்பட்டவர்

இவ்வாறு பதினேழாம் நூற்றாண்டில் சிவாஜியால் உருவாக்கி வலுப்படுத்தப் பெற்ற மராட்டியர் கப்பற்படையின் தலைமையை ஏற்ற கானோஜி ஆங்கரே எப்படிப் பட்டவர்?

''அவர் நடுத்தர உயரமானவர். கடலிலும், வெயிலிலும் அடிபட்ட மேனியாதலால், பழுப்பான நிறம்; சற்று வாட்டமான முகத்தில் செருக்குற்றுத் தோன்றும் கறுமையான கூரிய கண்கள்; வரிசையாக அமைந்த வெண்மையான பற்கள்; கடலிலும் மண் மீதும், வெயிலில் திரிகின்ற மனிதர். எனினும் கடலின் கொந்தளிப்பையும். பகலவனின் கோடை வெம்மையையும், விட்டுக் கொடாத திண்ணிய மண்ணையும் போன்ற மனிதர். எருதைப் போன்ற வலிமை. ஆழ்ந்த மார்பு; முறுக்கேறிய கைகள்; உழைத்துக் காய்ப்பேறிய உள்ளங்கைகள்; வியப்பூட்டக் கூடிய விதத்தில் நீந்தக்கூடிய ஆற்றலுள்ளவர்; வாள்வீச்சில்

வல்லவர்; குதிரையேற்றத்தில் கெட்டிக்காரர்; போரையும், மதத்தையும் பற்றி உணர்ச்சி நிறைந்ததும் எளிமையான துமான தத்துவ நோக்குடைய ஆர்வமான இளைஞர்; அவர் தன் அறிவையும், அருந்திறன்களையும், துணிச்சலையும், வலிமையையும் வெளிப்படுத்திக் காட்ட வேண்டுமென்பதில் பெரு விருப்புடையவர்; போரில் தன் வாழ்வின் பயன் முழுமை பெறுவதாகப் பெருமகிழ்ச்சி கொண்டவர்; உடையிலும் உணவிலும் எளிமையானவர்; தன்னுடன் பணியாற்றும் தோழர்கள்பால் கொண்டுள்ள நட்பில் மனநிறைவு பெறுவர்; இவ்வளவு செயல் துடிப்புள்ள இவருக்குப் படிப்பறிவைப் பெற வேண்டுமென்பதிலும் ஆர்வம் இருந்தது. சொற்களின் செழுமையையும் வெறுமையையும் நன்குணரக்கூடிய அரிய கூருணர்ச்சி; செயலில் ஒளிவு மறைவு அற்றவர்; ஆனால் பேச்சில் நயமும் கடுமையும் இருக்கும்.''

-மனோகர் மால்கோங்கர் இப்படிக் கானோஜியைப் படம் பிடித்துக் காட்டுகின்றார்.

ஆங்கரே துணைக் கப்பற்படைத் தலைவராதல்

கானோஜி ஆங்க்ரே பதின்மூன்று வயதுச் சிறுவனாயிருந்தபோது சிவாஜி மகன் சாம்பாஜியின் கப்பற்படையில் சேர்ந்தார் என்று வரலாற்றாசிரியர் கருதுவர். கானோஜி தன் தந்தை துக்கோஜி பணி புரிந்து வந்த சுவர்ண துர்க்கக் கோட்டைக்கு அனுப்பி வைக்கப்பட்டார். அவர் மராட்டியக் கப்பற் படையில் படிப்படியாக மேலேறினார். இராஜாராம் முகலாயர் படைக்கு அஞ்சித் தெற்கே செஞ்சி நோக்கித் தலைமறைவாகச் சென்ற போது, அவருடன் முதுநிலைப் படைத் தலைவர்களும் சென்றனர். அவர்களுடன் புதிதாகக் கப்பற்படைக்குத் தலைமைத் தளபதியாக்கப்பட்ட சைடோஜி கஜ்ஜார் என்றவரும் சென்றார். எனவே கானோஜி ஆங்கரேயும், பவான்ஜி மொகித்தாயும் இரண்டு துணைத் தளபதியாகச் சுவர்ண துர்க்கக் கோட்டையில் அமர்த்தப்பட்டனர்.

சுவர்ணதுர்க்கத்திலும் கேரியாக் கோட்டையிலும் எஞ்சியிருந்த கப்பல்கள் அடங்கிய வடபகுதி தலைமைப் பொறுப்பு கானோஜிக்குக் கிடைக்கவே, அவர் தனிச் சுதந்திரமான தலைமைப் பதவியை ஏற்றார்.

சிவாஜி 1680 இல் இறந்தபோது ''நானூறு முதல் ஐநூறு கப்பல்கள்'' அடங்கிய தொகுதி இருந்தது என்கின்றனர். இது மிகைப்படுத்தப்பட்ட கணக்கு. இதில் சிவாஜியின் வணிகக் கப்பல்களும் அடங்கி யிருந்தன என்பர். ஆனால் சிவாஜி இறந்த பத்தாண்டு களுக்குள்ளேயே, மராட்டியக் கப்பற்படை தேய்ந்து குறைந்துவிட்டது.

கானோஜி சுமார் 240 கிலோமீட்டர் (150 மைல்) நீண்ட திறந்த கடல்வெளிப் பரப்பின் துணைத் தலைமைப் பொறுப்பை ஏற்றபோது, அடிபட்டுப்போன கப்பல்களும், கரையோரங்களில் மெலிந்து இளைத்துப் போன ஐநூறு கோட்டைகளும் மட்டுமே இருந்தன. சுமார் 3000 பேருக்கு ஒழுங்காக ஊதியம் தராது போயினும், வேலைக்குச் சோறாவது போட்டாக வேண்டும். இதற்கு வேண்டிய பணமெல்லாம், மராட்டியரின் எண்ணற்ற உள்நாட்டு கோட்டைகளைச் சேர்ந்த விளை

நிலத்திலிருந்து வரவேண்டும் என்பது அரசாணை. ஆனால் இக்கோட்டைகளோ முகலாயர் வசம் இருந்தன. அல்லது அவர்களின் படைகளால் தாக்கப்பட்டு வந்தன.

1729

கானோஜி ஏற்றம்

கானோஜி ஆங்கரே கடலில் அற்புதமான சாதனைகளை நிகழ்த்தினார். அவை மராட்டியர் தரைப்படை செய்திருந்தவற்றை விட மிகவும் மேலான அருஞ்செயல்களாக இருந்தன. அவரிடம் வட பகுதிக் கப்பற்படைத் தலைமை வந்து சேர்ந்த ஒன்பதாண்டுகளில் பல வகையான நாற்பது கப்பல்கள் அடங்கிய கட்டுக்கோப்பான ஒரு கப்பற்படைத் தொகுதியை உண்டாக்கி விட்டார். அப்படையைப் பற்றிப் பேசும்போது, அச்சமும், மதிப்பும் எழும்படியான நிலையை உண்டாக்கினார்.

கானோஜி இவ்வாண்டுகளில் தன் வயதிற்கு மிஞ்சிய போர்த் தந்திர அறிவை வெளிப்படுத்தினார். பெரிய எதிரியுடன் பெரிய அளவில் மோதுவதை மிகவும் கெட்டிக்காரத்தனமாகத் தவிர்த்தார். இராஜாராம் செஞ்சியிலிருந்து தாயகம் திரும்பி ஆட்சிப் பொறுப்பை ஏற்றதும், அவரின் கப்பற்படைத் தளபதியான சைடோஜி கஜ்ஜார் இறந்து போனார். ஆதலால் அனைவரும் எதிர்பார்த்தபடி கப்பற்படைத் தலைமைப் பதவி கானோஜி ஆங்கரேக்குக் கிடைத்தது வியப்பில்லை.

கானோஜி கடலில் மட்டுமன்றித் தரையிலும் தன் வீரச்செயல்களை நிலை நாட்டினார். அவர் கொங்கணத்தின் சில கோட்டைகளைத் தன் அதிகார வரம்பினுள் கொணர்ந்தார். அவருக்கு 1695 இல் வயது இருபத்தாறு. அவர் இக்காலத்தில் தன் அதிகாரம் போதிய அளவில் நிலைபெற்று விட்டது என்று நம்பிக்கை கொண்டு, தன் மனைவி மதுராவுடன் நாசிக்கிற்குப் புனித யாத்திரை சென்று, சில மாதங்கள் சென்றபின் திரும்பினார்.

அவர் கொங்கணத்தை அடைந்ததும், சாம்பாஜி இறந்ததற்கு முன்னரே முகலாயர் கைப்பற்றியிருந்த சாகர்கடு என்ற கோட்டையை மிக எளிதாகக் கைப்பற்றினார்.

அவர் அதே ஆண்டு (1695) தன் தலைமையகத்தைச் சுவர்ண துர்க்கத்திலிருந்து கொலாபாவிற்கு மாற்றினார். இது மிக முக்கியமான நடவடிக்கை. ஏனெனில் அவர் மேற்குக் கரையில் இருந்த இருபெரும் வல்லாளரான சித்தியருக்கும், வெள்ளைக் கிழக்கிந்தியக் கம்பெனியாருக்கும், நடுவே தன் இருப்பிடத்தை நிறுவிக் கொண்டார்.

இராஜராமின பகையும், அவரது மரணமும், அதையடுத்து மராட்டியரிடையே ஏற்பட்ட பதவிச் சண்டைகளும், தன் பதவி நிலையில் ஏற்படுத்திய விளைவுகளையும் பொருட்படுத்தாது, கானோஜி சிவாஜி குடும்பத்தின் மீது மாறாத விசுவாசம் கொண்டிருந்தார்.

ஆங்கிலேயரின் எதிரியாதல்

மேற்குக் கரையின் மேற்பகுதியில் முகலாய மாகாணத்தின் தலைநகராக சூரத்து இருந்தது. ஆங்கிலேயர் அங்குள்ள பண்டசாலையில் இருந்து கொண்டு பெருஞ் செழிப்பான வாணிகம் செய்து வந்தனர். அவர்களைப் போலவே பிரஞ்சு, டச்சுக்காரரும் அங்கு தம் பண்டசாலைகளை வைத்திருந்தனர். சூரத்திலிருந்து கரையோரமாகப் பாசீன் வரையிலும் இருந்த பகுதி முகலாயரின் ஆட்சிப் பரப்பினுள் இருந்தது. பாசீன் கடற்கழி முகத்தினுள் நீட்டிக் கொண்டிருக்கும் வலிய கோட்டை அங்கு இருந்தது. தானேயும், அதைச் சுற்றிய பகுதிகளும் போர்த்துக்கீசருக்கு உரிமைப் பட்டனவாயிருந்தன.

பாசீனுக்கு மிக அருகில் முற்றிலும் கிழக்கிந்தியக் கம்பெனிக்குச் சொந்தமான பம்பாய்த் தீவு இருந்தது. பம்பாய் இக்கால வட்டத்தில் கிட்டத்தட்ட எழுபதாயிரம் பேரைக் கொண்ட பெரிய நகராயிருந்தது. கொங்கணத்தில் முறையான ஆட்சி நிர்வாகம் நடந்த ஒரே இடம் பம்பாய். அங்கு ஒரு நீதிமன்றம் கூட இருந்தது. பம்பாயின் இந்த வளர்ச்சியோடு கூட ஒரு பெரிய சிக்கலும் எழுந்தது.

ஏனெனில் இப்பெரிய நகரம் தனக்கு வேண்டிய உணவுப் பண்டங்களுக்கும், பிற பொருள்களுக்கும் அண்டையிலிருந்த பகுதிகளைத்தான் நம்பி வாழ நேர்ந்தது. போர்த்துக்கீசப் பாசீனுடன் வடக்கில் ஒட்டிக் கொண்டிருந்த சிறு துண்டு நிலத்தைத் தவிரத் தென் சுற்றுப்புறப் பகுதி முழுவதும் பெயரளவிலேனும் மராட்டியர் கையில் இருந்தது. மராட்டியர் அப்பகுதியில் தம் ஆட்சியதிகாரத்தைக் கொண்டு செலுத்த முயன்றால், பம்பாய் அவர்களின் கருணையை நம்பித்தான் உ யிர் வாழவேண்டும்.

எனவே, கிழக்கிந்தியக் கம்பெனி இதுவரையிலும் எதிர்ப்பாரின்றி. எவ்விதமான கட்டுப்பாடுமின்றி நடத்தி வரும் வாணிப நடவடிக்கைகளை ஒடுக்குவோர் மராட்டியராகத்தான் இருக்க முடியும். ஏனெனில் பாசீன் தொடங்கிக் கோவா வரையிலும்-போர்த்துக்கீசர் வசமிருந்த பாசீன், சிதியர் வசமிருந்த திட்டு தவிரக் கரையோரப் பகுதி முழுவதும் மராட்டியர் ஆட்சிப் பரப்பில் இருந்தது. ஆதலால் கொங்கணக் கரையிலும், அதையடுத்த கடலிலும் வலிமையான நிலையைக் கொண்டிருந்த கானோஜி பிரிட்டிசாரால் எதிரியாகக் கருதப்பட்டது வியப்பன்று.

போர்த்துக்கீசர் பகை

போர்த்துக்கீசர் இந்துமாக்கடல் தம் நடமாட்டத்துக்கு மட்டுமே உரியது என்று தருக்கித் திரிந்தனர். எனவே தம் அனுமதியின்றி எவரும் இந்துமாக் கடலில் நடமாடலாகாது என்று கெடுபிடி செய்தனர். போர்த்துக்கீசரின் கார்டஸ் (CARTAZ) என்ற உரிமச் சீட்டு இன்றிக் கடலில் செல்லும் கப்பல் எதுவாயினும், அதன் விதி எப்படி முடியும் என்பது எவருக்கும் தெரியாது.

உரிமச் சீட்டு நியாயமான விலையில் கிடைத்த போதிலும், அதைப்பெற்ற கப்பல்களுக்குப் பலவிதமான கட்டுத்திட்டங்கள் விதிக்கப்பட்டன; உரிமச் சீட்டுகளைப் பெற்ற கப்பல்கள் கிறித்தவ அடிமைகளை ஏற்றிச் செல்லலாகாது: போர்த்துக்கீசரின்

1729

எதிரிகளுடைய துறைமுகம் எதற்கும் செல்லலாகாது; போர்த்துக்கீசர் தம் ஏகபோகம் என்று அறிவித்த பண்டங்களில் இக்கப்பல்கள் வாணிபம் செய்யலாகாது என்றெல்லாம் தடைகள் விதிக்கப் பெற்றிருந்தது.

போர்த்துக்கீச உரிமம் இல்லாத கப்பல் போர்த்துக்கீசரால் கைப்பற்றப்பட்டது; பெருந்தொகை தண்டமாக அக்கப்பலிடமிருந்து வாங்கப்பட்டது. அல்லது அது கடலில் மூழ்கடிக்கப்பட்டது. முகலாயப் பேரரசர் உள்பட, இந்திய அரசர்களின் கப்பல்களும் இவ்வுரிமங்கள் இன்றிக் கடலோட முடியாது. போர்த்துக்கீசர் அவர்களுக்குத் தாராளமாக உரிமங்கள் வழங்கிய போதிலும், அவ்வுரிமங்களில் விதிக்கப்பட்டிருந்த தடை எதுவும் தளர்த்தப்படவில்லை. போர்த்துக்கீசர் எல்லாக் கப்பல்களையும், எல்லா நேரங்களிலும் சோதனை செய்யும் உரிமையைக் கொண்டாடினர். போர்த்துக்கீசக் கப்பல் தலைவர் எவரும், தன்னெதிரே வரும் கப்பல் எதுவாயினும், அதனுள் இறங்கிச் சோதனை செய்யலாம்.

கிழக்கிந்தியக் கம்பெனியின் கப்பல்கள் தவிர எல்லாக் கப்பல்களும் இக்கட்டுப்பாடுகளுக்கு அடங்கித் தீரவேண்டும். ஏனெனில் ஆங்கிலக் கப்பல்களில் தற்காலத்தில் உள்ளவை போன்ற ஆயுதங்கள் இருந்தன. அவற்றிலிருந்த பீரங்கிகள் போர்த்துக்கீசருடையவை போன்று வலிமை வாய்ந்தவை. அவை எவ்விதமான காரணமுமின்றிப் போர்த்துக்கீசக் கப்பல்களை நோக்கிச் சுட்டன. ஆதலால் போர்த்துக்கீசர் பருப்பு ஆங்கிலேயரிடம் வேகவில்லை.

மராட்டியர் வழங்கிய உரிமங்கள்

மராட்டியரோ கொங்கணமும் அதையொட்டிய கடலும் தமக்கே உரிமையானவை என்று நினைக்கத் தொடங்கினர். இராமதாசரின் போதனைகளும் சிவாஜி காட்டிய முன்னுதாரணங்களும், மராட்டியரின் வாழ்க்கை இலட்சியங்களாயின. கடல் கட்டுப்பாடு வரம்புகள் அற்றது; தம் கப்பல்களைக் கடலில் நிறுத்திச் சோதனையிடும் உரிமை எவருக்கும் இல்லை என்று மராட்டியர் உணரலாயினர். அவர்கள் அதை ஆங்கிலேயரிடமிருந்து கற்றனர் எனலாம். ஏனெனில் ஆங்கிலக் கப்பல் எதிலும் போர்த்துக்கீச உரிமம் இருப்பதில்லை.

கானோஜி ஆங்கரே இக்கால கட்டத்தில், கடலோடும் கப்பல்கள் அனைத்திற்கும் தஸ்தக் என்ற தன் உரிமங்களை அளிப்பதற்கு முன் வந்தார். போர்த்துக்கீசர் வாங்கும் கிட்டத்தட்ட அதே விலைக்குக் கானோஜி தஸ்தக் என்ற தன் உரிமங்களை விற்றார். அவற்றை விலை கொடுத்து வாங்கும் கப்பல்களுக்குக் கடற் கொள்ளையரிடமிருந்தும், கரையோரச் சக்திகள் பிறவற்றிடமிருந்தும் பாதுகாப்பு அளிக்கப்படும். அவர் விற்கும் உரிமங்கள் இல்லாத கப்பல் எதுவாயினும், அதைக் கைப்பற்றிப் பிணையப் பணம் வாங்கினார்.

கெட்டிக்கார வணிகர்கள் போர்த்துகீசரின் கார்டஸ் என்ற உரிமத்தையும்; மராட்டியரின் உரிமமான தஸ்தக்கையும் வாங்கி வைத்துக் கொண்டனர்.

மராட்டியர் எழுச்சி

ஆண்டுகள் செல்லச் செல்ல மராட்டியர் கொரில்லாப் படையின் அளவு பெரிதாயிற்று. அதில் யார் வேண்டுமானாலும் சேரலாம். பிண்டாரியார் போன்ற வழிப்பறிக் கொள்ளையர்கூட அப்படையில் சேர்ந்திருந்தனர்.

சட்டத்திற்கு அடங்காதவர்கள், படையிலிருந்து நீங்கியவர்கள், அவர்கள் மராட்டியராயினுஞ்சரி, முஸ்லிமாயினுஞ்சரி, அவர்களிடம் ஒரு குதிரையும் வேலும் இருந்தால் மராட்டியர் படையில் சேர்க்கப்பட்டனர்.

மராட்டியருக்குக் காவி வண்ணக்கொடி: சிவாஜி தன் அரசை நிறுவியதும், பக்த இராமதாசரின் அருளாசியை வேண்டியபோது, அம்முனிவர் அவரிடம் தன் காவி அங்கியைக் கிழித்து ஒரு துண்டுத் துணியைக் கொடுத்தார் என்றும், சிவாஜி அதையே தன் அரசின் கொடியாக்கிக் கொண்டார் என்றும் கூறுவர்.

மராட்டியர் எழுப்பிய போர்க்குரல் ஹர ஹர மகாதேவா. இக்கொரில்லாப் படைவீரர்களுக்குக் கிடைத்த பரிசு, அவர்கள் அடிக்கும் கொள்ளையிலிருந்து பெற்ற பொருள். முகலாயர் ஆட்சிப் பகுதிக்குள் கொள்ளை நடக்குமாயின், அது புனிதப் போருக்கு ஒப்பானதாகக் கருதப்பட்டது. மராட்டியர் இங்ஙனம் தலையிலும். கடலிலும் இந்தப் பதினெட்டாம் நூற்றாண்டில் இந்தியாவை அஞ்சி நடுங்கச் செய்து மேலோங்கி நின்றனர்.

கானோஜி குடும்பம்

கானோஜி ஆங்கரேக்கு மூன்று மனைவியரும், கணக்கற்ற காமக் கிழத்தியரும் இருந்தனர். மதுரா, இலட்சுமி, கஹினா என்ற மூன்று மனைவியரும் ஒரே வீட்டில் வாழ்ந்தனர். அவருக்குச் சட்டம் ஏற்கத்தக்க ஏழு மக்கள்- ஒரு மகளும், ஆறு ஆண் மக்களும் இருந்தனர். காமக்கிழத்தியருக்கு மேலும் பல மக்கள் இருந்தனர். அவரது வாழ்க்கையில் பல பெண்களுக்கு இடம் இருந்தது.

கானோஜிக்கு ஆடல், பாடல், நாடகம் என்றால் விருப்பம் மிகுதி. அவரிடம் பாடகர், நடிகர், நடன நங்கையர் என்று ஒரு பெரிய கூட்டம் இருந்தது. அவருக்கு அரிவையர் மீதும், ஆடல் பாடலிலும் இருந்ததைப் போன்ற பெரு விருப்பம். மதுவின் மீதும் இருந்ததா என்பது தெரியவில்லை. ஏனெனில் மராட்டிய வரலாற்றாசிரியர் மதுப்பழக்கத்தை வெட்கப்படத்தக்க பாவமாகக் கருதியதால், தம் வீர புருஷர்களைப் பற்றி எழுதும்போது இத்தீய பழக்கங்கள் அவர்களுக்கு இருந்ததாகக் குறிப்பிடாமல் விட்டு விடுகின்றனர்.

ஐரோப்பிய வரலாற்றாசிரியர்கள் கானோஜியை நெருக்கமாக அறிந்து கொள்ளும் வாய்ப்பைப் பெற்றிருக்கவில்லை. எனவே கானோஜி மதுவை விரும்பினாரா அல்லவா என்பது இன்னும் புலனாகாத புதிராக உள்ளது.

கடற்கொள்ளை

கானோஜி ஆங்கரே தன் தஸ்தக் இல்லாத கப்பல் எதுவாயினும், அதைக் கைப்பற்றப் போவதாகக் கிழக்கிந்தியக் கம்பெனிப் பிரதிநிதி ரெயினால்டுஸ் என்றவரிடம் 1703 ஆம் ஆண்டு முகத்தில் அடித்தாற்போல் கூறிவிட்டார். ஆங்கிலேயரால் என்ன முடியுமோ, அதை அவர்கள் செய்து கொள்ளட்டும் என்று சொல்லிவிட்டார். கானோஜி அதன் பிறகு, தன் சொல்லைச் செயலில் காட்டிவிட்டார் என்று தெரிகின்றது.

கானோஜி கைப்பற்றிய ஆங்கிலக் கப்பல்கள் அனைத்தையும் பற்றிய நம்பத்தக்க ஆவணம் எதுவுமில்லை. எனினும் கம்பெனி அதிகாரிகள் கவலை கொள்ளும் அளவிற்குக் கானோஜி கவர்ந்த கப்பல்களின் எண்ணிக்கை மிகுதியாக இருந்திருக்க வேண்டும்.

ஆங்கிலேயர் இதற்கு மிகக் கொடூரமான பதிலடி கொடுத்த போதிலும், அவர்கள் எண்ணிய பலனை அடைவதற்கு முடியவில்லை. ஏனெனில் மராட்டியர் கடல் வாணிபத்தை நம்பி வாழவில்லை. எனவே ஆங்கிலேயரால் மீன் பிடிக்கும் சிறிய படகுகளையும், உப்பு ஏற்றிய தோணிகளையும்தான் கைப்பற்ற முடிந்தது.

கிழக்கிந்தியக் கம்பெனி மராட்டியர் கப்பல்களையும், மராட்டியர் நிலப்பரப்பையும் எவ்வளவு அழிக்க முடியுமோ, அவ்வளவு நாசம் விளைவிக்குமாறு மராட்டியரின் பகைவரான சஞ்சிரா சிதியரை ஊக்குவித்தது. கம்பெனி இதற்கு முன்னரும் இவ்வாறு செய்து வந்திருக்கின்றது. ஆனால் இப்போது வெளிப்படையாகவே சிதியரைத் தம் பக்கம் சேர்ப்பதற்கு ஆங்கிலேயர் விரும்பவில்லை. மேலும் அவர்கள் சிதியரை நம்பவும் இல்லை.

குறுகிய காலத்தில் பல கப்பல்கள் பிடிக்கப்பட்டதற்குக் கானோஜி ஆங்கரே காரணம் என்று கூறப்பட்டது. எனினும் அவ்வாறு நடந்திருக்க வழியில்லை என்பது சிலரது கருத்து. ஏனெனில் இக்காலச் சூழலில், மலபார்க் கொள்ளையர் கொடிகட்டிப் பறந்தனர் என்பதை நினைவிற் கொள்ள வேண்டும். அவர்கள் அரபுக் கடலில் வாணிபக் கப்பல்களை அலைக் கழித்துப் படாத பாடு படுத்தினர்.

மலபார்க் கொள்ளையர் சேரநாட்டின் வடபகுதியான மலபாரிலிருந்து வந்தவரல்லர். மலபார்க் கரையுடன் மட்டும் தம் நடவடிக்கைகளை நிறுத்திக் கொண்டவருமல்லர்; அவர்களனைவரும் ஆங்கிலேயர்-அமெரிக்காவில் குடியேறிய ஆங்கிலேயர் - என்பது வியப்பூட்டும் செய்தியாகும்.

''அடிமை வாணிபத்திற்கு என்ற பெயரில் நியூயார்க், பாஸ்டன், ஜமைக்கா, பகாமாஸ் ஆகிய இடங்களில் கப்பல்கள் ஆயத்தப்படுத்தப்பட்டனவெனினும், அவை கிழக்கத்திய கடல்களில் கொள்ளையடிப்பதற்கு என்ற நோக்கத்துடன் தான் கிளம்பலாயின என்பது இரகசியம் அல்ல'' என்று பிடுல்ஃபி என்ற வரலாற்றாசிரியர் எடுத்துக் காட்டுகின்றார்.

(கடற் கொள்ளையர்களுக்கு) ஐரோப்பியக் கப்பல்களைத் தாக்குவதில் மனச்சான்று உறுத்தியபோது, ஆசிய வணிகக் கப்பல்களைக் கொள்ளையடித்தபோது சிறிதும் உறுத்தல் இல்லை. அவர்கள் சிறு ஆபத்துடன், பெரிய அளவில் கொள்ளையடிப்பதற்கு ஆசியக் கப்பல்கள் நல்ல வாய்ப்பாக அமைந்தன, என்றும் அவர் உரைக்கின்றார்.

இவர்களையன்றி அரபுகளும் சிங்கானியர் என்போரும் கடற் கொள்ளையில் ஈடுபட்டனர். ஆதலால் கம்பெனியின் கப்பல்கள் இழப்பு அனைத்திற்கும் கானோஜியே பொறுப்பு என்று கூறுவதற்கில்லை என்று தோன்றுகின்றது.

கிழக்கிந்தியக் கம்பெனிக்கும், மராட்டியருக்குமிடையே போர் நிகழவில்லை யெனினும், அவர்களிடையே அமைதியில்லை. இரு தரப்புகளையும் சேர்ந்த கப்பல்கள் பெரிய அளவில் அழிந்தன.

கானோஜி தன்னை மராட்டிய மணிமுடிக்குக் கட்டுப்பட்ட கப்பற்படைத்தளபதி என்று எத்தனையோ முறை பன்னிப் பன்னி எடுத்துரைத்த போதிலும் அது ஆங்கிலேயரின் செவிகளில் ஏறவில்லை. கானோஜி மராட்டிய மேலாண்மையிலிருந்து தன்னை அறுத்துக்கொண்டு கடற்கொள்ளையராகச் செயல்படுகின்றார் என்றே ஆங்கிலேயர் உறுதியாக நம்பினர்.

கானோஜி பலரறிய வாழ்ந்தார். அணி திரட்டினார். கடற்கொள்ளையரைப்போல் ஒளிந்து வாழவில்லை. அவர் நடவடிக்கை எதிலும் தட்டிக்கழிக்கும் தந்திரம் இல்லை. ''(மன்னரின்).. அருளை வேண்டும் கர்க்காயில்'' என்றுதான் கானோஜி கடிதங்களில் கையெழுத்திட்டார். (கர்க்காயில் என்றால் உயர் கடற்படைத் தலைவர் என்று பொருள்.) கானோஜி தன் ஆணைக்கு அடங்கிய கொங்கணப் பகுதியைத் தாண்டி எந்த நடவடிக்கையிலும் ஈடுபடுவதில்லை. நடுக்கடலில் எந்தக் கப்பலையும் ஆங்கிலேயரைப் போல் கொள்ளையடிக்கவில்லை என்றெல்லாம் கானோஜியின் வரலாற்றாசிரியர்கள் கூறி, அவர் கடற்கொள்ளையர் அல்லர் என்பதை நிறுவுகின்றனர்.

கானோஜி ஆங்கரே நோய்வாய்ப்பட்டு 1729 ஜூலை 4 அன்று இறந்தார்.

5. தஞ்சைத் தரணியில் பஞ்சம்

இந்தப் பதினெட்டாம் நூற்றாண்டில் நடந்த பஞ்சங்கள் பற்றிய பட்டியலை இந்திய சரித்திரக் களஞ்சியம் முதல் தொகுதியில் கொடுத்திருந்தோம். மழை பொய்க்கும் போது, வறட்சியினால் வற்கடம், அதாவது பஞ்சம் வரும்; மழை கொட்டினால் வெள்ளப் பெருக்கெடுத்துப் பயிர் பச்சை அழிந்து பஞ்சம். இப்பஞ்சக் கொடுமை பதினெட்டு ஆண்டுகளுக்கு ஒரு முறை தவறாது வரும் என்று நமது முன்னோர் ஒரு கணக்கு வைத்திருந்தனர்.

அவ்வாறு 1729 ஆம் ஆண்டு தஞ்சைத் தரணியில் உண்டான ஒரு கொடிய பஞ்சத்தைப் பற்றி ஏசு சபைக் கடிதம் ஒன்றில் விவரிக்கப்பட்டுள்ளது. ஏசு சபைச் சமயப்பரப்பிகளான பாதிரிமார், ரோமிலுள்ள தம் சபையின உயர் தலைவருக்கு ஆண்டுதோறும் விரிந்த கடிதம் ஒன்றை எழுதுவது வழக்கம். அதில் அவர்கள் தொண்டு புரிந்த பகுதிகளில் நிகழ்ந்த அரசியல், சமூக நிகழ்ச்சிகளனைத்தும், அவர்கள் ஆற்றிய பணிகளும் விவரிக்கப்பட்டிருக்கும். இவற்றுக்கு ஏசு சபைக் கடிதங்கள் (*Jesuit Letters*) என்று பெயர்.

ஏசு சபையினர் 1729 ஆம் ஆண்டிற்காக எழுதிய கடிதத்தில் தஞ்சைத் தரணியில் நிகழ்ந்த பஞ்சம் விவரிக்கப்பட்டுள்ளது. அக்கடிதம் 1730 ஆகஸ்டு 26 ஆம் தேதியிடப்பட்டது.

தஞ்சாவூர் மாவட்டம் இக்காலத்தில் பெஸ்கி என்ற வீரமா முனிவர் தொண்டு புரிந்த நிலப்பரப்பினுள் அடங்கியிருந்தது. அக்கடிதத்தில் கூறப்பட்டுள்ள செய்திகள்:

"தஞ்சை முடியரசில் நெல் பேரளவில் விளைந்து செழித்த போதிலும், இந்நாட்டைச் சுற்றிலும் பஞ்சம் நிலவிற்று என்பது உணரப்பட்டது. ஏனெனில் நெல் வணிகர்கள் அதைக் கூடுதலான விலையில் விற்க வேண்டுமென்பதற்காக, முடியரசிற்கு வெளியிலிருந்த அண்டை நாடுகளுக்கும், ஏன் கன்னியாகுமரி வரையிலும் நெல்லை அனுப்பி விட்டனர். நாட்டின் பல இடங்களிலிருந்து பஞ்சத்தால் வாடிய மக்கள் இங்கு வந்து குழுமியதால் பஞ்ச நிலை மேலும் மோசமாயிற்று. தஞ்சை மராட்டிய மன்னர் உறையும் மகாதேவிப்பட்டணம் என்ற ஊரில் இறந்தோரின் எண்ணிக்கை ஏராளம் இருக்கும். ஆதலால் பிணங்களைப் பொதுச் செலவில் வண்டிகளில் ஏற்றி ஊருக்கு வெளியே சற்று தொலைவில் தோண்டப் பெற்ற பெரிய குழிகளுக்குள் தள்ள நேர்ந்தது. இக்குழிகளும் விரைவில் நிரம்பிவிட்டன. இப்பணியில் ஈடுபட்டவர்கள் இதைப் பார்த்து விட்டுத் தம்மால் சமாளிக்க முடியாதென்று இவ்வேலையைச் செய்வதை நிறுத்தினர். செத்தவர்கள் புதைக்கப்படாமல் வயல்களில் பிணங்கள் கிடந்தன. பொது இடங்களில் பிணங்கள். சாலைகளிலும் வழிநெடுகிலும் பிணங்கள் காணப்பட்டன.

"நேரில் கண்ட ஒருவர் இந்தப் புதுமையான செய்தியை என்னிடம் கூறினார். இது நம்ப முடியாததாக இருக்கின்றது. பஞ்சத்தின் கொடுமை எத்தகையது என்பதை இந்நிகழ்ச்சியை வைத்து அறிந்து கொள்ளலாம். அதாவது ஒரு நாய் அரிசியைத் தின்று விட்டுச் செரிக்காமல் கக்கி விட்டது. இதைப் பார்த்த ஓர் ஏழை, அந்த அரிசியை எடுத்துக் கவனமாகக் கழுவி ஆசையோடு உண்டு விட்டான்" என்று அக்கடிதம் கூறுகின்றது.

"மறவர் நாட்டிலிருந்து பலர் பேரெண்ணிக்கையில் தஞ்சைத் தரணிக்கு தம் குழந்தைகளை அற்பக் காசுக்கு விற்பதற்காக வந்தனர். ஆதலால் சில நகரங்களில், இனிமேல் யாரும் அடிமைகளை விலைக்கு வாங்கலாகாது" என்று ஆணை பிறப்பிக்க நேர்ந்தது.

"தஞ்சாவூரில் நிகழ்ந்த பஞ்சக் கொடுமைகளை இங்கு கூறும் போது, மதுரைச் சீமையிலும், அதன் அண்டை நாடுகளிலும் நேர்ந்த இன்னல்களையும் குறிப்பிட்டாக வேண்டும்" என்றும் ஏசு சபைக் கடிதம் கூறுகின்றது.

1730

1. புதுக்கோட்டை : முதல் தொண்டைமான்

மறவர் நாட்டின் ஒரு பகுதியான புதுக்கோட்டைச் சீமை பதினேழாம் நூற்றாண்டின் இறுதிவாக்கில் உண்டாயிற்றெனினும் பண்டைச் சிறப்புகளும் அதற்கு உண்டு. புதுக்கோட்டைச் சீமையின் முதல் மன்னராக 1686 ஆம் ஆண்டு ஆட்சிக்கு வந்த இரகுநாதராயத் தொண்டைமான், நாற்பத்தைந்து ஆண்டுகள் அரசிருந்த பின்னர் இந்த 1730 இல் உயிர்நீத்தார். அவர் காட்டிய வீரத்தின் காரணமாக இந்தச் சீமை அவருக்குக் கிடைத்தது.

விசயநகர மன்னர் இராமேசுவர யாத்திரை வந்தபோது, அவரது யானை

மதங்கொண்டு பல சேதங்களை உண்டாக்கியது. இதையறிந்த ஆவடை இரகுநாதத் தொண்டைமான், அந்த யானையை அடக்கி மன்னர் இராயலுவிடம் கொண்டு வந்தார். அதைக் கண்டு மகிழ்ந்த விசயநகர மன்னர் தொண்டைமானுக்கு ''இராயராகுத்த இராயவஜ்ரீடு இராய மன்னீடு இராய'' என்ற பட்டத்தைக் கொடுத்தார். அத்துடன் பல நிலங்களும், யானையும் சிங்கமுகப் பல்லக்கும் பிறவும் அவருக்கு வரிசையாக அளிக்கப்பட்டன. அதிலிருந்து அவர் தொண்டைராயத் தொண்டைமான் என்று வழங்கப்பட்டார் என்று புதுக்கோட்டை முதல் மன்னர் பற்றிக் கூறப்படுகின்றது.

இவர் சிங்கமங்கலம், கலசமங்கலம் என்ற ஊர்கள் அழிந்த பின்னர், அவை இருந்த இடத்தில் புதிய நகரை உண்டாக்கி அதற்குப் புதுக்கோட்டை என்று பெயரிட்டார். அதைச் சுற்றிலும் நீண்ட மதிலும் கோட்டையும் கட்டினார்.

இவர் மதுரையை ஆண்ட நாயக்கருக்காகத் திருவிதாங்கூர், மைசூர், தஞ்சாவூர் மன்னர்கள் மீது படையெடுத்துச் சென்று வெற்றி கண்டுள்ளார். தொண்டைமான் மதுரை நாயக்கர் மீது மிகுந்த பற்று வைத்திருந்தார்.

மதுரை நாயக்க அரசரான விசயரங்கச் சொக்கநாத நாயக்கன் (1706-1732) வலிமை குன்றினார். (இவர் அரசி மங்கம்மாளின் பேரன். மூன்று மாதக் குழந்தையாக இருந்த சொக்கநாதனுக்குப் பாட்டி மங்கம்மாள் முடிசூட்டி, அவனது இடத்திலிருந்து 1689 முதல் 1706 வரை மதுரைச் சீமையை ஆண்டார். இறுதியில் இப்பேரனாலேயே சிறை வைக்கப் பட்டுப் பட்டினியால் செத்தார். சொக்கநாத நாயக்கரின் முதலமைச்சராயிருந்த தளவாய் கஸ்தூரி ரங்கய்யனும், பிரதானி வேங்கட கிருஷ்ணய்யனும், சொக்க நாதனைக் கைப்பொம்மையாக வைத்துக் கொண்டு மக்களைக் கொடுமைப்படுத்தி, வரி வாங்கிக் கொள்ளையடித்தனர். மக்கள் இவர் ஆட்சி மீது வெறுப்புற்று வேறு நாடு சென்றனர், கிளர்ந்தெழுந்தனர். இவர் ஆட்சியில் 1710, 1720 ஆகிய ஆண்டுகளில் மதுரைச் சீமையில் கொடிய பஞ்சம் வந்தது.

1730

கிறித்தவருக்குப் புகலிடம்

சொக்கநாதனின் அமைச்சர்கள் மறவர் நாட்டில் பல கொடுமைகளைப் புரிந்தனர். சொக்கநாதனும் அமைச்சர்களுடன் சேர்ந்து கொண்டு செய்த இன்னல்களைப் பொறாது கிறித்தவப்பாதிரிகளும், கிறித்தவர்களும் புதுக்கோட்டையில் புகலடைந்தனர். இரகுநாதராயத் தொண்டைமான் அவர்களுக்கு ஆதரவு தந்தார்.

அவர் நடுவுநிலை தவறாதவர் என்பதை இந்நிகழ்ச்சி தெளிவாக்கியது. இவர் வீரத்தில் சிறந்து விளங்கியதைப் போன்று சமயப் பொறையிலும், நடுவுநிலையிலும் சிறந்தவராக விளங்கினார். அவருக்கு ஆறு மனைவியர் இருந்தனர். அவர் காலத்திலேயே அவரின் பிள்ளைகளெல்லாம் இறந்தமையால், தன் பேரர்களில் மூத்தவரான விசயரகுநாத இராயத் தொண்டைமானுக்கு முடி சூட்டிவிட்டு 1730 ஆம் ஆண்டு இறந்தார்.

2. சிரியன் சபைப் பிஷப்: ஏசு சபையினர் தடுத்தனர்

புனித தாமஸ் கிறித்தவர்களாக்கியவர்கள் என்று நம்பப்படும் சிரியன் கிறித்தவர்களின் பிஷப்பாகிய மார் காபிரியேல் கொச்சியில் இவ்வாண்டு இறந்து போனார். அவருடைய இடத்தில் பிஷப்பாக இருந்து பணிபுரிவதற்கென்று பாபிலோனியாவிலிருந்து ஒருவர் கொச்சிக்கு அனுப்பி வைக்கப்பட்டார்.

ஏசு சபைச் சாமிமார்கள், அவர் இந்தியா வரவொட்டாமல் அவரை வழியிலேயே இடைமறித்தனர்.

3. பிரிட்டனின் ஐந்தாண்டுக் கால ஏற்றுமதி

பிரிட்டன் 1725 தொடங்கி 1730 வரை முடிந்த ஐந்தாண்டுக் காலத்தில் 5,51,234 பவுன் மதிப்புள்ள சரக்குகளையும் 25,51,872 பவுன் மதிப்புள்ள பொன், வெள்ளியையும் ஏற்றுமதி செய்தது.

(இக்காலத்தில் பவுன் மதிப்புச் சுமார் பத்து ரூபாய்)

4. சிவகங்கை மன்னர்: சசிவர்ணத் தேவர்

இராமநாதபுரம் சேதுபதியின் அன்பிற்கும், மதிப்பிற்கும் உரியவராகிய நாலுகோட்டை உடையத் தேவர், தன் மகன் சசிவர்ணத் தேவருக்குச் சேதுபதியின் காமக்கிழத்தி மகளான அகிலாண்டேசுவரி நாச்சியாரைத் திருமணம் செய்து வைத்தார் என்பது ஒரு வரலாற்றுச் செய்தி.

சசிவர்ணத் தேவர் சிவகங்கை எனப்படும் சிறிய மறவர் நாட்டின் மன்னராக 1730 ஆம் ஆண்டு பட்டத்திற்கு வந்ததாகப் பேராசிரியர் ந.சஞ்சீவி ''மருதிருவர்'', என்ற தனது நூலில் கூறுகின்றார்.

இராமநாதபுரம் சீமை அக்காலத்தில் இரண்டானது. கிழவன் சேதுபதியின் காலத்தில் (1631-1710) சுமார் 12,950 சதுர கிலோமீட்டர் (5000 மைல்) பரப்பில் அமைந்திருந்த இராமநாதபுரம் சீமை பல துண்டுகளாகச் சிதறியது.

தஞ்சை மராட்டியர் பாம்பாற்றுக்கு வடக்கேயிருந்த பகுதிகளைக் கவர்ந்து கொண்டனர். எஞ்சிய பகுதிகள் ஐந்து கூறுகளாக்கப்பட்டன. அந்த ஐந்தில் மூன்றைக் கட்டையத் தேவர் எடுத்துக் கொண்டு, குமார முத்து விசயரகுநாதர் என்ற பெயரில் இராமநாதபுரம் சீமையின் மன்னரானார்.

எஞ்சிய இருபகுதிகளையும் நாலுகோட்டை உடையத் தேவர் என்று வழங்கப்பட்ட சசிவர்ணத் தேவர் தனது நாடாக எடுத்துக் கொண்டு இராசமுத்து விசயரகுநாதப் பெரிய உடையத் தேவர் என்ற பெயருடன் சிவகங்கைச் சீமையின் மன்னரானார்.

இவ்வாறு இரண்டுபட்ட மறவர் சீமையில் இராமநாதபுரம் ''பெரிய வாடகை'' என்றும், சிவகங்கை ''சின்ன வாடகை'' என்றும் பெயர் பெற்றன. அவை முறையே பெரிய மறவர் நாடு, சிறிய மறவர் நாடு எனவும் குறிப்பிடப்பட்டன. சிறிய மறவர் நாடான சிவகங்கைச் சீமைக்கு ''நாலு கோட்டைச் சீமை'' என்ற பெயரும் உண்டு.

இங்ஙனம் தோன்றிய சிவகங்கைச் சீமைக்குச் சசிவர்ணத் தேவர் 1730 முதல் 1750 வரை இருபதாண்டுகள் ஆட்சிப் பொறுப்பில் இருந்தார். சசிவர்ணத் தேவருக்குப் பிறகு சிவகங்கைச் சீமையின் ஆட்சியை முத்துவடுக நாத உடையத் தேவர் ஏற்றார். இவர் மனைவியார் தான் புகழ்பெற்ற வேலு நாச்சியார். இவர் படையில்தான் மருதிருவர் பணிபுரிந்தனர்.

சிவகங்கை நாணயங்கள்

சிவகங்கைச் சீமையில் ஓர் அக்கசாலை (நாணயச் சாலை) இயங்கி வந்தது என்பது சசிவர்ணத் தேவர் (1730-1750) வெளியிட்ட ஒரு தாமிரப் பட்டயத்திலிருந்து தெரிகின்றது.

அங்கு எவ்வகையான காசுகள் அச்சடிக்கப்பட்டன என்பதற்குச் சான்றாக, 1990 ஆம் ஆண்டின் தொடக்க காலத்தில் இரண்டு செப்புக்காசுகள் கிடைத்தன.

சசிவர்ணத் தேவர் சிவகங்கைச் சீமையின் மன்னரானவுடன் இக்காசுகளை வெளியிட்டிருக்கலாம் என்று கருதுகின்றனர். இச்செப்புக்காசுகளின் முகப்பில் சிவலிங்கம் காணப்படுகின்றது. சிவலிங்கத்திற்கு அழகு கூட்டுவதற்காக அதன் மேற்பகுதியில் ஒரு தொடர் மாலை போடப்பட்டுள்ளது. மறுபுறம் தமிழில் ''சசிவறண'' என்பது மூன்று வரிகளில் எழுதப்பட்டுள்ளது.

இக்காசில் இலிங்கம் அச்சிடப்பட்டிருப்பதால், சசிவர்ணத் தேவர் சிவனை வழிபட்டவர் என்பதை உணரலாம். சிவகங்கைச் சீமையின் முதல் மன்னரான சசிவர்ணத் தேவர் வெளியிட்ட இக்காசுகளிலிருந்து, அவர் பெயர், அவர் ஒழுகிய சமயம், வழிபட்ட இறைவர், தமிழ் எழுத்தின் வளர்ச்சி போன்ற அரிய செய்திகளை அறிந்து கொள்ள முடிகின்றது.

1730

5. டேனியர் நாணயம்

டென்மார்க்கு என்ற நாடு வட ஐரோப்பாவில் உள்ளது. அது வட கடலுக்கும், பால்டிக்குக் கடலுக்கும் இடையில் அமைந்திருக்கின்றது. அந்நாட்டின் சுருக்கமான வரலாறு இந்திய சரித்திரக் களஞ்சியம் முதற்தொகுதியில் தரப்பட்டது. அந்நாட்டினர் தரங்கம்பாடியில் 1706 ஆம் ஆண்டு சமயப்பரப்பு மையம் ஒன்று அமைத்ததையும், 1616 ஆம் ஆண்டிலேயே டேனியக் கிழக்கிந்தியக் கம்பெனியை அமைத்தனர் என்பதையும் கண்டோம்.

டேனியர் என்ற டென்மார்க்கு நாட்டினர் பதினேழாம் நூற்றாண்டில் ஈயத்தில் நாணயங்களை அச்சிட்டனர். அவற்றுக்குக் ''காசு'' என்று பெயர். பின்னர் ஐந்தாம் பிரடரிக் மன்னர் காலத்தில் (1699-1730) நாணயத்தின் மதிப்பை முத்திரையிடும் வழக்கம் ஏற்பட்டது.

டேனியரின் நாணயங்கள் அனைத்திலும் ஒரு புறத்தில் மன்னரின் பெயரிலுள்ள முதல் எழுத்து மட்டும் உள்ளது. ஒரு சில காசுகளில் மகுடமும் உள்ளது.

டேனியர் இந்தியாவில் பயன்படுத்துவதற்கென்று ''துகட்'' என்ற பொற் காசுகளையும் வெளியிட்டனர்.

6. சம்ஸ்கிருத நூல்கள்: ஏசு சபையினர் ரோமிற்கு அனுப்பினர்

ஏசு சபையின் நிறுவனரான இக்னேசியஸ் லயோலா (1491-1556), மேற்கு நாடுகளைவிடக் கிழக்கு நாடுகளில்தான் அதிகமாக முயன்று கிறித்தவத்தைப் பரப்ப வேண்டும் என்று வலுவான நோக்கம் கொண்டிருந்தார். அவர் முஸ்லிம் உலகின் மீதே ஆழ்ந்த கவனம் செலுத்தினார். அவர் ஜெர்மனி மீது கூட அவ்வளவு அக்கறை காட்டவில்லை.

ஏசு சபை (Society of Jesus) 1534 ஆம் ஆண்டு அமைக்கப்பெற்றது. அதற்கு எட்டாண்டுகளுக்குப்பிறகு ஏசு சபையின் சமயப்பரப்பிகள் இந்தியாவிற்கு வந்தனர்.

பிரான்சிஸ் சேவியரும் இந்த 1542 இல் தான் இந்தியாவிற்கு வந்தார். (இந்திய சரித்திரக் களஞ்சியம் இரண்டாம் தொகுதி இரண்டாம் பகுதியில் காண்க.)

பிரான்சிஸ்கன் சபை என்ற மற்றொரு சபையினரோ 1500 ஆம் ஆண்டிலேயே இந்தியாவிற்கு வந்து விட்டனர்.

ஏசு சபைச் சாமியார்கள் தாம் தொண்டு செய்யும் நாடுகளின் அரசியல், சமய, சமுதாய நிலைகளையும், தம் பணிகளையும் விவரித்து ஆண்டு தோறும் கடிதங்கள் எழுதி வந்ததுடன், இந்தியாவிலிருந்து அரிய நூல்கள் பலவற்றையும் ரோமிற்கு அனுப்பி வந்தனர்.

மதுரை மிசனைச் சேர்ந்த ஏசு சபையினர் 1730 ஆம் ஆண்டிலிருந்து சம்ஸ்கிருத நூல்களை அங்கு அனுப்பத் தொடங்கினர். அந்நூல்கள் ரோமின் பெரிய நூலகங்களில் படிப்பாரின்றித் தூசு படிந்துகிடந்தன. அவற்றைப் படிப்பதற்குப் பல காலமாக எவரும் முன் வரவில்லை.

7. மராட்டியப் பேஷ்வாக்களின் பூனா நகர வரலாறு

1730

பூனா, பூனா என்று பல விதமாக அழைக்கப்பெற்று இன்று புனே என வழங்கும் இந்நகரம் முத்தா ஆற்றின் இடக் கரையிலுள்ள சிறு குழிவினுள் அமைந்துள்ளது. அதன் மேற்கு எல்லையாக முத்தா ஆறும், வட எல்லையாக மூல ஆறும் முத்தா ஆறும் கூடுமிடமும், கிழக்கு எல்லையாக மேற்சொன்ன ஆறுகளில் வந்து கலக்கும் வைரோப நள என்ற ஆறும், தென் மேற்கு, தெற்கு எல்லைகளாகச் சிங்ககடு-பூலேசுவர மலைகளின் வட சரிவு வரை நீண்டு செல்லும் மேட்டு நிலப்பகுதியும் எல்லைகளாக அமைந்திருக்கின்றன. பூனா நகரம் இன்று மகாராட்டிர மாநிலத்தின் புனே மாவட்டத் தலைநகராக விளங்குகின்றது. அது பம்பாய்க்கு மேற்கில் சற்று தெற்கே தள்ளிச் சுமார் 120 கிலோ மீட்டர் (74 மைல்) தொலைவில் இருக்கின்றது.

பூனா இன்று ஆரவாரம் மிகுந்த பெரு நகராக வளர்ந்துள்ளது. அதன் மக்கள் தொகை 1988 இல் இரண்டு மில்லியனை நெருங்கிக் கொண்டிருந்தது. இங்கு புகழ்பெற்று இலங்கும் பள்ளிகள், கல்லூரிகளும், மருத்துவ, பொறியியல் கல்விக் கூடங்களும், ரேடியோ தொலை நோக்கிகளைக் கொண்ட வானாய்வுக் கூடமும் உள்ளன. இந்நகரத்திலிருந்து விரிந்து பரவுகின்ற பல வகைப்பட்ட தொழிற்சாலைகள் பம்பாய்-பூனா இருப்புப்பாதை நெடுகிலும் அமைந்துள்ளன. இங்கு பல அழகிய அரண்மனைகளும், கோயில்களும் இருக்கின்றன.

பூனா நகரத்தின் இதயம் போன்ற நடுமையப் பகுதி பல பேட்டைகளால் (நகர வட்டங்களால்) சூழப்பட்டுள்ளது. அங்கு குறுகலானவையும், சுற்றி வளைத்துச் செல்பவையுமான தெருக்களும், இங்குமங்குமாகக் கடைகளும், எல்லாவகையான கோயில்களும் விரவிக்கிடக்க ஒன்றோடொன்று நெருங்கி அமைந்த வீடுகளும் இருக்கின்றன. பூனா நகரம் கடந்த நூறு ஆண்டுகளாக மகாராஷ்டிரத்தின் அறிவியல், பண்பாட்டு மையம் என்னும் பெருமையைப் பெற்று விளங்குகின்றது.

மகாதேவ கோவிந்த ரானடே (1824-1901), கோபால கிருஷ்ண கோகலே (1866-1915), பால கங்காதர திலகர் (1856-1920) முதலியோரைப் போன்ற பூனா நகரத் தலைவர்கள், சமூக சீர்திருத்தம், தேசிய உணர்ச்சி போன்ற துறைகளில் அரும் பெரும் பங்காற்றி, இந்திய வரலாற்றில் வணக்கத்திற்குரிய இடங்களைப் பெற்றுள்ளனர்.

இந்து சமய மறுமலர்ச்சி மீது அளவு கடந்த வெறியார்வம் கொண்ட தீவிரமான இயக்கத்தின் பிறப்பிடமும் இந்நகரமேயாகும்.

பூனாவின் பொற்காலம்

எனினும் பதினெட்டாம் நூற்றாண்டுதான் பூனா நகரத்தின் பொற்காலமாகும். பூனா அந்நூற்றாண்டில் மராட்டியப் பேரரசின் உயிர்த்துடிப்பு மண்டலமாக இருந்து வந்தது. அப்போது பூனா நகரத்திலிருந்து கிளம்பிய கட்டளைகளுக்கு இணங்க வடமேற்கிலுள்ள அட்டோக்கு (இன்று பாகிஸ்தானத்தில் உள்ளது. இஸ்லாமாபாதின் மேற்கே சுமார் 80 கிலோ மீட்டர்-50 மைல் தொலைவிலுள்ள போர் முக்கியத்துவம் வாய்ந்த ஊராக விளங்குகின்றது.) என்ற நகரத்திலிருந்து, தெற்கே தஞ்சை வரையிலும், கிழக்கில் கல்கத்தா வரையிலும், மேற்கில் பம்பாய் வரையிலும் மராட்டியர் படைகள் குறுக்கும் நெடுக்குமாகப் பாய்ந்தன.

இந்தியாவின் பதினெட்டாம் நூற்றாண்டு வரலாற்றில், பூனா ஒருவகையில் தனித்தன்மை வாய்ந்த நகர்ப்புறப் பகுதியாக விளங்கியது எனலாம். சூரத்து, ஆமதாபாது, பரன்பூர் போன்ற நகரங்களில் வாணிபம் செழித்து நடந்ததைப் போன்ற வணிக முக்கியத்துவம் பூனாவுக்கு இல்லை. ஆக்ரா, டெல்லி போன்ற நகரங்களின் பேரரசப் பாரம்பரியமும் அதற்கு இல்லை. சென்னை, புதுச்சேரி, கல்கத்தா போன்று ஐரோப்பியரின் பங்கும் பூனா நகரத்திற்கு இல்லை.

தனிக்குடும்பம் உண்டாக்கிய பூனா

பூனா நகரத்தை ஒரு தனிக்குடும்பம், பேஷ்வாக்கள் எனப்பட்ட ஆளும் வகுப்பினரான பிராமணக் குடியினரே உண்டாக்கினர் என்று கூறலாம். ஊர் பேர் தெரியாத அங்காடி (கஸ்பா) ஊராகவும், ஒருவருக்கு மானியமாக வழங்கப்பட்ட ஜாகீராகவும் இருந்த இச்சிறு இடத்தைச் சுமார் ஒரிலட்சம் பேர் வாழும் செழிப்பு மிக்க பேரூராக்கிய பெருமை பேஷ்வாக்களையும், அவர்களை அண்டிச் செல்வச் செழிப்புப் பெற்ற அவர் குடிச் சித்பவன் பிராமணரையுமே சேரும்.

பூனா பதினெட்டாம் நூற்றாண்டு நிலவிய ஐரோப்பிய நகரங்களுடன் ஒப்பிடக்கூடிய விதத்தில் அளவும், முக்கியத்துவமும் பெற்றிருந்தது எனலாம்.

தோற்றம் எங்கு?

பூனா தற்காலத்தியக் கஸ்பா பேட்டையின் தென் பாகத்திலிருந்துதான் தோன்றியது. அங்கு சாதாரணமான பல கணேசர், கேதாரேசுவரர் கோயில்களும் இருந்தன. அவை ஊர்க்காவல் கடவுளராக வழிபடப்பட்டிருக்கலாம். அப்பகுதி ஆற்றுக்கு அப்பால் இருந்தமையால் அதற்குச் சந்தைகூடும் ஊர்-கஸ்பா என்ற பெருமை இன்னும் ஏற்படவில்லை.

இவ்வூரின் பெயர் இராட்டிரகூட மன்னராகிய முதலாம் கிருஷ்ணன் வெளியிட்ட கி.பி.758 ஆம் ஆண்டுச் செப்புப் பட்டயத்தில் காணப்படுகின்றது. இதுவே இப்பகுதியின் பெயரைக் குறிக்கும் தொன்மையான பொறிப்பு ஆகும். அதில் பூனாசா என்று குறிக்கப்பட்டுள்ளது. அப்பகுதியில் ஆயிரம் ஊர்கள்- கிராமங்கள் அடங்கியிருந்தன. இப்பகுதி இராட்டிரகூடர்களின் பத்தாம் நூற்றாண்டுப் பொறிப்புகளில் பூனாக வாடி என்று குறிக்கப்பட்டுள்ளது. இதன் பெயர் பின்னர் புன்னாக, புண்ணியபுர என்றெல்லாம்

உருவெடுத்ததை நோக்குங்கால், அது சமயச் சிறப்பைப் பெற்று விட்டது என்று தோன்றுகின்றது.

இராட்டிரகூடர்

பூனா நகரின் தொடர்பாகக் கி.பி.753 முதல் 973 வரை விந்த மலையின் தென் பாலில் ஆட்சி புரிந்து வந்த இராட்டிரகூடரை அறிந்து கொள்வது பயன்படும். இராட்டிர என்பது நாட்டுப் பிரிவையும், கூட என்பது தலைவனையும் குறிக்கும். எனவே இச்சொல் அரசப் பதவியைக் குறிக்க வந்தது என்பது இதிலிருந்து தெரிகின்றது. பின்னர் இது பெயராயிற்று. இப்பெயர் தாங்கிய மணப்புர இராட்டிர கூடர் அசல்புர இராட்டிர கூடர், எனப் பல்வேறு குடும்பங்கள் இருந்தன.

வாதாபிச் சாளுக்கியரின் இடத்தைப் பெற்றுத் தன்னாட்சி புரிய எழுந்த குடியின் பெயர் மெல்கேட்டு இராட்டிகூடர். மெல்கேட்டு என்பது கர்நாடகத்தின் குல்பர்க்கா மாவட்டத்திலுள்ள மன்னிய கேட்ட என்ற இடமாகும். மணப்புரம் என்பது மகாராஷ்டிரத்தின் சத்தாரா மாவட்டத்திலுள்ளது. அசலபுரம் இன்று மகாராஷ்டிரத்தின் அமராவதி மாவட்டத்திலுள்ள எலிச்பூர் ஆகும். இப்பகுதிகள் சாளுக்கியரின் ஆளுகையில் இருந்தன.

மெல்கேட்டு இராட்டிகூடர் வாதாபிச் சாளுக்கியரின் கீழ் சிற்றரசராயிருந்து, சாளுக்கியர் ஆட்சியை முடிவுறச் செய்து, தமக்கென்று தனியரசை நிறுவிப் பெரும்பரப்பில் பேரரசை நிறுவிய குடியினர். அவர்கள் சுமார் இரண்டு நூற்றாண்டுகள் வரலாற்றில் மேலோங்கி நின்றனர். இவர்கள் சைவ சமயத்தினர்.

இராட்டிரகூடர் 750 ஆம் ஆண்டு இன்று பம்பாய்க்கு அருகிலுள்ள எலிஃபண்டா குகையையும், 775 ஆம் வாக்கில் எல்லுரா குகைகள், கைலாசநாதர் கோயில் ஆகியவற்றையும் அமைத்தனர். எல்லுராவில் 15 பிராமணியக் கோயில்களும், நான்கு சமணக் கோயில்களும் உள. அவற்றுள் மிகவும் முக்கியமானவை கைலாசநாதர் கோயிலும், தசாவதாரக் கோயிலும் ஆகும். கைலாசநாதர் கோயில் மலையைக் குடைந்து, ஒரு கோயில் தொகுதிக்குரிய அத்தனை கூறுகளும் அடங்கியது. ஒரே பாறையில் வெட்டப்பட்டுள்ளது. இம்மாபெரும் சாதனையை நிகழ்த்தியவர் எட்டாம் நூற்றாண்டில் (756-775) நிலவிய முதலாம் கிருஷ்ணன் ஆவார்.

பூனா ஆற்றங்கரை மீது அமைந்திருந்தமையாலும், கோயில் அல்லது பல கோயில்கள் அங்கு இருந்தமையாலும் இந்தச் சமயச் சிறப்பு அதற்குக் கிடைத்திருக்கலாம்.

யாதவர் காலத்தில்

பூனாவின் வரலாற்று ஆவணங்களில் பதினொன்று முதல் பன்னிரண்டாம் நூற்றாண்டு வரையிலும் ஓர் இடைவெளி காணப்படுகின்றது. இராட்டிரகூடர் 973 ஆம் ஆண்டு வீழ்ச்சியடைந்ததும் தேவகிரி யாதவர் இப்பகுதியில் தம்மை நிலை நிறுத்திக் கொண்டனர். யாதவர் காலத்தின் நினைவுச் சின்னங்கள் பூனா மாவட்டத்தில் காணப்படுவதிலிருந்து, இப்பகுதி யாதவர் ஆட்சியில் இருந்தது என்பது தெளிவாகின்றது.

டெல்லியின் துருக்கி-ஆப்கானியச் சுல்தானான அலாவுதீன் கில்ஜி (1296-1316) யாதவர்களைத் தோற்கடித்ததும், பூனா பகுதி முஸ்லிம் ஆட்சியின் கீழ் வந்தது. அவர்கள் இக்காலச் சூழலில் தான் நாராயணேசுவரர், பூனேசுவரர் கோயில்களை இடித்து அவற்றைத் தர்க்காக்களாக மாற்றினர். இவை பிற்காலத்தில் சின்ன ஷைக் சல்லா, பெரிய ஷைக் சல்லா என்று அழைக்கப்படலாயின.

இந்திய சரித்திரக் களஞ்சியம் | 215

கில்ஜி குடியினரையடுத்து, முகமது துக்ளக்கின் காலத்தில் (1325-1351) தக்காணத்தின் பாமினி அரசு டெல்லிக்கு எதிராகக் கிளர்ந்தெழுந்தது. பாமினி சுல்தானரசு பதினைந்தாம் நூற்றாண்டில் ஐந்து சுல்தானரசுகளாகப் பிளவுண்டது. பூனா அப்போது பாமினி அரசுகளில் ஒன்றான அகமது நகரின் நிசாம் ஷாகி அரசினுள் சேர்க்கப்பட்டது.

சைத்தன்னியர்

புகழ்பெற்ற வங்க மகானான சைத்தன்னியர் (1486-1533) 1510 ஆம் ஆண்டு பூனாவிற்கு வந்தார். அவர் இந்நகருக்கருகில் தங்கியதாகவும், அங்கு வேத வித்தகர்களான பிராமணர் இருந்ததாகவும், சைத்தன்னியரின் சீடரான கோவிந்த தாசர் குறித்து வைத்திருக்கின்றார்.

அகமது நகர் சுல்தான்களான நிசாம் ஷாகியர் காலத்தில் அரசர்களை ஆக்குபவர் என்ற சிறப்பைச் சிவாஜியின் (1627-1680) தந்தையான ஷாஜி பான்ஸ்லே (1594-1664) பெற்றிருந்தார். அவர் அகமது நகரச் சுல்தான்களின் படையில் பணி புரிந்தார். ஷாஜி பிஜப்பூரிடமிருந்து பூனாவைக் கவந்து, நிசாம் ஷாகியரின் மாவட்டமாக்கி விட்டார்.

பிஜப்பூரின் படைத்தலைவரான முராரி ஜகதேவ என்பவர் 1631 இல் பூனாவைத் தாக்கி அழித்தார். அதன் விளைவாக அங்கு கொடிய பஞ்சம் ஏற்பட்டது. ஷாஜி பூனாவை மீண்டும் 1636 இல் கைப்பற்றினார். அவர் அப்போது பிஜப்பூரை ஆண்ட அதில் ஷா குடியின் ஊழியராயிருந்தார்.

1730

சிவாஜி தன் பிள்ளைப் பருவத்தைத் தாயார் ஜீஜா பாயுடனும், ஆசான் தாதாஜி கொண்ட தேவருடனும் பூனாவில்தான் கழித்தார். கொண்ட தேவர் போரினால் அழிந்த பூனாவை மீண்டும் கட்டினார். சிவாஜி அப்போது கஸ்பா பகுதியிலிருந்த லால் மகால் என்ற வீட்டில் வாழ்ந்திருந்தார்.

சிவாஜி காலமான 1680 ஆம் ஆண்டிலிருந்து, அவரின் பேரர் சாகு 1708 ஆம் ஆண்டு மீண்டும் அரசுரிமை பெற்றது வரையிலுள்ள இருபத்தெட்டாண்டுக் காலத்தில், இளம் மாரட்டியம் ஒன்றன் பின் ஒன்றாகப் பல நெருக்கடிகளால் சூழப்பட்டது.

சிவாஜிக்குப் பின் பட்டம் ஏற்ற அவருடைய மகன் சாம்பாஜி (1680-1689, சாம்பாஜியின் தம்பியான இராஜாராம் (1689-1700) அவரின் விதவையான தாராபாய் (1700-1707) ஆகியவர்களின் ஆட்சிக்காலம் நெடுகிலும், மராட்டியர் முகலாயப் பேரரசரான ஒளரங்கசீபின் (1658-1707) இடைவிடாத் தாக்குதலிலிருந்து உயிர் பிழைக்கத் திண்டாடித் திணறி வந்தனர்.

ஒளரங்கசீபு 1707 மார்ச்சு 3 அன்று இறக்கவே, சாகு முகலாயர் சிறையிலிருந்து தாயகம் திரும்பினார். அவர் தந்தை சாம்பாஜி 1689 ஆம் ஆண்டு கொலை செய்யப்பட்ட நாளிலிருந்து, ஒளரங்கசீபு செத்தது வரையிலும் முகலாயரிடம் பதினெட்டு ஆண்டுகள் சாகு சிறையிருந்தார். சாகு தாராபாயிடம் சிறிது காலம் மோதிய பிறகு மராட்டியரின் தனிப்பெருந்தலைவர் ஆனார். இதிலிருந்து மராட்டியர் வரலாற்றில் ஒரு புதுயுகம் பிறக்கின்றது.

பேஷ்வா

சாகு முகலாயர் காவலிலிருந்து மகாராட்டிரத்திற்குத் திரும்பிய காலையில், அரியணை இல்லாத அரசராக, படையில்லாத தளபதியாக இருந்தார். இதுவரையிலும் யாரும் அறியாதிருந்த பாலாஜி விசுவநாத பட் என்ற சித்பவன் பிராமணர் சாகுவிற்கு

அரும்பெரும் உதவிகளைச் செய்தார். அந்தப் பிராமணர் தன் அரசியல் மதிநுட்பத்தாலும், தன் வட்டிக்கடை நண்பர்களிடமிருந்து பெருந் தொகையில் பணந் திரட்டியும், சாகுவிற்குப் பேருதவி செய்தார். சாகு தனக்குப் பாலாஜி அளித்த உதவிக்கு நன்றியாக அந்தப் பிராமணரைத் தன் அமைச்சர் குழுவில் அமர்த்திக் கொண்டார். பாலாஜிக்கு அளிக்கப்பட்ட முதன்மை அமைச்சர் பதவிக்குப் பேஷ்வா என்று பெயர்.

இந்நிகழ்ச்சியிலிருந்துதான் பட் என்ற சுட்டுப்பெயரைக் கொண்ட சித்பவன் பிராமணர்களின் குடும்பத்து மேலெழுச்சி தொடங்குகின்றது. பாலாஜி விசுவநாத பட் கொங்கணக் கரையிலுள்ள ஸ்ரீ வர்த்தன் என்ற ஊரைச் சேர்ந்தவர்; அங்கு தேஷ்முக்குகள் என்னும் குறுநிலப் பிரபுக்களின் குடும்பத்தில் பிறந்தவர். தேஷ்முக்குகள் என்போர் வரிதண்டும் அதிகாரம் பெற்றிருந்தனர்.

கொங்கணம் அப்போது சஞ்சிராவைச் சேர்ந்த அபிசீனியரான சிதி என்போரின் கையில் இருந்தது. அவர்கள் முகலாயப் பேரரசின் கப்பற்படைத் தளபதிகளாயிருந்தனர். அவர்களைப் பற்றிய செய்திகளைப் பின்னர் கூறுவோம். பாலாஜியின் குடும்பத்தினர் அபிசீனியச் சிதியரால் அவமானப்படுத்தப் படுவதிலிருந்தும், அவர்களின் அடக்கு முறைக்கு ஆளாவதிலுமிருந்தும் தப்பிப்பதற்காகக் கொங்கணக் கரையோரத்தை விடுத்து மேட்டுப் பகுதியில் குடியேறினர். பாலாஜி 1689 ஆம் ஆண்டு இராஜாராமின் அமைச்சரில் ஒருவரிடம் வருவாய்ப் பணி அதிகாரியாக வேலைக்குச் சேர்ந்தார்.

பூனா பேஷ்வாக்களின் ஜாகீராதல்

பாலாஜி காலப் போக்கில் முன்னேறிச் சாகுவின் ஆதரவைப் பெற்று பேஷ்வா என்ற நிலைக்கு உயர்ந்ததும், சாகு அவருக்குப் பூனா நகரையும், அதையொட்டிய பெரிய நிலப்பரப்பையும் பாலாஜிக்கு ஜாகீராகக் கொடுத்தார். எனினும் பாலாஜி பூனாவின் தென் கிழக்கே சுமார் 26 கிலோமீட்டர் (19 மைல்) தொலைவிலிருந்து சஸ்வாடு என்ற இடத்தில்தான் வாழ்ந்து வந்தார். அவருக்கு நெருங்கிய நண்பர்களாகப் புரந்தர என்ற குடும்பத்தினர் இருந்தனர். பாலாஜி தன் வாணாளைச் சஸ்வாடில் செலவிட்டு 1720 ஏப்ரல் 2 அன்று அங்கேயே இறந்தார்.

பாலாஜி விசுவநாத பட் அசாதாரணமான மனிதர். அவர் மிகவும் எளிய நிலையிலிருந்து, தன் கடின உழைப்பினாலும், அரசியல் மதிநுட்பத்தாலும், அரசியல் தந்திரத்தாலும், புதிய ஆட்சி நிர்வாகத்தின் உச்சத்தை எட்டிப் பிடித்து விட்டார். அவர் சாகுவிற்கு இராணுவ உதவியை மட்டும் பெற்றுத்தரவில்லை, முகலாயப் பேரரசரிடமிருந்து சன்னது என்ற பேரரசு உரிமைச் சாசனத்தையும் பெற்றுச் சாகுவிற்கு அரசியல் உரிமையுடைய சட்ட சம்மதத்தையும் வாங்கிக் கொடுத்தார்.

பூனாவை உருவாக்கிய பாஜிராவ்

நன்றி மிகக் கொண்ட சாகு, பாலாஜியின் இளைய மகனான பாஜிராவ் பல்லல் என்றவரைத் தொடர்ந்து பேஷ்வா பதவியில் இருக்கச் செய்தார். இம்முக்கிய நடவடிக்கையின் காரணமாக, மராட்டிய ஆட்சியமைப்பின் உருவே முற்றிலும் மாறி விட்டது.

இந்தப் பாஜிராவ் பல்லலுடன்தான் பூனாவின் வரலாறு தொடங்குகின்றது என்று ''பதினெட்டாம் நூற்றாண்டில் பூனா'' என்ற ஆங்கில நூலின் ஆசிரியரான பாலகிருஷ்ண கோவிந்த கோகலே கூறுகின்றார். பாஜிராவைத் தொரேல், அதாவது மூத்த பாஜிராவ் என்றும் அழைப்பர். பாஜிராவ்தான் சிற்றரசாக இருந்த மராட்டியத்தைப் பெரும் பேரரசாக மாற்றியமைத்தார். அவரது இருபதாண்டுக் காலப்பணி (1720-1740) மிகுந்த சிறப்பு வாய்ந்ததாகும்.

அவர் அக்காலத்தில் இடையறாத ஆற்றலோடும், அஞ்சாத துணிவோடும். அகத்தூண்டுதலளிக்கும் தலைமைப் பொறுப்போடும், இணையற்ற போர்த் தந்திரத்துடனும் செயலாற்றினார். அவர் தன் மராட்டியக் குதிரைப் படையைக் குஜராத்து வழியாக நடு இந்தியாவினுள் பாயச் செய்து, அங்கிருந்து டெல்லியை எட்டி வெற்றி மேல் வெற்றியாகக் குவித்தார்.

ஈடு இணையற்றவராக விளங்கிய ஐதராபாது நிசாமை அடி பணியச் செய்தார். பாஜிராவ் தன் காமக்கிழத்தியான மஸ்தானி மீது கொண்டிருந்த காதல் இன்றும் ஒரு காவியமாக விளங்குகின்றது.

பாஜிராவ் தன் குடியிருப்பைச் சஸ்வாடியிலிருந்து பூனாவிற்கு மாற்றினார். அவர் அங்கு முதலில் வாடகை வீட்டில் குடியிருந்தார். பின்னர் இந்த 1730 ஜனவரியில் ஐந்து ஏக்கர் நிலத்தை வாங்கினார். அங்கு மீனவரும் நெசவாளரும் குடியிருந்த வீடுகள் இருந்தன. பாஜிராவ் அந்த இடத்தைத் தேர்ந்தெடுத்தது பற்றி ஓர் அருமையான கதை வழங்குகின்றது.

பேஷ்வா அரண்மனை

அது பெங்களூரிலிருந்து பாஞ்சாலங்குறிச்சி வரையிலும் இருந்த பல்வேறு வீர மண்ணைப் பற்றிக் கூறப்படுவது போன்ற கதையேயாம்.

பாஜிராவ் ஆற்றங்கரையோரமாக ஒருநாள் குதிரையில் சென்று கொண்டிருந்தார். அப்போது அங்கே ஒரு முயல் நாயை விரட்டிச் சென்றதைக் கண்டார். அவர் அதை நல்ல சகுனமென்று கருதி, அந்த இடத்தில் தன் வீட்டைக் கட்டினார். அந்த வீட்டிற்கு 1730 ஜனவரி 30 அன்று கால்கோள் இடப்பட்டது. அங்கு பூமி பூசை செய்த புரோகிதர்களுக்குத் தட்சணையாக ஆளுக்கு ரூ.1.50 தரப்பட்டது.

அங்கு அடுத்த இரண்டாண்டுகளில் 16,110 ரூபாய் செலவில் இரண்டடுக்குகளைக் கொண்ட ஒரு மாடிவீடு கட்டப்பட்டது. அதன் கிரகப்பிரவேசத்திற்கு வந்திருந்த

புரோகிதர்களுக்குக் கட்டணமாக 15 ரூபாய் தரப்பட்டது. அந்த வீடு சனிவார வாடா (அரண்மனை) என்று பெயர் பெற்றது. அந்த அரண்மனையே நாட்டை ஆளுங் குடும்பத்தின் இல்லமாயிற்று.

சனி வார அரண்மனை

பேஷ்வாக்களின் சனிவார அரண்மனை முத்தா ஆற்றின் வலக்கரை மீது, வடக்குப் பக்கமாக ஆற்றைப் பார்க்க அமைந்துள்ளது. அரண்மனையின் பிற மூன்று பக்கங்களிலும் நகரின் தெருக்களும், வீடுகளும் உள்ளன. விருந்தினர்க்கென்று தனி வீடுகள், வேலைக்காரர் தங்குமிடங்கள், நன்கு அமைந்த பூங்காக்கள், அலங்கார நீரூற்றுகள் ஆகியவற்றோடு பெருமிதப் பகட்டாகக் கட்டப்பட்ட இந்த அரண்மனையைச் சுற்றிலும் நெடிய மதில்கள் சூழ்ந்திருந்தன. இது செவ்வகமாக அமைந்திருக்கின்றது. அதன் மூலைகளிலும், பக்கங்களிலும் காவல் கோபுரங்களும் வசதியான இடங்களில் வாயில்களும் இருந்தன.

சனிவார அரண்மனை என்ற இக்கோட்டையினுள் 1791, 1812 ஆகிய இரண்டாண்டுகளிலும், பின்னர் 1828 பிப்ரவரி 21 அன்றும் ஏற்பட்ட தீயினால் மதிலுக்குள்ளிருந்த கட்டடங்கள் அனைத்தும் அழிந்தன. ஆனால் மதில்களும், அவற்றின் வாயில்களும் கோபுரங்களும் அப்படியே அழியாது இன்றும் எஞ்சி நிற்கின்றன.

பேஷ்வாக்களின் அரண்மனையாக விளங்கிய அரண்சூழ்ந்த இங்கு குற்றவாளிகள் புதுமையான முறையில் தண்டிக்கப்பட்டனர். அவர்களை யானைக் காலில் கட்டி, மிதித்துக் கொல்லுமாறு செய்தனர். இக்கொடிய காட்சியை மக்கள் கூடிநின்று பார்த்தனர். இப்படிப்பட்ட தண்டனை கடைசிப் பேஷ்வாவின் காலத்தில் 1802 ஏப்ரல் 1 அன்று நடந்தது. அப்போது இந்தூர் மன்னர் ஜஸ்வந்தராவ் ஹோல்கரின் சகோதரர் விட்டோஜி ஹோல்கர் அவ்வாறு யானையின் காலால் இடறிக் கொல்லப்பட்டார். இக்காட்சியைப் பேஷ்வா தன் ஆசைக்குரிய பாலாஜி குஞ்சார் என்ற காமக்கிழத்தியுடன் அரண்மனையில் வசதியான இடத்திலிருந்து கண்டு களித்தார். சூழ்வினை சும்மா இருக்கவில்லை. ஜஸ்வந்தராவ் ஹோல்கர் அதே ஆண்டு அக்டோபர் 25 அன்று படை கொண்டு வந்து பேஷ்வாவையும், அவருக்குத் துணையாக வந்திருந்த குவாலியரின் சிந்தியாவையும் தோற்கடித்துப் பூனாவைக் கொள்ளையடித்துச் சென்றார்.

பூனா ஆட்சி மையமாதல்

சாகு மகாராஜா பாஜிராவைப் பேஷ்வாவாக நியமித்தமையால், அது தந்தைக்குப்பின் மகனை அடையும் பரம்பரைப் பதவியாயிற்று. அதன் பிறகு பட் குடும்பத்தைச் சேர்ந்த சித்பவன் பிராமணர் மட்டுமே அப்பதவிக்கு வரமுடிந்தது.

சாகு மன்னராக இருந்து கொண்டு, ஆட்சி நிர்வாகத்தைப் பேஷ்வாக்களின் பொறுப்பில் விட்டு விட்டார். பாலாஜி விசுவநாத பட் (முதல் பேஷ்வா) முதலில் மன்னர் வழிகாட்ட நிர்வாகம் செய்து வந்தார். எனினும் காலப்போக்கில் அவர் அதிகாரக் கடிவாளத்தைக் கையில் எடுத்துக் கொண்டார்.

சாகு முகலாயரின் காவலில் இருந்தபோது, முகலாய அந்தப்புரங்களில் நெடுங்காலமாகச் சுகபோக வாழ்க்கை வாழ்ந்தமையாலும், மிகுந்த தாராள குணமும். மிதப்போக்கும் உள்ளவராக இருந்தமையாலும், ஆட்சி நிர்வாகத்தை முற்றிலும் பேஷ்வாக்களின் கையில் கொடுத்துவிட்டார்.

எனவே சாகு *1749*, டிசம்பர் *15* அன்று இறந்தது வரையிலும் வெறும் மன்னராகத்தான் இருந்தார். பேஷ்வாக்கள் ஆட்சிபுரிந்தனர். அதன் விளைவாகச் சாகுவின் கோநகரான சத்தாராவில் இருந்து வந்த மெய்யான ஆட்சியதிகார மையம், பேஷ்வாக்களின் ஆதரவில் வளர்ந்து செழித்து வந்த நகரான பூனாவிற்கு இடம் பெயர்ந்தது. சனிவார வாடா (பேஷ்வாக்களின் பூனா அரண்மனை) அந்த அதிகாரமாற்றத்தின் சின்னமாக விளங்கிற்று.

1730

அரசியல் அவசியத்தின் காரணமாகப் பேஷ்வா பாஜிராவுக்கு ஒரு தலைநகரம் வேண்டியிருந்தது. தாபாடே, கோர்ப்பாடே, ஜாதவ், போஸ்லே போன்ற பழம் போக்கினரான மராட்டியத் தலைமக்களிடையே பேஷ்வாவும் ஒருவர் என்று வைத்தெண்ணப்பட்டார். ஆனால் பாஜிராவோ அவர்களைவிடத் தான் மேலானவர் என்பதை நிலைநாட்ட முற்பட்டார்.

சித்பவன் பிராமணர் குழாம்

அவர் ஷிண்டே, ஹோல்கர், கெயிக்குவாடு முதலியோரைத் தேர்ந்தெடுத்து, அவர்களைத் தனக்கு விசுவாசமானவர்களாக்கிக் கொண்டு, மராட்டியப் பேரரசை விரிவடையச் செய்தார்.

அவர் தனக்கென ஓர் ''அரசியல் குழாத்தை'' உண்டாக்கிக் கொண்டு, அதைச் சாதி அபிமானங்கள், வட்டாரப்பற்று ஆகிய உணர்ச்சிகளைக்கொண்டு இறுகக் கட்டிவைக்க அவாவினார். அந்தக் குழாம் எது? கொங்கணத்திலிருந்து வந்து பூனாவை மொய்த்த சித்பவன் பிராமணர் குழாம்.

சித்பவன் பிராமணர் பூனாவில் வந்து குழுமினர். அவர்கள் அங்கு வட்டிக்கடை வைத்து லேவாதேவித் தொழில் செய்தனர். வாணிபத்தில் ஈடுபட்டனர், அரசின் பணிகளில் சேர்ந்து அதிகார வர்க்கமாயினர். இவையனைத்திற்கும் மேலாகத் தமது சித்பவன் சாதியைச் சேர்ந்த முதல் குடும்பத்தின்-பேஷ்வா குடும்பத்தின் ஊழியத்தில் படைத்தலைவர்களாகவும் எழுந்து உயர்ந்தனர்.

பூனா புதிய ஆட்சியதிகாரத்தின் தலைநகராக மட்டுமன்றி, அதன் இராணுவ, அரசியல் அடித்தளத்திற்கு மட்டுமல்லாது, மிகப்பெரிய நகர்ப்புறமாக வளர்ச்சியடையும் வேகத்தை அடைந்து வந்த தலைமுதல் நகராகவும் துரிதமாய் வளர்ச்சியடைந்தது. முதல்

பேஷ்வா வாழ்ந்த சஸ்வாடிக்குக் கிடைத்தவற்றைவிட மிகப்பெரிய வாய்ப்புகள் பூனாவிற்கு இதனால் கிடைத்தன.

பூனா 1637 முதல் வளர்ச்சியடைந்து வருகின்றது. அங்கு ஏற்கெனவே நான்கு பேட்டைகள் இருந்தன. கஸ்பா, மூர்த்தசாமாது (சனிவாரப்பேட்டை), இரவிவாரப் பேட்டை, ஷாபுர என்ற சோமவாரப் பேட்டை என்று அவை நான்காகும். இவற்றொடு 1663 இல் அஷ்டபுர என்ற பேட்டையும் சேர்க்கப்பட்டது. இது இப்போது மங்களவாரப் பேட்டை என்று வழங்கி வருகின்றது.

இரவிவார, சோமவாரப் பேட்டைகள் நகசாரி என்னும் ஆற்றின் இரு கரைகளிலும் அமைந்துள்ளன. ஔரங்கசீபு 1703 ஆம் ஆண்டு முகியாபாது (புதவார) என்ற பேட்டையை உண்டாக்கினார். மேற்சொன்ன ஆறு பேட்டைகளிலும் 20,000 முதல் 30,000 பேர் வரை வாழ்ந்தனர் என்று கொள்ளலாம்.

பதினெட்டாம் நூற்றாண்டில் பேஷ்வா குடும்பத்தினர் மேலோங்கி நின்றனர். இரண்டாவது, மூன்றாவது, நான்காவது பேஷ்வாக்கள்தாம் மராட்டியப் பேரரசையே இயக்கினர்.

சித்பவன் பிராமணர் இருக்கு வேதியர்

சித்பவன் பிராமணர் ஆகிய பேஷ்வாக்கள் இருக்கு வேதத்தையும், கிருஷ்ண (கறுப்பு) யசுர் வேதத்தையும் பின்பற்றினர். அவர்கள் ஆதியில் மேற்குக் கரையிலுள்ள இராஜபுரம், கொலாபர் என்ற இடங்களில் வாழ்ந்தனர். வேத காலத்திலும், புராண காலத்திலும் புகழ் பெற்று விளங்கிய பரசுராமர் காலம் வரையில் நெடிது செல்லக் கூடிய தொன்மை சித்பவன் பிராமணருக்கு உண்டு என்று, அவர்களின் புராணங்களும் கதைகளும் கூறுகின்றன.

பேஷ்வாக்களின் அரசியல் வாழ்க்கையின் ஏற்றத்தோடு உயர்வு பெற்ற பூனா, 1818 ஆம் ஆண்டு கோரேகாம் சண்டையில் பிரிட்டிசார் வசமாயிற்று. அதன் பிறகு 1947 ஆகஸ்டு 15 வரையிலும் கட்டுண்டு கிடந்தது.

விடுதலைப் போராட்ட காலத்தில் மகாத்மா காந்தி, கஸ்தூரிபா, மகாதேவ தேசாய், சரோசினி நாயுடு மற்றும் பல தேசத்தலைவர் சிறை வைக்கப்பட்டிருந்த ஆகாகான் அரண்மனை பூனாவில் இருக்கின்றது. இங்கு உயிர்நீத்த கஸ்தூரிபா காந்திக்கும், மகாதேவ தேசாய்க்கும் பளிங்கினால் நினைவுச் சின்னங்கள் எழுப்பப்பட்டுள்ளன.

வரலாற்றுப் புகழ்பெற்ற பார்வதி கோயிலும், தேவதேசுவரர் கோயிலும், இங்குள்ள பார்வதி குன்றின் மேல் நிற்கின்றன. இக்கோயில்கள் 1748 இல் பாஜிராவினால் கட்டப்பெற்றன. இங்கு எட்டாம் நூற்றாண்டைச் சேர்ந்ததும், மிகப்பெரிய தூண்களைக் கொண்டதுமான பாதாளேசுவரர் கோயிலும் உள்ளது. இது முற்றிலும் ஒற்றைக் கல்லில் செதுக்கப்பட்ட குடைவரைக் கோயிலாகும். இதை எல்லூராப் பாணியில் அமைந்த சிறு கோயில் எனலாம்,

பூனாவில் அருங்காட்சியகங்களும், ஏராளமான பூங்காக்களும் உண்டு.

8. அடிமை வாணிபத்தில் செழித்த பிரிட்டிஷ் துறைமுகங்கள்

வட மேற்கு இங்கிலாந்தில் மெர்சே ஆற்றின் கழிமுகத்தில் அமைந்திருக்கும் லிவர்ப்பூல் துறைமுகம் பதினெட்டாம் நூற்றாண்டில் எழுச்சி பெற்று வந்த போதிலும்,

மைய ஸ்லாத்லாந்தின் மேற்கிலுள்ள துறைமுகமான கிளாஸ்கோவிற்கு மேற்கிந்தியத் தீவுகளுடனும், அமெரிக்கக் குடியேற்றங்களுடனும் தொடர்புகள் இருந்தபோதிலும், இலண்டனின் அளவிற்கு அடுத்த நிலையிலுள்ள பெரிய துறைமுகப்பட்டினமாகப் பிரிஸ்டல்தான் விளங்கியது.

பிரிஸ்டல் தென் மேற்கு இங்கிலாந்தில் ஏவோன் ஆற்றங்கரை மீதுள்ளது. ஏவோன் ஆற்றின் கழிமுகம் ஆங்கிலக் கால்வாயிலிருந்து சுமார் 11 கிலோமீட்டர் (7 மைல்) தூரத்தில் இருக்கின்றது. பிரிஸ்டல் துறைமுகம் 17, 18 ஆம் நூற்றாண்டுகளில் அமெரிக்காவுடன் பெருத்த வாணிபம் செய்து வந்தது.

மேற்சொன்ன துறைமுகங்களின் வளர்ச்சிக்கும், பதினெட்டாம் நூற்றாண்டின் வாணிபப் பெருக்கத்திற்கும் அடிமை வாணிபம் உயிர் நாடியாக இருந்தது.

பிரிட்டன் ஸ்பானிய அமெரிக்காவிற்கு (அதாவது ஸ்பெயினின் கைப்பிடியில் இருந்த அமெரிக்கப் பகுதிகளுக்கு) ஆண்டுதோறும் 4,800 நீகிரோ அடிமைகளை 1843 வரை ஏற்றுமதி செய்வதற்கு உரிமை பெற்றிருந்தது. முறையான அடிமை வாணிபம் என்ற பெயரால் கள்ளத்தனமாக அடிமைகள் அங்கு அனுப்பப்பட்டனர். இந்த அடிமை வாணிபத்தை அடிப்படையாக வைத்து லிவர்ப்பூல் மிகப்பெரிய துறைமுகப் பட்டினமாயிற்று.

1730

லிவர்ப்பூல் அடிமை வாணிபத்திற்கு என்று 1730 ஆம் ஆண்டு பதினைந்து கப்பல்களை ஈடுபடுத்திற்று. அக்கப்பல்களின் எண்ணிக்கை 1751 இல் 53 ஆயிற்று. அது 1760 இல் 74 ஆனது. 1770 இல் 96 ஆக உயர்ந்தது; 1792 இல் உச்சமாக 132 ஆனது.

ஃபியூசலி என்ற ஓவியர் லிவர்ப்பூலுக்கு வந்து, அங்கு நேர்த்தியாக நெடிதுயர்ந்து நின்ற கட்டடங்களைக் கண்டு விட்டு, ''இங்கு எல்லா இடங்களிலும் அடிமைகளின் குருதி நாறக் காண்கின்றேன்'' என்று கூறினாராம்.

நான்காம் தொகுதி

இந்திய சரித்திரக் களஞ்சியம்
1731-1740

நான்காம் தொகுதி

இந்திய சரித்திரக் களஞ்சியம்
பதினெட்டாம் நூற்றாண்டு
நான்காம் பத்து

1731-1740

முடிந்த அளவு அறிவைப் பெற்று அதைச் சிறந்த முறையில் பயன் படுத்துவது ஒவ்வொருவரின் கடமை யாகும்!

- தாமஸ் பெயின் (1737-1809)

முதல் பதிப்பின் முன்னுரை

இங்கிலாந்தில் பிறந்து, அமெரிக்காவில் வாழ்ந்து, பிரஞ்சுப் புரட்சியை (1789) நியாயப் படுத்திய தாமஸ் பெயின் என்ற பதினெட்டாம் நூற்றாண்டுச் சிந்தனையாளர் ஒருவரின் அறிவு வேட்கையை நினைவு படுத்துவதற்கு இது தகுந்த இடமாகும். நமது மாபெரும் சமூகம் பல்லாயிரக்கணக்கான ஆண்டுகளுக்குப் பிறகு, குடத்திலிட்ட விளக்குப் போலிருந்த நமது ஞானச் செல்வங்களைக் கண்டு வியப்புற்றிருந்த நிலைமாறி, அச்செல்வத்தைப் பங்கிட்டுக் கொள்ளும் துணிச்சலைப் பெற்றிருக்கின்றோம். அத்தகைய அறிவு கொளுத்தும் அக்கினிக் குஞ்சு என்று இக் களஞ்சிய வரிசையைக் கொள்வது மிகப் பொருத்தமாகும்.

உலகத்து அறிவையெல்லாம் திரட்டி இவ்வரிசையில் ஆங்காங்கே வைத்திருப்பதைக் கண்டுவிட்டுப் படிப்பவர்கள் திண்டாடி மலைக்க வேண்டாம்; படித்துச் செல்கின்ற போக்கில், துண்டாகவும் துணுக்காகவும் தோன்றுகின்ற இத்தகைய அறிவுக் கற்கள் படிப்பவரது சிந்தனையால் பட்டை தீட்டப் பெற்று, அவர்களின் நெஞ்சத்தில் மணி மாலைகளாகக் கோக்கப்பட வேண்டும் என்னும் நோக்கத்தில்தான் அவை காலவெளியில் ஆங்காங்கே அவை அமைந்தவாறு தூவப்பட்டுள்ளன. வெறும் வரலாற்று அறிவு மட்டும் பயனுள்ளதாகி விடாது; மனிதப் பொதுமைக்கும் மனித நேயத்திற்கும் வாழ்க்கைக் கணிப்பிற்கும் அந்த வரலாறு ஒரு வாய்ப்பாடாக அமைந்தால் தான், அது மெய்யறிவாகும் என்பதை நன்குணர்ந்து இவ்வரிசை மெத்தக் கவனத்துடன் தொகுக்கப் பெற்றுவருகின்றது.

நான்காம் பத்தும், கோயிலும்

இந்நான்காம் பத்து அனந்தன் காட்டில் தோன்றி, அனந்தபுரமாகித் திரு சேர்ந்து திருவனந்தபுரம் என்று வழங்கி நரனைப் பாடாத நம்மாழ்வார் போன்றோரால் மங்கள சாசனம் செய்யப் பெற்ற ஒரு திருக்கோயிலொடு தொடங்கி, விருத்த கங்கையென்று,

கங்கையினும் மூத்ததென்னும் சிறப்புற்று இலங்கும் கோதாவரியின் தோற்றுவாயான திரியம்பகத்தில் எழுப்பப்பெற்ற முக்கண்ணன்-திரியம்பகன் கோயிலுடன் முடிகின்றது. இவ்விரு கோயில்களும் அமைந்துள்ள கால, இடைவெளிகளில் நிலவிய பல கோயில்கள் பற்றிய செய்திகள் இவ்வரிசையில் ஆங்காங்கே இடம்பெற்று வருகின்றன.

தூத்துக்குடியில் அமைந்த பெருஞ் சிறப்பு வாய்ந்த பனிமய மாதா கோயில் *(1713)*, பம்பாயிலும், கல்கத்தாவிலும் எழுப்பிய சர்ச்சுகள் *(1715)*, கேரளத்தில் புனித தாமஸ் நிறுவியதாகச் சொல்லப்படும் ஏழு கோயில்கள் *(1721)*, சென்னைக் கச்சாலீசுவரர் கோயில் என்று பல கோயில்களைப் பற்றிய செய்திகளைச் சொல்லி வந்திருக்கின்றோம்.

கோயில் வழிபாடு

கோயில் வழிபாடு வரலாற்றுக் கெட்டாத காலந் தொட்டு உலகின் பண்டை நாகரிகத் தொட்டில்களிலும், மையங்களிலும் இருந்து வந்துள்ளது. இன்றும் இந்து, பௌத்தம், சமணம் என்ற முப்பழஞ் சமயத்தவரும், கிறித்தவரும் கோயில் வழிபாட்டு மரபைப் பேணி வருகின்றனர். இஸ்லாத்திலும் பள்ளிவாசல்கள் இறையில்லங்களாக அமையாவிடினும் கடவுளைத் தொழும் இடங்களாகவே உள்ளன.

தமிழ்நாட்டில் கற்றளிகள் என்ற கற்கோயில்கள் சங்க காலத்திற்குப் பின்னரே கட்டப்பெற்றன. அதற்கு முன்னரும் கோயில்கள் இருந்தன. சோலைகளும் கோயில்களாக விளங்கின என்பதைத் திருநெல்லிக் கா, குரங்குக் கா, திருவானைக் கா என்ற தலங்களின் பெயர்களிலிருந்து அறிகின்றோம்.

இக்கோயில்கள் இறைவழிபாட்டுத் தலங்களாகவும், இறைவனுக்கு எடுக்கப்படும் விழாக்கள் நிகழும் மையங்களாகவும், பிற சமயச் சடங்குகள் நடக்கும் இடங்களாகவும் இருந்ததுடன் நாட்டின் அரிய கருவூலங்களாகவும், பெரிய நிலப்பரப்பிற்குச் சொந்தமான நிலப்பிரபுத்துவ மையமாகவும், மக்கள் வறகடம் வந்து துன்புற்ற காலங்களில் கடன் தரும் வங்கிகளாகவும், நெற்களஞ்சியங்களாகவும், இடர் வந்துற்ற காலையில் புகலிடம் தரும்

கோட்டைகளாகவும், அந்தணர்க்கு உணவும், உறையுளும் தந்த ஊட்டுப் புரைகளாகவும் செயல்பட்டு வந்ததோடு, இசை, கூத்து, நடனம், சித்திரம், சிற்பம் போன்ற நுண்கலைகளின் களங்களாகவும், நூலகங்களாகவும், கல்வி புகட்டும் கல்விச் சாலைகளாகவும், நீதி வழங்கும் மன்றங்களாகவும், சமூக வாழ்க்கையுடன் இரண்டறக் கலந்து பன்னெடுங் காலமாக இருந்து வந்தன. இந்த அரிய அமைப்பு முறை பற்றித் தற்கால வரலாற்றாசிரியர் விரிவாக ஆய்ந்து பல நூல்களை எழுதிவருகின்றனர்.

கோயில்கள் தாக்கப்படுதல்

உலகம் என்பது உயர்ந்தோர் மாட்டே என்பது போல், இக்கோயில்கள், சமூகத்தில் உயர்ந்தோர் மட்டுமே சார்ந்தவையாக இருந்து வந்ததையும் வரலாறு காட்டுகின்றது.

தமிழ்நாட்டில் இக்கோயில்கள் பதினான்காம் நூற்றாண்டின் தொடக்கத்தில் புறச் சமயத்தவரான ஏதிலியரால் கொள்ளையடிக்கப்பட்டும், தூய்மை கெடுக்கப்பட்டும் பாழான செய்திகள் **1736** ஆம் ஆண்டுப் பகுப்பில் நாயக்கராட்சி முடிந்ததைக் கூறும் கட்டுரையில் சொல்லப்பட்டுள்ளன. அப்போது ஏறத்தாழ நாற்பது ஆண்டுகள் பாண்டிய நாட்டில் கோயில்கள் மூடிக்கிடந்தன. திருவரங்கம், திருத்தில்லை, திருக்கச்சி முதலிய திருக்கோயில்கள் கொள்ளையடித்துப் பாழ்ப்படுத்தப்பட்டன; இறைத் திருமேனிகள் உடைக்கப்பட்டன.

இது தமிழ் நாட்டில் இதற்கு முன்னர் எண்ணிப்பார்க்கப்படாத நிகழ்ச்சி; ஏதிலியரான களப்பிரர் கூடக் கோயில்களை அடைத்தனர் என்று தான் அறிகின்றோம்; புறச்சமயிகளான களப்பிரர் கோயில்களை அழித்தனரல்லர். எனவே பதினான்காம் நூற்றாண்டில் நடந்த இக்கொடிய நிகழ்ச்சி தமிழ் மக்களின் ஆளுமையை வெகுவாகப் பாதித்தது என்பதை அதற்குப் பிற்பட்ட காலத்து வரலாறு காட்டுகின்றது.

வெகு தொலைவிலிருந்து படைகொண்டுவந்த சில ஆயிரம் பேரால் எதிர்ப்பின்றி எங்ஙனம் கோயில்களை எளிதாகக் கொள்ளையடிக்கவும், இறைத் திருமேனிகளைப் பாழ்படுத்தவும் இயன்றது என்ற வினா எழுகின்றது.

கோயிலும் தீண்டாமையும்

சாதியமைப்புச் சங்க காலத்திலேயே, அதாவது சுமார் கி.பி.300 ஆம் ஆண்டிற்கு முன்னரே, ஏறத்தாழ ஆயிரம் ஆண்டுகளுக்கு முன்னரே, தொழில் அடிப்படையில் தமிழ்நாட்டில் இருந்து வந்தது என்பதை இலக்கியச் சான்றுகள் காட்டுகின்றன. எனினும் தீண்டாமை என்ற கொடிய ஏற்பாடு எக்காலத்துத் தோன்றியது என்பது குறித்துப் புள்ளிவைத்துக் காலத்தைச் சுட்டமுடியவில்லை.

சங்க இலக்கியத்தில் பறையர், புலையர் பற்றிய குறிப்புகள் காணப்படுகின்றன. இவர்களுள் பிணஞ்சுடும் புலையரும், பறையரும் சேர்த்தே பேசப்படுகின்றனர். சங்கம் மருவிய காலத்திலும் இலக்கியங்களில் சாதிப் பெயர்கள் காணப்படுகின்றன. கி.பி. ஐந்து, ஆறாம் நூற்றாண்டுகளில் எழுச்சி பெற்ற பக்தி இயக்கம் ஒருவகையான சமூக சீர்திருத்த நோக்கமுடையது என்பதிலிருந்து, இக்காலத்திற்குச் சற்று முன்னர், அதாவது கடைச் சங்க காலத்திற்குப் பின்னர், களப்பிரர் காலத்திலும் அதன்பிறகும் தீண்டாமை தமிழ்நாட்டில் நிலவியது என்று கொள்ளலாம்.திருக்குளங்கள் அமைந்த காலத்திற்கும், தீண்டாமைக்கும் தொடர்பு இருக்கலாம். எனினும் இதுகுறித்து ஆழ்ந்து ஆராய்தல் வேண்டும்.

சங்க காலத்தில் நாம் அறியாத சாதிகள், பிற்காலக் கல்வெட்டுகளில் காணப்படு கின்றன. ஒவ்வொரு சாதியும் அதற்கென்று விதித்த கட்டுதிட்டங்களிலிருந்து மீறலாகாது என்ற பொதுக் கொள்கை இருந்து வந்தது. ஆயினும் காலப்போக்கில் பல்வேறு சூழ்நிலைகளினால் இக்கட்டுப்பாடுகள் தளர்ந்து வந்தன என்பதும் வரலாற்றிலிருந்து தெரிகின்றது. கலப்புச் சாதிகளும் அச்சாதிகளுக்குரிய கடமைகளும் கல்வெட்டுகளில் குறிக்கப்பட்டுள்ளன.

இச் சாதிப் பாகுபாட்டில் வலங்கை, இடங்கை என்ற பிரிவுகள் குறிப்பிடத் தக்கவையாகும். எனினும் இவை தோன்றிய காலம் எது என்பது புலனாகவில்லை. இப்பாகுபாடுகள் அனைத்திற்கும் அப்பாற்பட்ட மிகத் தாழ்ந்த சாதியாரும் இருந்தனர். சமூகப் பிணக்குகள் காரணமாகச் சில சாதிகள் தீண்டத்தகாத நிலைக்குக் கீழே தள்ளப்பட்டன. இம்மக்கள் ஊர்களின் புறத்தே தனித்தமைந்த சேரிகளில் வாழ்ந்தனர். தீண்டாமையின் அளவு மேலேயிருந்து ஒவ்வொரு சாதிக்கும் இவ்வளவு என்ற முறை இருந்து வந்தது. இந்தச் சாதி ஏணியில் மேலேயிருந்த பிராமணர் வேறு சாதியார் எவரையும் தீண்டுவதில்லை.

எனினும் தீண்டத்தகாதார் என்று ஒதுக்கி வைக்கப்பட்ட மக்கள், இச்சமூக வாழ்க்கை அமைப்பு முறையில் மேல் சாதியினரில் குறிப்பிட்ட சில வகுப்பினருக்குத் தொழும்பு செய்வது அல்லது தொண்டூழியம் செய்வதே பெரும் பணியாக இருந்து வந்தது.

இத்தகைய அடி நிலை உழைப்பாளி மக்கள் நிலப்பிரபுத்துவ சமூகத்தினரின் விரிந்த சமூக அமைப்பில், ஊழியம் செய்வதையன்றி வேறு எந்தப் பங்கு பணியையும் ஆற்ற முடியாதவாறு சாதி அமைப்பு இருந்தது. இம்மாதிரியான கட்டுக் கோப்புகளைக் கொண்டிருந்த சமூகத்தை மாற்றியமைக்கும ஆன்ம நேய நோக்கத்துடன் தோன்றிய பக்தி இயக்கம், மக்களிடையே எந்த அசைவையும் உண்டாக்கவில்லை. ஆதலால் ஒரு பிரிவினர் தமக்கென்று ஒதுக்கித் தள்ளப்பட்டுள்ள இருண்ட உலகில் விதியின் மேல் நம்பிக்கை வைத்து வாழ்ந்தனர். திருநாளைப் போவார் என்ற நந்தனார், சங்ககாலத்தில் சிறப்புற்றிருந்து தாழ்த்தப்பட்டுப் போன பாணர் குடிப் பிறந்த திருப்பாணாழ்வார் போன்ற திருக்குலத்தார் வெகு சிலர் மட்டுமே தமது இரங்கத் தக்க நிலையிலிருந்து மீட்சி பெறும் நோக்கத்துடன், தமது சமூகத்தவருக்கு முன்னுதாரணமாகத் திகழ முயன்று தோற்றனர்.

படையெடுப்பாளர் செய்த கொடுமைகள்

தெளிந்த குளத்தில் கல்லெறிந்தது போல், அமைதியாக வாழ்ந்திருந்த மக்கள் மீது புறச்சமயிகள் படைகொண்டுவந்து நாட்டில் குழப்பத்தை உண்டுபண்ணி, சமூகத்து வாழ்க்கைக் கட்டமைப்பின் அடித்தளமாயிருந்த கோயில்களைக் கொள்ளையிட்டும், அழித்தும், தூய்மை கெடுத்தபோது, ஒதுக்கப்பட்டுக் கிடந்த தீண்டாதவர் எதிரிகளையும் தீண்டாமலே போய் விட்டனர். அதற்கு வேண்டிய அறிவும், வலிவும் அவர்களுக்கு இல்லை. அதனால் முழுமையான மக்கள் சக்தியின் எதிர்ப்பைப் புறச் சமயியரான கொடுமையாளரிடம் காட்ட இயலாது போயிற்று.

கம்பணன் மனைவி கங்காதேவி தன் மதுரா விஜயம் என்ற சம்ஸ்கிருத வரலாற்று நூலில் கண்ணீர் விட்டுக் கதறிய நிலை பாண்டிய நாட்டில் பதினான்காம் நூற்றாண்டிலும், அதையடுத்து மதுரைச் சுல்தான்களின் சுமார் 48 ஆண்டுக்கால ஆட்சியிலும் ஏற்பட்டது; தீண்டாமை போன்ற கொடிய சமூகப் பொல்லாங்குகள்தாம், மாலிக் காபூர் மதுரையில் பல கோபுரங்களை அழித்தபோது தீண்டத் தகாதவர்களை எட்ட நின்று பார்க்கச் செய்தது; பலர் படையெடுப்பாளரின் சமயத்தைத் தழுவவும் நேர்ந்தது; அவர் சீரங்கத்தையும், சிதம்பரத்தையும், காஞ்சிபுரத்தையும் கொள்ளையடித்த நேரத்தில் கையறு நிலையில் இருக்க நேர்ந்தது; சாதியமைப்பு முறை என்னும் அபினியின் அரச போதையில் மூழ்கிக் கிடந்த இச் சமூகத்தினால், அந்தப் போதைப் பொருளின் சிற்றின்ப சுகத்திலிருந்து மீண்டு, மனிதப் பொதுமை என்ற பேரின்பப் பெருவாழ்வை எண்ணிப் பார்க்கவே முடியாது போயிற்று.

தீண்டாமை மட்டும் காரணமா?

இந்து தேசத்தில் கோயில்கள் அழிக்கப்பட்டதற்கும், அவை சுவடழிந்து போனதற்கும் வேறுபல காரணங்கள் இருந்தபோதிலும், அவை தடுக்கப்படாமல் போனதற்கு மனிதப் பொதுமை இல்லாது போனதே பெருங்காரணமாகும். அந்த ஆன்மநேய உணர்வு இன்னும் பாரத நாட்டில் உண்டாகவில்லை. இவ் வரலாற்று உண்மை உணரப்படாத நிலையில், இன்று கோயில் பற்றிய பூசல்கள் எரிதழல் போல் இந்து தேசமெங்கும் தோன்றியிருப்பது புரையோடிய புண்ணுக்குப் புனுகு தடவுவது போலாகும். இந்து சமயத்தில் இந்தச் சீர்திருத்தம் முழுமையாக உண்டாகும் போதுதான், நம்மால் கோயில்களின் பொதுமையான புனிதத்தைக் காப்பாற்ற முடியும்.

சாதியமைப்பை அபினியென்னும் அரச போதை என்று உரைத்தோம். அதன் குறுகிய வட்டத்துத் தனி நலன்களைக் கருத்திற் கொண்டு பிராமணனும், புலையனும்

அதிலிருந்து மீள முடியாமலிருக்கின்றான். மனிதப் பொதுமை என்னும் பெரு வட்டத்துப் பொதுமை நலத்தை என்ன வேண்டுமென்று எல்லாக் காலங்களிலும் வாழ்ந்த மகான்களும் ஞானியரும் கூறி வந்திருப்பினும், அது ஒரு காதில் வாங்கி மறு காதில் வெளியிடப்பட்டே வருகின்றது.

காந்தி மகான் வந்தபின்

இந்து தேசத்தில் காந்தி மகான் வந்த பின்னர்தான், 1937 ஆம் ஆண்டிற்குப் பிறகு கோயில் கதவுகள் திறந்தன. ஆனால் பாரத நாட்டு மக்களின் மனக்கதவு இன்னும் அடைத்தே இருக்கின்றது என்பதைக் காட்டும் நிகழ்ச்சிகள் கொலைகளாகவும், கற்பழிப்புகளாகவும், வன்செயல்களாகவும் இன்று நாடெங்கும் வெடிக்கின்றன.

கோயில்கள் பற்றிய வரலாற்றுச் செய்திகளை இங்கு படிக்கும் போது, இத்தகைய எண்ணங்கள் எழுந்து மனிதநேய உணர்வு, பொங்குதல் வேண்டும் என்பதற்காகவே, படிப்பாளிகள் உலக முழுவதையும் கண்டு தெளிய வேண்டுமென்பதற்காகவே, மனித ஏற்றத்தின் பல்வேறு ஆக்க வெளிப்பாடுகளை இங்கு காட்ட முயலுகின்றோம்.

இந் நான்காம் பத்தில் (1731-1740) நினைவிற் கொள்ளத்தக்க பல மனிதர்களையும், அவர்தம் ஆக்கங்களையும் சிந்தனைகளையும் சந்திக்கப் போகின்றோம்.

கண்டுபிடிப்பு

கடலில் புது வழிகள் கண்டு உலகைக் குறுகியதாக்கிய ஐரோப்பியர், காற்றின் துணை கொண்டு கலஞ் செலுத்திய இக்காலத்தில், கலஞ்செலுத்தப் புதிய கருவிகளைக் கண்டுபிடிக்கும் முயற்சியில் ஈடுபடுவதை 1731 ஆம் ஆண்டின் 4 ஆம் கட்டுரை கூறுகின்றது.

சுவீடன் என்ற சிறு நாடு ஒரு கிழக்கிந்தியக் கம்பெனியை நிறுவி, இந்தியாவிற்கு வாணிபம் புரிய வந்ததைப் போன்று, அக்கண்டத்தின் போலந்து, ஸ்பெயின், ஸ்காத்லாந்து, இரஷ்யா போன்ற நாடுகள் இப்பெருநிலம் போந்ததையும், அவற்றின் சுருக்கமான வரலாறுகளையும் எடுத்துரைத்து, இந்தியா பதினெட்டாம் நூற்றாண்டு வரலாற்றில் கவரப்பட்ட செய்திகள் செப்பப்படுகின்றன.

தமிழ் அகராதி

ஒரு மொழியின் செழுமைக்கு அதன் சொல்வளமே அடிப்படை. சொல்லாட்சி பெருகும்போது சொற்களுக்குப் பொருள் காண்பது கற்றறிவாளர்க்கு இன்றியமையாத தாகின்றது. பல்லாயிரம் ஆண்டுகளாக வழக்கிலிருக்கும் தமிழ் போன்ற ஒரு மொழியில் சொல்வளம் பெருகியமையால், கி.பி. ஒன்பதாம் நூற்றாண்டில் தோன்றிய ஆதி நிகண்டான திவாகரம் தொட்டு இந்தப் பதினெட்டில் (1732) விரமானிவர் கண்ட சதுரகராதி வரையிலும் பல நிகண்டுகள் சொற் பொருள் கூற எழுந்தன. சொற்பொருள் கூறும் உரிச் சொல் பனுவல் அல்லது நிகண்டுகளின் சுருக்க வரலாறு சொல்லப்படுகின்றது. ஆங்கிலத்தில் முதல் அகராதி (டாக்டர் ஜான்சன் தொகுத்தது) தோன்றியதற்குச் சுமார் 23 ஆண்டுகளுக்கு முன்னர் தமிழில் வீரமா முனிவரின் சதுரகராதி பிறந்த உண்மை காட்டப்படுகின்றது.

தமிழ் நாட்டு அரசியல்

ஆர்க்காட்டு நவாபு, மராட்டியர் படையெழுச்சியாலும், மதுரை நாயக்கர் தஞ்சை

மராட்டியர் உட் பகையாலும், அகவிலை ஏற்றம், பஞ்சம், நோய் பரவுதல் தோன்றி மக்கள் படும் அல்லல்கள் சொல்லோவியமாக வருகின்றன. தமிழ் நாட்டில் மீண்டும் முஸ்லிம் ஆட்சி ஏற்படும் நிலை கனிவதைக் காண்கின்றோம்.

இந்துஸ்தான நிலை

இந்துஸ்தானம் என்ற வடபாரதத்தில், அதன் வரலாறு கூறும் நூல் வெளியிடப்படுவது; இந்தூரில் ஹோல்கார் குடியின் நாட்டரசு அமைதல், அதன் அரசர்களுக்கும் அமெரிக்காவிற்குமுள்ள திருமணத் தொடர்புகள்; பன்னாவில் புந்தேலர்குடி அரசமைத்தல்; காசியில் பூமிகார் என்ற பிராமணர் குடி அரியணை ஏறுதல், முதலியன இந்தியாவின் புதிய அரசியல் வரலாறு பற்றிய செய்திகளைத் தரும்.

தமிழ் நாட்டில் கிறித்தவம்

கிறித்தவம் கி.பி. முதல் நூற்றாண்டிலேயே இந்தியாவை அடைந்தது என்று கூறப்பட்ட போதிலும், அச்சமயப் பரப்பிகள் போர்த்துக்கீசருக்குப் பிறகுதான் பதினாறாம் நூற்றாண்டிலிருந்து தென்பாண்டிக் கடற்கரையில் வேரூன்றினர். எனினும் தரங்கம்பாடியை மையமாகக் கொண்ட லூதரன் எனப்படும் புராட்டஸ்டண்டுச் சமயத்தவர், இந்தப் பதினெட்டில் ரோமன் கத்தோலிக்க ஏசு சபையுடன் போட்டி போட்டுக் கொண்டு, கிறித்தவத்தைத் தமிழோடும், தமிழரோடும் உணர்ச்சியோடு ஒன்றிணைக்கப் பல பணிகளைச் செய்தனர். அதன் ஒரு பகுதியாகத் தமிழரையே சமய குருவாக, அதாவது பாதிரியாராக அமர்த்திய பணி 1733 இல் தொடங்கியது. இன, மொழி, வேறுபாடு கடந்து நிற்பது கிறித்தவம் என்பதை நிலைநாட்டுவதில், கத்தோலிக்கத்தைவிட லூதரன்கள் முனைப்பாயிருந்தனர் என்பதை ஆரோன் என்ற தமிழர் பாதிரியாராக்கப்பட்ட நிகழ்ச்சி காட்டுகின்றது.

சிதியர் தாழ்ச்சி

மேற்குக் கரையில் பிஜப்பூர் சுல்தான்களின் கப்பல் தலைவர்களாக இருந்து, மராட்டியருடன் சரி மல்லுக்கு நின்ற அபிசீனியரான சிதியர், ஆபத்தில் உதவாத பிஜப்பூரின் மேலாண்மையைத் துறந்து முதலில் முகலாயருக்கும், பின்னர் ஆங்கிலேயருக்கும் அடங்கிய வரலாறும் உண்டு.

கம்பெனியின் அரசியல், பொருளியல் ஏற்றம்

கிழக்கிந்தியக் கம்பெனியின் ஏற்றுமதி வருவாயும், அதன் ஆதிக்க விரிவும் ஒன்றுக்கொன்று இயைந்து ஏறுவதைக் காட்டும் புள்ளி விவரக் குறிப்புகள் உள்ளன.

மேற்குக்கரையின் வாணிபப் பெருக்கமும், சூரத்தின் சிறப்பைப் பம்பாய் பெற்றுப் பெரிய கப்பல்கட்டுந்துறையென அது உயர்வது கருத்திற் கொள்ள வேண்டிய செய்திகளாகும்.

நெசவுப் புரட்சியும், தொழிற் புரட்சியும்

இத்தொகுப்பில் தொழிற் புரட்சியின் தோற்றுவாயாகிய நெசவுத் தொழில் முன்னேற்றம் பருத்தியிலிருந்து சொல்லப்படுகின்றது. பருத்தியின் தாயகமான இந்தியாவில் தொடங்கி, அதன் நூற்பு, நெசவுத் தொழிலையும், துணி வகைகளையும் விவரித்து,

வேளாண்மையிலும், நெசவுத் தொழிலிலும், ஏற்கெனவே செழிப்படைந்து நின்ற பிரிட்டனில் நிகழ்ந்த நூற்பு-நெசவு எந்திர முன்னேற்றம் சுருங்கிய ஆராய்ச்சியாக அமைகின்றது.

நாயக்கராட்சி முடிவடைதல்

நாயக்கராட்சி மதுரைச் சீமையில் 1736 ஆம் ஆண்டு முடிவடைந்ததை யொட்டி, பதினான்காம் நூற்றாண்டின் முற்பகுதி தொட்டுப் பதினெட்டாம் நூற்றாண்டின் முற்பகுதி வரையிலும் ஏறத்தாழ நானூறு ஆண்டுகளில் தமிழ் நாட்டின் நடப்புகளை விரித்துக் கூறி, இப்பழம் பெரும் இந்திய மக்கள் இலக்கியம், கலை, சமயம், அரசியல், பொருளியல் என்று பல துறைகளில் அடைந்துவிட்ட தாழ்ச்சிகளும் அடுத்துத் தோன்றப் போகும் வெள்ளையர் ஆட்சியின் பின்புலமாக விரிக்கப்படுகின்றன.

வரலாற்று மாணவர்கள் இந்த அகலக் காட்சியில் இடவெளியையும், கால வெளியையும் காட்டுகின்ற பலதரப்பட்ட நிகழ்வுகளை ஒரு சேரக்காணுதல் கூடும். இக்காலத்தே தஞ்சையில் நிலவிய மராட்டியரின் அரசியல், இலக்கிய வாழ்க்கை எடுத்துரைக்கப்படுகின்றன. அதே நேரத்தில் மதுரை நாயக்கர் குடியின் வலுவான மைய அரசு நலிவுற்று மறைகின்ற நேரத்தில், அவர்களால் தமிழரைப் பிரித்து ஆள்வதற்காகத் தோற்றுவிக்கப்பட்ட பாளையங்கள் பல்கிப் பெருகிப் போன புதிய அரசியல் நிலையைப் பாஞ்சாலங்குறிச்சிப் பாளையத்தின் தொடக்க வரலாறு தொட்டுக் காட்டும்.

அரசியல் தடை கடந்து அறிவியல் பயணம்

புது உலகம் என்ற தென்னமெரிக்காவைக் கொலம்பஸ் இந்தியா என்று தவறாக நம்பிய பிறகு, வன்செயலால் மாயர் இங்கர், அசுடெக்கு மக்களின் நாகரிகங்களைச் சுவடுதெரியாமல் அழித்து விட்ட ஸ்பெயின், போப்புகளின் தயவால் உலகை இரு கூறு போட்டுப் போர்ச்சுக்கல்லுடன் பகிர்ந்து கொண்ட ஸ்பெயின், பிற ஐரோப்பியர் நுழைந்துவிடா வண்ணம் தென்னமெரிக்காவை அடைத்து விட்டது; அறிவுத் தேட்டத்திற்கு அங்கு வந்திருந்த பிரஞ்சு அறிவியலார் குழுவிற்குத் திறந்ததன் பலனாகப் பிளாட்டினம், ரப்பர் போன்ற புதிய பொருள்களும் அறிவியல் உண்மைகளும் கண்டுபிடிக்கப்பட்ட செய்தி இடம் பெற்றுள்ளன. இந்த அறிவியல் தேட்ட நூற்றாண்டு 1736 இல் தென்னமெரிக்காவில் தொடங்கிச் சார்லஸ் டார்வினின் "உயிரினங்களின் தோற்றம்" என்ற நூல் வெளியான 1859 வரை நீள்கின்றது.

லினீயஸ் யுகம்

பதினைந்தாம் நூற்றாண்டு தோன்றிய அறிவு மறுமலர்ச்சி என்ற ஐரோப்பியப் பேரியக்கம் தூண்டிவிட்ட பொங்கு ஆர்வம், இந்நூற்றாண்டில் கண்ட தலை சிறந்த அறிவியலார் வரிசையில் தாவரவியல் யுகத்தைத் தோற்றுவித்த கரோலஸ் லினியஸ் என்ற சுவீடியரின் அறிவியல் பணிகள் விவரிக்கப்படுகின்றன. உலகிற்கு அறிவியலாரையும், அரசியல் தந்திரிகளையும், மனித அறிவைப் போற்றுவதற்காக நோபல் பரிசை நிறுவிய ஆல்ஃபிரடு நோபலையும் அளித்த சுவீடனின் வரலாறு முன்னரே சொல்லப் பட்டிருந்தது.

பேங்க் ஆஃப் இங்கிலாந்து

பிரிட்டனின் வாணிப, பொருளியல் வளர்ச்சிக்கும், காலனி ஆதிக்க விரிவிற்கும், மூல காரணமாக விளங்கிய கிழக்கிந்தியக் கம்பெனி போன்ற நிறுவனங்களுக்குத் தட்டின்றிப் பணவுதவியை அளித்து வந்த பேங்க் ஆஃப் இங்கிலாந்து (தொடக்கம் 1694)

1736 இல் புதிய கட்டத்திற்கு மாறி இன்று வரை அங்கேயே இருந்து வரும் செய்தியுடன், அதன் சுருக்க வரலாறும் இங்கு உண்டு. தேசியக் கடன் (National Debt) என்ற பொருளியல் முறை தோன்றிய விதமும் சொல்லப்படுகின்றது. மேலும் இதே 1736 இல் தான் உலகப்புகழ் பெற்ற 10ஆம் எண் டௌனிங்குத் தெரு இல்லத்தில், பிரிட்டனின் முதல் பிரதமரான இராபட் வால்போல் குடியேறுகின்றார்.

கேரளக் கலை இலக்கிய வளர்ச்சி

கேரளத்தின் கலை, இலக்கிய வரலாற்றை (1600-1750) விரித்துரைக்கும் 1738 ஆம் ஆண்டின் மூன்றாம் கட்டுரை படித்துச் சிந்திக்கத்தக்கது. அதன் அரிய கலை வடிவமான கதகளி தோன்றி வளர்ச்சி பெற்ற செய்தி காலக் கண்ணாடியாகும்.

நாதிர் ஷா

இக்காலச் சுழியின் மற்றொரு முக்கிய நிகழ்ச்சி; துருக்கராயிருந்து பழம்பெரும் பாரசீகத்தின் அரியனையில் ஷா என்ற மன்னராய் அமர்ந்த நாதிர் ஷா, டெல்லிமீது சூறாவளி போல் வந்து பாய்ந்து, முகலாயப் பேரரசிற்கு மரண அடி தந்துவிட்டு மயிலாசனம், கோகினூர் வைரத்தோடு கோடி கோடியாய்க் கொள்ளையடித்துச் சென்றார். சீக்கியர் இந்தியாவின் அரசியலில் ஏற்றம் பெறத் தொடங்குவதும் இக்காலமே.

நாணயவியல்

இக்களஞ்சிய வரிசை வரலாற்றியலின் துறைகளுள் ஒன்றான நாணயவியலுக்கு மிகுந்த முக்கியத்துவம் தந்து வருகின்றது. பதினெட்டாம் நூற்றாண்டில் வழக்கிலிருந்த நாணயங்கள், கிழக்கிந்தியக் கம்பெனி கொண்டுவர முயன்ற நாணயச் சீர்திருத்தம், இந்திய நாடு தழுவிய நாணயப் புழக்கம், நாணய வகைகள் முதலியன படிப்பாளிக்குப் பயன்தரும்.

அடிமை வாணிபம்

கடற்கொள்ளை, அடிமை முறை, அடிமை வாணிபம் என்று இவையும் மனிதகுல வரலாற்றில் ஒன்றுக்கொன்று தொடர்புடையனவாகும். இவைபற்றிய செய்திகள் இக்களஞ்சிய வரிசையில் ஆங்காங்கு சொல்லப்பட்டு வருவதைப் போல், சென்னை வழியே நடந்த அடிமை வாணிபம் பற்றிய செய்தியும் இடம் பெற்றது.

இன்னும், பம்பாயில் ஐரோப்பியப் பெண்கள், விவிலிய மொழிபெயர்ப்பின் தொடர்ச்சி, திருக்குரான் ஆங்கிலத்தில் மொழி பெயர்க்கப்பட்டமை முதலியன வருகின்றன.

ஊர்திகள்

இந்தியாவில் நிலவிய ஊர்திகளைத்தொட்டுக் காட்டிவிட்டு, ஐரோப்பாவில் பதினெட்டில் வளர்ந்த பல்வேறு ஊர்திகளைப்பற்றி ஏனெனில்,

இவையெல்லாம் தொழிற்புரட்சியின் தொடர்ச்சியாக உண்டான அறிவியலின் பல்வேறு துறை வளர்ச்சிகளுக்குப் பின்புலமாக அமைய வேண்டும் என்பதற்காகவேயாம்.

சிரஞ்சீவிக் காதல்

இத்தொகுதி தன் நெடிய பயணத்தில் திரியம்பகம் என்ற கோதாவரியின்

தோற்றுவாயில் சென்று நிற்கின்றதெனினும், அதில் பதினெட்டாம் நூற்றாண்டின் மாபெரும் காதல் வரலாறு அடங்கியுள்ளது. தம்மைத் தீயினும் தூயவர்களென்று கருதிக் கொள்ளும் சித்பவன் பிராமணர் குடிப்பிறந்த மராட்டியர் பேஷ்வா பாலாஜி ராவ், மஸ்தானி என்ற முஸ்லிம் பெண் மீது மையல் கொண்டுவிட்ட சிரஞ்சீவிக் காதல் அடங்கியுள்ளது. சமயத்தின் பெயராலும், சாதியின் பெயர் சொல்லியும் எழுதிக் காட்டத் தகாத வன் செயல்களும், பொல்லாங்குகளும் நடந்து வந்த ஒரு காலச் சுழியில், இந்தக் காதல் வளர்ந்தது. எல்லாக் காதல் கதைகளையும் போல், இந்தக் காதலும் காதலரின் மரணத்தால் சாகாத சிரஞ்சீவித்துவத்தைப் பெறுகின்றது.

பேராசை

எழுதுபவர் சிறியவர்; இவர் வாழப் போகும் காலப்பரப்பும் சிறியது. இவர் எழுதிவரும் நூல்வரிசை மட்டும் எங்ஙனம் மனித குலத்தின் வரலாற்றையும், அதன் பல்வேறு பட்டைகளையும் எடுத்துக் காட்டிவிட முடியும்? மனிதன் சாதிக்க முடியாததைச் சித்திக்க வைப்பதென்று எக்காலத்திலும் பேராசை கொண்டு வந்திருக்கின்றான்; பாற்கடலை நக்கிக் குடித்து முடித்துவிட நினைத்த பூனையைப் போல், அந்தப் பேராசை காரணமாகவே, கடுகைத் துளைத்து அதனுள் ஏழு கடல்களையும், ஐந்து கண்டங்களையும், மூன்று காலங்களையும் அடைத்து விடும் இந்த முயற்சி; அதற்கிணங்க இங்கு பல தன்மைத்தான, பல துறையினவான, பலவகையான பலப்பல செய்திகள் சொல்லப்பட்டு வருகின்றன. எம்மனோனான பாரதி தந்த துணிவாண்மையை முன்னுதாரணமாய்க் கொண்டு இப்பணி நடைபெறுகின்றது.

பாரத நாடாகிய நாவலந் தீவின் நெடிய வரலாற்றின் எல்லாக் காலகட்டங்களையும் போல், இக்காலப் பகுப்பிலும், ஆன்ம நேயம் என்ற மனிதப் பொதுமை, பொறையின்மைக்கும், பொல்லாங்கிற்கும், வன் செயலுக்கும், மனிதனால் உண்டாக்கப்பெறும் தீச் செயல்களுக்கும் நடுவே குடத்திலிட்ட விளக்கைப் போல் சுடர் விட்டு எரிந்து கொண்டிருந்தது என்று அமைவோம்.

எழும்பூர். ப.சிவனடி
15.10.1991

பொருளடக்கம்

1731

1.	*1731*	அனந்த பத்மநாப சுவாமி கோயில் திருப்பணி: ஸ்ரீ வைணவம்	*237*
2.	*1731*	மைசூர் உடையார் குடி அரசு	*244*
3.	*1731*	தமிழ் நாட்டில் அகவிலை ஏற்றம்	*245*
4.	*1731*	கலஞ் செலுத்தத் துணை: கோணமானி கண்டுபிடிப்பு	*246*
5.	*1731*	சுவீடியக் கிழக்கிந்தியக் கம்பெனி: சுவீடன் வரலாறு	*248*
6.	*1731*	இந்தியா வந்த பிற ஐரோப்பிய நாடுகள்	*252*
7.	*1731*	டேனியல் டீஃபோ மரணம்	*257*

1732

1.	*1732*	சதுரகராதி, நிகண்டு, அகராதி வரலாறு	*258*
2.	*1732*	நாயக்க அரசி மீனாட்சி	*263*
3.	*1732*	தோஸ்து அலி-ஆர்க்காட்டு நவாபாதல்	*264*
4.	*1732*	தஞ்சை மராட்டியர்; ஆர்க்காட்டுக்கு அடங்குதல்	*265*
5.	*1732*	சந்தா சாகிபு-பெஸ்கி சந்திப்பு	*265*
6.	*1732*	கம்பெனி விற்பனை மதிப்பு ஏற்றம்	*266*
7.	*1732*	ஜார்ஜ் வாஷிங்டன் பிறப்பு	*266*
8.	*1732*	வட இந்திய வரலாற்று நூல் வெளியீடு	*267*
9.	*1732*	இந்தூர் நாட்டரசு வரலாறு	*269*
10.	*1732*	புந்தேல்கண்டு; பன்னா அரசு தோற்றம்	*273*

1733

1.	*1733*	முதல் தமிழ்ப் பாதிரியார் ஆரோன்	*275*
2.	*1733*	ஜஞ்சிராவும், சிதியரும்	*276*
3.	*1733*	நெசவுத் தொழிலில் புதுயுகம்	*281*
4.	*1733*	நாயக்கர் உள் சண்டை: நாட்டில் பஞ்சம், நோய்	*291*

1734

1.	1734	தமிழகத்தில் மீண்டும் முஸ்லீம் ஆட்சிக்கு வழி	292
2.	1734	கொலை புரிந்த அந்தணரைத் தண்டிக்கலாமா?	293
3.	1734	ஆங்கில மொழியில் திருக்குரான்	294

1735

1.	1735	மேற்குக் கரை வாணிபப் பெருக்கம்: பம்பாயில் கப்பல் கட்டுதல்	296
2.	1735	இந்தியருக்கு ஐரோப்பியமுறையில் முதன் முறையாகப் படைப்பயிற்சி	298
3.	1735	செராம்பூரில் டேனியர்	298
4.	1735	'சைவத் துரை' சேதுபதி	300
5.	1735	கிழக்கிந்தியக் கம்பெனி ஏற்றுமதி	300

1736

1.	1736	மதுரை நாயக்கராட்சி முடிதல்: நானூறு ஆண்டுக் கால நாட்டு நடப்புகள்	300
2.	1736	இலக்கிய ஈடுபாடுள்ள இரண்டாம் ஏகோசி	338
3.	1736	சருகணியில் போர்த்துக்கீசப் பாதிரியார்: டீ பிரித்தோ வரலாறு	338
4.	1736	முதல் ஜெகவீர பாண்டியக் கட்டபொம்மன் ஆட்சி முடிவு	341
5.	1736	அரசியல் திரை கிழித்த அறிவியல் ஆய்வுப் பயணம்: தென்னமெரிக்கா திறந்தது	342
6.	1736	மாசுபடாத உலோகம்: பிளாட்டினம் கண்டுபிடிப்பு	350
7.	1736	பேங்க் ஆஃப் இங்கிலாந்து புதுக் கட்டடம்	352

1737

1.	1737	சிந்தாதிரிப் பேட்டை: நெசவாளர் குடியேற்றம்	355
2.	1737	தாவரவியலார் கரோலஸ் லினீயஸ்	356
3.	1737	கல்கத்தாவில் நிலநடுக்கம்: 30,000 பேர் சாவு	361
4.	1737	போர்த்துக்கீசர் வலிமை குன்றுதல்: பாசீன் இழப்பு	361
5.	1737	தமிழ்நாட்டில் ஆர்க்காட்டுப் படைகளுக்கு மேலும் வெற்றி	361

1738

1.	1738	புதுச்சேரியில் கத்தோலிக்கக் கன்னிமார்	363
2.	1738	பிரிட்டிஷ் பிரதமர்களின் டௌனிங்குத் தெரு மாளிகை	364
3.	1738	கேரளம்: கலை, இலக்கியச் செழிப்பு (1600-1750)	365
4.	1738	ஆமதாபாது மராட்டியர் வசமாதல்	371

1739

1.	1739	தஞ்சையில் பிரதாப சிங்கன் ஆட்சி: குடந்தையில் சங்கர மடம்	373
2.	1739	நாதிர் ஷா படையெடுப்பு	374
3.	1739	பிரஞ்சுக்காரர் காரைக்காலைப் பிடிக்கச் சந்தா சாகிபு உதவி	378
4.	1739	ஜெங்கின்ஸ் காதுச் சண்டை	378
5.	1739	பம்பாயில் ஐரோப்பியப் பெண்கள்	379
6.	1739	தஞ்சைத் தரணியில் மீண்டும் பஞ்சம்	379
7.	1739	காசி - பிராமணர் குடி அரியணை ஏறுதல்	380
8.	1739	பகவல்பூர் சமஸ்தானம் தோற்றம்	383

1740

1.	1740	விவிலிய மொழிபெயர்ப்பில் மற்றொரு ஜெர்மானியர்	384
2.	1740	இந்திய நாணயங்கள் : கம்பெனியின் நாணயச் சீர்திருத்த முயற்சி	385
3.	1740	சென்னையில் அடிமைகள்	392
4.	1740	ஐரோப்பாவில் ஊர்திகள்	395
5.	1740	அலிவர்தி கான் - வங்க அரசப் பிரதிநிதியாதல்	398
6.	1740	பேஷ்வா பாஜி ராவ்: வீரமும் காதலும்	398

1731

1. அனந்தபத்மநாப சுவாமி கோயில் திருப்பணி : ஸ்ரீவைணவம்

ஓங்கி உலகளந்த உத்தமன் பேர் பாடி

உலகளந்த உத்தமனான விஷ்ணு, மாயோன், தன்னை ஐந்து நிலைகளில் வெளிப்படுத்துகின்றான் என்பது வைணவக் கோட்பாடு. அவை; பரத்துவநிலை; வியூகநிலை; விபவ அவதாரங்கள்; அந்தர்யாமி அர்ச்சை எனப்படும்.

குலசேகரர் குடியின் வழித்தோன்றல்கள் என்று பெருமை பாராட்டிக் கொண்ட வேணாட்டு மன்னர்களுள் சிறந்த மார்த்தாண்டவர்மன் இவ்வாண்டு திருப்பணி புரிந்த தொன்மையான அனந்த பத்மநாபசாமி கோயிலைப்பற்றிக் கூறவரும் இடத்தில் ஸ்ரீவைணவம் பற்றிய சில சிறப்பான செய்திகள் இங்கு கூறப்படுகின்றன.

பரத்துவ நிலை

பரத்துவம் என்பது மிக உயர்ந்த நிலை. இறைவன் உயர்வானவன்; ஏகன்- ஒருவன். அவன் உண்மை, நன்மை, அழகு முதலியன ஒருங்கே வாய்க்கப் பெற்றவன். எம் பெருமானாராகிய நம்மாழ்வார் (12 ஆம் நூற்றாண்டு) அவனைச் சுபாச்சரயன் என்றார். இதற்குச் சுபனாகவும் ஆச்சரயனாகவும் இருப்பவன் என்பது பொருள். சுபனாம் தன்மை யாது? அது தன்னிகரற்ற தனித்தன்மை; அடியாரது கண், மனம் முதலிய பொறிகளை ஈர்த்து மகிழ்விப்பவர் ஆச்சரயன். இதனால் அவனது வடிவழகு முதலிடம் பெறுகின்றது. இவ்வழகிற்கு மேலும் அழகு தருவன, அவன் அணிந்துள்ள பீதாம்பரம், கிரீடம்,

1731

வனமாலை, கௌத்துவம் முதலிய ஆடையணிகளாம். இப்பேரெழிற் பிளம்பில், அவன் தமக்கு அருள் புரியும் நோக்கோடு, தம்மை அழிக்கவே நோக்கினும், அவன் அடிகளை விட முடியாது என்பர் ஆழ்வார்கள். இங்ஙனம் நித்திய முத்தர்களாக இருப்போர் பெறும் இன்ப நிலைக்குப் பரத்துவநிலை என்று பெயர்.

இறைவன் தனக்கு உருவம் இல்லாத குறையைப் போக்குவதற்காகப் பரமபதம் என்னும் வைகுந்தத்தில் திவ்வியமங்கள வடிவோடு எழுந்தருளியிருக்கும் நிலையை உயர்ந்தது என்னும் பொருளில் பரத்துவம் என்பர். இறைவன் பரத்துவ நிலையில் பரவாசு தேவனாக, மகாவிஷ்ணுவாக, நாராயணனாக விளங்குகின்றார். பரமபதம் என்பது முடிவில்லாத அழகுடைய இடம் என்று பெயர்.

வியூக நிலை

வியூக நிலை என்பது யாது? நான்கு சுவர்களுக்கும் நடுவில் அமைந்த தண்ணீர் போலப் பரத்துவ நிலை இருப்பதால், அனைவராலும் இதை அடைய முடியாது. இறைவன் இக்குறையைப் போக்க வியூகமாக வடிவெடுத்தான் என்பர். வியூகம் என்பதற்குப் பிரிந்து நிற்றல் என்பது பொருள். அது பாற்கடலில் இருக்கும் இருப்பேயாகும். அங்கு இறைவன் வாசுதேவன், சங்கர்ஷணன், பிதியும்நன், அநிருத்தன் என்ற நிலைகளில் பிரிந்து நிற்கின்றான். இந்நிலை இந்திரன் முதலிய தேவர்களின் கூக்குரல்களைக் கேட்பதற்கென்று அமைந்தவை. முழுமுதல் பொருளைப் பரவாசு தேவன்
1731 என்பர். இம் மூர்த்தியின் நான்கு கைகளிலும் படைப்பின் சின்னமாகப் பதுமம், பரிபாலனத்திற்குச் சக்கரம், இரட்சிப்பதற்குச் சங்கு, சங்காரத்திற்குக் கதை முதலியன இருக்கும். ஒரே தெய்வம் தன்னை நான்கு விதமாகப் பிரித்துக் கொண்டு நிற்பதுதான் வியூக நிலையாகும். இறைவன் ஏகனே என்ற உபநிடதக் கொள்கையிலிருந்து இந்த வியூகக் கோட்பாடு வேறுபட்டு நிற்பது கவனிக்கத்தக்கது.

விபவாதாரங்கள்

வியூக நிலையையும் அணுக முடியாதபோது இறைவன் விபவ அவதாரம் செய்ததைக் குறிப்பது விபவாதாரங்கள் ஆகும். பிறப்பேயில்லாத பல்பிறவிப் பெருமானாகிய இறைவன் எல்லாப் பொருள்களிலும் வந்து தோன்றுவது விபவம் ஆகும். விஷ்ணு தன்னுடைய விபவம்- ஐசுவரியம்- ஆகவுள்ள உலகத்து உயிரினங்களோடு ஒத்த பிறப்பெய்தி நிற்கும் நிலைக்கு விபவம் என்று பெயர். இதை அவதாரம், ஆவேசம், அம்சம் என்று மூன்று வகைப்படுத்துவர். இறைவனின் முழுமையான தோற்றமே, இராமன், கிருஷ்ணன் போன்ற அவதாரம் ஆகும். பரசுராமன் போன்ற தற்காலிகத் தோற்றத்திற்கு ஆவேசம் என்று பெயர். சங்கு, சக்கரம் போன்ற திருமாலின் சக்திகள் உலக நன்மைக்காக ஞானிகளாகவோ, அடியார்களாகவோ தோன்றுவதை அம்சாவதாரம் என்று கூறுவர். வைணவ ஆழ்வார்கள் அம்சாவதாரம் ஆவர். தீவினை ஒருபோதும் வாழ முடியாது; அது வளர்ந்து கொண்டே சென்றாலும் என்றும் நிலைத்து நிற்காது. அது விரிந்து பரந்த அறத்தை மாய்த்து விட முடியாது; விரிந்து விரிந்து தன்னைத்தானே அழித்துக் கொள்ளும். இதற்கு உதவுவதே அவதாரம் என்பர்.

அந்தர்யாமி

எனவே இறைவன் மேற்சொன்ன குறைகளை நீக்குவதற்காக, அவரவர் நெஞ்சில் உறைந்து, அவரவரைக் கரையேற்ற முயலுகின்றான். கரந்தசில் இடந்தொறும்,

இடந்தொறும், இடந்திகழ் பொருள் எதிலும் கரந்து, எங்கும் பரந்து உள்கலந்து இயக்கும் நிலையை அந்தர்யாமி என்கின்றனர். இறைவன் பிரகலாதன் போன்றோர்க்கு அந்தர்யாமியாய் இருந்தான்.

அர்ச்சை

உள்ளத்தில் அந்தர்யாமியாய் எழுந்தருளியுள்ள இறைவனை யோகத்தினால் மட்டுமே காணமுடியும். யோக வழியோ மிகவும் கடினமானது. எனவே இதைப் போக்குவதற்காகச் சாதாரண மக்களின் வீடுகளிலோ, கோயில்களிலோ, விக்கிரகங்களில் வந்து உறைந்து எப்போதும் காட்சி தருகின்றான். தன்னை விரும்புகின்ற அன்பர்களுக்காக, அவன் தன்னைக் குறைத்துக் கொண்டு, அடியார் விரும்பும் வடிவங்களிலும் பெயர்களிலும் அமர்ந்து அருள் செய்யும் நிலைக்கு அர்ச்சை அல்லது அர்ச்சாவதாரம் என்று பெயர். அதைத் தேங்கியிருக்கும் குளத்திற்கு ஒப்பானது என்பர். பொழிகின்ற மழையை மடுக்களில் தேக்கி வைத்துப் பயன்படுத்துவது போன்ற கெட்டிக்காரத்தனமான செயலே உருவ வழிபாடு ஆகும் என்ற பேருண்மையை இந்த அர்ச்சை நிலை உணர்த்துகின்றது.

பகவான் பரம பதத்தில் இருப்பது என்பது, நீர் வேட்கை கொண்டவனுக்குத் தண்ணீர் தராத முகிற் கூட்டத்தைக் காட்டுவது போலாகும்.

அவன் அந்தர்யாமியாய் இருக்கின்றான் என்பது, மண்ணைக் காட்டி, அதனடியில் நீர் இருக்கின்றது என்று சொல்வதற்கு ஒப்பாகும்.

பருவகாலத்து மழையை அடியவரின் நினைவிற்குக் கொண்டு வருவன அவதாரங்கள் ஆகும்.

அர்ச்சை என்ற இறைத்திருவுருவோ, இப்போதே விடாய் தீரப் பருகும்படி தேங்கியுள்ள குளத்து நீர் என்கின்றது ஸ்ரீ வைணவபூரணம். மேலும் அது இருண்ட அறையில் விளக்குப் போல் ஒளிர்வது.

விக்கிரக நிலையில்

வைணவர் திருமாலின் குறியீடான சாளக்கிராமக் கல்லைச் சிவலிங்கம்போல் தம் கருவறையில் வைத்துக் கொள்வதில்லை. இந்து தேசத்தில் கிறித்துவ அப்தத்திற்கு முன்னரே பல இடங்களில் பெருமாள் கோயில்கள் இருந்தன என்பதற்குப் பெஸ் நகர்க் கல்வெட்டுகள் சான்று பகர்கின்றன என்பர். கிறித்தவ அப்தத்தில் மதுரா என்ற வட மதுரைப் பகுதியில் பெருமாள் கோயில்கள் இருந்தன என்றும் அறிகின்றோம்.

கோயில்களைத் தேவ கிருகங்கள் என்பர். இவையிரண்டும் ஆண்டவனின் இல்லம் என்பதையே சுட்டும். திருமாலின் உருவ பேதங்களுக்கு வைணவ ஆகமங் களில் போதிய விவரங்கள் காணப்படுகின்றன. மாமல்லையிலும், எல்லூராவிலும் திருமாலின் சிற்ப வடிவங்கள் தோன்றியுள்ளன.

கருவறையிலுள்ள இறைத் திருமேனிக்குத் துருவபேரம் என்று பெயர். இது யோகம், போகம், வீரம், அபிசாரிகம் என்று நான்கு வகைப்படும். அவை ஒவ்வொன்றும் தானகம் = நின்ற கோலம்: ஆசனம் = அமர்ந்த கோலம்: சயனம் = கிடந்த கோலம் என்று மூன்று நிலைகளில் பெருமாள் கோயில்களில் காணப்படும்.

ஒவ்வொரு நிலைக்கும் ஏற்பப் பெருமாளைப் போற்றும் பிறதெய்வங்களும் வீற்றிருக்க வேண்டும் என்று வைணவ ஆகமங்கள் விதி செய்கின்றன. சூரியன், சந்திரன்,

பஞ்ச பூதங்கள் (இதற்கு ஆயுத புருடர் என்ற பெயரும் உண்டு) பிரமன், சிவன், நாரதர், தும்புரு சூழ்ந்திருக்கும் இத்தெய்வங்களின் நிலைகள் அமைந்துள்ள எண்ணிக்கையைப் பொருத்து, இவ்வடிவங்களில் உத்தமம், மத்திமம், அதமம் என்ற பாகுபாடும் உண்டு, வீர, அபிசாரிக மூர்த்திகள் பெயர் பெறவில்லை.

யோக நிலையில் மூர்த்தியின் முன்கைகள் மட்டும் தியான முத்திரை காட்டும். மற்றபடி ஆடையணிகளுக்கும், அலங்காரத்திற்கும் குறைவு இராது, வடநாட்டில் ஸ்ரீ, புஷ்டி (சரசுவதி)யுடன்; தென்னகத்தில் சீதேவி மூதேவியுடன் யோக மூர்த்தி காணப்படும். இதைப் போக மூர்த்தி என்றும் கூறலாம்.

வீர, அபிசாரிக வடிவங்களைக் காண்பது அரிது. யோக வடிவங்களே மிகுதி.

மாமல்லபுரம் திரிமூர்த்தி குகை, ஆதி விவராகர் குகை, தருமராசர் தேர், கீழ் மாவிலங்கைக் குகை, திருச்சிராப்பள்ளிக் கீழ்வரைக் குகை, திருமலாபுரம், செவிலிப்பட்டிக் குகைகள் - இவ்விடங்களில் பெருமாளின் நின்ற கோலத்தைக் காணலாம்.

அவரது அமர்ந்த திருக்கோலத்தைத் திருப்பரங்குன்றம், நாமக்கல் இங்கு கண்டு தொழலாம்.

மாமல்லபுரத்தில் கடற்கரைக் கோயில், மகிஷாசுர மர்த்தனி மண்டபம், சிங்கவரம், மலையாடிப்பட்டி, திருமெய்யம், திருத்தங்கல் கோயில்களில் கிடந்த கோலம் காணலாம்.

1731

''திருமால் காஞ்சியைச் சேர்ந்த ஊரகத்தில் நின்றார்; பாடகத்தில் இருந்தார்; வெஃகா என்ற இடத்திலும் கிடந்தார். இது நான் பிறந்ததிற்கு முன்பு, பிறந்தபின் இவ்விடங்களில் மட்டுமின்றி என் நெஞ்சத்திலுமன்றோ நிற்கின்றார்; கிடக்கின்றார்; இருக்கின்றார்; என்னே அவரது இனிமை'' என்று கி.பி. ஆறாம் நூற்றாண்டினரான திருமழிசை ஆழ்வார் பாடுகின்றார்.

ஊரகம் என்ற இடத்தில் உலகளந்த பெருமாள் கோயிலில் இன்று திரிவிக்கிரமனைக் காணலாம். பாடகம் தற்போது பாண்டவப் பெருமாள் கோயில் என்று பெயர் பெற்றுள்ளது. இங்கு பாண்டவரின் தூதனாகிய கண்ணபிரானைக் காண்கின்றோம். வெஃகாவிலே திருமழிசை ஆழ்வார் சொன்னதைப் போன்று படுத்திருந்த பெருமாள் எழுந்து நின்று நடந்தாராம். இதனருகே அட்டபுயகரம் என்னும் ஊர் உள்ளது. எட்டுத்தோள்களுடைய பெருமாள் இங்கு நின்ற கோலத்தில் காட்சி தருகின்றார். சங்கு, சக்கரம், கதை, கமலங்களுடன், வில், அம்பு, வாள், கேடயம் தரித்திருக்கின்றார்.

பரமேசுரமங்கலத்தில் சீதாப் பிராட்டியுடன் இடுப்பில் இரு கை ஊன்றித் தோன்றுகின்றார். சீதாதேவியுடன் அமர்ந்த கோலத்தில் காணப்படும் திருமேனிகள் பலவுள.

பள்ளிகொண்டிருக்கும் பெருமாளின் சயன வகையை எட்டாகப் பிரிக்கின்றனர்;

உத்தான சயனக் கோலம்	- திருக்குடந்தை
தருப்ப சயனம்	- திருப்புல்லணை
தல சயனம்	- மாமல்லை
போக சயனம்	- திருச்சித்திரக் கூடம் (சிதம்பரம்)
மாணிக்க சயனம்	- திருநீர் மலை

வடபத்திர சயனம் - சிவில்லிபுத்தூர்

வீர சயனம் - இந்தளூர்

புயங்க சயனம் - திருவரங்கம், திருவனந்தபுரம்,

காஞ்சி வைகுந்தப் பெருமாள் கோயிலில் இருந்த, நின்ற, கிடந்த கோலங்கள் மூன்றிலும் பெருமாள் இருப்பதைக் காணலாம். அக்கோயிலின் கருவறை ஒன்றன் மீது ஒன்றாய் மூன்று தளமாய் அமைந்திருக்கும். முகுந்த விமானத்தின் அடித்தளத்தில் பெருமாளின் இருந்த கோலத்தையும், அதன்மேல் தளத்தில் கிடந்த கோலத்தையும், மூன்றாம் தளத்தில் நின்ற கோலத்தையும் காணமுடியும்.

உத்திரன்மேரூர் என்ற உத்தரமேரூர் சுந்தர வரதர் கோயிலில் ஒன்றன் மேல் ஒன்றாக அமைந்த மூன்று கருவறைகளில் பெருமாள் கீழ்த்தளத்தில் நின்றும், நடுத்தளத்தில் அமர்ந்தும், மேல்தளத்தில் கிடந்தும் வருகின்றார்;

திருக்கோட்டியூரில் நின்றும், இருந்தும், கிடந்தும், நடந்தும், கூத்தாடியும் சேவை சாதிக்கும் திருக்கோலங்களைக் காணலாம்.

வைணவ ஆழ்வார்களால் மங்கள சாசனம் (பெயர்) பெற்ற 108 திருப்பதிகளில் 60 இடங்களில் நின்றும், 21 இடங்களில் அமர்ந்தும், 27 இடங்களில் கிடந்தும் பெருமாள் சேவை சாதிக்கின்றார். இத்தலங்களுள் சன்னதி வடக்கு நோக்கி அமைந்தவை 3; தெற்கு நோக்கியவை 7; மேற்குப் பார்த்தவை 19; கிழக்கில் திரும்பியிருப்பவை 79. இந்நூற்றெட்டுத் திருப்பதிகளில் வடக்கே அகோபிலம்; தெற்கே திருக்குறுங்குடி; இவற்றின் இடைப்பட்ட தமிழ்நாட்டில் 95 வைணவத் திருப்பதிகளைத் தரிசிக்கலாம்.

1731

அனந்தபுரத்து அண்ணல்

வைணவ ஆழ்வார்களால் பாடித் தொழப்பட்ட பெருமாள் கோயில்கள் மங்கள சாசனம் மெத்தவை எனப்படும். இங்ஙனம் மங்கள சாசனம் பெற்ற 108 திருப்பதிகளுள் திருவனந்தபுரத்து அனந்த பத்மநாப சுவாமி கோயிலும் ஒன்றாகும். இது பரசுராமரால் நிறுவப்பட்ட ஏழு கோயில்களில் ஒன்று என்பர். ஏழு மலைகள் மீது அமைந்துள்ள இத்திருத்தலத்துக் கோயிலுக்கு ஏழு நிலைக் கோபுரம் அமைந்திருப்பது பொருத்தமாகும். வைணவப் பெரியார்களான நம்மாழ்வார், இராமானுசர், யமுனாசாரியார் முதலானோர் இப்பெருமானைப் பாடித் தொழுதிருக்கின்றனர். கந்தபுராணம் குறிப்பிடுகின்ற இராமேசுவரம், கோகர்ணம் முதலிய முப்பது தலங்களுள் அனந்தபுரமும் அடங்கும். இங்கு பெருமாள் யோக நித்திரை புரிந்தவாறு கிடந்த கோலத்தில் சேவை சாதிக்கின்றார்.

திரு வாய்ந்த அனந்தன் என்ற பரம்பரசனின் ஊர் என்பது திருவனந்த புரத்தின் பொருளாகும். இது முன்னர் திருவிதாங்கூர் நாட்டரசின் கோநகராயிருந்தது. இன்று கேரள மாநிலத்தின் தலைநகராகும்.

திருவனந்தபுரம் ஆலப்புழையிலிருந்து தெற்கே தென்கிழக்கில் சுமார் 128 கிலோ மீட்டர் (80 மைல்); கண்ணனூரிலிருந்து தென்கிழக்கில் சுமார் 408 கிலோ மீட்டர் (255 மைல்); சென்னையிலிருந்து தென்மேற்கில் சுமார் 618 கிலோமீட்டர் (386 மைல்); நாகர்கோயிலிலிருந்து மேற்கே வடமேற்கில் சுமார் 61 கிலோமீட்டர் (38 மைல்); கொல்லத்திலிருந்து தென் கிழக்கில் சுமார் 59 கிலோமீட்டர் (37 மைல்); இவ்வூரின் கிழக்கே கரமனை ஆறும் கிளியாறும் ஓடுகின்றன.

திருவனந்தபுரம் அழகிய சோலை சூழ்ந்த இடத்தில் அமைந்துள்ளது. நம்மாழ்வார் திருவாய் மொழியில் அனந்தபுரத்தைச் சிறப்பித்துப் பாடுகின்றார். ''குருந்துசேர் செருந்தி புன்னை மன்று அலர் பொழில் அனந்தபுரம்'' என்றும்: ''பெரியநீர் வேலை சூழ்ந்து வாசமே கமழும் சோலை வயல் அணி அனந்தபுரம்'' என்றும்: ''செறிபொழில் அனந்தபுரம்'' என்றும் பல வகையான மரங்கள் நிறைந்த சோலைகள் சூழ்ந்த ஊர் திருவனந்தபுரம் என்று நம்மாழ்வார் பாடிக் களிக்கின்றார். நம்மாழ்வார் காலத்தில் போலவே அனந்தபுரம் இன்றும் கிட்டத்தட்டச் செறிபொழில் நிறைந்த சோலையாகவே உள்ளது.

திருமாலடிமை

வைணவ சமயத்தின் தலையாய குறிக்கோள் எம்பெருமானாகிய திருமாலுக்கு அடிமை செய்வதற்கென்று தன்னைத் தந்துவிடுவதேயாகும். அவனுக்கு ஏதாவது ஒரு விதத்தில் கைங்கரியம், சேவை செய்தாக வேண்டும். ஆழ்வார்களனைவரும் இந்தக் கோட்பாட்டையே வலியுறுத்துகின்றனர். வைணவப் பெரியோர் முக்தியடைந்த பின்னர், பரமபதத்தில் நாராயண மூர்த்தியாகிய எம்பெருமானுக்குச் செய்யும் கைங்கரியத்தை அர்ச்சாவதாரத்திலேயே செய்யும் வாய்ப்பாகப் பெறுவதைக் கிடைத்தற்கரிய பேறாகவே எண்ணினர்.

அத்தகைய கைங்கரியங்களில் ஒன்றாக, இக்கோயிலைப் புதுப்பித்துத் திருப்பணி செய்யும் சேவையில் வேணாட்டு மன்னரான மார்த்தாண்டவர்மன் இந்த 1731 ஆம் ஆண்டு ஈடுபட்டார். இந்து சமயத் தலங்களில் கிட்டத்தட்ட அனைத்திற்கும் இருப்பதை போலவே, அனந்தபுரத்து அண்ணலுக்கும் தலபுராணக் கதைகள் உள்ளன.

இந்த அனந்தம் பொழிலில் உழவர் குடிப்பிறந்த ஒரு கணவனும், மனைவியும் வயலில் ஒரு குழந்தையைக் கண்டனர். அவர்கள் அதை எடுத்துச் சீராட்டிப் பாலூட்டி வளர்த்தனர். ஒருநாள் வேலைக்குச் செல்கையில், குழந்தையை மர நிழலில் கிடத்தி விட்டுப் போனபின், சற்று நேரத்தில் திரும்பிவந்து பார்த்தபோது, கொடுவெயிலிலிருந்து குழந்தையைக் காப்பதற்காக ஒரு பாம்பு நிழல் தந்து காத்ததாம். இது மனிதக் குழந்தையன்று; எம்பெருமானின் அம்சமே என்று, அதற்குத் தேங்காய்ச் சிறட்டையில் பால் வார்த்தனர். இதனைக் கேள்வியுற்ற அரசன் இந்த இடத்தில் கோயில் எடுப்பித்ததாக ஒரு வரலாறு கூறும்.

சிறந்த திருமாலடியாரான பில்வமங்கள சுவாமிகள், தம் பூசையின் போது இடையூறு செய்த ஒரு சிறுவனை அடிக்கப்போக, அந்தப்பிள்ளை உடனே மறைந்தது. அவர் அவனைத் தேடி அனந்தங் காட்டில் வந்து பார்க்க, அவன் மூன்று மைல் நீளம் கிடந்த கோலத்தில் அருள் பாவித்தானாம். பின்னர் பரமன் சுவாமிகளின் வேண்டு கோளுக்கிணங்கத் தன்னைச் சுருக்கிக் கொண்டான் என்பது மற்றொரு கதை.

தொன்மையான இத்திருத்தலத்தைக் குறித்து இதைப் போன்ற பல கதைகள் உள. தலவரலாறு என்று கோயிலையும், அது அமைந்துள்ள இடத்தையும் சிறப்பிக்கும் பொருட்டுப் பிற்காலத்தில் எழுந்த தல புராணங்களில் இத்தகைய கற்பனை நயம் செறிந்திருக்க காணலாம். அவை இன்றும் மக்களால் நம்பப்படுவதும், போற்றப் படுவதும் வரலாற்றுச் செய்திகளாகும்.

அனந்தன் கோயில் தொன்மை

இக்கோயில் கி.மு. 3100 ஆம் ஆண்டு எழுப்பப் பெற்றது என்பதற்குச் சான்று எதுவுமில்லையெனினும், தொன்மையான தலம் என்பதில் ஐயமில்லை.

இரண்டாம் சேரப் பேரரசு 11ஆம் நூற்றாண்டில் சிதைந்த பின்னர், அப்பேரரசின் குலசேகர மன்னர் குடியினர் அழிந்துபோனமாகோதயபுரத்தை விடுத்துச் சேரநாட்டின் தென்பகுதியில் தம் ஆட்சியை நிறுவினர். முதலில் (சங்ககாலத்து முசிறியாகிய) கிராங்கனூரிலும், பின்னர் வேணாட்டின் கொல்லத்திலும் கோநகரங்களை வைத்து ஆண்டனர். (இ.ச.களஞ்சியம்,தொகுதி மூன்று) இவ்வேணாட்டு வேந்தர்களே சுமார் 30.5 மீட்டர் (நூறு அடி) உயரமான இந்த ஏழுமாடக் கோயிலை எழுப்பினர். இக்கோயிலின் அடிக்கல் நாட்டு விழா 1566 இல் நடந்து, அதற்கு எட்டாண்டுகள் கழித்து 1604 இல் திருப்பணி நிறைவுற்றது.

நேபாளத்தின் கண்டகி ஆற்றங்கரையில் சாளக் கிராமம் என்ற இடம் உள்ளது. காளி கண்டகி, புரி கண்டகி உள்பட்ப் பல ஆறுகள் மைய நேபாளத்தில் ஒன்று சேர்ந்து உருவாகும் கண்டகி ஆறு 790 கிலோமீட்டர் (428 மைல்) நீள முடையது. அது நேபாளத்தின் மையப்பகுதி முழுவதிலும் பாய்ந்து இந்தியாவில் பிகார் மாநிலத்தின் தலைநகரான பாட்னாவில் கங்கையுடன் கலக்கும் முன்னர், பிகார்ச் சமவெளியில் பாய்கின்றது. சாளக் கிராமத்தில் தான், வைணவர் தம் இல்லங்களில் வைத்து வழிபடும் புனிதமான சாளக்கிராமக் கற்கள் ஆற்றிலிருந்து எடுக்கப்படுகின்றன. அங்கிருந்து பன்னிரண்டாயிரம் சாளக்கிராமக் கற்களைக் கொண்டுவந்து அனந்தசயனப் பெருமாளின் திருவுருவம் சமைக்கப் பெற்றது.

1731

திருவனந்தபுரத்தின் வடக்கே சுமார் 6.5 கிலோமீட்டர் (4 மைல்) தொலைவிலிருக்கும் திருமலையிலிருந்து சுமார் 1.86 சதுர மீட்டர்ப் பரப்பும் (சுமார் 20 சதுரஅடி), சுமார் 0.76 மீட்டர் (2.5 அடி) கனமும் உள்ள பெரிய பாறையைக் கொண்டு வந்து 1731 ஜூன் மாதம் பெருமாளின் முன்னே நிறுத்தினர். இதைக் கொண்டு கருவறையின் முன்னே எழுப்பிய கட்டுமானத்திற்கு ஒற்றைக்கல் மண்டபம் என்று பெயர்.

கோயில் அமைப்பு

கோயிலைச் சுற்றி நான்கு பக்கமும் கனமான மதில்கள் கட்டப்பட்டுள்ளன. கோயிலின் அருகிலேயே வேணாட்டு மன்னரின் அரண்மனை உள்ளது. அவர் அரண்மனையிலிருந்து கோயிலுக்கு வந்து செல்லத் தனிச் சுரங்கப்பாதை உள்ளது. கோயிலைச் சுற்றிய பிரகாரத்தில் ஆயிரக்கணக்கான பித்தளை விளக்குகள் பொருத்தப்பட்டுள்ளன. விழாக்காலங்களில் இவை ஏற்றப்படும்போது, கோயில் சோதிமயமாய்த் திகழும்.

அனந்தன் கோயில் உள் பிரகாரத்தில் கண்ணன், ஐயப்பன் நரசிம்மன், சிவமூர்த்தி, ஆனைமுகன், இலக்குவனுடன் சேர்ந்த சீதாராமன் ஆகியோருக்குத் தனித்தனியாகச் சிறு கோயில்கள் உள. குலசேகர மண்டபம் என்றும், ஆயிரக்கால் மண்டபம் என்றும் வழங்கும் பெரிய மண்டபத்தில் கண்ணைக் கவரும் கருங்கல் சிற்பங்களைக் காணலாம். இங்கு 365 தூண்கள் உள. இவை யாவும் பதினெட்டாம் நூற்றாண்டில் எழுப்பப் பெற்றவை. பலிபீட மண்டபம் என்றொரு மண்டபமும் உண்டு. இங்கும் இந்துக்கடவுளர் பலரின் திருஉருவங்கள் உள்ளன.

கண்ணன் சன்னதிக்கு முன்பிருக்கும் நவக்கிரக மண்டபத்தின் உள்கூரையில் ஒன்பது கோள்களும் பொறிக்கப்பட்டுள்ளன.

இக்கோயிலின் கருவறை மிகப் பெரிது. ஒற்றைக்கல் மண்டபத்திலிருந்து மூன்று வாயில்கள் வழியாகவும் அரிதுயில் கொண்டிருக்கும் அனந்த சயனனைக் காணலாம். முதல் துவாரமாகிய திருவாயில் வழியே ஆதிசேடனையும் அருள் நிறைந்த பத்மநாபனின் திருமுகத்தையும்; இரண்டாம் துவாரத்தின், வாயிலின் வழியே அவனது நடுப்பாகத்தை, அதாவது கொப்பூழிலிருந்து எழும் தாமரை மீதமர்ந்த பிரமனையும்; மூன்றாம் வாயில் வழியாகப் பரமனின் திருத்தாள்களையும் சேவிக்கின்றோம். இங்கு மூன்று தேவியரும் திருவோலக்கத்தில் காட்சி தருகின்றனர்.

விழாக்கள்

இங்கு ஆண்டு தோறும் இரண்டு விழாக்கள் சிறப்பாக நடக்கின்றன. மீனத் திருநாள் என்பது மார்ச்சு-ஏப்ரலிலும், துலாத்திருநாள் அக்டோபர்-நவம்பரிலும் நடக்கின்றன. திருவிழாக்களின் இறுதி நாளன்று பெருமானைச் சங்கு முகம் என்ற கடற்கரைக்குக் கொண்டு செல்லுகின்றனர். பத்மநாபன் அங்கு கடல் நீராடித் திருக்கோலக்கம் கொண்டு, எண்ணற்ற அடியார்க்குச் சேவை சாதிக்கின்றார். இவ்வாறு பெருமானை ஊர்வலமாக எடுத்துச் செல்வதை, ஆராட்டு என்கின்றனர். இவ்விழாவைக் காண ஆயிரக்கணக்கானோர் வருகின்றனர்.

மேலும் மார்த்தாண்டவர்மன் தொடங்கிவைத்த பத்ரதீபம் என்ற விழா ஆண்டில் இரு முறை மிதுன மாதத்திலும் (ஜூன்-ஜூலை), தனு மாதத்திலும் (டிசம்பர்-ஜனவரி) தொடர்ந்து நடைபெற்று வருகின்றது. முறைஜெபம் என்ற வழிபாடும் தவறாது நடக்கின்றது.

1731

2. மைசூர் உடையார் குடி அரசியல்

மைசூரைக் கோநகராகக் கொண்டு ஆண்டுவந்த உடையார் என்ற அரச மரபு சிற்றரசு ஆகும். இக்குடியின் ஆட்சி 1578 ஆம் ஆண்டு இராசராச உடையார் என்பவருடன் தொடங்குகின்றது. இக்குடியினர் மதுரை நாயக்கர் அரசுடன் இந்நூற்றாண்டில் மோதியதுடன், 1672 ஆம் ஆண்டு பட்டமேற்று 1706 வரை அரசாண்ட சிக்கதேவராயரின் காலத்தில் பெருஞ் சிறப்பை எய்தியது. அதன் பிறகு இக்குடியினர் வலுவிழந்தனர் என்பதை இனி மேல் காண்போம்.

சிக்க தேவராயர் மங்கம்மாளின் ஆட்சிக் காலத்தில் (1689-1706) 1701 ஆம் ஆண்டு தமிழ்நாட்டிற்குத் தண்ணீர் செல்லாது காவிரியைத் தடுத்து நிறுத்திய செய்தியை இந்திய சரித்திரக் களஞ்சியம் முதற்தொகுதியில் விரிவாகக் கண்டோம். அவருக்கு இணையான மன்னர் உடையார் குடியில் அதற்கு முன்னும் தோன்றவில்லை, பின்னும் எழவில்லை.

இந்த 1731 ஆம் ஆண்டு அரியணையில் ஒன்பதாவது மன்னராகப் பட்டம் ஏற்ற இரண்டாம் சாமராசன் கப்பல் துர்க்கம் என்ற இடத்தில் தளவாய்கள் என்ற அமைச்சர் களால் சிறைவைக்கப்பட்டு 1734 இல் உயிர் துறந்தார். அப்போது சிக்க அல்லது இம்மடி கிருஷ்ணராயனை (1734-1766) அரியணையில் அமர்த்தினர். அவர் தேவராஜா, நஞ்ச ராஜா என்ற ஆற்றல் வாய்ந்த அமைச்சர்களான தளவாய்களின் கைப் பொம்மையாக இருந்து வருகின்றார். இவருக்குப்பிறகு இக்குடியின் மன்னர்கள் தளவாய்களுக்கும் அதன் பின்னர் ஐதரலிக்கும், அவர் மகன் திப்பு சுல்தானுக்கும் அடங்கி இருந்து வந்ததை வரலாறு விரித்துக்காட்டும்.

3. தமிழ்நாட்டில் அகவிலை ஏற்றம்

தமிழ்நாட்டில் கிறித்தவ சமயத்தைப் பரப்பும் பணிகளில் ஈடுபட்டிருந்த ரோமன் கத்தோலிக்கரும் லூத்தரன் என்ற புராட்டஸ்டண்டுகளும் வினா-விடை வழியே தம் சமயக் கருத்துகளையும், மெய்ப் பொருளையும் போதிப்பதற்கென்று, உள் நாட்டில் போதகர்களைப் பயன்படுத்தினர். இவர்களுக்கு உபதேசியர் என்ற பெயரும் உண்டு. அவர்களுக்கு இப்பணிக்கென்று ஊதியம் தரப்பட்டது.

டேனிய மிசனைச் சேர்ந்த லூத்தரன்களுக்கு, அந்நாட்டு மன்னர் பெரும் பொருளுதவி செய்தமையால், அவர்களுக்காகப் பணிபுரிந்த போதகர்களுக்கு நல்ல ஊதியம் கிடைத்தது.

ஏசு சபையினருக்குக் கோவாவில் ஒரு தென்னந்தோப்பு இருந்தது. அதிலிருந்து கிடைத்த வருவாயைக் கொண்டு தான் தமிழ் நாட்டில் சமயம் பரப்பி வந்த மதுரை மிசன் என்ற கத்தோலிக்க அமைப்பில் பணிபுரிந்த போதகர்களுக்கு ஊதியம் தரப்பட்டது. மதுரை மிசனைச் சேர்ந்த ஏசு சபையினர் மிகுந்த சிக்கனத்துடன் சமயப் பணி செய்து வந்தனர்.

லூத்தரன்கள் இதைப் பயன்படுத்திக் கொண்டு ரோமன் கத்தோலிக்கப் போதகர் பலரைத் தம் பக்கம் இழுத்துக் கொண்டனர். இதனாலும், லூத்தரன் சபையினரின் பணி முனைப்பினாலும் ஏசு சபையினருக்கும், அவர்களுக்கும் கருத்து வேற்றுமைகள் மிகுந்தன. ஏசு சபையைச் சேர்ந்த வீரமாமுனிவர் லூத்தரன்களை இக்கால கட்டத்தில் கண்டனம் செய்திருக்கின்றார். அவர் 1731 ஆம் ஆண்டிற்கான ஆண்டுக் கடிதத்தை ரோமிலுள்ள ஏசு சபை மேலாளருக்கு 1732 செப்டம்பர் 4 அன்று எழுதியபோது சமயப் பரப்பு ஊழியரான போதகர்களின் ஊதியத்தை உயர்த்த வேண்டுமென்று கேட்டுக் கொண்டார்:

''சமய போதகர்களுக்கு முன்னாளில் நிர்ணயித்த சம்பளம், மிகுந்த இன்னல் நிறைந்த வாழ்க்கையை நடத்துவதற்குக் கூடப் போதாது. நான் இங்கு இருபதாண்டு களாகச் சமயப்பணி செய்து வருகின்றேன். இன்றியமையாப் பண்டங்களின் விலைகள் ஆண்டு தோறும் ஏறிக்கொண்டே போகின்றன. ஆதலால் முன்னர் நாம் ஒரு ரூபாய்க்கு வாங்கிய ஒரு பொருளின்விலை, அதற்குப் பற்றாக்குறை இல்லாவிடினும், இரண்டு ரூபாய்க்குக் கூட வாங்க முடியாததாயிருக்கின்றது. ஆனால் லூத்தரன்கள் தம் சமய போதகர்களுக்கு மிகவும் தாராளமாக ஊதியம் தருகின்றனர்: நாம் நாலுபேருக்குத்தரும் ஊதியத்தை அவர்கள் ஒருவருக்கே தருகின்றனர்.''

''இப்போதகர்களின் ஊதியத்தைக் குறைந்தது கால் மடங்காவது உயர்த்த வேண்டுமென்று என்னுடைய மேலாளரிடம் நான் வலியுறுத்தினேன். அவர் என் பேச்சிற்குச் செவிசாய்க்கவில்லை. நமக்கு வசதி போதாது என்று அவர்கள் கூறுகின்றனர். ஆனால், மனமுண்டாயின் மார்க்கமுண்டு. மணிலாத் தீவின் (பிலிப்பைன்) ஆளுநர் சென்ற ஆண்டில் (1730) இந்த மிசனுக்கென்று பெருந்தொகையில் பணம் அனுப்பினார்.''

(அவர் மெக்சிக்கோவைச் சேர்ந்த பிரபு. அவர் பெயர் விய்யப்புவண்டி பிரபு. அவர் சீனத்திலும் இந்தியாவிலும் இருந்த கத்தோலிக்க சமயப் பரப்பு அமைப்புகளான ஏசு சபை மிசன்களுக்குப் பன்முறை பணம் அனுப்பியிருக்கின்றார். அவர் மெக்சிக்கோ விலிருந்து மலபார் ஏசு சபை மிசனுக்கென்று 4241 செராபின் நாணயங்களை அனுப்பினார்.)

மணிலாவிலிருந்து அந்த மெக்சிக்கப் பிரபு மதுரையிலும், மலபாரிலும் இருந்த மிசன்களுக்காக அப்பணத்தை அனுப்பியிருந்தார். மலபார் மிசனுக்குப் பெருத்த பணவசதி இருப்பதால் அத்தொகையை இரண்டாகப் பகிராமல், முழுவதையும் மதுரை மிசனுக்கே அனுப்ப வேண்டும் என்று வீரமா முனிவர் இக்கடிதத்தில் கோருகின்றார்.

1731

4. கலஞ்செலுத்தத் துணை: கோணமானி கண்டுபிடிப்பு

உலக வரலாற்றில் நினைவிற்கு எட்டாத காலத்திலிருந்து மனிதன் கடலில் கலஞ்செலுத்திச் சென்று கற்பனைக்கு எட்டாத தொலைவுகளை அடைந்து, கனவுகளிலும் எட்டாத அருஞ் செயல்களைப் புரிந்த போதிலும், அவன் தன் தோற்றுவாயான கடலை ஆக்கமான வழியில் அடக்கியாள்வதற்குப் பல்லாயிரம் ஆண்டுகளாயின. மனிதன் கடலோடு கொண்டுள்ள நெடிய உறவில், அவன் அடைந்த வெற்றிகளுக்குத் துணை நின்ற குடைவு மிதவைகள், கட்டுமரங்கள், நாணலாலான மிதவைகள், ஓடங்கள், தோணிகள், வகை வகையான பாய்களை விரித்துக் காற்றின் திறமறிந்து சென்ற நாவாய்கள், மரக்கலன்கள், அவற்றின் எண்ணற்ற வடிவங்கள், வெவ்வேறு பெயர்கள் என்று விரித்துச் சென்றால், அந்தப் பரிணாம வளர்ச்சிக் காலம் பத்தொன்பதாம் நூற்றாண்டின் தொடக்ககாலம் வரையிலும் மிக நெடியதாக இருக்கும்.

எனினும் மனிதன் மீனையும், நீரில் கம்பீரமாகச் செல்லும் நீர்ப் பறவையையும் உற்றுநோக்கி, அவற்றின் வடிவங்களில் கலங்கள் கட்டுவது சிறப்பு என்று கண்டு அமைப்பு முறையைத் திருத்திக் கொண்டே வந்ததைப் போன்று, அக்கலங்கள் நீரைக் கிழித்து இயங்குவதற்குத் துணையாகத் தன் கைகளை எண்ணிச் செய்த துடுப்புகள், சதுரம், கோணம் எனப் பல்வேறு வடிவுகளையுடைய பாய்கள், அவற்றைத் தாங்கி நின்ற பாய்மரங்கள், நெடுந்தொலைவு வழியறிந்து சென்று, வழியோடு மீள்வதற்குப் பயன் கொண்ட பட்டறிவான வானசாஸ்திரம், திசையறிகருவி, சுக்கான், திசை திருப்பு கட்டை என்று அடுத்தடுத்துப் பலவிதமான எண்ணிறந்த கருவிகளையும் ஆக்கி வந்திருக்கின்றான். இந்தப் படிமுறை வளர்ச்சிக்கு உலக மக்கள் அனைவரும் தத்தமது பங்கை அவ்வக்காலங்களில் செலுத்தி வந்திருக்கின்றனர்.

கோணமானி

இங்ஙனம் கலஞ்செலுத்திக் கடலோடுவதற்கு மற்றொரு துணையாக இந்த 1731 ஆம் ஆண்டு ஒரு புதியகருவி கண்டுபிடிக்கப்பட்டது. அதன் பெயர் செக்ஸ்டண்ட் = கோணமானி. வானிலுள்ள கோள், நட்சத்திரம் போன்ற வானொளிக் கோள்களின் உயரத்தை அளந்து, கப்பல் கடலில் இருக்கும் இடத்தைக் கணித்து அறிவதற்கு இக்கருவி கண்டுபிடிக்கப்பட்டது.

இது வானொளிக் கோளம் ஒன்றின் உயரம் அல்லது அடிவானத்திலுள்ள மீகோணத்தை அளக்கும் கருவி. இக்கருவியைத் தாமஸ் காட்ஃபிரே என்ற அமெரிக்கரும் ஜான் ஹேடுலி என்ற ஆங்கிலேயரும் தத்தமது நாடுகளில் தனித்தனியே 1731 ஆம் ஆண்டு கண்டுபிடித்தனர். சில கோணமானிகளில் வட்டத்தில் ஆறிலொரு பங்கு அல்லது 60 பாகையைக் குறிக்கும் உலோகப் பட்டை இருந்ததால், இக்கருவி ஆறிலொரு பகுதி என்ற பொருளைத் தரும் செக்ஸ்டண்ட் என்ற பெயரை ஆங்கிலத்தில் பெற்றது. இப்போது வெவ்வேறு பாகைகளைக் கொண்ட கோணமானிகள் செய்யப் பெற்றாலும், அவையனைத்தும் செக்ஸ்டண்ட் என்ற ஆகுபெயராலேயே அழைக்கப்படுகின்றன.

ஜான் ஹேடுலி

இப்போது 45°, 76°, 90° என்று வெவ்வேறு பாகைகளை (டிகிரிகளை) உடைய கருவிகள் முறையே ஆக்டண்ட் (*Octant* வட்டத்தில் எட்டிலொரு பங்கு), குவிண்டண்ட் (*Quintat*-ஐந்திலொரு பங்கு), குவாடுரண்ட் (*Quintat*-நாலிலொரு பங்கு) என்றெல்லாம் அழைக்கப்படுகின்றன.

கப்பல் கடலில் இருக்கும் இடத்தை நண்பகலிலும், இரவிலும் உறுதி செய்வதற்காகவே கோணமாணிகள் முதலில் பயன்படுத்தப்பட்டன. அவை இன்றும் அதற்காகவே பயன்படுகின்றன. விமானம் வானில் இருக்கும் உயரத்தை நிர்ணயிக்க உதவும் வகையிலும் கோணமானி பயன்படுகின்றது. எனினும் விமானத்தில் பயன்படும் கோணமானி, கடலில் கலஞ்செலுத்தத் துணைபுரிவதிலிருந்து வேறானது.

திட்பக் காலக் கணிப்புக் கருவி (Chronometer)

ஆங்கிலக் கணிதவியலாரும் பொறிவினைஞருமான ஜான் ஹேடுலி 49ஆவது வயதில் கண்டுபிடித்த கோணமானியைக் கொண்டு அட்சரேகை தீர்க்க ரேகைகளைத் துல்லியமாகக் கண்டுபிடிக்க முடியுமா என்பதைப் பிரிட்டனின் இராயல் கப்பற்படை ஆராய்ந்து, அது சரியே எனக் கண்டதும், கப்பற்படை அக்கருவியைத் தன் கப்பல்களில் பயன்படுத்தலாயிற்று.

இலண்டனின் தீர்க்காம்ச ரேகை வாரியம் (*Boart of Longitude*) என்ற அமைப்பு கப்பலில் பயன்படுத்தத் தக்க திட்பக்காலக் கணிப்புக் கருவி (*Chronometer*) ஒன்றைக் கண்டுபிடிப்பவர்க்கு 20,000 பவுன் (அக்கால மதிப்பு 2,00,000 ரூபாய்) பரிசளிக்கப்படும் என்று 1714 இல் அறிவித்தது. ஜான் ஹாரிசன் என்பவர் அத்தகைய கப்பல் காலக் கணிப்புப் பொறி ஒன்றை 1736 இல் செய்தார். அக்கருவி ஒருநாளில் ஒரு செகண்டில் பத்திலொரு பங்கு (தீர்க்காம்ச ரேகையில் 1.3 மைல்) துல்லியமாக இருந்ததால், அதை ஜான் ஹேடுலியின் குவாடுரண்ட் என்ற கோணமானியோடு வைத்துச் சோதிக்கப்பட்டது. இதனால் அதன் துல்லியம் குறித்த திறன் வெளிப்பட்டதும், ஹாரிசனுக்கு மேற்சொன்ன பரிசு அளிக்கப்பட்டது.

ஆனால் குரோனாமீட்டர் என்ற இந்த மணிப்பொறியின் எடை 66 இராத்தல் இருந்தது. மிகவும் சிக்கலான அமைப்புடையது. மிகுந்த நுட்பம் வாய்ந்தது. எனினும் இதன் அமைப்பு வெகுவிரைவிலேயே சீர்திருத்தப்பட்டு அளவும் எடையும் குறைக்கப்பட்டன. அதை எல்லாப் பருவ நிலைகளிலும் கப்பலில் எடுத்துச் செல்லத்தக்க விதத்தில் செப்பம் செய்தனர். இக்கருவி தொடர்ந்து சீர்திருத்தப்பட்டு வந்தது. இது பல சோதனைகளுக்குப் பிறகு ஒரு கப்பலில் 1761 இல் எடுத்துச் செல்லப்பட்டு பயனுள்ள கருவி என்று கண்டறியப்பட்டது.

5. சுவீடியக் கிழக்கிந்தியக் கம்பெனி தோற்றமும் மறைவும்: சுவீடனின் சிறு வரலாறு

சுவீடன்

1731

இன்று வடமேற்கு ஐரோப்பாவில் ஸ்காண்டிநேவியத் தீவக்குறையில், 4,49,473 சதுர கிலோ மீட்டர்-1, 73,665 சதுர மைல்-பரப்பில் அமைந்துள்ள சுவீடன் நாட்டின் பெயரால், இந்தப் பதினெட்டாம் நூற்றாண்டின் 1731 ஆம் ஆண்டு, வாணிபம் செய்வதற்கென்று சுவீடியக் கிழக்கிந்தியக் கம்பெனி என்ற ஒரு வாணிப நிறுவனம் அமைக்கப்பட்டது. அது கோதன்பர்க்கு என்ற சுவீடியத் துறைமுகப் பட்டினத்தை மையமாகக் கொண்டு இந்தியாவுடன் வாணிபம் புரிவதற்குச் சுவீடிய மன்னர் ஃபிரடரிக்கு பதினைந்தாண்டுக் காலம் நீடிக்கக் கூடிய ஓர் அரசுரிமைச் சாசனத்தை இந்த 1731 இல் அளித்தார். மின்னலெனத் தோன்றி மறைந்துவிட்ட இந்நிறுவனம் பற்றிய செய்தியின் தொடர்பாகச் சுவீடனின் சுருக்க வரலாறு இங்கு தரப்படுகின்றது.

சுவீடனின் வட பகுதியில் முதன் முதலாக லாப் (*Lapp*) என்ற நாடோடி மக்கள் கூட்டம் ஒன்று குடியமர்ந்தது என்று அறிகின்றோம். இம்மக்கள் இன்று வட ஸ்காண்டிநேவியாவிலும், சோவியத்து யூனியனின் கோலா தீவக்குறையிலும் வாழ்கின்றனர். ஐரோப்பாவில் கடைசிக் கட்டத்தில் குடியேறிய சுவீயர் (*SVEAR*) என்ற மக்கள் லாப்புகளுக்குப் பிறகு அங்கு குடியேறினர். அவர்களின் பெயரால் இந்நாடு சுவீடன் என்று அழைக்கப்படலாயிற்று. இம்மக்கள் அங்கு சென்றடைந்ததுமே, அதன் தென் கோடியில் ஏற்கெனவே குடியேறியிருந்த கோத்தார் என்ற மக்களுடன் நெடுங்காலம் போராட நேர்ந்தது. இறுதியில் இவ்விரு இனத்தாரும் கி.பி. ஆறாம் நூற்றாண்டில் ஒன்றுபட்டு, முதல் சுவீடிய நாட்டை உண்டாக்கினர்.

இவ்வினத்தார் ஸ்காண்டிநேவியாவின் (ஸ்காண்டிநேவியா என்பது நார்வேயும், சுவீடனும் அடங்கிய வட ஐரோப்பியத் தீவக்குறை. ஐரோப்பிய நிலப்படத்தை நோக்கினால், அதன் வட பகுதியில் நீளமாகத் தொங்கும் நுனியில் சுவர் பிளந்த நாக்கு போன்ற நிலப்பரப்பைக் காணலாம். அது தான் ஸ்காண்டிநேவியத் தீவக்குறை) பிற மக்களுடன் சேர்ந்து கொண்டு மேற்கு ஐரோப்பாவைக் கதிகலங்கச் செய்த வைக்கிங்குத் தாக்குதல்களைக் கி.பி. எட்டாம் நூற்றாண்டில் நடத்தினர். (வைக்கிங்கு பற்றி இந்திய சரித்திரக் களஞ்சியம் முதல் தொகுதியில் காண்க). ஸ்காண்டிநேவியா பன்னிரண்டாம் நூற்றாண்டில் ஒன்பதாம் எரிக் மன்னரின் ஆட்சிக் காலத்தில் முற்றிலும் கிறித்தவம் தழுவிற்று.

தொடக்க காலம்

ஆற்றல் வாய்ந்த மேட்டுக் குடியினரின் உள் பகையாலும், ஜெர்மன் ஹன்சியாட்டிக்

லீகு என்ற வாணிப அமைப்புடன் கூட்டுச் சேர்ந்த வணிகர்களின் எதிர்ப்பினாலும், சுவீடிய மன்னர்கள் தொடக்க காலத்தில் வலுவிழக்க நேர்ந்தது. மேற்சொன்ன இரு பிரிவினரும் நாட்டின் அதிகாரங்களைப் பங்குபோட்டுக் கொள்ளவே, சுவீடன் டென்மார்க்கின் ஆதிக்க விரிவு ஆசைகளுக்கு எளிதில் இரையானது. (டென்மார்க்கு; இந்திய சரித்திரக் களஞ்சியம் முதற் தொகுதியில் காண்க.) பின்னர் 1397 இல் ஏற்பட்ட ஓர் உடன்படிக்கைப்படி சுவீடனும் நார்வேயும், டேனிய இறையாண்மைக்குக் கீழே வந்தன.

சுவீடன் டேனியக் கூட்டாட்சியில் சிறிதளவு பயன் மட்டுமே அடைந்தது. சுவீடியரில் பலர் இந்தக் கூட்டை வன்மையாக எதிர்த்தனர். குஸ்தாவஸ் வாசா தலைமையில் 1523 ஆம் ஆண்டு தோன்றிய தேசிய எழுச்சியினால், டேனியர் நாட்டை விட்டு விரட்டப்பட்டனர். வாசா சுவீடிய மன்னராகத் தேர்ந்தெடுக்கப்பட்டார். அவர் தோற்றுவித்த வாசா அரசு குடி 1751 வரை சுவீடனை ஆண்டது. அக்குடியினர் சுவீடனை நவீன அரசாக நிலை நாட்டினர்.

வாசாவின் ஆட்சியில் ஆக்கமான நடுவண் அரசு அமைந்தது, அவர் ரோமன் கத்தோலிக்க மதபீடத்தின் ஆதிக்கத்தை முறித்தார். லுத்தரனியம் என்ற சீர்திருத்தக் கிறித்தவத்தை நாட்டின் சமயமாக்கினார். பிரபுக்களை ஒடுக்கினார். உழவர் கிளர்ச்சிகளை அடக்கினார். சுவீடியப் பொருளாதாரம் வாணிப அமைப்பான ஹன்சியாட்டிக்கு லீகை நம்பியிருந்த நிலைக்கு முற்றுப்புள்ளி வைத்தார். (பாஸ்டிக்குக் கடல் பகுதியின் ஆற்றல் மிக்க வணிக நகரங்கள் ஒன்று சேர்ந்து அமைத்த வணிகச் சங்கத்திற்கு மேற்சொன்ன பெயர் இருந்தது)

1731

பால்டிக்குப் போராட்டம்

சுவீடியர் அட்லாண்டிக்குக் கடலை எட்டுவதற்காகவும், பால்டிக்குக் கடற்பகுதியில் சுவீடனைத் தலைசிறந்த நாடாகத் திகழச் செய்யவும், சுவீடன் இதற்கடுத்த இரு நூற்றாண்டுக் காலமாக டென்மார்க்கு, போலந்து, ரஷ்யா முதலிய நாடுகளுடன் போராடி வந்தது. சுவீடியர் அதில் முதலில் வெற்றியடைந்தனர். அக்காலத்தில் மாபெரும் படைத் தலைவராக விளங்கிய குஸ்தாவஸ் அடால்ஃபஸ் (1611-1632) தலைமையில் சுவீடியர் முதலில் வெற்றி கண்டனர். சுவீடியருக்குப் பால்டிக்குக் கடலைச் சுற்றிப் புதிய நிலப்பகுதிகள் கிடைத்தன. அவரது படை முப்பதாண்டுப் போர் (1618-1648) என்ற சமயப் போரில் புரட்டஸ்டண்டுப் படையுடன் சேர்ந்து சண்டை செய்தது. அதன் வீரச் செயல்கள் ஐரோப்பாவெங்கும் புகழ் பெற்றன.

அவரையடுத்து அரியணை ஏறிய அவரின் மகள் அரசி கிறிஸ்தினா (1626-1689; சுவீடிய அரசியாக இருந்த காலம் 1632-1654. இவர் இலக்கியத்தைப் பெரிதும் புரந்தவர்). தந்தையின் கொள்கைகளைத் தொடர்ந்து பின்பற்றி வந்தார். அவர் 1654 இல் தன் பெற்றோருடன் பிறந்தவரின் மகனான சார்லஸ் குஸ்தாவசிற்காக முடிதுறந்து கத்தோலிக்கத்தைத் தழுவினார். சார்லஸ் 1660 இல் இறக்கவே, கிறிஸ்தினா மீண்டும் அரசுரிமை பெற முயன்று தோற்றதால் நாட்டை விட்டே நீங்க வேண்டிய கட்டாய நிலை வந்தது.

முடிமன்னர்களின் பெருமை சுவீடனில் மேலோங்கியதைக் கண்ட பதினொன்றாம் சார்லஸ் (1660-1697), அதைத் தனக்குச் சாதகமாக்கிக் கொண்டு, பிரபுக்களையெல்லாம் நசுக்கிப் புதிய பிரபுக்களை உண்டாக்கினார். எனினும்

பன்னிரண்டாம் சார்லஸ் (1697-1718) ''மாபெரும் வடக்கத்திப் போர்'' (Great Northern War 1700 -1721) என்ற சண்டையில் நாட்டின் செல்வத்தையெல்லாம் கரைத்துவிட்டார். அவர் 1708 இல் இரஷியா மீது போர் தொடுத்தார். ஆனால் இரஷிய மன்னர் மா பீட்டர் போல்டவா என்ற இடத்தில் சுவீடியப் படையை முற்றிலும் அழித்தார். சுவீடன் பால்டிக்குப் பகுதியில் வென்றெடுத்த பகுதிகளை 1721 ஆம் ஆண்டு இழக்க வேண்டிய நிலை உண்டானதால், அதற்குப் பால்டிக்கில் இருந்து வந்த மேலாண்மை இரஷியாவின் கைக்குப் போய்விட்டது.

சுவீடன் இரஷியாவிடம் தோற்றதும், அது மாபெரும் ஐரோப்பிய வல்லரசு என்ற நிலையை இழந்தது. பிரபுக்கள் முடியரசின் அதிகாரங்கள் அனைத்தையும் 1723 இல் பறித்துக் கொண்டனர். எனவே, சுவீடன் பிற ஐரோப்பிய நாடுகளுடன் தொடர்பு கொண்டிருந்த பிரபுக்களின் போட்டிக் கூட்டங்களால் பதினெட்டாம் நூற்றாண்டு முழுமையிலும் ஆளப்பட்டது. பிரபுக்களின் இக்கூட்டங்களுக்குத் ''தொப்பிக் கூட்டம்'' (பிரஞ்சு ஆதரவாளர்), ''குல்லாய் கூட்டம்'' (இரஷிய ஆதரவாளர்) என்று பெயர், இந்நிலையில் மூன்றாம் குஸ்தாவஸ் முழு அதிகாரமுடைய முடியரசை மீண்டும் நிறுவ முயன்றார். ஆனால் பிரபுக்கள் அவரை 1792 இல் கொலை செய்துவிட்டனர்.

1731

புதிய அரசகுடி தோற்றம்

சுவீடன் பத்தொன்பதாம் நூற்றாண்டின் தொடக்கத்தில் நெப்போலியனை (1769 - 1821: பிரஞ்சுப் பேரரசராக விளங்கிய காலம் 1804-1815) எதிர்த்துத் தோற்றது. அத்துடன் 1809 ஆம் ஆண்டு இரஷியாவிடம் ஃபின்லாந்தையும் இழந்தது. நெப்போலியனின் மிகச் சிறந்த படைத்தலைவர்களில் ஒருவரான ஜீன் பாப்டிஸ்ட்டு பெர்னாடட்டு (1764-1844) சுவீடியரைத் தோற்கடித்தார். எனினும் சுவீடிய மக்களை அவர் பெரிதும் கவர்ந்து விட்டார். அதனால் வாரிசில்லாத பதிமூன்றாம் சார்லஸ் மன்னரின் பட்டத்து இளவரசராகச் சுவீடிய மக்கள் பெர்னாடட்டை 1810 ஆம் ஆண்டு ஏற்று கொண்டனர். சுவீடிய ரிக்ஸ்டாடு என்ற பாராளுமன்றமும் அதே ஆண்டில் புதிய ஜனநாயக அரசியல் சட்டத்தைக் கைக்கொண்டது. அதுவே இன்றளவும் அந்நாட்டின் அரசியல் சட்டமாக இருந்து வருகின்றது.

பெர்னாடட்டின் ஆட்சிக் காலத்தில்தான் 1814 ஆம் ஆண்டு சுவீடிய வரலாற்றிலேயே கடைசிப் போர் நிகழ்ந்தது. அதன் பிறகு இந்நாட்டில் இன்று வரை (1991) போர் எதுவும் நடக்கவில்லை. சுவீடனுடன் சேர்ந்திருப்பதை நார்வே எதிர்த்ததால் இந்தக் கடைசிப் போர் மூண்டது. இவ்விரு நாடுகளும் 1905 வரையிலும் ஒன்றாக இருந்து, அவ்வாண்டு அமைதியான முறையில் பிரிந்து கொண்டன. பெர்னாடட்டு இறுதியாக 1818 ஆம் ஆண்டு பதினான்காம் சார்லஸ் என்ற பெயரில் முடிசூட்டிக் கொண்டு 1844 வரை இருபத்தாறு ஆண்டுகள் நார்வே, சுவீடன் இரண்டு நாடுகளுக்கும் மன்னராயிருந்தார்.

காடு செழித்த இன்றைய சுவீடன்

சுவீடன் பண்ணைகளும், சுரங்கங்களும் நிறைந்த பெரிய நாடாக விளங்குகின்றது. அமெரிக்காவைவிட சுவீடனின் வாழ்க்கைத் தரம் உயர்ந்தது. இம்மண்ணுலகிலேயே சமூக நலத் திட்டங்கள் பரந்து விரிந்துள்ள ஒரே நாடு சுவீடனேயாகும்.

சுவீடன் நாட்டில் கிட்டத்தட்டப் பாதிப் பரப்பில் காடுகள் நிறைந்து சூழ்ந்துள்ளன. முன்காலத்தில் எரிபொருளுக்காகவும், மரத்தடிகளுக்காவும் இந்நாட்டின் காடுகள் மித மிஞ்சி வெட்டப்பட்டு அழியும் நிலை ஏற்பட்டது. இன்றோ உலகில் நன்கு பராமரித்துக்

காக்கப்படும் காடுகள் அங்கு உள்ளன. அங்கு வெட்டப்படும் மரங்களின் எண்ணிக்கை யிலும் மிகுதியான மரக்கன்றுகள் ஆண்டுதோறும் நடப்படுகின்றன. பரந்த சதுப்பு நிலங்களில் நீரை வடித்துக் கன்றுகளை நட்டுக் காடுகளுக்கு முறையாக நீர்பாய்ச்சி இச்சாதனை நிகழ்த்தப்பட்டுள்ளது.

மிகப்பரந்த நிலப்பரப்பு இன்னும் வெறுமையாகக் கிடக்கின்றது. அங்கு தொலை நாடுகளிலிருந்து வருகின்ற பறவைக் கூட்டங்கள் பருவ காலந்தோறும் வருவதும், போவதுமாயிருக்கின்றன. இக்காடுகளில் பலவகை மானினங்கள் திரிகின்றன. சுவீடனில் நிலமும் நீரும் எங்கு பார்த்தாலும் இணைந்து காணப்படுகின்றன.

இத்தனை பெரிய நாட்டில் இன்று (1991) கிட்டத்தட்ட 8 ½ மில்லியன் மக்கள் மட்டுமே வாழ்கின்றனர்.

தொழில்வளம்

சுவீடன் காலந்தாழ்ந்து தொழில்துறையில் புகுந்த போதிலும் 19 ஆம் நூற்றாண்டில் பிரிட்டிஷ், ஜெர்மன் முறைகளைக் கைக்கொண்டு எஃகு உற்பத்தியில் சிறந்து விளங்குகின்றது. காகிதம், காகிதகூழ் உற்பத்தியில் தொடர்புடைய எந்திரவியல், வேதியியல் செயல்முறைகளில் சுவீடியர் சிறந்த நுட்பத் திறனைப் பெற்று உள்ளனர். ஆல்ஃபிரடு பெர்னார்டு நோபல் (1833-1896) சுவீடிய நாட்டு வேதியியலார். இவர் டைனமைட்டு என்ற வெடி மருந்தைக் கண்டு பிடித்து மிகப்பெரிய தொழில் பேரரசை நிறுவினார். இவர் பெயரால் நிறுவப்பெற்ற அறக்கட்டளை தான் நோபல் பரிசுகளை இன்றும் வழங்கி வருகின்றது.

இவரைப் போன்ற தலையாய சுவீடியர் சிலரும் உளர். அவர்களுள் ஐ.நா. மன்றத் தின் தலைமைச் செயலாளராயிருந்து, விமான விபத்தில் உயிரிழந்த டாகு ஹாமர்ஷீல்டு (1905-1961) மிகவும் சிறப்பான சுவீடியராவார். அவர் 1953 முதல் 1961 வரை இப்பெரும் பொறுப்பை வகித்து உலக அரசியலில் தன் முத்திரையை பதித்துச் சென்றிருக்கின்றார். அதைப் பாராட்டும் வகையில் அவருக்கு, அவர் இறந்த பின்னர் 1961 ஆம் ஆண்டின் அமைதிப் பணிக்குரிய நோபல் பரிசு வழங்கப்பட்டது.

சுவீடியக் கிழக்கிந்தியக் கம்பெனி

இனி நாம் தொட்ட இடத்தை நோக்கிப் பதினெட்டாம் நூற்றாண்டை அடைவோம்.

ஆஸ்டெண்டுக் கம்பெனி (இந்திய சரித்திரக் களஞ்சியம் மூன்றாம் தொகுதி காண்க) 1727 ஆம் ஆண்டு ஒடுக்கப்பட்ட பிறகு, ஆசியாவில் பரந்த அளவில் வாணிபம் செய்து வந்த அந்நிறுவனத்தின் இயக்குநர்கள் அல்லது கூட்டாளிகள் மீண்டும் ஒன்று சேர்ந்து இந்தச் சுவீடியக் கிழக்கிந்தியக் கம்பெனியைத் தொடங்கினர். இந்நிறுவனத்தின் இயக்குநர்கள் என்று அழைத்துக் கொண்டவர்களில் நெதர்லாந்தையும், சுவீடனையும் சேராதவர்கள் இருந்தனர். கம்பெனியின் பெயரில் தான் சுவீடன் இருந்தது. சுவீடனுக்கும் அக்கம்பெனிக்கும், இப்பெயரைத் தவிர வேறு தொடர்பு இல்லை.

இந்நிறுவனம் அமைந்த சுவீடிய நகரான கோதன்பர்க்கிற்குப் பல சிறப்புகள் உள. அது இன்று சுவீடனின் கோநகரான ஸ்டாக்கோமிற்கு அடுத்தபடியாக இரண்டாவது பெரிய நகராக உள்ளது. இந்நகரம் கோட்டா ஆற்றின் முகத்துவாரத்தில் காட்டே காட்டுக் கால்வாய் மீது அமைந்துள்ளது. இந்நகரம் வரலாற்று இடைக்காலக் குடியேற்றம் ஒன்றின் அருகே

1731

1624 ஆம் ஆண்டு நிறுவப்பட்டது. இந்நகரும் அதன் பாதுகாப்பாக அமைந்திருக்கும்; கால்வாய்களும் டச்சு மாதிரியில் உருவாக்கப்பட்டன. இந்நகரம் கல்வியிலும் சிறந்து விளங்குகின்றது. இங்கு கோதன்பர்க்குப் பல்கலைக் கழகம் 1891 இல் நிறுவப்பட்டது. இந்நகரில் வில்லியம் சாமர்ஸ் என்ற ஆங்கிலேயர் அளித்த கொடையைக் கொண்டு 1829 இல் நிறுவப்பட்ட சாமர்ஸ் தொழில் நுட்பப் பல்கலைக் கழகம் இந்நாட்டின் மிகவும் பழமையான தொழில் கல்விக் கூடமாகும்.

சுவீடியக் கிழக்கிந்தியக் கம்பெனி இந்தியாவில் வாணிபம் புரிவதற்கென்று ''உல்ரிகா எலியனோர்'' என்ற ஒரே கப்பலை மட்டும் அனுப்பிற்று என்று தெரிகின்றது. சோழமண்டலக் கரையிலுள்ள பரங்கிப்பேட்டையில் அக்கப்பல் நோய்ப்பட்ட 30 மாலுமியரை இறக்கி விட்டது. பரங்கிப்பேட்டை, செஞ்சி நாயக்க மன்னரான இரண்டாம் கிருஷ்ணப்ப நாயக்கர் (1580-1620); வெள்ளாற்றின் கழிமுகத்தின் வடபாலில் கிருஷ்ணப்பட்டினம் என்ற பெயரில் அமைத்த ஊரே பரங்கிப்பேட்டை என்பர். இது பின்னர் போர்த்துக்கீச மொழியில் புதிய துறைமுகம் என்னும் பொருளில் *Porto Novo* என்று அழைக்கப்பட்டுத் தமிழில் பரங்கிப்பேட்டை ஆனது. பரங்கி-ஐரோப்பியர்+ பேட்டை-வாழுமிடம், முஸ்லீம்களும் தம் பங்கிற்கு இவ்வூருக்கு ஒரு பெயரைக் கொடுத்தனர். அருமையான துறைமுகம் என்ற பொருளில் மகமூது பந்தர் என்று கூறினர். இவ்வூர் இன்று கடலூர் மாவட்டத்திலுள்ளது. இங்கு இரயில் நிலையமும் உண்டு.

பரங்கிப்பேட்டை; சிதம்பரத்திலிருந்து வட கிழக்கில் சுமார் 13 கிலோமீட்டர்-8 மைல்: சென்னையிலிருந்து தெற்கே தென்மேற்கில் சுமார் 184 கிலோமீட்டர்-115 மைல்: பாண்டிச்சேரியிலிருந்து தெற்கில் சுமார் 51 கிலோமீட்டர்-32 மைல். ஆற்றுமுகம் அகலம் குறைந்தது. கரையோரமாக ஓடும் சிறு படகுகளே இதில் இயங்கலாம். பெரிய கப்பல்களாயின் ஊருக்குச் சுமார் 3 கிலோமீட்டருக்கப்பால்-2 மைல்-ஆறேழு பாகம் ஆழமுள்ள இடத்தில் நங்கூரம் பாய்ச்சும். ஆங்கிலேயர் இங்கு 1682 இல் வாணிபம் செய்ய வந்த போது போர்த்துக்கீசியரும் டேனியரும் ஏற்கனவே காலூன்றியிருந்தனர்.

சுவீடியக் கப்பல் பரங்கிப்பேட்டையில் பண்ட சாலை அமைப்பதற்கென்று இருந்த இடத்தில், இம்மாலுமியர் முப்பதின்மரையும் இறக்கியதும், வாணிபத்திற்கென்று வங்கத்தின் ஊக்ளியை நோக்கிச் சென்றது. மாலுமியர் இறங்கிய இடத்தில் சுவீடியக் கொடி ஏற்றப்பட்டது. ஆனால் அவர்கள் அங்கு அமைத்த பண்டசாலை மூன்றே வாரங்கள் தான் நிலைத்திருந்தது. ஆங்கிலேயரும், பிரஞ்சுக்காரரும் அடங்கிய சிறுபடை ஒன்று வந்து அவர்கள் மீது பாய்ந்தது. பண்டசாலையும் மறைந்தது.

''உல்ரிகா எலியனோர்'' என்ற கப்பல் அதற்கடுத்த 1735 ஆம் ஆண்டு பத்திரமாகச் சுவீடனின் தென்மேற்குப் பகுதியிலுள்ள யோட்டோபர்க்கு என்ற துறைமுகத்தை அடைந்தது. அதன்பிறகு சுவீடியக் கிழக்கிந்தியக் கம்பெனி என்னவாயிற்று என்பது புலனாகவில்லை. ஆனால் அக்கம்பெனியின் செயல்களால் தன் பெயருக்கு இழுக்கு வந்தது என்று சுவீடன் கூறியமையால் சுவீடியக் கிழக்கிந்தியக் கம்பெனி சுவீடனுக்கு 12,000 பவுன்

6. இந்தியா வந்த பிற ஐரோப்பிய நாடுகள்

இந்தியாவுடன் வாணிபம் செய்வதற்கென்று போர்த்துக்கீசர், டச்சுக்காரர், ஆங்கிலேயர், பிரஞ்சுக்காரர், டேனியர் என்று ஐரோப்பிய நாட்டினர் பலர், பதினைந்தாம் நூற்றாண்டின் இறுதியிலிருந்து இந்தியாவிற்கு வந்து கொண்டிருந்தனர். இந்நாடுகள் பேரிந்தியத்துடன்-அதாவது இந்து மாக்கடல் தொட்ட நாடுகள் - நடத்திய வாணிபத்தில்

பெருஞ் செல்வம் குவித்ததைக் கண்டு பிற ஐரோப்பிய நாடுகளும் பகலவன் தோன்றும் கிழக்குத் திக்கை நோக்கி வரலாயின. அவை குறித்த தற்காலச் சிந்தனையுடன் கூடிய சில செய்திகள் இங்குள.

போலந்து

நாம் ஏற்கெனவே 1731 ஆம் ஆண்டின் 5 ஆம் கட்டுரையில் வடமேற்கு ஐரோப்பியாவிலுள்ள சுவீடனின் கிழக்கத்தி வாணிப முயற்சி ஒரே ஆண்டிற்குள் தோன்றி மறைந்ததைக் கண்டோம். இங்கு பால்டிக்குக் கடலின் கரையிலுள்ள மைய ஐரோப்பிய நாடான போலந்தின் ஆசைக் கனவைச் சற்று குறிப்போம்.

போலந்தின் வரலாறு பத்தாவது நூற்றாண்டில் தான் தொடங்குகின்றது. அப்போது விஸ்துலா, ஓடர் என்ற ஆறுகளுக்கு இடைப்பட்ட நிலப்பரப்பில் வாழ்ந்த ஸ்லாவிய மக்கள் முதலாம் மியஸ்கோ என்ற கிறித்தவ மன்னரின் கீழ் ஒன்றுபட்டு ஒரே நாடாயினர். ஸ்லாவியர் என்போர் இந்திய - ஐரோப்பிய மொழிக் குடும்பத்தைச் சேர்ந்த ஸ்லாவோனிய மொழி பேசுவோரைக் குறிக்கும்.

எனினும் போலந்தின் மாபெரும் காலம் என்று 14 ஆம் நூற்றாண்டைக் குறிப்பிட வேண்டும். அப்போது மா காசிமிர் ஆட்சியில் போலந்து, ஐரோப்பாவின் பெரிய வல்லரசுகளில் ஒன்றானது. அந்நிலை 1680 ஆம் ஆண்டுகள் வரை நிலவியது. மன்னர் ஜான் சோபியஸ்கி பதினேழாம் நூற்றாண்டின் கடைசி வாக்கில் துருக்கரை வியன்னாவின் வாயிலிருந்து விரட்டியடித்து முஸ்லீம் தாக்குதலிலிருந்து கிறித்தவ ஐரோப்பாவைக் காப்பாற்றினர்.

போலந்தின் எல்லைப் பகுதிகள் எதிரிகளின் தாக்குதலுக்கு எளிதில் இலக்காகும் நிலை எப்போதும் இருந்து வந்தது. அது அகன்று பரந்த வடஐரோப்பியச் சமவெளியில் அமைந்திருந்தமையால் எதிரிகள் எல்லாப் பக்கங்களிலிருந்தும் படை கொணர முடிந்தது. மங்கோலியர் கிழக்கிலிருந்து வந்தனர்: மேற்கிலிருந்து ஜெர்மானியரான டியுட்டானிக்கு வீரப் பெருந்தகையர் வந்து தாக்கினர். அவர்களையடுத்து இரஷியரும் ஜெர்மானியரும் நமது இருபதாம் நூற்றாண்டு வரையிலும் போலந்தின் மீது பாய்ந்து வரக் காண்கிறோம். ஜெர்மனி 1939 ஆம் ஆண்டு போலந்தின் மீது படையெடுத்தவுடன் இரண்டாம் உலகப்போர் தொடங்கியது என்பது வரலாறு.

போலந்து இத்தாக்குதல்களினால் பதினெட்டாம் நூற்றாண்டின் பிற்பாதியில் வலுவிழந்து கொண்டே வரவே, அதைப் பிரஷியர், இரஷியர், ஆஸ்திரியர் மூவரும் பங்கு போட்டுக் கொண்டனர். கடைசிப் போலந்து மன்னரான ஸ்டானிஸ்லாஸ் ஆகஸ்டு போனியஸ்டோவ்கி 1795 இல் முடிதுறந்த பிறகு, அந்நாடு உலக அரங்கிலிருந்து முற்றிலும் மறைந்து போனது. இது நமது காலச் சுழல் வரையிலும் நிகழ்ந்த போலந்து வரலாறு.

போலந்துக் கொடிகளைப் பறக்க விட்டுக் கொண்டு இரண்டு கப்பல்கள், ஆஸ்டண்டுக் கிழக்கிந்தியக் கம்பெனி இந்திய சரித்திரக் களஞ்சியம் தொகுதி மூன்று வங்கத்தில் பங்கிபசார் என்ற இடத்தில் அமைத்திருந்த பண்ட சாலையை அடைந்தன. ஆஸ்டண்டுக் கம்பெனியார் அவற்றை மடக்கி ஒரு கப்பலைக் கைப்பற்றினர்: மற்றொன்றை நகர விடாது முற்றுகையிட்டனர். இத்துடன் 1729-1730 ஆம் ஆண்டோடு போலந்தின் இந்திய வாணிபக் கனவு கலைந்தது.

ஸ்பெயின்

தென்மேற்கு ஐரோப்பாவின் ஐபீரியத் தீவக் குறையிலமைந்துள்ள ஸ்பெயின் நாட்டை இந்திய சரித்திரக் களஞ்சியம், இரண்டாம் தொகுதி இரண்டாம் பகுதியில் பக்கங்களில் விவரித்திருக்கின்றது. ஸ்பெயினும் தன் அண்டை நாடான போர்ச்சுக்கல்லைப் பின்பற்றி, ஆனால் மிகத் தாமதமாக, இந்தியாவுடன் வாணிபம் புரிய அவாவியது. தென்மேற்கு ஸ்பெயினில் அட்லாண்டிக்கு கரை மீதிருக்கும் கார்டிஸ் என்ற துறை முகத்திலிருந்து, பிரெஞ்சு அரசின் ஒப்புதலுடன், *1730* இல் ஒரு ஸ்பானியக் கப்பல் இந்தியாவை நோக்கிப் புறப்பட்டது. ஆனால் தென் ஸ்பெயினில் குவாடல்குவிர் ஆற்றின் கரையிலுள்ள செவில் என்ற நகரத்தில் ஸ்பானியக் கிழக்கிந்தியக் கம்பெனியை நிறுவத் திட்டமிட்டனர். இந்நகரம் 16, 17 ஆம் நூற்றாண்டுகளில் ஸ்பானியக் காலனி வாணிபத்தின் பெரிய மையமாக இருந்தது. எனினும் இங்கிலாந்தும் ஆலந்தும் ஸ்பெயினை மிகவும் நெருக்க, ஸ்பானிய அரசு மேற்சொன்ன கிழக்கிந்தியக் கம்பெனிக்கு ஆதரவு தருவதை நிறுத்தியது.

ஸ்காத்லாந்துக் கம்பெனி

இன்று பிரிட்டனின் ஒரு பகுதியான ஸ்காத்லாந்தும் ஆப்பிரிக்காவுடனும், பேரிந்தியத்துடனும் வாணிபம் செய்வதற்காக 1695 இல் ஸ்காத்துலாந்துக் கம்பெனி என்ற ஒரு வாணிப நிறுவனத்தை அமைத்தது. அது டேரியன் கம்பெனி என்று பொதுவாக அழைக்கப்பட்டது.

அது முதன் முதலில் தென்னமெரிக்க வடகடற்கரை, நடு அமெரிக்கா ஆகிய பகுதியிலிருக்கும், மேற்கிந்தியத் தீவுக் கூட்டங்களிலுள்ள ஆண்டைல்ஸ் தீவுகளுக்கு மிடையே அட்லாண்டிக் கடலிலுள்ள வெப்பமண்டலமான - கரீபியனுக்கும், கொலம்பிய நாட்டிற்கும் இடைப்பட் டேரியன் என்ற பகுதியுடன் வாணிபத்தில் ஈடுபட்டு *(1678-1700)* மிகப்பெரிய இழப்பை அடைந்ததால் இப்பெயரைப் பெற்றது. அந்தக் காலத்தில் இங்கிலாந்தையும், ஸ்காத்லாந்தையும் இணைக்கும் யூனியன் சட்டம் நிறைவேறவில்லை.

கடற்கொள்ளை - வாணிபம்

ஐரோப்பிய நாடுகள் இந்துமாக்கடல் பகுதியுடன் நடத்திய வாணிபம் குறித்துப் பிரெஞ்சு எழுத்தாளரான அகஸ்டி டூசைண்ட் எழுதிய இந்துமாக்கடல் வரலாறு என்ற நூலில், சிந்திக்கத் தூண்டும் சில செய்திகள் தரப்பட்டுள்ளன.

இந்துமாக்கடலின் பதினேழாம் நூற்றாண்டு வரலாற்றில் கடற்கொள்ளை பெரிய கூறாக விளங்கிற்று என்றால், பதினெட்டாம் நூற்றாண்டில் கள்ள வாணிபம் அந்த இடத்தைப் பெற்றது என்று டூசைண்ட் கூறுகின்றார்.

கிழக்கிந்திய நாடுகளில் துறைமுகத்திற்கும் துறைமுகத்திற்கும் நடந்து வந்த வாணிபத்தை, நாட்டு வாணிபம் *(Country Trade)* என்று ஆங்கிலேயர் அழைத்தனர். டச்சுக்காரரும், அதற்குக் கிட்டத்தட்ட அதே பெயரையே கொடுத்தனர். இவ்வாணிபம் கீழைநாட்டாரின் தனிச்சிறப்புரிமையாக இருந்தது. அது மிகுந்த ஆதாயம் தந்து வந்த தொழில் ஆனதால் ஏராளமான செல்வம் குவிவதற்குக் காரணமாயிருந்தது என்பதைக் கீழ்வரும் செய்தியிலிருந்து அறியலாம். சூரத்து வாணிக அமைப்புகளின் தலைவரான வீர்ஜி வோரா பதினெட்டாம் நூற்றாண்டின் தொடக்கத்தில் இறந்தபோது அவரிடம் 22 மில்லியன் தங்க ஃபிராங்கு (பிரஞ்சு நாணயம்) மதிப்புள்ள பெருஞ்செல்வம் குவிந்திருந்தது.

சூரத்து அந்தக் காலத்தில் மிகவும் அழகிய பட்டினமாயிருந்தது என்று நாடோடியர் சிலர் எழுதி வைத்துள்ளனர். அங்கு பொழிந்த ஈடு இணையற்ற செல்வச் செழிப்பு எத்தகையது என்பதை காட்டுவதற்கு ஒரு சிறு செய்தியைத் தொட்டுக் காட்டினால் போதும். அங்கு சில தெருக்களுக்குப் பீங்கான் கற்கள் பரப்பப்ட்டிருந்தன. ஃபிரான்ஸ்வா மார்டின் புதுச்சேரியை உண்டாக்கியவர் என்று வரலாற்றில் சிறப்பிக்கப்படுபவர். அவரைப் பற்றிய செய்திகள் இந்திய சரித்திரக் களஞ்சியம் முதற் தொகுதியில் விவரிக்கப்பட்டுள்ளன. அவர் 1699 இல் இந்தியா வந்த போது சூரத்தில் தான் இறங்கினார். அவர் சூரத்தை ''மெய்யான பாபிலோன்'' என்று தன் நினைவுக் குறிப்புகளில் எழுதியுள்ளார்.

நாட்டு வாணிப வளர்ச்சி எல்லா நாடுகளையும் சேர்ந்த வீர, தீர சாகசக் காரர்களை ஈர்ப்பதற்கு வெகுகாலம் ஆகவில்லை. அவர்கள் இந்தியாவில் காலூன்றியிருந்த கிழக்கிந்தியக் கம்பெனி போன்ற மிகப்பெரிய நிறுவனங்களின் ஏகபோகத்தை முறிப்பதற்காக இந்தியாவிற்கு வந்தனர். அவர்கள் பெரும்பாலும் கம்பெனி ஊழியர்களுடன் கூட்டு சேர்ந்திருந்தனர். இவர்களை வாணிபம் செய்ய உரிமையற்ற வணிகர் *(Interlopers)* என்று அழைப்பர். அவர்களின் நடவடிக்கைகளைக் குறித்து ஃபர்பர் என்பவர் கிழக்கிந்திய கம்பெனி பற்றி எழுதிய ஒரு நூலில் விரிவாக ஆராய்ந்திருக்கின்றார். *(H Furber,-John Company At Work, Cambridge, (Mass), 1948 Reprint)*

இந்நூல் அக்காலத்து நிலவிய நடுத்தர வணிக வகுப்பாரின் (பூர்சுவா) கள்ளத் தனத்தையும், சூழ்ச்சிகளையும் அம்பலப்படுத்தியுள்ளது. அவர்களில் டென்மார்க்கு நாட்டைச் சேர்ந்த டேனியர் தலையாயவர்களாய் விளங்கினார். அவர்களின் வணிக நிறுவனம் பதினெட்டின் தொடக்கத்தில் மரணப் படுக்கைக்குப் போய்விட்டது. ஆனால் அவர்களின் இவ்வகையான செயல்பாடுகளால் புத்துயிர் பெற்றது. எனினும் உரிமை பெறாது இவர்கள் மட்டும் வாணிபம் நடத்தவில்லை. இவ்வகை வாணிபத்தில் ஈடுபடுத்துவதற்காகப் பிற ஐரோப்பிய நாட்டவரும் திரட்டப்பட்டனர்.

பதினெட்டாம் நூற்றாண்டின் தொடக்கத்தில் பல்வேறு ஐரோப்பிய நாடுகளைச் சேர்ந்த வீரதீர சாகசக்காரர்கள் இந்து மாக்கடலில் தோன்றலாயினர். அவர்களின் நாடுகள் இந்தியாவில் எந்தப் பங்கு பணியையும் ஆற்றியதில்லை. கிழக்கத்தி வணிபத்திற்கென்று ஒரு வாணிப நிறுவனம் ஆஸ்டெண்டிலிருந்து 1720 இல் அனுப்பிய ஒரு கப்பல், பிரஞ்சுக்காரர் இன்னும் ஆக்கிரமிக்காதிருந்த மோரீசுத்தீவை ஆஸ்திரியப் பேரரசரின் பெயரால் எடுத்துக் கொண்டது. அக்கப்பல் அதன் பிறகு அங்கிருந்து இந்தியா சென்று சென்னைக்கருகிலுள்ள கோவளத்தில் ஒரு குடியேற்றத்தை அமைத்தது. (இந்திய சரித்திரக் களஞ்சியம் தொகுதி மூன்று).

சுவீடியர் பதினேழாம் நூற்றாண்டில் ஓர் இந்திய வாணிபக் கம்பெனியை நிறுவமுயன்று பின்னர் 1731 இல் மீண்டும் நிறுவித் தோற்றதை இதற்கு முந்திய ஐந்தாம் கட்டுரையில் சொன்னோம். பிரஷியாவில் ஃபிளாண்டன்பர்க்கு இளவரசர் ஒரு வாணிப நிறுவனத்தை அமைத்தும், ஆப்பிரிக்காவின் கயானா கரையோரத்தில் ஒரு குடியேற்றத்தை நிறுவியும் தன் நாட்டை ஆதிக்க வல்லரசாக்க முயன்றார். பிரஷ்யக் கப்பல்கள் இந்து மாக்கடலுக்குள் வந்து வங்கத்தை மட்டுமே அடைந்தன.

போலந்துக் கப்பல்கள் இந்துமாக்கடலின் கரைப் பகுதிகளைக் காணவும், நாட்டு மக்களுடன் உறவு கொள்ளவும் பன்முறை இந்தியாவிற்கு வந்தன.

இரஷியா

இரஷியாவும் இந்துமாக்கடலுக்குள் சில கப்பல்களை அனுப்பிற்று: அது இன்னொரு

1731

இந்திய சரித்திரக் களஞ்சியம் | 255

வழியாகவும் இந்தியாவை அடைய முயன்றது இரஷியா 1722 இல் பாரசீகத்தைத் தாங்கியிருந்தது: எனவே, அந்நாட்டினரிடமிருந்து சில வாணிபச் சலுகைகளையும், வசதிகளையும் பெற முயன்றது.

பதினெட்டாம் நூற்றாண்டின் இறுதியில் கடைசியாக வடமேற்கு ஜெர்மனியில் எல்பி ஆற்றின் கரைமீதிருந்த நகர அரசான ஹாம்பர்கு (இது இன்று ஜெர்மனியிலேயே பெரிய துறைமுகம். ஹன்சியாட்டிக் லீகு என்ற வாணிப அமைப்பை நிறுவி, அதில் அங்கம் வகித்ததும் ஹாம்பர்க்குப் பட்டினமாகும்). வடமேற்கு இத்தாலியில், அந்நாட்டின் முக்கியமான துறைமுகமாயும், பெரிய வாணிப நகர அரசாயும் விளங்கிய ஜெனோவா, வடகிழக்கு இத்தாலியிலுள்ள திரியெஸ்ட் என்ற துறைமுகப் பட்டினம், ஸ்பெயின் இங்கெல்லாமிருந்து இந்தியாவிற்கு வாணிபத்தின் பொருட்டுக் கப்பல்கள் வந்தன.

இக்காலத்தே உண்டான ''இந்தியக் கம்பெனிகளில்'' ஆஸ்டண்டுக் கம்பெனி நிச்சயமாக மிகுந்த ஆர்வத்தைத் தூண்டுகின்றது. பிரான்ஸ், ஆலந்து, இங்கிலாந்து முதலியன தமக்குப் பாதகமாக இந்நிறுவனம் இருக்கின்றது என்று தலையிட்டதால், அது 1732 இல் கலைக்கப்பட்டது. ஆனால் அது பின்னர் கள்ளத்தனமாக முதலில் டென்மார்க்கிலும் பின்னர் திரியெஸ்டுத் துறைமுகத்திலுமிருந்தும் செயல்பட்டது.

டேனியர் கம்பெனி 1732 இல் நான்காவது பிறவி எடுத்தது. ஆஸ்டெண்டுக் கம்பெனியின் முதலைக் கொண்டு டேனியக் கம்பெனி எழுப்பப்பெற்றது. இக்கம்பெனியின் புதிய வடிவத்தில் தனிக் கூறு ஒன்று இருந்தது. அதாவது ''காப்புறுதி செய்த முதல்'' என்றும், ''காப்புறுதியற்ற முதல்'' என்றும் இருவகையான முதல்களைக் கொண்டு அது செயல்பட்டது. முன்னதில் ஒவ்வொன்றும் 250 ரிக்ஸ் டாலர் மதிப்புள்ள 400 பங்குகளும், பின்னதில் பங்குதாரர் தாம் ''காப்புறுதி செய்த முதலில்'' வாங்கியுள்ள பங்குகளின் விகிதத்தில் செய்த முதலும் அடங்கியிருந்தன.

டேனியரின் பண்டசாலையான தரங்கம்பாடியில் பதினெட்டாம் நூற்றாண்டு முழுமையிலும் கள்ள வாணிபம் மிகவும் சுறுசுறுப்பாக நடந்தது. டேனியர் அப்போது தமிழ்நாட்டில் நடந்த ஆங்கில பிரஞ்சுச் சண்டையில் ஈடுபடாதிருந்தமையால், நடுநிலையாளர் என்ற முறையில் போர் செய்தவர்களுடனும் நன்கு வாணிபம் செய்ய முடிந்தது. குறிப்பாக, பிரஞ்சுப் புரட்சியை ஒட்டிய போர்களும், நெப்போலியன் போர்களும் நடந்த காலையில் தரங்கம்பாடிக்கும், மடகாஸ்கரின் மேற்கே இந்துமாக் கடலிலிருந்த மஸ்கரனேத் தீவுக் கூட்டத்திற்கும் (இது பிரஞ்சுக்காரர் வசமிருந்த ரீயூனியன், மோரீசு, ரோடுரிகுவஸ் ஆகியன அடங்கிய கூட்டம்) இடையில் செழிப்பான வாணிபம் நடந்தது, இவ்வாணிபம் டேனியருக்கும் மஸ்கரனேயில் குடியேறியிருந்த பிரஞ்சுக் காரர்களுக்கும் மிகுந்த ஆதாயம் தந்தது. அதனால் ஆங்கிலேயர் இத்தீவுக் கூட்டங்களை முற்றுகையிட்டுப் பண்டங்கள் செல்லாது தடுத்திருந்தபோதிலும், அவற்றுக்கு நடுநிலையான டேனியர் வழியே அவை தட்டின்றிக் கிடைத்தன. அதே நேரத்தில் தனிக் கப்பல் தலைவர்கள் கொள்ளையடித்த பொருள்களையும் வாங்கிப் பேராதயம் பெற டேனியரால் முடிந்தது. இந்த வாணிபம் பற்றி ராஷ் என்பவர் ஆர்வம் தரும் ஆய்வை நடத்தியுள்ளார். *(A.Rash)*

இக்காலகட்டத்தில் இந்துமாக்கடல் பகுதியில் இருந்த ஐரோப்பிய நிறுவனங்களில் கிழக்கிந்தியக் கம்பெனி மிகப் பெரியதாக இருந்தமையால், அதன் பிரஞ்சு, டச்சுப் போட்டி நிறுவனங்கள் முறையே 1769, 1798 ஆகிய ஆண்டுகளில் முற்றிலும் மறைந்து போய் விட்டன. வாதலால் உரிமை பெறாத வணிகர்களான ஊடுருவிகளால் கிழக்கிந்தியக்

கம்பெனி பெரிதும் துன்புற்றது என்றே எவரும் எண்ணக்கூடும். ஆனால் உண்மை அதுவல்ல என்பதை ஃபர்பர் தம் ஆய்வில் காட்டுகின்றார்.

உலகப் பொது அமைப்பு

கிழக்கிந்தியக் கம்பெனி மெய்யாகவே உலகப் பொது அமைப்பாக, பன்னாட்டு நிறுவனமாக இருந்தது எனலாம். அதன் முதலில் குறைந்தது 3,20,000 பவுன் (அக்கால மதிப்பின்படி 32,00,000 ரூபாய்) டச்சுக்காரரின் கையில் இருந்தது. அதன் முதலில் பெரும் பகுதி பிற ஐரோப்பிய நாடுகளிலிருந்து வந்தது. அதனால் நிதி நிபுணர்கள் இலண்டனிலும், ஆம்ஸ்டர்டாமிலும் மட்டுமன்றிப் பாரிஸ், கோபன்கேகன், லிஸ்பன் முதலிய நகரங்களிலும் இருந்து கொண்டு கம்பெனியின் விவகாரங்களில் நேரடித் தொடர்பு கொண்டிருந்தனர்.

பன்னாடுகள் அடங்கிய இந்த உலகப் பொதுமைதான் கிழக்கிந்தியக் கம்பெனிக்கு வலிமை கொடுத்தது. இதுவே உலகில் முதன்முதலில் தோன்றிய மல்டி-நேசனல் எனப்படும் பன்னாட்டு வணிக அமைப்பாகும் எனலாம்.

பிரஞ்சு, டச்சு, டேனிய நாடுகள் இந்துமாக்கடல் பகுதி நாடுகளில், இந்தியாவில், பதினெட்டாம் நூற்றாண்டில் நடத்திய வாணிப நடவடிக்கைகளை நுணுகி ஆராயும் போது, தாயகத்தில் அல்லது அயல் நாடுகளில் வாழும் ஐரோப்பியர் எவராயினும் அவர்களனைவரும் சேர்ந்து இந்தியாவில் ஒரு பிரிட்டிஷ் பேரரசைக் கட்டி எழுப்பும் பணியில் ஈடுபட்டேயாக வேண்டும் என்பதை உணர்த்தும் காலம் வந்தது என்பதை தெளிவாக உணர்த்துகின்றது என்று ஃபர்பர் கூறுகின்றார். இதே கருத்தைத் தான் ஆபே தெ பிராட்டு என்பவரும் பத்ணதான்பதாம் நூற்றாண்டின் தொடக்கத்தில் கூறினார். இந்தியாவில் மேலாண்மை செலுத்தும் நிலையை அடைவது ஐரோப்பாவின் நலன்களுக்கு உகந்தது என்று அவர் அப்போது சொன்னார். இது ஆழ்ந்த சிந்தனைக்குரியது என்பதில் ஐயமில்லை.

1731

7. டேனியல் டீஃபோ மரணம்

டேனியல் டீ ஃபோவைப் (1660-1731) பத்திரிகைச் சுதந்திரத்திற்காகச் சிறை சென்ற எழுத்தாளராக இந்திய சரித்திரக் களஞ்சியம் முதற் தொகுதியிலும் இராபின்சன் குரூசோ புனை கதையை, அலெக்சாந்தர் செல்கிர்க் என்ற ஒருவர் கடலில் கப்பல் உடைந்து தென் பசிபிக்கிலுள்ள ஜூவான் ஃபெர்னாண்டஸ் என்ற தீவில் கரை சேர்ந்து, காப்பாற்றுவோர் வரும் வரை தன்னந்தனியாக வாழ்ந்த உண்மையான நிகழ்ச்சியை வைத்து எழுதிய செய்தியை இக்களஞ்சிய வரிசையின் இரண்டாம் தொகுதியின் இரண்டாம் பகுதியிலும் நாம் ஏற்கெனவே சந்தித்திருக்கின்றோம்.

இவர் இலண்டன் நகரில் கொழுப்பு மெழுகுதிரி செய்து தொழில் நடத்திய ஃபோ என்பாரின் மகன். டீ ஃபோ என்ற தன் குடிப்பெயரைச் சிறப்புப் பெயராகச் சுமார் 1700 வாக்கில் டேனியல்தானே சூட்டிக் கொண்டார். பதினெட்டாம் நூற்றாண்டின் தொடக்கத்தில் துணிச்சலான அரசியல் கருத்துக்களை உள்ளுரத்தோடு எழுதி வெளியிட்டவர். அவர் வஞ்சப் புகழ்ச்சியாகக் கிறித்தவத் திருச்சபையுடன் இணங்கிச் செல்லாதவர்களுக்கு எதிராக எழுதியதுண்டு. அந்த வெளியீடு ஆங்கிலிக்கன் என்ற இங்கிலாந்துக் கிறித்தவத் திருச்சபைக்கு விரோதமானது என்று தவறாகக் கருதிச் சிறையில் அடைத்தனர், அவர் விக்டோரி என்ற இரண்டு அரசியல் கட்சியினரும் சீற்றமடையும் விதத்தில் துண்டு வெளியீடுகளில் எழுதினார். அதனால் அவரது கழுத்திலும், கைகளிலும்

கட்டைகளை மாட்டி மக்கள் முன்னிலையில் நிறுத்தி அவமானப்படுத்தினர். கடன் தீர்க்க வகையற்றவர் ஆனார். அதனால் உண்டான நெருக்கடி, அவரை அரசியல் குட்டிக்கரணம் போடச் செய்தது.

டேனியல், விக் என்ற ஜனநாயகப் போக்குள்ள கட்சியைச் சேர்ந்தவராக இருந்த போதிலும், மிதப் போக்குள்ள டோரிக் கட்சியைச் சேர்ந்த ஹார்லியின் ஆதரவில் ரிவியூ (*Review*) என்ற பத்திரிகையை நடத்தினார். இந்தக் கொந்தளிப்பான அரசியல் வாழ்க்கைக்குப் பிறகு தன் அறுபதாவது வயதில், டேனியல் டீ ஃபோ ஏராளமான புனை கதைகளை எழுதத் தொடங்கிப் பெரும் புகழை அடைந்தார். அவர் புனை பெயரிலும் கண்டதைப் பற்றியெல்லாம் எழுதியிருக்கின்றார். அவை அரசியல், பொருளியல், வரலாற்றுப் பொருள்கள் முதலியவையாகும். அவை அனைத்தும் திறமையான முறையில் எழுதப் பெற்றவை படிப்பதற்குச் சுவையானவை.

இவர் மா பிரிட்டன் முழுவதையும் சுற்றிவந்து மூன்று தொகுதிகளில், பிரிட்டனின் சமூக வாழ்க்கை பற்றிய பல்வேறு கோலங்களை உயிர்க்களையுடன் (*1724-1728*) எழுதியிருக்கின்றார். டேனியல் டீ ஃபோ தன் 71-வது வயதில் இந்த 1731 ஆம் ஆண்டு இறந்தார்.

1732

1732

1. சதுரகராதி : நிகண்டு, அகராதிகள் வரலாறு

இடைச் சங்க காலத்தில் தொல்காப்பியம் செய்யப்பட்டது என்பது வரலாறு. இது கடைச்சங்கம் தொடங்குகின்ற வரை இருந்து வருகின்றது. பல உரைகளையும் பெற்று ஆட்சியில் உள்ளது. இதன் பகுதிகள் எழுத்து, சொல், பொருள் என்ற மூன்றும் தொல்காப்பியர் ஐந்திலக்கணத்தைச் சொல்லவில்லை.

எனினும் ஒன்பதாம் நூற்றாண்டிலிருந்து அதன் பொருளதிகாரப் பகுதியைப் பல பிரிவுகளிலும் விரிக்கும் முயற்சி வளர்ந்து வந்திருக்கின்றது. யாப்பும், அணியும் சேர்த்துத் தமிழிலக்கணம் ஐந்திலக்கணம் என்று வழங்கலாயிற்று.

''இவ்வைந்திலக்கணப் பாகுபாட்டுள் அடங்காது வேறு தனியான சில பிரிவுகள் கிளைத்து வளர்ந்தன. அவை : பாட்டியல், நிகண்டு. உவமானம் என்ற பிரிவுகளாகும்'' -அறிஞர் மு. அருணாசலம் தமது 'தமிழ் இலக்கிய வரலாறு : ஒன்பதாம் நூற்றாண்டு முதல் பாகம்' என்ற அரிய நூலில் நிகண்டின் தோற்றுவாய் குறித்து இவ்வாறு உரைக்கின்றார். மேலும் நிகண்டுகள் பற்றி எழுதியுள்ள விரிந்த செய்தியில் :

''நிகண்டு நூலானது சொற்களின் பொருளை வரையறை செய்வதாய், தொல் காப்பியச் சொல்லதிகார உயிரியல், பொருளியல், உவமவியல், மரபியல் என்பவற்றுள் பொருள் வரையறை கூறும் நூற்பாக்களின் அடிப்படையைக் கொண்டதாய் எழுந்தது'' என்று விளக்குகின்றார்.

''தொல்காப்பியர் தமது உரியியலை உரிச்சொற்கிளவி விரிக்குங்காலை'' என்று தொடங்கின்றார். பின்னால் பதினாறாம் நூற்றாண்டுவரை எழுந்த எல்லா நிகண்டுகளும்

உரிச்சொல் என்றே சொல்லிக் கொள்கின்றன. திவாகரர் தம் நூலுக்குப் பெயர் என்னவென்பதைச் சொல்லவில்லை. தம் நூலின் தொகுதி இறுதியில் பன்னிரண்டு இடங்களில் திவாகரத்து என்று மட்டுமே சொல்லுகின்றாரே யொழிய, அங்கு வேறு சொல்லை வைக்கவில்லை.

பின்னர் நிகண்டு செய்த பிங்கலர் தம் நூலைப் பிங்கலந்தை என்று பெயர் வைக்கின்றார் என்று அறிகின்றோமேயன்றி, வேறு சொல் அவர் வைத்ததாகத் தெரியவில்லை. அடுத்து நூல் செய்த காங்கேயர் நூல் காங்கேயன் சொன்ன உரிச்சொல் என்று பெயர் பெறுகின்றது. உரிச்சொல் நிகண்டு என்ற பெயரிலேயே இது அச்சிடப்பட்டது.

அடுத்து வந்த கயாதரர் தம் நூலை உரிச்சொல் பனுவல், உரித்தாய சொல் என்றே குறிப்பிடுகின்றார். இவ்விருவர் காலமும் முறையே 14, 15 ஆம் நூற்றாண்டுகளாகும்.

இடையில் இலக்கணம் செய்த நன்னூலார் (13 ஆம் நூற்றாண்டு) பிங்கலந்தையைக் குறிப்பிட நேர்ந்த போது உரிச்சொல் என்றே கூறுகின்றார். இவற்றால் நெடுங்காலம் வரையில் நிகண்டு என்ற பெயரால் நாம் அறியும் நூலுக்கு அக்காலம் முழுமையும் உரிச்சொல் என்ற பெயரே வழங்கி வந்தது என்பது தெளிவு.

முதன் முதலாக அடுத்த நூற்றாண்டில் தான் மண்டல புருடர் தமது நூலின் பெயர் சொல்லுமிடத்து நிகண்டு சூடாமணி என்று புதிதாகப் பெயர் படைக்கின்றார். தற்சிறப்புப் பாயிரத்துள், பிண்டியின் நீழல் வீற்றிருந்தவனை வாழ்த்தி, ''மன்னிய நிகண்டு சூடாமணி ஒன்று சொல்வேன் கேண்மின்'' என்கின்றார். இவர் காலம் பதினாறாம் நூற்றாண்டு.

அறிஞர் மு.அருணாசலம் அவர்களின் ஆராய்ச்சி முடிவுப்படி நிகண்டு என்ற பெயர் பதினாறாம் நூற்றாண்டில்தான் வழங்கத் தொடங்குகின்றது. அதற்கு ஏழு நூற்றாண்டுகளுக்கு முன்னர் திவாகரர் செய்த திவாகரம் என்ற ''ஆதி நிகண்டு'' தொட்டுப் பத்தொன்பதாம் நூற்றாண்டு வரையிலும் எழுந்த 23 நிகண்டுகளின் பட்டியலையும் தருகின்றார். இவற்றுள் சூடாமணி நிகண்டு செய்த மண்டல புருடர் மட்டுமே சமண சமயத்தவர். ஏனையோர் அனைவரும் சைவ சமயத்தவரே. தமிழில் நிகண்டு செய்தவர்கள் சமணர் என்ற கருத்து நிலவியதை மறுக்கும் வகையில், இது இங்கு எடுத்துரைக்கப் படுகின்றது.

நிகண்டு - சமணர்

நற்றிணையில் 382 ஆம் பாட்டைப் பாடிய நிகண்டன் கலைக்கோட்டுத் தண்டு என்ற புலவர் சமணர் என்றும், அவர் செய்த நிகண்டு ஒன்று உண்டு என்றும் தவறாகக் கொள்ளப்பட்டதை மயிலை சீனி வேங்கடசாமி தமது ''மறைந்து போன தமிழ் நூல்கள்'' என்ற நூலில் எடுத்துக்காட்டியுள்ளார். பின்னத்தூர் அ.நாராயணசாமி அய்யர் தான் பதுப்பித்த நற்றிணை என்னும் நூலில், பாடினோர் வரலாறு என்ற பகுதியில் இவ்வாறு எழுதியிருந்தார்.

மான் கொம்பை நிமிர்த்திக் கைக்கோலாகக் கொண்டமையால் இவர் கலைக்கோட்டுத் தண்டன் எனப்பட்டார். இவரது இயற்பெயர் புலப்படவில்லை. நிகண்டன் என்ற அடைமொழியால் இவர் இயற்பெயர் புலப்படவில்லை. நிகண்டன் என்ற அடைமொழியால் இவர் தமிழில் நிகண்டொன்று செய்தார் என்று தெரிகின்றது. அதுவே கலைக்கேட்டுத் தண்டு எனப்படுவது. இதனை இடுகுறிப் பெயர் என்று

கொண்டார். களவியலுரைகாரரும், நன்னூல் விருத்தியுரைகாரரும். அஃது இது காறும் வெளிவந்திலது.

மயிலை சீனி வேங்கடசாமி இது குறித்துக் கருத்துக் கூறுகையில் : ''நிகண்டு நூல் செய்தபடியால் நிகண்டன் என்று பெயர் பெற்றார் என்பது தவறு. அப்படியானால் நிகண்டாசிரியர் எனப்படுவாரேயன்றி நிகண்டன் எனப்படார். நிகண்டன் என்பது சமண சமயத்தவர் என்பது பொருள். கலைக் கோட்டுத்தண்டம் என்பது ஓர் ஊரின் பெயராதல் வேண்டும்.'' என்று நிகண்டுத் தொடர்பான இப்பெயர் பற்றிய தவறான கருத்தை எடுத்துக்காட்டுகின்றார்.

வீரமாமுனிவர் இந்த 1732 இல் சதுரகராதியைத் தொகுத்தார் என்ற செய்தியின் பின்புலமாக, அகராதித் தொடர்புடைய நிகண்டுகள் பற்றிய அடிப்படையான செய்திகள் இங்கு தரப்படுகின்றன.

தமிழில் கி.பி. ஒன்பதாம் நூற்றாண்டு தொடங்கி அதாவது திவாகரரின் திவாகரம் தொட்டு வரிசையாக உரிச்சொல் பனுவல் என்றும், நிகண்டு என்றும், பத்தொன்பதாம் நூற்றாண்டு வரை தோன்றிய 23 நிகண்டுகள் நமக்குக் கிடைத்துள்ளன. இவற்றுள் 1839 முதல் 1939 வரையிலும் பதினைந்து நிகண்டுகளைத் தாண்டவராய முதலியார், ஆறுமுக நாவலர், மதுரைத் தமிழ்ச் சங்கத்தார் எஸ்.வையாபுரிப்பிள்ளை முதலிய அறிஞர்கள் பதிப்பித்துள்ளனர். அறிஞர் வையாபுரிப் பிள்ளையவர்கள் முயன்று தேடி நான்கு நிகண்டுகளைப் பதிப்பித்தார். நிகண்டுகள் பதிப்பில் இவரே முதன்மை பெறுகின்றார். மதுரைத் தமிழ்ச் சங்கமும் நிகண்டுப் பதிப்புப் பணியில் பெரும் பங்காற்றியுள்ளது. டாக்டர் இரா.நாகசாமி அவர்கள் ஆண்டிப் புலவர் 17ம் நூற்றாண்டில் இயற்றிய ஆசிரிய நிகண்டை அண்மையில் பதிப்பித்தார்.

நிகண்டுகள் விவரம்

ஒன்பதாம் நூற்றாண்டில் எழுந்த ஆதிநிகண்டான திவாகரம் 2180 நூற்பாக்களில், 9500 சொற்களைக் கூறுகின்றது. அடுத்த பத்தாம் நூற்றாண்டில் தோன்றிய பிங்கலந்தை 4121 நூற்பாப் பனுவல்களில் 14,700 சொற்களைக் கூறுகின்றது. பன்னிரண்டாம் நூற்றாண்டின் காங்கேயர் இயற்றிய உரிச் சொல் 287 வெண்பாக்களில் 8000 சொற்களைத் தொகுத்து அளிக்கின்றது. பதினான்காம் நூற்றாண்டில் உண்டான கயாதரரின் கயாதரம் 966 கலித்துறைப் பாக்களில் 10,500 சொற்களைக் குறிக்கின்றது. இவ்வாறு எல்லா நிகண்டுகளுமே நூற்பா, வெண்பா, கலித்துறை, ஆசிரிய விருத்தம், விருத்தம் என்ற பா வகைகளில் யாப்பு முறையில்; செய்யுள் வடிவில் சொற்களுக்கு விளக்கம் தருகின்றன.

காலப்போக்கில் இச்செய்யுள்களின் பொருளை அனைவரும் விளங்கிக் கொள்வது கடினமாயிற்று. அவை பாட்டில் அமைந்திருந்தமையாலும், அடைமொழிகள் முதலிய இடைப் பிறவரல்கள் சேர்ந்திருந்தமையாலும், சொல் எது, பொருள் எது என்பதை அறிந்து கொள்வது மொழியறிவு மிக்கவருக்கே இயலும்.

மேலும் இந்நிகண்டுகள் தெய்வப் பெயர், மக்கள் பெயர், விலங்கின் பெயர், மரப்பெயர், இடப்பெயர், பலபொருள் பெயர், பண்பு பற்றிய பெயர், செயல் பற்றிய பெயர், ஒலி பற்றிய பெயர் என்று பல தொகுதிகளாகப் பிரிக்கப்பட்டிருக்கும். ஒரு சொல்லின் பொருள் தெரிய வேண்டுமாயின், அது எந்தத் தொகுதியில் சேர்ந்தது என்பதை அறிந்திருந்தால்தான் தேடிப் பொருள் காண முடியும். அவ்வாறு அத்தொகுதியைத் தேடிப்பார்த்த பின்னரும், குறிப்பிட்ட சொல்லை முதலிலிருந்து முடிவு வரையிலும் படித்துக் காண வேண்டும்.

இந்நிகண்டுகள் மனப்பாடம் செய்ய வேண்டும் என்பதற்காகச் செய்யுள் வடிவில் அமைந்திருந்தன. கற்றுத் தேர்ந்த புலவராலேயே அவ்வாறு மனப்பாடம் செய்து உரிய சொல்லுக்குத் தகுந்த பொருளை நொடியில் அறிவது எளிதாகும்.

இன்று உலகெங்கிலும் பல மொழிகளில் வழக்கில் இருக்கும் அகராதி என்ற சொற் களஞ்சியங்களின் அமைப்பு முறையோ, நிகண்டுகளிலிருந்து முற்றிலும் வேறுபட்டது. அ, ஆ முதலிய எழுத்து வரிசை தெரிந்தால் எந்தச் சொல்லுக்கும் அகராதியில் எளிதில் பொருள் கண்டுவிட முடியும். மேலும், அகராதி அனைவர்க்கும் பயன்பட வேண்டும் என்பதற்காக உரைநடையில் அமைந்துள்ளது.

'அ' என்ற எழுத்து 'அகரம்' என்று சாரியை சேர்த்து வழங்கப்படுகின்றது. தமிழ் நெடுங்கணக்கில் அகரம் முதலெழுத்தாகும். இந்த முதலெழுத்து முதலாக எழுத்து வரிசைப்படி தொகுத்துள்ள அமைப்பைக் குறிப்பதற்காக இதற்கு அகராதி என்று பெயரிட்டனர். தேவநேயப் பாவாணர் இதனை 'அகர முதலி' என்பார்.

வீரமாமுனிவர்

சதுரகராதி

வீரமாமுனிவர் (1680-1746) என்ற பெஸ்கி 1711 இல் சமயப் பணிக்காகத் தமிழகம் வந்ததிலிருந்து, அவர் மரண தண்டனையிலிருந்து 1714 இல் மீண்டது, இக்கால கட்டத்தில் அவர் சமயப்பணி புரிந்தது முதலிய செய்திகள் இந்திய சரித்திரக் களஞ்சியம் தொகுதி இரண்டு, பகுதி இரண்டிலும், மூன்றாம் தொகுதியிலும் விவரிக்கப் பட்டுள்ளன. இந்நான்காம் தொகுதியிலும், வீரமா முனிவர் இக்காலகட்டத்து வரலாற்றில் இடம் பெறுவதைக் காணலாம். அவர் தானே அரிதின் முயன்று தமிழ் கற்றுச் சமய இலக்கியங்களோடு, பொது இலக்கியப் படைப்புகளையும் இக்கால கட்டத்தில் தமிழில் செய்து வருகின்றார். அவர் மேலே விவரிக்கப்பட்ட நிகண்டுகளின் அடிப்படையில் இந்த 1732 இல் தமிழ் அகராதி ஒன்றையும் தொகுத்து முடித்தார். அதற்குச் சதுரகராதி என்று பெயர்.

பதினாறாம் நுற்றாண்டில் ரேவணசித்தர் என்ற வீரசைவர் 3334 நூற்பாச் சூத்திரங்களில் 12,000 சொற்களுக்குப் பொருள் தரும் அகராதி நிகண்டு என்ற நிகண்டு ஒன்றை இயற்றினார். மதுரைத் தமிழ்ச் சங்கம் இந்த நிகண்டை 1921 ஆம் ஆண்டு அச்சில் பதித்தது. ரேவண சித்தர் தனக்கு முன்னர் இருந்த பொருள் தொகுதி முறைகளனைத்தையும் முற்றிலும் மாற்றி, அவை முழுமையையும் ஒன்றாகச் சேர்த்து முதலெழுத்துக்களை நூற்பா தோறும் அ முதல் ஔ வரையில் தமிழ் நெடுங்கணக்கின்படி வரிசைப்படுத்தி அதற்கு அகராதி என்று பெயர் வைத்து அகராதி நிகண்டை அமைத்தார். மு.அருணாசலம் அவர்கள் இதை வியப்பான ஒரு செய்தி என்கின்றார். ரேவண சித்தர் வைத்த பெயர் நிலைத்தது. அகராதி என்றால் அகர முறையில் அமைந்த சொற்பட்டியல் என்று பொதுவாய்ப் பொருளான போதிலும், சொற்பொருள் கூறும் நூலுக்கு அகராதி என்ற பெயரே அமைந்து விட்டது. இவர் அகராதி என்ற சொல்லைப் படைத்தது தமிழ் இலக்கிய வரலாற்றில் பொன்னான ஒரு நேரம் என்று அருணாசலம் அவர்கள் பூரிக்கின்றார். இவ்வாறு அகராதி,

நிகண்டு என்ற இரு சொற்களும் ஒரே நூற்றாண்டில் (பதினாறு) ஆட்சிக்கு வந்திருப்பது தனிச் சிறப்பாகும்.

வீரமா முனிவருக்கு இரண்டு நூற்றாண்டுகளுக்கு முன்னரே தமிழில் அகர வரிசைப்படி சொற்பொருள் கூறும் அகராதி தோன்றியது என்பது இதனால் புலனாகும். மேலும் இந்தப் பதினெட்டாம் நூற்றாண்டில் அருமந்தைய தேசிகர் எழுநூறு விருத்தப் பாக்களால் 12000 சொற்களுக்கு பொருள் கூறும் அரும்பொருள் விளக்க நிகண்டு, சாமிநாதக் கவிராயர் 500 விருத்தப் பாக்களிலும், 3228 நூற்பாக்களிலும், 14,500 சொற்களுக்குப் பொருள் கூறும் பொதிகை நிகண்டு, சுப்பிரமணிய பாரதி என்பார் 1000 நூற்பாக்களில் எழுதிய பெருந்தொகை நிகண்டு என்ற மூன்றும் தோன்றின என்பது குறிப்பிடத்தக்கது.

வீரமா முனிவரின் சதுரகராதியில் பெயரகராதி, பொருளகராதி, தொகையகராதி, தொடையகராதி என்று நான்கு பிரிவுகள் உள்ளன. அது இவ்வாறு நான்கு வகைகளாகப் பிரிக்கப்பட்டிருத்தலால் சதுரகராதி (சதுர்-நான்கு-அகராதி) என்று வீரமா முனிவர் அதற்குப் பெயர் சூட்டினார்.

1732

1. பெயரகராதி

சதுரகராதியின் முதலில் வரும் பெயரகராதியில் ஒரு சொல்லுக்குரிய பல பொருள்களைக் காணலாம். இது நிகண்டுகளில் வருகின்ற ஒரு சொல் பலபொருள் தொகுதியின் மறுவடிவம் எனலாம்.

2. பொருளகராதி

இரண்டாவதாக பொருளகராதியில் ஒரு பொருளுக்குரிய பலபெயர்கள் காணப்படுகின்றன. நிகண்டுகளில் தெய்வப் பெயர் முதலாக ஒலி பற்றிய பெயர் ஈறாக வரும் பத்துத் தொகுதிகளிலும் சொல்லப்பட்ட ஒரு பொருள் பல பெயர்களின் மறு பதிப்பு என்று இதைக் கொள்ளலாம்.

3. தொகையகராதி

தொகையகராதியில் இருகடர், முக்குணம், நாற்பொருள் என்பனபோல், நூல்களின் எண் தொகையாகக் கூறப்பட்டவற்றிற்குரிய விளக்கம் காணப்படும். இதனை, நிகண்டுகளில் காணும் பல்பொருள் கூட்டத்து ஒரு பெயர்த் தொகுதியின் உரை வடிவம் என்று கூறலாம்.

4. தொடையகராதி

தொடையகராதியில் சொல்லுக்கு வேண்டிய எதுகைச் சொற்கள் வரிசையாய் அமைக்கப்பட்டுள்ளன. எதுகைச் சொற்கள் குறிற் கீழெதுகை, நெடிற் கீழெதுகை என இருபகுதியில் அமைக்கப்பட்டுள்ளன. இதில் நிகண்டு பதினொன்றாம் தொகுதியில் எதுகை முறையில் அமைந்த பெயர்களே இடம் பெறுகின்றன. இவ்வாறு நிகண்டுத் தொகுதிகளை மாற்றி உரை நடையில் அகராதியாய் வீரமா முனிவர் அமைத்திருக்கின்றார்.

வீரமா முனிவர் சதுரகராதியை 1732 ஆம் ஆண்டு தொகுத்தாரெனினும், அது 19 ஆம் நூற்றாண்டில் தான் அச்சேறியது. தொடக்கத்தில் இந்த அகராதியின் ஏடுகள் கையால் படியெடுக்கப்பட்டுத் தமிழகம் முழுவதும் பரவின.

ஆங்கில டிக்ஷனரி - தமிழ் அகராதி

டாக்டர் சாமுவேல் ஜான்சன் (1709-1784) ஆங்கில மொழியில் முதன் முதலாக டிக்ஷனரி என்ற பெயரில் அரிதின் முயன்று 1755 ஆம் ஆண்டு அகராதி வெளியிட்டார். ஆனால் தமிழில் 16 ஆம் நூற்றாண்டு பனுவலாகவும் இந்த 18 ஆம் நூற்றாண்டில் (1732) உரைநடையாகவும் தமிழ் அகராதிகள் ஆங்கில அகராதியை முந்திக் கொண்டு வெளி வந்தன என்பது குறிப்பிடத்தக்க செய்தியாகும்.

அச்சில் சகரகராதி

சதுரகராதியின் ஒரு பகுதியான பொருளதிகாரம் தான் 1819 ஆம் ஆண்டு அச்சில் பதிக்கப்பட்டது. அக்காலத்தில் தமிழில் பாட நூல்களையும், பிற நூல்களையும் வெளியிடுவதற்கென்று கிழக்கிந்தியக் கம்பெனி நிறுவியிருந்த சென்னைப் பட்டணம் கல்விச்சங்கம் இப்பணியை செய்தது. அச்சங்கத்திற்குப் புகழ் பெற்ற கீழை மொழிகள் விற்பன்னரான ஃபிரான்சிஸ் ஒயிட் எல்லீசு (1778-1819) தலைவராயிருந்தார். (இவர் பற்றி இக்களஞ்சிய வரிசையின் 1796, 1819 ஆகிய காலப் பகுப்புகளில் மேலும் பல செய்திகளைக் காணலாம். எல்லீசு குறிப்பிடத்தக்க இந்தியவியல் விற்பன்னர்) அவரது கட்டளைப்படி, அச்சங்கத்தின் தலைமைப் புலவரான திருச்சிற்றம்பல அய்யர் பொருளகராதியை மட்டும் மேற்சொன்னவாறு 1819 இல் பதிப்பித்தார்.

அதற்கு ஐந்தாண்டுகளுக்குப் பிறகு தான் சதுரகராதியின் நான்கு பிரிவுகளும் அடங்கிய முழு அகராதி 1824 இல் பதிக்கப் பெற்றது. இப்போது சென்னைக் கல்விச் சங்கத்தின் தலைவராக ரிச்சர்டு கிளார்க்கு என்ற ஆங்கிலேயர் இருந்தார். அவரது கட்டளைப்படி சங்கத்தின் புலவர்களான தாண்டவராய முதலியார் (இவர் ஆதி நிகண்டு என்ற ஒன்பதாம் நூற்றாண்டு நூலான திவாகரத்தை 1839 ஆம் ஆண்டு பதிப்பித்தார்). இராமச்சந்திரக் கவிராயர் என்ற இருவரும் சதுரகராதியை ஆராய்ந்து முழுமையாக 1824 இப் பதிப்பித்தனர். இந்நூல் கிழக்கிந்திய கம்பெனியின் ஆட்சிக் குழுவிற்கு உரிமையாக்கப்பட்டது,

2. நாயக்க அரசி மீனாட்சி (1732 - 1736)

விசயநகரப் பேரரசினால் தமிழ்நாடு வெற்றி கொள்ளப்பட்டதன் நீட்டிப்பே, மதுரையில் நாயக்கர் ஆட்சியின் தொடக்கமாகும். விசயநகரப் பேரரசு தான் வெற்றி கொண்ட பகுதிகளை நிர்வகிப்பதற்காக அமர்த்தப்பட்ட ஆளுநர்களான நாயகர்களே நாயக்கர் எனப்பட்டனர். இது பதவியின் பெயர்; பின்னாளில் ஒரு வகுப்பைக் குறிப்பதாயிற்று.

விசயநகர இளவரசரான குமார கம்பணர் 1365 - 1370 ஆண்டுகளில் தமிழ்நாட்டின் மீது படையெடுத்து வந்து மதுரையில் இருந்த சுல்தான் அரசின் 48 ஆண்டுக்கால ஆட்சியை ஒழித்து விட்ட பின்னர், விசயநகரப் பேரரசின் ஆட்சிக்கு வித்திட்டார். விசுவநாத நாயக்கன், அது 1529 இல் ஒரு மரமாக வளர்ந்திருக்கக் கண்டார். இவ்வாறு 1529 இல் மதுரையில் தொடங்கிய நாயக்கர் ஆட்சியின் பதின்மூன்றாவது காலாக மீனாட்சி என்ற பெண்மணி 1732 இல் மதுரைச் சீமைக்கு அரசியாகத் திருச்சிராப்பள்ளியில் முடிசூட்டிக் கொண்டார்.

இவர் மங்கம்மாளின் மகன் வயிற்றுப் பேரனான விசயரங்கச் சொக்கநாதனின் பல மனைவியருள் ஒருத்தியாவார். விசயரங்கச் சொக்கநாதன் ஆட்சிக் காலத்தில் நாட்டில்

குழப்பமும், அடிக்கடி பஞ்சமும் தோன்றின. அறிவும் ஆற்றலும் இல்லாதவர் இந்த விசயரங்கச் சொக்கநாத நாயக்கன், என்பது வரலாற்றாசிரியர் கருத்து. மன்னரின் இயலாத் தன்மையைத் தளவாய் கஸ்தூரிரங்க ஐயனும், பிரதானி வேங்கட கிருஷ்ணய்யாவும் பயன்படுத்திக் கொண்டு மக்களை வருத்தி அளவுக்குமேல் வரி வாங்கிக் கொடுமை செய்து வந்தனர். தாயுமானவர் இந்த அரசரிடம்தான் அரசியல் கணக்கராக இருந்து வந்தார்.

விசயரங்கச் சொக்கநாத நாயக்கனுக்கு மனைவியர் பல இருந்தும் பிள்ளை இல்லை. அதனால் அவர் இறக்கு முன்னர், மீனாட்சி அவரை வேண்டித் தானே அரசாளும் உரிமையைப் பெற்றார். ஆதலால் விசயரங்கச் சொக்கநாத நாயக்கன் இறந்ததும், மீனாட்சி அவரது பிற மனைவியரையும், காமக்கிழத்தியரையும் போன்று உடன்கட்டையேறி உயிர் துறக்காது மதுரைச் சீமையின் அரசியாக இந்த 1732இல் பட்டத்திற்கு வந்தார். இவரைப் பற்றிப் பல செய்திகள் இனிமேல் ஆங்காங்கே சொல்லப்படவிருக்கின்றன.

3. தோஸ்து அலி ஆர்க்காட்டில் கர்நாடக நவாபாதல்

தமிழ் நாட்டு வரலாற்றில் பதினெட்டாம் நூற்றாண்டில் ஆழ்ந்த பல விளைவுகளை உண்டாக்கிய கர்நாடக நவாபுகளில் இரு குடியினர் உண்டு. முதல் நவாபான சாதத்துல்லா கான் நெவாயத்து என்ற குடியைத் தோற்றுவித்தார். மற்றொரு குடியின் பெயர் வாலாசா. வாலாசா குடியின் வழி வந்தோர் இன்றும் அரசுச் சலுகைகளுடன் சென்னைத் திருவல்லிக்கேணியில் வாழ்கின்றனர்.

நெவாயத்து குடியினரின் முன்னோர் ஈராக்கில் கொடுமை பொறுக்க முடியாது கி.பி.எட்டாம் நூற்றாண்டு வாக்கில் இந்தியாவில் அடைக்கலம் புகுந்த அராபியர் என்று சொல்லபட்டது. பொதுவாக இந்தியாவில் முஸ்லிம் மன்னர்கள் தமது தோற்றுவாய் அரேபியா, அல்லது பாரசீகம் அல்லது நடு ஆசியா என்று உரிமை கொண்டாடுவதுண்டு, இந்திய சரித்திரக் களஞ்சிய முதற் தொகுதியில் இச்செய்தி சொல்லப்பட்டது. பாலாற்றின் கரைமீது அமைந்து கர்நாடக நவாபுகளின் தலைநகராக 1716 முதல் இருந்த வந்த ஆர்க்காட்டைப் பற்றி, இக்களஞ்சிய வரிசையின் தொகுதி இரண்டு, பகுதி இரண்டில் குறிப்பிடப்பட்டுள்ளது.

இனி, ஆர்க்காடு பற்றியும், அதைத் தலைநகராகக் கொண்டு ஆண்ட கர்நாடக நவாபுகள் குறித்தும் இந்நூற்றாண்டு முழுமையிலும், 1853 வரையிலும் நெடுகிலும் பல குறிப்புகள் நிறைந்திருக்கக் காணலாம். நிலப்பிரப்புத்துவச் சுரண்டலையே உந்து சத்தியமாகக் கொண்டு இந்நவாபுகள் செய்த அரசியல் சூழ்ச்சிகளும், பொருளாதாரச் சூறையாடல்களும் அக்குறிப்புகளில் அடங்கியிருக்கும்.

செஞ்சிக் கோட்டையை மராட்டிய மன்னர் இராஜாராமிடமிருந்து கவர்ந்த பிறகு, ஔரங்கசீபின் படைத் தலைவரான சுல்ஃபிகர் கான், சாதத்துல்லா கானைக் கர்நாடகத்தின் ஆளுநரான சுபாதார் ஆக்கினார். சாதத்துல்லா கான் செஞ்சியிலிருந்த கர்நாடகத் தலைநகரை 1716 இல் ஆர்க்காட்டிற்கு மாற்றி அங்கு குறுநில மன்னரான நவாபாக இருந்து பதினாறாண்டுக் காலத்தின் பின் இந்த 1732 இல் செத்தார். அவரையடுத்து அவரின் உடன் பிறந்தார் மகனான தோஸ்து அலி இந்த ஆண்டு கர்நாடக நவாபானார். எட்டாண்டுகள் வரை நீடித்து 1740 இல் முடிவுற்ற அவரது ஆட்சியில் தஞ்சைத் தரணி சொல்லொணாப் போர்க் கொடுமைகளுக்கு உள்பட்டது.

கர்நாடகம் என்பது ஆந்திரத்தின் பலநாடு (பல் நாடு என்பது இன்று ஆந்திரத்தின் குண்டூர் மாவட்டத்திலுள்ளது : விரஞ்செறிந்தமண்). தொட்டுக் குமரிமுனை வரையிலும்

பதினெட்டாம் நூற்றாண்டில் பரந்திருந்தது. இதற்கு முன்னர் இப்பகுதியை அரபுகள் மாபார் என்று அழைத்தனர். ஆளும் பொறுப்புள்ள வலிமை வாய்ந்த அரசரோ, வேறு ஆட்சி எந்திரம் எதுவுமோ இல்லாத நிலையிலிருந்த தென் பாரதம் அராபியருக்கு 'நடைபாதை' என்ற நிலையில் இருந்தது. மாபார் என்ற அரபுச் சொல்லுக்கு நடைபாதை என்பது தான் பொருள்.

ஆர்க்காட்டிலிருந்த கர்நாடக நவாபு ஒருவர் தான், தக்காணத்து முகலாய வைசிராயினால் ஏற்கப்பட்டவர் என்ற போதிலும், இப்பதினெட்டாம் நூற்றாண்டில் சிறு கோட்டைக் காவல் தலைவர் கூடத் தன்னைக் குறுநில மன்னர் என்று கருதிக் கொண்டு கவாபு என்று பட்டஞ்சூட்டிக் கொண்டார். தக்காணத்து அரசப் பிரதிநிதியான முகாலாய வைசிராய் கூட, ஔரங்கசீபு செத்த பின்னர் தன்னரசோச்சும் முடிமன்னரானார். அவர் ஐதராபாதைத் தலைநகராகக் கொண்டு அசஃபு ஷா நிசாம் குடியைத் தோற்றுவித்தார்.

நிசாம் ஒரு முறை இக்கோட்டைத் தலைவர்களின் கூட்டத்தைக் கூட்டிய போது, அதில் பதினெட்டு நவாபுகள் இருந்தனர். ஒரே நவாபுதான் - கர்நாடக நவாபுதான் இருக்க வேண்டும். முகலாயரின் எச்ச சொச்சங்களான படை அதிகாரிகள் தென்பாரதத்தில் எத்தகைய அரசியல் மேலாதிக்கம் பெற்றிருந்தனர் என்பதை இது புலப்படுத்துகின்றது.

4. தஞ்சை மராட்டியர் ஆர்க்காட்டாருக்கு அடங்குதல்

இவ்வாண்டு கர்நாடகத்தின் புதிய நவாபாக ஆர்க்காட்டில் பதவியேற்ற தோஸ்து அலியும் அவருடைய மைத்துனரான சந்தா சாகிபு தஞ்சை மராட்டிய மன்னர் துக்கோசி *(1728-1736)* மீது இந்த *1732* இல் படையெடுத்தனர்.

இவர்கள் முதலில் சென்னை சென்று சில நாள்களும் பின்னர் புதுச்சேரியில் மேலும் சில நாள்களும் இருந்து விட்டுத் தஞ்சையைத் திடீரென்று தாக்கினர். அவர்கள் வழியிலிருந்த ஊர்களையெல்லாம் கொள்ளையடித்தனர். செழிப்பான தஞ்சைத் தரணியில் கொடிய அழிவை உண்டாக்கினர். இது குறித்தும் பெஸ்கி தனது *1732* ஆம் ஆண்டுக் கடிதத்தில் (ஏசு சபைக் கடிதங்கள்) விவரித்து எழுதியிருக்கின்றார். கர்நாடக நவாபை எதிர்க்க முடியாத துக்கோசி சந்தா சாகிப்பிற்கு பெருந் தொகையைக் கொடுத்து சந்து செய்து கொண்டார்.

''ஆனால் இது (தஞ்சை மன்னருக்கு) இழப்பு அல்ல; ஏனெனில் (சந்தா சாகிபிற்குக் கொடுத்த இந்தத் தொகையினால்) இழப்பு ஏற்பட்ட சிறிது காலத்திற்குப் பிறகு, மக்களைக் கசக்கிப் பிழிந்து, அவர் முகலாயருக்குக் கொடுத்த தொகை முழுவதையும் பெற்று விட்டார். துரதிருஷ்டவசமாக மக்கள் முதலில் எதிரியினால் கொள்ளையடிக்கப்படனர். அடுத்து அவர்களின் மன்னரும் அதையே செய்தனர்.''

-வீரமா முனிவர் இவ்வாறு இந்நிகழ்ச்சி பற்றித் தன் கடிதத்தில் எழுதுகின்றார்.

மக்களின் நலனை முற்றிலும் புறக்கணித்து விட்டு, இக்கொடுஞ் செயல் நடந்தது. இக்கொடுமையைப் பெரிதும் தாங்கிக் கொண்டவர்கள் வியாபாரிகளேயாவர்.

5. பெஸ்கி - சந்தா சாகிபு சந்திப்பு

தென்பாண்டிச் சீமையிலும், தஞ்சைத் தரணியிலும் கத்தோலிக்க சமயத்தைப் பரப்பும் பணியில் மையமாக இருந்த மதுரை மிசனுக்கு ஏசுசபையைச் சேர்ந்த பெஸ்கி என்ற வீரமாமுனிவர் அச்சாணிபோல் இருந்தார் என்பதை முன்னர் கண்டோம்.

அவர் ஆர்க்காட்டு நவாபுகளின் உறவினரும், அவர்களின் படைத்தலைவருமான சந்தா சாகிபை இவ்வாண்டு முதன் முதலாகச் சந்தித்தார். சந்தா சாகிபு சாமிகளைக் கண்டதும் அன்புடன் வரவேற்று ஆரத்தழுவிக் கொண்டார். வெகுநேரம் மிகுந்த நட்புறவுடன் பேசிக் கொண்டிருந்தனர்.

சந்தா சாகிபு அதன் பிறகு பெஸ்கிக்குப் பல பரிசுகள் வழங்கினார். பெஸ்கி தன்னை அடிக்கடி சந்திக்க வேண்டுமென்றும் சந்தா சாகிபு கேட்டுக் கொண்டார்.

பெஸ்கி சந்தா சாகிபைச் சந்திப்பதற்கு முன்னேற்பாடாக மூன்று மாத காலம் பாரசீக மொழி பயின்றார். சந்தா சாகிபு பெஸ்கி சாமியாரின் அருந்திறனைக் கண்டு மெச்சி, அவருக்கு ''இஸ்மத்தி- சன்னியாசி'' என்ற பட்டத்தையும் அளித்தார். பெஸ்கி சந்தா சாகிப்பிற்காகச் சில வேளைகளில் அரசியல் தூதுவராகப் பணிபுரிந்திருக்கின்றார்.

6. கம்பெனியின்; விற்பனை மதிப்பு 19, 40, 996 பவுன்

கிழக்கிந்தியக் கம்பெனியின் இந்த ஆண்டு விற்பனை மதிப்பு *19 40,996* பவுனாக இருந்தது. இக்கால மதிப்புப்படி இத்தொகை *1, 94, 09, 960* ரூபாயாகும். கம்பெனி தன் பங்குதாரர்களுக்கு அளித்த ஆதாயப் பகிர்வுத் தொகை *8* சதத்திலிருந்து, இவ்வாண்டு *7* சதமாகக் குறைந்தது. கம்பெனியின் ஆதாயப் பகிர்வு இதே அளவில் *1744* வரை நீடித்தது.

7. புதிய உலகில் விடுதலை ஞாயிறு: ஜார்ஜ் வாசிங்டன் பிறப்பு (1732 - 1799)

1732

ஜார்ஜ் வாசிங்டன் *1732* ஆம் ஆண்டு வர்ஜீனிய மாநிலத்திலுள்ள வேகஃபீல்டு என்ற இடத்தில் பிறந்தார். அவர் பெரும் பணக்காரரான தோட்ட முதலாளிக்கு மகனாகப் பிறந்ததுடன் இருபது வயதை எட்டிய போது, பெருஞ் செல்வத்திற்கு அதிபதியானார். இவர் *1753* முதல் *1758* வரை படையில் சேர்ந்து, பிரஞ்சுக்காரருடனும், அமெரிக்க இந்தியருடனும் நடந்த போரில் பங்கெடுத்துக் கொண்டார். இதனால் இவருக்குப் படை அனுபவமும், பெருஞ் சிறப்பும் கிடைத்தன.

வாசிங்டன்

வாசிங்டன் *1758* இல் இராணுவத்திலிருந்து விலகி வர்ஜீனியா திரும்பினார். அதற்குச் சிறிது காலத்திற்குப் பிறகு, இரண்டு குழந்தைகளுக்குத் தாயான பெரும் பணக்காரியாகிய ஒரு கைம்பெண்ணை மணந்தார். அவர் பெயர் மார்த்தா டாண்டரிட்ஜ் கஸ்டிஸ். வாசிங்கடனுக்குக் குழந்தைகள் இல்லை.

வாசிங்டன் அதற்கடுத்த பத்தாண்டு காலம் தன் சொத்துகளை நிர்வகித்து வந்தார். அதை மிகத் திறமையான முறையில் செய்தார். அவர் முதல் அமெரிக்க நாட்டுப் பேரவைக்கு வர்ஜீனியாவின் பிரதிநிதியாக *1774* ஆம் ஆண்டு தேர்ந்தெடுக்கப்பட்டார். அப்போது அவர் அமெரிக்கக் குடியேற்றப் பகுதிகளிலேயே பெரும் பணக்காரராயிருந்தார்.

வாசிங்டன் தொடக்கத்தில் அமெரிக்கக்

குடியேற்றங்களுக்கு விடுதலை வேண்டும் என்று கோரவில்லை. எனினும் 1775 ஜூனில் நடந்த இரண்டாவது பேரவையில் (வாசிங்டன் இதில் ஓர் உறுப்பினர்) குடியேற்றப் பகுதிகளின் (காலனிகள்) படைகளுக்குத் தளபதியாக ஒருமனதாகத் தேர்ந்தெடுக்கப்பட்டார்.

அவருக்கிருந்த இராணுவ அனுபவம், செல்வம், செல்வாக்கு, உடல்தோற்றம் (அவர் கட்டான உடல் அமைப்புடன் 6 அடி இரண்டு அங்குல உயரம் இருந்தார்) உரமேறிய உடல், நிர்வாகத் திறன்கள் இவையனைத்திற்கு மேலாக மன உறுதியும், வலிமையும் வாய்ந்த குணம் முதலியன உடையராயிருந்தார். அவர் சட்டத் தொழிலைத் தேர்ந்தெடுத்தார்.

அவர் போர் நடந்த காலம் முழுமையும் ஊதியம் பெறாது பணியாற்றினார். அரும் பெரும் சிறப்புகளுடன் கடமையாற்றினார்.

அவர் 1775 இல் குடியேற்றப் பகுதிகளின் படைத் தலைமைப் பொறுப்பை ஏற்ற நாளிலிருந்து, அமெரிக்காவின் குடியரசுத் தலைவராக இரண்டாவது முறையாகப் பதவியேற்று, 1797 இல் இறந்தது வரையிலும் இந்த இருபத்தினான்கு ஆண்டுகளில் குறிப்பிடத்தக்க பல சாதனைகளை நிகழ்த்தியுள்ளார். அவர் வர்ஜீனியாவில் மௌண்ட் வெர்னானிலுள்ள தன் இல்லத்தில் 1799 டிசம்பர் மாதம் இறந்தார்.

அவர் அமெரிக்க விடுதலைப் போரில் (1775-1781) வெற்றிகளைக் குவித்த படைத் தலைவராக விளங்கினார். அவர் இராணுவ மேதை என்பது எல்லா வழிகளிலும் மெய்ப்பிக்கப்பட்டது. அவர் மா அலெக்சாந்தர், ஜூலியஸ் சீசர் போன்ற படைத்தலைவர் அல்லர் என்பது உறுதிதான். ஏனெனில் அவரை எதிர்த்து நின்ற பிரிட்டிஷ் படைத் தலைவர்களின் திறமையின்மையினால்தான், அமெரிக்கர் விடுதலைப் போரில் அவர் இறுதி வெற்றி கண்டார் என்று தோன்றுகிறது.

இருப்பினும் அமெரிக்கத் தளபதிகளில் பலர் தோற்கடிக்கப்பட்ட நிலையில், வாசிங்டன் சிறு தோல்விகள் பலவற்றைக் கண்ட போதிலும், போரைத் தொடர்ந்து நடத்தி வெற்றி பெற்று இருக்கின்றார். இது வாசிங்டனின் முதற் சிறப்பு.

இரண்டாவது அவர் குடிறேறப் பகுதிகளின் பேரவைத் தலைவராக இருந்ததாகும். அமெரிக்க அரசியலமைப்புச் சட்டத்தை உருவாக்கியதில், அவரது கருத்துகள் பெரும் பங்காற்றிய போதிலும் அச்சட்டத்தை ஏற்று அங்கீகரித்ததில் வாசிங்டன் பெரும் பங்காற்றியிருக்கின்றார். ஏனெனில் அப்போது புதிய அரசியல் சடடத்திற்கு ஓரளவு எதிர்ப்பு இருந்தது. வாசிங்டனின் செல்வாக்கு இல்லாதிருந்தால், அது சட்டமாக நிறைவேறியிராது. இது அவரது இரண்டாவது சிறப்பு.

அவர் அமெரிக்காவின் முதல் குடியரசுத் தலைவரானது, அவரது மூன்றாம் சிறப்பு.

ஜார்ஜ் வாசிங்டனைப் போன்ற மனத் திட்பமும், அருங்குணமுமுள்ள ஒரு மனிதரைக் குடியரசுத் தலைவராக பெற்றது அமெரிக்காவின் நற்பேறேயாகும்.

8. வட இந்திய வரலாற்று நூல் வெளியீடு

இந்தியாவில் அரசுகளை நிறுவிய முஸ்லீம் மன்னர்கள் வரலாற்று உணர்வு மிக்கவர்களாய் இருந்தனர். அவர்கள் காலத்தில் தோன்றிய வரலாறுகள், தன் வரலாறுகள், நினைவுக் குறிப்புகள், இந்திய வரலாற்று ஆதார ஏடுகளாக விளங்குகின்றன.

''...முஸ்லீம்களுக்கு இந்தியாவின் வரலாறு இஸ்லாம் இந்தியாவிற்கு

வந்ததிலிருந்துதான் மெய்யாகவே தொடங்குகின்றது என்பதேயாகும். இபின் காசிம் சிந்தின் மீது படையெடுத்ததுதான் அதன் பல்லவி : முகமது கசனியின் படையெடுப்புகள் அதற்கு அனுபல்லவி, மெய்யான வரலாறு முகமது கோரியுடனும், குத்புதீனுடனும் தொடங்குகின்றது.''

''இஸ்லாத்திற்கு முந்திய எந்தக் காலத்தைப் பற்றியும் முஸ்லிம் ஆசிரியர் எவரும் எழுதியதில்லை'' கே.எம்.பணிக்கரின் இக்கருத்து ஆழ்ந்த வரலாற்று நோக்கில் சொல்லப்பட்டது. வரலாறு என்பது முழுமையான மனிதப் பொதுமை நோக்காக இருக்க வேண்டும் என்ற எண்ணத்தை இது வெளிப்படுத்துகின்றது. இருப்பினும் ஆளும் வர்க்கத்தினரின் வரலாறுகள் என்ற முறையில் முஸ்லிம் வரலாற்றாசிரியர்களின் நூல்களும் காலக் கண்ணாடிகளாகவே விளங்குகின்றன.

பாபர்

முகலாயர் குடியைத் தோற்றுவித்து நான்கு ஆண்டுகள் (1526-1530) அரசிருந்த பாபர் தன் வரலாற்றைப் ''பாபர் நாமா'' என்ற பெயரில் எழுதி வைத்திருக்கின்றார். அவர் மகன் உமாயூன் (1530-1556) பற்றி அவருடைய சகோதரி குல்பதன் ''உமாயூன் நாமா'' என்ற வாழ்க்கை வரலாற்று நூலை எழுதியுள்ளார்.

அக்பர்

அக்பரின் நெருங்கிய நண்பரும், வரலாற்றாசிரியருமான அபுல் பசல் ''அயினி-அக்பரி'' ''அக்பர் நாமா'' என்ற நூல்களை எழுதினார். நிசாமுதீன் அகமது எழுதிய ''தபுகுவாத்-இ-அக்பரி'' அக்பரின் வரலாறு கூறுவது அக்பரின் சிற்றின்ப நாட்டத்தைக் குறித்து அப்துல் காதிர் பதௌனி எழுதிய முந்தகாப்-உத்-தவாரிக் அக்பரின் காலத்தில் வெளிவரவில்லை. அக்பர் அது கண்டு சீற்றமுறலாம் என்ற அச்சத்தால் அந்நூல் ஜகாங்கீர் காலத்தில் தான் வெளி வந்தது.

ஜகாங்கீர்

ஜகாங்கீரும் பாபரைப் போன்று தன் வரலாறு எழுதியுள்ளார். பாபரின் அந்நினைவுக் குறிப்புகளைவிட அதில் மிகவும் முக்கியமான செய்திகள், குறிப்பாக அந்தப்புரம் பற்றிய செய்திகள் அடங்கியுள்ளன. மேலும் முகலாய வரலாற்றுக் குறிப்பு எழுத்தாளர்களான மோட்டமிடு கானும், ''முகமது ஹாதியும் ஜகாங்கீரின் இருபதாண்டுக் கால ஆட்சியைப் பற்றி எழுதி வைத்திருக்கின்றனர். மோட்டமிடு கானின் நூற்பெயர் ''இக்பால்-நாபா'' ததிம்மா-இ-வக்கியத்-இ-ஜகாங்கீர்'' என்பது முகமது ஹாதி எழுதியது.

இவையன்றி மேலும் பல வரலாற்று நினைவுக் குறிப்புகள் ஜகாங்கீர் காலத்தில் நூல்களாக வெளி வந்தன. இவர்களுள் முகமது ஷாபி பதினெட்டாம் நூற்றாண்டின் முதல் கால்பகுதியில் ஜகாங்கீரைப் பற்றி ஒரு நூல் எழுதியவராவார்.

ஜகாங்கீர்

முகலாய மன்னர்களின் அவைகளில் வரலாறுகளைக் குறிப்பெடுத்து வைக்கும் எழுத்தாளர்கள் இருந்தனர். சீனப்பேரரசர்களின் கீழும் நடுவுநிலை தவறாத வரலாற்று எழுத்தாளர்கள் இருந்தனர். அவர்கள் ஒளிவு மறைவு இன்றி உண்மைகளை பதிந்து வைத்தனர். அவர்களின் எழுத்தில் தலையிடுவதற்குச் சீனப் பேரரசருக்கே உரிமையில்லை. முகலாயர் அவையில் இருந்தவர்களும் நடுவு நிலையுடன் வரலாற்றுக் குறிப்புகளை எழுதி வந்தனர் என்று கொள்ளப்படுகின்றது. இவ்வரலாற்றுக் குறிப்புகள் அக்கால மக்களின் சமூக, சமய, பொருளியல் வாழ்க்கைக் கூறுகளை வெளிப்படுத்துகின்றன.

முகமது ஹாஷிம் காஃபி கான் எழுதிய முந்தகீப்-உல்-லூபாப் என்ற இந்துஸ்தான-வட இந்திய-வரலாற்று நூல் *1732* இல் வெளியிடப்பட்டது. இந்நூல் முகலாயர் குடி தோன்றியதற்கு ஏழாண்டுகளுக்கு முன்னர், அதாது *1519* தொடங்கி *1718* வரையிலுள்ள இரண்டு நூற்றாண்டுக்கால வரலாற்றைச் சொல்கின்றது. இது சிறந்த வரலாற்று நூலாகக் கருதப்படுகின்றது.

9. ஹோல்கார் குடியின் இந்தூர் நாட்டரசு வரலாறு

மராட்டியரான ஹோல்கார் குடியின் இந்தூர் நாட்டரசான சமஸ்தானத்தை நிறுவிய மல்ஹர் ராவின் தந்தை ஓர் இடையர். அவர் இடைத் தொழிலோடு ஆதாயமிருந்த நெசவுத் தொழிலிலும் ஈடுபட்டிருந்தார். அவர் நீரா என்ற ஆற்றின் கரையிலிருக்கும் ஹோல் என்ற ஊரினர். ஹோல் என்ற ஊர்க்காரர் ஹோல்கார் ஆனார்.

மல்ஹர் ராவ் *1693* ஆம் ஆண்டு பிறந்தார். அவர் ஐந்து வயதில் தந்தையை இழந்தார். தாய் தன் சகோதரனுடன் வாழ்வதற்காக மகனை அழைத்துக் கொண்டு கண்டேஷ் என்ற ஊருக்குச் சென்றார். மல்ஷர் ராவின் மாமன் நிலம் வைத்து வேளாண்மை செய்தார். மல்ஷர் ராவ் இடைத்தொழிலில் ஈடுபடுத்தப்பட்டார். ஆனால் அவருக்கு அந்தச் சோம்பேறி வாழ்க்கை பிடிக்கவில்லை. எனவே, போர்ப் பயிற்சிகளில் ஈடுபடலானார். கண்டேஷ் வழியாக குஜராத்து சென்று கொண்டிருந்த படையில் மல்ஹர் ராவ் குதிரை வீரனாகச் சேர்ந்தார்.

1732

அவர் முதன் முதலில் கலந்து கொண்ட சண்டையில் எதிரிப் படையிலிருந்த ஓர் உயர் அதிகாரியைக் கொன்றதால் சிறப்புப் பெற்றார் என்று சொல்லப்படுகின்றது. அதற்காக அவரைப் பாராட்டும் வகையில் அவர் 25 பேரடங்கிய குதிரை வீரர் குழுவிற்கு தலைவராக்கப்பட்டார்.

மல்ஹர் ராவ் இக்குதிரை வீரர்களுடன், தன் தலைவரான காந்தாஜி கதம் என்பவரின் நிலத்தில் காவல் இருந்த போது, அவ்வழியே மாளவத்திற்குச் சென்று கொண்டிருந்த பேஷ்வா அப்படிச் செல்ல உரிமையில்லை என்று தாவா செய்தார். அப்போது அவர் காட்டிய துணிச்சல் பேஷ்வாவின் கவனத்தை ஈர்த்தது.

பேஷ்வா, மல்ஹர் ராவைத் தன் படையில் சேர்த்து அவரை 500 குதிரை வீரர்களுக்குத் தலைவராக்கினார். அவர் தன் தலைவரான காந்தாஜி கதத்தின் ஒப்புதலுடன்தான் பேஷ்வா படையில் சேர்ந்தார். மல்ஹர் ராவ் பேஷ்வா படையில் 1724 வாக்கில் சேர்ந்தார் என்று தோன்றுகின்றது.

மல்ஹர் ராவ் நான்கு ஆண்டுகளுக்குள் பேஷ்வா படையில் உயர்ந்த பதவியை அடைந்து விட்டார். அவர் ஆற்றிய சேவைக்காகப் பேஷ்வா 1728 ஆம் ஆண்டு நர்மதை ஆற்றுக்கு வடக்கிலிருந்த 12 மாவட்டங்களை அவருக்கு மானியமாகக் கொடுத்தார். பின்னர் 1731 இல் மேலும் பன்னிரு மாவட்டங்கள் சேர்க்கப்பட்டன.

பேஷ்வா அந்நேரத்தில் தன் கைப்பட எழுதிய ஒரு கடிதத்தில், மாளவத்தின் நலன்கள் மல்ஹர் ராவின் பொறுப்பில் விடப்பட்டுள்ளன என்று குறிப்பிட்டிருந்தார். அதற்கடுத்த ஆண்டு மாளவ மாகாணச் சுபாதாராகிய பகதூரின் படையைத் தாக்கி அவரைத் தோற்கடித்ததும், மல்ஹர் ராவ் பேஷ்வாவின் கீழ் மராட்டியர் படையின் தலையாய தளபதி ஆக்கப்பட்டார்.

அவர் இப்போரில் அளித்த உதவிக்காக, மாளவத்தில் வென்ற பெரும் பகுதி உள்பட இந்தூரையும் 1735 ஆம் ஆண்டு பேஷ்வா மல்ஹர் ராவுக்கு அளித்தார். அவர் மராட்டியர் படையின் தலைமைத் தளபதியாக்கப்பட்டார்.

மல்ஹர் ராவ் 1738 ஆம் ஆண்டு மிகுந்த துணிச்சலுடன் நிசாம்-உல்-முல்கின் தலைமையில் வந்த முகலாயப் படையைத் தோற்கடித்தார். அதனால் நர்மதைக்கும், சம்பல் ஆற்றுக்கும் இடைப்பட்ட நிலப்பரப்பில் மராட்டியரின் மேலாண்மை உறுதி செய்யப்பட்டது.

அவர் பின்னர் 1739 ஆம் ஆண்டு போர்த்துக்கீசரைப் பாசம் என்ற இடத்திலிருந்து வெளியே தள்ளுவதற்காக நடந்த போரில் உதவினார். அந்த முற்றுகையின்போது மராட்டியர் சேர்ந்து கொண்டு, நாதிர்ஷாவின் படையெடுப்பினால் தன் ஆட்சிப் பகுதிக்கு நேரும் ஆபத்தை எதிர்த்துப் போர்புரிய ஆயத்தமானார். ஆனால் நாதிர்ஷாவின் தாக்குதல் நடைபெறவில்லை.

அதையடுத்துப் பதினோரு ஆண்டுக் காலம் மல்ஹர் ராவின் புகழும், ஆட்சிப் பரப்பும் விரிந்து பரந்து சென்றன. மல்ஹரின் செல்வாக்கு 1761 ஜனவரி 6 அன்றுதான் பானிப்பட்டுப் போரில் பலத்த அடிக்குள்ளானது. பானிப்பட்டுச் சண்டைக்குப் பிறகு மல்ஹர் ராவ் நடு இந்தியாவில் தன் ஆட்சிப் பரப்பில் ஓய்வு கொண்டார். அவர் அங்கு தன் உரிமைப் பகுதிகளையெல்லாம் சீர்படுத்தி ஒழுங்கு செய்தார். அவர் தன் 76 ஆவது வயதில் 1765 ஆம் ஆண்டு இறந்தார்.

1732

இந்தூர் இன்று

இந்தூர் நாட்டரசிற்கும், அமெரிக்காவிற்கும் மிகுந்த தொடர்பு இருந்தது என்றால், அது புதுமையாகத் தோன்றக்கூடும். அமெரிக்காவோ ஜனநாயக நாடு. இந்தூர் சமஸ்தானமோ அந்த அரசியல் முறைக்கு மாறான அமைப்பை உடையது. இருப்பினும் இந்தூர் நாட்டு அரசரில் இருவர் அமெரிக்காவிலிருந்து பெண் எடுத்திருக்கின்றனர்.

இந்திய விடுதலைக்கு முன்னர் பிரிட்டிஷ் மேலாண்மையின் கீழ் அவர்களுக்கு அடங்கி இருந்தபடி, அவர்களின் செல்லப் பிள்ளைகளாக இந்நாட்டு மன்னர் பலர் எதேச்சாதிகாரம் செலுத்தி வந்தனர். அவர்களின் விருப்பு விசித்திரமாக இருக்கும். அவர்களில் சிலருக்குப் பிரஞ்சு மொழி மீதும், பண்பாட்டின் மேலும் பற்று இருக்கும். பெரும்பாலர் ஆங்கிலப் பித்தராக இருந்திருக்கின்றனர். எனவே அவர்கள் தத்தமது பித்துக்கு ஏற்பத் தமது சமஸ்தானங்களில் பிரஞ்சுப் பாணியில் அல்லது ஆங்கில மாதிரியில் அரண்மனைகளைக் கட்டவும், அங்கு அந்தந்த நாட்டுப் பொருள்களை அடுக்கிக் குவிக்கவும் செய்திருக்கின்றனர்.

எளிய இடையரான மல்ஹர் ராவில் இருந்து தொடங்கிய இந்தூரின் ஹோல்கார் வழி வந்தவர்களின் சுவையோ வேறு விதமாக இருந்தது.

இந்தூர் மன்னர் 1930 ஆம் ஆண்டு எக்காட் முத்தேசியஸ் என்ற ஜெர்மன் கட்டடக் கலை வல்லுநரை அமர்த்தி, அவரைக் கொண்டு ''தற்காலப் பாணி'' என்ற புதுப் பாணியில் தனது அரண்மனைக்கு வடிவமைக்கச் செய்தார். அரண்மனைக்கு வேண்டிய பொருள்கள் அனைத்தையும் அந்த ஜெர்மன் நிபுணரே வடிவமைத்தார். அன்று வடிவமைப்புக் கலையில் முன்னணியில் நின்ற லா கார்பஸ்ஜே (*Le Corbusier, 1887 - 1965;* இது புனைப் பெயர்; அவரின் இயற்பெயர் சார்லஸ் எடுவர்டு ஜின்னரட்டு. சுவிட்சர்லாந்தில் பிறந்த பிரஞ்சுக் கட்டுமான வல்லுநர்), எய்லின் கிரே, ஜேக்கூ ரஹல்மன் போன்ற வல்லுநரில் சிலர் இந்தூர் அரண்மனைப் பணியில் ஈடுபடுத்தப்பட்டனர். அவர்களனைவரும் கூடிப் பெரும் புதுமையை விளைவித்தனர்.

லா கார்பைஸ்ஜே என்ற பிரஞ்சு நிபுணர் ஷேஷ் லாங் என்று அழைக்கப்படும் கால் நீட்டிச் சாயும் நீண்ட இருக்கையை வடிவமைத்தார். அதன் மீது சிறுத்தைத் தோலை விரித்து வைத்தார்.

ரஹல்மன் இந்தூர் மன்னருக்காகக் கருங்காலி மரத்திலும், குரோமிலும் விசிறி வடிவில் ஒரு மேசையைச் செய்தார். இவையெல்லாம் என்னவாயின? அவை பயன்படுத்தப்படாமல், பெரிதும் காட்சிப் பொருளாகவே இருந்தன. பின்னர் அவை ஐரோப்பாவில் ஏலம் விட்டு விற்கப்பட்டன. இந்தூர் மன்னரின் அலுமினியக் கட்டில் பெருந்தொகைக்கு ஏலம் போனது. அக்கட்டிலை லூயி சேர்னோட், கார்லோட்டி அலிக் என்ற இருவர் வடிவமைத்தனர். அது *58,333* பவுனுக்கு, அதாவது மதிப்பிட்டதைவிட நான்கு மடங்கு அதிகமான தொகைக்கு ஏலம் போனது.

விக்டோரியா ஆட்சிப் பொறுப்பேற்றதன் வெள்ளி விழா *1887* இல் நடந்தது. அந்த விழாவிற்காக ஐரோப்பாவிற்கு இன்ப உலாச் செல்வதற்காக இந்திய நாட்டு மன்னர்கள் முதன் முதலில் மேனாடு புறப்பட்டனர். அன்று தொடங்கி, அவர்கள் அயல்நாடுகளுக்குச் சென்ற பல்வேறு செலவுகள் - பயணங்கள் தேவதைக் கதை போல் இருக்கின்றன.

உலகப் புகழ்பெற்ற பயண ஏற்பாட்டு நிறுவனமான தாமஸ் குக்கின் இலண்டன் அலுவலகத்திற்கு இம்மகாராசாக்கள் கைநிறையப் பொற்காசுகளுடன் செல்வது வழக்கம்.

1732

இந்தூர் மன்னரின் பிரதிநிதி தாமஸ் குக்கின் அலுவலகத்திற்குச் சென்று பயணச் செலவு களுக்காக மட்டும் *36,000* பவுனை *1948* ஆம் ஆண்டு செலுத்தினார். இது மிகப் பெரிய தொகையாகும். அதுமட்டுமன்று, இந்தூரார் அமெரிக்கப் பெண்கள் மீது காதல் வயப்பட்டு அட்லாண்டிக்கைத் தாண்டி அமெரிக்காவிற்குப் பறந்து கொண்டிருந்த காலம் இது.

இந்தூர் அரசர்கள் செலவு செய்வதும், கற்பனையை மிஞ்சுவதாக இருக்கும். ஒரு மன்னர் *1930* ஆம் ஆண்டு ஒரு நகைக் கடைக்குள் நுழைந்து அங்கிருந்த அழகிய வேலைப்பாடமைந்த கையணி ஒன்றைச் சுட்டிக்காட்டினார். அதன் விலை சுமார் ஆயிரம் பவுன்.

மன்னர் சொன்னதும் விற்பனையாளர் ''அதை'' எடுத்துச் சிப்பம் செய்து தருவதாகச் சொன்னார். ''அதுவா?'' என்று மன்னர் உறுமினார். ''எமக்கு அதைப்போல் பன்னிரண்டு வேண்டும்'' என்றதும் விற்பனையாளர் வியந்து கல்லானார்.

எஷ்வந்த ராவ் ஹோல்கார் என்ற இம்மன்னர் *1923* ஜூன் மாதம் தன் பதினான்காவது வயதில் இங்கிலாந்திலுள்ள பெயர் பெற்ற சாட்டர்ஹௌஸ் பள்ளியில் படிக்கச் சென்றார். அவர் தன் பதினாறாவது வயதில் பட்டத்திற்கு வந்தார்.

அப்போது அவரை மேனி தெரியாமல் நகைகளால் அழகுபடுத்தினர். சமஸ்தானத்து மக்கள் அவர் முன் நெடுஞ்சாண்கிடையாக விழுந்து வணங்கினர். அவருக்கு அப்போது பதின்மூன்று அரண்மனைகள் இருந்தன. இவர் ஓர் அமெரிக்கப் பெண்ணை மணந்தார்.

மகாராஜா எஷ்வந்த ராவ் ஹோல்காரின் மகன் பெயர் ரிச்சர்டு ஹோல்கார். இன்று *(1991)* இந்தூரின் ஹோல்கார் என்று பட்டம் கூறிக் கொள்ளும் இந்த ரிச்சர்டு ஹோல்காரும் சேலி என்ற அமெரிக்கப் பெண்ணையே மணந்திருக்கின்றார். இருவரும் அமெரிக்காவின் ஸ்டான் ஃபோர்டு பல்கலைக்கழகத்தில் அரசியல் விஞ்ஞானம் கற்றுவந்த போது, ஒருவர் மீதொருவர் காதல் கொண்டு மணம் புரிந்தனர்.

அவர்கள் முதலில் அமெரிக்காவின் டல்லாஸ் (இந்நகரம் டெக்சாஸ் மாநிலத்தின் வடகிழக்கே டிரினிட்டி ஆற்றின் கரைமீதுள்ளது. அமெரிக்கக் குடியரசுத் தலைவர் ஜான் கென்னடி இங்கு *1963* ஆம் ஆண்டு சுட்டுக் கொல்லப்பட்டார்.) நகரத்தில் திருமணப்பதிவு அலுவலகத்தில் பதிவு மணம் செய்தனர். பின்னர் இந்தியாவில் புரோகித முறைப்படி திருமணம் நடந்தது.

திருமணத்தின்போது ஐந்து நாள் விருந்து நடந்தது. இவ்விருவரும் பல ஆண்டுகளாகப் பல நாடுகளில் சுற்றித் திரிந்து விட்டுக் கிராஸ் என்ற ஊரில் குடும்பம் நடத்தினர். இனிமேல் பிள்ளை பெற்றுக் கொள்ளலாம் என்று நினைத்ததும், அவர்கள் இந்தியாவிற்குத் திரும்பினார்.

அவர்கள் வாழ்க்கை நடத்துவதற்குப் பம்பாயைத் தேர்ந்தெடுத்தது புதுமையாகும். ''இந்தியா வாழ்வதற்கு ஏற்ற இடமன்று என்று என் தந்தை கருதினார்'' என்று ரிச்சர்டு ஹோல்கார் கூறினார். எஷ்வந்த ராவ் ஹோல்கார் கடைசி வரையிலும் பிரிட்டிஷார் மீது எதிர்ப்புணர்ச்சி கொண்டிருந்தார்.இதனால் மட்டும் அவர் இந்தியாவை வெறுக்கவில்லை; இந்தியா விடுதலை பெற்றதும் அவருக்குத் தாய்நாட்டின் மீதே வெறுப்பு வந்தது.

''அவர் இரண்டு முறை மணம் செய்தார். அவர் மனைவியருடன் கனக்டிக்கட் (அமெரிக்காவின் வடகிழக்கில் நியூ இங்கிலாந்து பகுதியிலுள்ள மாநிலத்தில்) வாழ்ந்து வந்தார். எனினும் காசுமீரத்தை அனுபவிப்பதற்காக அடிக்கடி இந்தியா வந்தார்'' என்று ரிச்சர்டு ஹோல்கார் தன் தந்தை பற்றிச் சொன்னார்.

ரிச்சர்டு ஹோல்கார் வெள்ளைக்காரரைப் போன்ற வெள்ளி முடியுடையவராக இருக்கின்றார். அவர் மனைவி சேலி சேலை கட்டுவதில்லை; மேற்கத்தி உடைகளே அணிகின்றார். சேலி ஹோல்கார் சமையற்கலையில் தேர்ந்தவர். அவர் எழுதியுள்ள ''மகாராசாக்களுக்குரிய சமையல்'' (*Cooking For The Maharajahs*) என்ற நூல் பெயர் பெற்றது.

அவர் திருமணமான பின்னர் இந்தியாவில் தனது சமையற்காரரைச் சந்தித்தது பற்றிக் கூறுகின்றார்: ''அவர் பெயர் துல்லி. பார்ப்பதற்கு மகாத்மா காந்தி போல் இருப்பார். நான் அவரை ''மகாராசா'' என்று கூப்பிடுவேன்''. அவர் எழுதிய சமையல் நூல் நல்ல வெற்றியாக அமைந்தது. இந்திய சமஸ்தானாதிபதிகள் இதை விரும்பி வாங்கினர்.

பதினெட்டாம் நூற்றாண்டில் இடையராக வாழ்க்கை தொடங்கிய மல்ஹர் ராவ் தோற்றுவித்த ஹோல்கார் குடியில் இன்றைய தலைமுறையினர் பாதிக்குமேல் அமெரிக்கராகி விட்டனர்.

இந்தூர் நடு இந்தியாவில் நிலவிய சமஸ்தானம். இது 1948 இல் மத்திய பாரதம் என்ற மாநிலத்தின் ஒரு பகுதியாக இருந்து, 1956 இல் மத்தியப் பிரதேசத்தைச் சேர்ந்தது. இந்தூர் நகரம் மேற்கு மத்தியப் பிரதேசத்தில் இன்று உள்ளது. டெல்லியின் தெற்கில் சற்று மேற்கே தள்ளி 650 கிலோமீட்டர் (403 மைல்) தொலைவில் உள்ளது. இது நெசவாலைகள் நிறைந்த நகரம். இங்கு பிரிட்டிஷ் காலனி ஆட்சிக் காலத்தைச் சேர்ந்த பல கட்டடங்கள் உள. மன்னர்களின் ஆண் மக்களுக்குக் கல்வி கற்பிப்பதற்காக இங்கு பத்தொன்பதாம் நூற்றாண்டில் தாலி கல்லூரி (*Daly College*) நிறுவப்பட்டது.

1732

10. புந்தேல்கண்டில் பன்னா அரசு

தோற்றம்

நடு இந்தியாவில் அமைந்துள்ள புந்தேல்கண்டு என்ற பகுதி இன்று மத்தியப் பிரதேச மாநிலத்தில் உள்ளது. இங்கு முன்னாளில் பல சிற்றரசுகள் நிலவின. விந்திய மலையின் மேற்பகுதி மலைத் தொடர்கள் மரங்கள் அடர்ந்ததும், ஊடுருவிச் செல்ல முடியாத நெருக்கமான காடுகள் செறிந்ததாகவும் இருந்தது. இங்கு யமுனை, பேட்வா என்ற ஆறுகள் பாய்கின்றன.

மேற்சொன்ன காடுகளில் முற்காலத்தில் கொள்ளையர் நிறைந்திருந்தனர். இங்கு பதினான்காம் நூற்றாண்டில் குடியேறிய இரசபுத்திரர் குடியைச் சேர்ந்த புந்தேலர் என்பாரின் பெயரால் இது புந்தேல்கண்டு என்று பெயர் பெற்றது. (இந்திய சரித்திரக் களஞ்சியம், தொகுதி-2 காண்க) அம்மக்கள் கார்வார் இரசபுத்திரர் குடியைச் சேர்ந்தோராவர். அவர்கள் மேற்கிலிருந்த இரசபுத்திர அரசுகளிலிருந்து நாடு கடத்தப்பட்டு இம்மலைப் பகுதியில் வந்து குடியேறினர்.

அவர்கள் சூழ்ச்சித் திறத்தாலும், குறிப்பிட்ட ஆள்களைக் கொலை செய்தும் இம்மலைகளில் அரசு நிறுவினர். அவர்கள் மலைகளிலிருந்து இறங்கி வந்து கங்கைச் சமவெளிப் பகுதிகளைத் தாக்கிக் கொள்ளையடித்துப் பெருஞ் செல்வம் சேர்த்து விட்டனர்.

புந்தேல்கண்டில் தகியர் போன்ற வஞ்சகக் கொள்ளையரும், வழிப்பறித் திருடர்களும் பிற்காலத்தில் புகலடைந்ததிலிருந்து முகலாயர் நகரங்களையும் கொள்ளையடிக்கலாயினர். நானாசாகிபு கூட கான்பூர் படுகொலைக்குப் பிறகு புந்தேல்கண்டைப் புகலியாகக் கொண்டார்.

இது இக்காலகட்டத்தில் நன்கு அறியப்படாத மலைப்பகுதியாக இருந்தது. இங்கு வாழ்ந்த மக்கள் பெற்றிருந்த இழிபெயராலும், குறிப்பிடத்தக்க நினைவுச் சின்னமாக எதுவும் இல்லாததாலும், பயணிகள் இந்தப் பக்கம் செல்வதே இல்லை.

புந்தேலப் பேரரசு நடு இந்தியாவின் குன்றுகளிடையில் பதினைந்தாம் நூற்றாண் டிற்கும், பதினேழாம் நூற்றாண்டிற்கும் இடைப்பட்ட காலத்தில் விரிந்து நிலவிற்று. இப்பேரரசு முகலாயர் படையின் தாக்குதல்களையும், ஊடுருவல்களையும் எதிர்த்து மும்முறை போராடியிருக்கின்றது.

போர்க்குணம் படைத்த இம்மக்களுடன் போராடுவதைவிட, இவர்களை நேசராக்கிக் கொள்ளலாம் என்று ஷாஜகான் *(1592-1666)* முடிவு செய்தது வரையிலும் சண்டை நடந்து வந்தது. எனினும் முகலாயரால் இம்மலைவாழ் மக்களை ஆற்றுப்படுத்த முடியவில்லை. புந்தேலரில் மாபெரும் போர் வீரரான சித்திரசால், தென்னிந்தியாவில் முகாலயர் படையில் பணி புரிந்து விட்டு, அங்கிருந்து திரும்பியதுமே முகலாயர் ஆட்சிக்கு எதிராகக் கிளர்ச்சி செய்தார். அவர் மராட்டிய வீரரான சிவாஜியுடன் சேர்ந்து கொண்டு முகலாயரை நடு மேற்கு இந்தியப் பகுதிகளிலிருந்து விரட்டுவதற்கும் முயன்றார்.

1732

சித்திரசால் *1732* ஆம் ஆண்டு இறந்ததும் புந்தேலப் பகுதி பிரிக்கப்பட்டது. அப்போதுதான் பன்னா என்ற அரசு தோன்றிற்று. புந்தேலர் தலைவர்கள் இப்பிரிவினைக்குப் பிறகு, ஒற்றுமை குலைந்து தமக்குள் சண்டையிட்டுக் கொண்டனர். பன்னா மன்னர் முதலமைச்சருடனும், தன் குடும்பத்தைச் சேர்ந்த ஏனையோருடனும் சச்சரவிட்டார். எனவே புந்தேலர் நாடு உயிர் பிழைத்து நிற்பதற்கு இன்றியமையாத படைபலம் தேவைப்பட்ட நேரத்தில், அம்மக்கள் வலியிழந்து கிடந்தனர்.

ரோகில்லா ஆப்கானியர், கொள்ளையர், மராட்டியப்படையினர் முதலானோர் எல்லாப் பக்கங்களிலிருந்தும் நெருங்கினர். சித்திரசால் *1680* ஆம் ஆண்டுகளில் மராட்டிய அரசவைக்குப் பேரழகியும் சிறந்த நாட்டியக்காரியுமான மஸ்தானியை அனுப்பி வைத்தார் என்பர்.

அந்நடனக்காரிக்கும் மராட்டியப் பேஷ்வாவிற்கும் பிறந்த சந்ததியினர். அதற்குச் சுமார் நூறாண்டுகளுக்குப் பிறகு புந்தேல்கண்டினுள் படை கொணர்ந்து, அதன் பெரும் பகுதியைத் தமதாக்கிக் கொண்டனர் என்பது விந்தையாகும்.

பிரிட்டிசார் இப்பகுதிக்குப் பத்தொன்பதாம் நூற்றாண்டில் வந்தபோது பன்னா மன்னர் கிசோர் சிங்கு நாடு கடந்து வாழ்ந்திருந்தார்.

பிரிட்டிசார் கிசோர் சிங்கை *1811* இல் அரியணை ஏற்றினர். அவருடைய சந்ததியினருக்கு மகேந்தரி என்ற பட்டத்தைக் கொடுத்தனர். அவர்கள் *1857* இல் நடந்த படைவீரர் புரட்சியின்போது, தொல்லை மிகுந்த இந்நாட்டை மடக்கி வைத்திருந்தோடு, தம் ஆட்சிப் பரப்பில் இதனையும் சேர்த்துக் கொண்டனர்.

இருப்பினும் இன்னல்கள் நிறைந்த இப்பதினெட்டாம் நூற்றாண்டில் பன்னாவில் வைரங்கள் கண்டுபிடிக்கப்பட்டமையால், இதன் எதிர்காலச் செழிப்பு உறுதி செய்யப்பட்டுவிட்டது. பன்னாவில் இக்கால கட்டத்தில் பிராணநாதர் என்ற புனிதர் ஒருவர் இருந்தார்.

சமயங்களனைத்தும் ஒன்றுபட வேண்டும் என்று அவர், பொதுமைக் கொள்கையைப் பரப்பிவந்தார். அவர் இக்கொள்கையை வலியுறுத்துகின்ற ஒத்த கருத்துகளை இந்துவேத நூல்களிலிருந்தும், இஸ்லாமியத் திருக்குரானிலிருந்தும் எடுத்துக்காட்டி ஓர் உரை எழுதினார்.

சித்திரசாலின் குதிரைக் குளம்படிகள் பட்ட இடமெல்லாம் வைரம் கிடைக்கும் என்று அவர் கூறியதாகவும் சொல்லப்பட்டது. பன்னாவில் குறிப்பிடத்தக்க சிறுசிறு வைரச்சுரங்கங்கள் இங்குமங்குமாக இருக்கின்றன.

பதினெட்டாம் நூற்றாண்டில் வைரம் கண்டுபிடிக்கப்பட்ட பிறகு, அரசகுடி கற்பனையை மிஞ்சும் விதத்தில் செல்வச் செழிப்புற்றது. பன்னா நகரத்தினருகில் பத்து ஒட்டகங்களின் மீது ஏற்றத்தக்க அளவிற்கு வைரங்கள் புதைத்து வைக்கப்பட்டுள்ளன என்ற வதந்தி அக்காலத்தில் நிலவியது.

பன்னா குவாலியரிலிருந்து தெற்கே, தென்கிழக்கில் சுமார் 325 கிலோமீட்டர் (200 மைல்); வாரணாசியிலிருந்து தெற்கே, தென்மேற்கில் 108 கிலோமீட்டர் (சுமார் 175 மைல்) தொலைவில் உள்ளது.

1733

1. முதல் தமிழ்ப் பாதிரியார் ஆரோன் (1698 - 1745)

தரங்கம்பாடியிலிருந்த டேனிய மிசனின் சமயப் பரப்பிகளான ஜெர்மன்காரர்கள், கிறித்தவ சமயப் பணியில் பெரும் பங்கை இந்தியக் கிறித்தவர்களின் கைகளில் ஒப்படைக்க வேண்டுமென்று சீகன்பால்கு காலத்திலிருந்தே உணர்ந்து வந்திருக்கின்றனர்.

இந்தியாவின் கிறித்தவத் திருச்சபை வெறும் இப் பெயரைச் சுட்டாமல், மெய்யாகவே இந்தியருடையதாயிருக்க வேண்டும் என்றும் கருதினர். ஓர் இந்திய போதகர் அல்லது குருவிற்கு முறைப்படி தீக்கை அளிக்க வேண்டுமென்பது 1733 ஆம் ஆண்டு முடிவெடுக்கப்பட்டது. இதற்குக் கொள்கை பாதிக் காரணமாகும்; அத்தகைய அவசியம் ஏற்பட்டது மறுபாதிக் காரணமாயிற்று.

தஞ்சாவூர் மன்னரின் ஆட்சிப் பகுதிக்குள் சென்று கிறித்தவ சமய போதனை செய்வதற்கு அனுமதி தரப்படவில்லை. சீகன்பால்கு ஒருமுறை உள்பகுதிக்குள் செல்ல முயன்று, அன்றே அது நிறைவேறாமல் போயிற்று.

சிற்றூர்களில் மதம் மாறியவர்களின் எண்ணிக்கை பெருகி வந்தது. அவர்கள் எப்போதும் தரங்கம்பாடிக்கு வந்து கிறித்தவ சமயச் சடங்குகளில் கலந்து கொள்வதற்கு முடியாது. அவர்களுக்கென்று தமிழ்ப் போதகர் அல்லது பாதிரி ஒருவரை அமர்த்துவதுதான் அதற்குச் சரியான வழி என்று கண்டனர். அவ்வாறு தீக்கை பெற்ற பாதிரிகள் எவ்விதத் தடைகளுமின்றி எங்கு வேண்டுமாயினும் செல்லலாம். அயல் நாட்டினரைப் போன்று அவர்களுக்குக் கட்டுப்பாடு இராது.

சமயப் பரப்பிகள் இது குறித்துத் திட்டமிட்டு வேலை செய்தனர். அவர்கள் இந்தியர்களைப் பாதிரிமாராக்க வேண்டுமென்று 1728 ஆம் ஆண்டிலேயே கோபன்கேகனுக்கு எழுதியிருந்தனர். அவர்கள் 1733 ஆம் ஆண்டு ஈஸ்டர் விழாக் காலத்தில் (ஏசுநாதர் உயிர்த்தெழுந்ததைக் கொண்டாடும் விழா ஈஸ்டர் விழாவாகும்.) பாதிரிமாராக வரக்கூடிய மூன்று ஆள்களின் பெயர்களைத் திருக் கூட்டத்தின் முன் வைத்தனர். அவர்கள் மூன்று ஊர்களைச் சேர்ந்த சமயப் பரப்புத் தொண்டர்கள். வினா-விடை முறைப்படி

கிறித்தவ மறையை மக்களுக்கு எடுத்துக் கூறி விளக்கி, அவர்களைச் சமய மாற்றத்திற்கு ஆயத்தப்படுத்தும் பணியை அம்மூவரும் செய்து வந்தனர்.

சவரிமுத்து, ஆரோன், தியாகு என்ற அம்மூவருள் ஒருவரைத் தேர்ந்தெடுத்து, அவரைப் பாதிரியாகத் தீக்கை கொடுப்பதென்று முடிவெடுத்தனர்.

அவர்களுள் மூத்தவரான சவரிமுத்து தனக்கு வயதாகிவிட்டதென்று போட்டியிலிருந்து விலகினார். ஏனைய இருவருக்கும் சரிசமமான வாக்குகள் கிடைத்தன. தரங்கம்பாடிச் சமயப் பரப்பிகள் அறுவரும், அவ்வாறே சரிசமமாக ஆளுக்கு மூன்று வாக்குகளை அளித்தனர். பின்னர் கூடியிருந்த மன்றம் போதகர்களுடன் கலந்து பேசி ஆரோனை ஒரு மனதாகத் தேர்ந்தது.

ஆரோன் ஏறத்தாழ 1698 வாக்கில் பிறந்தவர்; வேளாளர் குடியினர். அப்போது வேளாளர்கள் பிராமணர்களுக்கு அடுத்த நிலையில் வைத்து எண்ணப்பட்டனர். ஆரோன் வசதியான குடும்பத்தில் பிறந்தவர். அவர் 1718-இல் திருமுழுக்குப் பெற்றுக் கிறித்தவரானார். அதற்கடுத்த ஆண்டு தனது ஊரில் சமய போதகரானார். சுற்றியுள்ள சிறு ஊர்களுக்குச் சென்று கிறித்தவத் திருச் செய்திகளைப் பரப்பி வந்தார்.

1733

அவருக்கு 1733 டிசம்பர் 20 அன்று பாதிரியாராகத் தீக்கை கொடுத்தனர். அந்நிகழ்ச்சி மிகச் சிறப்பாக நடத்தப்பட்டது. இந்தப் சடங்கில் பதினோரு பேருக்குக் குறையாத பெரிய பாதிரிமார் பங்கேற்றனர்.

தரங்கம்பாடியிலிருந்து அறுவர்; சென்னையிலிருந்து ஒருவர்; தரங்கம்பாடியைச் சேர்ந்த தனி மதகுருமார் இருவர்; அப்போது இந்தியாவில் நங்கூரமிட்டிருந்த இரண்டு கப்பல்களின் தனிக் குருமார் இருவர் என்று பதினோரு பேர் இச்சடங்கில் கலந்தனர்.

ஆரோன் தீக்கை பெற்ற பிறகு மாயவரம் வட்டாரத்தில் சமயப்பணிக்கு அமர்த்தப் பட்டார். அவர் நெடுங்காலம் இப்பணியில் ஈடுபடவில்லை. ஏனெனில் 1745 ஜுன் 25 இல் இறந்துபோனார். அவர் சமயப் பணியில் ஈடுபட்டிருந்த காலத்தில் இந்துக்களும், கிறித்தவரும் ஒருசேர மதிக்கும் வண்ணம் மரியாதையோடும், அன்புடனும் நடந்து கொண்டு நற்பெயர் பெற்றார். அவர் நேர்மையும் மனஉறுதியும் மிக்கவர். தனிப்பட்ட மனிதர்களுடன் பழகுவதில் கெட்டிக்காரர்.

2. ஜஞ்சிராவும், சிதியரும்

ஜஞ்சிரா என்பது பம்பாய்க்குத் தெற்கில் சுமார் 48 கிலோமீட்டர் (சுமார் 30 மைல்) தொலைவிலுள்ள கோட்டைத் தீவாகும். தீவு என்ற பொருளைத் தரும் ஜெசிரா என்ற அரபுச் சொல்லிலிருந்து திரிந்த பெயர் ஜஞ்சிரா ஆகும். இத்தீவுக் கோட்டையைச் சிவாஜியோ, அவர் வழி வந்தவர்களோ, மராட்டியர் கப்பற்படையின் தலைவரான கானோஜி ஆங்கரேயோ எந்தக் காலத்திலும் பிடிக்க முடிந்ததில்லை. அது வெல்ல முடியாதது என்ற காரணத்தினால்தான், ஜஞ்சிரா என்றால் மராட்டி மொழியில் தீவுக் கோட்டை என்ற பொருளில் வழங்கி வருகின்றது.

அபிசீனியா - எத்தியோப்பியா

ஜஞ்சிராவை ஆண்டவர்கள் வாணிபத்தின் பொருட்டு அபிசீனியாவிலிருந்து இந்தியாவிற்கு வந்தனர். இன்று வடகிழக்கு ஆப்பிரிக்காவில் செங்கடல் மீதுள்ள எத்தியோப்பியாவின் முந்திய பெயர் அபிசீனியா. கற்பனையாகப் புனைந்துரைக்கப்பட்ட

கிறித்தவ மன்னரான பிரஸ்டர் ஜான் என்ற கற்பனை மன்னரைப் பற்றியும், அவரது நாட்டைப் பற்றியும் இந்திய சரித்திர களஞ்சியம் தொகுதி இரண்டு, பகுதி ஒன்றில் விவரிக்கப்பட்டிருந்தது. அங்கு கற்பனையையும் மிஞ்சுகின்ற செல்வம் இருந்தது என்று கதைகள் கட்டிவிடப் பட்டிருந்ததால் போர்த்துக்கீசப் புத்திடந்தேடிகள், அச்செல்வத்தை அள்ளிக் கொண்டு வரலாமென்று சென்றனர். எத்தியோப்பியா நான்காம் நூற்றாண்டிலேயே கிறித்துவம் தழுவி விட்டதால் அந்தக் கதை இந்த உண்மையை வைத்துப் புனையப்பட்டது.

விவிலியத்தில் சொல்லப்பட்டுள்ள அறிவுக் கூர்மையுடைய எபிரேய மன்னரான சாலமனுக்கும், ஷீபா என்ற அரசிக்கும் பிறந்த மகனான மெனலிக்கு என்பவர் சுமார் கி.மு.1000 ஆம் ஆண்டு வாக்கில் இந்நாட்டை நிறுவியதாக எத்தியோப்பியப் புராணக் கதைகள் கூறுகின்றன. அதை நம்பிய எத்தியோப்பிய மன்னர்கள் தம்மை ''மன்னர் மன்னன்'' ''ஜுடிய அரிமா'' என்றெல்லாம் அழைத்துக் கொண்டனர். சுமார் கி.பி.100 ஆம் ஆண்டில்தான் எழுதிவைக்கப்பட்ட வரலாறு தொடங்குகின்றது. அப்போது இன்று அரேபியத் தீவக் குறையின் தென் மேற்கு மூலையில் அமைந்து ஏமன் என்று வழங்கும் பண்டைய சபா என்ற நாட்டைச் சேர்ந்த செமித்திய மக்கள் ஆக்சம் என்ற பெயரில் பண்டை எத்தியோப்பியாவில் ஓர் அரசை நிறுவினர். ஷீபா என்றும் சபா என்றும் வழங்கிய அம்மக்கள் தங்கம், மணக்காரச் சரக்குகள், மணிக்கற்கள் இவற்றில் வாணிபம் செய்தனர். அவர்கள் நிறுவிய ஆக்சம் என்ற அரசு வட எத்தியோப்பியா, சூடானின் ஒரு பகுதி இங்கெல்லாம் விரிந்திருந்தது. ஆக்சம் என்ற அவர்களின் தலைநகரின் பெயரால், அந்த அரசும் ஆக்சம் என்றே அழைக்கப் பெற்றது.

ரோமானியர் அகஸ்டஸ் ஆட்சிக் காலத்திலிருந்து (கி.மு.29- கி.பி.14), மார்க்கஸ் அரேலியர் காலம் (கி.பி.161-180) வரையிலும் கீழையுலகில் தலையிட்டனர்; ரோமானியப் பேரரசு கடல் வாணிபத்தை ஊக்குவித்தும், மேம்படுத்தியும் வந்ததால், பார்த்தியர் (காஸ்பியன் கடலுக்குத் தென்கிழக்கில் அமைந்த பண்டை ஆசிய நாடான பார்த்தியாவின் மக்கள்; இம்மாபெரும் பேரரசு கி.பி.மூன்றாம் நூற்றாண்டில் தென்மேற்கு ஆசியாவில்

மேலோங்கி நின்றது. அதைச் செலுக்கஸ் என்ற அலெக்சாந்தர் படைத் தலைவரின் குடியைச் சேர்ந்த செலக்கிடுகள் கி.பி.மூன்றாம் நூற்றாண்டில் அழித்தனர்.) நிலவழி வாணிபத்தில் அடைந்த பெருத்த வருவாயை, ரோமானியர் கடல் வாணிபத்திலிருந்து பெற்றுத் தம் பொருளியல் வளத்தைப் பெருக்கினர். ரோமானியரால் பார்த்தியரைத் தோற்கடிக்க முடியவில்லை. ஆனால் ரோமானியர் பார்த்தியரை இவ்வகையில் மிஞ்சியதால், அது பின்னவருக்குப் பெரும் பாதகத்தை உண்டாக்கியது.

ரோமானியர் இத்துடன் நில்லாது அரேபியாவின் கடலோடியரான நபாத்தியன், சபா அல்லது நுகபா, ஹிமியரைட்டு என்ற மக்களையும் வலுவிழக்கச் செய்தனர். ரோம் அரபுக் கடலோடி மக்களை இவ்வாறு வலுக்குன்றச் செய்த நேரத்தில் எத்தியோப்பியாவில் அம்மக்களினத்தைச் சேர்ந்த சபாவினர் அமைத்த ஆக்சம் அரசிலும் தலையிட்டு அம்மக்களின் எதிரிகளை ஊக்குவித்தது. இவ்வாறு ரோம் எத்தியோப்பிய வரலாற்றிலும் இடம் பெறுகிறது.

ஆக்சமிய அரசு செங்கடலின்மீது அடுலிஸ் (இன்றைய மசாலா துறைமுகம்) என்ற துறைமுகத்தை நிறுவியிருந்தது. ஆக்சம் அதன் வழியே இந்துமாக்கடலின் மிக முக்கியமான வாணிப மையமானது. ரோமானியப் பேரரசு தாழ்ந்ததும், அவர்களால் இந்தியாவிலிருந்து நேரடியாகப் பண்டங்களை வாங்க முடியாதிருந்தது. அதனால் ரோமானியர் அடுலிசிற்கு வந்து கீழை நாட்டுப் பண்டங்களைக் கொள்முதல் செய்தனர்.

இந்த ஆக்சம் அரசு கி.பி.நான்காம் நூற்றாண்டு வாக்கில் கிறித்தவம் தழுவிற்று. எனினும் இஸ்லாம் ஏழாம் நூற்றாண்டில் எழுச்சி பெற்றதும், அதன் அண்டையிலுள்ள முஸ்லிம் நாடுகளால் ஆக்சத்திற்கு ஆபத்து உண்டாயிற்று. ஆக்சம் தன் செங்கடல் துறைமுகங்களை இழந்தது. உள்நாட்டின் கிறித்தவ மக்கள் மேட்டு நிலங்களுக்குக் குடிபெயர்ந்து 16 ஆம் நூற்றாண்டுவரையிலும் தனித்து ஒதுங்கி வாழ்ந்தனர். எத்தியோப்பியாவில் சாலமனின் குடிவழியை மீண்டும் நிறுவுவதற்காக 1270 ஆம் ஆண்டு ஒரு புதிய மரபு ஆட்சிக்கு வந்தது. அதன் ஆட்சியில் எத்தியோப்பியப் பண்பாடு மலர்ந்தது.

இத்தகைய நெடிய வரலாற்றையுடைய எத்தியோப்பாவிலிருந்து பதினைந்து, பதினாறாம் நூற்றாண்டுகளில் மெய்க்காவல் படை வீரர்களாக அபிசீனியர் இந்தியா வந்தனர். குறிப்பாக, அவர்கள் வங்கம், குஜராத், தக்காணம் ஆகிய பகுதிகளில் ஆற்றிய பங்கு பணி குறிப்பிடத்தக்கதாகும். அவர்களை பர்பக் ஷா என்பவர் முதலில் வங்கத்திற்குக் கொண்டு வந்தார். அவர்கள் காலப்போக்கில் முடியரசின் மன்னர் குடிக்கு மெய்க்காவலராயினர். அலாவுதீன் சையது உசேன் ஷரீஃபு அவர்களை வங்கத்திலிருந்து வெளியேற்றினார். அவர்களுக்கு வடக்கில் நிற்க நிலையின்றிப் போகவே குஜராத்திற்கும், தக்காணத்திற்கும் சென்றனர். இவ்வாறு ஒரு கருத்துக் கூறப்படுகின்றது.

ஜஞ்சிராவை ஆண்டவர்களின் முன்னோர் அபிசீனியாவிலிருந்து வாணிபத்தின் பொருட்டு வந்தனர் என்ற மற்றொரு கருத்தும் உண்டு. இந்தியாவிற்கும், ஆக்சமிற்கும் (பண்டை எத்தியோப்பியா) கிறித்தவ அப்தத்தின் தொடக்கத்திலிருந்தே வாணிபத் தொடர்பு இருந்தது என்பதை மேலே கண்டோம். ஆனால் அவர்களுக்கு வாணிபத்திறமை பின்னர் இல்லாது போனமையால் கடலோடுவதைத் தொழிலாகக் கொண்டு மாலுமியராயினர். அவர்கள் தக்காணத்துச் சுல்தான்களின் கீழ் பணி புரிந்து வந்தனர்.

''செடி'' என்பது ஆப்பிரிக்காவில் மரியாதைக்குரிய பட்டமாகும். எனவே அபிசீனியரான அவர்கள் தம்மைச் செடி என்றழைத்துக் கொண்டனர். மராட்டியரோ நீகிரோவரனைவரையும் சிதி என்று அழைப்பது வழக்கம். ஆதலால் அவர்கள் செடி

என்பதைச் சிதி என்று மாற்றி வழங்கி விட்டனர். ஆதலால் அவர்கள் சிதி என்று அழைக்கப்படுகின்றனர்.

சிதியர் ஜஞ்சிராவை எப்போது ஆளலாயினர் என்பது புலனாகவில்லை. பிஜப்பூரில் பணிபுரிந்த அபிசீனியரான சிதி ஜோகார் என்பவர் கொங்கணத்தில் ஜஞ்சிரா அரசை அமைத்தார் என்று கூறுவோருமுளர்.

அபிசீனியச் சாகசக்காரர் ஒருவர் 1498 ஆம் ஆண்டு வணிகனைப் போல் மாறுவேடம் பூண்டு, விலை மதிப்புள்ள பண்டங்கள் அடைத்த 400 பெட்டிகளை இறக்கி வைப்பதற்கு ஜஞ்சிராக் கோட்டைத் தலைவரிடம் அனுமதி கேட்டதாகவும், அதற்கு ஒப்புதல் கிடைத்ததாகவும் இன்னொரு கதை கூறுகின்றது. அவ்வாறு இறக்கி வைக்கப்பட்ட ஒவ்வொரு பெட்டியினுள்ளும் ஆயுதமேந்திய ஒரு வீரன் மறைந்திருந்து நடு இரவில் பெட்டிக்குள்ளிருந்து வெளிப்பட்டு, எவராலும் வெல்ல முடியாத ஜஞ்சிராக் கோட்டையைக் கைப்பற்றினரென்றும் அக்கதையிலிருந்து அறிகின்றோம். இது அரபுக் கதைகளுள் ஒன்றான அலிபாபாவும் நாற்பது திருடர்களும் என்ற கதையைத்தான் நினைவூட்டுகின்றது. ஆகவே இதையும் கதையென்றே தள்ளிவிடலாம்.

சிதியர் பதினேழாம் நூற்றாண்டின் தொடக்கத்திலிருந்து பிஜப்பூர்ச் சுல்தானுக்கு அடங்கிய ஏவலராகவே தமது பகுதியில் ஆட்சிபுரிந்து வந்தனர். தக்காணத்தின் பிஜப்பூர்ச் சுல்தான்கள் அவர்களுக்கு இரட்டைப் பணிகளை இட்டிருந்தனர். கடற்கரைக்குக் காவலாயிருக்க வேண்டும்; மெக்கா செல்லும் முஸ்லிம் பயணிகளுக்குப் போதிய அளவில் போக்குவரவு வசதிகள் செய்து தரவேண்டும்.

1733

ஜஞ்சிராவைச் சுற்றியிருந்த சில கோட்டைகளும் சிதியரின் பொறுப்பில் விடப்பட்டன. அக்கோட்டைகளையடுத்து வெளியில் காவற் படைகளை நிறுத்தி வைப்பதற்காகச் சிறு நிலப்பரப்பும் அவர்களுக்கு வழங்கப்பட்டன. சிதியரில் சிலர் இந்நிலப்பரப்பைச் சிறுகச் சிறுகப் பல தலைமுறைகளாகச் சேர்த்து விரித்து விட்டனர். ஆதலால் சிவாஜியின் காலத்தில் (1627-1680) ஜஞ்சிராவைச் சுற்றிலும் சுமார் 49 கிலோ மீட்டர் (30 மைல்) பரப்புள்ள நிலம் அவர்களிடம் இருந்தது.

தீவுக் கோட்டை

அவர்கள் இஸ்லாத்தில் சன்னி பிரிவினர். அவர்களின் தலைநகரம் தண்டராஜப்பூர்; அது அக்காலத்தில் மிகவும் செழிப்பான துறைமுகமாக விளங்கியது. தண்டராஜப்பூருக்கு அருகே கடலால் பிரிக்கப்பட்ட ஜஞ்சிராக் கோட்டை இருந்தது. அது எவராலும் துளைக்கமுடியாத தீவுக் கோட்டை.

ஜஞ்சிரா தீவு சுமார் 2 கிலோமீட்டர் (சுமார் ஒரு மைல்) அகலமிருக்கும். அதில் ஒவ்வோர் அங்குலத்திலும் வீடுகள் அமைத்துக் கொண்டு வாழ்ந்தனர். அவை அடுக்கடுக்காகச் சுமார் 61 மீட்டர் (200 அடி) உயரத்திற்கு எழும்புகின்றன. அங்கு உச்சியில் சிறு மைதானம் உள்ளது. அதன் மேல் நீண்ட பெரிய பீரங்கி வைக்கப்பட்டிருக்கும். கடலைச் சுற்றிலும் கோட்டை கட்டப்பட்டுள்ளது. கடலலைகள் பன்னிரண்டு மீட்டர் (40 அடி) உயரத்திற்கு எழும்புகின்றன.

இன்றும் இக்கோட்டை நின்று நிலவுகின்றது. உயர்ந்த மைதானமான பாலே கில்லா என்ற இடத்தில் வைத்துள்ள நீளமான பெரும் பீரங்கி இன்றும் மௌனமாக நிற்கின்றது. ஒரே வேறுபாடு என்னவெனில், ஜஞ்சிரா கோட்டையின் வாயிலில் வாளேந்திய காவலர் எவருமில்லாததாகும். ஈ கூட நுழைய முடியாதிருந்த அக்கோட்டைக் குள் யார் வேண்டுமானாலும் இப்போது போகலாம்.

சிதி ஆட்சி முறை

இங்கு ஆட்சிபுரிந்த சிதியருக்குப் பரம்பரையாக ஆட்சிமுறை செல்வதில்லை. ஆட்சியிலுள்ள சிதி இறந்ததும், பிஜப்பூர்ச் சுல்தான்கள் அபிசீனியக் கப்பற்படையின் அதிகாரிகளில் மிகவும் தகுதிவாய்ந்த ஒருவரை அப்பதவியில் அமர்த்துவார். பிஜப்பூர்ச் சுல்தான்கள் மீது மாறாத விசுவாசமுள்ள ஒருவருக்குத்தான் சிதி என்ற அந்தப் பதவி கிடைக்கும்.

ஆட்சியிலிருக்கும் சிதியின் அமைச்சராயிருப்பவருக்கு வசீர் என்ற பட்டம் தரப்படும். சிதியரின் ஊழியத்தில் மாராட்டியர் பலர் இருந்தனர். ஜஞ்சிராவைச் சுற்றிய பகுதிகளிலிருந்த கோட்டைகளின் தலைவர் அனைவரும் மராட்டியராயிருந்தனர். எனினும் சிதியின் கப்பற் படையிலிருந்த மாலுமியரில் பெரும்பாலர் ஆப்பிரிக்கா விலிருந்து வந்தனர்.

தாய்நாட்டை விடுவித்துக் கீழை உலகில் வீரதீர சாகசங்களையும், செல்வத்தையும் தேடி வந்தவர்களில், பொறுக்கி எடுக்கப்பட்ட மாலுமியரே, அவர்களின் கப்பற்படையில் இருந்தனர். அவர்கள் கடலோடு வாழ்ந்தனர்: பஞ்ச பூதங்களுடன் இடைவிடாது போரிட்டு வாழ்ந்ததோடு, மராட்டியருடன் எப்போதும் போரிடுவதே அவர்களின் தொழிலாக இருந்தது.

இவ்வாறு கொங்கணத்தின் (கொங்கணம் பற்றி இந்திய சரித்திரக் களஞ்சியம், தொகுதி மூன்று காண்க) நடுமையத்தில் போர்த்திறன் மிக்கவர்களும், துணிச்சலும், தீரச் செயல் நாட்டமும் வாய்ந்த வீரர்களும், கடலோடிகளும் வாழ்ந்து வந்தனர். அவர்கள் குடியேறி வாழ்ந்து வந்த இப்பகுதிகளில் பின்பற்றப்பட்டுவந்த சமயத்தை மிகவும் கடுமையாக எதிர்த்தனர். இம்மக்களின் வழிவந்தோர் இன்றும் (1991) ஜஞ்சிராவைச் சுற்றி வாழ்கின்றனர். அவர்களின் பிழைப்பு இன்றும் கடலை நம்பித்தான் இருக்கின்றது. அவர்கள் சிறுதர வணிகர்களாக இருந்து, மிகவும் நொய்தான சிறு பாய்மரப் படகுகளில் கரையோரம் நெடுகிலும் திரிகின்றனர். மங்களூரிலிருந்து சிவப்பு ஓடுகளையும், கார்வாரிலிருந்து தேக்கு, முந்திரிப்பருப்பு, கயிறு, மீன்தீவனம், கொப்பறை முதலியவற்றையும் ஏற்றிக் கொண்டு பாரசீக வளைகுடாவிற்கும், கிழக்காப்பிரிக்கத் துறைமுகங்களுக்கும் சென்று, அங்கிருந்து ஈச்சம்பழம், கம்பளங்கள், சிவப்பு, பச்சை நிற எண்ணெய்ப் பீப்பாய்கள் முதலியவற்றைக் கொண்டு வருகின்றனர். எப்போதேனும் சில வேளைகளில் முதல் சிதியர் காலத்தில் தம் முன்னோர் செய்து வந்ததைப்போலவே கள்ளத்தனமாகத் தங்கம், அல்லது வெள்ளியையும், போதைப் பொருள்களையும் கொண்டு வருவதுண்டு.

சிதி-மராட்டியர் பகை

சிதியருக்கும் மராட்டியருக்கும் தீராப்பகை இருந்து வந்தது. சிவாஜியின் காலத்தில், அவர் 1648-இல் படையெடுத்துச் சென்று சிதியின் கோட்டைப் புறத்தேயிருந்த நிலப்பரப்பைப் பிடித்துவிட்டார். சிதியருக்கும் மராட்டியருக்குமிடையே அடுத்த ஒரு நூற்றாண்டுக்காலம் விடாது நடந்து வந்த சண்டைக்கு இதுதான் தொடக்கமானது. சிவாஜி 1659 முதல் சிதிக்கு எதிராக ஆண்டுதோறும் படைகளை அனுப்பிவந்தார். அவர் பதின்மூன்றாவது முறை நடந்த தாக்குதலின்போது, தானே படைத் தலைமையை ஏற்றார். ஜஞ்சிரா கோட்டைமீது நடந்த தாக்குதலில் சிதி தன் கோட்டையைச் சரணடையச் செய்யும் நிலைக்கு வந்துவிட்டார்.

அப்போது சிதியாக இருந்தவர் பெயர் ஃபத்தே கான். கோட்டைக்குள்ளிருந்தவர்கள் ஃபத்தே கானை சிறையில் அடைத்துவிட்டு, உறுதியுடன் மராட்டியரை எதிர்த்துப் போராடினர். சிவாஜி மழை நின்றதும் முற்றுகையை நிறுத்தினார்.

மராட்டியர் இங்ஙனம் சிதியரை ஆண்டுதோறும் தாக்கிவந்த காலத்தில் சிதியரின் மேல் ஆண்டையரான பிஜப்பூர் சுல்தான்கள் சிதியருக்கு எந்தவகையிலும் உதவி செய்யவில்லை. எனவே ஜஞ்சிராவிற்கு ஆபத்து நெருங்கியவேளையில், அதைக் காப்பதற்காக எழுந்து வெற்றிகண்ட படையதிகாரிகள் பிஜப்பூருடன் கொண்டிருந்த உறவை உதறிவிட்டனர். அவர்கள் முகலாயருக்கு அடங்கி வாழ ஒப்புக் கொண்டு, பிஜப்பூர்க் கப்பற்படைத் தொகுதியை முகலாயருக்கே மாற்றித்தர முன் வந்ததும், ஔரங்கசீபு அவர்களை மகிழ்ச்சியோடு ஏற்றுக் கொண்டார்.

ஜஞ்சிராவிற்கு ஏற்பட்ட நெருக்கடியின்போது, அதைக் காப்பாற்றிய படைத் தலைவர்கள், சிதி ஃபத்தே கானைப் பதவியிலிருந்து இறக்கினர். ஃபத்தே கான் கோட்டை முற்றுகையின்போது, சிவாஜியிடம் சரணடைய ஆயத்தமாயிருந்தார் என்பது அதற்குக் காரணம். அவர்கள் காசம் என்பவரைப் புதிய சிதியாகத் தேர்ந்தெடுத்தனர்.

பிஜப்பூர்ச் சுல்தான் தன் கடற்படையைச் சிதி நடத்திவந்ததற்காக ஆண்டுதோறும் நான்கு இலட்ச ரூபாயை மானியமாக அளித்து வந்தார். அதை உதறிவிட்டுச் சிதியர் இப்போது முகாலயரின் விசுவாசமுள்ள ஊழியராயினர். அவர்கள் இப்போது முகலாயரின் கப்பற்படைத் தலைமையை ஏற்றனர்.

முகலாயப் பேரரசு அவர்கள் செய்த இந்தச் சேவைக்காக அவர்களுக்குச் செல்வச் செழிப்புமிக்க வணிகத் துறைமுகமான சூரத்தின் வருவாயில் ஒரு பகுதியையும், கப்பல்களையும் அளித்தது. சிதியர் இக்கப்பல்களில் மெக்கா சென்ற ஹஜ் பயணிகளை ஆண்டுதோறும் ஏற்றிச் சென்று, அவர்களை நல்லமுறையில் நாடு கொண்டுவந்து சேர்க்க வேண்டும்.

ஔரங்கசீபு 1707 ஆம் ஆண்டு செத்ததும், முகலாயர் கப்பற்படைத் தலைவரான சிதி காசிம் யாகுத் கான் 1733 ஆம் ஆண்டு பிரிட்டிசாருடன் ஓர் உடன்பாடு செய்து கொண்டார். அவர் அதன் பிறகு மராட்டியர் கப்பற்படைக்கு எதிராக பிரிட்டிசாருக்கு உதவிபுரிந்து வந்தார். அவரின் வழிவந்தவர்களும் பிரிட்டிசாருக்கு விசுவாசிமாயிருந்து வந்தனர்.

ஜஞ்சிரா இறுதியாக 1843 ஆம் ஆண்டு பிரிட்டிஷ் ஆட்சிப் பகுதியில் சேர்ந்துவிட்டது.

3. நெசவுத் தொழிலில் புது யுகம் பருத்தி

பருத்தியின் தாவரப் பெயர் *Gossypium* ஆகும். அது மெல்லிழை இலைத் தண்டுகளும் ஊதா மலர்களும் உடைய மாலோ (*mallow*) என்ற செடியினக் குடும்பத்தைச் சேர்ந்தது. பருத்தி இயற்கை செய்த புரட்சியின் காரணமாக, உலக உருண்டையின் நேர் எதிராக அமைந்துள்ள தென்னாசியாவிலும், நடு அமெரிக்காவிலும் பண்டைக் காலத்திலிருந்தே வளர்ந்துவருகின்றது. இவ்விரு பகுதிகளுமே பருத்தி விளைவிப்பதிலும், துணி நெசவிலும் தமக்குத்தான் முதலிடம் என்று உரிமை கொண்டாட இயலாது.

எனினும் புதுக் கற்காலத்திலிருந்தே (கி.மு.40,000 - 4,000) பருத்தி ஆடை நெய்யப் பட்டு வந்தது என்பது அறிஞர் முடிபு. பருத்தி இந்தியாவில்தான் முதன் முதலில் தோன்றியது என்பர். ஐயாயிரமாண்டுகளுக்கு முன்னர் செழித்திருந்த சிந்துவெளி மக்களும்

பருத்தி ஆடைகளை அணிந்து வந்திருக்கின்றனர். இந்தியாவில் கி.மு.800 ஆம் ஆண்டு வாக்கிலேயோ, அதற்கு முன்னரோ பருத்தி வேளாண்மையும், நூற்பும், நெசவும் இருந்தன என்று மனு கூறுகின்றார். சிந்துவெளிக் காலத்திலிருந்தே பருத்தி முறையாகப் பயன்படுத்தப்பட்டு வந்திருக்கின்றது. பருத்தியிலிருந்து கொட்டை நீக்கிய பஞ்சை நூலாக நூற்று ஆடை நெய்யும் கலை அப்போதே உருப்பெற்று வளர்ந்துள்ளது. வடகிழக்கு ஆப்பிரிக்காவில் செங்கடல் மீதுள்ள சூடானில் சுமார் 2,500 ஆண்டுகளுக்கு முன்னரே பருத்தி விளைந்துள்ளது.

பருத்தியின் பயணம்

அலெக்சாந்தர் (கி.மு.356-323) இந்தியாவிலிருந்து வெற்றி வீரராக திரும்பியதும், கி.மு.323 இல் ஆசியா மைனருக்கு பருத்தியைக் கொண்டு சென்றார். மேல் எகிப்தில் கி.மு.300 ஆம் ஆண்டிலேயே பருத்தி பயிர் செய்யப்பட்டது. அதே காலத்தில் கிரேக்கத்தில் பருத்தி அழகிய தோட்டச் செடியாக வளர்க்கப்பட்டது.

பருத்தி இந்தியாவிலிருந்து தொலைக்கிழக்கு (சீனம், ஜப்பான், வட, தென் கொரியா, கிழக்கு சைபீரியா, இந்தோசீனம், அதையொட்டிய தீவுகள், ஆப்கானிஸ்தானத்தின் கிழக்கிலுள்ள பகுதிகள் முதலியன தொலைக் கிழக்கு எனப்படும்) சென்ற வழியில் கி.பி.600 ஆம் ஆண்டு சீனத்தையும், கொரியத்தையும் அடைந்தது. ஜங்கு என்ற சீனக்கப்பல் பருத்தி விதைகளை ஏற்றிச் சென்றபோது, கடும் புயல் வீசியதால், அது ஜப்பானியக் கரையில் கி.பி.759 இல் உடைந்தது. இக்கப்பலிலிருந்து இறக்கப்பட்ட விதைகள் ஜப்பான் எங்கும் பரவின.

சிரியப் பாலைவனத்து நாடோடி அரபுக் குலத்தாரான சாரசன்கள் கி.பி.821-இல் சிசிலித் தீவை வென்றனர். அவர்கள் இத்தாலியின் தென்மேற்குத் தொங்கலுக்கு அப்பால் மத்தியதரைக் கடலிலுள்ள மிகப் பெரிய தீவான சிசிலியில் பருத்தியை அறிமுகம் செய்தனர்.

கார்டோபா காலிஃபாவான மூன்றாம் அப்துல் ரகுமான் ஸ்பெயினில் 912 ஆம் ஆண்டு பருத்தித் தோட்டம் போட்டார். துருக்கர் 1350 ஆம் ஆண்டு தென்கிழக்கு ஐரோப்பாவிலுள்ள பால்கன் பகுதிகளுக்குப் பருத்தியைக் கொண்டு சென்றனர்.

ஐரோப்பா முழுமையும் இருண்ட காலம் என்ற காலப் பகுப்பில் முற்றிலும் அறியாமையில் மூழ்கியிருந்த காலத்தில் ஐரோப்பியரால் அறியப்படாதிருந்த நாடுகளுக்குச் சென்று திரும்பியவர்கள் கூறிய விசித்திரமான கதைகளெல்லாம் வேதவாக்காகக் கருதப்பட்டன. (இருண்ட காலம் என்பது சுமார் கி.பி.5 ஆம் நூற்றாண்டிலிருந்து சுமார் 1100 ஆம் ஆண்டு வரை சுமார் எழுநூறு ஆண்டுக் காலப் பகுதியாகும்)

சாமர்கண்டிலிருந்து தாயகம் திரும்பிய நிலவழிப் பயணியர், அங்கு தத்தாரியிலும், கத்தே (சீனம்) என்ற நாட்டிற்கும் அப்பாலிருந்த பகுதிகளிலும் ஆட்டுக்குட்டி மரம் இருந்ததென்றும், மக்கள் அதற்கு பரோமெட்ஸ் (*Barometz*) என்று பெயரிட்டிருந்ததாகவும் கூறினர். அம்மரத்தின் பூக்கள் ஆட்டுக்குட்டி போல் இருந்தன. அதற்குக் கால், குளம்புகள், காது, மயிர் நிறைந்த தலை முதலியன இருந்தன என்று வருணித்தனர். இந்த ஆட்டுப்பழங்களின் தலை தொங்கியிருந்தது. அதனால் அவை அருகிலுள்ள புல்லை மேய்ந்தன. புல் தீர்ந்ததும் செடி செத்தது என்று சொன்னார்கள். அந்நாட்டு மக்கள் மயிர் நிறைந்த ஆட்டுத் தலைகளை கொய்து சேகரித்து மென்மையான இழைகளாக நூற்றனர். அவ்விழைகளைக் கொண்டு அழகிய இந்தியத் துணிகளாக நெய்தனர். அரபு வணிகர்கள்

அத்துணிகளைக் கீழையுலகின் விலைமதிப்பு மிக்க பொருள்களில் ஒன்றாக, மேற்கத்திய நாடுகளில் பல நூற்றாண்டுகளாக விற்றுவந்தனர். ஐரோப்பியர் ஆட்டு மயிரிலிருந்து நூற்ற கம்பளித் துணிகளை நெய்து ஆடையாக அணிந்தமையால் பருத்தியை ஆட்டுக்குட்டி மரம் என்று எளிதாக கற்பனை செய்துவிட்டனர்.

பருத்தி மத்திய தரைக்கடல் பகுதிகளெங்கும் பயிரிட்டு, நூலாக நூற்று துணியாக நெய்யப்பட்டதெனினும், தொலை கிழக்கு நாடுகளில் இருப்பதாகச் சொல்லப்பட்ட ஆட்டுக்குட்டி மரங்கள், அதன்பிறகு தோன்றிய அறிவியலாரைத் திகைத்து மயங்க வைத்தன.

கொலம்பஸ் செய்த தவறு

கிறிஸ்தபர் கொலம்பஸ் (1451-1506) ஹிஸ்பானியோலா என்ற தீவில் 1492-இல் கரையிறங்கிய காலையில், உள்நாட்டு மக்கள் வண்ணப் பகட்டான பருத்தித் துணிகளை அணிந்திருக்கக் கண்டார். அதனால்தான் பருத்தித் துணிகள் மலிந்திருந்த இந்தியாவை அடைந்து விட்டதாகக் கொலம்பஸ் எண்ணுவதற்குக் காரணமாயிற்று.

மெக்சிக்க இந்திய மக்களான அசுடெக்குகள் தடித்த பருத்தி நூலால் நெய்யப் பட்ட ஒருவகையான கனத்த மேலங்கியை அணிந்திருந்தனர். அது அவர்களுக்கு நீண்ட கேடயம் போல் பாதுகாப்பு அளித்தது என்று பெர்னால் டயஸ் சொன்னார். அவர் ஹெர்னான்டஸ் தெ கார்டோவா தலைமையில் முதன்முதலாக மெக்சிக்கோவினுள் நுழைந்து வெற்றி காணாது போய், 1517-இல் மெக்சிக்கோவின் தென்கிழக்கு பகுதியான யுக்கடான் என்ற இடத்திலிருந்து பின்வாங்கியதும், மேற்கண்டவாறு கூறினார்.

பிரேசிலிய இந்தியர்கள் பருத்தித் துணி அணிந்திருந்ததைப் போர்த்துக்கீசியக் கடலோடியான ஃபெர்டினாந்து மகல்லன் (1480-1521) 1520-இல் கண்டார்.

பருத்தி - உலகெங்கும்

பருத்தி இன்று உலக முழுமையிலும் பரவி விட்டது. மனித நாகரிகத்திலும், வரலாற்றிலும், குறிப்பாக பதினெட்டாம் நூற்றாண்டுச் சரித்திரத்திலும், தனிச்சிறப்பு வாய்ந்த இடத்தைப் பெற்றுள்ளது. பருத்தி வறண்ட நிலத்தில் விளையும் செடியாகும். எனினும் இன்று நீர்வளமுள்ள இடங்களிலும் விளைகின்றது. பருத்தியின் தேவை பெருகியதே இதற்குக் காரணமாகும்.

அதன் விளைவாக பருத்தி இனங்களின் மரபியல் தன்மையே மாறிவிட்டது. ஆண்டு முழுவதும் பூக்கின்ற பருத்தி மரங்கள் மறைந்து, ஆண்டுக்கு ஒருமுறையே பூக்கும் பருத்திச் செடிகளாக அவை மாறிவிட்டன. உண்மையில் மனிதன் பருத்தி வளர்ப்பில் புகுத்தியிருக்கின்ற மாற்றங்களின் காரணமாக, இப்போது இயற்கையான பருத்தி வகையே இல்லை என்றாகி விட்டது.

''அளவுக்கு மீறி செல்லம் கொடுத்ததால், குட்டிச் சுவராகிப் போன குழந்தையைப் போல்'' இன்றைய பருத்தி ரகங்கள், தாமாக வளரும் திறமையற்றுப் போய்விட்டன. அவற்றை ஓரிரு ஆண்டுகள் கவனிக்காது விட்டால் உலகிலுள்ள அத்தனை ஆண்டு வாரிப் பருத்திச் செடிகளும் அழிந்து போய்விடும்.

பருத்தியின் உயிரியல் துறையில் இன்று (இருபதாம் நூற்றாண்டு) ஏற்பட்டுள்ள இம்மாற்றத்திற்குப் பதினெட்டாம் நூற்றாண்டில் நிகழ்ந்த தொழிற்புரட்சி காரணமாகும்.

தொழிற்புரட்சி தோற்றுவித்த அம்மாறுதலை அறியப் புகுமுன், மிகவும் தொன்மையான காலத்திலிருந்து இன்றுவரையிலும் நெசவின் முதன்மையான இடம் பெற்றிருக்கும் தமிழ்நாட்டுத் துணித் தொழிலை அறிந்து கொள்ளலாம்.

தமிழ்நாடு - நூற்புக் கருவிகள்

நாம் முன்னர் கூறியது போன்று புதிய கற்காலம் தொடங்கு முன்னரே நெசவுத் தொழில் தொடங்கிவிட்டது என்பதை எச்.டி.சங்காலியாவும் உறுதி செய்கின்றார். ஆதித்தநல்லூரில் (1876 காண்க) இரும்பினால் செய்த தக்கிளிகள் கண்டெடுக்கப்பட்டன. தக்கிளி என்பது கையினால் சுழலச் செய்து நூல் நூற்கும் சிறு கருவி. மேலும் புதுச்சேரிக்கு அருகிலுள்ள அரிக்கமேடு என்ற பண்டைய ரோமானியர் குடியிருப்பு, திருச்சிராப்பள்ளிக்கு அருகிலுள்ள உறையூர், செங்கை மாவட்டத்தில் பாலாறு கடலில் கலக்கும் இடத்தின் அருகிலுள்ள வசவசமுத்திரம், காஞ்சிபுரம் முதலிய இடங்களில் நடைபெற்ற அகழ் வாராய்ச்சிகளில் நெசவுத் தொழிலில் பயன்பட்ட பழம்பொருள்கள் கண்டெடுக்கப்பட்டன.

பண்டைத் தமிழகத்தில் பஞ்சினால் நெய்த ஆடைகளையன்றி, இலவம் பஞ்சு, கோங்குமரப் பஞ்சு இவற்றையும் நூற்று நெய்யப்பட்ட ஆடைகளும் இருந்தன. எலியின் மயிரைப் பயன்படுத்தியும் ஆடை நெய்தனர். இதை ''மயிரினும் நுழை நூற்பட்டினும்'' என்ற சிலப்பதிகார அடியால் அறியலாம்.

நுண்மையான துகில்கள்

பருத்தியிலிருந்து கொட்டையைப் பிரித்துப் பஞ்சு எடுக்க வில்லைப் பயன்படுத்தினர் என்பதை அகநானூறும், நற்றிணையும் நவில்கின்றன. இவ்வாறு பிரித்தெடுத்த பஞ்சை மகளிர் இராட்டையில் நூலாக நூற்றனர் என்று புறநானூறு புகல்கின்றது. இராட்டையில் நூற்ற நூல் நுண்மையாக இருந்தது என்பதை ''நுணங்கு நுண்பனுவல்'' என்று நற்றிணை கூறும். மேலும் ''நோக்கு நுழைகல்லா நுண்மைய பூங்கனித் தரவுரியன்ன வறுவை'' என்று பொருநராற்றுப்படையும், ''ஆவியன்ன அவிர்நூற் கலிக்கம்'' என்று சிறுபாணாற்றுபடையும், ''புகை விரிந்தன்ன பொங்கு துகில்'' என்று பெரும்பாணாற்றுப்படையும், ''கண்ணுழைகல்லா நுண்ணூற்கை வினை வண்ண அறுவை'' என்று புறநானூறும், ''பாம்பு பயந்தன்ன வடிவின் காம்பின் கழைபடு சொலியின் இழை மணி வாரா ஒண் பூங்கலிங்கம்'' என்று மணிமேகலையும் மிகவும் மென்மையான ஆடைகள் நுண்ணிய நூலால் நெய்யப்பட்டன என்பதைக் கூறுகின்றன. ரோம் நாட்டுப் பெண்கள் இத்துணிகளைப் பெரிதும் விரும்பியமையால் கிறித்தவ அப்தத்திற்கு முன்னரே அன்று மேலை நாடுகளுக்குப் பேரளவில் அவை ஏற்றுமதியாயின.

நுண்மையான நூலால் நெய்த ஆடையின் இழை வரிசையைக் காண்பதற்கு இயலாத வகையில் அமைந்ததைப் புறப்பாடல் ஒன்று புலப்படுத்துகின்றது. பிற்காலத்தில் பதினேழாம் நூற்றாண்டில் பிரம்மபுரமு என்ற ஆந்திரத்து பெர்காம்பூரில் நெய்த நுண்மையான மஸ்லின்கள் அயல்நாடுகளில் புகழ் பெற்று விளங்கின.

நம் நாட்டில் நீலத் துணிகளும், சிவப்பான துணிகளும் இருந்தன என்பதையும் இலக்கியங்கள் காட்டுகின்றன. சேனாவரையர் 12 அல்லது 13 ஆம் நூற்றாண்டு வாக்கில் வாழ்ந்தவர்: அவர் தொல்காப்பியச் சொல்லிதிகாரத்திற்கு உரை எழுதினார். அவர் ''நீலுண் துகில்'' என்று குறிப்பிடுகின்றார்.

சாயம்

முற்காலத்தில் காடுகளில் வளர்ந்து கிடந்த செடிகளின் தழைகளையும், மரப்பட்டை களையும், அவுரிச் செடிகளையும் கொண்டு துணிகளுக்குச் சாயம் ஏற்றினர்.

பருத்தி விளைச்சல், கொட்டையெடுத்துப் பஞ்சாக்குதல், பஞ்சை நூலாக நூற்றல், அந்நூலைத் துணியாக நெய்தல், நெய்த துகில்களுக்கு சாயந்தோய்த்தல், அவற்றில் அச்சிடுதல் என்று நெசவுத் தொழிலில் பல்லாயிரமாண்டுகளாக ஈடுபட்டிருந்தமையால், இந்திய நெசவாளிகள் அவற்றில் கைதேர்ந்தவர்களாய் விளங்கினர்.

இந்திய நெசவுத் தொழில்

இந்நெசவுத் தொழிலில் தமிழ்நாடு மிகத் தொன்மையான காலத்திலிருந்து ஈடுபட்டு வந்திருப்பினும், கிழக்குக்கரையில் தமிழ்நாட்டிலிருந்து ஆந்திர நாட்டின் பல்வேறு பகுதிகள், வங்கம் வரையிலும் இத்தொழில் அரிய கலையாக வளர்ந்தது; மேற்குக் கரையில் குஜராத்தும், சிந்தும் நெசவில் சிறந்து விளங்கின. இங்கு நெய்யப்பட்ட துணிகள் உலகின் எல்லாப் பகுதிகளுக்கும் சென்றன.

பதினைந்தாம் நூற்றாண்டு மறைவதற்குச் சில ஆண்டுகளுக்கு முன்னர், தொடக்கத்தில் வாணிப நோக்குடன் வந்து கொண்டிருந்த மேனாட்டினருக்கு, இந்தியாவின் பருத்தித் துணிவகைகள், பெரிய வாணிபப் பண்டங்களாயின. அன்றாடம் உடுத்தக்கூடிய முரட்டுத் துணிகள் குஜராத்திலிருந்து ஆசியாவெங்கும், எகிப்திற்கும் கப்பலில் சென்றன. ஐரோப்பியர் பதினைந்தாம் நூற்றாண்டிற்குப் பிறகு, இந்தியத் துணிவகைகளை நெசவாளரிடமிருந்து வாங்கி உலகெங்கிலும் விற்பனை செய்யலாயினர். இந்திய சரித்திரக் களஞ்சியம் மூன்றாம் தொகுதியில் இந்தியத் துணி வாணிப ஏற்றம் குறித்து விவரித்ததை நோக்குக.

உலகு தழுவிய துணி வாணிபம்

உலகின் பல துறைமுகங்களில் இந்தியத் துணிகளை ஏற்றிய கப்பல் வந்து சேர்வதற்காகத் துணி வணிகர் காத்து நின்றனர். இக்கால கட்டத்தில் பல வகையான துணிகள் இந்தியாவின் பல்வேறு பகுதிகளில் நெய்யப்பட்டன. அவை பெரிய அளவில் ஐரோப்பிய நாடுகளால் கொள்முதல் செய்யப்பட்டன. பதினைந்து, பதினாறாம் நூற்றாண்டுகளில் மணக்காரச் சரக்குகளும், இத்துணி வகைகளுமே விலை மதிப்புமிக்க வாணிபப் பண்டங்களாக இருந்தன.

இந்தியாவின் பல்வேறு துறைமுகங்களிலிருந்து உலகின் நான்கு திக்குகளுக்கும் கலங்கள் ஊர்ந்தன. போர்த்துக்கீசர் கோவாவையும், பிரிட்டிஷார் மசூலிப்பட்டினம், சென்னை ஆகிய துறைகளையும், டச்சுக்காரர் பழவேற்காட்டையும் மையங்களாகக் கொண்டு பெரிதும் துணி வாணிபமே செய்து வந்தனர். இவ்வாணிபம் 17,18 ஆம் நூற்றாண்டுகளில் உச்ச நிலை எய்தியது.

கிழக்கிந்தியக் கம்பெனியார் இத்தொழிலின் அடிப்படைத் தேவையாகிய பருத்தியின் விளைச்சலைப் பெருக்குவதற்குப் பதினெட்டாம் நூற்றாண்டில் பெரு முயற்சி எடுத்தனர். அதற்கு முக்கியமான பல காரணங்கள் இருந்தன.

பிரிட்டனில் நெசவுத் தொழில்

பிரிட்டன் நெசவுத் தொழிலில் பெரிய புரட்சியை ஏற்படுத்துவதற்கு வேண்டிய

தொடக்கம் இக்கால கட்டத்தில் செய்யப்பட்டது: அங்கு நான்கு வகையான நெசவுத் தொழில்கள் நடந்துவந்தன: கம்பளி, பட்டு, நார், பருத்தி என்று அவை நால்வகை நெசவுத் தொழில்களாகும். இந்நான்கனுள் கம்பளித் துணி நெசவு மிகப்பெரிய தொழிலாக வளர்ந்திருந்தது. பிரிட்டனின் தேசியச் செல்வம் பெருகியதற்கு இந்தத் தொழிலே காரணமாயிருந்தது. பதினெட்டில் பருத்தி நெசவுத் தொழில் தொடக்கக் காலத்தில் அங்கு அத்தனை வளர்ச்சியடைந்திருக்கவில்லை.

பருத்தித் துணிகள் முதலில் இந்தியாவிலிருந்து அங்கு கொண்டுச் செல்லப்பட்டன. ஆனால் அவற்றின் இறக்குமதிக்குத் தடை விதிக்கப்பட்டதால் உள் நாட்டிலேயே பருத்தித் துணிகளை நெய்வதற்கு முதல் வாய்ப்புக் கிட்டியது. இருந்தபோதிலும் பெரும்பாலும் பருத்தி, நார், கம்பளி மூன்றையும்தான் நெய்து வந்தனர். முற்றிலும் பருத்தித்துணி நெய்வதற்கு 1736 முதல் 1774 வரை சட்டப்படி தடைவிதிக்கப்பட்டிருந்தது. அதாவது கீழை நாடுகளிலிருந்து அவற்றை இறக்கிக் கொள்ள வேண்டும் என்பதை அந்தத் தடைச் சட்டம் மறைமுகமாகக் கூறிற்று.

1733

பின்னாளில் பருத்தித் துணி நெசவில் செழித்தோங்கியிருந்த லங்காசயர், (இங்கிலாந்தின் வடமேற்கிலுள்ள பகுதி) 1720 ஆம் ஆண்டுகளில் ஏழைக்குடியானவர்களும், குடிசைவாழ் மக்களும் வாழ்ந்த கோட்டமாகத்தான் இருந்தது. அம்மக்கள் வளங்குன்றி வயல்களில் பாடுபட்டு வயிறு கழுவவில்லை; சதுப்புநிலக் காடுகளில் வாழ்ந்த ஆடுகளின் மயிர்களை நூற்றும் துணிகளாக நெய்துமே வாழ்க்கை நடத்தி வந்தனர். எனினும் அங்கிருந்த நெசவாளர்கள் பழம்போக்கினராயிராமல், தொழில் முனைப் புள்ளவர்களாய் விளங்கினர். அவர்கள் நார், பட்டு, முறுக்கிய கம்பளி நூல், அங்கோரா ஆட்டுமயிர் நூல், பருத்தி நூல் ஆகிய இழைகளைக் கலந்து நெசவு செய்தனர்.

லங்காசயரின் அருகில் அமைந்திருந்த லிவர்ப்பூல் துறைமுகத்திலிருந்து (இந்திய சரித்திரக் களஞ்சியம் மூன்றாம் தொகுதி) பெரிய அளவில் ஏற்றுமதி நடந்தமையால் பெருந்தொழில் எதுவாயினும், அதைத் தொடங்குவதற்கு வேண்டிய கை முதல் வெகுவேகமாகத் திரண்டு வந்தது. ஆதலால் லிவர்ப்பூல் துறைமுகம் மேற்கிந்தியத் தீவுகளிலிருந்தும், பிற இடங்களிலிருந்தும் பருத்தியினை இங்கிலாந்திற்குக் கொண்டுவர முடிந்தது. எனவே பருத்தித் தொழிலின் வளர்ச்சியை இனித் தடுத்து நிறுத்திவிட முடியாது என்பதை அதன்மீது பொறாமை கொண்டிருந்த பழமையான கம்பளி, பட்டு, நெசவுத் தொழில்கள் உணர்ந்து செயலற்றுப் போயின.

நூற்பும் நெசவும்

வெறுக்கப்பட்டும், தடுக்கப்பட்டும் வந்த புதிய பருத்தி நெசவுத் தொழிலில் ஏற்பட்ட கண்டுபிடிப்புகள் நெசவுத் தொழிலிலேயே பெரும்புரட்சியைத் தோற்றுவித்தன. நெசவுத் தொழில் அக்கண்டுபிடிப்புகளைப் பரந்த அளவில் கைக்கொண்டு பயன்பெற்றது.

புனைதிறம் மிக்கவர்கள் அவற்றைக் கம்பளி நெசவுத் தொழிலில் சோதனை செய்து சீர்திருத்தினர். புதிய பருத்தி நெசவுத் தொழிலில் அவை பரவலாகக் கைக்கொள்ளப் பட்டமையால் எந்திரங்களைக் கொண்டு செய்கின்ற உற்பத்தியில் புரட்சிகரமான மாறுதல்கள் உண்டாயின. கம்பளி நெசவுத் தொழிலிலும் சிறுகச் சிறுக எந்திர உற்பத்தி முறைகள் கைக் கொள்ளப்பட்டன. அந்தக் கதை சற்றுக் குழப்பமானது. ஆனால் அந்தக் குழப்பமே தொழிற்புரட்சியின் தொடக்கமுமாகும்.

பறக்கும் ஓடக்கட்டை

நெசவுத் தொழிலில் புரட்சியை உண்டாக்கிய பறக்கும் ஓடக்கட்டை இந்த 1733 ஆம் ஆண்டு தோன்றியது. ஜான் கே கிழக்கு இங்கிலாந்தின் வடகிழக்கு எசக்சில் இருக்கும் கோல்செஸ்டர் என்னுமிடத்தில் தன் தந்தையின் கம்பளி நெசவுத் தொழிலில் பணிபுரிந்து கொண்டு இருந்தபோது, இந்தப் பறக்கும் ஓடக்கட்டையைக் கண்டுபிடித்தார்.

நெசவாளி தறியின் ஒரு கயிற்றை இழுத்தால், ஓடக்கட்டை ஊடு இழையை எடுத்துக் கொண்டு ஊடுபாவிலுள்ள சந்தில் இங்குமங்குமாகச் செல்லும். ஒரே நெசவாளியே ஊடு இழையை இங்ஙனம் செலுத்தி நெய்வதற்கு இது வழிவகுத்தது. இதற்கு முன்பெல்லாம் இரண்டு பேர் தறியிலிருந்து இந்த வேலையைச் செய்ய வேண்டியிருந்தது. மேலும் இப்புதிய கண்டுபிடிப்பினால் நெசவு வேலை வேகமாகவும் நடந்தது. கே நெசவு எந்திரங்களில் வேறுபல திருத்தங்களையும் செய்தார்.

புதுமைக்கு எதிர்ப்பு

ஆனால் புது முறைகளுக்கு மக்களின் ஆதரவு முதலில் எப்போதும் இருப்பதில்லை. இப்புதிய எந்திரங்கள் நெசவாளிகளுக்கு வேலையில்லாமல் செய்துவிடும் என்று சிலர் அஞ்சி, லங்காசயரின் பரி என்ற இடத்திலிருந்த கேயின் வீட்டை உடைத்து அங்கிருந்த எந்திரங்களை அழித்தனர். அவர் வீட்டைக் கொள்ளையடித்து, அதற்குக் கொள்ளியும் வைத்தனர்.

கே உயிருக்கு அஞ்சிப் பிரான்சிற்கு ஓடிப்போனார். அவர் தன் பணத்தையெல்லாம் இழந்தார். அவருக்குப் பிரஞ்சு அரசு ஒருவேளை உதவியிருக்கலாம். எனினும் அவர் வாழ்க்கை அங்கு எப்படி முடிந்தது என்பது நமக்குத் தெரியவில்லை.

அவரது கண்டுபிடிப்புக் கம்பளி நெசவுத் தொழிலுக்காகவே கண்டுபிடிக்கப்பட்டது. ஆனால் அதற்கு இருபதாண்டுகளுக்குப் பிறகுதான் (1753) பருத்தி நெசவாளர்கள் அதைப் பயன்படுத்தினர். புதிய ஓடங்களைப் பயன்படுத்திய பெரிய தறிகளை நிறுவுவதற்குப் பெரிய கொட்டாரங்களை அமைக்க வேண்டியிருந்தது. இத்தகைய எந்திரத் தறிகள் நிறுவப்பட்டதன் பயனாகப் பருத்தி நூலுக்குப் பஞ்சம் வந்தது.

நூல் நூற்பவர்களிடமிருந்து வருகின்ற நூலின் அளவை மிஞ்சும் வகையில் நெசவாளர் வெகுவேகமாக நூலைப் பயன்படுத்தினர். ஆதலால் தறிக்காரர்கள்

வேலையைத் தொடங்குமுன்னர் மூன்று நான்கு மைல்கள் சென்று நூல் நூற்பவர்களின் குடிசைகளிலிருந்து தறியில் வேலை செய்வதற்குப் போதிய நூல்களை முன்னதாக வாங்கிவர நேர்ந்தது. எனவே ஒரே நேரத்தில் ஒன்றுக்கு மேற்பட்ட இழைகளை நூற்கும் இராட்டைகள் இருந்தால் நன்றாயிருக்குமென்று பலர் எண்ணலாயினர்.

நூற்பில் முன்னேற்றம்

பறக்கும் ஓடம் கண்டுபிடிக்கப்பட்டதற்கு முப்பதாண்டுகளுக்குப் பிறகு (1763 ஆம் ஆண்டு காண்க) மேற்கு இங்கிலாந்தில் லங்காசயர்ப் பருத்தித் துணி நெசவுத் தொழிலின் நடுவே அமைந்திருக்கும் பிளாக்பர்ன் என்ற இடத்தைச் சேர்ந்த ஜேம்ஸ் ஹார்கிரீவ்ஸ் என்ற நெசவாளி, நூல் நூற்பதை விரைவுபடுத்தும் நூற்புக் கருவியைக் கண்டுபிடித்தார்.

அவர் மனைவியின் கைராட்டை தற்செயலாகத் தலைகீழாய்க் கவிழ்ந்தது. அப்பெண்மணியின் கையில் நூல் இருக்க, இராட்டையின் சக்கரம் தொடர்ந்து சுழன்றது. ஹார்கிரீவ்ஸ் நெசவாளியாயும், தச்சராயும் இருந்ததால் அவருக்கு ஓர் எண்ணம் திடீரென்று தோன்றியது. ஆதலால் அவர் ஒரே நேரத்தில் பல நூல்களை நூற்கும் கதிர்களையுடைய ஒரு கருவியைச் செய்தார். வரிசையாக அமைக்கப்பட்ட கதிர்கள் ஒரு சக்கரத்தினால் சுழன்றன. அந்தச் சக்கரம் இங்குமங்குமாகச் செல்லும் ஒரு பெட்டியை இயக்கியது. அது இடப்பக்கம் நகரும்போது அப்பெட்டியில் இணைக்கப்பட்டிருந்த பஞ்சிலிருந்து நூல் இழுக்கப்பட்டது. வலப்பக்கம் நகர்ந்ததும் இவ்வாறு முறுக்கி நூற்கப்பட்ட நூல் கதிர்களில் சுற்றிக் கொண்டது.

1733

அவர் 1767 இல் கண்டுபிடித்த முதல் நூற்புக்கருவி (1770 இல் பேடண்டு உரிமை பெற்றது) சிறிதாயிருந்தபோதிலும், ஒரே நேரத்தில் எட்டு இழைகளை நூற்றது. அது பெண்களின் பணியைச் செய்ததால் பெண்பாற் பெயரான ஸ்பின்னிங் ஜென்னி (நூற்கும் ஜென்னி) என்ற பெயரைப் பெற்றிருக்கலாம்; அல்லது அது ஹார்கிரீவ்ஸ் மனைவி பெயராக இருக்கலாம்.

அவர் இந்நூற்புக் கருவியைச் சிறிதுகாலம் மறைவாக வைத்திருந்தார். ஆனால் ஹார்கிரீவ்சின் வீட்டில் மிகுதியான அளவில் நூல் நூற்கப்படுவதை மற்ற நூற்பாளர் கண்டதும் அவர் வீட்டிற்குள் புகுந்து நூற்பு எந்திரத்தை உடைத்தனர்.

ஹார்கிரீவ்ஸ் அதன்பிற்கு வட இங்கிலாந்தின் நடுப்பகுதியிலுள்ள நாட்டிங்காம் என்ற இடத்திற்குச் சென்றுவிட்டார். அங்கு பருத்தி நூலினால் காலுறை செய்யும் ஆலையை அமைத்தார். அங்கு சிறு நூற்பாலை ஒன்றையும் நிறுவினார். அங்கு ஒரே நேரத்தில் பதினாறு, இருபது, பின்னர் முப்பது நூல்களை நூற்கும் கதிர்களையுடைய எந்திரத்தைச் செய்தார். பையப் பைய 120 கதிர்களையுடைய எந்திரத்தை உண்டாக்கினார். அது மிகவும் அடக்கமான சிறு எந்திரம். அதை ஒரு குடிசைக்குள்ளேயே வைத்துக் கொள்ளலாம்.

நூற்புச் சட்டம்

நூற்கும் ஜென்னியின் இடத்தைப் பெற்ற நூற்புச் சட்டமும் அத்தகைய சிறு எந்திரமேயாகும். ரிச்சர்டு ஆர்க்ரைட்டு (1732-1792) பாவு நூலாக இருக்கத்தக்க உறுதியுடைய நூலை நூற்கும் நூற்புச் சட்டத்தை 1769 ஆம் ஆண்டு கண்டுபிடித்தார். ஹார்கிரீவ்சும் அவரும் கிட்டத்தட்ட ஒரே காலத்தில் இந்நூற்புக் கருவிகளைக் கண்டுபிடித்தனர்.

ஆர்க்ரைட்டு வடமேற்கு இங்கிலாந்திலுள்ள பிரஸ்டன் என்ற ஊரில் நாவிதராகவும், பொய்முடி செய்பவராகவும் இருந்தார். அவருக்கு நூற்பு எந்திரங்களின் மீது ஆர்வம் ஏற்பட்டது. அவர் லூவிஸ் பால் என்பவர் கண்டுபிடித்ததைத் ''திருடியிருக்கலாம்'' என்பர். எது எவ்வாறாயிருப்பினும் ஆர்க்ரைட்டு சிறிது செயல் ஆய்வுகள் செய்து பின்னர்தான் நூற்புச் சட்டத்தைச் செய்து முடித்தார். இது நூற்பு ஜென்னியை விடப் பெரியது; கனமானது. அதை ஒரு குடிசையில் வைத்துக் கொண்டு கையால் வேலை செய்ய முடியாது. ஆனால் இக்கருவி ஊடு இழையாகப் பயன்படக் கூடிய வலுவான நூலை நூற்றது. இத்தகைய நூலை ஹார்கிரீவ்ஸின் கருவியினால் நூற்பதற்கு முடியவில்லை.

ஆர்க்ரைட்டு இக்கருவிக்கு 1769 ஆம் ஆண்டு பேடண்டு உரிமை பெற்று நாட்டிங்காமில் ஒரு நூற்பாலையை நிறுவினார். அதற்கு இரண்டாண்டுகளுக்குப் பிறகு நாட்டிங்காம் காலுறை நெய்யும் நிறுவனம் ஒன்றுடன் கூட்டுச் சேர்ந்து. இருவருமாக வட இங்கிலாந்தின் மையத்திலுள்ள டெர்பிசயர் கோட்டத்தின் கிராஃபோர்டுசயர் என்ற ஊரில் ஒரு நூற்பாலையை அமைத்தனர். அப்புதிய எந்திரம் நீராற்றலைக் கொண்டு இயங்கியதால், ''நீர்ச் சட்டம்'' என்று பெயர் பெற்றது. அவர் அந்த எந்திரத்தைக் கண்டுபிடித்ததன் பலனாகப் பெரிய கோடீஸ்வரரானார். அவர் பிரபு நிலைக்கும் உயர்ந்தார். தற்காலத் தொழிற்சாலை அமைப்பு முறையை நிறுவியவர் என்றும் வரலாற்றில் அவர் இடம் பெற்றுவிட்டார்.

இப்போது நாரோ, கம்பளி நூலோ, பாவு இழையோ இல்லாமல் முற்றிலும் பருத்தியினாலான துணியை நெய்வதற்கு முடிந்தபோதிலும், இங்கிலாந்தின் பருத்தித் துணிகள் கீழையுலகிலிருந்து இறக்குமதியானவற்றைவிட மிகவும் முரடாய் இருந்தன. இதைச் சீர் செய்வதற்கு மற்றொரு கண்டுபிடிப்பு வர வேண்டியிருந்தது.

கோவேறு கழுதை

வடமேற்கு இங்கிலாந்தின் மாஞ்செஸ்டர் வட்டாரத்தைச் சேர்ந்த போல்டன் என்ற இடத்தில் வாழ்ந்த சாமுவேல் கிராம்டன் *(1723-1827)* என்பவர் மியூல் (கோவேறு கழுதை) என்ற நூற்பு எந்திரத்தைக் கண்டுபிடித்தார். அவர் பல ஆண்டுகளாகக் கடுமையாய் உழைத்தும், வறுமையில் உழன்றும் 1775 ஆம் ஆண்டு இந்த எந்திரத்தை உருப்படுத்தினார். அது ஹார்கிரீவின் நூற்கும் ஜென்னி, அல்லது ஆர்க்ரைட்டின் நூற்புச் சட்டம் ஆகிய எதனையும் விட மிக நுண்ணியதும், வலுவானதுமான நூலை நூற்றது; அதை மேற்சொன்ன இரு நூற்புக் கருவிகளின் கலப்பினம் எனலாம். அதனால்தான் அந்த எந்திரம் கலப்பினமான கோவேறு கழுதை என்று பெயர் பெற்றது.

இக் கருவியைக் கொண்டு கீழையுலகிலிருந்து மஸ்லின் என்ற மென் துகிலை இறக்காமலே, மிகவும் நுண்மையான மெல்லிய நூலை இங்கிலாந்திலேயே நூற்க முடிந்தது. ஆனால் கிராம்டன் அதிருஷ்டமில்லாதவர். பொறாமை பிடித்த நெசவாளர்கள் அவர் வீட்டை உடைத்து, அவரது நூற்புக் கருவியை உடைக்க முயன்றனர். அவர்கள் பின்னர் அவரது கருவியைக் கைக்கொண்டனரெனினும், அவருக்கு ஈடாகப் பணம் எதுவும் தரவில்லை. அவர் வறுமையில் செத்தார். ஆனால் அவரது கோவேறு கழுதையை வைத்துக் கொண்டு நூற்புத் தொழிலானது, குடிசைத் தொழிலாக இருந்த நிலை மாறி ஆலைத் தொழிலாக மாறிற்று.

நூற்புத் தொழில் கிராமத்திலிருந்து நகரத்தை எட்டியது. இம்மாற்றம் பத்தொன்பதாம் நூற்றாண்டின் தொடக்கத்தில் முற்றுப் பெற்றுவிட்டது. கிராம்டனின்

கண்டுபிடிப்பிலிருந்து சற்று திருந்திய எந்திரம் இன்று லங்காசயரின் தலையாய நூற்புத் தொழிலுக்கு அடிப்படையாக உள்ளது.

இக் கண்டுபிடிப்புகளின் பலனாக நூல் நூற்பு வெகு வேகமாக நடந்தது. நீரோடைகளுக்கு அருகில் நூற்பாலைகள் அமைக்கப்பெற்றன. அங்கு நீரால் இயங்கும் சக்கரங்களைக் கொண்டு நூற்பு எந்திரங்கள் வேலை செய்தன. இவ்வாறு நீராற்றலைக் கொண்டு தானியங்கள் ஏற்கனவே அரைக்கப்பட்டுவந்தன. நீரால் இயங்கும் இத்தகைய நூற்பாலைகள் ''சிற்றாற்றுப்பக்க ஆலைகள்'' (*Backside*) என்று பெயர் பெற்றன.

எனினும் நெசவுத் தறிகள் இன்னும் கையால்தான் இயக்கப்பட்டன. இதனால் தறிகளில் பயன்படுவதை விட அதிகமான அளவில் நூற்பாலைகள் நூலை நூற்கலாயின.

எந்திர நெசவு

நூற்புச் சக்கரம் கி.பி.1230 ஆம் ஆண்டிலேயே கண்டுபிடிக்கப்பட்டது என்பது அறிவியல் வளர்ச்சியில் ஓர் எல்லைக்கல்லாக இருந்தபோதிலும், பதினெட்டாம் நூற்றாண்டின் இக்காலப் பகுதியில்தான் நூற்பிலும், நெசவிலும் பெரும் புரட்சி நிகழ்ந்த கட்டமாகும்.

பருத்தியில் தொடங்கிய ஏற்றம் தமிழகத்தில், இந்தியாவில் கீழை நாடுகளில் பதினெட்டாம் நூற்றாண்டு வரையிலும் எந்த உச்சத்தைத் தொட்டது என்பதையும், மேலையுலகில் குறிப்பாக இங்கிலாந்தில், இக்கால நிலையில் உண்டான அறிவியல் வளர்ச்சியானது நூற்பிலும் நெசவிலும் தோற்றுவித்த மறுமலர்ச்சி எவ்வாறு தொழிற்புரட்சியை உண்டாக்கியது என்பதையும் இக்கட்டுரையில் படிப்படியாகக் கண்டுவந்தோம்.

1733

இங்ஙனம் உண்டான படிமுறை வளர்ச்சியில் எந்திர சக்திகளைக் கொண்டு இயக்கும் பொறிகள் தோன்றியமை அடுத்த படி எனலாம்.

எட்மண்டு காடுரைட்டு (1743-1823) புதிய எந்திரங்களை ஆக்குவதில் ஆர்வம் மிக்கவர். அவர் புதிய நூற்பாலைகளைப் போய்ப் பார்த்தார். நெசவாளர்களும், விசையால் இயங்கும் எந்திரங்களைப் பயன்படுத்தலாம் என்று பாதிரியாரான அவர் கருத்துக் கூறினார்: அதைக் கேட்டுச் சிரித்தனர். எனினும் அவர் அம்முயற்சியில் இறங்கினார். அவரே முதல் விசைத்தறியை உண்டாக்கினார். ஒரு காளையை வைத்து இயங்கிய அந்த எந்திரம் செப்பமற்றது.

நிலக்கரிச் சுரங்கங்களிலிருந்து நீரை வெளியேற்றவும், ஊதுலைகளில் துருத்திகளை இயக்கவும் பயன்படுத்திய ஜேம்ஸ் வாட்டின் நீராவி எஞ்சின்களைக் கொண்டு பிற எந்திரங்களை இயக்கும் வண்ணம், இக்கால கட்டத்தில் இந்த எஞ்சினை மாற்றியமைத்தனர்.

பிரஞ்சுப் புரட்சி நிகழ்ந்த 1789 ஆம் ஆண்டில் தென் யார்க்சயரில் டோன் ஆற்றில் கரைமீதிருக்கும் டோன்காஸ்டர் என்ற ஊரில் அமைந்த காடுரைட்டின் நெசவாலையில் நீராவியால் இயங்கும் எந்திரங்கள் நிறுவப்பட்டன. விசைத்தறிகள் 1815 வாக்கில் எங்கும் பரவலாக வேலை செய்தன.

நீர் விசையின் இடத்தை இப்போது நீராவி விசை பெறலாயிற்று. ஆதலால் சிற்றாறுகளின் பக்கம் அமைந்த ஆலைகள் கைவிடப்பட்டன. நிலக்கரிச் சுரங்கங்களின்

அருகில் தொழிற்சாலைகளை நிறுவினர். தொழிற்சாலைகளில் பணிபுரிந்து தொழிலாளர்களைக் குடியமர்த்துவதற்காகப் புதிய நகரங்கள் முளைத்தன. நாட்டுப்புறங்களில் வாழ்ந்த மக்கள் அங்கு தொழிலாளர்களாக வேலையில் சேர்ந்தனர்.

பருத்தி அரைவை ஆலை

இதற்கிடையே பருத்தித்துணி உற்பத்தியில் மேலும் பல கண்டுபிடிப்புகள் எழுந்தன. அவற்றுள் முக்கியமானது பருத்தியிலிருந்து கொட்டை நீக்கும் பருத்தி அரைவை (*Ginning*) எந்திரமாகும். அமெரிக்கரான எலை விட்னி *1793* ஆம் ஆண்டு பருத்தி அரைவை எந்திரத்தை அறிமுகம் செய்தார்.

வெளுப்புக்காரம்

வெளுப்புக்காரம் (பிளீச்சிங் பௌடர்) மற்றொரு முக்கியமான கண்டுபிடிப்பாகும். பழைய முறைப்படி துணிகளை வெளுப்பதற்குப் பல மாதங்கள் ஆயின. இப்போது ஸ்காத்லாந்தின் மேற்கு மையப் பகுதியிலுள்ள கிளாஸ்கோவில் துணி வெளுப்பதற்கென்று சுண்ணாம்புக் குளோரைடு செய்வது *1768* இல் மிகப் பெரிய தொழிலானது.

பெல் என்பவர் அச்சிடும் வண்ண உருளையைக் கண்டுபிடித்தார். அச்சடித்ததுணி என்ற கலிக்கோத் துணி விற்பனை பெருகியது. இம்முறையைக் கையாண்டு ஒருநாளில் நூறு பேர் கையால் அச்சிட்டு வந்த வேலையை, இந்த உருளை கொண்டு ஒரே ஆள் செய்துவிட முடிந்தது.

தொழிற்புரட்சியின் சிறு தொடக்கமாய் அமைந்த துணித் தொழில் தொடர்புடைய சாதனங்களும், கருவிகளும், எந்திரவியலின் பிற துறைகளுக்கும் ஒரு முடுக்கத்தை உண்டாக்கிய இவ்வரலாறு எண்ணிப் பார்க்கத்தக்கது.

1733

4. நாயக்கர் உள் சண்டையும் நாட்டில் பஞ்சமும் நோயும்

மதுரைச் சீமையில் ஏற்கெனவே அரசியல் குழப்பங்கள் நிலவி வந்த நிலைமையில் பட்டமேற்ற மீனாட்சி, பிள்ளையில்லாததால் திருமலை நாயக்கனின் *(1623-1659)* இளைய மகனுடைய குடி வழியைச் சேர்ந்த பங்காரு திருமலை என்பவரின் மகனான விசயகுமாரனை மகன்மை கொண்டார். எனினும் பங்காரு திருமலை தஞ்சைத் தரணி மீது உரிமை கொண்டாடிக் கிளர்ச்சி செய்தார். இந்த அரசியல் குழப்பங்களின் நடுவே நாட்டில் பஞ்சமும், கொள்ளை நோய்களும் தலைவிரித்தாடின. அதற்கு நாயக்கர் குடியினரின் நீண்ட கால உள் சண்டையும், மழை பொய்த்ததும், காரணங்களாகும். இக்கொடிய வற்கடம் மக்களை வாட்டிய நேரத்தில் பிளேக்கு என்ற எலிக் காய்ச்சல் நோயும் துன்புறுத்திற்று.

திருச்சியில் இருந்து மதுரைச் சீமையை ஆண்ட அரசி மீனாட்சிக்கு ஆதரவாகத் திரட்டப்பட்ட படை நாட்டை அலைக்கழித்தது. ஊர்களிலிருந்து மக்கள் வெளியேறினர். ஊர்களுக்குக் கொள்ளி வைக்கப்பட்டது. கால்நடைகளைக் கவர்ந்து சென்றனர். விளைந்த பயிர்களை அறுத்துக் கொள்ளையடித்தனர். எங்கெங்கு அறுவடை நடந்து தானியங்கள் வைக்கப்பட்டிருந்தனவோ, அங்கெல்லாம் படைவீரர் சென்று அவற்றைக் கவர்ந்தனர். அறுவடை நேரத்திலும் தானிய, தவசங்கள் கொள்ளையடிக்கப்பட்டன. அதனால் ஏழை மக்கள் உயிர் வாழ்வதற்கு எதுவுமே இல்லை. ஆதலால் மதுரைச் சீமையிலிருந்து மக்கள் அண்டை நாடுகளுக்கு (நாயக்கர் ஆட்சி இல்லாத பகுதிகளுக்கு) உயிரைக் கையில் பிடித்துக் கொண்டு ஓடினர்.

1734

1. தமிழகத்தில் மீண்டும் முஸ்லிம் ஆட்சிக்கு வழி

திருச்சிராப்பள்ளியைக் கோநகராகக் கொண்டு மதுரைச் சீமையை ஆண்ட மன்னர்கள் மங்கம்மாளின் ஆட்சிக் காலத்தில் (1689-1706) 1693 முதல் முகலாயர் ஆளுகைக்குக் கட்டுப்பட்ட குறுநில மன்னர்களாகப் பெயருக்குத்தான் ஆட்சிபுரிந்து வந்தனர். சிவாஜி 1680 இல் மறைந்தபின் ஔரங்கசீபு (1618-1707) அச்சமின்றித் தென்னக முழுமையிலும் முகலாய ஆட்சியை நாட்டினார். மைசூர் மன்னர் தஞ்சை மராட்டியர் முதலானோரெல்லாம் முகலாயருக்குத் திறை தந்ததுபோல், மங்கம்மாளும் தந்து நாட்டில் சண்டையில்லாமல் பார்த்துக் கொண்டார். இந்தக் காலத்தில்தான் கிழவன் சேதுபதி (1631-1710) சேது நாட்டில் தன்னாட்சி புரிந்து வந்தார்.

கொள்ளிடத்திற்கு வடக்கிலிருந்த கர்நாடகப் பகுதி 1698 முதல் முகலாயரின் நேரடி ஆட்சியில் இருந்தது. அங்கு முகலாயரின் ஆளுநராக ஆர்க்காட்டு நவாபு இருந்தார். இடைநிலை அதிகாரம் ஐதராபாது நிசாமிடம் இருந்து வந்தது. ஆர்க்காட்டு நவாபு ஐதராபாது நிசாமிற்கு அடங்கிய ஆளுநராகவே இருந்து வந்தார்.

இத்தகைய அரசியல் சூழ்நிலையில் மீனாட்சி 1732 முதல் தென் தமிழ்நாட்டைத் திருச்சிராப்பள்ளிக் கோட்டையிலிருந்து ஆண்டு கொண்டிருந்தார். அவர் திருமலை நாயக்கரின் (1628-1659) தம்பி குமாரமுத்து வழிவந்த பங்காரு திருமலையின் மகன் விசயகுமாரனை மகன்மை கொண்டார். மீனாட்சிக்குத் துணையாக, அவருடைய சகோதரரான பெருமாள் நாயக்கன் உதவியாக இருந்தார்.

மீனாட்சியின் ஆட்சி நடந்த இந்தக் காலத்தில் நாடு மிகுந்த குழப்பத்தில் இருந்தது. மீனாட்சி சுவிகரித்த விசயகுமாரனின் தந்தை பங்காரு திருமலை மன்னராக விரும்பினார். அவருக்குத் தளவாய் வேங்கடாச்சாரி உதவி புரிந்தார். இவ்விருவரும் சேர்ந்து திருச்சிக் கோட்டையைக் கைப்பற்றி மீனாட்சியை அகற்றுவதற்கு இந்த 1734இல் முயன்று தோற்றனர். ஆதலால் நாடெங்கும் கலகத்தைத் தூண்டி அமைதியைக் கெடுக்க முயன்றனர்.

ஆர்க்காட்டு நவாபு தோஸ்து அலி அரசி மீனாட்சி அரியணை ஏறிய அதே ஆண்டு கர்நாடகத்தின் நவாபு ஆனார். அவர் தென்னகம் முழுவதையும் தன்னடிக்குள் கொண்டு வருவதற்கு ஆயத்தமாகிக் கொண்டிருந்த காலச்சுழியில் மதுரை நாயக்கர் குடிக்குள் உள் சண்டை நடந்து வந்தது. தென்னகத்தில் இருந்த அரசர்களிடம் திறை வாங்கி அவர்களை அடிபணியச் செய்வதற்காகத் தோஸ்து அலி ஒரு படையை அனுப்பி அதற்குத் தன் மகன் சஃப்தர் அலி கானையும், மைத்துனரான சந்தா சாகிபையும் அப்படைக்குத் தலைமை தாங்கச் செய்தார்.

இருவரும் 1732 இல் தஞ்சை மராட்டியரைத் தாக்கி அடக்கியதை முன்னர் கண்டோம். அப்போது திருச்சிராப்பள்ளிக் கோட்டையைத் தாக்காது விடுத்து மதுரையையும், திருநெல்வேலியையும் கடந்து திருவனந்தபுரத்தை அடைந்தனர். அவர்கள் சென்றவழியெல்லாம் ஊர்களைக் கொள்ளையடித்துக் கொண்டே சென்றனர். மக்கள் நடந்த மட்டும் நாராயணன் செயல் என்று இறைவன் மேல் பாரத்தைப் போட்டு அமைதி கொண்டனர்.

அவர்கள் திரும்பி வந்தபோது, திருமலை பங்காரு நவாபின் மகனான சஃப்தர்

அலி கானை அணுகினார். ஆர்க்காட்டார் மீனாட்சியைப் பதவியிலிருந்து இறக்கி விட்டுத் தன்னை மன்னனாக்கினால் முப்பது இலட்ச ரூபாய் தருவதாகப் பங்காரு திருமலை சஃப்தர் அலி கானிடம் கூறினார். சஃப்தர் அலிக்குத் திருச்சிராப்பள்ளியைத் தாக்குவதற்கு அப்போது மனமில்லை. இருப்பினும் பங்காரிடம் முப்பது இலட்ச ரூபாய்க்குப் பத்திரம் எழுதி வாங்கிக் கொண்டு சந்தா சாகிபைத் திருச்சியிலேயே நிறுத்தி விட்டு ஆர்க்காடு திரும்பினார்.

மீனாட்சி இப்போது சந்தா சாகிபை நெருங்கி ஒரு கோடி ரூபாய் தருவதாக ஆசை காட்டித் தன்னை அரச பீடத்திலிருந்து இறக்கவேண்டாம் என்று கேட்டுக் கொண்டார். இந்நிலையில் பங்காரு திருமலை மதுரையையும், திருநெல்வேலியையும் ஆள்வதற்கு அனுமதிக்கப்படவே, அவருக்கும் மீனாட்சிக்கும் சமாதானம் ஏற்பட்டது. சந்தா சாகிபு இந்த ஏற்பாட்டைச் செய்து விட்டு ஆர்க்காடு திரும்பினார். எனினும் இத்துடன் இந்த அரசியல் நாடகம் முடிந்துவிடவில்லை.

அந்நாடகத்தின் இரண்டாண்டுக் கால இடைவேளையையடுத்து, அது முழுவேகமான உச்சக்கட்டத்தை நோக்கி முடுக்கி விடப்படுவதை 1736 இல் காணப்போகின்றோம்.

1734

2. கொலை புரிந்த அந்தணரைத் தண்டிக்க முடியுமா?

நாராயணப்ப அய்யர் கடைசி நாயக்க அரசியான மீனாட்சியின் நம்பிக்கைக்குரிய ஊழியராக இருந்தார்; தலைமை அமைச்சராகப் பணிபுரிந்தார். அவர் அரசி மீனாட்சிக்கு எதிராகச் சதி செய்தார் என்பது கண்டுபிடிக்கப்பட்டது. எனவே தனக்குக் கொடிய தண்டனை கிடைக்கும் என்பதை அவர் உணர்ந்து, அதிலிருந்து தப்பித்து விடுதலை பெறுவதற்காக ஒரு தந்திரம் செய்தார்.

அவர் தன் வீட்டின் முன் கூடத்தில் குடும்பத்தினர் அனைவருடனும் இருந்து கொண்டார். அங்கு பெரிய அளவில் சுற்றிலும் வெடிமருந்துகளைத் தூவினார். தன்னையும் தன் குடும்பத்தினரையும் சுற்றிப் பல பசுக்களைக் கட்டி வைத்தார். அதற்குச் சற்று தொலைவில் நெருப்பை எரிக்கச் செய்தார். அவர் அந்நெருப்பைச் சுட்டிக் காட்டி ''எவரேனும் என்னைப் பிடிப்பதற்கு துணிந்து வந்தால் நாங்கள் அனைவருமே பசுக்களுடன் தீயில்வெந்து போவோம். எனவே இத்தனை பிராமணர்களையும், பசுக்களையும் கொன்ற பிரம்மஹத்தி பாவம் அரசியைத் தான் சேரும்'' என்று உரக்கச் சொன்னார்.

அவர் இத்தந்திரத்தைக் கையாண்டு திருச்சிக் கோட்டையில் இருந்தவர்கள் அனைவரையும் அஞ்சி நடுங்கச் செய்தார். ஆதலால் அவர் தன் உடைமைகளுடன் குடும்பத்தோடு வெளியேறிச் செல்வதற்கு அனுமதிக்கப்பட்டார்.

இச்செய்தியை மதுரை மிசனுக்குப் பொறுப்பாயிருந்த ஏசுசபைச் சமயப் பரப்பியான பெஸ்கி என்ற வீரமா முனிவர் *1733* ஆகஸ்டு முதல் தேதியன்று ரோமிற்கு எழுதிய *(1732)* ஆண்டுக் கடிதத்தில் குறிப்பிட்டிருக்கின்றார்.

திருச்சிக் கோட்டையில் இருந்தவர்கள் நாராயணப்ப அய்யரின் அச்சுறுத்தலைக் கேட்டு ஏன் நடுங்கினர் என்பதற்குப் பெஸ்கி மேலும் விளக்கம் தருகின்றார்.

''.....பசுக்களையோ பிராமணரையோ கொல்வதென்பது மன்னிக்க முடியாத குற்றம். பிராமணர் ஏதேனும் கொடிய குற்றம் புரிபவராயின் அவர்களை மரண தண்டனைக்கு

உட்படுத்தாது, அவர்களின் கண்களைப் பிடுங்குமாறு தண்டனை விதிக்கப்படும்; குற்றம் புரிந்த பிராமணரின் உடம்பில் பழுக்கக் காய்ச்சிய இரும்பைக் கொண்டு நாய் உருவம் சூடு போடப்படும்; அவரின் கழுத்தில் செத்த பசுவின் எலும்புகளைக் கட்டித் தொங்கவிடுவர்; அவரைக் கழுதைமேல் ஏற்றித் தெருத் தெருவாயும், ஊர்ப் பொது இடத்திலும் சுற்றி வரச் செய்வர். அதனால் தான், அவர்கள் தமக்கு மரண தண்டனை கிடைக்காது என்று அச்சமற்று மிகப்பெரிய கொடுஞ் செயல்களைக் கூடச் செய்யத் தயங்குவதில்லை''.

3. ஆங்கில மொழியில் திருக்குரான்

ஐரோப்பாவில் முகமது நபிகளையும் (570-632) அவர் தோற்றுவித்த இஸ்லாத்தையும் பற்றிப் பலகாலம் அறியாமையும் துவேஷமும் நிலவி வந்தன. எனினும் இஸ்லாத்தை ஓரளவேனும் விளங்கிக் கொள்ளும் முயற்சி அங்கு பதினேழாம் நூற்றாண்டில் பெரிய அளவில் மேற்கொள்ளப்பட்டது என்பதை வரலாற்றிலிருந்து அறிகின்றோம். வரலாற்று இடைக்காலத்தின் (ஏறத்தாழ கி.பி. 476 முதல் 1453 ஆம் ஆண்டு வரை ஐரோப்பாவில் நிலவிய சுமார் ஆயிரமாண்டுக் காலம் வரலாற்று இடைக்காலம் எனப்படும்) குறிப்பிட்ட சில காலகட்டத்தில் வாழ்ந்த ஐரோப்பிய விற்பன்னர்கள் முஸ்லிம்களைக் கிறித்தவத்துடன் இணங்கிச் செல்லுமாறு செய்வதற்கு அல்லது அவர்களைக் கிறித்தவர்களாக மதம் மாற்றுவதற்கு என்று இஸ்லாத்தை சற்று ஆழமாக ஆராயலாயினர்.

எனினும் பதினாறாம் நூற்றாண்டு வரையிலும் இஸ்லாத்தின் மீது பகையும் அதைப் பழிப்பதும் மிகலாயிற்று. இந்நிலை பதினேழாம் நூற்றாண்டு வரையிலும், அதற்கப்பாலும் நீடித்து எஞ்சி நின்றது. முகமது ஆதிக்க வெறிகொண்ட பித்தர் என்று பல நூற்றாண்டுகளாக இழிவுபடுத்தி வந்த மாதிரியில்தான் அவர் இன்னும் படம்பிடித்துக் காட்டப்பட்டார். அல்லது கிறித்தவக் ஓடுகாலிகளிடமிருந்து அறிந்து கொண்ட யூத, கிறித்துவக் கோட்பாடுகளை மெத்தனத்தோடு ஆராய்ந்து, அவற்றிலிருந்து சில சமயக் கோட்பாடுகளை உருவாக்கிக் கொண்ட முகமது சைத்தானின் கைக் கருவி என்று சிலர் முகமதைப் பற்றிக் கருதினர். முகமது வருந்தத்தக்க ஒழுக்கப் பண்புகளைக் கொண்டிருந்தாரெனினும், அற்புதங்களைப் போலித் தனமாகச் செய்தது உள்பட, மிகுந்த தந்திரக்காரராயுமிருந்தார் என்று கூறினர்.

''அடர்ந்த பசுமையான இரண்டு பூங்காக்கள்: ஒவ்வொன்றிலும் பொங்கியெழும் இரு நீரூற்றுகள்; பூங்காவனம் ஒவ்வொன்றிலும் பேரீச்சை, மாதுளை என்ற பழவகைகள்; அழகிய கரு விழிகளைக் கொண்ட கன்னியர்; எந்த மனிதனாலும், ஏன் எந்தத் தேவதையாலும் சுகிக்கப்படாதவர்கள்; பசுமை நிறமான தரை விரிப்பின் மீதும், மென்மையான கம்பளங்கள் மீதும் அவர்களுடன் படுத்திருக்கலாம்'' என்று குரானில் சொர்க்கம் சொல்லப்பட்டிருப்பதாக எடுத்துக்கூறி ஒழுக்கப் பண்பு பற்றிப் பேசினர்.

''சொர்க்கத்திலுள்ள கிலிமான் அல்லது உலிதான் என்ற அழகிய பையன்கள்.... சட்டப்படி ஒரு பால் இன்பம் தருவர்'' என்ற கற்பிதமான கருத்தையும் கூறினார்கள். மெய்யாகத் திருக்குரானில் ஒருபால் புணர்ச்சி தடை செய்யப்பட்டுள்ளது. எனினும் இஸ்லாத்தின் மீது வெறுப்புக் கொண்டு இத்தகைய கற்பிதங்கள் தோன்றின.

முகமது நபி தன்னைப் பின்பற்றுவோருக்கு இகலோகத்திலும், பரலோகத்திலும் சிற்றின்ப சுகம் கிட்டுமென்று உறுதி கூறினார்; அவர் தன் தெய்வீகத் திருப்பணியை

அரபு மக்கள் நம்புமாறு அவர்களை மயக்கிவிட்டார் என்றெல்லாம் கூறி வந்தனர். அரபு மக்கள் முகமதின் மறைவிற்குப் பிறகு, கிழக்கத்திக் கிறித்தவர்கள் (பைசாந்தியர்) உள்படத் தமது அண்டை நாட்டினர் நடுவில் நிலவிய வலுவின்மையையும், உள் பிரிவினைகளையும் பயன்படுத்திப் பெரும் பேரரசை விரித்துப் பரப்பிவிட்டனர். கடவுள் நம்மால் விளங்கிக் கொள்ள முடியாத இச்செயல்களுக்காக, முஸ்லிம்களைத் தேர்ந்தெடுத்து நம்மைத் தண்டிக்கச் செய்தார்; இறைவன் அதே காரணத்திற்காகத்தான் துருக்கி, பாரசீகம், முகலாய இந்தியா இங்கெல்லாம் மிகப் பெரிய இசுலாமியப் பேரரசுகள் தொடர்ந்து நிலவுவதற்கு அனுமதித்துள்ளார் என்றெல்லாம் நம்பினர்.

இக்கருத்துகள் 1697 ஆம் ஆண்டு ஹம்ஃபிரிடியூ எழுதிய ''முகமதின் வாழ்க்கை'' என்ற நூலில் இவ்வாறு கூறப்படுகின்றன:

''ஆண்டவன் நம்மீது அருள் கூர்ந்து நமது தேவரான ஏசுநாதரின் வழியே மிகவும் புனிதமானதும், சிறந்ததுமான ஒரு சமய மார்க்கத்தை அளித்தான். அப்படிப்பட்ட கிறித்தவராகிய நமக்குத் தெய்வத் தண்டனையாக (முகமது) வந்தார்; நாம் அத்தகைய கிறித்தவ சமயத்தவர் என்ற வகையில், அவ்வரிய கிறித்தவ சமயக்கோட்பாடுகளுடன் இன்னும் இயைந்து வாழாமல் இருக்கின்றோம்.''

எதிர்மறையானதும் வெறுப்பு நிறைந்ததுமான இத்தகைய கருத்து ஐரோப்பாவில் நிலவிய போதிலும், பதினேழாம் நூற்றாண்டில் அங்கு அரபு மொழி பற்றிய அறிவு மிகுந்தது, இஸ்லாமியச் சமய நூல்களைப் படிப்பதற்குரிய வாய்ப்புகளும் பெருகின. இஸ்லாத்தை அறிந்து ஆராய்வதற்குப் பல ஐரோப்பிய நாடுகளில் வழி பிறந்தது. குரான் பிரஞ்சு மொழியில் வெளிவந்தது. அதைத் தொடர்ந்து ஐரோப்பிய மொழிகள் பலவற்றிலும் குரான் அச்சிடப் பெற்றது.

ஜார்ஜ் சேல் (*George Sale*) என்பவர் இங்கிலாந்தில், ஆங்கில மொழியில் குரானை *1734* ஆம் ஆண்டு மொழி பெயர்த்தார். அது புலமை நயமிக்க அரிய நூலாக இருந்தது. ஐரோப்பிய மொழிகளில் யாக்கப்பட்ட குரான் மொழிபெயர்ப்புகளில் இது மிகவும் சிறந்தது எனக் கொண்டாடப் பெற்றது. அந்நூலை வியந்து பாராட்டியவருள் வால்டயரும் *(1694-1778)* அடங்குவார். குரானை ஆங்கிலத்தில் மொழிபெயர்த்த சேலைப் பற்றி நாம் அறிந்தது சிறிதளவேயாம். அவர் பல்கலைக்கழகத்தில் பணிபுரியவில்லை; எஸ்பிசிகே (SPCK) என்றழைக்கப்படும் (கிறித்தவ அறிவை வளர்க்கும் சங்கம்-இதற்குச் சென்னையிலும் கிளை அமைந்தது) கிறித்தவ சமயப் பரப்புச் சங்கம், முன்பு லெவண்ட் என்றழைக்கப்பட்ட மத்திய தரைக்கடல் பகுதியில் வாழ்ந்த கிறித்தவருக்கென்று கிறித்தவச் செய்திகளை அரபு மொழியில் வெளியிடவேண்டுமென்று அரபு மொழி கற்கும் திட்டத்தைக் கொண்டு வந்தபோது சேல் அதனால் கவரப்பட்டார்; அந்த ஆர்வத்தினால் சேல் அரபு மொழி கற்றார் என்பது தெளிவு. அவருக்குச் சிரிய நாட்டார் ஒருவர் அரபு மொழி கற்பித்தார்.

சேல் தனது குரான் மொழிபெயர்ப்பில் விரிந்த செய்திகளை அடிக்குறிப்பில் தந்திருக்கின்றார். முஸ்லிம் உரைகாரர்களிடமிருந்து அக்குறிப்புகள் சில பெறப்பட்டன. அந்நூலில் நீண்ட முன்னுரை உள்ளதுடன், மேற்கொண்டு பல விளக்கக் குறிப்புகளும் தரப்பட்டன. இஸ்லாத்தைப் பற்றிய வாதப்பிரதி வாதங்களில் இம்முன்னுரை மிகவும் முக்கியமான பகுதியாய் விளங்குகின்றது.

குரான் மீதும், நபிகள் மீதும் இவ்வாறு ஏற்பட்ட ஆர்வமானது, நபிகளின் வரலாற்றுப் பின்புலம், இஸ்லாமியப் பரவல் முதலியன குறித்தும் ஆர்வம் பெருகலாயிற்று.

1735

1. மேற்குக் கரையில் வாணிபப் பெருக்கம்: பம்பாயில் கப்பல் கட்டுதல்

தனிப்பட்ட பிரிட்டிசாரின் வாணிபம் இக்கால கட்டத்தில் பெரிதும் விரிவடைந்தது. அதனால் மிகவும் சாதாரண நிலையிலிருந்த பம்பாய்த் துறைமுகம் இந்தியாவிலேயே மிகப்பெரியது என்ற நிலையை அடைந்தது. எனினும் இது குறித்துப் பகுத்தாராய்வதற்குப் போதிய அளவு தனிப்பட்ட வணிகரின் ஆவணங்கள் இல்லை என்று, *Trade and Empire in Westerm India, 1784-1806* என்ற நூலின் ஆசிரியையான பமேலா நைட்டிங்கேல் கூறுகின்றார்.

டச்சுக்காரரின் கொச்சி ஆவணங்களை ஆராயும்போது *1724,1741* ஆகிய ஆண்டுகளுக்கு இடைப்பட்ட பதினெட்டாண்டுக் காலத்தில் கொச்சித் துறைமுகத்திற்கு வந்த ஆங்கிலக் கப்பல்களின் எடை இரட்டித்தது என்பது தெரிகிறது. ஆங்கிலக் கப்பல்கள், கப்பல் தலைவர்கள் ஆகியோரின் வருகையும் அங்கு பதினேழிலிருந்து இருபத்தெட்டாக உயர்ந்ததை அவ்வாவணங்கள் காட்டுகின்றன என்பார்.

எனவே இந்நூற்றாண்டின் முதற்பாதியில் தனி வணிகர்களின் வாணிப வளர்ச்சியை ஒப்பு நோக்குகையில் அது மெதுவாகவே இருந்தது என்ற போதிலும், பின்னர் வெகு விரைவிலேயே இந்திய நாட்டு வாணிபத்தை அது மிஞ்சி விட்டது. அதன் விளைவாகப் பம்பாயும், சூரத்தும் மேற்குக் கரையின் மிகப்பெரிய துறைமுகங்களாகி விட்டன.

சூரத்திற்கு *1720* ஆம் ஆண்டுகளில் வந்த வாணிபக் கப்பல்களில் மூன்றில் இரு பங்கு ஆசியருக்குச் சொந்தமாயிருந்தன. சூரத்தின் வாணிப முதலீட்டில் மூன்றிலொரு பங்கு ஐரோப்பியரின் காப்பில் இருந்தது என்று *1750* ஆம் ஆண்டு கூடக் கணிக்கப்பட்டது. மேற்குக் கரையிலிருந்து செங்கடலுக்கும் பாரசீக வளைகுடாவிற்குமாக நடந்த இருபெரும் வாணிபம் *1740* ஆம் ஆண்டுகளில் இந்தியரின் கையில் வலுவாக இருந்தது.

லோவ்ஜி நசர்வாஞ்சிவாடியா *1735* ஆம் ஆண்டு பம்பாயில் கப்பல் கட்டுவதற்காக வந்த பிறகு, சூரத்து வாணிபத் துறைமுகம் என்ற சிறப்பை இழந்தது. சூரத்தின் வரலாறும், மேற்குக் கரையில் நடந்த இந்திய வாணிபத்தின் வரலாறும் இரண்டல்ல; ஒன்றே; அது மிகவும் நெடியது. அதன் ஏற்றமும் வீழ்ச்சியும் வரலாற்று ஏடுகளினுள் புதைந்து கிடக்கும் பேரரசுகளின் சரித்திரமும் ஒப்பு நோக்கத் தக்கன. இம்மாபெரும் பட்டினத்தின் வரலாற்றை உரிய இடத்தில் விண்டுரைப்போம்.

சூரத்திலிருந்த அரசு ஊழியரின் திறமைக் குறைவினாலும் நிர்வாகத் தவறுகளாலும், அதன் ஆற்று முகத்தில் மணல் படிந்து கப்பல் போக்குவரவு நடக்க இயலாது போயிற்று. அதனால் பம்பாய் மேற்குக் கரையில் மிகப் பெரிய துறைமுகம் என்ற ஏற்றத்தை எட்டிற்று. மேலும் வரலாற்றுச் சிறப்பு மிக்க முசிறி, தொண்டி, கொச்சி, கோழிக்கேடு என்ற மேற்குக்கரைத் துறைமுகங்கள் தம் சிறப்பை இழக்க நேர்ந்த பிறகு இந்தப் பதினெட்டாம் நூற்றாண்டின் பிற்பாதியில், பம்பாய்த் துறைமுகம் பெருஞ்சிறப்பை எய்தலாயிற்று.

பம்பாய்க் கப்பற்படை ஆங்கிலச் சரக்குகளை ஏற்றிச் சென்ற கப்பல்களைக் கடற்கொள்ளையரிடமிருந்து காத்தது. பார்சிகள் டச்சுக்காரரை விடுத்து ஆங்கிலேயரிடம் முதல் போட்டு வாணிபம் செய்யலாயினர். பெருநிலத்தில் இருந்த இந்திய வணிகர் பலர் தமது வாணிபத்திற்குக் கூடுதலான காப்பை நாடிப் பம்பாய் வந்து குவியலாயினர்.

வாணிபச் சட்டத்தைக் கொண்டு செலுத்துவதற்காக பம்பாயில் 1728 இல் மேயர் நீதிமன்றம் நிறுவப்பட்டது. (இ.ச.க தொகுதி-3 காண்க) அதற்கு எட்டாண்டுகளுக்குப் பிறகு பம்பாயில் ஒரு வங்கியும் அமைந்தது. பம்பாயில் ஏன் வாணிபம் வளர்ந்தது என்பதை இவ் வளர்ச்சிகள் விளக்குகின்றன. அங்கு பெரிதும் ஆங்கிலேயர் கையில் வாணிபம் குவிந்திருந்தது.

கல்கத்தாவைக் காலனி நகரம் என்று சொல்லலாம். அங்கு வாழ்ந்த பிரிட்டிஷ்காரர்கள் ''நவாபுகள்'' போன்று சுகபோக வாழ்க்கை நடத்தி வந்தனர். பங்களா என்ற மாளிகையும் அதன் முகப்பில் இன்றும் நெடிதுயர்ந்து நிற்கும் தூண்களும் அங்கு வாழ்ந்த ''சணல், அவுரிச் சீமான்கள்'' குவித்த செல்வத்தை நினைவூட்டும் சின்னங்களாகச் சிதிலமாகினாலும் இன்றும் நின்று நிலவுகின்றன.

ஆனால் பம்பாயில் கிழக்கிந்தியக் கம்பெனி ஆள்கள் அவ்வாறு வாழவில்லை. பம்பாயின் மெய்யான வாழ்க்கை கிடங்குகளிலும், கணக்கடிகளிலும் (*Counting houses*), பருத்தி, பட்டு, தந்தம், அபினி, அல்லது கைவினைப் பொருள்களின் மாதிரிகள் பார்க்கப்படும் இடங்களிலும், கப்பல் துறைகளிலும் கழிந்தது. அது பொதுமையான பேதமற்ற சூழலில் நடந்தது. இவை அனைத்தையும் விடக் கப்பல் கட்டுந்துறைகளில் தான் பெரும் பணி நடந்து கொண்டிருந்தது. அங்கு மலபார்த் தேக்கினால் கட்டப்பட்ட கப்பல்கள் உலகக் கடல்களெங்கும் ஊர்ந்தன. அவை ஐரோப்பாவில் கட்டப்பட்டவற்றை விட அழகாயிருந்தன. அதற்குப் பம்பாய், ஸ்மாலோ என்ற இரண்டு கப்பல்கள் சான்றாகும்.

1735

பம்பாயில் கட்டிய விரைவுப் போர்க் கப்பல்கள் வெல்ல முடியாதனவாக இருந்தமையால் தான், பிரிட்டிஷ் அரசு அவற்றின் தரத்திற்காக அவற்றை விலை கொடுத்து வாங்கியது. சேரநாட்டுத் தேக்கைக் கொண்டு செய்த கப்பல்கள் தாம் டிரஃபால்கர் கடற்போரில் பிரிட்டிஷாருக்கு வெற்றி தேடித் தந்தன. (பிரிட்டிஷ் கப்பற்படைத் தலைவர் நெல்சன்-1758-1805- பிரெஞ்சு, ஸ்பானியக் கப்பல்களை ஸ்பெயினின் தென்மெற்குக் கரைக்கப்பால் நடந்த டிரஃபால்கர் முனைச்சண்டையில் 1805 ஆம் ஆண்டு தோற்கடித்தார்). அச் சண்டையில் கலந்து கொண்ட ஒரு கப்பல் தென் இங்கிலாந்திலுள்ள சதாம்ப்டன் துறைமுகத்தின் அருகிலுள்ள கோஸ்போட் என்னுமிடத்தில் இன்றும் காத்து வைக்கப்பட்டுள்ளது.

மற்றொரு கப்பல், அதைக் கட்டியவர் அதன் பக்கத்திலுள்ள அடித்தள வரிசைக் கட்டைகள் மீது ரகசியமாகப் பொறித்த இச்செய்தியுடன் உலகில் பல ஆண்டுகள் பாய்மரம் விரித்துக் கடல் ஊர்ந்திருக்கின்றது; ''இக்கப்பலைக் கட்டியவர் ஒரு டி-டி; கறுப்பு ஆள் கி.பி. 1800''

இந்தக் கப்பலை ஜாம்சட்ஜி பொமாஞ்சி வாடியா என்பவர் கட்டினார். அவர் பார்சி வகுப்பினர். அக்குடும்பம் இந்தக் கால கட்டத்திற்குள் மிக உயர்ந்த நிலையை அடைந்திருந்தது; அது இதற்கு முன்னர் அடைந்திராத அதிகாரத்தையும், செல்வாக்கையும் பெற்றிருந்தது.

பம்பாய் நகரத்தைக் கட்டி எழுப்பியது ஆங்கிலேயரல்லர்; கப்பல் கட்டும் தொழிலை மேற்கொண்டிருந்த பார்சி மக்களேயாவர் என்று சொல்லப்படுவதுண்டு. பம்பாய் நகரம் நிர்வகிப்பதற்குப் பெருஞ் செலவானதாக இருந்து வந்த போதிலும், கிழக்கிந்தியக் கம்பெனி அதைப் பல காலமாக விடாமல் பிடித்துக் கொண்டிருந்ததற்கு முக்கியமான காரணம் உள்ளது: அதற்கு அங்கிருந்த கப்பல் கட்டுந்துறைகளே காரணமாகும்.

வாடியா

குஜராத்தி மொழியில் வாடியா என்றால் கப்பல் கட்டுபவன் என்று பொருள். பம்பாய்க்கு இந்த ஆண்டு (1735) கப்பல் கட்டும் பணிக்கென்று சூரத்திலிருந்து வந்த முதல் வாடியாவாகிய லோவ்ஜி நசர்வாஞ்சிக்கு நாற்பது ரூபாய் மாதச்சம்பளம் தரப்பட்டது. அவர் பம்பாய்க்கு வந்தபோது மிகவும் சிறு வயதினராயிருந்தார். அவர் ஐம்பதாண்டுகளாக இக்கம்பெனியின் கப்பல் கட்டும் ஊழியத்திலிருந்தார். அவர் தம் தொழில் நுட்பத் திறனைத் தம் மக்களுக்கும் பேரப் பிள்ளைகளுக்கும் கற்றுக் கொடுத்தார்.

அவருக்கு நாற்பது ரூபாய் மாதச் சம்பளத்துடன் பல பரிசுகளும், ஊக்கத் தொகைகளும், நேர்த்தியான சால்வைகளும், வெள்ளியால் செய்த அடிக்கோல்களும் கிடைத்தன. அவர் பம்பாயில் வீடு கட்டிக் கொள்வதற்குக் கம்பெனி கடன் கொடுத்தது.

பார்சிகள் என்போர் இன்றைய ஈரான் நாட்டிலிருந்து -அன்று அந்நாட்டின் பெயர் பாரசீகம்-சமயக் கொடுமை காரணமாகக் கி.பி.650 வாக்கில் இந்தியாவின் மேற்குக்கரையை அடைந்து இன்றைய குஜராத் பகுதியில் குடியேறினர். அவர்கள் அங்குள்ள பெண்களை மணந்து குஜராத்தியைத் தம் தாய்மொழியாகக் கொண்டனர். எனினும் அவர்கள் தமது ஜராதுஷ்டிர சமய மரபுகளை இன்றும் காத்து வருகின்றனர்.

2. இந்தியருக்கு முதன் முதலில் ஐரோப்பிய முறையில் படைப்பயிற்சி

இந்தியப் படை வீரரில் சிப்பாய் என்ற ஓர் அமைப்பை முதன் முதலில் உண்டாக்கிய பெருமை புதுச்சேரியில் 1735 முதல் 1714 வரை கவர்னராயிருந்த டூமாவையே சேரும்.

அவர் தான் முதன் முதலில் ஏறத்தாழ ஐநூறு இந்தியர்களைத் திரட்டி அவர்களுக்கு ஐரோப்பிய முறையில் படைப் பயிற்சிகளை அளிக்கச் செய்தார். எனினும் அவருக்குப் பின்னர் கவர்னராய் வந்த தூய்ப்பிளே தான் இவ்வாறு பயிற்சி பெற்ற சிப்பாய்களை மிகவும் ஆக்கமான முறையில் பயன்படுத்தினார்.

லா பூர்தோதனைஸ் (1699-1753) என்ற பிரஞ்சுக் கப்பற் தலைவர் 1746 ஆம் ஆண்டு சென்னையை முற்றுகையிட்டுப் பிடித்த பிறகுதான், பிரிட்டிசார் பிரஞ்சுக்காரரைப் பின்பற்றி இந்தியப் படை வீரர்களுக்கு, ஐரோப்பிய முறையில் படைப் பயிற்சி அளித்தனர். பிரஞ்சுக்காரருக்குச் சென்னை முற்றுகையில் ஐரோப்பிய முறைப் பயிற்சி பெற்ற இந்தியச் சிப்பாய்கள் பேருதவியாயிருந்தனர். லெப்டினண்ட் ஹாலிபர்டன் என்ற ஆங்கிலேயர் தான், கம்பெனிக்காகச் சென்னையில் இம் முறையை முதன் முதலில் புகுத்தினார் என்று கூறப்படுகிறது.

சென்னைச் சிப்பாய்கள் முதன் முறையாகக் கிளைவுடன் ஆர்க்காட்டில் தான் (1751) களங்கண்டனர். இது அவர்களுக்குப் புகழ் வாய்ந்த தொடக்கமாக அமைந்தது.

3. செராம்பூரில் டேனியர்

ஐரோப்பாவில் ஜெர்மனியின் வடக்கிலும், வட கடலுக்கும், பால்டிக்கு கடலுக்கும் நடுவிலும் அமைந்துள்ள சிறு நாட்டைச் சேர்ந்த மக்கள் டேனியர் எனப்படுவர். அவர்கள் பதினேழாம் நூற்றாண்டின் தொடக்கத்தில் (1616) டேனியக் கிழக்கிந்தியக் கம்பெனியை நிறுவி, 1620 வாக்கில் இலங்கையை அடைந்து அங்கு காலூன்ற இயலாது, அதற்குத் தெற்கே சுமார் 320 கிலோ மீட்டர் (சுமார் 200 மைல்) தொலைவில் அலை நடமிடும் ஊர் என்ற அழகிய பெயர் பெற்ற தரங்கம்பாடியில் இறங்கி அதை வணிகப் பேட்டையாவும் லுத்தரன்களின் சமயப்பரப்புக் கோட்டையாகவும் ஆக்கி நிலை பெற்ற செய்திகளை இந்திய

சரித்திரக் களஞ்சியத்தின் முதற் தொகுதி, இரண்டாம் தொகுதி, மூன்றாம் தொகுதி என்று பரக்க விரித்திருந்தோம்.

அவர்கள் தரங்கம்பாடியில் நிலைபெற்றுச் சுமார் நூற்றைம்பது ஆண்டுகளான பிறகு, கல்கத்தாவின் தெற்கே செராம்பூர் என்னுமிடத்தில் 1735 இல் மற்றுமோர் பேட்டையை அமைத்தனர். இவ்விரு இடங்களுக்கும் இந்திய அச்சுக்கலை வளர்ச்சியில் பெரும் பங்குண்டு. தரங்கம்பாடியில் தான் முதன்முதலாக அச்சகம், அச்சு வார்ப்படச் சாலை, காகித ஆலை முதலியன அமைந்தன, அதைப் போல் செராம்பூரில் உலகின் பல மொழிகளில் கிறித்தவ சமயப் பரப்பு இலக்கியங்கள் அச்சாயின. இந்தியாவில் கிறித்தவ சமயத்திற்கு நான்கைந்து தொட்டில்கள் அமைந்தன; அவற்றுள் கிழக்குக் கரையில் தரங்கம்பாடியும், செராம்பூரும் அடங்கும்; மேற்குக்கரையில் கோவாவும் கேரளமும் அமைந்திருந்தன.

டேனியர் இவ்விரு கோட்டைகளையும் வைத்துக் கொண்டு தம் அளவினும் பெரிய செல்வாக்கை இந்திய விவகாரங்களில் செலுத்தி வந்தனர். இவ்விரு ஊர்களும் இந்தியர்களை மதம் மாற்றவும், இந்தியர்களின் கையில் கிறித்தவ சமயப் பணிகளை ஒப்படைக்கவும் பயன்பட்ட புராட்டஸ்டண்டு மையங்களாகும். ஏனெனில் கிழக்கிந்தியக் கம்பெனியின் ஆட்சிப்பகுதிகளில் 1813 வரை மதமாற்றம் தடை செய்யப்பட்டிருந்தது.

இங்கு தான் இந்தியாவின் புராட்டஸ்டண்டு லூத்தரன் மிசன் என்ற சமயப்பரப்பு அமைப்பின் தந்தையான சீகன்பால்கு விவிலியத்தைத் தமிழில் மொழி பெயர்த்தார்; இந்து சமயத்தின் சிறப்புப் பண்புகளை மெய்யாகவே அவர் உணர்ந்தார்.

டேனியர் வங்கத்திலும் சிறப்பான பல பணிகளை ஆற்றி வந்தனர். இங்குதான் பத்தொன்பதாம் நூற்றாண்டின் தொடக்கத்தில் கேரி, மார்ஷ்மன், வார்டு என்ற மூன்று ஆங்கிலேயரும் சமயப்பணியில் முனைந்து செயல்பட்டனர்.

இந்தியாவில் அனைவருக்கும் கல்வி கற்பிக்க வேண்டுமென்று முதன்முதலில் வாதாடியவர் என்ற பெருமை, கேரிக்கு உண்டு. கேரி வங்காளியர்க்காகப் பல பள்ளிகளைத் திறந்து, அங்கு தாய் மொழியில் கற்பிக்கச் செய்தார். அவர் கல்கத்தாவின் வில்லியம் கோட்டையிலிருந்த கல்லூரியில் முப்பதாண்டுகளாக வங்க மொழியில் பேராசிரியராக விளங்கினார்.

கேரி இந்து சமயத்தின் சாதிப் பாகுப்பாட்டை உடைத்தெறியும் நோக்குடன்தான் இந்தியாவிற்கு வந்தார். அந்தப் பாகுபாட்டை அடிமைத்தனத்தின் மற்றொரு வடிவம் என்று கேரி கண்டார். இந்துக்களை ஏசுநாதரின் பக்கம் திருப்பும் நோக்கமும் அவருக்கு இருந்தது. ஆனால் அவர் இந்தியாவில் வாழ்ந்து, இந்திய இலக்கியங்களைக் கற்றுவிட்ட பின்னர், பையப் பைய இந்தியப் பண்புகளைப் பயிலலானார். அவரிடம் பண்பாட்டு மாறுதல் உண்டானது. கேரி 1834 ஆம் ஆண்டு இறந்தார்.

வார்டு செராம்பூரில் டேனிய அச்சுக் கூடத்தை நடத்தி வந்தார். அங்கு தாழ்ந்த சாதியினரும், பத்திரலோகர் என்ற மேல்மட்டத்து மக்களைப் போன்று உயர்நிலை அடைந்தனர். டேனிய அச்சுக்கூடத்தில் பஞ்சனன் என்ற கருமான் அச்சு வார்ப்படப் பணியில் ஈடுபட்டார். அவர் அச்செழுத்து வார்ப்பில் திறமை உள்ளவராயிருந்தார். பஞ்சனனின் மைத்துனர் அவரை விட இதில் அருந்திறன் வாய்ந்தவராயிருந்தார். அவர் பலமொழி எழுத்துக்களை வார்க்கும் தலையச்சுகளை உருவாக்கினார். வார்டு வாந்தி பேதியினால் 1821 இல் இறந்தார்.

இங்ஙனம் செராம்பூர் இந்திய வரலாற்றில் அச்சுக்கலைத் தொடர்பான தனி இடத்தைப் பெற்றிருந்தது.

4. ''சைவத் துரை'' சிவகுமார முத்து விசயரகுநாத சேதுபதி

பெரிய மறவர் நாடு என்றும், சேதுநாடு என்றும், இராமநாதபுரச் சீமை என்றும் சிறப்புப் பெயர் பெற்றுச் சேது காவலர்களாக விளங்கி வரும் சேதுபதி குடியில், சிவகுமார முத்து விசயரகுநாத சேதுபதி 1735 இல் ஆட்சிக்கு வந்தார். இவர் புலாலுண்ணாமையைத் தம் வாணாள் முழுமையும் கடைப் பிடித்துச் சைவத் துரை என்ற பெரும்பெயர் பெற்றார்.

இவர் சடையப்பத் தேவரையடுத்து இந்த ஆண்டு பட்டம் ஏற்று 1748 வரை பதின்மூன்றாண்டுகள் ஆட்சி செய்தார். சைவத் துரையின் ஆட்சியில் அருந்திறன் வாய்ந்த வெள்ளையன் சேர்வைக்காரர் தளவாயாக விளங்கினார்.

5. கிழக்கிந்தியக் கம்பெனி ஏற்றுமதி(1730-1735)

கிழக்கிந்தியக் கம்பெனி 1730 தொட்டு 1735 முடிய ஐந்தாண்டுக் காலத்தில் 7, 17,854 பவுன் மதிப்புள்ள பண்டங்களையும், 24,66,078 பவுன் மதிப்புள்ள பொன், வெள்ளியையும் ஏற்றுமதி செய்தது. இச்சரித்திரக் களஞ்சியத்தில் ஆங்காங்கே தரப்படும் இப்புள்ளி விவரங்கள், கிழக்கிந்தியக் கம்பெனியின் வாணிப ஏற்றத்தை அறிந்து கொள்வதற்கு உதவும். கிழக்கிந்தியக் கம்பெனியைப்போல் திட்டமிட்டு வாணிபத்தையும், அத்துடன் அரசியல் தந்திரச் செயல்களையும், ஏனைய ஐரோப்பியர் எவரும் செய்யவில்லை என்பதையும் இச்செய்திகள் உணர்த்தும்.

1736

1. மதுரை நாயக்கராட்சி முடிதல்: நான்கு நூற்றாண்டு நாட்டு நடப்புகள்

முன்னுரை

வெகு தொன்மையான இந்திரப்பிரஸ்தம் மறைந்த இடத்தில் உண்டான டெல்லியிலிருந்து, பண்டு தொட்டு நிலவி வரும் வெகு தொன்மையான மதுரையை நோக்கி வந்த ஒரு படையெடுப்பிலிருந்து தொடங்கி; ஏறத்தாழக் கி.பி. எட்டாம் நூற்றாண்டில் ஈராக்கிலிருந்து ஏதிலியராகப் பாரதத்தில் வந்து புகலடைந்து, காலப் போக்கில் பழமை வாய்ந்த ஆர்க்காட்டில் அரசோச்சி வந்த நெவாயத்துகள் முதல் மதுரை நாயக்கர் திருச்சியில் நிறுவிய கோட்டையை முற்றுகையிட்டு வெற்றி பெற்றதால் நாயக்கர் குடி மறைந்து போன காலம் வரையிலும், இந்த சுமார் நானூறாண்டுகள் முடிவடைகின்றன.

இக்கால கட்டத்தின் தொடக்கத்தில் தான் தமிழர் இந்து நாகரிகத்தைச் சாவகம் என்ற ஜாவாவிற்கு எடுத்துச் சென்றனர்.

செங்கிஸ்கான் வழிவந்த தத்தாரியான மங்கோலியர் துருக்கரை அடிமை கொள்கின்றனர்; பாரசீகத்தைக் கைப்பற்றி அந்நாட்டு மக்களில் மூன்றில் இரு பங்கினரைக் கொன்று குவிக்கின்றனர். இந்தியா மீதும் (1299) பன்முறை படையெடுக்கின்றனர்.

சீனத்தில் சங்கு குடியின் ஆட்சி முடிந்து, மங்கோலியரின் யுவான் குடி ஆண்ட பின்னர், இறுதியில் மஞ்சு குடியினரின் ஆட்சி அமைகின்றது.

தென்னமெரிக்காவில் மெக்சிக்கோவின் முதல் மாயா நகரங்கள் தோன்றுகின்றன; பெரு நாட்டில் சைமூ என்ற மக்கள் பிரமிடுக் கோயில்களைக் கட்டுகின்றனர்.

ஆப்பிரிக்காவில் எத்தியோப்பியர் பாறையில் செதுக்கிய அருமையான சர்ச்சை உருவாக்கினர். டிம்பக்டுவைச் சுற்றியமைந்த மாலி என்ற நாடு இஸ்லாமியக் கல்வி மையமாகிக் காணி என்ற நாட்டை வென்றது.

மேற்கு ஐரோப்பாவில் அனைவரும் (1400) கிறித்தவம் தழுவி விடுகின்றனர். அங்கு வெடி மருந்து அறிமுகமாகிப் போர் முறையில் புதிய உத்திகள் தோன்றுகின்றன. ஃபியூடலிசம் என்ற நிலப்பிரபுத்துவ மேலாண்மை முறை மறையத் தொடங்குகின்றது. கருங்கொள்ளை நோய்களில் (1347-1350) ஐரோப்பிய மக்களில் முக்கால்வாசிப் பேர் செத்தனர்.

பழஞ்சிறப்பு வாய்ந்த கிரேக்க ஆசிரியரின் நூல்கள் கண்டு பிடிக்கப்பட்டதும், மறுமலர்ச்சி இயக்கமும், மனித நேய உணர்வும் வளர்ந்தோங்கும் புதிய ஐரோப்பா தோன்றுகின்றது. கிறித்தவக் கோயில்களில் இலத்தீன் மொழியில் வழிபாடு நடத்துவதற்கு எதிர்ப்புக் கிளம்பியது.

இந்து மாக்கடல் அரபுகளின் வாணிப ஏரியாக மாறியது. உலக நாடோடி இபின் பதூதாவின் எழுத்துகள் நிலநூலைப் படிக்கும் ஆர்வத்தை உண்டாக்கின, இபின் கால்தூன் ''உலகளாவிய வரலாறு'' எழுதினார்.

பௌத்தம் இந்தியாவிலிருந்து துடைத்தெடுக்கப்பட்டு இலங்கை பர்மா, தாய்லாந்து, கம்போடியா இங்கெல்லாம் செழிக்கின்றது.

காஞ்சியிலிருந்து சென்ற போதி தர்மனால் தோற்றுவிக்கப்பெற்ற தியான பௌத்தம் என்ற சென் பௌத்தம் சீனத்தில் செல்வாக்குப் பெறுகின்றது.

கான்ஸ்டாண்டிநோபிள் (1453) வீழ்ச்சி அடையவும் 1100 ஆண்டுகளாக நிலவி வந்த பைசாந்தியப் பேரரசு மறைகின்றது. ஆட்டோமான் துருக்கர் கான்ஸ்டாண்டிநோபிளைத் தம் தலைநகராக்கிக் கொள்கின்றனர்.

பிரஞ்சுக்காரர், ஆங்கிலேயர், டச்சுக்காரர் முதலானோர் வட அமெரிக்காவில் குடியேற்றங்களை நிறுவுகின்றனர். இப்புதிய உலகம் கிட்டத்தட்ட மூன்று மில்லியன் நீகிரோ அடிமைகளை இறக்குமதி செய்கின்றது.

முதல் டச்சுக் குடியேறிகள் (1652) தென் ஆப்பிரிக்காவின் நம்பிக்கை முனைப் பகுதியை அடைகின்றனர்.

இவையனைத்தும் இக்காலகட்டத்தில் இந்தியாவின் புறத்தே நிகழ்ந்தவை.

இந்தியாவிலோ, இந்துஸ்தானம் என்ற வட பாரதத்தில், ஆப்கானிஸ்தானத்தில் குடியேறி, ஆப்கானிய வாழ்க்கை முறையைக் கடைபிடித்து வாழ்ந்த துருக்கரான கில்ஜிகள் டெல்லியில் தம் ஆட்சியை நிறுவினர்.

இந்துஸ்தானத்தின் கிழக்கே, மேற்கே குஜராத், மாளவம், தெற்கே தக்காணம் இங்கெல்லாம் முஸ்லிம் அரசுகள் நிலவுகின்றன.

சுகதேவன் காசுமீரத்தில் அரசை நிறுவுகின்றார். ஒரிசாவில் இந்து மன்னர்களின் ஆட்சி நடக்கின்றது. இரசபுதனத்தில் டெல்லி சுல்தான்கள் தம் அதிகாரத்தை நிலை நாட்டிய போதிலும், மேவாரின் சிசோதியர் குடியினர் தன்னாட்சி புரிகின்றனர்.

அகோம மன்னர்குடி அசாமை ஆளுகின்றது.

முஸ்லிம்களை எதிர்த்துப் போரிட்டுத் தள்ளாத முதுமையில் உயிர்த்தியாகம் செய்த போசள மூன்றாம் வீரவல்லாளர் (1342) இறந்த பின்னர், விசய நகரப் பேரரசு துங்கபத்திரை ஆற்றின் கரையில் தோன்றி, முசல்மான்கள் தென்னகத்தில் நுழைந்து விடாதவாறு அரண் போல் விளங்கியது.

இந்தப் பின்புலத்தில் இக்கால கட்டத்தினுள் சென்று காண்பது சிந்தனைக்கு விருந்தாகும்.

தொன் மதுரை

உலகின் மிகவும் தொன்மையான பேரூர்களில் ஒன்றான மதுரை முடியுடை வேந்தர்களில் ஒருவரான பாண்டியர் குடியின் கோநகரமாகப் பல்லாயிரமாண்டுகளாக இருந்து வந்தது. சந்திரகுப்தரின் அவையில் கிரேக்கத் தூதராக இருந்த மெகஸ்தனிஸ் பாண்டிய நாட்டைப் பற்றிக் கி.மு.302 வாக்கில் எழுதி வைத்திருக்கின்றார். பேரரசர் அசோகர் கி.மு.273 முதல் கி.மு.322 வரை அரசோச்சிய காலத்தில் இந்தியாவெங்கும் நிறுவிய தூண்களிலிலும், பாறைப் பொறிப்புகள் சிலவற்றிலும் பாண்டிய நாடு குறிப்பிடப் பட்டுள்ளது.

சுமார் கி.பி.20 ஆம் ஆண்டு வாக்கில் பாண்டிய மன்னர் ரோமிற்கு ஒரு தூதுக் குழுவை அனுப்பினார்.

பிளினி (கி.பி.23-79) மதுரையின் வாணிபச் சிறப்பைத் தனது நூலில் எடுத்துரைக்கின்றார்.

பெரிப்புளூஸ் (சுமார் கி.பி.80) என்ற கடற்பயண நூலில் பாண்டிய நாட்டு முத்து விவரிக்கப்பட்டிருக்கின்றது.

மதுரையில் கி.பி.140 ஆம் ஆண்டுகளைச் சேர்ந்த ரோமானியக் காசுகள் கண்டெடுக்கப்பட்டன.

மதுரையில் மூன்றாவதான கடைச்சங்கம் சுமார் கி.பி.மூன்றாம் நூற்றாண்டு வரை நிலவிற்று. இச்சங்கத்தில் எழுந்த நூல்களே, இன்று பண்டைத் தமிழர் வரலாற்றை அறிவதற்குப் பெருந்துணை புரியும் அகச் சான்றுகளாக உள்ளன. மதுரையின் மாண்பைப் பரிபாடலும், மதுரைக் காஞ்சியும். சிலப்பதிகாரமும் உயிர்த்துடிப்புடன் நம் கண்முன் கொண்டு வந்து நிறுத்துகின்றன. சுமார் கி.பி.250 முதல் 550 வரை நிலவிய களப்பிரர் என்ற ஏதிலியர் ஆட்சிக் காலத்தில் இருண்டு போன தமிழர் வரலாறு, ஏழாம் நூற்றாண்டில்தான் மீண்டும் பாண்டியரால் ஒளி பெறுகின்றது. இடைக்காலப் பாண்டியர் குடி ஒன்பதாம் நூற்றாண்டில் சிறப்பெய்திப் பொற்காலத்தைத் தோற்றுவிக்கக் காண்கிறோம். அதன் பிறகு பதினான்காம் நூற்றாண்டின் தொடக்கம் வரையிலும் பல ஏற்ற இறக்கங்கள் உண்டானதையடுத்துப் பாண்டியர் குடி வரலாற்றில் எதிர்ப்பட்டிராத ஓர் எதிரியை, டெல்லி சுல்தான் அலாவுதின் கில்ஜியின் (1296-1316) படைத் தலைவரான மாலிக் காபூரின் உருவில் 1310 ஆம் ஆண்டு காண நேர்கின்றது.

அரபுகளும் தமிழகமும்

தமிழ்நாட்டில் அரபுகள் பன்னெடுங்காலமாக இருந்து வருகின்றனர். அரபுப் பரிசுகள் தமிழகத் துறைமுகங்களில் இறங்குவதும், தமிழ்நாட்டுப் பண்டங்கள் அரபுக் கலகங்களில் ஏறுவதும் சங்கப் பாடல்களில் சொல்லப்பட்டுள்ளன. அரபுகள் இஸ்லாம் தழுவியதற்கு முன்னரே தமிழகத்தின் மேலைக் கரையிலும், கீழைக்கரையிலும் வாணிபம் செய்து வந்திருக்கின்றனர். இத்தொடர்பு கிறித்துவ அப்தத்திற்கு முற்பட்டது. அவர்கள் இஸ்லாந் தழுவிய பின்னரும் இந்த உறவு இருந்து வந்தது. பாண்டிய மன்னர்களின் நம்பிக்கைக்குரிய துறைமுக அலுவலையும் அரபு முஸ்லிம்கள் ஆற்றி வந்திருக்கின்றனர்.

அரபுகள் தமிழ்நாட்டைத் தம் வரலாற்று நூல்களில் மாபார் என்று குறித்ததை ஏற்கெனவே சொல்லியிருந்தோம். பதினெட்டாம் நூற்றாண்டில் ஆர்க்காட்டு நவாபு போன்ற ஏற்றம் பெற்ற நவாபுகள் குமரி மாவட்டத்தில் புகலடைந்து வாழ்ந்த ஈராக்கியர் என்பதும் வரலாறு.

மதுரையிலுள்ள காஜிமார் பள்ளிவாசல் கட்டுவதற்குப் பாண்டிய மன்னர் 1294 இல் நிலம் தந்தனர் என்றொரு மரபும் உள்ளது.

பாண்டியர் உள்பகை

பாண்டியர்கள் சோழரிடமிருந்து அரசியல் மேலாண்மை உரிமையைக் கவர்ந்து, மதுரையைத் தம் தலை நகராகக் கொண்டும், வீரதவளப் பட்டணத்தைத் தம் இரண்டாம் தலை நகராக்கியும் ஆண்டு வந்தனர். இப்பேரரசில் அரசுரிமை பற்றி ஏற்பட்ட உள்பகையினால், பாண்டிய நாடு ஒன்றுக்கு மேற்பட்ட மன்னர்களால் ஆளப்பட்டிருக்க வேண்டும். மாபார் என்ற தமிழ் நாட்டை அல்லது பாண்டி நாட்டை ஒன்றுக்கு மேற்பட்ட அரசர்கள் ஆண்டதாக நாடோடியான மார்க்கோ போலோவும் (1254-1324) கூறுகின்றார். மாலிக் காபூரின் படையெடுப்புப் பற்றி அதற்குச் சற்று முற்பட்ட (1302-1311) கல்வெட்டுச் சான்று ஒன்றும் மேற்சொன்ன நிலையை உறுதி செய்கின்றது.

பாண்டிய அரசினுள் அரசுரிமை குறித்துப் போட்டி எழுந்ததுமே அதற்குத் தொல்லை மூண்டுவிட்டது. மாறவர்மன் குலசேகரனுக்குச் சுந்தர பாண்டியன், வீர பாண்டியன் என்று இரண்டு மக்கள் முன்னவர் பட்டத்தரசிக்கும், பின்னவர் காமக்கிழத்திக்கும் மக்களாய்ப் பிறந்தனர். பின்னவரான வீர பாண்டியன் அருந்திறன்களும், சிறந்த அறிவுக் கூர்மையும் வாய்ந்தவராய் இருந்தமையால், குலசேகரன் அவருக்கே ஆட்சியுரிமை என்று விதித்தார்.

சுந்தர பாண்டியன் கடுஞ்சினங்கொண்டு தந்தையைக் கொன்று தானே முடிசூடிக் கொண்டார். இதனால் சுந்தரபாண்டியனுக்கும், வீர பாண்டியனுக்கும் மதுரை அருகில் போர் மூண்டது. வீர பாண்டியன் முதலில் வெற்றிகாண முடியாத போதும், இறுதியில் சுந்தர பாண்டியனை நீக்கிவிட்டு அரியனை ஏறினார்.

பாண்டியரின் இந்த உள்பகையே பாண்டிய நாட்டின் மீது முஸ்லிம் படையெடுப்பு நேர்ந்ததுக்குக் காரணமாய் அமைந்தது என்று முஸ்லிம் வரலாற்று ஆசிரியரான வாசஃபு கூறுகின்றார். ''தோற்றுப் போன சுந்தர பாண்டியன் நடுங்கிக் கிலி கொண்டு தாய்நாட்டிலிருந்து ஓடிப்போய் டெல்லியில் அலாவுதீன் கில்ஜியிடம் புகலடைந்தார். வீரபாண்டியன் தன் மரபுவழி அரசில் வலுவான நிலைபெற்று விட்டார்.'' என்று வாசஃபு கூறுவது ஏற்கத் தக்கதன்று என்பது தற்கால வரலாற்றாசிரியர்கள் கருத்தாகும். பேராசியர் க.அ.நீலகண்ட சாஸ்திரிக்கும் இச்செய்தி குறித்து ஐயப்பாடு வந்தது. சுந்தர பாண்டியன்

1310 ஆம் ஆண்டு ஜூலையில் டெல்லியில் புகலடைந்ததாக வாசஃபு கூறுகிறார். குலசேகரன் ஆட்சிக்குவந்த நாற்பத்திநான்காவது ஆண்டைச் சேர்ந்த கல்வெட்டுகள் உள. அவற்றின்படி குலசேகரனின் நாற்பத்தி நான்காவது ஆட்சியாண்டு கி.பி. 1311 ஆம் ஆண்டு நடுவில் தொடங்குகின்றது.

எனவே அவர் தன் மகனின் கையால் மாண்டதற்குப் பிறகும் ஓராண்டு ஆட்சியில் இருந்தது எவ்வாறு சாத்தியம் என்ற வினா எழுகின்றது. மேலும் பாண்டியர் இருவரும் கொண்டிருந்த பகைமை பற்றி அமீர் குஸ்ரு (1235-1325) குறிப்பிடுகையில் சுந்தரபாண்டியன் டெல்லியில் புகலடைந்தார் என்று கூறவில்லை. அமீர் குஸ்ரு புகழ்பெற்ற வரலாற்று ஆசிரியர் அவர் டெல்லி சுல்தான்களில் அமைச்சரவையில் இருந்தவர்.

எனவே மாலிக் காபூரின் தென்னிந்தியப் படையெடுப்புச் சந்தர்ப்ப சூழ்நிலையால் நிகழ்ந்தது என்றும், அந்த முஸ்லிம் படையெடுப்பாளருக்குச் சுந்தர பாண்டியன் மீதோ, வீர பாண்டியன் மீதோ, எந்த அக்கறையும் இருந்ததில்லை என்றும், அவருக்கு அவ்விருவரிடமும் இருந்த திரண்ட செல்வம்தான் குறியாக இருந்ததென்றும் நாம் கொண்டால் தவறாகாது.

மாலிக் காபூர்

மாலிக் காபூர் படையெடுப்பு

முஸ்லிம் படையெடுப்பாளர் பெரும் பாலோரையும் போன்றே, டெல்லியின் துருக்கிச் சுல்தான் அலாவுதீன் கில்ஜியின் படைத்தலைவரான மாலிக் காபூரும் சூறாவளியென, நம்பவே முடியாத வேகத்தோடு, பெரும்படை கொண்டு வந்து தேவகிரியின் யாதவரைப் பணிய வைத்தார். அவர்களிடம் பொருளும், பிற உதவியையும் பெற்று, அந்நாட்டு மன்னர் இராமதேவனின் தளவாய் பரசுராமன் வழிகாட்டத் தெற்கே பாய்ந்தார். போசளர் குடியின் அருந்திறல் வாய்ந்த முதுபெரும் வேந்தரான மூன்றாம் வீர வல்லாளரும், இராமதேவனைப் போன்று, மாலிக்காபூரைக் கண்டு அஞ்சினார்.

மாலிக் காபூர் போசளரின் தலைநகரான துவார சமுத்திரத்தினுள் 1311 பிப்ரவரியில் புகுந்தார். பேரழிவை உண்டாக்கினார். ஆதலால் வீர வல்லாளர் காபூரை வெல்ல முடியாதென்று கண்டு, அவருடன் சந்து செய்து கொள்ள முன்வந்தார். தமிழ்நாட்டின் மீது நடைபெறவிருந்த இந்தப் படையெடுப்பில் தமிழருக்கு உதவவும் வீரவல்லாளர் ஒப்பினார்.

மாலிக் காபூர் பாண்டிய நாட்டின் எல்லைக்குள் 1311 மார்ச்சில் நுழைந்தார். வீரபாண்டியன் யாதவ இராமதேவனையும், போசள வீரவல்லாளனையும் போல் நடந்து கொள்ளவில்லை. எதிரியிடம் பணிவதைவிடத் துணிந்து அவனுடன் போர் செய்வதே மேல் என்று எண்ணி வீர பாண்டியன் துருக்கர் படையுடன் போரிட்டார். ஆனால் எதிரி முன்னேறுவதை அறிந்ததும் வீர பாண்டியன் தனது தலைநகரான வீரதவளப் பட்டணத்தில் இருந்து பின்வாங்கிச் சென்றுவிட்டார். இது மாலிக் காபூருக்குப் பெருஞ் சினத்தை உண்டாக்கியது.

வீரபாண்டியன் பின்வாங்கியதும், அவர் தன் படையின் ஒரு பிரிவுடன் கண்ணனூர் சென்றார். காபூர் தென்னாட்டிற்குக் கொள்ளையடிக்கத்தான் வந்தார். மாலிக்கு இப்போது அந்த வேலையில் முழுக் கவனமும் செலுத்தினார்.

இந்து தேசமெங்கும் நாட்டின் சொத்துகளெல்லாம் கோயில்களில் குவிந்திருந்தன. கோயில்களை மையமாக வைத்து இயங்கிய மக்களுக்கு, அவை இறைவனின் இல்லமாக மட்டுமன்றி, மக்களுக்குப் பல வகையில் உதவும் அறச்சாலைகளாகவும் இருந்தன. நிலையாமைக் கொள்கையைக் கடைபிடித்து வந்த மக்கள், என்றென்றும் நிலை பெற்றுள்ள இறைவனுக்கே தம்மை முற்றிலும் அர்ப்பணித்தனர். எனவே கோயில்களில் பல காலமாகச் செல்வம் குவிந்து கிடந்தது.

மாலிக்கு கண்ணனூரிலிருந்து காஞ்சி சென்று, அப்பெரு நகரின் கோயில்களைக் கொள்ளையிட்டு, அவற்றை நாசமாக்கினார். அவர் தில்லைக் கோயிலையும் கொள்ளையிட்டார் என்று தெரிகின்றது. இச்செயல்கள் மக்களிடையே அச்சம், கிலி, ஆற்றாமையை உண்டாக்கிக் கையறு நிலைமையை அடையச் செய்தது. சுமார் ஆயிரமாண்டுகளுக்கு முன்னர் புறச் சமயத்தவராயிருந்த களப்பிரர்கள் கூட கோயில்களை அடைத்தனரேயன்றி அழித்தனரல்லர்.

மாலிக் காபூர் கோயில்களில் கொள்ளையடித்து, இவ்வாறு அவற்றை நாசம் செய்த பின்னர், பெருஞ்செல்வத்தை அள்ளிக் கொண்டு வீரதவளப்பட்டணம் சென்று தன் படைகளுடன் சேர்ந்து கொண்டார்.

அவர் அங்கிருந்து வந்து மதுரையைக் கோநகராகக் கொண்டு ஆட்சிபுரிந்த சுந்தர பாண்டியனைத் தாக்குவதென்று கருத்துக் கொண்டார். சுந்தரபாண்டியன் இதை முன்கூட்டி அறிந்ததும், மிகுந்த எச்சரிக்கையோடு இரண்டு கோயில் யானைகளை மட்டும் மதுரை நகரில் இருக்கச் செய்துவிட்டு வெளியேறினார். ஆதலால் மாலிக் காபூரின் மதுரைத் தாக்குதலும் பயனற்றுப் போனது, அவரால் மதுரைக் கோயிலுக்கு மட்டுமே தீ வைக்க முடிந்தது. மதுரை டெல்லியிலிருந்து வெகு தொலைவிலிருந்ததால், தனக்குப் பாதுகாப்பு இல்லையென்பதை உணர்ந்தார். அவர் தெற்கில் இருந்தால் எப்போதும் பாண்டியரின் தாக்குதலை எதிர்பார்த்தே இருக்க வேண்டி வரும்.

பாண்டிய மன்னர் இருவரும், இக்கட்டான இவ்வேளையில் தம் உள்பகை மறந்து வீரபாண்டியன் தலைமையில் துருக்கரைத் தாக்கினர். மாலிக் காபூர் இம்முறை பலத்த தோல்வியடைந்தார். ஆதலால் அவர் அவசரமாகப் பின்வாங்கி வடக்கு நோக்கி ஓட நேர்ந்தது. அவர் இக்காலத்திற்குள் தென்னிந்தியாவில் நடத்திய பல கொள்ளைகளில், கற்பனையை மிஞ்சும் செல்வங்களைச் சேர்த்துக் கொண்டு, அவற்றைப் பத்திரமாக எடுத்துக்கொண்டு டெல்லி சென்றார்.

மாலிக் காபூர் நடத்திய இத்தாக்குதல்களின் முக்கியத்துவம் குறித்து வரலாற்றாசிரியரில் பலர் மிகைப்படுத்திக் கூறுகின்றனர். ''(மாலிக்காபூரின்) படை 612 யானைகளுடனும் 96 ஆயிரம் குதிரைகளுடனும் டெல்லியை அடைந்தது.. என்றும்'' இதைப்போன்று இதற்கு முன்னர் நிகழ்ந்ததாக எவருக்கும் நினைவில்லை; எழுதி வைக்கப் பெற்ற வரலாற்றில் இதைப் போல் எதுவும் நடந்ததில்லை'' என்றும் எலியட், டாசன் என்போர் தம் வரலாற்று நூலின் மூன்றாம் தொகுதியில் கூறுகின்றனர்.

ஆனால் மாலிக் காபூரின் படையெடுப்பிற்கு அரசியல் முக்கியத்துவம் எதுவுமில்லை. கற்பனையை மீறிய மிகப்பெரிய இராணுவத் தாக்குதலாக அது தென்னக வரலாற்றில் அமைந்தது எனலாம். மாலிக்கு 1302 முதல் 1311 வரையிலும் மதுரையிலிருந்த

காலத்தில் 14 கோபுரங்களை இடித்துத் தள்ளியிருக்கின்றார். இத்தகைய செயல்களினால் உண்டான பின்விளைவுகள் மக்களின் சமூக வாழ்க்கையில் மிகவும் முக்கியமானவை என்பதில் ஐயமில்லை.

மதுரையில் சுல்தானாட்சி

மாலிக் காபூரின் படையெடுப்பையடுத்துத் தென்னகத்தில் பல தொல்லைகள் தொடர்ந்தன. டெல்லியில் கியாசுதீன் துக்ளக்கின் ஆட்சிக் காலத்தில் (1320-1325) முஸ்லிம்கள் 1323 ஆம் ஆண்டு மீண்டும் தென்னகத்தின் மீது படையெடுத்தனர். துக்ளக்குகள் வெகு தொலைவிலிருந்த டெல்லியிலிருந்து கொண்டு, அரசப்பிரதிநிதிகளை (வைசிராய்) அமர்த்தி ஆட்சி புரியும் முயற்சியில் இப்போது வெற்றி கண்டனர். இந்த அரசப் பிரதிநிதித்துவ ஆட்சி 1334 வரை பத்தாண்டுக்காலம் மதுரையில் நடந்தது.

மதுரைக்கும் டெல்லிக்கும் இடையிலிருந்த பெருந்தொலைவை ஜலாலுதீன் அசன்ஷா என்பார் தனக்கு வாய்ப்பென்று கொண்டு, 1333 ஆம் ஆண்டு அரசப்பிரதிநிதி ஆட்சியை நீக்கிவிட்டுத்தானே மதுரையில் முதல் சுல்தான் ஆனார். இவரது ஆட்சி ஏழாண்டுக் காலம் நடந்து முடிந்ததும், இவருக்குப்பிறகு ஏழு சுல்தான்கள் 1378 வரை 45 ஆண்டுகள் மதுரையில் ஆட்சி புரிந்தனர். எட்டுச் சுல்தான்களும் தத்தம் ஆட்சிக் காலத்தில் நாணயங்கள் வெளியிட்டுள்ளனர்.

சுல்தான் ஆட்சிக் காலம்-பாண்டிய மன்னர்கள்

மதுரைச் சுல்தான் ஆட்சி நடந்த இந்தக்காலத்தில் மாறவர்மன் குலசேகர பாண்டியன் (1314-1346) சடையவர்மன் பராக்கிரம பாண்டியன் (1315-1347). மாறவர்மன் வீரபாண்டியன் (1334-1380), மாறவர்மன் விக்கிரம பாண்டியன் (1335-1352) என்று சில பாண்டிய மன்னர்களும் அடைப்புக் குறிக்குள் சுட்டியுள்ள காலங்களில் ஆண்டனர் என்பதைக் காட்டும் கல்வெட்டுகள் பல இடங்களில் காணப்படுகின்றன. ஆனால் இவர்கள் எந்த நாளிலிருந்து எந்தப் பகுதியை ஆண்டனர் என்பது புலனாகவில்லை.

சுல்தான் ஆட்சியில் பாண்டிய நாடு

மதுரைச் சுல்தான்கள் ஆட்சியில் பொதுமக்கள் பட்ட அல்லல்கள், இன்னல்கள் குறித்து இந்து, முஸ்லிம் வரலாற்றாசிரியர் இருசாராரும் விவரிக்கின்றனர். நாடோடியான இபின் பதூதா (1304-1374) தந்துள்ள அச்சந்தரத்தக்க செய்திகளையும், கம்பணன் மனைவி கங்காதேவியின் ''மதுரா விஜயம்'' என்ற சமஸ்கிருத வரலாற்று நூலையும் படித்தாலே ஈரல் குலை நடுங்குவதை உணரலாம்,

''பயங்கரமான முசல்மான் நாள்கள்'' எவ்வாறிருந்தன என்பதை இராச நாராயணச் சம்புவரையர் தம் எட்டாம் ஆட்சியாண்டுக்காலத்தில் (1338-1359) வெட்டுவித்த கல்வெட்டிலிருந்து அறியலாம்.

இச்சுல்தான்களின் காலத்தில் மக்கள் ஈவிரக்கமின்றிக் கொல்லப்பட்டனர் என்பதை இபின் பதூதா உரை நடை ஓவியமாகத் தீட்டிக் காட்டுகின்றார். கோயில்கள் கொள்ளையடிக்கப்பட்டதுடன், கடவுள் திருமேனிகளையெல்லாம் அழித்தனர் என்பதை அமீர் குஸ்ரூவே எழுதி வைத்திருக்கின்றார். பல கோயில்கள் பாழாக்கப்பட்டதையும், தூய்மை கெடுக்கப்பட்டதையும் குறிக்கின்ற ஏராளமான கல்வெட்டுகள் உள்ளன. மதுரைச் சுல்தான்கள் ஆட்சிக் காலத்தில் (1323-1371) 48 ஆண்டுகள் கோயில்கள் தமிழகத்தில் மூடப்பட்டிருந்தன.

மதுரையில் சமயப்பொறையற்றவர்களும், கொடிய வக்கிரக்குணம் படைத்தவர்களுமான சுல்தான்களின் ஆட்சி அமைந்ததன் விளைவாக நாடே நாசமாயிற்று. இந்து சமயப் பணிகள் நடவா தொழிந்தன. கோயில் சொத்துக்கள் பறிக்கப்பட்டன. சுமார் ஆறாம் நூற்றாண்டில் எழுந்த பக்தி இயக்கத்தின் பலன்கள் மறைந்து போனமையால், சமுதாயத்தில் பெரும்பாலான மக்கள் கோயில்கள் கொள்ளை போனதைப் புறத்தேயிருந்து கண்டு மனம் நைய மட்டுமே முடிந்தது. நாட்டில் அமைதி குன்றியதால் மக்கள் பெரிய அளவில் குடி பெயர்ந்தனர். இன்றியமையாத் தேவைகள் மிகுந்து. ஆற்ற முடியாமையினால் வாடி நலிந்தனர். வேளாண்மை நடைபெறாது, நிலமெனும் நல்லாள் வெம்பி வெடித்துத் தரிசானாள்.

"இது துலுக்கரின் காலம்; இறைவனுக்குச் சொந்தமான தேவதான நிலங்கள் மீது கடமை (வரி) விதிக்கப்பட்டது. எனினும் கோயில் வழிபாடு எக்குறையுமின்றி நடைபெற வேண்டும்; போதிய எண்ணிக்கையில் ஆள்கள் இல்லாமையால், முறை வைத்து உழவு செய்ய நேர்ந்தது" என்று ஒரு கல்வெட்டுக் குமுறுகின்றது.

கலை, இலக்கியம்

இந்தப் பதினான்காம் நூற்றாண்டில் கலையும் இலக்கியமும் எந்நிலையில் இருந்தன? தமிழ் நாட்டின் பெரிய கோயில்கள் எல்லாம் கி.பி.250 தொடங்கிக் கி.பி.900 வாக்கில் முடிந்து போன அறுநூற்று ஐம்பது ஆண்டு காலப் பல்லவர் ஆட்சியிலும் கி.பி. 846 முதல் 1279 வரை சுமார் நாலரை நூற்றாண்டு விரிந்த சோழப் பேரரசு நிலவிய காலத்திலும் எழும்பியவையாம்.

மதுரை, தஞ்சையை ஆண்ட நாயக்கர்கள் இக்கோயில்களை ஒக்கிட்டுத் திருப்பணி செய்தனர் அல்லது சிறிய அளவில் அவற்றை விரித்தனர். எனவே குறிப்பிட்டுச் சொல்லத்தக்க கலைப் படைப்பு எதுவும் இந்நான்கு நூற்றாண்டுக் காலத்தில் தோன்றவில்லை.

தென்னிந்தியாவில் 14, 15 ஆம் நூற்றாண்டுகளில் பெரிதும் குழப்பமான நிலை இருந்து வந்ததால், தமிழ்நாட்டில் இலக்கியம் சற்று வளம் குன்றிக் கிடந்தது. இலக்கிய நடவடிக்கை எப்போதோ ஒரு முறை இழுப்பிற்கு ஆள்பட்டதைப் போன்று நிச்சயமற்றும்; சமநிலையற்றும் கிடந்தது. இக்காலத்தில் கம்பரைப் போன்ற பெரும் புலவர் ஒருவர் கூடத் தோன்றவில்லை. (கம்பர் 9 அல்லது 10 ஆம் நூற்றாண்டினர் என்பர்) இருப்பினும் இக்கால கட்டம் தனக்கேயுரிய பண்புகளைக் கொண்ட இலக்கியத்தைப் படைத்தது.

"தமிழ் இலக்கிய வரலாற்றில் கி.பி.பதினான்காம் நூற்றாண்டு ஒரு சிறந்த காலப் பகுதியாக இல்லை என்றே கூற வேண்டும்... கி.பி. பதின்மூன்றாம் நூற்றாண்டில் உயர்நிலையில் இருந்த பாண்டியரது தமிழ்ப் பேரரசும் கி.பி. பதினான்காம் நூற்றாண்டின் தொடக்கத்தில் வீழ்ச்சியுறத் தொடங்கியது.

"ஆகவே தமிழ் மொழியைத் தாய்மொழியாகக் கொண்ட தமிழ் வேந்தர்களின் ஆட்சி இப்பதினான்காம் நூற்றாண்டில் அழிந்தது என்று ஐயமின்றிக் கூறலாம். பிற சமயத்தினரும், பிற மொழியினருமான முகமதியர்களும், கன்னடர்களான விசயநகர வேந்தர்களும் தத்தம் மொழிகளை அரசாங்க மொழியாகக் கொண்டு, தமிழகத்தின் தாய்மொழியைப் புறக்கணித்துத் தமிழ் நாட்டில் ஆட்சி புரியத் தொடங்கிய காலம் இப்பதினான்காம் நூற்றாண்டேயாகும்."

இவ்வாறு தி.வை.சதாசிவ பண்டாரத்தார் ''தமிழ் இலக்கிய வரலாறு'' *(13,14,15 ஆம் நூற்றாண்டுகள்)* என்ற நூலில் கூறுகின்றார்.

புலவரும் படைப்பும்

வில்லிபுத்தூரார் திருமுனைப்பாடி நாட்டில் சனியூர் என்ற ஊரில் (இவ்வூர் இப்போது எங்குள்ளது என்பது புலனாகவில்லை) வீரராகவர் என்ற அந்தணர்க்கு மகனாய்ப் பிறந்தார்; வைணவ சமயத்தினர், இவருடைய தந்தையார், வில்லி புத்தூராழ்வாரிடம் கொண்டிருந்த அன்பு காரணமாகத் தன் மகனுக்கு வில்லிபுத்தூரார் என்ற பெயரைச் சூட்டினார் என்பர்.

வில்லிபுத்தூரார் காலத்தில் நடு நாட்டில் கன்னட மொழிக்குப் பேராதரவு இருந்தமை, வரந்தருவாரது சிறப்புப் பாயிரத்தால் நன்கறியப்பட்டுள்ளது. அக்காலப் பகுதியில் போசள மன்னர் மூன்றாம் வீரவல்லாளர் *(கி.பி.1292-1342)* துவார சமுத்திரத்தை யும், திருவண்ணாமலையையும் தலைநகராகக் கொண்டு ஆட்சி புரிந்தார். அதனால் கன்னடம் நடு நாட்டில் ஆட்சி மொழியாகப் பெருமை பெற்றிருந்தது. ஆகவே வில்லிபுத்தூரார் கி.பி.பதினான்காம் நூற்றாண்டின் முதற் பகுதியில் இருந்தவர் என்பது வரந்தருவார் கூறியுள்ள செய்தியாலும் உறுதிப்படுகின்றது.

வில்லிபுத்தூரார் வைணவராயிருந்தமையால், தெய்வீக மனிதப் பிறவியான கண்ணனின் திருவிளையாடல்களில் உள்ளத்தைப் பறி கொடுத்து விட்டார். அவர் வரபதி ஆள் கொண்டான் என்ற குறுநில மன்னரால் ஆதரிக்கப் பட்டிருந்தார். அம்மன்னன் திருமுனைப்பாடி நாட்டில் வக்கபாகை என்ற நகரத்திலிருந்து ஆட்சி புரிந்து வந்தார். ''நீங்களும் நானும் பிறந்த திசைக்கு இசைநிற்பப் பாரதமாம் பெருங்கதையைத் தமிழ் மொழியின் விருத்தத்தாற் செய்க'' என வேண்டியதற்கு இணங்க வில்லிபுத்தூரார் வியாச பாரதத்தைத் தமிழில் செய்தார்.

வில்லிபுத்தூராரின் பாரதத்தில் *6000* பாடல்கள் இருந்தனவென்பது செவிவழிச் செய்தியாகும். எனினும் அவற்றில் *4339* பாடல்கள் மட்டுமே பத்துப் பருவங்களாக முற்றுப் பெறாத பாரதமாகக் கிடைத்தன. அதன் பிற்பகுதியான எட்டுப் பருவங்களையும் பாடி முடித்த அரங்கநாதக் கவிராயரின் பாடலிலிருந்து அறியலாம்.

சம்ஸ்கிருதத் கலப்பு

வில்லிபுத்தூரார் சம்ஸ்கிருதப் புலமை மிக்கவர், அவரது பாரதத்தில் சம்ஸ்கிருதச் சொற்களும், சொற்றொடர்களும் மிகுதியாகக் காணப்படுவது, அவருக்கு அம்மொழி மீதுள்ள காதலை வெளிப்படுத்துகின்றது. இந்நூலுக்கு முற்பட்ட எந்தத் தமிழ் நூலிலும் இத்தனை சம்ஸ்கிருதச் சொற்கள் காணப்படவில்லை, இதனை மிகுதியான சம்ஸ்கிருதச் சொற்கள் கலந்த முதல் தமிழ்நூல் என்று கூறலாம். வில்லிபுத்தூரார் காலம் முதல் தமிழ்ச் செய்யுள் நடை வட சொற்கள் விரவி மாறுதலடையத் தொடங்கியது.

கச்சியப்ப சிவாசாரியார்

காஞ்சிபுரத்துக் குமரகோட்டத்து அர்ச்சகருள் ஒருவரான கச்சியப்ப சிவாசாரியர் இக்காலத்துத் தமிழ்ப்புலவருள் ஒருவராவார். அவர் ஆதிசைவக் குலத்தில் பிறந்தவர். இவர் முருகக் கடவுளை ஆகம விதிப்படி பூசித்து வந்த முருகனடியார், அவர் தமிழிலும், சம்ஸ்கிருதத்திலும் பெரும்புலவராக விளங்கினார். முருகக் கடவுள் ஒருமுறை இவரது

கனவில் தோன்றி, ''அன்பனே, நமது சரித்திரத்தைக் கந்த புராணம் என்று பெயரிட்டுத் தமிழில் பாடுக'' என்று கட்டளையிட்டுத் ''திகட சக்கரச் செம்முகமமைந்துளான்'' என்று அடியெடுத்துத் தந்து மறைந்தாரென்றும், ஆசாரியார் அன்று முதல் சில திங்களில் இப்புராணத்தைப் பாடி முடித்தார் என்றும் கூறுவர். இந்நூல் குமர கோட்டத்தில் அரங்கேறிற்று என்பர்.

மேலும் 16, 17 ஆம் நூற்றாண்டுகளில் பல புராணங்கள் எழுந்தன என்று அறிகின்றோம். அருணகிரி புராணம் 1555 இலும் எல்லப்ப நாயனாரின் அருணாசல புராணம், திரு விஞ்சைப் புராணம் என்பன 16 ஆம் நூற்றாண்டிலும், இளையான் கவியின் அவிநாசிப்புராணம் 17 ஆம் நூற்றாண்டிலும் எழுந்தன. மேலும் 16 ஆம் நூற்றாண்டில் இரேவண சித்தர் எழுதிய திருவட்டீச்சுரப் புராணம், திருமேற்றளிப்புராணம், திருவலஞ்சுழிப் புராணம் என்ற புராண நூல்களும், அதே 16ஆம் நூற்றாண்டில் (1510) எழுதப்பட்ட இறைவானறையூர்ப் புராணம் என்ற நூலும் மறைந்து போயின.

காளமேகம்

காளமேகத்தின் காலம் பதினைந்தாம் நூற்றாண்டின் இடைப் பகுதியென்பர். இவரது இயற்பெயர் வரதன்; வைணவ வேதியர்; நந்திபுரம் என்பது இவரது ஊர். இவ்வூர் இக்காலத்தில் நாதன் கோயில் என்று வழங்கும் ஊராகும். இவ்வூர் குடந்தையின் தெற்கே மூன்று நான்கு கிலோமீட்டர் தொலைவிலுள்ளது. இது முற்காலத்தில் சோழரின் தலைநகரங்களுள் ஒன்றான பழையாறை நகரின் ஒரு பகுதியாகும். (இ.ச.க தொகுதி-2 காண்க) பழையாறை குடந்தையின் மேற்புறத்திலுள்ள தாராசுரம் புகைவண்டி நிலையத்தின் தெற்கே சுமார் 2-4 கிலோ மீட்டரில் உள்ளது. இது சோழர் காலத்தில் மிகப்பெரிய ஊராயிருந்தது.

காளமேகம் ஆசுகவி பாடுவதில் வல்லவரென்பதும், வசை பாடுவதில் ஒப்பற்றவர் என்பதும் பழைய பாடல்களிலிருந்து தெரிகின்றது.

கருமுகில் மழை பொழிதல் போல், இப்புலவர் ஆசுகவி பாடுவதில் ஆற்றல் பெற்றிருந்ததால் காளமேகப் புலவர் என்ற பெயரைப் பெற்றவர் என்பது தெரிகின்றது. இவருடைய சிலேடைப்பாடல்கள் முதலானவற்றைத் தமிழ் நாவலர் சரிதை, தனிப்பாடல் திரட்டு, தனிச் செய்யுள், சிந்தாமணி, பெருந்தொகை ஆகிய நூல்களில் காணலாம்.

1736

இரட்டைப் புலவர்கள்

இவ்விருவரும் சோழ நாட்டிலுள்ள ஆலந்துறையில் செங்குந்தர் மரபில் இரட்டையராகப் பிறந்தனர் என்பர். இவர்களுள் மூத்தவர் முடவர், இளையவர் குருடர்; முதுசூரியர், இளஞ்சூரியர் என்று பெயர். முடவரைக் குருடர் சுமந்து சென்றாரென்றும், முடவர் வழி காட்டினாரென்றும் செய்தி உள்ளது. இவ்விருவரையும் சுற்றிக் கற்பனையை மிஞ்சும் கதைகள் தீட்டப்பட்டுள்ளன. இவர்கள் 14 ஆம் நூற்றாண்டினர்.

இப்புலவர் பெருமக்கள் தாம் வழிபடும் தெய்வங்கள், தம் ஆசிரியர், தம்மை ஆதரித்த அரசர்கள், தலைவர்கள் ஆகியோர் மீது உலாக்கள் பாடியுள்ளனர். தலைவன் வீதியில் உலா வரும் போது பேதை, பெதும்பை, மங்கை, மடந்தை, அரிவை, தெரிவை, பேரிளம்பெண் என்ற ஏழு பருவத்துப் பொது மகளிரும் அவரைக் கண்டு காமுற்றதாகக் கலிவெண்பா என்ற பாவகையில் பாடப்படுவது உலா என்ற மரபு.

இத்தகைய உலாக்களுக்கு இரட்டைப் புலவர்கள் இயற்றிய ஏகாம்பரநாதர் உலா ஒன்றாகும். இது காஞ்சிபுரத்திலுள்ள ஏகாம்பரநாதரைப் பற்றிப் பாடப்பெற்றது. ஆதி சைவ அந்தணர் ஒருவர் பேரிளம் பெண் பருவ நங்கைக்குச் சிவபெருமானுக்கும், பிற தெய்வங்களுக்கும் உள்ள வேறுபாட்டையும், அப்பெருமானின் ஒப்பற்ற முழுமுதற் தன்மையையும் எடுத்து உரைக்கும் முறையில் பல வரலாறுகளை இப்புலவர்கள் ஏகாம்பரநாதர் உலாவில் கூறியிருப்பது படித்து மகிழத் தக்கதாகும்.

பேரின்பப் பெருவாழ்வை அடைவதற்குச் சிற்றின்பப் பாதையைக் காட்டி, அடியாரை உய்யும் வழியைப் பின்பற்றச் செய்யும் தன்மையனவாக உலாக்கள் இக்கால கட்டத்தில் அமைந்தன என்பர்.

வேதாந்த தேசிகர்

இவர் சுமார் 1268 ஆம் ஆண்டு அனந்த சூரிக்கும், கோதாரம்மாவிற்கும் மகனாகக் காஞ்சிபுரத்தின் அருகில் பிறந்தார். இன்று அவ்வூர் தூப்புல் என்றழைக்கப்படுகின்றது; அவர் 102 ஆண்டுகள் உயிர் வாழ்ந்தார் என்பர். வேதாந்த தேசிகருக்குத் தனிச்சிறப்பு ஒன்றுண்டு. அவர் தாமாகப் புதிய மெய்ப்பொருள் கருத்தெதையும் எடுத்துரைக்காமல் இராமானுசரின் விசிட்டாத்துவிதக் கோட்பாட்டிற்குப் புதிய தருக்க முறை கொண்டு அதற்குப் புதுப் பொலிவு தந்தார். அவர் தத்துவம் என்ற மெய்பொருளைச் செய்யுளில் பாடினார்.

வேதாந்த தேசிகரே வடகலைப் பிரிவைத் தோற்றுவித்தவர். அவர் இயற்றிய ''தேசிகப் பிரபந்தம்'' என்ற பெருநூல் பதினான்காம் நூற்றாண்டில் இயற்றப் பெற்றது. அது வைணவ சமயக் கொள்கைகளை நன்கு விளக்குகின்றது. வெண்பா, வெண்டுறை, ஆசிரியப்பா, ஆசிரிய விருத்தம், கலிப்பா, கலிவிருத்தம், கட்டளைக் கலித்துறை ஆகிய பாக்களாலும் இந்நூல் அமைந்துள்ளது. இது பத்தொன்பது பிரபந்தங்களையும், நானூற்றைம்பது பாடல்களையும் உடையது. தேசிகப் பிரபந்தம் இருபத்து நான்கு பிரபந்தங்களைக் கொண்டது என்றும், அவற்றுள் பந்து, கழல், அம்மானை, ஊசல், ஏசல் என்று ஐந்து பிரபந்தங்கள் இக்காலத்தில் கிடைக்கவில்லையென்றும் வைணவ சமய அறிஞர் கூறுவர்.

வேங்கடநாதர் என்ற பிள்ளைத் திருநாமத்தை உடைய வேதாந்த தேசிகர் தம் அம்மானாகிய கடாம்பி அப்புள்ளாரிடம் பல்கலைகளையும் பயின்று, தமிழ் மொழியிலும் வடமொழியிலும் சிறந்த புலமை எய்தினார் என்று தெரிகின்றது. இவர் தம் வாணாளில் காஞ்சி, திருவயிந்திபுரம், திருவரங்கம் ஆகிய நகரங்களில் வதிந்ததுடன், மைசூர் நாட்டு மேல்கோட்டை திருநாராயண புரத்திலும் பல ஆண்டுகள் தங்கியிருந்தார் என்பர். இவர் சுமார் 1268 இல் பிறந்து, 1369 இல் வைகுந்தப் பதவியை அடைந்தார் என்றும் கூறுவர். எனவே இவர் ஒரு நூற்றாண்டிற்கு மேல் வாழ்ந்தது குறிப்பிடத்தக்கது.

வேதாந்த தேசிகர் காலத்தில்தான் திருவரங்கப் பெருங்கோயில் முஸ்லிம்களின் படையெழுச்சியால் பல இன்னல்களுக்கு உள்ளாயிற்று.

திருமால் படைக்கப்படாதவர்; வல்லமையனைத்தும் உடையவர்; என்றென்றும் வாழ்ந்திருப்பவர். அவர் ஒருவரே பெருமாள் என்பது வேதாந்த தேசிகரின் தத்துவத்தில் அடங்கிய மையக் கருத்தாகும்.

வித்தியாரணியர் (சிருங்கேரி மடத்தின் தலைவர்) தேசிகரை விசய நகர அரசவைக்கு

வந்து அணி செய்யுமாறு அழைத்ததை அவர் ஏற்கவில்லை, தேசிகர் அவருக்களித்த மறுமொழிக்கு ''வைராக்கிய பஞ்சகம்'' என்று பெயர். தான் போற்றித் துதித்து வந்த இராமானுசரின் மீதும், அவரது சித்தாந்தத்தின் மீதும் வேதாந்த தேசிகருக்கு இருந்த பற்றையும், பக்தியையும், தேசிகரின் வாழ்க்கை முழுவதிலும் காண முடிகின்றது.

வேதாந்த தேசிகர் தெய்வநிலைக்கு உயர்த்தப்பட்டார். அவர் நித்திய சூரியாகி, அதாவது எப்போதும் பெருமாளுடன் இருக்கும் பேறு பெற்ற அடியராகித் திருப்பதிக் கோயிலில் மணியாகி விளங்குகின்றார் என்பது நம்பிக்கை.

திருப்புகழ்: அருணகிரிநாதர்

அருணகிரிநாதர் பட்டினத்தடிகளின் மகன் என்றும், சிவன் கோயிலில் தொண்டு புரிந்த ஓர் உருத்திர கணிகையின் மகன் என்றும் சிலர் புனைந்துரைத்துள்ளனர். சுமார் கி.பி.ஏழாம் நூற்றாண்டின் முற்பகுதியில் விளங்கிய பட்டினத்தாருக்கு ஏறக்குறைய ஆறு நூற்றாண்டுக்குப் பின்னர் நிலவிய அருணகிரிநாதர் எங்ஙனம் மகனாகக் கூடும்? என்ற வினாவும் எழுப்பப்பட்டது.

அருணகிரியார் பதியிலார் என்ற தேவரடியார் குலத்தைச் சேர்ந்தவர் என்று கூறப்படுவதற்கும் ஆதாரம் இல்லை. இதற்கு மாறாக அவர்தம் பெற்றோர் நல்லொழுக்கத்தில் சிறந்து தூய்மை வாய்மை முதலான சீலம் உடையவர்களாக விளங்கினர் என்பதைத் திருப்புகழ்ப் பாடல் (426) ஒன்றில் அவர் குறித்துள்ளமை அறியத்தக்கது. அருணகிரிநாதர் இயற்றிய திருப்புகழை ஆராயும் போது அவரது உண்மை வரலாறு வெளியாகின்றது. இவர் செல்வமிக்க ஓரு குடியில் பிறந்து, இளமையில் தக்க புலவர்களிடம் தமிழும், சம்ஸ்கிருதமும் நன்கு பயின்று இருமொழிகளிலும் புலமை பெற்றிருந்தார். பெற்றோரால் இளம் வயதிலேயே மணம் செய்விக்கப்பெற்று இல்வாழ்க்கை நடத்தி வந்தார். அக்காலையில் இன்ப நாட்டத்தால் எளியராகிப் பரத்தையர் பலரோடு உறவாடித் தம் முன்னோர் தேடி வைத்த பொருளையெல்லாம் அழித்தார். (திருப்புகழ் 214, 494, 753) அவர் பெரியோர் கூறிய நல்லுரைகளையும் கேளாது கண்டதே காட்சி கொண்டதே கோலம் என்று மனம் போனவாறு அலைந்து திரிந்தார். அதனால் பல கொடிய நோய்களுக்கு ஆளாகி ஊராரின் ஏளனத்திற்கு ஆளானார்.

1736

இப்பால்வினை நோயிலிருந்து நீங்கி நலம் பெறுவதற்கு வழியில்லை என்பதை நன்கு உணர்ந்ததும் உயிரைப் போக்கிக் கொள்ளத் துணிந்தார். (திருப்புகழ் 392) அந்நிலையில் முருகவேள் அருள் கூர்ந்து அருணகிரியின் முன் தோன்றித் தீராத கொடிய நோயையும் தீர்த்தார். தன் திருவடிகளை அருணகிரியின் தலையில் சூட்டி அருள் சுரந்தார். (திருப்புகழ் 392, 394, 513) அன்றியும் ''முத்தைத்தரு பத்தித் திருநகை'', என்று அடியெடுத்துக் கொடுத்தும் தம் திருப்புகழை இனிய செந்தமிழ்ப் பாக்களால் அமைத்துப்பாடுமாறு பணித்து மறைந்தார். (திருப்புகழ் 384) என்றும் திருப்புகழ் தோன்றியதைப் பற்றிக் கதை வழங்குகின்றது.

அருணகிரியார் தமிழகத்திலும், அதற்கப்பாலும் முருகன் எழுந்தருளியுள்ள திருப்பதிகள் எல்லாவற்றிற்கும் சென்று தம் பாக்களால் தொழுது வந்தார். அவர் பாடியுள்ள திருப்புகழை நோக்குமிடத்து திருவண்ணாமலையிலன்றி, திருச்சிராப்பள்ளிக்கு மேற்கே காவிரிக்கரையிலுள்ள வயலூரிலும். பழனியிலும் இவர் நெடுங்காலம் இருந்திருக்க வேண்டும் என்பதை உய்த்துணர முடிகின்றது.

வில்லிபுத்தூராரும் திருவண்ணாமலையிலிருந்த சம்பந்தாண்டானும் அருணகிரியோடு வாதம் புரிந்து தோல்வியுற்றனர் என்றொரு செய்தியும் உண்டு. வில்லிபுத்தூரார் அருணகிரிக்கு சுமார் ஐம்பது அல்லது அறுபது ஆண்டுகளுக்கு முற்பட்டவராயிருத்தல் வேண்டும் என்பது ஆராய்ச்சியால் அறியவந்துள்ளது. எனவே இவ்விருவரும் வாதம் புரிந்தனர் என்பதை ஏற்க முடியாது. இதனை உறுதிப்படுத்தும் சான்றுகளும் இல்லை. சம்பந்தாண்டானும் அருணகிரிக்குக் காலத்தால் முற்பட்டவர் என்பதை 1341 ஆம் ஆண்டுக் கல்வெட்டு ஒன்றிலிருந்து அறிகின்றோம். எனவே ஏனைய புலவர்களின் வாழ்க்கையைச் சுற்றிப் பின்னப்பட்டுள்ள புனை சுருட்டுகளிலிருந்து அருணகிரியாரும் தப்பிவிடவில்லை என்புது தெளிவு.

அருணகிரியார் கந்தர் அலங்காரம், கந்தர் அந்தாதி முதலிய நூல்களையும் இயற்றியுள்ளார்.

இக்காலத்தே பொய்யாமொழிப் புலவர், வீரைக் கவிராயர், நிரம்பவழகிய தேசிகர், தொல்காப்பியத் தேவர் என்று பல புலவர்கள் வாழ்ந்தனர்.

தமிழ்நாட்டில் இந்நூற்றாண்டுகளில் உலகியல் வாழ்க்கைக்கு ஏற்றந்தரக் கூடிய தமிழ் நூல்கள் தோன்றாமைக்கு இங்கு ஏற்பட்ட அரசியல் மாற்றங்களினால் தமிழ் தனக்குரிய இடத்தை இழந்தது காரணமாகும் என்பர்.

இருளில் ஒளி

இக்காலகட்டத்து இந்திய வரலாறு பாரத தேசமெங்கும் நிலவிய நிலையற்ற வாழ்க்கையை, அகத்திலும், புறத்திலும் அமைதி கெட்டிருந்த நிலையை, அறிவுப் பஞ்சமும், அரிசிப் பஞ்சமும் அடிக்கடி அலைக்கழித்த கொடுமைகளைக் கண்டு, மனித ஆற்றல்களையெல்லாம் மீறிய இந்த ஊழ்வினையை அறுத்தெறியப் பல்லுயிரும் பல உலகும் படைத்தழித்து ஆக்குகின்ற எல்லாம் வல்ல இறைவனின் பக்கம், தத்தமக்குத் தெரிந்த வழிகளில் அறிவு ஜீவிகள் திரும்பினர்.

இக்கொடிய இருளில் வழிகாட்டும் பக்தியென்னும் ஒளிவிளக்கைக் கையில் பிடித்துக் கொண்டு அறிவுஜீவிகள் மனித நேயத்தையும், பொதுமையையும் பாடிப் பரவினர். இது தென்னகத்தில் கி.பி. ஆறாம் நூற்றாண்டில் தொடங்கிய பக்தி இயக்கத்தின் நீட்டிப்பாகும். மாதவச்சாரியார் என்ற மாத்துவர் 1238-1317) இக்காலத்தவரே யாவார். இவர் உடுப்பிக்கு அருகிலுள்ள குஞ்சாரு என்ற ஊரில் பிறந்தவர். அவர் உடல் வலிவும், மனவலிவும் மிக்கவர்.

மாத்துவர் அடியாரனைவரையும் சாதிபேதம் பாராது பிராமணராக்கினார்; அவர்களில் பலர் மீனவர். அவர்கள் மீன் இல்லாமல் எவ்வாறு நாங்கள் சைவ உணவு உண்பது என்று மாத்துவரைக் கேட்டனர். அவர் கத்தரிக்காய் விதைகள் சிலவற்றை அவர்களுக்குக் கொடுத்து விதைக்கும்படி கூறினார். அதுதான் புகழ்பெற்ற மத்திக் கத்தரிக்காய். அவை அளவில் பெரியனவாயும், சுவை மிகுந்தனவாயும் இருக்கின்றன.

இது அந்தண மீனவருக்கு மீனுக்கு மாற்று உணவாயிற்று. இந்த மத்திக் கத்தரிக்காய் வேறு இடங்களில் நன்றாய் வளர்வதில்லை; அவற்றின் தரமும் நன்றாயிருப்பதில்லை என்பர்.

மாத்துவக் கோட்பாடு வலியுறுத்துவது நான்கு வேதங்களும், பஞ்சராத்திர விதியும், மகாபாரதமும், இராமாயணமும். பிரம்ம சூத்திரமுமே இந்த சமயத்தின் ஆணிவேர்கள்; திருமாலான நாராயணனே பரம்பொருள்; இந்த உலகம் உண்மையானது. தென்னிந்தியாவில் கிருஷ்ணத் தத்துவத்தைப் பரப்பியதில் உடுப்பி ஒருமையாக மிளிர்கின்றது. வடபாரதத்திலும் இக்கால கட்டத்தில் மனிதநேயரான அருளாளர் பலர் தோன்றினர்.

இராமானந்தர்

இராமானந்தர் *(1299-1411)* வரலாற்று இடைக்கால இந்திய வரலாற்றில் தனிச்சிறப்பு வாய்ந்த இடம் பெற்றுள்ளார். இராமானந்தரைப் பற்றி இந்திய சரித்திரக் களஞ்சியம், முதற்தொகுதியில் விரித்துரைக்கப்பட்டிருந்தது. இராமானந்தர் சாதிவேறுபாடுகளைப் புறக்கணித்தார்; தாழ்ந்த சாதியினரையும் தம் சீடராக்கிக் கொண்டார். பைராகி என்ற வைணவரடியார் கூட்டம் ஒன்றையும் நிறுவினார்.

கிருஷ்ணனும், இராதையும் வழிபடப்பட்டு வந்த நேரத்தில் ஏகபத்தினி விரதனாக விளங்கிய இராமனையும், கற்பிற் சிறந்த அவனுடைய மனைவி சீதையையும் வழிபடு தெய்வங்களாக்கிய சிறப்பை இராமானந்தர் பெறுகின்றார்.

1736

கபீர்தாசர்

வட இந்தியாவின் *1440* முதல் *1518* வரை உயிர் வாழ்ந்தார். இவர் இராமானந்தரின் பன்னிரு சீடர்களில் தலைமையானவர். கபீர்தாசரின் வாழ்க்கை இந்திய சரித்திரக் களஞ்சியம் முதற்பகுதியில் விவரிக்கப்பட்டிருந்தது. கண்மூடித்தனமாக வேத சாஸ்திரங்களை நம்புவதையும், உருவவழிபாட்டையும், சேத்திராடனங்களையும், சடங்குகளையும், பல கடவுள் வழிபாடுகளையும் கபீர் குறைகூறிக் கண்டித்தார். முழுமுதற் கடவுளுக்கும் அடியாருக்கும் வேறுபாடே இல்லை என்றார். இறைவனை இராமனாகவும், இரகீமாகவும் பேதமில்லாமற் கண்ட நல்லடியாராகக் கபீர் விளங்குகின்றார்.

வல்லபாச்சாரியார்

இவர் தெலுங்குப் பிராமணர்; இவரது காலம் *1479-1531.* இவர் பல இடங்களில் சுற்றித் திரிந்து விட்டு இறுதியில் காசியில் தங்கிவிட்டார். பரமனுக்கும் தனி மனித ஆன்மாவிற்கும் வேறுபாடு இல்லை, இரண்டும் ஒன்றே. பக்தியைக் கொண்டுடன் தளையுண்ட ஆன்மாவை விடுவிக்க முடியும். உலக இச்சைகளுக் கெல்லாம் இல்லறமே மையம்: அதை முற்றிலும் துறந்து விட வேண்டும். அதைச் செய்வதற்கு இல்லாவிடின்,

ஒருவர் இறைப்பணியில் ஈடுபடுதல் வேண்டும். அது மட்டுமே மனிதனைத் தீமையிலிருந்து விடுதலை பெறச் செய்யும். வல்லபாச்சாரியார் கிருஷ்ண வழிபாட்டை வலியுறுத்தினார்.

சைத்தன்னியர்

சைத்தன்னியர் (1484-1534) பக்தி இயக்கத்தின் மாபெரும் ஞானி. நாடெங்கும் சுற்றித் திரிந்து மக்களுக்குக் கிருஷ்ணன்பால் பிரேமையும், பக்தியும் வேண்டுமென்று கற்பித்து வந்தார். அவர் சென்ற இடமெல்லாம் ஆயிரக்கணக்கான மக்கள் திரண்டனர். சைத்தன்னியர் மக்களிடையே அன்பையும், அமைதியையும் நிலவச் செய்தார். அவருக்குக் கண்ணன் மீது மாறாத காதல். அவன் பிருந்தாவனத்தில் குழல் ஊதுவதைப் பார்த்ததுமே, பேரின்பப் பரவசம் கொண்டு விடுவார். கண்ணனுக்கு முன்னால் சாதி இன பேதங்கள் இல்லை என்று மெய்யாக நம்பினார்.

நாம தேவர், ஞான தேவர், ஏசுநாதர்

மராட்டியத்தைச் சேர்ந்த நாம தேவர், ஞானதேவர், ஏசுநாதர் முதலானோரும் பக்தி இயக்கத்தைச் சேர்ந்தோராவர், இவர்களும் சாதி, இன வேறுபாடுகளைக் கடந்த ஞானிகளாக விளங்கினர். இவர்களால் மராட்டிய மொழி வளம் பெற்றது.

1736

குரு நானக்கு

குருநானக்கும் கடவுளின் ஒருமையையே எடுத்தோதினார். பொய்ம்மை, தந்நலம், உலகியல் மனப்போக்கு அனைத்தையும் விட்டு விட வேண்டுமென்று தன்னைப் பின்பற்றியவர்களிடம் வற்புறுத்தினார். இவரது காலம் 1469-1538. மனிதர் அனைவரும் சமம்: சாதி வேறுபாடு இல்லை: அவை முன்னிலும் அறிவற்ற பேதங்கள் என்று நானக்கு உரைத்தார். அவரது பாடல்கள் ஆதி கிரந்தம் என்ற நூலில் காத்து வைக்கப்பட்டு உள்ளன.

தென்னிந்தியாவில் சுமார் கி.பி ஆறாம் நூற்றாண்டில் தோன்றிய ஆன்மநேய உணர்வு பொங்கிய பக்தி இயக்கத்தின் நீட்டிப்பாகவே வடபாரதத்தில் 14-15 ஆம் நூற்றாண்டுகளில் இந்த எழுச்சி விளங்கிற்று. இந்த இயக்கத்தின் ஞானவான்கள் பண்டிதர், முல்லா ஆகியோரின் உதவியின்றிக் கடைபிடிக்கும் எளியதொரு சமயவாழ்க்கையை மக்களுக்கு எடுத்துக் காட்டினர். மக்கள் தம் சொந்த முயற்சினாலேயே வீடு பேறு அடையலாம். பக்தி அல்லது இறைப்பற்று இருந்தால் போதும். சடங்குகள், சம்பிரதாயங்கள், புனித யாத்திரைகள் வேண்டியதில்லை. சாஸ்திரங்களைக் கண்மூடித்தனமாக நம்ப வேண்டாம் என்றனர். மனிதரிடையே எந்தப் பேதமும் வேற்றுமையும் இல்லை. ஒருவர் உலகைத் துறக்காமல், இல்லறத்தில் இருந்து கொண்டே இறைவனை அடையலாம். இராமன், இரகீம், ஈசன், அல்லா இவையனைத்தும் ஒன்றையே குறிக்கின்றன. இந்துக்களிலும், முஸ்லிம்களிலும்,

வைதிகராயிருந்தவர்கள் பக்தி இயக்க ஞானிகள் கற்பித்த அறநெறிகளை ஏற்கவில்லை. அவர்களின் நெஞ்சத்தில் அறிவிற்கொவ்வாத போலிப் பற்று மட்டுமே இருந்தது.

பதினான்காம் நூற்றாண்டில்தான் இந்து முஸ்லிம் ஒற்றுமை வேண்டுமென்று இந்துஸ்தானத்தின் பல்வேறு பகுதிகளில் வாழ்ந்த பல்வேறு ஞானியர் குரல் எழுப்பினர். அக்குரலுக்கு மக்கள் மட்டுமின்றி ஆட்சியாளரும் செவிமடுத்தனர். இச்சீர்திருத்த வாதிகளின் பணி தனிச்சிறப்பு உடையது. அனைவரின் பாராட்டுக்குமுரியது.

சூபியர் என்ற ஞானியரும் இந்த ஆன்ம நேய பக்தி இயக்கத்திற்குப் பக்கத்துணையாய் இருந்தனர். ஆன்மாவை நம்பிய சூஃபி ஞானியர் முஸ்லிம் வெறியர்களின் கண்டனத்திற்கு ஆளாகினர்.

நாம் இக்காலகட்டத்துடன் உணர்ச்சிப் பூர்வமாக ஒன்றுவதற்கு இந்த வரலாற்றின் பின்புலம் துணைபுரியும் என்ற கருத்தில், இது விரித்துப் பெருக்கப்பட்டது.

மதுரா விஜயம் - மதுரை வெற்றி

விசயநகரப் பேரரசை நிறுவியவருள் ஒருவரான முதலாம் புக்கனின் (1344-1377) மகனான குமார கம்பண உடையாரின் தேவியான கங்கா தேவி சம்ஸ்கிருதத்தில் எழுதிய வரலாற்று நூலின் பெயர் மதுரா விஜயம். இது கம்பணரின் மதுரை வெற்றி பற்றிய வரலாற்று நூல். இது இந்தியாவில் எழுதப்பெற்ற இரண்டாவது வரலாற்று நூல். காசுமீரத்துப் புலவரான கல்ஹணர் சம்ஸ்கிருத மொழியில் எழுதிய இராஜதரங்கிணி முதலாவது வரலாற்று நூலாகும். (கல்ஹணர் பற்றியும், இராஜ தரங்கிணி குறித்தும் இந்திய சரித்திரக் களஞ்சியம் இரண்டாம் தொகுதி, இரண்டாம் பகுதியில் விரித்துரைக்கப்பட்டது.) இந்நூல் 12-ஆம் நூற்றாண்டில் (1148-1150) எழுதப் பெற்றது. அதன் பிறகு பதினான்காம் நூற்றாண்டில் கம்பணரின் மதுரை வெற்றியைக் கூறுவதற்கு எழுந்த கங்கா தேவியின் இந்நூல் இரண்டாவது வரலாற்று நூலாகும். முழுக்க முழுக்க வரலாறுகளாக எழுதப்பெற்ற இவ்விரு நூல்களுக்குப் பிறகு வெகுகாலம் கழித்தே இந்திய மொழி எதிலும் வரலாறு எழுதப்பெற்றது. கல்ஹணரும் கங்காதேவியும் பனுவல்களாகக் கவித்துவத்துடன் தாம் கூறவந்த வரலாறுகளைப் பாடியுள்ளனர்.

விசயநகரப் படை கம்பணரின் தலைமையில் வந்து, முஸ்லிம் ஆட்சியிலிருந்து தமிழ்நாட்டை விடுவித்த பின்னர் தமிழ்நாடு எவ்வாறு இருந்தது என்பதைத் தன் கணவருடன் வந்திருந்த கங்கா தேவி கவிப்பெருக்கோடு பாடியிருக்கின்றார். அவற்றுள் சில:

"யோக நித்திரைக் கோலத்திலிருந்த அரங்கனின் அரிதுயில் கலைந்து விடாதிருப்பதற்காக, ஆதிசேடன் தன்படத்தைக் கொண்டு விண்டு விழும் செங்கற்களைத் தாங்கிக் கொண்டிருந்தான். பிற இறைவர்கள் வேறு கோயில்களில் இருந்த நிலையும் நெஞ்சத்தைத் துக்கத்தினால் நிரம்பச் செய்தன.''

"திருக்கோயிலின் கதவுகளைக் கறையான்கள் தின்றன. கருவறைக்குள்ளிருந்த வளைவுகளில் விரிசல் கண்டு, அங்கு புல் முளைத்திருந்தது, ஒரு காலத்தில் முழவின் (மிருதங்கம்) ஒலியை எதிரொலித்துக் கொண்டிருந்த இறையில்லங்களில் ஓநாய்களின் ஊளையொலி எதிரொலித்தது''.

"காவிரி பன்னெடுங்காலமாக ஓடிவந்த வணக்கத்திற்குரிய தடங்களிலிருந்து புரண்டு, மனம்போன போக்கில் கண்ட இடங்களிலெல்லாம் பாய்ந்து, படையெடுப் பாளனைப்போல் இரக்கமின்றி நடந்து கொண்டாள்.''

''ஒரு காலத்தில் வேள்விப்புகை மணந்து மண்டிய அந்தணர் தெருக்களில், எப்போதும் வேதமுழக்கம் எழுந்த அந்தணர் தெருக்களில் இறைச்சி நெடி வீசுகின்றது. போதையேறிய கொள்ளைக்காரனின் போர்க்குரல் ஒலிக்கின்றது.'' *(மதுரா விஜயம், காண்டம் 8)*

''மதுரையின் தோட்டங்களனைத்தும் அழிந்து பட்டன. தென்னை மரங்கள் வெட்டி வீழ்த்தப்பட்டன. அவற்றின் இடத்தில் தலைகள் செருகியிருந்த இரும்பு ஈட்டிகள் வரிசையாக நின்றன. அழகிய மாதரின் சிலம்பொலி எழுந்து உள்ளங்கவர்ந்த நெடுஞ்சாலைகளில் பிராமணரை இரும்புச் சங்கிலிகளால் பிணைத்து இழுத்துச் செல்கையில் அவர்கள் எழுப்புகின்ற ஓலம் சங்கிலியின் ஒலியோடு சேர்ந்து காதைக் கிழிக்கின்றது'' என்றும் கங்கா தேவி பாடுகின்றார்.

1736

இருபதாம் நூற்றாண்டின் பெரும்புலவரான புலவர் குழந்தை மதுரையில் முஸ்லில் ஆட்சியில் மக்கள் பட்ட அல்லல்களைப் பாடுகின்றார். கேளுங்கள்.

ஓவியச்சிற்ப உறையுளாய் - வான்
ஓங்கிய கோயில்கள் பாழ்படக்
கூவி யழக்கொல் கொடியோர் போல் வெறி
கொண்டே யிடித்து நொறுக்கினர்.

அம்மத மாறமறுத்தவர் -தமை
ஆட்டுக் குட்டிகளைப் போலவே
தம்மனம் போலக் கொடியவர் - துயர்
தாங்கொணா வன் கொலை செய்தனர்.

கண்களைத் தோண்டி யெடுத்தனர் - துயர்
தாங்கொணா வன் கொலை செய்தனர்.

கண்களைத் தோண்டி யெடுத்தனர் - அந்தோ!
கா தொடு மூக்கை யறுத்தனர்
புண்களில் தீக்கோல் புதைத்தனர் - உயிர்
போகும் வரையும் வதைத்தனர்.

கட்டி வெயிலில் கிடத்தனர்
கண்களில் ஊசி கடத்தினர்
கட்டையில் வைத் தெரி மூட்டனர் - உந்தியில்
கம்பியை விட்டுமே ஆட்டினார்

கன்னெஞ்சன் என்பதைக் காட்டவோ - பசுங்
காய்போல் செந்தமிழ்ச் சேய்களை
வன்னெஞ்ச முள்ள கொடியர் - தாயின்
மார்பில் கிடத்தியே கொன்றனர்

மேலே விரித்த நாட்டு நடப்புகள் தென்னிந்தியாவின் சமயப் பொறைமிக்க மக்களின் உள்ளத்தில் ஆழமாகப் பதிந்து, அவர்களின் ஆளுமையில் நீண்டகால விளைவுகளை ஏற்படுத்தும் பணிவடக்கத்தை உண்டாக்கிவிட்டன. இந்தப் பணிவடக்கத்தின் நீட்டிப்பைப் பேரறிவாளன் பாரதி இருபதாம் நூற்றாண்டில் பல பெயரிட்டு அழைத்து நொந்து வருந்திச் சாடுவதைக் காணலாம்.

சென்னையில் பணிபுரிந்த செவல் என்ற ஐ.சி.எஸ். அதிகாரி ''விசயநகரப்பேரரசின் வரலாற்றை மறக்கப்பட்டு விட்ட பேரரசு'' என்ற பெயரில், ஆங்கிலத்தில் வரலாறாக எழுதி அப்பேரரசைச் சிறப்புப் பெறச் செய்தவர். அவர் ஆங்கிலத்தில் எழுதிய ''தென்னிந்தியப் பொறிப்புகள்'' என்ற நூலில் இங்ஙனம் கூறுகின்றார்.

''பல நூற்றாண்டுகளாக இடையறாது போர்கள் நடந்து வந்த போதும், அவை இந்துக்களிடையே நடந்தவையாம். மக்களுக்கு இவற்றால் என்னென்ன இன்னல் களெல்லாமோ நேர்ந்த போதிலும், அவை அந்தணரையோ கோயில்களையோ தீண்டியது இல்லை. அரச மரபுகள் முற்றிலும் அழித்தொழிக்கப்பட்டிருக்கலாம். நாடு சீரழிந்து நாசமாயிருக்கலாம். அந்தணர் இவற்றால் பாதிக்கப்படவுமில்லை. கோயில்களிலும் பெருஞ்செல்வங்கள் குவிந்து வந்தன. மன்னர் பலர் நூற்றாண்டுகளாக எண்ணிறந்த ஊர்களை இறையிலியாகக் கொடுத்துக் கோயில்களுக்கு அவற்றிலிருந்து வருவாய் கிடைக்கச் செய்தனர். அவற்றுக்கு ஆதரவாக இருப்பதற்கென்று மக்கள் மீது பல வரிகளை விதித்தனர். கோயிலுக்கு விலை மதிப்பற்ற பொருள்கள் மாணிக்க வைரக்கற்கள், பொன் என்று எல்லா வகையான செல்வங்களையும் அளித்து வந்தனர். மக்கள் எவ்வகையில் கொன்று குவிக்கப்பட்டாலும், அந்தணரை எவரும் துன்புறுத்துவதில்லை. அந்தணரைக் கொன்ற ஒருவனுக்கு உயர்கடவுள் அளித்துள்ள தண்டனை எத்தகைய கொடுஞ் சாபமாக இருக்கும் என்பதைக் கல்வெட்டுகள் விவரிக்கின்றன.

''எனினும் நாடு நகரங்களை அழித்துக் கொண்டு, மக்களைக் கொன்று குவித்தவாறு, பண்டைக் கோயில்களைத் தகர்த்து நாசமாக்கி, கடவுளின் பெயராலும், இறைவனுக்குப் பெருமை சேர்ப்பது என்றும் கூறிக்கொண்டு, புனித அந்தணர்களைக் கொன்றும் வந்த அயல்நாட்டுக் கொள்ளைக் கூட்டம் ஒன்று இப்போது இந்துக்களின் மீது பாய்ந்தது. இந்தப் பூதாகரமான கொடுமையை இதுவரை எவரும் கேள்விப்பட்டதே இல்லை''.

விசய நகரப் பேரரசு தோற்றம்

இந்நிலையின் தான் விசயநகரப் பேரரசு பிறக்கின்றது. அரியரன், புக்கன் என்னுமிருவர் சங்கமனின் ஐந்து ஆண் மக்களில் முறையே முதல்வனும், மூன்றாமவனும் ஆவர். கம்பணன், மாரப்பன், முத்தப்பன் என்ற மூவர் பிற சகோதரர் ஆவர். அரியரனும், புக்கனும் சேர்ந்து தென்னாட்டில் இஸ்லாமிய நெறிக்கு எதிராக இயங்க வல்ல ஓர் அரசைத் தோற்றுவிக்க எண்ணங்கொண்டு விசயநகர அரசை நிறுவினர்.

அரியரனும் புக்கனும் துங்கபத்திரை ஆற்றின் கரையில் பம்பையாறு, கூடுமிடத்தில் ஆனைக்குந்திக்கு எதிரில் வித்தியாரணிய நகர் என்ற பெயரில் கோநகரத்தை அமைத்தனர். அது பின்னர் விசயநகர் (வெற்றி நகர்) என்னும் பெயரைப் பெற்றது. (துங்க என்றால் மிகச் சிறந்த அல்லது உயரிய என்றும், பத்திரை என்றால் நற்சகுனமானது என்றும் பொருள்படும். துங்க, பத்திரை என்ற ஈராறுகளும் கூடி இப்பெயரைப் பெறுகின்றன. இவை இரண்டும் தென் கன்னட எல்லையிலுள்ள உயர்ந்த மேற்கு மலைகளின் கிழக்குச் சரிவுகளில் உண்டாகின்றன. இரண்டு ஆறுகளும் சிமோகா மாவட்டத்திலுள்ள கூடலி என்ற சிற்றூரில் ஒன்று கூடுகின்றன. இங்ஙனம் ஒன்று கூடிய ஈராறுகளும் வடக்கிலும், கிழக்கிலும் ஓடி, ஆந்திரத்தின் பெல்லாரி மாவட்டத்திற்கு வட எல்லையாக அமைகின்றன.

ஒன்றிணைந்த துங்கபத்திரை பெல்லாரி மாவட்டத்தில் ஹகரி என்ற ஆற்றையும் தன்னுடன் சேர்த்துக் கொண்டதுமே, கர்நூலுக்குக் கிழக்கே செடி ஹிந்திரி என்ற ஆற்றையும் சேர்த்துக் கொள்கின்றது. பின்னர் வடக்கே பாய்கின்றது. அதன்பிறகு

துங்கபத்திரை புனிதத்தன்மை பெற்றுக் கிருஷ்ணவேனி என்ற கிருஷ்ணை ஆற்றுடன் சேர்ந்து கூடலி சங்கமத்தில் சேர்ந்து விடுகின்றது. இந்த இடம் கர்நூலிருந்து வடக்கே வடகிழக்கில் சுமார் *26* கிலோமீட்டர் *(16* மைல்) தொலைவில் உள்ளது. இந்த ஆற்றின் மொத்த நீளம் சுமார் *640* கிலோமீட்டர் *400* மைல். இந்த ஆற்றின் குறுக்கே தற்காலத்தில் கட்டப் பெற்றுள்ள துங்கபத்திரை அணை *2441* மீட்டர் *-8008* அடி நீளமானது: உயரம் *49* மீட்டர் *-162* அடி (இது உலகின் மிக உயரமான கட்டுமான அணை.)

அரியரன் *18-4-1336* அன்று அந்நாட்டின் முதல் மன்னராக முடிசூட்டிக் கொண்டார். பெருஞ்சிறப்புப் பெற்ற போசளப் பேரரசின் அருகே சிற்றரசாகத் தோன்றிய விசய நகர், அதையும் விழுங்கிப் பேரரசாக வளரத் தொடங்கிற்று. முன்னர் போசளர் கைப்பற்றி ஆண்ட தமிழகப் பகுதியையே முதலாம் அரியரனை அடுத்து வந்த முதலாம் புக்கன் *(1344-1377)* அரசாளலானார். புக்கன் பேரரசரானதும், தன் ஆட்சியிலிருந்த தமிழகப் பகுதிக்குத் தன் மகன் குமார கம்பண உடையாரை அரசப் பிரதிநிதியாய் ஏற்படுத்தினார். கம்பணர் அப்பகுதிக்கு நான்காண்டு காலம் மாமண்டலத் தலைவராயிருந்தார்.

கம்பணர் படையெடுப்பு

1736

மதுரையில் ஆட்சி புரிந்து வந்த சுல்தான்களின் அட்டூழியங்கள் வரவர அளவு கடந்தன. அவற்றுக்குச் சான்றாக உலகப் புகழ் பெற்ற மூர் நாடோடியான இபின் பதூதாவின் நூலே உள்ளது. அவர் மதுரைச் சுல்தான் ஒருவரின் தமக்கையை மணந்திருந்தார் என்பதும் குறிப்பிடத்தக்கது. முதலாம் புக்கன் சுல்தான்களின் அட்டூழியங்களைக் காரணமாகக் கொண்டும், தெற்கில் முஸ்லிம் அரசை வளரவிடுவது தன் பேரரசுக்கு இடுக்கி போலாகும் என்பதை எண்ணியும், தமிழக அரசைத் தன் பேரரசிற்குள் கொண்டு வர வேண்டுமென்பதை உள் நோக்கமாகக் கொண்டும், தன் மகன் குமார கம்பணனைப் பெரும் படையுடன் *1365* இல் தமிழ்நாட்டிற்கு அனுப்பினார்.

கம்பணர் முதலில் காஞ்சிபுரத்தை நோக்கி வந்தார். இக்காலத்தில் சம்புவரையர் குடி தொண்டை மண்டலத்தை ஆண்டு கொண்டிருந்தது. அவர் காலம் கனியட்டும் என்று காஞ்சிபுரத்தில் காத்திருந்தார். அவர் அங்ஙனம் காத்திருந்த வேளையானது, மதுரையில் கடைசிச் சுல்தானான குர்பத்து அசன் கங்கு என்பவரின் ஆட்சிக் காலத்தில் *(1369-1377)* வந்தது. அந்தச் சுல்தானுக்குத் தென்னிந்தியா பற்றி எதுவும் தெரியாது.

மதுரையில் பாமினி அரசை நிலைநாட்டி இந்து அரசான விசய நகரப் பேரரசின் வலிமைக்கு ஈடாக விளங்க வேண்டும் என்ற நோக்கத்துடன் பாமினி சுல்தான் முதலாம் முகமது *(1358-1377)* குர்பத்தை அங்கிருந்து சுல்தானாக அனுப்பி வைத்துமிருக்கலாம். ஆனால் குர்பத்தின் ஆட்சியை மக்கள் விரும்பவில்லை. அவர் மடத்தனமான மிக மட்டமான செயல்களால் வெறுப்புக்கு ஆளானார். இவர் அரசவையைக் கூட்டி, அங்கு அமைச்சர்களும் பிற அதிகாரிகளும் மக்களும் கூடியிருக்கும் வேளையில், ''பெண்கள் அணியும் நகைகள் அனைத்தையும் கையிலும், காலிலும் , கழுத்திலும், கமுகத்திலும் அணிந்து கொண்டு வந்தார். அவர் கீழ்த்தரமான ....செயல்களில் ஈடுபட்டார்'' என்றும்: ''அது சிறு பையன்களும் செய்யும் இழிவான செயல் அல்லது ஒருபால் புணர்ச்சி எனலாம்'' என்றும் வரலாற்றாசிரியர் சுட்டிக் காட்டுகின்றனர்.

கம்பணர் இந்த வேளையை நல்ல வாய்ப்பாகக் கொண்டு 1377ஆம் ஆண்டிற்குச் சற்று முன்னர் மதுரை மீது படையெடுத்தார். கடும்போர் நிகழ்ந்தது. கம்பணரும் குர்பத்தும் மதுரைக் கோட்டைக்கு வெளியே போர் செய்து கொண்டிருந்த போது,

முஸ்லிம்கள் கோட்டைக்குள் புகுந்து கதவுகளை அடைத்துக் கொண்டனர். சுல்தான் களத்தில் வீழ்ந்து பட்டதும், இந்துப் படைகள் கோட்டையை நோக்கி முன்னேறின. ஆனால் கோட்டைக் கதவுகள் அடைத்திருந்தன. கம்பணரின் படைத் தலைவர் சாளுவ மங்கு கதவுகளைத் தகர்த்த பிறகு, முஸ்லிம்கள் அடிபணிந்தனர்.

முஸ்லிம்கள் கம்பணரிடம் தோற்ற பிறகும், பாமினிச் சுல்தான்கள், மதுரையில் சுல்தானாட்சியை அமைக்கப் பெரும் பாடுபட்டனர். மதுரையில் பாமினி அரச குடியைச் சேர்ந்த ஒருவரை வைத்து ஆட்சிபுரிய முயன்று தோற்றனர்.

மீண்டும் பாண்டியர் குடி

கம்பணர் தென்னகத்தில் செய்த இயல்பு மீறிய அருஞ்செயல் யாதெனின், அது பாண்டியர் குடியை மீண்டும் அரியணையில் ஏற்றியதேயாகும். இவ்வாறு வரலாற்றாசிரியரான ஏசுசபைச் சாமியார் ஹீராஸ் கூறுகின்றார். எனினும் இதற்கு வலுவான சான்று எதுவும் இல்லை என்பது வேறு சில அறிஞர்களின் கருத்து.

கம்பணர் சோமசேகரப் பாண்டியன் என்பவருக்கு அரசுரிமை தந்து முடிசூட்டினார் என்பது ஹீராசுச் சாமியார் கருத்து. அவர் அதற்கு ஓ.எச் டெய்லரின் கையெழுத்துப் படிகள் தரும் சான்றை மட்டுமே அடிப்படையாகக் கொண்டிருந்தார் என்று போராசிரியர் எஸ்.திருவேங்கடாச்சாரியார் கூறுகின்றார்.

மதுரையில் முஸ்லிம்கள் ஆட்சி ஒழிந்த போதிலும், மிகவும் வலிமையற்ற நிலையில், அது 1378 வரை நீடித்தது.

கம்பணரின் மதுரை வெற்றிக்குப் பிறகு, அவர் கோ மண்டல நாயகர் என்ற முறையில் தமிழ்நாட்டில் ஆங்காங்கே விசய நகரப் படையின் தலைவர் சிலரை நிறுத்திவிட்டுச் சென்றார்.

விசயநகரப் பேரரசின் சங்கம் மரபு என்ற முதல் அரசகுடி 1336 முதல் 1485 வரையிலும், அதையடுத்துச் சாளுவ மரபு 1486 தொட்டு 1503 வரையிலும், மூன்றாவதாகத் துளுவமரபு 1505 இல் தொடங்கி 1542 முடியவும், நான்காவது குடியான அரசவீட்டு மரபு 1544 இல் அரசேற்று 1647 வரையிலும் ஆட்சிபுரிந்து வந்தன. கடைசியாகக் கூறப்பட்ட அரவீட்டு மரபின் அச்சுதராயரின் ஆட்சிக் காலத்தில் (1530-1542) விசயநகரப் படை மீண்டும் தமிழகத்தை நோக்கி வந்தது.

சாளுவ மரபின் ஆட்சிக் காலத்தில் போர்த்துக்கீசர் கள்ளிக் கோட்டையை அடைந்து விட்டனர். அவர்களையடுத்துக் கத்தோலிக்கச் சமயப் பரப்பிகளான பிரான்சிஸ்கன் சபையினர் 1500 ஆம் ஆண்டிலும், ஏசுசபையினர் 1542 இலும் இந்தியாவை அடைந்தனர். போர்த்துக்கீசரும் அவர்களின் ஆதரவு பெற்ற இச்சமயப் பரப்புச் சபையினரும், இந்திய வரலாற்றைக் கட்டி எழுப்புவதற்கு வேண்டிய நிகழ்வுகளையும், காலச் சூழல்களையும் சமுதாய நிலையையும் நடுவு நிலையுடன் எழுதி வைத்திருக்கின்றனர். குறிப்பாக விசயநகரப் பேரரசைப் பற்றிய பயனுள்ள செய்திகள் போர்த்துக்கீசரின் எழுத்துகளில் காணப்படுகின்றன.

மீண்டும் மதுரைக்கு விசயநகரப் படை

விசயநகரப் பேரரசின் அரவீட்டு வரலாறு என்பது தெலுங்கர்கள் தமிழ்மக்கள் மீதும், கன்னடர்கள் மீதும் மேலாண்மை செலுத்தியதைக் கூறுவதேயாகும். பதினான்காம்

நூற்றாண்டிற்கு முன்னமே தென்னிந்தியா முழுமையும் விசயநகரப் பேரரசின் கைக்குள் இருந்தது என்பதில் ஐயமில்லை. எனினும் தமிழரின் முன்னாள் மன்னர்கள், சோழரைப் போன்று அரியணையில் நீடித்து வருமாறு செய்யப்பட்டனர்; அல்லது மதுரைப் பாண்டியரைப் போன்று ஆட்சியுரிமையைத் திரும்பப் பெற்றனர். அவர்கள் பேராற்றல் வாய்ந்த விசயநகரப் பேரரசின் குறுநில மன்னர்களாக ஆங்காங்கே நிலவினர்.

''ஒரு காலத்தில் பேரொளி சிந்திய விசய நகரப் பேரரசின் வலிமை இப்போது மங்கலாயிற்று. அதனால் நாட்டு மன்னர்கள் இருந்த இடங்களைத் தெலுங்குத் தலைவர்கள் கவர்ந்து விட்டனர். விசயநகரப் பேரரசு மறைந்ததும், அத்தெலுங்குத் தலைவர்கள் தென் இந்தியாவில் பல அரச குடிகளை நிறுவினர். கன்னடநாட்டு மன்னர்களுக்கு இதே கதிதான் ஏற்பட்டது. இருப்பினும் அங்கு மட்டும் தொன்மையான நாட்டுத் தலைவர் பலர் நிலைத்திருந்தனர்'' என்று ஹீராசுச் சாமியார் ''விசய நகரப் பேரரசின் கீழ் தென்னிந்தியர் - அரவீட்டு மரபு'' என்ற ஆங்கில நூலின் முன்னுரையில் கூறுகின்றார்.

பாண்டியர் நிலை

கம்பணரால் விசயநகரப் பேரரசின் கீழ் ஆட்சி புரியுமாறு நிறுவப்பட்ட பாண்டிய மன்னர்கள் தம் ஆட்சிப் பகுதிகளில் அரசிருந்து, அங்கு ஓரளவில் துணை நிலை அதிகாரம் செலுத்தி வந்திருக்கலாம். ஆனால் அவர் நிறுவிய அரசகுடிகள் தள்ளாடத் தொடங்கியதும், அம்மன்னர்கள் விடுதலை பெற்றுத் தன்னாட்சி புரிவது பற்றி எண்ணலாயினர். அவர்கள் விசயநகரப் பேரரசின் அலுவலர்களை நாட்டைவிட்டு விரட்டுவதற்குப் பன்முறை முயன்றனர். பாண்டியர் *1469*-ல் காஞ்சிபுரம் வரையிலும் வெற்றிகரமாக ஊடுருவினர் என்று அறிகின்றோம். விசயநகர மன்னர்கள் இதன்பிறகு, அப்போதைக்கப்போது தமிழ்நாட்டிற்குப் படையனுப்பினர் என்ற உண்மை, மேற்சொன்ன கூற்றுகளுக்குச் சான்றாக அமைகின்றது.

இரண்டாம் விருப்பாட்சன் தன் ஆட்சிக்காலத்தில் *(1465-1485)* செய்த சூலம்பூண்டிச் செப்பேட்டில், இரண்டாம் அரியரனின் *(1377-1404)* மகனான விசயநகர இளவரசர் தொண்டை மண்டலம், சோழ பாண்டிய நாடுகள் இவற்றை எல்லாம் தன் தந்தையின் ஆட்சிக் காலத் தொடக்கத்தில் தாக்கிப் பெருஞ்செல்வத்தைக் கொள்ளை கொண்டு போனார் என்று கூறப்படுகின்றது. இச்செய்தி ''நாராயணி விலாசம்'' என்ற நூலில் காணப்படுகின்றது. இந்த இளவரசர் கர்நாடகம், தொண்டைமண்டலம் சோழ, பாண்டிய மண்டலங்கள் இவற்றின் நாயக்கனாயிருந்தார் என்ற செய்தியையும் இந்நூல் கூறுகின்றது.

இரண்டாம் தேவராயனின் காலத்தில் *(1426-1446)* இலக்கணன், மாதனன் என்ற பேரரச அலுவலர் இருவர் மதுரையில் நாயக்கராக, ஆளுநராக 47 ஆண்டுகள் இருந்தனர் என்று ''பாண்டியர் சரித்திரம்'' என்ற நூல் கூறுகின்றது. இந்தச் செய்தி தவறாக இருக்கலாம் என்று கருத இடமுண்டு. ஏனெனில் அந்நூலில் கூறப்பட்டுள்ள காலம் வழுவானது.

மாதனன் இலக்கணனுக்கு முன்னமே செத்திருக்கலாம். ஏனெனில் ''இலக்கணன் பாண்டிய மன்னருக்குக் காளி கோயில் நாட்டியக் காரியான அபிராமி என்ற காமக்கிழத்தியிடம் பிறந்த மகனுக்கு முடிசூட்டி, அவர்களுக்கு வாழ்த்துக் கூறினார். அவர்கள் பாண்டியரின் மக்களாதலால் அவர்களது நாட்டைத் திருப்பித் தரவே, அவர்களின் ஆட்சி அமைந்தது'' என்று ''பாண்டியர் சரித்திரம்'' விளக்குகின்றது.

ஆக, இதிலிருந்து தெரிவது என்னவெனில், விசயநகர இளவரசர், படைத்தலைவர், அலுவலர் முதலானோர் பாண்டியர்க்கு எதிராகக் கிளர்ச்சி செய்தவர்களை ஒடுக்குவதற்காக அல்லது பட்டத்துக்கு வர முறையான வாரிசு இல்லாததால் உண்டான குடும்பச்

சண்டைகளுக்கு முற்றுப்புள்ளி வைக்கத் தமிழ்நாடு வந்தவர்களாகலாம். ஏனெனில் இறுதியில் காமக் கிழத்தியின் மகனைத்தான் பாண்டியன் அரியணையில் அமரச் செய்தார். ''இதனால் இன்னொரு செய்தியும் புலனாகின்றது. பாண்டியர் குடியில் அரசரின் தேவியருக்குப் பிறந்த மக்களின் ஆட்சி இத்தோடு முடிவடைந்து விட்டது எனலாம்'' என்று ஹீராசுச் சாமியார் கூறுகின்றார்.

இதற்குச் சில ஆண்டுகளுக்குப் பிறகு சோழமன்னரால் பதவியிலிருந்து இறக்கப்பட்ட சோமசேகரப் பாண்டியன் என்ற மன்னனும், பாண்டியனின் காமக்கிழத்திக்குப் பிறந்த மகனே என்ற செய்தியை அச்சுத ராயர் நாகம நாயக்கன் வாயிலாக அறிந்தார் என்று ''தஞ்சாவூரி ஆந்திர ராஜுலு சரித்திரமு'' என்னும் நூலிலிருந்து ஹீராசுச் சாமியார் மேற்கோள் காட்டுகின்றார்.

கிருஷ்ணதேவ ராயரையடுத்து (1509-1529) அச்சுதராயர் 1530-ல் விசயநகர மன்னரானார். இவரும் தமிழ்நாட்டிற்குப் படை கொண்டு வந்தார். அவர் அப்போது திருவிதாங்கூர் மன்னர் மார்த்தாண்டவர்மருடன் பொருதிப் பாண்டிய அரசை மீட்டு, மறுபடியும் பாண்டியர் குடியினர் கையில் ஆட்சியை ஒப்படைத்து விட்டுச் சீரங்கப் பட்டணத்தின் வழியே நாடு திரும்பினார் என்பது சுசீந்திரத்திலுள்ள பூதல வீரராமன் வெட்டுவித்த ஒரு கல்வெட்டிலிருந்து பெறப்படுகின்றது. பாண்டிய மன்னர் அச்சுதராயருக்கு இதற்காக நன்றி செலுத்தினார். அச்சுதராயரின் படையெழுச்சிக் காலத்தில் அய்யாக்கரை வையப்பன் என்பவர் விசயநகர அரசுப் பிரதிநிதியாக மதுரையில் இருந்தார்.

நாகம நாயக்கன்

இதற்குச் சுமார் நூறு ஆண்டுகளுக்கு முன்னர் நரசநாயக்கன் என்பவரும் பாண்டியருக்கு எதிராகப் படை கொண்டு வந்தார் என்பது சதாசிவபுரத்துச் செப்பேட்டை அடிப்படையாக வைத்துக் கொள்ளப் படுகின்றது. இது அரிகேசரி பராக்கிரமப் பாண்டியனுக்கு எதிராக எடுக்கப்பட்ட நடவடிக்கையாக இருக்கலாம். அவர் சுமார் 1466 வரை அரசிருந்தார்.

இக்காலச் சுழியில் கிளர்ச்சி புரிந்த பல சிற்றரசர்கள் தென்னாட்டில் இருந்தனர் என்று நிச்சயமாகக் கொள்ளலாம். நரச நாயக்கன் இக்கிளர்ச்சிக்காரர்களையெல்லாம் அடக்கி அமைதி உண்டாக்கி மதுரையில் விசயநகரத்தின் அரசுப் பிரதிநிதியாயிருந்தார். நரச நாயக்கன் காலத்திலிருந்து 1535 வரை ஆறுபேர் அப்பதவியில் இருந்ததாக ''மதுரைச் சரித்திரம்'' பட்டியல் தருகின்றது.

அத்தகைய அரசுப்பிரதிநிதியாக நாகம நாயக்கன் மதுரையில் அமர்த்தப்படுகின்றார். அவர் காசிப கோத்திரத்தவர். காஞ்சி புரத்துக்காரர், அங்கு விசயநகரப் பேரரசின் தோக்கான அல்லது கருவூல அலுவலராயிருந்தார். இவர் விசயநகர வேந்தரைச் சிறப்பிப்பதற்காகத் திருக்கச்சூரிலுள்ள மலைமீது ஓர் ஊரை உண்டாக்கினார் என்பதை ஒரு கல்வெட்டிலிருந்து அறிகின்றோம். இவருக்கு விசயநகரப் பேரரசின் சாளுவ மரபைத் தோற்றுவித்த மன்னர்களிடம் (சாளுவ நரசிம்மன் 1486-1491: இரண்டாம் நரசிம்மன் 1491-1505) மிகுந்த

செல்வாக்கு இருந்தது. நாகமனைச் ''சாளுவ மன்னரின் தலையாய ஊழியர்'' என்று ஒரு கல்வெட்டுக் கூறுகின்றது.

விசுவநாத நாயக்கன்

நாகமன் கடும் நோன்பிருந்து காசி விசுவநாதரின் அருளால் விசுவநாதனைப் பெற்றதாக மூன்றாம் வேங்கடவரின் குனியூர்க் கல்வெட்டுச் சொல்லும். விசுவநாதன் பதினாறு வயதையடைந்ததும் கிருஷ்ண தேவராயருடன் (1509-1529) வேட்டைக்குச் சென்றார். அப்போது மன்னரை நோக்கிப் பாய்ந்த காட்டெருமையை விசுவநாதன் வாளால் ஒரே வெட்டில் கொன்றாராம். அவர் வயதடைந்ததும், பேரரசிற்கு அடங்காது இருந்த குறுநில மன்னர்களை அடக்குவதற்காக வடக்கே அனுப்பி வைக்கப்பட்டார் என்று ''மிருத்தியஞ்சய'' என்று ஏட்டுச் சுவடி கூறுகின்றது. அவர் இங்ஙனம் அடக்கச் சென்றோர் ஒரிசாவின் மன்னர்களாகவும் அப்பகுதியைச் சேர்ந்த சிற்றரசர்களாகவும் இருக்கலாம்.

கிருஷ்ணதேவராயர் விசுவநாதனின் வீரச் செயல்களை மெச்சி, அவருக்குப் பல பரிசுகளை அளித்தார். அவர் தென்னாட்டிற்கு விசயநகரப் பேரரசின் அரசப்பிரதிநிதியாக அனுப்பி வைக்கப்பட்டதற்கும், மதுரை நாயக்கர் குடியைப் பின்னர் தோற்றுவித்ததற்கும் இவ்வீரச் செயல்களே காரணமாக அமைந்தன.

அவர் மதுரையில் வெவ்வேறு காலங்களில் அரசப் பிரதிநிதியாக இருந்ததாக ''மதுரைத்தல வரலாறு'' செப்புகின்றது. அவரது ஆட்சி இரண்டாண்டு, நான்கு மாதம் நடந்ததாகப் ''பாண்டியர் சரித்திரம்'' பகரும். இது அவர் முதலில் நாயக்கராக இருந்த காலத்தைக் குறிப்பதாகலாம். ஏனைய இரண்டு கால கட்டங்களும் ''கன்னட இராசாக்கள் சரித்திரம்'' என்ற நூலில் குறிக்கப்பட்டுள்ளன. இவரது ஆட்சிக்காலம் இருபத்தாறு ஆண்டுகள் என்று வைத்து எண்ணப்பட வேண்டும். ஆதலால் அவர் இரண்டாம் முறை நாயக்கராக, ஆளுநராக, அரசப் பிரதிநிதியாக மதுரை வந்தார் என்பது, அவரின் தந்தை நாகமநாயக்கன் பதவியிலிருந்து இறக்கப்பட்ட பிறகு ஆகும். முதிய பாண்டிய மன்னர் இறக்கவே, விசுவநாத நாயக்கன் அப்பட்டத்தை ஏற்றதிலிருந்து மூன்றாவது கட்டம் தொடங்குகின்றது.

தந்தையும் மகனும்

தஞ்சையை ஆண்ட வீரசேகரச் சோழன் பாண்டிய நாட்டின் மீது படையெடுத்து வந்து அதைவென்று, பாண்டிய, சோழ நாடுகள் இரண்டிலும் தன்னாட்சியை நிறுவினார். சந்திர சேகரப் பாண்டியன் நாட்டை இழந்ததும் தன் மகனுடன் விசயநகரத்திற்கு ஓடிப்போய், அங்கு பேரரசரிடம் தனக்குற்ற இன்னல்களை எடுத்துரைத்தார். இதைக்கேட்ட அச்சுதராயர் பெருஞ்சினங் கொண்டு, தன் படைத்தலைவரான நாகமநாயக்கன் தலைமையில் பெரும்படையைத் தென்னகத்திற்கு அனுப்பினார். நாகம நாயக்கன் மதுரை சென்று அங்கிருந்த சோழரை விரட்டிவிட்டுப் பாண்டியனுக்கு அவரது நாட்டை மீட்டுத் தந்தார். (இதற்குச் சுமார் இருநூறு ஆண்டுகளுக்கு முன்னர் பாண்டியருக்கும் சோழருக்குமிடையே நடந்த சண்டையில் கன்னட நாட்டினரான மூன்றாம் வீரவல்லாளர் (1291-1342) சோழர் பக்கம் இருந்து பாண்டியரை எதிர்த்தார் என்பதும்; பதினாறாம் நூற்றாண்டில் கன்னடர் - தெலுங்கரான விசயநகரத்தார் சோழர்க்கெதிராகப் பாண்டியர்க்கு உறவினர் என்பதும் கவனிக்கத் தக்கனவாகும். தமிழ்நாடு பதினான்காம் நூற்றாண்டிலிருந்தே உறுதியான அல்லது நிலையான அரசியலைக் கொண்டிருக்கவில்லை என்பதற்கு இச்செய்திகள் சிறந்த சான்றாகும்).

ஆனால் சந்திர சேகரப் பாண்டியன் கொந்தளிப்பான நிலையிலிருந்த நாட்டை முதுமையடைந்துவிட்ட தன்னால் ஆளமுடியாதென்று நாகமனிடம் கூறினார். அப்போது பாண்டிய நாட்டில் அமைதி இல்லை. பல ஊர்களிலிருந்து அரசின் கருவூலத்திற்கு வரிகள் வந்து சேரவில்லை. ஆதலால் தன்னையடுத்து அரசை ஏற்பதற்கு முறையான மகனும் இல்லையென்பதால், தனக்குப் போதிய பணத்தை வாழ்க்கைச் செல்விற்குக் கொடுத்து விட்டு, நாகமனே நாட்டை ஆண்டு வரலாம் என்று சொன்னார். நாகமனும் மன்னரின் இந்த ஏற்பாட்டிற்கு ஒப்புக் கொண்டார். ஆனால் நாகமன் தனக்குத் தந்த தொகை சிறியது என்றும், ஆதலால் அவர் ஒப்பந்தத்தை மீறிவிட்டார் என்றும் பாண்டிய மன்னர் சிறிது காலம் கழித்து விசய நகரப் பேரரசரிடம் முறையிட்டார். நாகமன் தன்னை ஒப்புக்கு அரசனாக வைத்துக் கொண்டு ஆட்சியதிகாரத்தைக் கவர்ந்துவிட்டதாக அச்சுதராயரிடம் பாண்டியர் கூறினார்.

அச்சுதராயர் உடனே நாகமனைக் கண்டித்து ஓர் ஆணை பிறப்பித்தார். நாகமன் பாண்டிய மன்னரிடம் உடனே அரசை ஒப்படைக்க வேண்டுமென்று அந்த ஆணையில் சொல்லியிருந்தார். இந்த ஆணையைப் பாண்டியரே நாகமனிடம் கொண்டு சென்றார்.

நாகமன் இதற்கிடையில், பாண்டிய நாட்டில் குழப்பத்தை அடக்கி ஒடுக்கி, அடங்காதவர்களனைவரையும் வழிக்குக் கொண்டு வந்து அமைதியை உண்டாக்கினார். இதற்குத் தென்னார்க்காடு திட்டக்குடியிலுள்ள ஒரு கல்வெட்டுச் சான்றாக அமைகின்றது.

நாகமன் ஆணையைப் பெற்றதும், பேரரசருக்கு விளக்கமளித்தார். அரியணையில் மீண்டும் ஏற்றப்பட்ட பாண்டிய மன்னரால் நாடு முழுவதையும் தன் கட்டிற்குள் கொண்டு வர முடியவில்லை என்று நாகமன் எழுதினார். குறிப்பாக, ''அவருடைய (பாண்டிய மன்னருடைய) பாட்டனாரின் காமக்கிழத்திக்குப் பிறந்த அரசுரிமையற்ற ஐந்து மக்களும், பஞ்ச பாண்டியர் என்று பட்டங்கட்டிக் கொண்டு கயத்தாற்றையும் அதைச்சுற்றியுள்ள பகுதிகளையும் தம் கைக்குள் வைத்துக் கொண்டுள்ளனர். அவர்கள் எனக்கு மிகுந்த தொல்லை கொடுத்து விட்டனர்'' என்று நாகமன் மன்னருக்கு விளக்கினார்.

1736

பாண்டியர் தனக்கு வாழ்க்கைச் செலவிற்குப் பணம் அளிக்கப்படுவது வரையிலும் காத்திருப்பதாகவும் கூறியதை நாகமன் எடுத்துக்காட்டினார். இந்த ஊதியம் அவருக்கு ஏற்கெனவே தரப்பட்டுவிட்டது. பாண்டிய மன்னரிடம் மீண்டும் அரசை ஒப்படைத்தால், பேரரசிற்கு வரவேண்டிய வரிப்பணத்தைக் கூடத் தண்ட முடியாது என்பதை நாகமன் சுட்டிக் காட்டினார். நாகமன் நாட்டை மீண்டும் பிடிக்க வேண்டுமென்பதற்காக அரசின் கருவூலப் பணத்தோடு, தன் கைமுதலையும் செலவிட்டதாகக் கூறுகின்றார்.

அச்சுதராயர் நாகமனின் இக்கடிதத்தைப் படித்ததும் முற்றிலும் சினங்கொண்டு குமுறித் தன் அமைச்சர், படைத்தலைவர் அனைவரையும் அழைத்து அரசரின் ஆணையை எதிர்க்கும் இந்தப் புரட்சிக்கார நாகமனின் தலையை யாரால் கொண்டுவர முடியும் என்று வினவியபோது, நாகமனின் மகனான விசுவநாதன் எழுந்து பணிந்தார். மன்னர் மனம் மகிழ்ந்து, விசுவநாதனைப் புகழ்ந்துரைத்து விடைகொடுத்தனுப்பினார்.

மதுரையில் விசுவநாதன்

விசய நகரத்திலிருந்து மதுரை தெற்கே தென்கிழக்கில் சுமார் 600 கிலோ மீட்டர் (375 மைல்) தொலைவிலிருந்தது. விசுவநாதன் பெரும்படையுடன் அங்கிருந்து புறப்பட்டு மதுரைச் சீமையை அடைந்ததும் அதன் புறத்தேயிருந்த ஒரு மாவட்டத்தில் இருந்து கொண்டு தன் தந்தைக்குப் பேரரசின் கட்டளையைச் சொல்லி அனுப்பி, அதற்கு அவர்

பணிய வேண்டும்; பாண்டிய மன்னரிடம் நாட்டை ஒப்படைக்க வேண்டும் என்று செய்தியனுப்பினார்.

நாகம நாயக்கன் மகனின் இக்கடிதத்தைக் கண்டதும் உடனே மகனிடம் புறப்பட்டார். அவர்களிருவரும் சந்தித்ததும் அச்சுதராயருக்கும், நாகமனுக்கும் ஏற்பட்ட தவறான எண்ணங்கள் மறைந்து போயிருக்க வேண்டும். ஏனெனில் அவர்கள் அமைதி கொண்டனர்.

பாண்டிய நாடு பாண்டிய மன்னருக்கு மீண்டும் கிடைத்தது. ஆனால் ''உம் தந்தை எமக்கும் சோழருக்கும் இருந்த கருத்து வேறுபாட்டை அவர்களை வென்றதன் மூலம் ஒருமுறை தீர்த்து வைத்தார். நீர் இப்போது எமக்காக உம் தந்தையையே மிஞ்சி எமது அரசை எம்மிடம் தந்துள்ளீர். நாம் இதற்கு என்ன கைம்மாறு செய்வோம்? எமது குடும்பம் அருகிக் கொண்டே வருகின்றது. நாம் இறந்த பின்னர் சோழ அரசர் நம் நாட்டைப் பறித்துக்கொள்வார். ஆதலால் நீரே எமக்கு சுவீகாரப்புத்திரராகி எமக்குப் பிறகு நீரே இந்நாட்டை ஆளவிரும்புகின்றோம்''. என்று சந்திரசேகரப் பாண்டியன் விசுவநாதனிடம் கூறியதாகக் ''கர்நாடகப் பிரபுக்கள் பற்றிய விவரங்கள்'' என்ற நூலிலிருந்து அறிகிறோம். விசுவநாதன் பாண்டியவேந்தரைக் காப்பாற்றியதாகத் ''திருப்பணி மாலை'' என்ற நூலும் கூறுகின்றது.

1736

பாண்டிய மன்னர் இதன்பிறகு விசுவநாதனை இறைவியின் திரு முன்பு மணிமுடி, உடைவாள், செங்கோல், முத்திரை, வெண்கொற்றக் குடை இவையனைத்தையும் மீனாட்சியே அளித்தது போல், பட்டரைக் கொண்டு கொடுக்கச் செய்து முடிசூட்டினார் என்று வரலாறு கூறும்.

விசுவநாதன் இவ்விழா முடிந்ததும் தன் தந்தையுடனும், சந்திரசேகரப் பாண்டியனுடனும் விசயநகரம் திரும்பினார். நாகமன் அடிபணிந்ததையறிந்து மன்னர் மகிழ்ந்தார். பின்னர் பாண்டிய மன்னர் விசயநகர வேந்தரின் முன்னிலையிலேயே விசுவநாதனுக்கு அரசுரிமை அளிப்பதில் தனக்கு எந்த மறுப்பும் இல்லை என்றார்.

பேரரசர் சின்னாள் கழித்துப் பாண்டியரையும், விசுவநாதனையும் அழைத்தார். பாண்டியர் தனக்கு முறையான வாரிசில்லாததால், தனக்குப் பிறகு விசுவநாதனுக்கு அரசைத் தருவதாகக் கூறிய கருத்து இன்னும் அவருக்கு உள்ளதா என்று பாண்டியரிடம் கேட்டார். சந்திரசேகரப் பாண்டியன் அது குறித்துத் தனக்கு இன்னும் எந்த மறுப்பும் இல்லை என்றதும்,

பேரரசர் அதன்பின் விசுவநாதனை மதுரையில் அரசப் பிரதிநிதியாக்கினார்.

விசுவநாதன் அதன்பிறகு அரசப் பிரதிநிதியாக மதுரையை அடைந்து அங்கிருந்த கோட்டையைச் செப்பனிட்டார். அதற்கு இருவாயில்களும் எழுபத்திரண்டு கொத்தளங்களும் அமைத்தார். அவர் மதுரை வந்ததும் மேற்கொண்ட முதற்பணி இதுவாகும்.

திருச்சிராப்பள்ளிக் கோட்டை

அவ்வாறே திருச்சிராப்பள்ளியிலும் ஒரு கோட்டையைக் கட்டினார். அப்போது புதிதாக அமர்த்தப்பட்ட தஞ்சை நாயக்கருக்கு வள்ளம் என்ற ஊரைத் தந்துவிட்டுத் திருச்சிராப்பள்ளியைப் பெற்றிருந்தார். அவர் இங்கு இரட்டை மதில்களை எழுப்பினார். மிகப் பெரிய அகழியை முன்பக்கம் வெட்டினார். கோட்டைக்குள் குடியிருப்புகள்

அமைத்தார்; அங்கு தெப்பக்குளம் ஒன்றும் கட்டினார். அரண்மனை அமைத்தார். காவிரியின் இரு கரைகளிலுமிருந்த காட்டு மரங்களை வெட்டி நிலந்திருத்தினார். பயிர்ச் செய்கைக்காக இப்புதுநிலங்களைப் பண்படுத்தி, மக்களை வேளாண்மையில் அக்கறை கொள்ளுமாறு செய்தார்.

மீனாட்சி திருக்கோயில் திருப்பணி

மீனாட்சி சுந்தரரேசுவரர் கோயிலுக்கு விசுவநாதன் திருப்பணியும் செய்தார். அக்கோயிலைச் சுற்றியிருந்த பாண்டியரின் சிறுகோட்டையை இடித்துவிட்டுக் கோயிலைச் சுற்றிலும் இரட்டை மதில்களை எழுப்பினார். இப்பணிகளில் இவருடைய தலைமை அமைச்சரான அரியநாத முதலி தோன்றாத் துணையாக விளங்கினார். விசுவநாதன் இங்ஙனம் இரண்டாம் முறையாக எத்தனை காலம் பதவியிலிருந்தார் என்பது தெரியவில்லை.

விசுவநாதனுக்கு முடிசூட்டுதல்

சந்திரசேகரப் பாண்டியன் செத்ததும் அச்சுதராயர் விசுவநாதனை மதுரை மன்னராக்குவதற்காகத் தன் அவைக்கு அழைத்தார். அப்போது அச்சுதராயர் அரசவையைக் கூட்டி விசுவநாதனுக்குத் தென்னாட்டின் அரசுரிமையைக் கொடுத்து மதுரைச் சீமையில் நாயக்கர் குடியின் ஆட்சிக்குத் தன் கடைசிக் காலத்தில் கால்கோளிட்டார். அது கி.பி. 1542 ஆம் ஆண்டாக இருக்கலாம்.

மதுரையில் நாயக்கர் குடி ஆட்சி முதலில் நாயக்கன் என்ற ஆளுநரின் அல்லது அரசப் பிரதிநிதியின் ஆட்சியாகத் தொடங்கிப் பின்னர் வழிவழியாக அமையும் பரம்பரை உரிமையுடைய முடியரசானது என்ற கருத்துச் சரியன்று என்பது ஹீராசுச் சாமியாரின் கருத்தாகும். ஏனெனில் சந்திரசேகரப் பாண்டியன் செத்ததும் அச்சுதராயர் விசுவநாதனைப் பேரரசிற்கடங்கிய மதுரை மன்னராக அமர்த்தினார்: ஆண்டுதோறும் மதுரைச் சீமை

பேரரசிற்கு 30 முதல் 15 இலட்சம் திறையாகச் செலுத்தி வரவேண்டும் என்ற ஏற்பாடும் அதில் அடங்கி இருந்தது என்பது அவரது கருத்தாகும்.

(மதுரை நாயக்கர் குடியின் முதல் மன்னரான விசுவநாத நாயக்கனும் (1542-1564) கடைசி அரசியான மீனாட்சியும் ஆகப் பதின்மூவர் மதுரைச் சீமையைச் சுமார் 194 ஆண்டுகள் மதுரையிலும் திருச்சியிலும் இருந்து ஆண்டனர்)

72 பாளையங்கள்

விசுவநாதன் தான் அடைந்த நாடுகளை எழுபத்திரண்டு பாளையங்களாகப் பிரித்தார் என்பது வரலாறு. எனினும் விசுவநாதன் முடிசூடுமுன்னரே தென் தமிழ்நாட்டில் பாளையக்காரர் சிலர் இருந்ததைக் காண்கிறோம். ஆனால் விசுவநாதன் பாளைய அமைப்பு முறை உடைந்து விடாமல் நிலைத்திருக்கும் வகையில் உருவாக்கினார்; நாட்டை நன்முறையில் ஆளவும், தலைநகரைக் காக்கவும் பாளையக்காரர் ஆண்டுதோறும் கப்பங்கட்டி அடங்கியிருக்கின்ற அமைப்பாக அதை நிறுவினார். ஆள்பவருக்கும் ஆளப்படுபவருக்குமிடையே நிலையான அமைதியும், நல்லிணக்கமும் ஏற்பட வேண்டும் என்பதற்காக மேல் மட்டத்திலிருந்தவர்களும், ஆட்சிக்கு எதிர்ப்புக் காட்டக் கூடியவர்களுமான தமிழர்களும், தெலுங்கரும் கண்ட மேனிக்குப் பாளையக்காரராக்கப் பட்டனர். இது நாயக்கர் ஆட்சித் தொடக்கத்தில் நிகழ்ந்த முக்கியமான அரசியல் நிகழ்வு ஆகும். ஏனெனில் இந்தப் பாளையப்பட்டு முறையை இந்திய அரசில் தோற்றுவிக்கப்பட்ட முதல் பிரித்தாளும் கொள்கையாகக் கொள்ளலாம். ஐரோப்பியர்களுக்கு முன்னரே, விசுவநாத நாயக்கனும், அவருடைய தலைமை அமைச்சரான அரியநாத முதலியாரும் இந்தச் சூழ்ச்சிக் கொள்கையைத் தமக்கு ஆதரவான முறையில் கொண்டு செலுத்தினர்.

பஞ்ச பாண்டியர் தோல்வி

விசுவநாதன் பஞ்ச பாண்டியரைக் கயத்தாற்றுப் போரில் வென்று, தனக்கு இருந்து வந்த எதிர்ப்புகளை இறுதியாக முறியடித்து நிலை நின்றார். (கயத்தாற்றுக்குத் தென்பாண்டிச் சீமையின் வரலாற்றில் குறிப்பிடத்தக்க இடமுண்டு. இவ்வூர் திருநெல்வேலி - கோயில்பட்டி நெடுஞ்சாலையில் உள்ளது. உப்பாறு, உப்போடை என்று இன்று அழைக்கப்படும் கயத்தாற்றின் கரை மீது அந்த ஆற்றின் பெயரையே பெற்று விளங்குகின்றது. கடம்பூர் இரயில் நிலையத்திலிருந்து சுமார் 11 கிலோ மீட்டர் தொலைவு. காளமேகமும் (15 ஆம் நூற்றாண்டினர்) ஆண்டான் வசை கவியும் (17-ம் நூற்றாண்டு) கயத்தாற்றுப் பெருமாளைத் தூக்க நேர்ந்ததற்காக அந்த இறைவனையே தூற்றி வசை பாடினார் என்பது கதை. கட்டபொம்மன் பதினெட்டாம் நூற்றாண்டில் கயத்தாற்றிலுள்ள ஒரு புளிய மரத்தில் தூக்கிலிடப்பட்டார் என்பதே வரலாறு).

பண்டைக் காலத்திலிருந்தே பாண்டிய நாட்டில் ஐந்து பாண்டியர் இருந்தனர் என்று அறிகின்றோம். இலங்கையின் வட்டகமனி என்ற மன்னர் சுமார் கி.மு.200 வாக்கில் கடும்போராளிகளான ஐந்து மன்னர்களை எதிர்த்தார் என்று மகாவம்சம் கூறும். மதுரையை ஆண்ட கடைசிப் பாண்டிய வேந்தரான சந்திரசேகரப் பாண்டியரின் கூற்றுப்படி தென்காசிப் பாண்டியர் ஐவரும் முன்னாள் பாண்டியரின் காமக்கிழத்தியின் மக்கள் என்று அறிகின்றோம்.

விசுவநாதனின் படை, தளவாய் அரியநாதனின் தலைமையில் சென்று பஞ்சபாண்டியரிடம் பெரிய தோல்வியை அடைந்தது. இந்தப்போரில் இருதரப்பிலும் பலர்

இறந்தனர். பாண்டியர் மிகுந்த வீர உணர்ச்சியுடன் மதுரை நாயக்கர் படையை எதிர்த்தனர். விசுவநாதன் அதன் பிறகு தானே களத்திற்குச் சென்று, இரு தரப்பிலும் வீணாகப் பலர் மடிவதை விட , ஐந்து பாண்டியரும் தன்னுடன் போரிட்டு வெற்றி தோல்வியை முடிவு செய்யலாம் என்று அறைகூவல் விடுத்தார். ஆனால் அவருடன் ஐவர் மோதுவதைப் பாண்டியர் ஏற்காது, தம்முள் ஒருவரை விசுவநாதனுடன் ஒற்றைக்கு ஒற்றைச் சண்டைக்கு அனுப்பினார். விசுவநாதன் அந்தப் பாண்டியரை வெட்டி வீழ்த்தி வெற்றி பெற்றதும், எஞ்சிய நான்கு பாண்டியரும் தோல்வியியை ஒப்புக் கொண்டு நாட்டை விட்டு வெளியேறினர்.

விசுவநாதன் அதன் பிறகு நெல்லைச் சீமையில் பாண்டியர் குடியைச் சேர்ந்த ஒருவரைத் தனக்கு அடங்கிய சிற்றரசராக முடிசூட்டுவித்தார். இது தமிழர்களுக்கும், தெலுங்கர்களுக்கும் நல்லிணக்கத்தை உண்டாக்கும் நோக்கம் உடையது. அப்போது பெருமாள் பராக்கிரம பாண்டிய தேவரின் தம்பியான திருநெல்வேலி குலசேகரப் பெருமாளுக்கு *1553* ஆம் ஆண்டு உலகாளும் இறைவனெனப் போற்றும் தென்காசி ஈசுவரரான விசுவநாதர் முன்னிலையில் இந்த முடிசூட்ட விழா நடந்து இருக்க வேண்டும். அம்மன்னர் மதுரையை ஆளும் மன்னருக்கு அடங்கியவர் என்பதைக் குறிக்கும் ''வீர வேல்'' என்ற பட்டத்தை ஏற்றதிலிருந்து இது தெரிகின்றது. அவர் முடி சூட்டப்பட்டது பற்றிய செய்தி தென்காசிக் கோயில் கல்வெட்டிலிருந்து தெரிகின்றது.

அரிய நாத முதலி(1559-1611)

கர்நாடக அரசர்களைப் பற்றிக் கூறும் நூலில் அரியநாதரைக் குறித்த செய்திகள் காணப்படுகின்றன. காஞ்சிபுரத்தைச் சேர்ந்த நாகமன் அந்நகருக்கு அருகிலுள்ள மெய்ப்பேடு என்ற சிற்றூரைச் சேர்ந்த அரியநாதனைப் பேரரசரிடம் அறிமுகம் செய்ததாக அந்நூல் கூறுகின்றது. அவர் விசயநகரத்திலேயே பணிபுரிந்தார். விசுவநாதன் தன் தந்தை நாகமனுக்கு எதிராகப் படை கொண்டு மதுரை சென்றபோது, அரியநாதர் அவருக்குத் துணையாக இருந்தார். அவரது அருஞ்செயல்களை விசுவநாதர் மெச்சி, அவருக்குப் பன்னிரண்டு ஊர்களைக் கொடுத்ததாக *1560* ஆம் ஆண்டுப் பொறிப்பு ஒன்றால் அறிகின்றோம். ''மதுரையில் பாண்டியராட்சி வீழ்ந்ததும், விசுவநாதன் தன் ஆட்சியை நிலை நாட்டுவதற்குத் தளவாய் அரியநாத முதலி துணையுடன் ஏற்படுத்திய திட்டமே பாளையக்காரர் அமைப்பாகும். அரியநாத முதலி முப்பத்தெட்டு ஆண்டுகள் நாயக்கராட்சி வேரூன்றத் துணை புரிந்தார். நாயக்கராட்சிக்கு வலிமை, பாதுகாப்பு முறை, வளம் இவற்றை அளித்தவர் தளவாய் அரியநாதர். பாளையக்காரர் முறை அமைய விசுவநாத நாயக்கன், அரியநாதர் இருவருமே செயல்பட்டனர் என்று வரலாற்று நூல்கள் கூறினும், அதை உருப்படுத்திய பெருமை தளவாய் அரியநாதரையே சேரும் என்று பிறர் உரைப்பர்'' பேராசிரியர் ஆர்.சத்தியநாதய்யர் அரியநாதரின் அரசியல் மதிநுட்பத்தையும் சூழ்ச்சித் திறனையும் இவ்வாறு எடுத்துக் காட்டுகிறார்.

அரியநாதர் அடுத்தடுத்து நாயக்க மன்னர்களுக்குத் தலைமை அமைச்சராயிருந்து, இக்குடியின் நான்காவது மன்னரான இரண்டாம் கிருஷ்ணப்ப நாயக்கன் காலத்தில் *(1595-1601) 1600* ஆம் ஆண்டு வாக்கில் இறந்தார். அவர் மதுரை மீனாட்சியம்மன் கோயில் ஆயிரங்கால் மண்டபத்தைக் கட்டினார். அதன் முன்புறம் அரியநாதர் குதிரைமேல் அமர்ந்திருக்கும் கோலத்தில் ஒரு சிற்பம் உள்ளது. அரியநாதருக்குக் காளத்தி என்று ஒரு மகன் இருந்தார்.

அவர் மெய்ப்பேட்டிலிருந்து தன் உறவினரைப் பாண்டிய நாட்டிற்கு வரவழைத்துச் சோழவந்தானிலும், மதுரை நெல்லைச் சீமைகளின் பிற பகுதிகளிலும் குடியமர்த்தினார்.

1736

முதலாம் கிருஷ்ணப்ப நாயக்கன் காலத்தில் (1564-1572) இக்குடியேற்றம் வேகமாக நடந்தது. அவர் மதுரை மாவட்டத்திலுள்ள திருமங்கலம் என்ற ஊரைத் தம் குலத்தினருக்காகவே 1566-ல் உருவாக்கினார். திருமங்கலம் என்றால் செல்வஞ் செழித்த ஊரென்று பொருள். திருமங்கலம் சென்னையிலிருந்து தெற்கே தென்மேற்கில் சுமார் 432 கிலோமீட்டர் (270 மைல்) மதுரையில் இருந்து தென்மேற்கில் சுமார் 18 கிலோ மீட்டர் (11மைல்). மதுரை நகரம் வெகுவிரைவில் இந்நகரம் வரை வளர்ந்துவிடும் என்று நம்பலாம். இவ்வாறு தமிழ்நாட்டில் குடியேறியவர்களின் வழியினரே, இந்நாளில் தொண்டை மண்டலத் துளுவ வேளாளர் என்று மதுரை, நெல்லைச் சீமைகளில் குறிப்பிடப்படுகின்றனர்.

கோட்டைகள்

விசுவநாத நாயக்கன் மதுரைக் கோட்டையைக் கட்டியதையும் ஒக்கிட்டு வலுப்படுத்தியதையும், திருச்சிராப்பள்ளியில் கோட்டை கட்டியதையும் முன்னர் கண்டோம். நாயக்கர் குடியினர் அருப்புக் கோட்டை, திண்டுக்கல், தாராபுரம், கோயமுத்தூர், சத்தியமங்கலம், ஈரோடு, கரூர், நாமக்கல், அரவக்குறிச்சி, மோகனூர் ஆகிய இடங்களிலும் கோட்டைகளைக் கட்டினர் என்று அறிகின்றோம். அவர்கள் மொத்தம் 23 கோட்டைகள் கட்டினர்.

நாயக்கர் சமயப்பற்று

மதுரை நாயக்கர் மிகுந்த சமயப்பற்றுடையோராயிருந்தனர். சனாதான தர்மத்தைக் காத்து வந்தனர். சாதிக்கட்டுப்பாட்டை மீறுபவர்களுக்குக் கடுந்தண்டனை அளித்தனர். அந்தணர் குலத்தின் மீது மிகுந்த பக்தியும், பரிவும் கொண்டிருந்தனர்.

விசுவநாத நாயக்கன் திருச்சிராப்பள்ளி மலையிலுள்ள தாயுமானவர் கோயிலைச் செப்பனிட்டார். நாயக்க மன்னர் அனைவரும் கோயிலைச் செப்பனிடுதல், அவற்றுக்குத் திருப்பணி செய்தல், அக்கிரகாரங்களை அமைத்தல், வேத பாடசாலைகளை நிறுவி அந்தணர்க்கு உணவும், உறையுளும் அளித்தல் போன்ற பணிகளில் தாராளமாக இருந்தனர்.

மதுரை, திருச்சிராப்பள்ளி, திருவரங்கம் இங்கெல்லாம் நாயக்கர் செய்த திருப்பணிகள் பலவாம்.

ஆட்சிப்பரப்பு : திருச்சிராப்பள்ளி மாகாணம்

மதுரை நாயக்கர்களின் தலைநகரம் 1616 முதல் திருச்சிராப்பள்ளியில் இருந்து வருகின்றது. திருச்சி மாகாணம் வடக்கில் வெள்ளாறு, கொள்ளிடம் இவற்றின் இரு கரைகளிலிருந்து தெற்கே கள்ளநாட்டின் எல்லை வரையிலும், கிழக்கே தஞ்சாவூர் எல்லையிலிருந்து சுமார் 80 கிலோமீட்டர் (50 மைல்) தொலைவிற்கும், மேற்கே மைசூர் வரையிலும் விரிந்திருந்தது.

பாளையக்காரர்களின் ஆட்சிப் பகுதியான அரியலூர், உடையார் பாளையம், துறையூர் முதலியன காவிரிக்கு வடக்கிலிருந்தன. நாயக்கர் தலைநகரான திருச்சிராப்பள்ளி போர்த்தந்திர முக்கியத்துவம் வாய்ந்த இடத்திலமைந்திருந்தது. இங்கு புகழ்பெற்ற திருத்தலங்கள் உள்ளன.

இங்கு நிலம் செழிப்பானதாகையால், மைசூரும், தஞ்சாவூரும் தக்காணச் சுல்தான்களும், முகலாயரும் ஒருவர் பின் ஒருவராகப் படையெடுத்து வந்த வண்ணம் இருந்தனர்.

மதுரை மாகாணம்

மதுரை மாகாணம் மேற்கில் இராமநாதபுரம், வடக்கில் கள்ளர் மாவட்டங்களான மேலூர், நத்தம், மேற்கில் திண்டுக்கல் தெற்கில் திருநெல்வேலி ஆகியவற்றால் சூழப்பட்டிருந்தது. இதன் நீளம் சுமார் 72 கிலோமீட்டர் (45 மைல்): அகலம் சுமார் 56 கிலோ மீட்டர் (35 மைல்) இருக்கும். மதுரையில் விசுவநாத நாயக்கன் காலத்திலிருந்து, முதலாம் வீரப்ப நாயக்கன் காலம் வரையில், அதாவது 1616 வரையிலும் நாயக்கர் தலைநகரம் இருந்தது.

திருநெல்வேலி மாகாணம்

மதுரைக்கும் இராமநாதபுரத்திற்கும் தெற்கிலுள்ள திருநெல்வேலி மாகாணத் திற்கு மேற்கில் திருவனந்தபுரமும், தெற்கில் நாஞ்சில் நாடும் இருந்தன. இம்மாகாணம் சுமார் 240 கிலோ மீட்டர் (150 மைல்) நீளமும், சுமார் 112 கிலோமீட்டர் (70 மைல்) அகலமும் உடையது. இதன் தலைநகரம் திருநெல்வேலி. பாளையங்கோட்டையில் வலிமை வாய்ந்த ஒரு கோட்டை இருந்தது. இம்மாகாணத்தின் வாணிப மையமான தூத்துக்குடி டச்சுக்காரர் கையிலிருந்தது. இங்கு 32 பாளையங்கள் இருந்தன.

கள்ளர் நாடு

புதுக்கோட்டை, நத்தம், மேலூர் என்ற காடும், புதர்களும் நிறைந்த நிலப்பரப்பில் கள்ளர் நாடு இருந்தது. அங்கு படைக்கலன் ஏந்திய இப்பழங்குடியினர் படையில் சுமார் நாற்பதாயிரவர் இருந்தனர். இக்கள்ளர் நாட்டுப் பகுதி திருச்சிராப்பள்ளி, தஞ்சாவூர் எல்லைகளிலிருந்து மதுரை வரையிலும் சுமார் 104 கிலோமீட்டருக்கு (65 மைல்), 96 கிலோ மீட்டர் (60 மைல்) பரப்பில் விரிந்திருந்தது. மதுரை மன்னர்கள் கள்ளர்களை அடக்க முடியாது எப்போதும் திண்டாடித் திணறி வந்திருக்கின்றனர்.

கள்ளர் நாட்டின் தெற்கில் மறவர் நாடுகளான இராமநாதபுரமும், சிவகங்கையும் இருந்தன.

1776

சின்ன மறவர் நாடு

சிவகங்கை என்ற சின்ன மறவர் நாடு வங்கக் கடற்கரையிலிருந்து சுமார் 80 கிலோ மீட்டர் (50 மைல்) வரையிலும், தஞ்சாவூரின் தென் எல்லையிலிருந்து இராமநாதபுரத்தின் வடக்கு எல்லை வரையில் சுமார் 64 கிலோமீட்டர் (சுமார் 40 மைல்) வரையும் விரிந்திருந்தது. சிவகங்கையிலும் போர்க்குணம் நிறைந்த மக்களே வாழ்ந்தனர்.

சிவகங்கையிலோ, சிறுவயலிலோ இருந்த மன்னரிடம் சுமார் 12,000 வீரர்கள் இருந்தனர். காளையார் கோயில் (கானப்பேரெழில்) காடுகள் இம்மன்னருக்கு இயற்கை அரணாக அமைந்தன.

பெரிய மறவர் நாடு

சேதுபதிகளின் நாடாக இருந்த பெரிய மறவர் நாடாகிய இராமநாதபுரம், கிழக்கிலிருந்து மதுரை எல்லை வரையில் சுமார் 96 கிலோமீட்டருக்கும் (60 மைல்), சிவகங்கையின் தென் எல்லையிலிருந்து திருநெல்வேலியின் வட எல்லை வரை சுமார் 80 கிலோ மீட்டர் (50 மைல்) தொலைவிற்கும் விரிந்திருந்தது.

இராமநாதபுரத்தில் மக்கள் நிறைந்திருந்தனர். இதன் எல்லைக்குள் அமைந்த

இராமேசுவரத்தின் இராமலிங்க சுவாமி கோயில் புகழ் பெற்ற தலமாகும். சேதுபதிகளின் தலைநகரான இராமநாதபுரத்தில் வலிய கோட்டை இருந்தது.

இவையே தமிழ்நாட்டின் (தஞ்சைத்தரணி, தொண்டை மண்டலம், கொங்கு நாடு நீங்கலாக) நாட்டுப் பிரிவுகளாக இக்காலகட்டத்தில் இருந்தன. இவற்றுள் திருச்சிராப்பள்ளி, மதுரை, நெல்லை மாகாணங்கள் மட்டுமே நாயக்கர் குடியின் ஆட்சியில் இருந்தன.

நாயக்கர் ஆட்சி முறை

இவ்வாறு ஆட்சிப் பரப்பு மாகாணங்களாயும், பல நாடுகளாயும் பிரிக்கப் பட்டிருந்தது. நாடு என்பதை இராச்சியம், தேசம், மண்டலம், இரட்டிரம் எனவும் அழைத்தனர். நாயக்கர்கள் காலத்தில் மறவர் நாட்டுத் தொகுதிகள் மாகாணங்கள் எனவும், கள்ளர் நாட்டுத் தொகுதிகள் நாடுகள் எனவும் அழைக்கப்பட்டன. தெலுங்கு மக்கள் பெரும்பாலும் சிறு ஊர்களிலேயே, குறிப்பாகக் கரிசல் காடுகள் நிறைந்த பகுதிகளிலேயே குடியேறியமையால் தென் பாண்டிச் சீமையில் அவ்விடங்கள் தெலுங்குப் பெயரைப் பெற்றன.

சோழர் காலத்தில் சிறப்புற்றிருந்த ஊராட்சி முறை நாயக்கர் காலத்தில் முற்றாக மறைந்தது. பல நூற்றாண்டுகளாக ஊர் மக்கள் - கிராம மக்கள் சமூகத்தைப் பல்வேறு சூழ்நிலைகளிலும் கட்டிக்காத்து வந்த ஊர்ப்பஞ்சாயத்து முறையைப் புதிதாக வந்த பாளையப்பட்டு முறையும், மணியக்காரர், கணக்கர், தலையாரி ஆகிய பதவிகளின் தோற்றமும் சுவடு தெரியாமல் அழித்து விட்டன.

கணக்குப் பிள்ளையின் உதவியைக் கொண்டு ஊர்களில் வரி தண்டும் பணியை மணியக்காரர்களும், அம்பலக்காரர்களும் செய்தனர். தலையாரி இவர்களின் ஏவலராயிருந்தார். இவர்கள் ஊர்களில் வரி தண்டிப் பிரதானியிடம் அளித்தனர்.

1736

நீதி செலுத்திய முறை

பிரதானி என்ற பரம்பரைப் பதவியை வகித்தவரின் கண்காணிப்பில் நீதி முறை இருந்து வந்தது. தலைநகரில் நீதி மன்றமும், முறை நடுவர் மன்றமும் அமைத்து நீதி பரிபாலனம் செய்யப்பட்டது. சிற்றூர்களின் வழக்கு மன்றங்களில் நடுவர்களும் இருந்தனர். அரசர்களே நீதிபதிகளாயிருந்து முறை வழங்குவதும் உண்டு. வேத சாஸ்திர விற்பன்னர்களின் உதவி கொண்டு, வழக்குகளைக் கேட்டு நீதி வழங்குவதும் உண்டு (பூணூல் வழக்கு: இந்திய சரித்திரக் களஞ்சியம், முதற்தொகுதி காண்க)

ஆட்சி, ஆவணம், வேற்றாள் சாட்சி என்ற மூன்றின் அடிப்படையில் வழக்குகள் ஆராயப்பட்டன. காய்ச்சிய நெய்யில் கையை விடச் சொல்லி, அதனால் உண்டான புண் குறிப்பிட்ட காலத்திற்குள் ஆறினால், அவர் பக்கம் தீர்ப்புக்கூறும் முறையும் இருந்தது.

மனுதர்ம சாஸ்திரம், அரசரின் முடிவு, பிராமணர் எடுக்கும் முடிவு, பரம்பரை வழக்கங்கள் முதலியன நாயக்கர் காலத்தில் சட்டங்களாயிருந்தன. பாளையக்காரர்களுக்கும் நீதி வழங்கும் உரிமை இருந்தது.

பொதுவாக நீதி பரிபாலனம் மக்களனைவருக்கும் பொதுவாக இராது. ஒரு குலத்திற்கு ஒரு நீதியும், இன்னொரு குலத்திற்கு வேறு நீதியும் வழங்கும் கோட்டமான நிலை இருந்து வந்தது.

வரவு - செலவு

நாயக்க மன்னர்கள் நிலவரி, மனைவரி, உழவுவரி, தறிவரி, சுங்கவரி, பாசன வரி, காவல் வரி, கடைவரி, தச்சுவரி என்ற பல வகையான வரிகளை வாங்கினர்.

நிலங்களை அளந்து, நிலத்தின் அளவு, பயிர் கண்டு முதல் அளவு, ஏர் எண்ணிக்கை இவற்றின் அடிப்படையில் வரி வாங்கப்பட்டது. வணிகரிடம் பல வரிகள் பெறப்பட்டன. படைக்கொடை என்ற வரி படைகளைப் பராமரிக்க வாங்கினர். அடிக்கடி போர்கள் நிகழ்ந்தமையால் இந்த வரி மிகக் கொடியதாக இருந்தது. நெல்லைச் சீமையில் கோட்டைப் பணம் என்ற வரி வாங்கப்பட்டது. வில், சூலம் முதலிய கைக்கலன்களை வைத்திருக்கவும் வரி செலுத்த வேண்டும்.

ஒவ்வொரு சாதியாரும் தனித்தனியே வரி செலுத்தவேண்டும் என்ற முறையிருந்தது. இதற்குச் சமுதாயக் குழுவரி என்று பெயர். கோயில் விழாக்களுக்குப் பிடாரி வரி வாங்கினர். திருமணம் செய்து கொள்ளவும் வரிதர வேண்டும். மீன் பிடிக்க வரி: படகு விடவும் வரி: இவ்விரு சாராரிடம் வாங்கப்பட்ட இவ்வரிக்கு வத்தை வரி என்று பெயர்.

ஊர் அலுவலர்களுக்காகக் கருகணிச்சோடி, தலையாரிக்கம், நாட்டுக்கணக்கு வரி, இராயச வர்த்தனை, அதிகார வர்த்தனை என்றும் அரசுச் செய்திகளை அறிவிப்பவருக்கு நிருபச் சம்பளம் என்றும் மக்களிடமிருந்து பலவகை வரிகள் தண்டப்பட்டன. தண்ணீர் ஊற்றுவோருக்கென்றும் ஊர்க்காவல் செலவு என்றும் நீர்ப்பாட்டம், பாடிகாவல் என்றெல்லாம் வரிந்து கட்டிக்கொண்டு வரிகளை வாங்கினர்.

அரசிற்குக் காடுகளிலிருந்தும் நல்ல வருவாய் கிடைத்தது. பாளையப்பட்டுகள் தம் வருவாயில் மூன்றிலொரு பகுதியை அரசிற்கு அளித்து வந்தன. நீதிபதிகளால் விதிக்கப்பட்ட ஒறுப்புக் கட்டணமும் அரசின் வருவாயானது.

இவ்வரிகளைக் கிராமதிகாரி என்ற ஊர் அலுவலர் வாங்கினார். மக்களிடம் வரிதண்டுவதைத் தனியாள் ஒருவரிடம் குத்தகைக்கு விடும் வழக்கமும் உண்டு. குத்தகை எடுத்தவர் வரியைத் தண்டிப் பிரதானி வழியே அரசிற்கு அனுப்புவார்.

மக்கள் வரியை நெல்லாகவோ, பிற தவசங்களாகவோ பொன்னாகவோ, பணமாகவோ அளித்தனர். இவ்வருவாயில் பெரும் பகுதி போர், அற நிலையங்கள், கோயில்கள். வேத பாட சாலைகள், பொது நலப்பணிகள், நீர்ப்பாசனம் முதலியவற்றிற்காகச் செலவிடப்பட்டது. ஏதேச்சிகார ஆட்சியாகவும் நிலப்பிரபுத்துவ நலன்களைக் காக்கும் காவல் அமைப்பாகவும் இருந்த அரசு, மக்களின் நலனில் அக்கறை காட்டாதது வியப்பன்று.

மக்கள் வாழ்க்கை

மக்கள் பெரிதும் அமைதியின்றி வாழ்ந்தனர். அடிக்கடி வெளி நாட்டவர் படையெடுப்புகளும் உள்நாட்டுச்சண்டைகளும் நிகழ்ந்து மக்களின் வாழக்கை பெரும் இன்னலுக்குள்ளாயிற்று.

முதலாம் முத்து வீரப்ப நாயக்கன் (1609-1623) என்ற நாயக்கர் குடியின் ஆறாவது மன்னர் காலத்திலிருந்து மைசூர் அரசர்களுடன் இருந்து வந்த பகைமை அவரையடுத்து ஆட்சிக்கு வந்த திருமலை நாயக்கன் (1623-1659) காலத்திலும் தொடர்ந்தது. மைசூர் மன்னர் சாமராச உடையார் (1617-1637) நாயக்கர் மீது படையெடுத்தார். அப்போது

நாயக்கரின் படைத்தலைவரும், அமைச்சருமான இராமப்பய்யன் மைசூர்ப் படையைத் திண்டுக்கல்லில் புறமுதுகிடச் செய்து மைசூர் வரை சென்று வெற்றி பெற்றார்.

திருமலை நாயக்கனின் ஆட்சியின் போது திருவிதாங்கூர் மன்னர் உன்னி கேரள வர்மன் (இவர் *1634*-ல் பட்டமேற்றார்) நாயக்க அரசிற்குத் திரை செலுத்தவில்லையென்று அவர் மீது படையெடுக்கப்பட்டது. சேதுச் சீமையில் விடுதலைக் கிளர்ச்சி செய்த மறவர்களை இராமப்பய்யன் இரக்கமின்றி ஒடுக்கினார்.

விசயநகர மன்னர், மூன்றாம் வேங்கடன் (*1633-1641*) மீது திருமலை தஞ்சை நாயக்கரோடு சேர்ந்து போர் தொடுத்துத் தோற்றார். இக்காலகட்டத்தில் விசயநகரப் பேரரசு உயர்நிலை இழந்து குறுநில அரசு என்ற தாழ்ச்சியை அடைந்திருந்தது. அதனால் சினமுற்ற வேங்கடன் தஞ்சை, மதுரை நாயக்கர்கள் மீது *1637* இல் போர் தொடுத்ததில், கடும் போருக்குப் பின்னர் முத்தரப்பினரும் சந்து செய்து கொண்டனர். இதற்குப் பிறகு விஜயபுரி என்ற பிஜப்பூர்ச் சுல்தான், வேங்கடன் தம்பி சீரங்கன் மீது *1638*-ல் படையெடுக்கவே, விசயநகர வேந்தர்க்கு உதவியாகத் திருமலை இராமப்பய்யனை அனுப்பி வைத்தார். இதில் இராமப்பய்யன் வெற்றி பெற்றதாக, இராமப்பய்யன் அம்மானை பாடுகின்றது.

இராமப்பய்யன்

இராமப்பய்யன் திருமலை நாயக்கரின் பெயர் பெற்ற படைத்தலைவர். இராமப்பய்யன் கூத்தியார் குண்டு என்ற ஊரில் பிறந்தவர். இவ்வூர் திருப்பரங்குன்றத்தையொட்டி அதன் மேற்கிலுள்ள சிறு ஊர். இராமப்பய்யனின் தங்கை திருமலை நாயக்கனின் காமக்கிழத்தி என்றும் அவர் பெயரால் இவ்வூர் கூத்தியார் குண்டு என்று வழங்குவதாகவும் கூறுவர்; இந்த ஊரையொட்டிப் பெரிய கண்மாய் உள்ளது. அதற்குக் கூத்தியார் குண்டுக் கண்மாய் என்று பெயர். கண்மாய் என்பது ஏரியைக் குறிக்கும்.

இராமப்பய்யன் அம்மானை என்ற சிறுநூல், அவரது வரலாற்றைக் கூறுகின்றது. இது *63* பக்கங்களில் அச்சிடப்பட்டுள்ளது. பதினெட்டாம் நூற்றாண்டின் பிற்பகுதியில் இது எழுதப்பட்டதென்பர்.

இராமப்பய்யனுக்கும் பழனிக் கோயிலுக்கும் தொடர்பு உள்ளது. அவர் ஒரு முறை பழனிக்கோயிலுக்கு வந்தபோது, அக்கோயிலில் பன்னெடுங்காலமாக வழிபாடு நடத்தி வந்த பண்டாரங்களிடமிருந்து திருநீறு வாங்குவதற்கு விரும்பவில்லை. ஆதலால் கொடுமுடியிலிருந்து பிராமணர்களை அழைத்து வரச்செய்தார். அதன்பிறகு அவர் அவர்களிடம் இருந்து தான் பிரசாதங்களைப் பெற்று வந்தார். அதுமுதல் பழனிக்கோயிலில் பிராமணர்களே பூசை செய்து வருகின்றனர். பண்டாரங்கள் பிற பணிகளில் ஈடுபடுத்தப்பட்டனர். இன்று செல்வச் செழிப்பில் இருந்து வரும் பழனிக் கோயில் முன்னாளில் பழனியாண்டவருக்கு உற்சவம் நடத்தப் பணமின்றித் திண்டாடி வந்தது. அப்போது பண்டாரங்கள் உற்சவ மூர்த்தியைப் பல்லக்கில் வைத்துத் தோளில் தூக்கிச் சென்று சுற்றியுள்ள ஊர்களில் பணம் தண்டி விழா நடத்தி வந்தனர். மக்கள் மலை மீதுள்ள

பழனியாண்டவனின் சந்நிதிக்கு வர அஞ்சிய காலத்திலும் இப்பண்டாரங்கள் திருமஞ்சனப்படி வழியாகச் சென்று தண்டாயுத பாணிக்கு அபிஷேகங்கள் செய்து வந்தனர். இந்நிலை 1900 ஆம் ஆண்டு வரை நிலவிற்று என்று சோமலே கூறுகின்றார்.

திருமலைநாயக்கன் காலத்தில் ஓயாப் போர்கள் நிகழ்ந்த காலத்திற்கு வருவோம்.

கோல்கொண்டா, பிஜப்பூர்ச் சுல்தான்கள் இருவரும் சேர்ந்து கொண்டு 1647 -ல் வேலூரைக் கைப்பற்றிக் கொண்டனர். கோல்கொண்டாச் சுல்தான் செஞ்சி நாயக்கர் குடி ஆண்டு கொண்டிருந்த செஞ்சிக்கோட்டையை முற்றுகையிட்டார். இரு சுல்தான்களும் இவ்வெற்றிகளுக்குப் பிறகு தஞ்சையையும், மதுரையையும் கொள்ளையிட வந்தனர். அப்போது திருமலை நாயக்கன் பிஜப்பூர் சுல்தானுக்குப் பெருந்தொகை கையூட்டாகக் கொடுத்து மதுரையைக் காப்பாற்ற நேர்ந்தது.

மூக்கறுப்புப் போர்

இழிபெயர் பெற்ற மூக்கறுப்புப் போர் திருமலை நாயக்கன் ஆட்சிக் காலத்தில் நடந்தது. மைசூர் மன்னர் கண்டீரவ நரசராசன் (1638-1659) விசயநகர மன்னருக்கு எதிராகக் கோல்கொண்டா சுல்தானோடு சேர்ந்து கொண்டு வேலூரைக் கைப்பற்றுவதற்கு 1645 -ல் உதவியதால், திருமலை நாயக்கன் சினம் கொண்டிருந்தார். முஸ்லிம் படை திருமலையிடம் கையூட்டுப் பெற்றுக் கொண்டு 1656 இல் மதுரையை விட்டுச் சென்றதும், நரசராசன் தன் தளபதியை அனுப்பி மதுரையைத் தாக்கச் செய்தார்.

மைசூர்படை கொங்குநாட்டுச் சத்திய மங்கலத்தை எளிதில் கைப்பற்றி மதுரையை நோக்கி முன்னேறி வந்தது. அவர்கள் வந்த வழியில் ஊர்களைக் கொள்ளையடித்தும் கொள்ளி வைத்தும் வந்ததோடு, கையில் அகப்பட்ட ஆடவர், பெண்டிர், சிறார் என்று பேதம், பாராது அனைவரின் மூக்கையும் அறுத்தனர். மதுரையையும் அடைந்து அந்நகர மாந்தரின் மூக்கையும் அரிந்து வருமாறு மைசூர் மன்னர் ஆணையிடவே, மைசூர்ப்படை அங்கு வேகமாக முன்னேறி மதுரையிலும் மூக்கறுத்தது.

1776

சுமார் எழுபத்தைந்து வயதான திருமலை நாயக்கன் அப்போது நோய்வாய்ப் பட்டிருந்தார். உடனே அவர் தன் மூத்த மனைவியை விட்டு - திருமலை நாயக்கனுக்கு 200 மனைவியர் - இரகுநாத சேதுபதியிடம் உதவி கோரிக் கடிதம் எழுதச் செய்தார். சேதுபதி முடங்கல் கண்டதும் 25,000 மறவர்களைத் திரட்டிக் கொண்டு மதுரை வந்தார். மதுரை வீரர் 35,000 பேரும் சேதுபதியின் படையுடன் சேர்ந்து அணி திரண்டு விட்டனர்.

மைசூர்ப் படைத்தலைவர் இப்பெரும்படையைக் கண்டதும் அஞ்சி மைசூரிலிருந்து உதவிப்படை வரும்வரை போரிடாது காத்திருந்தார். அப்போது மதுரைப் படை மைசூர்ப் படையைத் தாக்கிப் புறமுதுகிட்டு ஓடச் செய்தது. அப்போது மைசூரிலிருந்து 12,000 பேரடங்கிய படை வந்ததும், பின்வாங்கி ஓடிய படை, மதுரைப் படையுடன் பொருதியது. அவ்வேளையில் பிடிபட்ட மதுரை வீரரின் மூக்கும் அறுபட்டது.

இதைக் கேள்வியுற்ற திருமலை தன் தம்பி குமாரமுத்து நாயக்கனைப் படையுடன் அனுப்பி மைசூராரைப் பழி வாங்குமாறு ஆணையிட்டார். மதுரை வீரர் மைசூர் நாட்டை அடைந்ததும் எதிர்ப்பட்டோரின் மூக்கையெல்லாம் அறுத்தனர்.

இங்ஙனம் பதினேழாம் நூற்றாண்டில் திருமலையின் ஆட்சிக்காலத்தில் ஏற்பட்ட ஓயாப் போர்களில் நாட்டில் அமைதிகெட்டு மதுரை நாடெங்கும் பஞ்சமும் கொள்ளை நோயும் பரவின. மக்களின் வாழ்க்கையில் அமைதி கெட்டுக் கொந்தளிப்பு நிலவிற்று.

மக்கள் அடுத்தடுத்து இத்தகைய இன்னல்களுக்கும், இடுக்கண்களுக்கும் ஆளான காரணத்தினால், ஆட்சியில் யார் இருந்தால் என்ன என்ற அக்கறையின்மை உண்டாகி, தம்மைத் தாமே பேணிக் கொள்ளும் தற்காப்பு என்ற தன்னல உணர்வு ஒன்றையே குறிக்கோளாகக் கொண்டு வாழ நேர்ந்தது.

''சொந்தச் சகோதரர்கள் துன்பத்திற் சாதல் கண்டும்
சிந்தையிரங்காரடி, கிளியே, செம்மை மறந்தாரடி''

என்று இதற்கு இரண்டரை நூற்றாண்டுகளுக்குப் பிறகு மகாகவி பாரதி வெளியிட்ட குமுறல்கள், இந்தக் காலகட்டத் தொடர்ச்சியைக் கூறுவன என்றால், அது தவறாகாது.

சமூக மரபுகள்

மதுரை நாயக்கர்கள் காலத்தில் வருணாசிரம தர்மம் புது வேகத்துடன், சமூகத்தின் எல்லாப் படிகளிலும் செயல்பட்டு வந்தது. கரிகால் வளவன் மக்களை இரண்டு பிரிவுகளாகப் பிரித்தார் என்றொரு கருத்து உள்ளது. ஆனால் சூத்திரர்களை இடங்கை, வலங்கை என்று இரு பெரும் பிரிவுகளுள் அடக்கும் முறை எவ்வாறு, எக்காலத்தில் உண்டானது என்பது தெரியவில்லை.

சோழர் படையின் வீரர்களில் வலங்கையர் இருந்தனர். காசிப முனிவரின் வேள்வியைக் காக்க, வேள்விக் குண்டத்திலிருந்து இடங்கையர் எழுந்தனர் என்றும் கூறுவர். அரிந்தமன் என்ற சோழமன்னன், வடநாட்டிலிருந்து மறையவரை அழைத்து வந்தபோது. அந்தணரின் மிதியடிகளையும், உடைகளையும் தாங்கிக் கொண்டு இடங்கையர் தென்னாடு வந்தனர் என்றும் கூறப்படுகின்றது.

1736

இவ்விரு பிரிவினரும் விழாக் காலங்களிலும், பிற நிகழ்வுகளிலும் பயன்படுத்து வதற்கென்று தனித்தனியே கொடிகளும், இசைக் கருவிகளும் கரிகாலனால் ஒதுக்கப்பட்டன என்பர். எனினும் இவற்றுக்கெல்லாம் வரலாற்றுச் சான்று எதுவும் இல்லை.

மதுரை நாயக்கர் காலத்தில் வலங்கையரில் 22 சாதியினரும் இடங்கையரில் 6 சாதியினரும் இருந்தனர் என்று அறிகின்றோம். இடங்கை, வலங்கை என்ற இரு பிரிவுகளையன்றி இவற்றினுள்ளும் அடங்காத எண்ணற்ற சாதிகளும் இருந்தன. ஒவ்வொரு சாதியிலும் பல உள்பிரிவுகள் இருந்தன. இப்பிரிவினர் ஒருவரோடொருவர் கொள்வதும் கொடுப்பதும் இல்லை.

''கம்மாளருக்குள் இருக்கும் ஐந்து பிரிவினரும் கலக்கக் கூடாது'' என்று 1623 ஆம் ஆண்டு ஆவணம் ஒன்று கூறுகின்றது.

சாதிக் கட்டுப்பாட்டை மீறியவர்கள் கடுமையாய்த் தண்டிக்கப்பட்டனர். பெரும்பாலரான தாழ்ந்த சாதியினர். வெகு சிலரான, மேல் சாதியாரின் தெருக்களுள் செல்வது, கிணறுகளில் நீர் எடுப்பது முதலியன தண்டிக்கத் தக்க செயல்களாகும். சுடுகாடுகளும் தனித்தனியே இருந்தன.

வரதட்சிணை வாங்குவதும் கன்னியாதானமும் இதற்கு முன் தமிழகம் அறியாதவை. அரசு, வேம்பு முதலியவற்றைச் சுற்றி வந்து வணங்குவதும், நாக தேவதையை வழிபடுவதும் புதியனவே. பரியாரி, வண்ணான் என்ற தனிச் சாதிகள் உண்டாயின. உடன்கட்டை ஏறும் வழக்கம் செல்வாக்குப் பெற்றதாகத் தெரிகின்றது. இது பெரும்பாலும் பெரிய இடத்து மரபாக இருந்தது. திருமலையின் 200 மனைவியரும், கிழவன் சேதுபதியின் (1631-1710) 47 மனைவியரும் உடன்கட்டை ஏறியதாக அறிகின்றோம். கோயிலுக்குப் பெண்களைப் பொட்டுக் கட்டும் பழக்கமும் இருந்தது.

''பிணங்களை ஆடம்பரமாக எடுத்து அடக்கம் செய்யும் வழக்கம் இருந்தது. மந்திரத் தாயத்து அணிவதில் மக்கள் நம்பிக்கை கொண்டிருந்தனர்'' இவ்வாறு அக்காலப் பழக்க வழக்கங்களையும், மரபுகளையும் பா.மாசிலாமணி எடுத்துக் காட்டுகின்றார்.

நாயக்கர் தெலுங்கராயிருந்தமையால் தஞ்சை மராட்டியர் போலவே தமிழ்மீது அக்கறை காட்டாதிருந்தார். அவர்கள் காலத்தில் சம்ஸ்கிருதம் வேத பாடசாலைகளில் மட்டுமே உயிர் வாழ்ந்திருந்தது. தெலுங்கிலோ, சம்ஸ்கிருதத்திலோ, ஏன் தமிழ் மொழியிலோ குறிப்பிடத்தக்க நூல் எதுவும் எழுதப் பெறவில்லை.

மதுரை நாயக்கர்கள் பிராமணர்க்கு உணவும், தங்கும் வசதியும் அளித்து வேத பாடசாலைகளை நடத்தி வந்தனர் என்பதை ஏசு சபையைச் சேர்ந்த டீ நொபிலி எழுதி வைத்திருக்கின்றார். பேராசிரியர் ஆர்.சத்திய நாதய்யரின் மதுரை நாயக்கர் வரலாறும் கூறுகின்றது. மதுரை நகரில் பிராமணர் வாழ்வதற்கென்றே தனியாகப் பத்து அக்கிரகாரங்கள் இருந்தன. இவ்வகுப்பினர் அரசில் மிகுந்த செல்வாக்குப் பெற்றிருந்தனர். பிரதானி, இராயசம், தளவாய் போன்ற பெரும் பதவிகளில் இருந்தனர். அவர்களுள் இராமப்பய்யன் தளவாய் மிகவும் குறிப்பிடத்தக்கவர்.

கல்வி

பிராமணர்க்கென்று தனியாக வேதபாடசாலைகள் இருந்தன. பிற சாதியினர் தத்தமது சாதியினரில் அல்லது தம்மை ஒத்துக் கொள்ளக் கூடிய சாதியனருள் ஆசிரியராய் இருந்தவர்களிடம் கல்வி கற்றனர். இது திண்ணைப் பள்ளிக்கூட முறை என்று அழைக்கப்பட்டது. இப்பள்ளிகள் ஆசிரியர் வீட்டுத் திண்ணையில் நடந்து வந்தன. திண்ணைக் கல்வி முறை பற்றி இந்திய சரித்திரக் களஞ்சியம் முதற் தொகுதியில் விவரித்திருந்தோம்.

இலக்கியம்

இஸ்லாமிய வெற்றியாளர்கள் வேத பாடசாலைகளையும், மடங்களையும் அழித்துவிட்டதால், சம்ஸ்கிருதம் கிட்டத்தட்ட வழக்கிழந்து போயிற்று. பதினைந்து, பதினாறாம் நூற்றாண்டுகளில் விசய நகரப் பேரரசு நிலவிய காலத்தில் சம்ஸ்கிரும் சில காலம் அம்மன்னர்களால் புரக்கப்பட்ட போதிலும், ஆதிசங்கரர் (788-820) வேதங்களுக்கு உரை எழுதியதுடன் அம்மொழியில் ஏற்பட்ட புத்தெழுச்சி கடைசியாக அடங்கிவிட்டது என்றே தோன்றுகிறது. ஐரோப்பியர் வந்த பிறகு தான் பதினெட்டாம் நூற்றாண்டின் பிற்பாதியில் சம்ஸ்கிருத ஆய்வில் ஆர்வம் உண்டானது.

பதினேழாம் நூற்றாண்டில் அப்பய்ய தீட்சிதர் சித்திர மீமாம்சையையும் இலட்சணாவளியையும், அவருடைய நெருங்கிய உறவினரான நீலகண்ட தீட்சிதர் சில சம்ஸ்கிருத நூல்களையும் இயற்றினர். அவர்கள் நாயக்கர் ஆட்சிக் காலத்தில் நிலவினர். நாயக்கர் அப்பய்ய தீட்சிதரை ஆதரித்தனர். எனினும் அவர்கள் எழுதியவை சிறுதர இலக்கியங்களேயாகும்.

இக்காலகட்டத்தில் சைவ ஞானியான தாயுமானவரின் பாடல்களைத் தவிர குறிப்பிடும்படியான தமிழ் இலக்கியம் எதுவும் தோன்றவில்லை. சிற்றிலக்கியங்கள் என்று வகைப்படுத்தப் பெற்ற தூது, உலா, குறவஞ்சி, பள்ளு முதலிய அடி நிலை இலக்கிய வடிவங்களாகத் தமிழிலக்கியம் தாழ்ந்து சென்றதை வரலாறு காண்கின்றது.

பொதுவாகத் தெலுங்கு மொழி இலக்கியம் ''நம்பிக்கையற்றுப் போன காலம்''

என்ற தாழ்ந்த நிலையை அடைந்தது. கிருஷ்ண தேவராயரும் (1509-1529) அவரது அவையை அலங்கரித்த ''அஷ்டதிக்கஜங்கள்'' என்ற தெலுங்கிலக்கியப் பெரும் புலவர்களும் ஒளிரச் செய்த பொற்காலம் பொய்யாய், பழங்கதையாய்ப் போனது. இந்நிலையில் இலக்கியச் சுவை உணர்வோ, இலக்கிய அறிவோ சிறிதும் இல்லாத மதுரை நாயக்கரின் காலத்தில், அவர்களின் தாய்மொழியான தெலுங்கு, தமிழினும் தாழ்ந்து போனதில் வியப்பேது!

நாயக்கர் ஆட்சியின் இறுதிக்காலத்தில் அச்சுக் கலை தமிழகத்தில் வேரூன்றித் தமிழுக்கென்று அச்செழுத்துகள் வார்க்கப்பட்டுப் பல நூல்கள் வெளிவந்த போதிலும், அவை ''பரங்கிப் புத்தகங்கள்'' என்று கையாலும் தீண்டப் படாதவையாக இருந்தன. அதற்கு அவை சமயப் பரப்பு கருவிகளாக இருந்தது காரணமாகும்.

பதினான்கு தொட்டு வரிசையாகப் பதினெட்டாம் நூற்றாண்டு வரையிலும், நிலவிய சுமார் நானூறாண்டுக் காலத்தைத் தமிழ் இலக்கியத்தின் மையிருள் காலம் எனலாம்.

இருப்பினும் நாயக்கர் ஆட்சியின் இறுதிக்கட்டத்தில் தமிழ்ச் செல்வர்களின் ஆதரவில், சில தமிழ்ப் புலவர்களும், கவிராயரும் செந்தமிழ் நாட்டில் இருந்தனர்.

வீரப்ப நாயக்கன் காலத்தில் (1572-1596) அநாதாரிப் புலவர்; திருக்குறுகைப் பெருமான் கவிராயர்.

திருமலை நாயக்கன் காலத்தில் (1623-1659) குமரகுருபரர், பிள்ளைப் பெருமாளயங்கார்.

விசயரங்கச் சொக்கநாதன் காலத்தில் (1706-1732) சுப்பிரதீபக் கவிராயர், கடிகை முத்துப் புலவர், உமறுப் புலவர், தாயுமானவர், திரிகூட ராசப்பக் கவிராயர்.

மதுரை நாயக்கரில் எவரும் தஞ்சை மராட்டியரைப் போன்று எந்த நூலையும் பாடவில்லை. தஞ்சை மராட்டியர் தெலுங்கு, சமஸ்கிருதம் ஆகிய மொழிகளில் நூல்கள் எழுதி உள்ளனர். எனினும் நாயக்க மன்னரிடம் பணிபுரிந்த அலுவலர் சிலர் தெலுங்கில் எழுத்தாளராக விளங்கினர். ஓர் அலுவலர் ''இராய வாசம்'' என்ற தெலங்கு நூலை எழுதினார். இந்நூலில் விசயநகரப் பேரரசையும், கிருஷ்ண தேவராயரின் தீரச் செயல்களையும் அவர் எடுத்துரைக்கின்றார். இது பேச்ச மொழியில் எழுதப் பெற்ற உரைநடை நூல். மதுரை நாயக்கர் ஆட்சியில் தெலுங்கு உரைநடை முக்கியமான இடம் பெற்றது. பேச்சு வழக்கில் எழுதப் பெற்றுள்ள இந்நூல், வரலாற்றாசிரியர்க்கும், மொழி நூலார்க்கும் பயன்படக் கூடும் என்பது தெலுங்கு மொழியியலார் கருத்தாகும்.

மதுரை நாயக்கரின் படையதிகாரியாயிருந்த சமூகம் வெங்கட கிருஷ்ணப்ப நாயக்கன் (1704-1731) இரண்டு உரைநடை நூல்களையும், ஒரு காப்பியத்தையும் எழுதினார். இவர் விசயரங்கச் சொக்கநாதனின் காலத்தில் (1706-1732) வாழ்ந்தவர். ஆனால் இவையனைத்தும் சிற்றின்பப் பாடல் வகையாகும் என்று இடக்கரடக்கலாகக் கூறுவர். இவ்விரு உரைநடை நூல்களும், மக்களிடையே செல்வாக்குப் பெற்றிருந்த இரண்டு கவிதை நூல்களை அடிப்படையாகக் கொண்டு எழுதப் பெற்றன என்று தெலுங்கு மொழி பேராசிரியர் டாக்டர். சி.ஆர். சர்மா கூறுகின்றார்.

பிறந்தன இறத்தல்

''பாமரராய் விலங்குகளாய் உலகனைத்தும் பான்மை சொல, நாமமது தமிழரெனக்

கொண்டு'' இக்காலத்தில் வாழ்ந்து வந்த மக்களின் வேகமான இறங்கு முகத்தில், புதிய முடுக்கம் இந்த *1736*இல் ஏற்பட்டு, மதுரை நாயக்கர் குடியின் ஆட்சி (சுமார் *1529-1736*) முடிந்து போகும் கட்டத்திற்கு எங்கெங்கோ சுற்றிவிட்டு வந்திருக்கின்றோம்.

ஆர்க்காட்டு நவாபு தென்னகம் முழுவதையும் தன்னடிக் கீழ் கொண்டு வருவதற்காகப் பெரிதும் முயன்று கொண்டிருந்த இக்காலத்தில், மதுரை நாயக்கர் குடிக்கு எப்போதும் ஆபத்துக் காத்துக் கொண்டிருந்தது. இந்திய அரசியல் சதுரங்கத்தில் எப்போது காய்களை நகர்த்தி ஆட்டத்தைத் தொடங்கலாமென்று சென்னையிலும், புதுச்சேரியிலும் ஐரோப்பியர் காத்துக் கொண்டிருந்தனர்.

ஆர்க்காட்டு நவாபின் மகன் ஸஃப்தர் கானும், உறவினரான சந்தா சாகிபும் பங்காரு திருமலையுடனும், மீனாட்சியுடனும் தனித்தனியே பேரம் பேசி ஒப்பந்தம் செய்து கொண்டிருந்தனர். போட்டி நாயக்கர் குடியினர் இருவரும் கையூட்டுக் கொடுத்து ஆர்க்காட்டாரைக் கைக்குள் போட்டுக் கொள்ளலாம் என்று மனப்பால் குடித்துக் கொண்டிருந்தனர். அதற்குள் இரண்டாண்டுகள் உருண்டோடி விட்டன.

சந்தா சாகிபு *1736* இல் மீண்டும் திருச்சிராப்பள்ளிக்குப் படை கொண்டு வந்தார். அவர் முதலில் சிறிய மீனான பங்காரு திருமலைக்கு வலை வீசினார். திருமலையைத் திண்டுக்கல்லிலும், அம்மய நாயக்கனூரிலும் தோற்கடித்தார். பங்காரு திருமலை உயிர் தப்பிச் சென்று சிவகங்கைச் சீமையில் புகலடைந்தார்.

சந்தா சாகிபு திருச்சிராப்பள்ளி மாகாணத்தின் தெற்கிலிருந்த நாயக்கர் ஆட்சிப் பரப்பைப் பிடித்துக் கொண்டார். அதன் பிறகு திருச்சிக் கோட்டையை முற்றுகையிட்டு எளிதில் கைப்பற்றினார். சந்தா சாகிபு அரசி மீனாட்சிக்குக் குரான் மீது கை வைத்துச் செய்த சத்தியப் பிரமாணத்தைக் காற்றில் பறக்கவிட்டு, மீனாட்சியைத் திருச்சிக் கோட்டையில் சிறைவைத்துத் தன்னை மன்னர் என்று பிரகடனம் செய்தார். ஆனால் இவர் செங்கல்லைச் சிவப்புத் துணியால் மூடி, அதை குரான் என்று ஏமாற்றிப் பொய்ச் சத்தியம் செய்திருந்தார் என்ற செய்தியை மீனாட்சி அறிந்ததும் சிறையில் நஞ்சுண்டு இறந்தார்.

மீனாட்சி

சொக்க நாதனுக்குப் பிள்ளையில்லாததால், தன் ஆசைக்குரிய மனைவி மீனாட்சிக்கு, அவர் அரசைக் கொடுத்துவிட்டார். அரசியாகிவிட்ட மீனாட்சியின் பிடிக்குள் சிக்கிவிடலாகாது என்று சொக்க நாதரின் ஏனைய மனைவியர் எழுவரும் கணவனுடன் தீப்பாய்ந்து செத்தனர்.

ஆட்சிக்கு வந்த மீனாட்சியினால் அரசியல் நெருக்கடிகளை எதிர்ப்பட்டு வெல்வதற்கு முடியவில்லை. மீனாட்சியின் உடன் பிறந்தவர்களாயும், அமைச்சர்களாயும் இருந்த வெங்கட நாயக்கனும், பெருமாள் நாயக்கனும், செல்வாக்கு மிக்க நேரிய அரச அலுவலர் மீது ஊழல் குற்றஞ் சுமத்தியும், பொதுப் பணத்தைக் கையாடினார் என்று பொய்யுரைத்தும் அவர்களைப் பதவியிலிருந்து நீக்கிவிட்டு நியாய விரோதமான செயல்களில் ஈடுபட்டனர். இவ்வாறு விலக்கப்பட்ட அலுவலர் அனைவரும் சேர்ந்து நாராயணப்ப அய்யரால் தூண்டப் பெற்று அரசிக்கு எதிராகச் சதி செய்தனர்.

திருச்சிக் கோட்டையை முற்றுகையிட்ட சந்தா சாகிபு, ஆர்க்காட்டு நவாபின் ஆளுநராகத் திருச்சிராப்பள்ளியில் இருந்தபோது, அரசி மீனாட்சி சந்தா சாகிபின் மீது

காதல் கொண்டிருந்தார் என்ற செய்தி, ஜி.எஸ். சாப்ரா எழுதிய ''தற்கால இந்திய வரலாற்றுச் சிறப்பு ஆய்வு'' (*Advanced study in the History of modern India*) என்ற நூலின் 123 ஆம் பக்கத்தில் காணப்படுகின்றது. அரசி மீனாட்சி தாயுமானசுவாமிகள் மீது தகாத காதல் கொண்டதாகவும் ஒரு செய்தி உள்ளது. இவை மீனாட்சியின் ஒழுக்கப் பண்புகளைப் பற்றி ஐயங்கொள்ளச் செய்பவையாக உள்ளன. எனினும், இப்படிப்பட்ட பெரும்பாலான செய்திகளைப் போன்று இதற்கும் சான்று இல்லை.

எனினும் நாயக்கர் குடியின் ஆட்சி ''பாசாங்கு நடவடிக்கைகள் பொதிந்த நெறிகெட்ட ஆட்சி'' என்று டாக்டர். கால்டுவெல் ''திருநெல்வேலி வரலாறு'' என்ற ஆங்கில நூலில் கூறியிருக்கின்றார். ''உயர்ந்தவர், தாழ்ந்தவர், செல்வர், வறியவர் ஆன அனைத்து வகுப்பினரும் மெய்யான மகிழ்ச்சியைப் பெற முடியாத நிலையை நாயக்கர் ஆட்சி ஏற்படுத்தியது'' என்று பேராசிரியர். ஆர். சத்தியநாத அய்யர் குறிப்பிடுகின்றார். ஆனால் மதுரைச்சுல்தான்களை ஒழித்து அந்த இடத்தில் நாயக்கர் குடியின் ஆட்சி ஏற்படுவதற்கு வழி வகுத்த விசயநகரப் பேரரசின் இலட்சியம் ஓரளவில்தான் நிறைவேறியது. இல்லையெனில் தமிழ்நாட்டிலும் முஸ்லிம் ஆட்சி நீடித்து, அதுவும் நிசாம் குடி போன்ற ஒன்றைத் தோற்றுவித்திருக்கலாம்.

சுமார் 1529 இல் மதுரையில் தோன்றிய நாயக்கர் குடியின் ஆட்சி, அதன் கடைசி அரசியான மீனாட்சியின் காலத்தில் சுமார் 200 ஆண்டுகளுக்குப் பிறகு 1736இல் திருச்சிராப்பள்ளியில் முடிந்தது. ஆர்க்காடு நவாபுகள், பிரஞ்சுக்காரர், பிரிட்டிசார் என்ற அரசியல் சூதாடிகளின் பகடைக் காயாவதற்குத் தமிழ் நாடு ஆயத்தமாக நின்றது.

1736

2. இலக்கிய ஈடுபாடுள்ள இரண்டாம் ஏகோசி

முதலாம் துளசாவிற்கு (1729-1736) அம்சாம்பாள் என்ற தாயிடம் பிறந்த இரண்டாம் ஏகோசி இந்த ஆண்டு தஞ்சையின் மராட்டிய மன்னர் ஆனார்.

இவர் தனக்கு முன்னிருந்த மராட்டிய மன்னரைப் போன்றே தெலுங்கு மொழியை ஆதரித்தார். அத்துடன் அம்மொழியில் புலமையுடையவராயும் இருந்தார். தெலுங்கு மொழியில் பல பாடல்களையும் எழுதியுள்ளார். இவர் இராமாயணத்தைத் துவிபதம் என்ற யாப்பு முறையில் ஈரடிப்பாக்களாகப் பாடியிருக்கின்றார். அவர் விநாயகர் பற்றி எழுதிய நாடகம் சமஸ்கிருதமும் தெலுங்கும் கலந்த மணிப்பிரவாளமாகும்.

மராட்டிய மன்னர்கள் இசை, நடனம், இலக்கியம் போன்ற துறைகளில் ஆர்வங்கொண்டு புரந்ததைப் போன்று, அவற்றில் தாமும் ஈடுபட்டனர் என்பதும் பெருஞ்சிறப்பாகும். தென்னிந்திய வரலாற்றில் பதினெட்டாம் நூற்றாண்டில் இது குறிப்பிடத்தக்க செய்தியாகும்.

3.சருகணியில் போர்த்துக்கீசப் பாதிரிமார்: டீ பிரித்தோ வரலாறு

பதினெட்டாம் நூற்றாண்டு வரலாற்றில் சருகணி இடம் பெற்றுள்ளது. இவ்வூர் தேவகோட்டை-சிவகங்கை-திருவாடனைச் சாலைகள் சந்திக்கும் இடத்தில் அமைந்துள்ளது.

கிறித்தவர்களாக மாறிய நாடார், உடையார், வேளாளர், அகம்படியர் முதலானோர் நெடுந்தொலைவிலிருந்தும், பல வெளியூர்களிலிருந்தும் சருகணியில் வந்து குடியேற்றப்பட்டனர். இப்பகுதியைச் சேர்ந்த மறவர், பள்ளர், ஆதித்திராவிடர்களும் கிறித்தவ சமயத்தைத் தழுவினர்.

அருளானந்தர்

இப்பகுதியில் கிறித்தவ சமயத்தின் மீது பற்று ஏற்பட்டதற்கு அருளானந்த சாமி எனப்படும் டீ பிரித்தோவின் (1647-1693) பரித்தியாகம் சருகணியின் அருகிலுள்ள ஓரியூரில் நிகழ்ந்தது காரணமாயிற்று.

ஜான் டீ பிரித்தோ இளவயதில் போர்த்துக்கீசிய அரசவையில் இளவரசர் பீட்டருடன் வாழ்ந்து வந்தார். இந்த இளவரசர் பின்னாளில் இரண்டாம் பீட்டர் என்ற பெயரில் போர்த்துக்கீச அரியணையில் ஏறினார். அதற்கு இருபத்தெட்டு ஆண்டுகளுக்குப் பிறகு தன் பிள்ளைப் பருவ நண்பரான டீ பிரித்தோவுடன் மீண்டும் நட்பு கொண்டார். அப்போது டீ பிரித்தோ அனுபவம் வாய்ந்த சமயப் பரப்பியாய் விளங்கினார். அந்நண்பரின் சேவையைப் போர்ச்சுகல்லுக்காக முழு அளவில் மன்னர் பெற்றுக் கொண்டார்.

ஜான் இளவயதிலேயே சமயப் பரப்பு உணர்வுமிக்கவராயிருந்தார். எனவே அவர் ஏசு சபையில் சேர்வதற்கு விண்ணப்பித்ததுமே ஏற்றுக்கொள்ளப் பட்டார். ஏசு சபை வாழ்க்கை அவருக்கு உண்மை யாகவே பொருந்திப்போயிற்று. அதில் சேரும் இளந் துறவியர்க்கு அளிக்கப்படும் மிகக்கடுமையான சோதனை களிலும், கட்டுப்பாடுகளிலும் ஜான் எளிதாகத் தேறினார். அவர் சீனத்தில் பணிபுரியத் தனக்கு வாய்ப்புத் தருமாறு கேட்க எண்ணியிருந்தார். எனினும் மதுரை மிசனில் பணிபுரிவதற்குப் போதிய அளவில் ஆள் இல்லாமையால், அங்கு தொண்டர்களை அனுப்ப வேண்டும் என்று விண்ணப்பம் வந்ததால், ஜான் தன் ஆர்வத்தை இந்தியாவின் பக்கம் திருப்பினார்.

ஜான் பாதிரியாராக ஏற்றுக் கொள்ளப்பட்டு விட்டதால் இந்தியா செல்வதற்குப் 1673 இல் லிஸ்பன் நகருக்கு வந்திருந்த கோஸ்டா என்பவரின் குழுவில் சேர்ந்து கொண்டார். அக்குழுவினர் இந்தியாவை நோக்கி மேற்கொண்ட பயணம் பயங்கரமா யிருந்தது. கொடிய தொத்து நோய்க் காய்ச்சல் பரவியது; ஜான் வலிய உடல்நலம் உடையவராக இல்லாதிருந்த போதிலும் இந்நோய்க் காய்ச்சலுக்குப் பலியாகாது 1673 இல் இந்தியாவின் மேற்குக் கரையிலுள்ள கோவாவில் வந்து இறங்கினார்.

1736

ஜான் கோவாவிலிருந்து கேரளத்தின் அம்பலக் காட்டிலிருந்த சமயப் பயிற்சிக் கல்லூரிக்கு அனுப்பிவைக்கப்பட்டார். அவர் அங்கு சிறிது காலம் இருந்து விட்டு அனுபவம் முதிர்ந்த அந்தணி ஃபிரேயர் சாமியாருடன் மேற்கு மலைகளைக் கடந்து மதுரை மிசனை அடைந்தார். பிரித்தோ அங்கு மிசன் பணிகளில் மிகுந்த மகிழ்ச்சியுடன் ஈடுபட்டார். அங்கு கடுநோன்புடைய பண்டாரச் சாமியின் வாழ்க்கையை நடத்துவதற்குத் தன்னை இயைத்துக் கொண்டார்.

அவர் கொள்ளிடத்திற்கு வடகரையிலிருந்த தத்துவஞ்சேரி என்ற சிற்றூரில் வாழலானார். அந்த இடம் கிறித்தவச் சமயப் பரப்பிகளுக்கு இரண்டு விதமான சாதகங்களை அளித்தது: ஒன்று போர்த் தொல்லைகளில் இருந்து காப்பளித்தது;

மற்றொன்று நகரங்களில் நிலவிய பிராமணர்களின் கண்காணிப்பில்லாமல் பறையர் குலத்து மக்களிடையே சுதந்திரமாகப் பணிபுரிய முடிந்தது.

பிரித்தோ இந்தியாவை அடைந்த பின்னர் அதையடுத்த பத்தாண்டுக்காலம் பற்றி எழுதி வைத்துள்ளவற்றிலிருந்து அவர் அக்காலகட்டம் வரையிலும் எழுதிவைத்தவை மட்டுமே இதுவரை கிடைத்துள்ளன - அவர் இன்னல்களையம் இடுக்கண்களையும் பொருள்படுத்தாது துணிந்து நாடெங்கும் அலைந்து திரிந்ததையும், எண்ணற்றவரைக் கிறித்தவராக்கியதையும் காணமுடிகின்றது.

அவரின் பணியில் பெரும்பகுதி மறவர் சீமை என்ற சேது நாட்டில் நடந்தது. அது கிறித்துவ சமயப் பரப்பிகள் புதிதாக நுழைந்த இடமாகும். இங்கு கிறித்தவ சமயத் திருச்செய்திகளை வெற்றிகரமாகப் பரப்புவதற்கு இருந்த வாய்ப்புகளைப் போலவே, இடுக்கண்களும் இன்னல்களும் நிறைந்திருந்தன. பிரித்தோ 1682 இல் மதுரை மிசனின் உயர் மேலாளராக அமர்த்தப்பட்டார். கிறித்தவ சமயப் பரப்பி எவரும் மறவர் நாட்டில் இல்லையென்று இந்து சமயத் தலைவர்கள் நம்பிக் கொண்டிருந்தனர். பிரித்தோ அங்கு புகுந்து மக்களை மதம் மாற்றுகின்றார் என்பதையும், கிறித்தவ சமயத்தை வலுப்படுத்துகின்றார் என்பதையும், அவர்கள் அறிந்ததும் 1686 இல் பெரிய சிக்கல் உண்டானது.

அவர்கள் அவ்வாண்டு ஜூலை மாதம் பிரித்தோவையும், இரண்டு சமயப்பரப்புத் தொண்டர்களையும், வேறு மூன்று கிறித்தவர்களையும் சிறைப்பிடிக்குமாறு செய்தனர். இவ்வாறு சிறைப்பட்ட கிறித்தவர்கள் அடுத்த பதினைந்து நாளும் கொடிய சோதனைக்கு ஆளாயினர்; அடித்துத் துன்புறுத்தப்பட்டனர். உடலில் பெரிய காயங்கள் உண்டாயின. அவர்களனைவரும், ஒருவரைத் தவிர, இவற்றையெல்லாம் பொறுமையாய்த் தாங்கிக் கொண்டனர்.

தங்களுக்கு மரண தண்டனை கிடைக்கும் என்று பிரித்தோ முற்றிலும் எதிர்பார்த்தார். ஆனால் திடீரென்று நிலைமை மாறியது. கிறித்தவர்களின் துணிவு மறவர்குல மன்னரான கிழவன் சேதுபதியை (1631-1710) மிகவும் ஈர்த்து விட்டது என்று தோன்றியது. கிறித்தவர்கள் தமது நாட்டில் சமயப் பிரச்சாரம் செய்யலாகாது என்ற நிபந்தனையில் கிழவன் அவர்களை விடுவித்து விட்டார்.

ஆனால் பிரித்தோ அச்சுறுத்தலுக்கு அடங்குபவராய் இருக்கவில்லை. அவர் ஏசு சபையின் பணியாகப் போர்ச்சுக்கல்லில் மூன்றாண்டுகள் தங்கிவிட்டு, இந்தியா திரும்பிய சிறிதுகாலம் கழித்து மீண்டும் மறவர் சீமைக்குள் புகுந்தார். மறவர் சீமையின் எல்லை ஓரமாக ஒரு வீட்டைப் பிடித்துக் கொண்டார். அந்த இடம் அவருக்கு வேண்டிய மற்றொரு குறுநில மன்னரின் எல்லைக்குள் இருந்தது. கிழவன் சேதுபதியும் இதைக் கண்டுங் காணாதவராக இருந்துவிட்டார்.

கிழவனின் தங்கை கணவரான தடியாத்தேவர் கிறித்தவராக மாறியதும்தான் நெருக்கடி உண்டானது. கிழவனின் மைத்துனர் தமது இன வழக்கப்படி பல தாரங்களை மணந்திருந்தார். அவர் கிறித்தவரானதும், முதல் மனைவியை மட்டும் வைத்துக்கொண்டு ஏனையோரை மணவிலக்குச் செய்து விட்டார். துரதிருஷ்ட வசமாக, அவர் இவ்வாறு கைவிட்ட மனைவியருள் கிழவன் இரகுநாதத் தேவரின் தங்கையான சுடலை என்பவரும் ஒருத்தியானார். இதைக் கேட்ட கிழவன் தம் குடும்பத்திற்கு நேர்ந்த இழிவைப் பொறாது சீற்றமுற்றார். எனவே தடியாத்தேவரின் செயல்களுக்குப் பொறுப்பானவர் என்று அவர் கருதிய சமயப் பரப்பிக்கு மரண தண்டனை அளிப்பதென்று முடிவு செய்தார்.

பிரித்தோவை மந்திர தந்திரத்தாலும், பில்லி சூனியத்தாலும் கொல்ல முயன்று தோற்றனர். கிழவன் பிரித்தோவைத் தன் நகருக்குள் கொல்வதற்கு இன்னும் தயக்கம் காட்டினார். எனவே அவர் பிரித்தோவை தன் சகோதரரும், ஓரியூரின் தலைவருமான, உரியத் தேவரிடம் அனுப்பினார். பிரித்தோ என்ற அருளானந்த சாமியாரை நாடு கடத்தும் பாவனையில் இவ்வாறு அனுப்பினாலும், ஓரியூரில் அவரைக் கொல்வது தான் கிழவனின் நோக்கம்.

உரியத் தேவருக்கும் தன் சகோதரரின் விருப்பம் என்னவென்று தெரியும். அருளானந்தர் சிறையிலிருந்தவாறே ஏசு சபையின் ஜான் ட கோஸ்டாவிற்கும், இனிமேல் மயிலாப்பூரின் பேராயர் (*Bishop*) ஆகவிருந்த லேனஸ் சாமியாருக்கும் *1693* பிப்ரவரி *3* அன்று இரகசியமாகக் கடிதங்கள் எழுதினார். அவர் சாவின் நிழலில் இருந்ததை உணர்ந்து கொண்டுதானிருந்தார்.

அவர் இக்கடிதங்களை எழுதியதற்கு அடுத்த நாளன்று அவரைக் கொல்வதற்காகச் சிறைக்கு வெளியே அழைத்துச் சென்றனர். கொலை வாளின் மூன்றாவது வெட்டில் பிரித்தோவின் தலை வேறு, முண்டம் வேறாயின. கைகளையும் கால்களையம், வெட்டி முண்டத்தோடு சேர்த்துக் கட்டி அதை உயர்ந்த ஒரு கம்பத்தில் கட்டி வைத்தனர். இச்செயல் ஓரியூர்க் கோட்டையின் புறத்தேயிருந்த வெட்ட வெளியில் நடந்தது.

''அருளானந்தர் இவ்வாறு உயிர்நீத்த இடத்தில் நடந்த நிகழ்ச்சிகளைக் கண்டும், கேட்டும் மக்கள் ஏசு மதத்தில் சேர்ந்தனர்'' என்று தற்கால எழுத்தாளரான சோமலெ கூறுகின்றார். அது முதல் இந்தப்பகுதியிலும், இதைச் சூழ்ந்த மறவர் சீமையிலும் கத்தோலிக்கம் வேரூன்றியது. பிரித்தோவை நினைத்து வணங்கினால் நினைத்தது நடக்கும் என்ற நம்பிக்கை கத்தோலிக்கரிடம் ஏற்படவே, அவர் அருளானந்தராக உயர்ந்தார்.

அருளானந்தரின் பரித்தியாகம் ஓரியூரிலும், அதனருகிலுள்ள சருகணியிலும் கிறித்துவக் கோயில்கள் தோன்றக் காரணமானது. சருகணியில் நிறுவப்பட்ட கோயிலில் பணிபுரிவதற்காக அருளானந்தரின் போர்ச்சுக்கல் நாட்டைச் சேர்ந்த கிறித்தவச் சாமியார்கள் *1736* இல் வந்து சேர்ந்தனர்.

4. முதலாம் ஜெகவீரபாண்டியக் கட்டபொம்மன் ஆட்சி முடிவு (1709-1736)

''கட்டபொம்மன் பரம்பரையிலேயே வரலாற்றின் கண்களுக்குப் புலப்படுகின்ற முதல்வன் காட்ர கட்ட பிரம்மய்ய என்றவன் தான்'' இவ்வாறு ''கட்ட பொம்மன் கொள்ளைக்காரன்'' என்ற நூலில் காலஞ்சென்ற எழுத்தாளர் தமிழ்வாணன் கூறுகின்றார்.

இந்தக் காட்ர பிரம்மய்ய என்பவர் எட்டயபுரம் மாளிகையில் அடைப்பக்காரராகப் பணிபுரிந்தார் என்றும், தனது சூழ்ச்சியினால் செக்காரம்பட்டி என்ற ஊரைத் தனதாக்கிக் கொண்டார் என்றும் தமிழ்வாணன் மேலும் கூறுகின்றார். காட்ர கட்ட பிரம்மய்யாவின் மகன், கட்ட பிரம்மய்ய; இவரும் தந்தையைப்போல் சூழ்ச்சிக்காரர்; எதிரிகளை மறைந்திருந்து தாக்குவதில் கெட்டிக்காரர். அதனால் கம்பளத்தார் என்ற குலத்தினர் அவரைக் கெட்டி பொம்மு என்று அழைத்தனர். கெட்டி பொம்மு என்ற இந்தப் பெயர் தமிழில் கட்ட பொம்மன் என்று வழங்கலாயிற்று. கட்ட பிரம்மய்ய, கட்ட பொம்மன் என்ற பெயருடன் வீரபாண்டிய என்ற அடைமொழியையும் சேர்த்துக் கொண்டார்.

இவர் ஜெக வீர பாண்டியக் கட்டபொம்மன் என்ற பெயரில் *1709* ஆம் ஆண்டு பாளையத்தின் தலைவரானார். இவர் எழுச்சி பெற்ற காலத்தில் மங்கம்மாளின் *(1689-1706)*

1736

பேரனான விசயரங்கச் சொக்கநாத நாயக்கன் திருச்சிராப்பள்ளியிலிருந்து மதுரைச் சீமையை ஆண்டு கொண்டிருந்தார். நாயக்கர் குடி மன்னரான சொக்கநாத நாயக்கன் அரசியலை விடுத்துத் தலயாத்திரைகளில் ஈடுபட்டிருந்தார்.

எனவே மதுரை நாயக்கராட்சியின் வலுவின்மை மதுரை, நெல்லைச் சீமைகளிலிருந்த பல்வேறு பாளையக்காரர்களால் நன்கு உணரப்பட்டது. அவர்கள் ஒவ்வொருவரும் கச்சையை வரிந்து கட்டிக் கொண்டு தம்மைப் பல வழிகளில் உயர்த்திக் கொள்ள ஆயத்தமாயினர். ஜெகவீர பாண்டிய கட்ட பொம்மனும் தன் நிலையை வலுப்படுத்திக் கொண்டார். அவர் கம்பளத்தார் என்ற வகுப்பினர் வழிபடும் ஜக்கம்மாள் என்ற தெய்வத்திற்குப் பாஞ்சாலங்குறிச்சியில் கோயில் எடுத்தார். கட்டபொம்மனின் குலத்தார் கம்பளத்து வகுப்பினராவர்.

கட்டபொம்மன்

ஜெகவீர பாண்டியக் கட்டபொம்மனே ஜக்கம்மாள் கோயிலின் தலைமைப் பூசாரியுமாவார். தெலுங்கு பேசும் இம்மக்களுக்கு ஜக்கம்மா குலதெய்வம் போல் விளங்கினாள். முடியுடைய மூவேந்தர் என்போரில் தலை மூத்த பாண்டியரின் மிச்சமீதிகள் மதுரை நாயக்கரின் வலுவான தாக்குதலைத் தாங்காது சிதறி மறைந்தனர். மதுரை நாயக்கர் குடியும், அதன் உள்ளார்ந்த பலவீனங்கள் பலவற்றாலும், நடுநிலையற்ற சமூகக் கொள்கைகளாலும், மைசூரார், மராட்டியர், முகலாயர் முதலானோரின் இடை விடாத் தாக்குதலாலும், மங்கம்மாளின் ஆட்சிக்காலத்திற்குப் பிறகு (1689-1706) வலுக்குறையலாயிற்று. எனவே மையத்தில் வலுவான அரசு இல்லாத இக்காலத்தில், மதுரை நாயக்கர் தமது வசதிக்கென்று கையாண்டு வந்த பிரித்தாளும் சூழ்ச்சியின் பலனாகத் தோன்றிய 72 பாளையங்களும் தமக்குள் குட்டிகள் போட்டு மேலும் பலவாகப் பெருகிவிட்டன. அத்தகைய குட்டிகளுள் ஒன்றே பாஞ்சாலங்குறிச்சிப் பாளையமாகும். அது 1709 ஆம் ஆண்டில் தான் முதலாம் ஜெகவீரப்பாண்டியக் கட்டபொம்மனோடு தோன்றுகின்றது.

அரசியல் சீரழிவு என்ற நோயின் சின்னங்களாக நாட்டில் அமைதியின்மையும் சண்டைகளும், குழப்பமும், பஞ்சமும் தோன்றின. இத்தகைய கொடிய சூழ்நிலை தென்பாண்டிச் சீமையில் நிலவிய காலத்தில், இந்த 1736 ஆம் ஆண்டு ஜெகவீர பாண்டியன் காலமானார்.

5. அரசியல் திரைகளைக் கிழித்த அறிவியல் ஆய்வுப் பயணம்: தென்னமெரிக்கா திறந்தது

கிறிஸ்டோஃபோரோ கொலம்போ பிறப்பால் இத்தாலியர்; கிறிஸ்தபர் கொலம்பஸ் என்ற ஸ்பானியப் பெயரைப் பெற்று ஸ்பெயினில் ஊழியத்தில் கடலோடியாக இருந்தபோது 1492 ஆம் ஆண்டு புத்துலகு என்னும் அமெரிக்காவைக் கண்டுபிடித்தார். அதன்பிறகு முற்றிலும் புதிய உலகம் என்று மனிதனின் எண்ணத்தைத் தூண்டிவிடும் விதத்தில் தென்னமெரிக்கா 1498 இல் முகிழ்த்தது.

கொலம்பஸ் தென்னமெரிக்கக் கரையையொட்டியே தன் காரவல்கள் என்ற விரைவு வேகச் சிறு கப்பல்களைச் செலுத்தியவாறே, ஒரினோகோ ஆறு காடுகளிலுள்ள வண்டல் மணல்களைத் தோண்டிக் கொண்டு வந்து கரைநெடுகிலும் தீவுகளாக மண்டிக் கிடந்த பகுதி வழியே சென்று, டிரினிடாடு என்ற தீவில் கரையிறங்கினார். (டிரினிடாடு மேற்கிந்தியத் தீவுகளில் அடங்கியது). இங்ஙனம் புதிய நிலப்பரப்புக் கண்டு பிடிக்கப்பட்டதை ஐரோப்பாவில் எல்லாத் தரப்புகளையும் சேர்ந்த மக்கள் பெரு மகிழ்ச்சியுடன் வரவேற்றனர்.

அறியாத பகுதிகளை அடைத்துக் கொண்டிருந்த சுவர்கள் தகர்ந்தன. ஆசியாவைவிடச் செல்வம் பொழிந்து கிடக்கும் கீழைத்தேசம் கண்டுபிடிக்கப்பட்டு விட்டதென்று ஐரோப்பாவில் ஏழை, பணக்காரர், சிறியவர், பெரியவர் என்று அனைவரும் மகிழ்ச்சி வெள்ளத்தில் மிதந்தனர்.

கொலம்பஸ்

தீராத வறுமையாலும், உறுபசியாலும் நொந்து நைந்து கொண்டிருந்த ஐரோப்பாவெங்கிலும் ''பொங்கி வழியும் செல்வமும் மண்ணுலகச் சொர்க்கத்தின் கனிகளும் நமக்கு வந்து வாய்த்தன'' என்று எக்காளம் முழங்கிற்று. புத்திடந் தேடி அலை கடலிலும், தொலை நிலத்திலும் அலைந்து திரிந்தவர்களின் படபடப்பான முதல் தேட்டமெல்லாம் மணக்காரப் பண்டங்கள், பட்டு, மென் துகில்கள் அணிமணிகள், இவற்றை நாடியே அமைந்தது. அந்தக் ''காரப் பண்டங்களைத்'' தேடிய கடலோட்டம் இப்போது புதியதோர் உலகைக் கண்டுபிடிக்க வழி வகுத்தது.

புத்துலகச் செய்திகள்

ஐரோப்பாவிலிருந்த அச்சகங்கள் ''புதிதாகக் கண்டுபிடிக்கப் பட்ட உலகத்திலிருந்து வந்துள்ள மகிழ்ச்சி நிறைந்த செய்திகளையும்'' அரியனவும் தனித்தன்மை வாய்ந்தனவுமான மரஞ்செடி, கொடிகள், மருந்துப் பூண்டுகள், எண்ணெய்கள், கற்கள் பற்றி விவரிக்கும் சேதிகளையும் தாங்கிய வெளியீடுகளைப் பட்டி தொட்டிகளிலும் நாடு நகரங்களிலும் விதைத்து நலிந்திருந்த ஐரோப்பிய மக்களிடையே புதுத் தெம்பையும் ஊக்கத்தையும் உண்டாக்கின.

சிலுவைப் போர்களுக்குப் பிறகு (ஐரோப்பியக் கிறித்தவ வல்லரசுகள் ஒன்று கூடி முஸ்லிம்கள் வசமிருந்த புனித பூமி என்ற பாலஸ்தீனத்தை மீட்பதற்காக 11,12,13 ஆம் நூற்றாண்டுகளில் நடத்திய போர்களுக்குச் சிலுவைப் போர்கள் என்று பெயர்). ஐரோப்பிய மக்களிடையே ஏற்பட்ட ஆர்வ வெறிக்குப் பிறகு, இதைப்போல் ஒரு பொங்கு ஆர்வம் ஏற்பட்டதேயில்லை. மக்கள் அத்தனை பேரும் புத்துலகம் செல்கின்ற கப்பல்களைப் பிடிப்பதற்காகத் துறைமுகப்பட்டினங்களை நோக்கிப் பாய்ந்தனர்.

கதவு அடைத்தது

வேலையில்லாதவர்கள், முடிச்சு மாறிகள், கடனாளிகளாகிப்போன குடியினர்,

வெட்டிப் பயல்கள் ஆகியோரும், நேர்மையானவர்களும் பெரிய எண்ணிக்கையில் ஆளெடுக்கும் அலுவலகங்களை மொய்த்தனர். ஒவ்வொரு மாதமும், வாரந்தோறும், அன்றாடமும் புத்துலகை நோக்கிப் புதிய புதிய தேட்டப் பயணங்கள் தொடங்கின.

''புத்துலகிலிருந்து'' செல்வங்களைனைத்தும், நல்லனவம் வந்து வெள்ளமெனப் பாயட்டுமென்று ஐரோப்பாவில் வாயைப் பிளந்து காத்திருந்தனர். அது பற்றிச் சிறிது காலம் வதந்திகள் உலவின. இப்படிப்பட்ட சூழ்நிலையில் புது உலகம் தன் கதவை அடைத்துக் கொண்டது.

போப் உலகை இரு கூறு போடுதல்

போர்ச்சுக்கல்லுக்கும், ஸ்பெயினிற்கும் டார்டிசில்லாஸ் (*Tordesillas*) என்ற இடத்தில் ஓர் உடன்படிக்கை ஏற்பட்டது. போப்பின் நல்லாசியுடன் மேற்காப்பிரிக்காவில், செனிகல் நாட்டின் அட்லாண்டிக்குக் கரைமீது அமைந்திருக்கும் வெர்தி முனைக்குத் (*Cape Verdi*) தென்வடவாக 340 லீகுகள் நீளத்திற்குப் பூமிப் படத்தின் மேல் ஒரு நேர்கோடு கிழிக்கப்பட்டது. (ஒரு லீகு என்பது கிட்டத்தட்ட மூன்று மைலுக்கு, அதாவது 5 கிலோமீட்டருக்குச் சமம். எனவே முப்பது லீகு என்றால் 1780 கிலோமீட்டர் ஆகும்.)

இக்கோட்டின் கிழக்காகப் புதிதாகக் கண்டுபிடிக்கப்படும் நிலப்பரப்பு முழுமையும் (அதாவது பிரேசிலின் பெரும் பகுதி; ஆப்பிரிக்கா முழுமை தொலைக் கிழக்குப் பகுதிகள் ஆகியன) முற்றிலும் போர்த்துக்கீசரைச் சேரும். எஞ்சிய நிலப்பரப்பு ஸ்பெயினின் உடைமை ஆகிவிடும்.

போப் ஆறாம் அலெக்சாந்தர் உலகில் புதிதாகக் கண்டு பிடிக்கும் நாடுகள் மீது ஸ்பெயினிற்கும், போர்ச்சுக்கல்லுக்கும் இவ்வாறு உரிமை பட்டயம் போட்டுக் கொடுத்து விட்டார்.

ஆறாம் அலெக்சாந்தர் என்றழைக்கப்பட்ட அவரது காலம் 1431-1503: போப்பாக 1492 முதல் 1503 வரை இருந்தார். இவர் ஊதாரித்தனமாகச் செலவு செய்தவர். ஒழுக்கம் சிறிதும் இல்லாதவர். எனினும் கலைகளைப் புரந்து அவற்றின் காவலராய் விளங்கினார். இவர் மகன் பெயர் செசாரோ போர்ஜியா; நிக்கோலோ மாக்கியவல்லி (1469-1527) பிளாரன்ஸ் நகரக் குடியரசின் அரசியல் தந்திரியாகவும், மெய்ப்பொருளியலாளராயும் இருந்தார்: அவர் 1532 இல் எழுதிய இளவரசன் என்ற அரசியல் தந்திர நூலில் செசாரோ போர்ஜியாவை இலட்சியப் புருஷனாக வைத்து எழுதியிருந்தார்.

(செசாரோவின் தங்கை பெயர் லுக்ரீட்ஸ்ஜா; இந்த இத்தாலியச் சீமாட்டியின் இயற்பெயர் ரோட்ரிகோ போர்ஜியா. போப் அலெக்சாந்தரின் மக்களாகிய இவ்விருவரும் தமக்குள்ளும், தம் தந்தையிடமும் தகா உடலுறவு கொண்டிருந்தனர் என்பது வரலாறு. இந்தப் பாப்பரசர் தான் உலகை இரு கூறுகள் போட்டு ஸ்பெயினுக்கும் போர்ச்சுக்கல்லுக்கும் கொடுத்தவர்).

போப்பரசர்கள் இவ்வாறு உலகில் புறச் சமயத்தினர் வாழும் பகுதிகள் மீது போர்ச்சுக்கல்லுக்கும், ஸ்பெயினுக்கும் ஏகபோக முழு உரிமம் அளித்தது இது முதல் முறையன்று. பாப்பரசர்கள் இதற்கு முன்னர் இரண்டு முறை புல் எனப்படும் முறையான உரிமையாணையை வழங்கியுள்ளனர். ஈயத்தினாலான புல்லா என்ற வட்ட முத்திரையின் ஒரு புறம் புனிதர்களான பீட்டர், பால் இருவரின் உருவங்களும், மறுபுறம் ஆணை பிறப்பிக்கும் போப்பின் பெயரும் இருக்கும். புல்லா என்ற ஈய முத்திரையிட்ட போப்பின் ஆணைப் பத்திரத்திற்குப் புல் என்று பெயர்.

344 | ப. சிவனடி

போர்ச்சுக்கல்லின் ''கடலோடி'' மன்னர் ஹென்றி *(1394-1460)* போப் ஐந்தாம் நிக்கலசிடமிருந்து *(1397 -1455;* போப்பாக இருந்த காலம் *1447 -1455;* இவர்தான் வாத்திகன் நூலகத்தை நிறுவினார்) *1454* ஆம் ஆண்டு ஒரு புல் ஆணையைப் பெற்றார். அதில் இந்தியா வரையிலும் கண்டு பிடிக்கப்படும் நாடுகளைப் போப் போர்த்துக்கீசருக்கு அளித்தார். இந்தப் புல் ஆணை அடிப்படையான முக்கியத்துவம் வாய்ந்தது. ஏனெனில் கீழையுலகில் போர்ச்சுக்கல்லின் ஏகபோகத் தனியுரிமையை உறுதிப்படுத்தும் மூன்று புல் ஆணைகளில், இதுவே முதலாவதாகும்.

இதன் பிறகு போப் மூன்றாம் காலிகக்ஸ்டஸ், இரண்டாவது புல் ஆணையை *1456*, மார்ச்சு *13* அன்று வெளியிட்டுப் போப் ஐந்தாம் நிக்கலஸ் அதற்கு இரண்டாண்டுக்கு முன்னர் பிறப்பித்த புல் ஆணையை உறுதி செய்தார். போர்ச்சுக்கல் இவ்வாறு கண்டுபிடிக்கும் நாடுகளைத் தனக்கே முழு உரிமையாக்கிக் கொண்டு அங்கெல்லாம் தன் அரசியல், சமயக் குறிக்கோள்களை நிறைவேற்ற வேண்டுமென்பது போப்பின் ஆணை. போர்ச்சுக்கல் புறச் சமயத்தவரின் நாடுகளைச் சமயப்பரப்பு என்ற உந்துதலோடு கிறிஸ்து நகருக்காக கைப்பற்ற வேண்டும்: இஸ்லாத்தை அதன் பின்புறமிருந்த வெறியோடு தாக்கி அதன் ஆணிவேரை அறுத்தெறிய வேண்டும். இதே கொள்கைதான் இதை அடுத்து வந்த நூற்றாண்டுகளிலும் கடைப்பிடிக்கப்பட்டது.

(இவ்விரு புல் ஆணைகளுக்குப் பிறகுதான் நாம் மேலே கூறிய மூன்றாவது புல் ஆணையைப் போப் அலெக்சாந்தர் *1494* ஆம் ஆண்டு பிறப்பித்தார்.)

ஸ்பெயின் அடைத்தது

அதனால் ஸ்பெயின் தன் பங்கான தென் அமெரிக்காவை எவரும் புகாதவாறு அடைத்துவிட்டது. ஐரோப்பிய மக்கள் இதை அறிந்ததும் பேச்சு மூச்சற்றுப் போய் விட்டனர். அவர்களுக்காகப் பேசக்கூடிய ஒரே ஆளாகப் பிரஞ்சு மன்னர் முதலாம் பிரான்சிஸ் *(1497-1547;* ஆட்சிக்காலம் *1515-1547)* இருந்தார். அவர் கத்தினார்; கதறினார்; அச்சுறுத்தினார்; கூக்குரலிட்டார். ''உலகத்தைக் காஸ்டிலி, போர்த்துக்கீச மன்னர் இருவர் பங்கிட்டுக் கொள்ள உரிமையளிக்கும் ஆதாமின் உயிலைப் பிரான்சின் மன்னர் என்ற முறையில் நான் பார்த்தாக வேண்டும்'' என்று போப்பிற்கு எழுதினார். ஆனால் எந்தப் பயனும் ஏற்படவில்லை. ஸ்பெயினும், போர்ச்சுக்கல்லும் உலகின் பெரும் பகுதியில் கண்டுபிடிக்கப்படும் இடங்கள் அனைத்தின் மீதும் இவ்வாறு முன்னுரிமை பெற்றன.

ஐபீரியத் தீவக் குறையின் மக்கள் (அதாவது ஐபீரியத் தீவக்குறையில் அமைந்துள்ள ஸ்பெயினும் போர்ச்சுக்கல்லும்) புதிய உலகின் மீது ஏகபோக உரிமை கொண்டாடின. இன்னும் முற்றிலும் அறியப்படாதிருந்த அற்புத உலகான அமெரிக்கா என்ற இந்நிலப்பரப்பை மறைத்திருந்த திரையை விலக்கியவர்களே அதை மீண்டும் மெல்ல மெல்ல மூடிக் கொண்டனர்.

வாளாலும், துப்பாக்கியாலும், வீரதீரச் செயலாலும் திறக்க முடியாது போய்விட்ட இந்தத் திரையைக் கிழித்து எறிவதற்கு *1735* ஆம் ஆண்டு அங்கு அறிவியலார் அடியெடுத்து வைக்கக் கிளம்பியதைத்தான் இங்கு விண்டு விளக்கப் போகின்றோம்.

உலக வடிவமும், நியூட்டன் கொள்கையும்

ஆங்கிலக் கணிதவியலாரும், இயற்பியலாரும், வானியலாரும், மெய்ப் பொருளியலாருமான சர் ஐசக் நியூட்டன் (பற்றி இந்திய சரித்திரக் களஞ்சியம், முதல்

1736

தொகுதி, மூன்றாம் தொகுதி காண்க.) உலகின் சிந்தனைப் போக்கையே மாற்றி அமைத்த புவிஈர்ப்பு விசை பற்றிய விதிகளை ஆக்கித் தந்தவர் என்ற பெருஞ் சிறப்பும் பெற்றிருந்தார்.

அவர் பூமியானது துருவங்களில் தட்டையான கோள வடிவமானது என்று கூறினார். பூமிக் கோளத்தின் வடிவம் பகல் பொழுதின் நீளத்தை நிர்ணயிக்கின்றது என்று அவர் கொள்கையளவில் நிறுவினார். அதாவது துருவங்களில் சப்பட்டையாக இருக்கும் பூமி நடுப்பகுதியில் துருத்திக் கொண்டுள்ளது என்று கூறினார். பூமியின் நடுப்பகுதியைச் சந்திரனும் சூரியனும் ஈர்ப்பதால் இக்கோளமானது போக்குப் பிறழ்கின்றது.

இங்கிலாந்தில் நியூட்டன் மதித்துப் போற்றப் பட்டதைப் போன்று, பிரான்சில் ஏற்றிப் புகழப்பட்ட வானியலரான ஜேக்கூ கஸ்ஸினி கொள்கையை ஆதரித்தவர்கள், நியூட்டனின் மேற்சொன்ன கொள்கையை எதிர்த்துக் குரல் எழுப்பினர். அவர்கள் பூமி பற்றி வேறொரு விதியை உருவாக்கி இருந்தனர்.

''மனிதன் துருவ விட்டத்தை நோக்கி நீள்கின்ற ஒரு கோளத்தில் மொய்த்திருக் கின்றான். உலகமானது துருவ அச்சில் நீட்டுடைய நெட்டுருளை வடிவமானது. அது துருவங்களில் நீண்டிருக்கின்றது. நில நடுமையத்தில் இழுக்கப்படுகின்றது. அதாவது இது தொந்தியுள்ள ஒருவன் தன் ஈடுப்புப் பட்டியை இழுத்துக் கட்டுவது போன்றது என்று கூறலாம். இவ்வாறு கஸ்ஸினி ஆதரவாளர் கூறினர்.

இதனால் அறிவியல் உலகமானது நியூட்டன் கூட்டமென்றும், உலகம் தட்டை என்று கூறும் கூட்டம் என்றும், கஸ்ஸினி கூட்டம் என்றும் பிளவுபட்டு நின்றது. வால்டயர் (1694-1778) இங்கிலாந்திலிருந்து திரும்பியதும் நியூட்டன் கொள்கையை ஆதரிப்போர் கூட்டத்தில் சேர்ந்த போதிலும், உலகின் வடிவம் பற்றிய வாதப் பிரதிவாதங்கள் முடியவில்லை.

வால்டயரும் மேட்டுக் குடியினரான அவருடைய காமக்கிழத்தி எமிலி தெ ஷேட்டலே என்பவரும் சேர்ந்து நியூட்டனின் பிரின்சிப்பியா (இயற்கைத் தத்துவத்தின் கணிதக் கொள்கைகள்) என்ற நூலைப் பிரஞ்சு மொழியில் மொழிபெயர்த்தனர். அவ்விருவரும் தம்மைச் சுற்றி இளம் அறிவியல் ஆர்வலரைத் திரட்டினர்.

பிரான்சின் அறிவியல் கழகம் (*Academic des Sciences*) பதினேழாம் நூற்றாண்டின் இறுதியிலிருந்து பூமியின் ஒரு பாகையின் படுக்கைக் கோட்டு நீளத்தை கணித்தறிய முயன்று வந்தது. கடல்பரப்பு வரை படங்கள் (*chart*) துல்லியமாக இல்லை என்று கடலோடி மீகாமான்கள் தொடர்ந்து குறைகூறி வந்தனர். பிரஞ்சு அரசு இதற்கு வானியலரான ஜேக்கூ கஸ்ஸினியும், கப்பற் படையினரும், நிலப்படம் வரைவோரும் பொறுப்பு என்றது.

ஆனால் சரியான கடல்பரப்பு விவரப் படங்களை வரையும் முன் ஒரு படுக்கைக் கோட்டின் (டிகிரியின்) நீளம் என்னவென்பதை அறிந்து கொள்ள வேண்டும்.

கல்வியாளரான ஜீன் பக்கார்டு என்றவர் கார்பீல் என்ற இடத்திற்கும், பாரிசிற்கு வடக்கே 115 கிலோ மீட்டர் (சுமார் 72 மைல்) தொலைவிலுள்ள அமியன்ஸ் என்ற இடத்திற்கும் இடையிலுள்ள ஒரு கோட்டின் வளை வரைப்பாகத்தை முக்கோண வழி அளவீட்டு முறை கொண்டு அளந்து, அவையிரண்டுக்கும் இடையிலுள்ள தொலைவு 69.1 மைல் என்று அதாவது சுமார் 110.56 கிலோ மீட்டர் என்று அளந்திருந்தார்.

எனினும் பூமிக்கோளம் நீள்கோள வடிவினதாயிருந்தால்தான் இந்த அளவையை உறுதி செய்ய முடியும். அவரது இந்த அளவைகளைக் கொண்டு பொதுவான ஒரு நிலப்படம் வரையப்பட்டு வந்த நேரத்தில் கிறிஸ்தியன் ஹய்ஜன்ஸ் என்ற டச்சுக்காரர் பாரிசிற்கு வந்தார். அவரிடம் பேட்டண்டு உரிமை பெற்ற ஊசல் கடியாராம் ஒன்று இருந்தது. இது ஈர்ப்பு விசை என்ற இயல் நிகழ்ச்சியை வெளிப்படுத்திக் காட்டுவதற்கு உதவியது.

இப்போது வானியலாரான கஸ்ஸினி உலகம் நீண்டு கூரான நீள்கோள் வடிவுடையது என்ற கொள்கையை உருவாக்கினார். இதை மெய்ப்பித்துக் காட்டும் சான்றைப் பெறுவதற்காக ஜீன்ரிஷர் என்ற இளைஞரைப் பிரஞ்சுக் கயானாவிலுள்ள கேயென் என்ற இடத்திற்கு ஹய்ஜன்சின் ஊசல் கடிகாரங்களுடன் அனுப்பி வைத்தார். தென்னாப்பிரிக்காவிலுள்ள பிரஞ்சுக் கயானாவின் தலைநகரம் கேயென். அது அடிமை வாணிபம் செழித்து நடந்து வந்த இடம்; கடற்கொள்ளையரிடையே விடாது சண்டை நடக்கும். ரிஷர் இத்தனைக்கும் நடுவில் ஊசல்களை அங்கு வைத்தார். என்ன வியப்பு! ஊசல் கடியாரம் மெதுவாக அசைந்தாடலாயிற்று.

நியூட்டனின் கொள்கையை ஆதரித்தவர்கள் இந்தக் கண்டு பிடிப்பை உடனே பிடித்துக் கொண்டு, நியூட்டன் உலகின் வடிவம் பற்றிக் கூறிய கொள்கைதான் சரியானது என்பதற்கு இது மேலும் ஒரு சான்று என்று கூறினர். உலகக் கோளம் ஈர்ப்பு விசையின் மையத்தில் பிதுங்கி உள்ளது; அதைத்தான் ரிஷர் நடத்திய முடிவுகள் காட்டுகின்றன. உலகின் நில நடுப்பகுதி பிதுங்கியிருப்பதால், அது ஈர்ப்பு விசையைக் குறையச் செய்கின்றது என்ற விளக்கம் அதனால் பெறப்படுகின்றது என்பதை நாம் இன்று அறிவோம். ஜீன் ரிஷர் தன்னையறியாது நியூட்டனின் கொள்கைக்கு ஆதரவு தந்து விட்டார்.

1736

உண்மையைத் தேடி

பிரஞ்சு அறிவியல் கழகம் உலக வடிவம் பற்றிய கருத்து வேறுபாட்டைத் தீர்க்கும் பணியில் இப்போது ஈடுபட்டது. பூமியின் உண்மையான வடிவத்தை உறுதி செய்வதற்காகத் தென்னமெரிக்காவிற்கு இரண்டு தேட்டக் குழுக்களை அனுப்புவதென்று கழகம் முடிவெடுத்தது. அக்குழுக்கள் தென்னமெரிக்காவில் ஆய்வுப் பணிகளை மேற் கொள்ள ஸ்பானிய மன்னரான ஐந்தாம் பிலிப்பு (1683-1746; ஆட்சிக்காலம் 1700-1746; இவர் ஸ்பெயினில் பூர்பான் குடியைத் தோற்றுவித்தவர்)பெரிய மனது பண்ணி ஒப்புதலளித்து விட்டார். ஒரு குழுவை லாப்லாந்திற்கும், மற்றொரு குழுவை நிலநடுக் கோட்டுப் பகுதிக்கும் அனுப்புவதென்று கழகம் தீர்மானித்தது. லாப்லாந்துக் குழுவிற்கு மௌபர்டுயிஸ் என்பவரும், நில நடுக்கோடு செல்லும் குழுவிற்கு சார்லஸ்-மாரி தெ லா காண்டமைன் என்பவரும் அனுப்பப்பட்டனர்.

காண்டமைன் கணித வல்லுநர்; அப்போது தான் புதிதாக உருவான புவிப்பரப்பளவுக் கணிப்பு என்ற துறையில் தேர்ந்தவர். இவர் பிரஞ்சு அறிவியல் கழகத்தில் இருபத்தொன்பது வயதில் சேர்க்கப்பட்டார். இவர் இளவயதினராயிருந்த காலத்திலேயே வால்டயர் காண்டமைனை நன்கு அறிந்திருந்தார். இருவரும் பிரஞ்சு நாட்டுக் கணக்குத்

தணிக்கையாளர் அளித்த ஒரு விருந்தில் முதன் முதலாகச் சந்தித்தனர். அரசக் கணக்குத் தணிக்கையாளர் பாரிஸ் நகராட்சிக்காகப் பரிசுச் சீட்டு ஒன்றை நடத்தத் திட்டமிட்டார்.

கணக்குத் தணிக்கையாளர் போதிய எண்ணிக்கையில் சீட்டுகளை அச்சிடாத காரணத்தால், அவையனைத்தையும் யார் வாங்குகின்றாரோ அவருக்கு மிக எளிதாக மில்லியன் ஃபிராங்க (பிரஞ்சு நாணயம்) கிடைக்குமென்று கணக்குப் போட்டு காண்டமைன் சொன்னார். வால்டயரோ பரிசுச் சீட்டு முறையைக் கண்டித்துப் பேசினார். அவரது கூற்றுக்களைக் காண்டமைன் மறுக்கவே வால்டயர் எல்லாச் சீட்டுகளையும் விலைக்கு வாங்கி ஐந்து இலட்சம் பிராங்குகளைப் பரிசாகப் பெற்றார்.

எனினும் வால்டயர் இவ்வாறு பெரும் பொருள் ஈட்டியதால் மட்டும் காண்டமைன் மீது பேரன்பு கொள்ளவில்லை. அவர் இந்த இளைஞரின் ஆர்வத்தையும், தணியாத அறிவு வேட்கையையும் மிகவும் விரும்பினார். ஆதலால் வால்டயர் தன் தந்திரங்களனைத்தையும் பயன்படுத்திக் காண்டமனைத் தென்னமெரிக்க ஆய்வுக் குழுவின் தலைவராக்கி விட்டார்.

சார்லஸ் மாரி காண்டமைன் அரசின் நிதித்துறையில் மேலான உயர்பதவியில் இருந்த ஒருவருக்கு மகனாக 1701 இல் பிறந்தார். அப்போது பதினான்காம் லூயின் ஆட்சி உச்ச நிலையில் இருந்தது. காண்டமைன் தன் இளவயதில் பிரான்சின் தலை சிறந்த கவிஞர்களுக்கும், படைத்தலைவர்களுக்கும் நடுவிலேயே வளர்ந்தார். அவருக்குக் கணிதத்திலும், அதன் வழித்தோன்றலான புவிப் பரப்பளவுக் கணக்கிலும் இருந்த ஆர்வம், அவரைத் தென்னமெரிக்க ஆய்வுப்பணிக் குழுவிற்குத் தலைமை ஏற்கும் தகுதியைத் தந்தன.

எனினும் இக்குழு அங்கு செல்வதை ஸ்பானிய அரசரின் காலனிகள் ஆட்சி மன்றம் என்ற கௌன்சில் எதிர்த்தது. ஸ்பானிய அரசர் அதையும் மீறி அனுமதி கொடுத்தார். ஆனால் ஆய்வுக் குழுவினர் செல்லுமிடங்களில் அவர்களைக் கண்காணிக்கச் சரியான ஏற்பாடுகள் செய்யப்பட்டன. அந்நிலப் பரப்பின் பிற இரகசியங்களைப் பிரஞ்சுக்காரர் அறிந்து கொள்ளாமலிருக்க எல்லா நடவடிக்கைகளும் எடுக்கப்பட்டன.

இக்குழுவினர் 1735 நவம்பர் மாதம் கரீபியன் கடலிலுள்ள கொலம்பியாவின் தென்மேற்கே கார்டசினா என்ற துறை முகத்தில் கரையிறங்கினர். இது 16-ம் நூற்றாண்டில் அடிமை வாணிபம் செழிப்பாக நடந்த இடம். இன்று கொலம்பியாவின் முக்கியமான எண்ணெய் ஏற்றுமதித் துறைமுகமாக விளங்குகின்றது.

பிரஞ்சு அறிவியலார் குழு ஸ்பானிய அதிகாரிகளால் வரவேற்கப்பட்டது, அவர்கள் இனிமேல் கார்டசினாவிலிருந்து விட்டு, இன்று தென்னமெரிக்காவில் ஒரு குடியரசாக இருக்கும் ஈக்குவடாரில் உள்ள குவிட்டோ என்ற இடத்திற்குச் செல்ல வேண்டும். ஈக்குவடார் பசிபிக்கின் கரை மீதுள்ளது. ஸ்பானியர் இங்கு வந்து குடியேறிய 1532 இல், ஈக்குவடார் இங்கா மன்னர்களின் ஆட்சியிலிருந்தது. இது பெரிதும் மேற்கில் கரையோரச் சமவெளியாய் உள்ளது. மேல அமேசான் சமநிலப் பகுதியின் அடர்ந்த காடுகளிலிருந்து ஆண்டஸ் மலைத்தொடர்களாலும் சமவெளிகளாலும் பிரிக்கப் பட்டுள்ளது. இது 1822 இல் விடுதலை பெற்று, 1830 இல் குடியரசானது. இதன் தலைநகரம் குவிட்டோ. இது தென் அமெரிக்காவின் மிகப் பழமையான தலைநகரமாகும். இங்காக்கள் 1487 இல் வெற்றி கொள்ளப்பட்டதற்கு பல நூற்றாண்டுகளுக்கு முன்னரே இந்நகரம் நிலவி வந்தது. இந்நகரம் நில நடுக்கோட்டின் தெற்கே, நாட்டின் வடபகுதியில் 2850 மீட்டர் (9350 அடி) உயரத்தில் உள்ளது. ஸ்பானிய ஆட்சி தொடங்கிய 1534 முதல் பெரிய பண்பாட்டு

மையமாக விளங்குகின்றது. இங்கு இரண்டு பல்கலைக் கழகங்கள் உள்ளன. குவிட்டோவில் 1736 இல் 35,000 பேர் வாழ்ந்தனர்.

பிரஞ்சு ஆய்வுக்குழு கார்டசினாவிலிருந்து மேலும் 640 கிலோ மீட்டர் (400 மைல்) மந்தமாக ஓடும் மகதலனா ஆற்றின் வழியே சென்று ஆண்டசின் அடிவாரத்தை அடைய வேண்டும். அங்கு கோவேறு கழுதைகளின் மீது பொதிகளை ஏற்றிவிட்டு மலை ஏற வேண்டும். ஆண்டசிலிருந்து குவிட்டோவை அடைய மேலும் 800 கிலோமீட்டர் (500 மைல்) செல்ல வேண்டும்.

இங்ஙனம் பிரஞ்சு அறிவியலாரடங்கிய ஆய்வுக் குழு, ஸ்பானிய ஏகாபத்திய அரசியல் திரையைக் கிழித்துக் கொண்டு நுழைந்தது. இந்தப் பயணம் ''சாந்த கிறிஸ்தபஸ்'' என்ற கப்பலில் 1736 பிப்ரவரி 22 அன்று தொடங்கிற்று. மீண்டும் இந்த ஆய்வுப் பயணத்தின்போது தக்க இடத்தில் இது பற்றிக் கூறுவோம். இங்கு கண்டுபிடித்த பிளாட்டினம் பற்றி இந்த ஆண்டுப் பகுப்பில் ஆறாம் கட்டுரை கூறுகின்றது.

இந்த ஆய்வுப் பயணத்தில் இங்கு வாழும் மக்களின் மெய்யான வாழ்க்கை நிலையும் வெளிப்பட்டது. அவையனைத்தும் ''தென் அமெரிக்கா பற்றிய இரகசியக் குறிப்புகள்'' என்று ஆய்வுக் குழுவினர் எழுதிய அறிக்கையில் உள; அது பிரஞ்சு மன்னரிடம் அளிக்கப்பட்டது.

1776

குவிட்டோ

குவிட்டோ நகரில் 1736இல் வாழ்ந்த 35,000 பேரில் ஆறாயிரம் பேர் நான்கு வகுப்பினராய்ப் பிரிக்கப்பட்டிருந்தனர். ஆறாயிரம் பேராயிருந்த ஸ்பானியர் நகரின் மொத்த மக்கள் தொகையில் ஆறில் ஒரு பங்கினராயிருந்தனர். கலப்பில்லாத இந்தியரும் மேலும் மூன்றிலொரு பங்கு இருந்தனர். எஞ்சிய நீகிரோவர் ஆறிலொரு பங்கு இருந்தனர். சமூக நிலைக்கும், நிறத்திற்கும் ஏற்ப ஆடையணிய வேண்டும். ஒரு கனவான் ஸ்பானியரைப் போன்று முழங்கால் வரை தொங்கும் கறுப்பு அங்கி, அக்காலத்தவர் அணிந்த இறுக்கமான கால்சட்டை, பட்டுக் காலுறை, வாள் முதலியன அணிந்திருந்தார். சோளா என்ற கலப்பின மக்கள் குவிட்டோ நகரத்தின் நீலத்துணியை அணிந்திருந்தனர். இவர்கள் ஸ்பானியரில் தாழ்ந்த வகுப்பினராயிருந்த போதிலும் பேராசை மிக்கவர்கள். இவர்களை நிறம் அல்லது அணிந்திருக்கும் ஆடையின் வண்ணத்தை வைத்துப் பிறரிடமிருந்து பிரித்து அறியலாம். பெரும்பாலான இந்திய மக்கள் குயிச்சுவா அல்லது கேச்சுவா என்ற ஆண்டஸ் பகுதி மக்களைப் போன்று (இவர்களுடன் இங்கா மக்களும் சேர்வர்) ஆடையணிந்தனர். அவர்கள் குதிகால் வரை நீளும் பருத்தித் துணிக்கால் சட்டை அணிந்திருந்தனர்; சட்டை மூன்று திறப்புகளை உடைய ஒரு சாக்கைப் போல் இருந்தது. அது முழங்கால் வரையிலும் மேலை மூடிக் கொண்டது.

அமெரிக்காவை ஆண்ட ஸ்பானிய அரசின் இந்தியக் கௌன்சில் என்ற மன்றம் மக்கள் வாழும் இடங்களுக்கு அப்பால் வெகு தொலைவில் இருந்தது. ஆட்சி எந்திரம் மிகவும் சிக்கல் நிறைந்ததாக இருந்தது. இங்காக்கள் காலத்திலிருந்து, நிலத்தைத் தமதாக்காது, அதிலிருந்து பெறும் பொருள்களை வரியாகச் செலுத்தி வந்தது அவர்களுக்கு அடக்கு முறையாகத் தோன்றவில்லை. ஆனால் அவர்கள் தங்கமாக வரியைச் செலுத்த வேண்டும் என்று வைசிராய் கேட்ட போது பணப் புழக்கம் பற்றிய அறிவே இல்லாத இம் மக்கள் தடுமாறிப் போயினர்.

1736

காலனி ஆதிக்கக் கொடுமை

நெசவாளர்களாயிருந்த இந்தியர்கள் ஒரு நாளைக்கு இத்தனை கெசம் நெய்ய வேண்டுமென்று நிர்ணயித்து, அந்த அளவை நெய்யும் வரையில் வெளியே விடாது துணி ஆலைகளின் கதவுகளை அடைத்து விட்டனர். நண்பகலில் அவர்களின் மனைவியர் உணவு கொண்டு வருவதற்காகக் கதவு திறக்கப்பட்டது. அதன் பிறகு கதவுகளை அடைத்து இருள் சூழ்கின்ற வரையில் திறப்பதேயில்லை. அவர்கள் நிர்ணயிக்கப்பட்ட வேலைகளைச் செய்யா விட்டால், கொடிய குற்றம் புரிந்த அடிமையைத் தண்டிப்பதை விட மிகவும் இழிவான முறையில் தண்டிக்கப்பட்டனர்.

கட்டாயமாக வேலை வாங்குவது, வலுவில் வரிவிதிப்பது, உடல் நலத்தைக் குலைக்கும் வண்ணம் நீண்ட நேரம் வேலை வாங்குவது, அகவிலையுயர்வு ஆகியன அனைத்தும் தென்னமெரிக்கக் காலனிச் சட்டங்களுக்கு முரணானவையாக இருந்த போதிலும், அவை மக்களின் உயிர்களைக் குடித்து வந்தன. இதை ஸ்பெயினிலுள்ள கௌன்சில் காதில் வாங்கிக் கொள்ளவேயில்லை.

ஐரோப்பியர் மண்ணுலகில் தமக்கென்று அதிகாரம் என்ற கொடிய வேலிகளை எழுப்பிக் கொண்டு, அவற்றிலுள்ள மனிதர்களை எங்கும் சுரண்டினர்; அச்சுரண்டல் முறை இடத்திற்கு இடம் வேறாக இருந்ததேயன்றி அதன் அடிப்படைத் தன்மை ஒரே விதமாகவே இருந்து வந்தது.

எனினும் *1735* தொடங்கிய காலகட்டத்திற்கு வரலாற்றில் தனிச்சிறப்பு உண்டு என்பதை நினைவிற் கொள்ள வேண்டும். இந்த ஆண்டில் தான் அறிவியல் தேட்டக்காரரின் நூற்றாண்டு தொடங்குகின்றது. பிரஞ்சு அறிவியல் அகாதமி தென்னமெரிக்காவிற்கு அனுப்பிய பிரஞ்சு அறிவியல் குழு இக்கால கட்டத்தைத் தொடங்கி வைக்கின்றது. இந்த அறிவியல் பொங்கு மா காலம் சார்லஸ் டார்வின் *(1809-1882)* தனது பரிணாம வளர்ச்சிக் கொள்கையை விவரிக்கும் ''உயிரினங்களின் தோற்றம்'' என்ற நூல் வெளியான *1859* ஆம் ஆண்டு வரை சுமார் நூறாண்டுகள் *(1736-1859)* நீள்கின்றது. இவற்றுக்கு இடைப்பட்ட காலத்து அறிவியல் நிகழ்ச்சிகள் இக்களஞ்சியத்தில் ஆங்காங்கு உரிய காலத்தில் இடம் பெறும்.

6. மாசுபடாத உலோகம் பிளாட்டினம் கண்டுபிடிப்பு

உலோகங்களை இருவகையாகப் பிரித்து, ஒன்றைக் களிம்பேறாத அல்லது மாசுபடாத என்ற பொருளில் *(Noble Metals)* என்றும் மற்றொரு வகையை மட்டமானவை என்றும் *(Baser Metals)* அழைக்கின்றனர்.

தங்கம் கிடைத்தற்கரியது; அழகுடையது; அடர்த்தி மிக்கது; களிம்போ துருவோ ஏறாதது; கரைந்து போகாதது. அது பிற தனிமங்களுடன் சேர்வதை விரும்பாதது. எனவே அதை ''மாசறு பொன்'' என்றே சிலம்பும் செப்பும்.

காரீயம், இரும்பு போன்றவை பேரளவில் கிடைக்கின்றன. எளிதில் துருப் பிடிப்பவை; அல்லது அரிக்கப்படக் கூடியவை. ஆதலால் அவற்றை மட்ட உலோகங்களின் வகையில் தள்ளி விடுகின்றோம்.

எனினும் தங்கத்தைவிட உயர்வான பொருள் இருக்க முடியும் என்பது பண்டைக்கால மக்களின் மனத்தில் தோன்றவில்லை. அதைவிட அடர்த்தி மிக்கதாக,

கிடைத்ததற்கரிதான மற்ற தனிமங்களுடன் சேராததாக வேதி வினைகளில் ஈடுபடாததாக வேறு எந்த உலோகமும் இருப்பதாக அவர்கள் எண்ணவில்லை. ஆனால் தங்கத்தைவிட உயர்வான உலோகம் உள்ளது: அது பிளாட்டினம் ஆகும்.

கண்டுபிடிப்பு

மிக அரிதாயும், விலைமதிப்பு மிக்கதாயும் மதிக்கப்படுகின்ற பிளாட்டினம் என்ற உலோகம் 1736 ஆம் ஆண்டு கண்டுபிடிக்கப்பட்டது. எனினும் பண்டைக் காலத்திலேயே சில இடங்களில் பிளாட்டினம் புழக்கத்தில் இருந்து வந்தது. பிளாட்டினத்தில் செய்யப்பட்ட ஒரு கலைப் பொருள் கி.மு. ஏழாம் நூற்றாண்டில் எகிப்தில் இருந்தது. கொலம்பஸ் அமெரிக்காவிற்குச் சென்றதற்கு முன்னரே அமெரிக்காவில் வாழ்ந்த நாகரிக மாந்தரான இங்கா மக்கள் (பெருவை மையமாகக் கொண்டு சுமார் கி.பி. 1100 முதல் ஸ்பானியப் படையெடுப்பு 1530 ஆம் ஆண்டுகளில் நிகழ்ந்தது வரையிலும் ஏறத்தாழ நாலரை நூற்றாண்டுகள் நிலவிய மிகச் சிறந்த நாகரிக மாந்தர் இங்கா எனப்பட்டனர்.) தங்கமும், பிளாட்டினமும் கலந்த கலப்பு உலோகத்தைக் கொண்டு கலைப் பொருள்களைச் செய்திருக்கின்றனர்.

பிளாட்டினம் முதன்முதலில் ஐரோப்பிய அறிவியல் நூல்களில் கூறப்படுகின்றது. சீசர் காலிகன் என்ற இத்தாலிய அறிவியலார், நடு அமெரிக்காவிலிருந்து கொண்டு வரப்பட்ட உருக்க முடியாத ஒரு உலோகத்தைப் பற்றிக் குறிப்பிடுகின்றார். தங்கம் 1063 டிகிரி செல்சியஸ் வெப்பநிலையில் உருகும். பிளாட்டினத்தை உருக்க 1773 டிகிரி செல்சியஸ் வெப்பநிலை வேண்டும். சார்லஸ் உடு என்ற ஆங்கில அறிவியலாரும், அண்டோனியே உய்யோவா என்ற ஸ்பானியக் கணிதவியலாரும், முதன்முதலில் பிளாட்டினத்தை ஆராய்ந்த ஐரோப்பியராவர். அவர்கள் தென்னமெரிக்காவிலிருந்து கொண்டு வரப்பட்ட பிளாட்டினக் கட்டிகளை ஆராய்ந்தனர்.

தென்னமெரிக்காவின் வடமேற்கில் அமைந்துள்ள கொலம்பியா என்ற பகுதியிலுள்ள பிண்டோ என்ற ஆற்றின் மணலில் பிளாட்டினம் கட்டி கட்டியாகக் கிடைத்தது. அதைக் கண்டெடுத்த ஸ்பானியர், பிண்டோ வெள்ளி என்று பொருள்படும் விதத்தில், அதற்கு ஸ்பானிய மொழியில் பிளாட்டினாதெல் பிண்டோ என்று பெயரிட்டார்.

அக்காலத்தில் உலோகங்களுக்குப் பெயரிடும் போது, அது ‘அம்’ விகுதிபெற்று முடியுமாறு அழைக்கப்படும் வழக்கம் இருந்தது. அதனால் பிளாட்டினா என்பது பிளாட்டினம் ஆனது. சான்றாகப் புளுட்டோனியம், போலோனியம் என்ற தனிமங்களைக் கூறலாம்.

வில்லியம் ஹைடு வோலோஸ்டன் என்ற ஆங்கில அறிவியலார் 1800 ஆம் ஆண்டு பிளாட்டினத்தைச் சூடாக்கி அழுத்தித் அடித்துத் தகடாக்கக் கூடிய பண்பை அதற்கு உண்டாக்கும் முறையைக் கண்டுபிடித்தார். அதன் பிறகு அதைச் சிறு கிண்ணங்களாகவும், தட்டுகளாகவும் செய்ய முடிந்தது. இக்கலங்கள் ஆய்வகங்களில் நன்கு பயன்பட்டன. வோலோஸ்டன் தன் ஆக்க முறையை இரகசியமாய் வைத்துக் கொண்டு பெரும் பொருள் ஈட்டினார்.

பிளாட்டினம் தொடக்கத்தில் நடு அமெரிக்காவில் இருந்தும், தென் அமெரிக்காவிலுமிருந்தும் கிடைத்துக் கொண்டு இருந்தது. முதன்முதலாக முறையான பிளாட்டினச் சுரங்கங்கள் இரஷியாவின் மையத்திலுள்ள உரல் பகுதியில் தோண்டப் பெற்றன. இரஷிய அரசு பிளாட்டினத்தில் நாணயங்களை அச்சிட்டது.

பிளாட்டினம் தங்கத்தை விடக் குறைந்த அளவிலேயே வேதி வினைகளில் ஈடுபடும். எனவே ஆய்வுகளில் பயன்படுத்துகின்ற பிளாட்டினக் கலங்கள் காற்றாலோ, நீராலோ, அமிலங்களாலோ, வேறு வேதிப் பொருள்களாலோ பாதிக்கப்படுவதில்லை.

தங்கமே தங்கம்

பிளாட்டினம் தங்கத்தைவிட அடர்த்தி மிகுந்தது. பூமியின் மேற்புறணியில், அது தங்கத்தைப் போலவே அரிதாகக் காணப்படுகின்றது. எனினும் தங்கத்தின் அழகு பிளாட்டினத்தில் இல்லை. அது தங்கத்தைவிட விலை உயர்ந்ததாக இருக்கலாம். ஆனால் அதற்குத் தங்கத்திற்கு இணையான மதிப்பும் மரியாதையும் இல்லை.

7. பேங்க் ஆஃப் இங்கிலாந்துக்குப் புதுக் கட்டடம்

1736

பேங்க் ஆஃப் இங்கிலாந்து *1694* ஆம் ஆண்டு நிறுவப்பட்டது. அது இன்று இலண்டனில் அமைந்துள்ள இடத்திற்கு *1736* ஆம் ஆண்டு வந்தது. அதன் கட்டடம் ஐந்து ஏக்கர்ப் பரப்பில் அமைந்து உள்ளது. அதைக் கட்டியவர் சர்.ஜான் சோன்.

மக்கள் அதை அன்புடன் ''ஊசி நூல் தெருப் பாட்டி'' என்ற அழைக்கின்றனர். அது ஊசி நூல் தெரு என்ற பெயருள்ள தெருவில் மேற்குக் கோடியிலுள்ள தொன்மையான கட்டடம் என்பதற்காக அப்பெயரைப் பெற்றுள்ளது.

இப்போது பேங்க் ஆஃப் இங்கிலாந்தைக் கடந்து நாள்தோறும் ஐநூறுக்குமதிகமான பேருந்துகள் அத்தெருவில் செல்கின்றன. அதன் கீழே நிலத்தடியில் ஏழு நீரோடைகள் பாய்கின்றன.

அது பல்லாண்டுகளாக இரவில் படைவீரர் கூட்டம் ஒன்றினால் காவல் காக்கப்பட்டு வந்தது. அப்படைவீரரின் தலைவர் தனக்கும் தன் விருந்தினர்க்கும் வங்கியின் செலவில் உணவு வரவழைத்து உண்ணலாம். மற்ற வீரர்கள் சாண்டுவிச் எனப்படும் ரொட்டிப் பண்டங்களைக் கொண்டு வரச் செய்து தின்னலாம். இவ்வழக்கம் *1973* முதல் நிறுத்தப்பட்டு விட்டது. இப்போது அங்கு இரவு நேரத்தில் தானியங்கிக் காவல் கருவிகள் இயங்கி வருகின்றன.

அந்த பேங்கின் காசுக் கணக்கராயிருந்த ஆபிரகாம் நியூலாண்டு என்பவர் இருபத்தைந்து ஆண்டுகளாக இரவில் பேங்கிலேயே உறங்கி வந்தார். அவர் ஒவ்வொரு நோட்டிலும் தானே கையெழுத்திட்டார். அவர் 1807 இல் இறந்ததும், பேங்கின் வரலாற்றில் பல கொந்தளிப்புகள் உண்டாயின.

அதற்கு ஐம்பதாண்டுகளுக்குப் பிறகு மக்கள் கிலி கொண்டு தமது வைப்புப் பணத்தையெல்லாம் வங்கியில் இருந்து உருவலாயினர். அப்போது பேங்க ஆஃப் இங்கிலாந்து திவாலாகாது மயிரிழையில் தப்பியது. ஒரு கட்டத்தில் அடுத்த நாள் கொடுக்கல் வாங்கலுக்கு வேண்டிய பணம் இல்லாமல் போய் விட்டது. அப்போது ஃபார்த்திங்கு என்னும் செப்புக் காசுகளைக் கொண்டு கணக்குத் தீர்த்தனர். (ஃபார்த்திங்கு என்ற செப்புக் காசின் மதிப்பு பழைய பென்னியில் கால் பங்கு ஆகும். இச் செப்புக்காசுகளின் புழக்கம் 1961 ஆம் ஆண்டோடு நிறுத்தப் பட்டது).

பெரிய நோட்டு

அக்காலத்தில் பேங்கு நோட்டுகளை எந்த மதிப்பில் வேண்டுமானாலும் வெளியிடலாம். பாங்கின் இயக்குநரில் ஒருவர் பெரிய நாட்டுப்புற மாளிகை ஒன்றை வாங்க விரும்பிய போது, 30,000 பவுனுக்கு ஒரு நோட்டு 1740 இல் வெளியிடப்பட்டது. அவர் அதை எடுத்துக் கொண்டு வீட்டிற்குச் சென்று பெட்டியில் பூட்டி வைப்பதற்குள், அந்த அறையை விட்டு வெளியே அழைக்கப்பட்டார்.

ஆனால் அவர் திரும்பி வந்து பார்த்த போது நோட்டைக் காணவில்லை. அதை யாரும் திருடியிருக்க முடியாது. ஆனால் வைத்த இடத்திலிருந்து, நோட்டு காற்றில் பறந்து கணப்பு நெருப்பினுள் விழுந்து எரிந்திருக்கலாம். பேங்க் ஆஃப் இங்கிலாந்து சில நடவடிக்கைகளை எடுத்த பின்னர், அவருக்கு வேறொரு நோட்டு மாற்றாக வழங்கப்பட்டது. பழைய நோட்டைக் கொடுத்து யாரேனும் பணம் வாங்கிச் சென்றால், அந்த இழப்பை, நோட்டை வாங்கிய இயக்குநர் ஏற்கவேண்டுமென்ற நிபந்தனையுடன் இந்த மாற்ற நோட்டுத் தரப்பட்டது. முதலில் கொடுத்த நோட்டு என்னவானது என்பது தெரியவில்லை. அதைப் பெற்ற இயக்குநரும் காலப்போக்கில் இறந்து போனார்.

முப்பதாண்டுகளுக்குப் பிறகு ஒரு நாள் ஒரு கனவான் பேங்கிற்கு வந்தார்; அந்த நோட்டை உதவித் தலைமைப் பணக்கணக்கரிடம் கொடுத்தார். அவர் அதைக் கண்டு வியப்புற்று அத்ற்குப் பணம் தர மறுத்து விட்டார். அந்த நோட்டுச் செல்லாது என்று கூறி, அதை இறந்து போன இயக்குநரின் வாரிசுகளிடம் தெரிவிக்குமாறு கூறினார். எனினும் அந்தக் கனவான் மீண்டும் பேங்கிற்கு வந்தார்.

அந்த நோட்டுப் பற்றிய சூழ்நிலை எதுவாயிருப்பினும், அதைக் கொண்டு வருபவரிடம் (*Bearer*) பணம் தர வேண்டும் என்ற நோட்டில் எழுதப்பட்டிருப்பதை அவர் அமைதியாக நிதானத்துடன் படித்துக் காட்டினார். பேங்கிற்கு வேறு வழியில்லாது போகவே, அது பணத்தைக் கொடுத்து விட்டது.

பேங்க் அது குறித்து ஆராய்ந்ததில், அந்நோட்டைக் கொண்டு வந்தவர், ஒரு கட்டடக்கலை வல்லுநர் என்பது தெரிய வந்தது. அவர் காலஞ்சென்ற பேங்க் இயக்குநரின் வீட்டை விலைக்கு வாங்கினார். அந்த இடத்தில் வேறொரு கட்டடத்தைக் கட்டுவதற்காகப் பழைய கட்டடத்தை இடித்தபோது, அவருக்கு கணப்பு அடுப்பின் இடையில் சிக்கியிருந்த 30,000 பவுன் நோட்டுக் கிடைத்தது.

பேங்கில் பெருந்தொகைக் கென்று இன்னும் சில நோட்டுகள் உள. ஒரு மில்லியன் ஸ்டெர்லிங்கு நோட்டு ஒன்றைச் சட்டம் போட்டுப் பேங்கில் மாட்டி வைத்திருக்கின்றனர்.

எனினும் இப்பொழுது *(1991) 50, 20, 10, 5, 1* என்ற தொகைகளில் மட்டுமே நோட்டுகள் வெளியிடப்படுகின்றன. பிரிட்டனில் தசாம்ச முறை நடைமுறைக்கு வந்துவிட்ட பிறகு, பழைய பத்து சில்லிங்கு நோட்டிற்குப் பதிலாக நாணயத்தை அச்சிட்டுள்ளனர். இருந்த போதிலும் சுமார் 25 மில்லியன் பத்துச் சில்லிங்கு நோட்டுகளுக்குக் கணக்குத் தெரியவில்லை.

இவை இனிமேல் செல்லாதெனினும் ஊசி நூல் தெருவில் பேங்க் ஆஃப் இங்கிலாந்தில் கொடுத்துப் பணம் பெற்றுக் கொள்ளலாம்.

பிரிட்டனில் மக்கள் அழுக்குப்பட்ட அல்லது கிழிந்த நோட்டை வாங்கத் தயக்கம் காட்டுவதால் ஒரு பவுன் நோட்டின் ஆயுள் சுமார் எட்டு மாதம்தான்.

இந்தப் பேங்கின் புதிய நோட்டுகள் தென் கிழக்கு இங்கிலாந்தின் வட கடலின் கரையில், தேம்ஸ் ஆறு கடலில் கலக்கும் இடத்தில் உள்ள எசக்ஸ் கோட்டத்தில் அச்சிடப் பெற்று இலண்டனுக்குப் பலத்த காவலுடன் வந்து, ஊசி நூல் தெருவை அடைகின்றது.

இத்தகைய வங்கியின் தொடக்கம் எவ்வாறு அமைந்தது?

தோற்றுவாய்

ஆரஞ்சு வில்லியம் என்ற மூன்றாவது வில்லியம் *(1650-1702;* ஆட்சிக்காலம் *1689-1702)* பிரான்சின் பதினான்காம் லூயியுடன் *(1638-1715;* ஆட்சிக்காலம் *1643-1715)* நடத்திய போரில் இங்கிலாந்திற்காக நெதர்லாந்தில் போரிட்ட படை வீரர்களுக்கும், ஆங்கிலக் கால்வாய்க் கப்பல் தொகுதியின் மாலுமியருக்கும் தரப் பணம் மிகவும் அவசரமாக வேண்டியிருந்தது. மன்னர் 12,00,000 பவுன் கடன் எழுப்பும்படி, அவரின் அமைச்சர் ஆலோசனை கூறினார். தற்காலத்துத் ''தேசியக் கடன்'' முறை *(National Debt)* இப்போது தான் முதலில் தொடங்கியது எனலாம்.

ஆனால் மன்னர் முன்னர் தான் வாங்கிய கடனை இருபது ஆண்டுகளுக்குப் பின்னர் ஒரு முறை தீர்த்தபோது, வட்டி தர மறுத்து விட்டதால் மக்கள் மன்னருக்குக் கடன் தருவதில் இம்முறை ஆர்வம் காட்டவில்லை. எனவே பணத்தைக் கடனாகப் பெறவதற்கு தனிக்கவர்ச்சியைக் காட்ட வேண்டும் என்று உணரப்பட்டது. மக்கள் மன்னருக்குத் தருகின்ற கடனுக்கு எட்டுச் சத வட்டியுடன் கடன் தருபவர்களின் பணத்தைக் கொண்டு கூட்டுப் பேங்கு நிறுவனம் ஒன்று சட்டப்படி அமைக்கப்படும்; அந்நிறுவனம் அரசின் ஒரு நிதி மனையாக இயங்கும் சலுகையைப் பெறும் என்று மன்னர் அறிவித்தார்.

இந்தத் தூண்டிலை மக்கள் சட்டென்று கவ்விக் கொண்டனர். பதினாறே நாள்களுக்குள் கோரிய கடன்தொகை முழுவதும் 1694 ஜூலை 21 அன்ற வந்து குவிந்தது. அதற்குச் சில ஆண்டுகளுக்குப் பிறகு, இந்தப் ''பேங்க் ஆஃப் இங்கிலாந்திற்கு'' 1709 ஆம் ஆண்டு மேலும் பல சலுகைகள் தரப்பட்டன. அந்தப் பேங்கு வாங்கி வந்த வட்டி விகிதத்தைக் குறைத்ததற்கும், புதுக்கடன் அளித்ததற்கும் பிரதியாக இங்கிலாந்திலும், வேல்சிலும் நோட்டுகளை அச்சிடும் ஓரே கூட்டுப் பங்கு நிறுவனம் என்ற உரிமை அதற்குத் தரப்பட்டது.

ஸ்காத்லாந்தின் கூட்டுப்பங்குப் பேங்குகளும் நோட்டுகளை வெளியிடலாம் என்ற சலுகையும் கிடைத்தது: அவை இன்னும் அவ்வாறே நோட்டு வெளியிட்டு வருகின்றன. இங்கிலாந்திலுள்ள பிற பேங்குகளும் நோட்டு வெளியிடலாம். எனினும் அவை சிறு நிறவனங்களாகும். அவற்றுக்கு ஒற்றைப் பணக்காரக் குடும்பமே பக்கபலமாக இருந்தது. எனவே அவை வெளியிடும் நோட்டுக்கள் திடீரென்று செல்லாதவையாயின.

ஆனால் ''கூட்டுப்பங்கு'' கொண்டு அமைந்த பேங்கின் முதல் நாடெங்கிலுமிருந்து திரண்டு வந்தது. அத்தகைய பேங்கிடம்தான் பெரிய அளவில் பணவளம் இருக்கும்.

இத்தகைய நிலை காரணமாகப் பேங்க் ஆஃப் இங்கிலாந்து மேலான இடத்தைப் பெற்றது. அது பதினெட்டாம் நூற்றாண்டின் வாணிப வளர்ச்சியில் மிகுந்த முக்கியத்துவம் வாய்ந்த மூன்று பணிகளைச் செய்து வந்தது. மக்கள் முன்னைப்போல் பணத்தைப் பதுக்கி வைக்காது பேங்கில் வந்து பணம் போட்டதால், அதனிடம் செல்வம் திரண்டு விட்டது. ஏனெனில் பேங்கில் போட்ட பணம் பத்திரமாயிருக்கும் என்று மக்கள் நம்பினர். இரண்டாவதாக பேங்க் ஆஃப் இங்கிலாந்து அரசிற்கும், கிழக்கிந்தியக் கம்பெனி போன்ற பெரிய நிறுவனங்களுக்கும் தன்னிடம் வைக்கப்பட்டிருந்த பணத்தைக் கடனாகக் கொடுத்தது. அது வெளியிட்ட நோட்டுகள் (பத்துப் பவுன் மடங்கிலான) எளிதாக வைத்துக் கொள்ளவும், பணம் கொடுப்பதற்கு வசதியான ஒரு கருவியாகவும் சிறு பேங்குகளுக்கும், தனிப்பட்டவர்களுக்கும் கிடைத்தன.

பேங்க் ஆஃப் இங்கிலாந்து 1946 ஆம் ஆண்டு நாட்டுடைமையாக்கப்பட்டது.

1737

1. சிந்தாதரிப்பேட்டையில் நெசவாளர் குடியேற்றம்

இந்தியாவில் இந்தக் கால கட்டத்தில் நெசவுத்தொழில் சிறந்தோங்கியிருந்தது. ஐரோப்பியரான ஆங்கிலேயர், பிரஞ்சுக்காரர் டச்சுக்காரர் முதலானோர் இந்திய நெசவாளர்களுக்கு முன்பணம் கொடுத்தும் பிற வசதிகளைச் செய்து கொடுத்தும், தமக்கு விருப்பமான வகையிலும் தரத்திலும், விலையிலும் கைத்தறித் துணிகளைக் கொள்முதல் செய்து தமது நாடுகளுக்கும், பிற நாடுகளுக்கும் விற்பனைக்காகக் கொண்டு சென்றனர்.

ஆனால் குழப்பமான சூழ்நிலையும், பஞ்சங்களும் அடிக்கடி ஏற்பட்டமையால் துணி நெசவு மிகவும் பாதிக்கப்பட்டது. எனவே தட்டுப்பாடின்றித் துணி கிடைத்து வர வேண்டுமென்ற நோக்கத்துடன் கிழக்கிந்தியக் கம்பெனியின் சென்னைக் கவுன்சில் கவர்னரான பிட், கவுன்சிலின் ஒப்புதலுடன் சென்னைக்கு அருகில் நெசவாளர் குடியேற்றம் ஒன்றை அமைப்பதாக முடிவு செய்தார்.

நிழல் தரும் மரங்களும், தட்டின்றித் தண்ணீரும் நெசவு வேலைகளுக்கு வேண்டும். கம்பெனியின் வணிகரான சுங்கு ராமன் என்பவரின் தோட்டத்தில் அந்த வசதி இருந்தது. கூவம் ஆற்றால் சூழப்பட்ட வளைவான நிலப்பரப்பில் 2412 அடிக்கு 1500 அடி அளவிலிருந்த அந்தத் தோட்டத்தில் நெசவாளர்களைக் குடியமர்த்தத் திட்டமிட்டனர்;

கவர்னர் கோல்லட் 1719 ஆம் ஆண்டு அந்நிலத்தைச் சுங்கு ராமனுக்கு மானியமாகக் கொடுத்திருந்தார். அதற்குக் கவுன்சிலின் ஒப்புதல் பெறப்படவில்லையென்று கவர்னர் பிட் இப்போது கூறி, அந்நிலத்தைச் சுங்கு ராமனிடமிருந்து எடுத்துக் கொண்டார்.

சுங்கு ராமன் என்ற சுங்கு வெங்கடாசலம் கிழக்கிந்தியக் கம்பெனியின் தலைமை வணிகர். அவருக்கு வெள்ளையர் பட்டணத்தில் சொந்தமாக வீடு இருந்தது. இன்றைய சிந்தாதிரிப்பேட்டையில் பெரிய தோட்டமும் உண்டு. சிந்தாதிரிப்பேட்டையின் தென்பகுதி இன்னும் சுங்குவார் சத்திரம் என்று அவர் பெயரால் தான் அழைக்கப்படுகின்றது. அவர்

பெருஞ்செல்வராயும் கம்பெனி வட்டாரங்களில் செல்வாக்குப் பெற்றவராயும் விளங்கினார்.

சுங்கு ராமன் தோட்டத்தில் அமைந்த குடியேற்றத்தில் நூற்போர், நெய்வோர், ஓவியர், சலவையாளர், சாயக்காரர், கோயில் புரோகிதர், கோயில் ஊழியர் முதலியோர் மட்டுமே சேர்க்கப்பட்டனர். அவர்களுக்கு வீட்டுமனைகள் ஒதுக்கப்பட்டன. இந்நிலங்கள் அவர்களின் முழு உடைமை ஆயின.

சாதி வேறுபாடு இல்லாமல், தெருக்கள் அமைக்கப்பட்டன. இக்குடியிருப்பில் வாழ்ந்த மக்களிடையே எழுந்த தாவாக்கள் பஞ்சாயத்தினால் தீர்க்கப்பட்டன. வீட்டு வரியும் பெத்து நாயக்கன் என்ற நகர் அதிகாரிக்குச் செலுத்த வேண்டிய சில்லறைத் தீர்வைகளையுந் தவிர, அவர்களுக்கு வேறு வரி கிடையாது.

அங்கு குடியேறியவர்கள் வீடு கட்டிக் கொள்வதற்காகக் கம்பெனி அரசு முதலில் 2,000 வராகன் (தங்க நாணயம்) முன் பணம் கொடுத்தது. இக்கடன்கள் வட்டி இல்லாமல் ஏழு ஆண்டுகளில் திருப்பிச் செலுத்தப்பட வேண்டும். கம்பெனி இதற்கென்று செலவிட்ட தொகை 13,000 வராகன். இதைத் தவிர ஆதியப்ப நாயக்கன் என்று கவர்னர் பென்யோர் என்பவரின் துபாஷாக இருந்தவர், அவர் அங்கு நெசவாளர் குடியேறும் வகையில், ஊக்குவிப்பதற்காக மேலும் சுமார் 18,000 வராகன் செலவு செய்தார்.

ஆங்கில வணிகர்களுக்கும், கம்பெனியின் சென்னை ஆட்சிக் குழுவான கவன்சிலின் உறுப்பினர்களுக்கும் தனித்தனியாக இந்துத் துபாஷ்கள் என்னும் மொழிபெயர்ப்பாளர் இருந்தனர். அவர்களுக்கு மக்களிடையே மிகுந்த செல்வாக்கு இருந்தது.

ஆதியப்ப நாயக்கன் கறுப்பர் பட்டணத்தில் போன்று ஒரு பெருமாள் கோயிலையும், சிவன் கோயிலையும் சிந்தாதிரிப் பேட்டையில் கட்டினார். அங்கு முஸ்லிம்களுக்கு என்று ஒரு பள்ளி வாசலையும் அவர் கட்டித் தந்தார்.

ஆதியப்ப நாயக்கனின் வழி வந்தவர்களுக்குச் சிந்தாதிரிப் பேட்டையில் சுரோத்திரிய உரிமைகள் தரப்பட்டன. (இது ஒரு வகையான சமீன் உரிமை போன்றது) அவர்களே இக்கோயில்களின் பரம்பரை அறங்காவலராயிருந்து வருகின்றனர்.

அங்கு அமைந்த ஆதிகேசவப் பெருமாள் கோயில் என்ற பெருமாள் கோயில் 1758-1759 ஆம் ஆண்டு நடந்த பிரஞ்சுப் படையெடுப்பின்போது வெடிமருந்துக் கிடங்காகவும், 1785 இல் மருத்துவமனையாகவும் பயன்பட்டது.

நாணயத் தட்டுப்பாட்டைச் சமாளிப்பதற்காகச் சிந்தாதிரிப்பேட்டையில் 1841இல் நாணயச்சாலை ஒன்று தொடங்கப் பெற்றது. ஆர்க்காட்டு நவாபான தோஸ்து அலி சாந்தோமிலும், கோவளத்திலும் இருந்த நாணயச்சாலைகளை மூடிவிட்டதால், பூவிருந்தவல்லியிலிருந்த நாணயச் சாலையைச் சிந்தாதிரிப்பேட்டைக்குக் கொண்டு வருவதற்கு அனுமதிக்கப்பட்டார். அங்கு மொகராக்களும், ஆர்க்காட்டு ரூபாய்களும் அச்சிடப் பெற்றன.

2. தாவரவியலார் கரோலஸ் லினீயஸ் (1707-1778)

உலகமென்பது எல்லையற்றது என்ற முதற் கொள்கையில் நம்பிக்கையுடையவரும், கிரேக்க மெய்ப்பொருளறிஞரும் வானியலாரும் கணிதவியலாரும் ஆகிய

அனாக்சிமேண்டர் (கி.மு. 611-547) தொட்டு மேற்குலக அறிவியலாரின் நீண்ட வரிசை தொடங்குகின்றது. வாழையடி வாழையென வருகின்ற இந்த அறிவியலார் மரபில் சுவீடன் நாட்டைச் சேர்ந்த கரோலஸ் லினீயஸ் என்ற தாவரவியலாரும் இடம் பெறுகின்றார்.

லினீயசின் தாய்நாடான சுவீடனுக்கும் இந்தியாவிற்கும் 1731 இல் ஏற்பட்ட தொடர்பும், அந்நாட்டின் சுருக்க வரலாறும் 1731 ஆம் ஆண்டு 5 ஆம் கட்டுரையில் விவரித்திருந்தோம்.

காடுகள் மலிந்த நாடு

லினீயஸ் 1707 ஆம் ஆண்டு சுவீடனின் தென் ரஷட் (*Rushet*) என்ற ஊரில் பிறந்தார். இந்நாட்டில் கிட்டத்தட்டப் பாதி காடுகளால் சூழப்பட்டது என்பதை முன்னர் கூறியிருந்தோம். ஸ்புரூஸ் என்னும் ஊசியிலை மரம், பைன் என்ற தேவதாரு பிர்ச்சு என்ற பூர்ச்சமரம் - இது ஸ்வீடன் நாட்டின் தேசிய மரம்- முதலியன அக்காடுகளில் உள்ளன. லினீயஸ் இங்ஙனம் தாவரஞ் செழித்துள்ள நாட்டில் பிறந்து, தாவரங்களைப் பற்றிய அறிவியல் ஆராய்ச்சியில் ஈடுபட்டு அறிவியல் வரலாற்றில் நிலைத்த புகழைப் பெற்றது வியப்பூட்டவில்லை. அவர் அறிவியல் உலகிற்கு அளித்த கொடைக்கு இடுகுறி இரட்டைப் பெயர்ப் பட்டியல் (*Binomial Nomenclature*) என்று பெயர். அதாவது உலகின் உயிரிகளான தாவரங்களுக்கும், விலங்குகளுக்கும் இலத்தீன் மொழியில் இரட்டை இடுகுறிப் பெயர்களை இடும் முறைக்கு இப்பெயர்; முதற்பெயர் அந்த உயிரின் பேரினத்தையும், இரண்டாம் பெயர், அந்த இனத்தைச் சேர்ந்த சிற்றினத்தையும் குறிக்கும்.

லினீயஸ் சிறு வயதிலிருந்தே பூக்களால் மிகவும் கவரப்பட்டிருந்தார். எப்போதும் தோட்டத்திலேயே பொழுதைக் கழித்தார். அவர் வாக்சோ என்ற ஊரில் பள்ளிப் படிப்பை முடித்ததும், லண்டு பல்கலைக் கழகத்தில் சேர்ந்து படித்தார். (லண்டு தென் கிழக்குச் சுவீடனிலுள்ள பழமையான நகரம். இந்நகரை டேனிய மன்னரான கன்யூட்டு (இறப்பு 1035; இங்கிலாந்து மன்னர் 1016-1035 : டென்மார்க்கு மன்னர் 1018-1035; நார்வே மன்னர் 1028-1035) சுமார் கி.பி.1020ஆம் ஆண்டு நிறுவினார். அதையடுத்துச் சுவீடனில் மிகவும் தொன்மையானதும் 1477 இல் நிறுவப்பட்டதுமான உப்பசலா பல்கலைக்கழகத்தில் மருத்துவம் படித்து, அத்துறையில் பட்டம் பெற்றார்.

இவர் இளவயதில் போலவே எல்லாக் காலங்களிலும் தாவரங்களைப் பற்றிய ஆராய்ச்சியில் தொடர்ந்து ஈடுபட்டார். அவர் பெரிதும் ஆர்டிக்கு என்ற வடதுருவ வட்டத்தினுள் இருக்கும் வட ஐரோப்பாவின் பெரிய நிலப்பரப்பாகிய லாப்லாந்திற்குத் தாவரவியல் ஆராய்ச்சிக்காக 1732 இல் அனுப்பி வைக்கப்பட்டார். நார்வே, சுவீடன், பின்லாந்து வடமேற்குச் சோவியத்து யூனியனின் தொங்கலிலுள்ள கோலாத் தீவக்குறை ஆகியன லாப்லாந்தில் அடங்கியுள்ளன. இதற்கு ''நள்ளிரவில் ஞாயிறு தோன்றும் நாடு'' என்ற பெயரும் உண்டு. லினியஸ் இடர் மிகுந்த இப்பயணத்தைத் துணிந்து மேற்கொண்டார். அப்போது அவர் சுமார் 7400 கிலோமீட்டர் (சுமார் 4600 மைல்) பயணம் செய்தார். அவர் அங்கு நடத்திய ஆராய்ச்சி பற்றிய அரிய குறிப்புகளைப் பற்றி எழுதிக் கொண்டு தாயகம் திரும்பினார்.

லினீயஸ் இலங்கைக்கும் தாவரவியல் ஆராய்ச்சி குறித்து வந்திருந்தார். இங்கு கிளபோர்டு என்ற தோட்ட முதலாளியின் தோட்டங்களை மேற்பார்வையிடும் பணியிலும் ஈடுபட்டார்.

அவர் இதற்கு முன்னர் ''செடிகளின் திருமண உறவிற்கு முன்னேற்பாடுகள்'' என்று மொழிபெயர்க்கத்தக்க ஒரு சிறு ஆராய்ச்சிக் கட்டுரையை எழுதி அதைச் சுவீடனின் வானியலரான ஆண்டர்ஸ்செல்சியஸ் (1701-1744) என்றவருக்கு அர்ப்பணித்தார். (செல்சியஸ் அல்லது செண்டிகிரேடு வெப்ப அளவு முறையைக் கண்டுபிடித்தவர். இது குறித்து இ.ச.க.தொகுதி-2 , காண்க)

லினீயசின் இந்நூல் பாதி உரைநடையிலும், பாதி செய்யுள் வடிவிலும் மிகுந்த நயத்துடன் எழுதப் பெற்றிருந்தது. இதில் செடிகளின் பால் தன்மை விவரிக்கப் பட்டிருந்தது. இந்நூலின் துணைத் தலைப்பு இவ்வாறு நீண்டது; ''இதில் அவற்றின் (தாவரங்களின்) இயற்கைச் செயல்பாடுகளையும், தோற்றத்தையும் கூறும் உடல்நூல் விவரிக்கப்பட்டுள்ளது; ஆண்-பெண்பால் தன்மை விளக்கப்படுகின்றது; இனப் பெருக்கமுறை வெளிப்படுத்தப்படுகின்றது; செடியினங் களும், விலங்கினங்களும் ஒப்புநோக்கி உரைக்கப்படு கின்றன; கரோலஸ் லினீயஸ் எழுதியது.''

1737

லினீயஸ்

செல்சியஸ் இந்நூலைக் கண்டு பெருமகிழ்ச்சி எய்தினார். ரட்பெக் (Rut beck) என்ற மற்றோர் அறிஞர் லினீயசைத் தன் மாணவராக்கிக் கொண்டார்.

மேற்சொன்ன சிறுநூல் ''இயற்கையின் வகை முறை''(Systema Natural) என்ற மற்றொரு நூலுக்கு முன்னோடிதான் எனலாம். லினீயஸ் இந்த ''இயற்கை யின் வகைமுறை'' நூலில் செடிகளுக்கு இரட்டை இடுகுறிப்பெயர்களை அளித்து, அவற்றை வகைப் படுத்தும் முறையை விவரித்திருந்தார். இந்த இரட்டை இடுகுறிப் பெயர் முறைதான் இவரை உலகப் புகழ் பெறச் செய்தது. இது குறித்து மேலே விளக்கியிருந்தோம்.

இந்நூல் முதன்முதலாக 1737 ஆம் ஆண்டு வெளியிடப்பட்டபோது, அதில் ஏழு பக்கங்கள் மட்டுமே இருந்தன. அவற்றுள் விலங்குகள், தனிமங்கள் இவற்றோடு தாவரங்களும் அடங்கியிருந்தன. லினீசியன் புகழ் உச்சநிலையில் இருந்த போது வெளியான இந்த ''வகைமுறை'' நூலின் பத்தாம் பதிப்பு 42,500 பகுப்புகளைக் கொண்டதாக விரிந்துவிட்டது.

பூக்களின் மலரிழைகள் (Stamen) வெறும் அழகிற்காக இருக்கவில்லை; அவை மலர்களின் ஆண் உறுப்புகளாகும். மலர்ச்சூலகம் (Pistil) பெண்ணுறுப்பாகும் என்று லினீயஸ் கண்டார். ஒரு பூவிலுள்ள மலரிழை, சூலகம் இவற்றை எண்ணி அந்த எண்ணிக்கைகளைக் கொண்டு செடிகளை வகை பிரிக்க வேண்டுமென்று லினீயஸ் சொன்னார்: ஒற்றை மலரிழையுடையவை, (Monandria) இரண்டு கொண்டவை இரட்டை மலரிதழுடையவை (Diandria) என்று இப்படியே அவற்றின் எண்ணிக்கைக்கேற்ப வகை பிரித்தார். இவ்வகை பகுப்பு ஒவ்வொன்றுள்ளும் ஒற்றைச் சூலகம் உடையன (Monogynia), இரட்டைச் சூலகமுடையவை (Digynia) என்று இப்படியாகப் பிரிக்க வேண்டுமென்றும் லினீயஸ் வகுத்தார்.

இம்முறையானது பூக்காத செடிகளான பாசி, சிற்றிலைப் படர் செடி, பூஞ்சை,

கடற்பாசி, சேற்றுச்செடி போன்ற தாவரங்களுக்குப் பொருந்தவில்லை. அதேபோலவே அமீபா போன்ற சிற்றுயிர்களை வகைப்படுத்துவதும் இயலாது. அவை பால் வேறுபாடு அற்றவை என்பது தெளிவு. எனவே அவை ஒட்டு மொத்தமாக ''ஒழுங்கற்றவை'' *(Chaws)* என்றழைக்கப்படுகின்றன.

பதினாறாம் நூற்றாண்டில் வாழ்ந்த பிரஞ்சு மருந்துப் பூண்டு ஆய்வாளர்களான ஜீன், கஸ்பர்டு பாகின் என்ற இருவர் செடியினங்களை வகைப்படுத்தி இடுகுறிப் பெயரிட்டாலும், அந்த முறை கைக்கொள்ளப்படவில்லை. லினீயஸ் தான் அந்த முறையை அறிமுகம் செய்து, அதுபற்றிய தன் நூலின் பத்தாம் பதிப்பைப் பெரிதும் விரிவுபடுத்தினார். அந்தப் பதிப்பில் விலங்குகளையும் சேர்த்தார். மனிதன் தன் வகை இனத்தில் இந்தப் பதிப்பில் சேர்க்கப்படவில்லை. அவர் மனிதனை மித மிஞ்சிய நம்பிக்கையுடன் ஹோமா சேப்பியன் என்று வகைப்படுத்தினார். நாம் மதிமனிதர் என்ற இந்த ஹோமா சேப்பியன் வகையினுள் அடங்குவோம், (ஹோமா சேப்பியன் குறித்து இ.ச.க.தொகுதி -2 இல் காண்க).

லினீயஸ் இந்நூலில் ஆணையும் பெண்ணையும் குறிக்க இரு வேறு சோதிடக் குறிகளைப் பயன்படுத்தினார். பேடிகளைக் குறிக்க (அதாவது இருபால் சின்னங்களும் உடையவர்கள்) தனியான இன்னொரு குறியை அமைத்தார்.

லினீயஸ் தாவரவியல் ஆய்வுகளுக்காகப் பல இடங்களுக்குச் சென்று திரும்பிய பிறகு, உலகப் புகழ் பெற்று விட்டார். நாம் ஏற்கெனவெ கூறியவாறு லினீயஸ் லாப்லாந்து இலங்கை இங்கெல்லாம் சென்று வந்த பின்னர், இங்கிலாந்திற்கும் சென்றார். பாரிசில் சிறிது காலம் தங்கினார். அவர் அங்கிருந்து திரும்பியதும் உப்பசலா பல்கலைக் கழகத்தில் மருந்தியல் பேராசிரியரானார். அவர் இப்பல்கலைக்கழகத்தில் சேர்ந்த இரண்டாவது ஆண்டில் புகழ்பெற்ற தாவரவியல் பூங்கா கவனிப்பாரற்றுக் கிடந்ததைக் கண்டார். அங்கு இருநூறுக்கும் அதிகமான தாவரங்கள் புறக்கணிக்கப்பட்டுக் கிடந்தன. அவர் அவற்றைச் சீர் செய்து பூங்காவை மீண்டும் செழிக்கச் செய்தார். அப்பண்டைப் பல்கலைக் கழகத்தின் மைந்தரான லினீயசைச் சிறப்பிக்கும் வகையில், இன்றும் அந்தப் பூங்கா நன்கு பராமரிக்கப்பட்டு வருகின்றது.

லினீயசைக் காண உலகெங்கிலுமிருந்து ஆள்கள் வந்தனர். அவர் ஒவ்வோர் ஆண்டும் மே 21அன்று- அது அவரது பிறந்த நாளென்று கொள்ளப்பட்டது- தாவரவியல் உலா ஒன்றை மேற் கொள்வார். அவருடைய மாணவர்களும் அவரைக்காண வந்திருந்த தாவரவியலாரும் கலந்து கொள்வர். மொத்தம் சுமார் 200 பேரடங்கிய இக்கூட்டத்தார் உலாவில் பங்கேற்பர்.

தாவரத் திருதூதர்கள்

லினீயஸ் தன் மாணவர்களை உலகின் நான்கு மூலைகளுக்கும் தாவரவியல் ஆய்வுக்கென்று அனுப்புவார். அவர் தன் மாணவர்களைத் தாவரத் திருத் தூதர்கள் என்று அழைப்பார். அங்கு அவர்களில் பலர் இந்தப் பணியில் வெகு விரைவிலேயே வருந்தத்தக்க முடிவுகளை அடைந்துள்ளனர். டாக்டர் பார்ட்ஸ் என்பவர் தென்னமெரிக்காவின் வட கிழக்கே அட்லாண்டிக்குக் கடலுள்ள சூரிநாமை அடைந்ததுமே ஒரு மாதத்தில் இறந்து போனார். (சூரிநாமின் மறுபெயர் டச்சுக் கயானா, நெதர்லாந்துக் கயானா ஆகும். இது இன்று ஒரு குடியரசாக உள்ளது.)

டெர்ன்ஸ்டிரோம் என்பவர் கப்பலில் புறப்பட்ட வழியிலேயே இறந்து போனார். லோஃபிலிங்கு வெனிசுலாவை அடைந்ததும் இறந்தார். (வெனிசுலா தென்னமெரிக்கா

1737

வில் கரீபியன் கடலில் உள்ள நாடு) ஹாசல்குவிஸ்டு சிரியாவில் உயிர் துறந்தார். பெர்வின் என்பவர் மேற்காப்பிரிக்காவில் அட்லாண்டிக்கின் கரையிலுள்ள கினியில் இறங்கியதும் காலமானார். காஹ்லர் சென்ற கப்பல் கடலில் உடைந்தது. போர்ஸ்கார் என்பவர் பெடுவின் என்ற நாடோடி அராபியர் போல் வேடமிட்டுச் சென்றபோது, அரேபியாவில் இறந்து போனார். இவர்களிவரும்; மெய்யாகவே திருத்தூதர்களேயாவர்.

எனினும் ஓஸ்பெக்கு சீனத்தை அடைந்தார். கால்ம் அமெரிக்காக் கண்டத்தில் தாவரங்களைத் தேடி அலைந்தார். சோலண்டர் என்பவர் கேப்டன் குக்குடன் (1728-1779) நியூசிலாந்திற்குக் கப்பலில் சென்றார். இக்காலத்தில் காற்றின் துணை கொண்டு கடலில் சென்ற பாய்மரக் கப்பல்கள் மட்டுமே இருந்தன என்பது நினைவு கொள்ளத் தக்கது.

லினீயஸ் இவ்வாறு தாவரவியல் ஆய்வை உலகு தழுவிய அளவில் செய்தார். தாவரவியல் சேகரங்கள் மீது மக்கள் வெறி பிடித்து அலையும்படி லினீயஸ் செய்து விட்டார். இந்தக் கால கட்டத்தை மெய்யாகவே லினீயசின் யுகம் எனலாம். லினீயசின் திருத்தூதர்கள் இந்தத் தாவரவியல் உலாவில் முன்னணியில் இருந்தனர்.

சோலண்டர் ஆங்கிலத்தில் ரொட்டிப் பழம் என்று அழைக்கப்படும் ஈரப் பலா என்ற ஒரு வகைப் பலாவைக் கண்டுபிடித்தார். அவர்கள் கண்டுபிடித்த செடி கொடிகள் இன்னும் அவர்கள் பெயரால் வழங்கப்படுகின்றன.

1737

செடிக்கு வந்த செல்வாக்கு

இயற்கை வரலாறு லினீயசால் திடீரென்று மக்களிடையே செல்வாக்குப் பெறலாயிற்று. மிகவும் அருமையான சித்திரங்கள் அடங்கிய பஃபனின் (ஜார்ஜஸ் லூயி லெக்லேர் பஃபன். காலம் 1707-1788: இந்திய சரித்திரக் களஞ்சியம், தொகுதி இரண்டு ''இயற்கை வரலாறு'' (*Historie Naturelle*) என்ற பிரஞ்சு மொழிக் களஞ்சிய நூல் இடம் பெறாத நாட்டுப்புற மாளிகை எதுவாயினும், அது முழுமையற்றதாகக் கருதப்பட்டது. முப்பத்தாறு தொகுதிகளிலடங்கிய பஃபனின் இக்களஞ்சியம் 1749-1789 ஆண்டுகளில் வெளி வந்தது.

இளம் பெண்கள் வெளிப்படையாகப் பாலியல் விஷயங்கள் பற்றிப் பேசுவதற்கு வழிவகுத்த இந்தத் தாவரவியல் ஆர்வம் குறித்துப் பதினெட்டாம் நூற்றாண்டின் இறுதியில் தம்மை ஒழுக்க நெறியாளர் என்று கூறிக் கொண்டோர் அழுது புலம்பி அரற்றினார்.

செடி வகைகளில் வாணிபம் தோன்றியது. பெரிய நகரங்களில் செடிகளை வாங்கி விற்கும் நிறுவனங்கள் தோன்றின. அரிய பறவைகளை விற்கும் கடையைப் பாரிசைச் சேர்ந்த இரு சகோதரர்கள் திறந்தனர். இந்நூற்றாண்டில் 1712 இல் அமைந்த இரஷியாவின் புது நகரான பீட்டர்ஸ்பர்க்கில் மரம் செடி, கொடிகள் விற்பனைக்கென்றே அங்கு சந்தைப் பகுதியில் தனியிடம் இருந்தது. ஹியூ கம்மிங்கு என்ற பணக்காரப் பிரிட்டிஷ்காரர், தனது சொந்த உல்லாசக் கப்பலில் ஏறி உலகெங்கிலும் கிடைத்த அரிய சங்குகளைச் சேகரித்தார். பின்னர் அச்சங்குகளில் ஒன்று ஆயிரம் பவுன் அல்லது அதற்கும் அதிகமான விலைக்கு விற்கப்பட்டது.

இந்தப் பதினெட்டாம் நூற்றாண்டில் அறிவியலின் ஒரு துறையான தாவரவியலில் லினீயஸ் என்ற சுவீடியரின் ஆராய்ச்சியால் எத்தனை ஆர்வம் தோன்றியது என்பதை இதனால் அறிகின்றோம். இந்நூற்றாண்டு பொருளியலில் தொழில் புரட்சியையும் அறிவியலின் பல்வேறு துறைப் புரட்சிகளையும், அரசியலில் பிரஞ்சு புரட்சியையும் கண்டது என்பது நினைத்துப் பார்த்துச் சிந்திக்கத்தக்கது.

3. கல்கத்தாவில் நிலநடுக்கம் 30,000 பேர் சாவு

கல்கத்தாவில் 1737 அக்டோபர் 11, 12 ஆகிய இரண்டு நாள்களிலும் புயல்காற்றும் நில நடுக்கமும் ஏற்பட்டன. கங்கை ஆற்றுக்கு மேலே இவற்றால் பெருஞ்சேதம் விளைந்தது.

இயற்கையின் இக்கொடுஞ் சீற்றத்திற்கு 30,000 பேர் பலியாயினர் என்று கணித்தனர். பல்வேறு அளவுகளைக் கொண்ட 200 மரக்கலங்கள் நங்கூரத்தை அறுத்துக் கொண்டு எங்கோ சென்றன.

ஒரு மாதா கோயிலின் கோபுரம் கீழே சாய்ந்தது. ஏறத்தாழ இருநூறு வீடுகள் இடிந்து விழுந்தன.

இது உலகிலேயே பெரிய இழப்பை உண்டாக்கிய இரண்டாவது நிலநடுக்கம் என்று கருதப்பட்டது.

4. போர்த்துக்கீசர் வலிமை குன்றினர்: மராட்டியர் பாசீனைப் பிடித்தனர்

மராட்டியரின் எழுச்சி மிக்கோங்கியிருந்த இக்கால கட்டத்தில், அவர்கள் போர்த்துக் கீசரிடமிருந்து பம்பாய்க்கு வடக்கிலுள்ள பாசீனை 1737 இல் கைப்பற்றினர். இந்தியாவில் போர்ச்சுக்கல்லின் வலிமை குன்றி வந்ததை இது சுட்டுகின்றது.

ஆனால் ஆங்கிலேயரின் கிழக்கிந்தியக் கம்பெனிக்கு இந்தப் பதினெட்டாம் நூற்றாண்டின் பிற்பகுதியில் இன்னல்களும் இடுக்கண்களும் இருந்த போதிலும், அது பெருஞ்செழிப்பு வாய்ந்த கால கட்டமாக அதற்கு அமைந்தது.

இந்திய வரலாற்றில் ஒரு மின்னலெனத் தோன்றிய மராட்டியரின் வலிமை முன்பு, பாரததேசம் முழுவதுமே நடுங்கிற்று என்பதையும், பிரிட்டிசார் இந்தியாவில் நரம்பு மண்டலம் போல் விரிந்து பரவுவதற்கு மராட்டியரே பெரிய தடையாய் இருந்தனர் என்பதையும் இந்நூற்றாண்டு வரலாறு காட்டும்.

5. தமிழ் நாட்டில் ஆர்க்காட்டுப் படைகளுக்கு மேலும் வெற்றி

சந்தா சாகிபு இரண்டு நூற்றாண்டுகளுக்கு மேலாக நிலவி வந்த மதுரை நாயக்கர் குடியின் ஆட்சிக்குத் திருச்சிராப்பள்ளியில் முடிவு கட்டியதும், தமிழகத்தின் தொன்மை வாய்ந்த மழ நாடாகிய அரியலூரரையும், உடையார் பாளையத்தையும் வென்று திருச்சிராப் பள்ளியில் தன்னை வலுப்படுத்திக் கொண்டார்.

அரியலூர் -உடையார் பாளையம்

சந்தா சாகிபின் கையில் இவ்வாண்டு வீழ்ச்சியுற்ற அரியலூர் மழ நாடு என்று பெருஞ்சிறப்புற்றிருந்த ஒன்றாகும். இது முன்னர் மேல் மழநாடு, கீழ் மழநாடு என்று இரு பெரும் பிரிவுகளாக இருந்தது. அரியலூர் கீழ் மழநாட்டைச் சேர்ந்தது. மழ நாட்டில் வாழ்ந்தவர்கள் மழவர் என்று பெயர் பெற்றனர். சங்க நூல்களிலும், பண்டைச் சாசனங்களிலும் மழவர் பற்றிய செய்திகள் காணப்படுகின்றன.

அரியலூரை ஆண்ட மழவர் குடியில் இராம நயினார், பூமி நயினார் என்னும் உடன் பிறந்தார் இருந்தனர். இவ்விருவரும் விசய நகரப் பேரரசின் கசபதி வமிசத்தைச் சேர்ந்த திம்மராயரின் காலத்தில், அவர் துணையுடன் அரியலூர்ப் பகுதியை ஆண்டு

வந்தனர். திம்மராயரை அடுத்து நரசிம்மராயர் ஆட்சிக்கு வந்ததும், இவ்விருவருக்கும் அனுமதி வழங்கி, மதுரையை ஆண்ட விசுவநாத நாயக்கனின் (1529-1564) கீழ்ச் சிற்றரசராக இராம நயினாரை அமர்த்தினார். ஊட்டத்திற்கும், சிதம்பரத்திற்கும் இடைப்பட்ட நிலப்பகுதிக்கு இராம நயினார் தலைவரானார்.

அரியலூரில் கோயில் கொண்டுள்ள ஒப்பிலாத அம்மனின் பெயரால் ''குன்றை ஒப்பில்லாத மழவராயர்'' என்று இக்குடியினர் பட்டம் சூட்டிக் கொண்டனர். இம்மரபின் எட்டாவது மன்னர் அரங்கப்பட்ட ஒப்பில்லாத மழவராயர் கி.பி. 1651 இல் மதுரை நாட்டின் மீது முஸ்லிம்கள் படையெடுப்பு நிகழ்ந்தபோது, மதுரை ஆண்ட நாயக்கனுக்குப் படையுதவி அளித்து வெற்றி பெறச் செய்தார். இத்தகைய வீரமிக்க மழவராயர் குடி 1737 இல் சந்தா சாகிபிடம் அடி பணிந்தது. இனி இந்நூற்றாண்டு நெடுகிலும் பிரஞ்சுக்காரர், ஆங்கிலேயர் என்று ஐரோப்பியருக்கும் அது அடிபணிய நேர்ந்ததையும் இனிக் காண்போம். அரியல் என்றால் கள் என்று பொருள். இதைக் கள் ஊர் எனலாம்.

உடையார்பாளையம்

உடையார்பாளையம் வரலாறே அரியலூரின் வரலாறும் ஆகுமென்பர். இது உடையார் என்ற ஒரு வகுப்பினரைக் குறிக்கும்; பாளையம் என்பது அரண் சூழ்ந்த ஊர். உடையார்பாளையத்திற்கு முற்கபுரி என்றொரு பெயரும் உண்டு.

அரியலூர் சென்னையிலிருந்து தெற்கே தென் மேற்கே சுமார் 250 கிலோமீட்டர் (சுமார் 156 மைல்); உடையார்பாளையத்தில் இருந்து மேற்கே தென்மேற்கில் சுமார் 24 கிலோமீட்டர் (15 மைல்); சீரங்கத்திலிருந்து வடகிழக்கில் சுமார் 51 கிலோமீட்டர் (32 மைல்; திருச்சிராப்பள்ளியிலிருந்து வடகிழக்கில் சுமார் 54 கிலோமீட்டர் (34 மைல்)

உடையார்பாளையம் அரியலூரிலிருந்து கிழக்கே வட கிழக்கில் 24 கிலோ மீட்டர் (15 மைல்); சென்னையிலிருந்து தெற்கே தென் கிழக்கில் சுமார் 230 கிலோ மிட்டர் (144 மைல்); சீரங்கத்திலிருந்து வட கிழக்கில் 74 கிலோமீட்டர் (46 மைல்); திருச்சிராப்பள்ளியிலிருந்து கிழக்கே வடகிழக்கில் 75 கிலோமீட்டர் (47 மைல்); இவையிரண்டும் திருச்சி வட்டத்திலுள்ள ஊர்களாகும்.

சந்தா சாகிபு வடக்கில் அரியலூரையும், உடையார் பாளையத்தையும் கையகப்படுத்திய பின்னர் தெற்கில் திரும்பி, நாயக்கர் குடியின் நண்பரான புதுக்கோட்டையின் விசயரகுநாதத் தொண்டைமான் மீது படையெடுத்தார். அவர் போரில் தொண்டைமானின் இரண்டு சகோதரர்களையும் கொன்று, புதுக்கோட்டைச் சமஸ்தானத்தைத் தன் ஆட்சிப் பரப்புடன், இணைத்துக் கொண்டார்.

சாத்தூர்

சந்தா சாகிபின் சகோதரர்களான புட்டா சாகிபும், சதக் சாகிபும் தெற்கில் திருநெல்வேலிப் பாளையக்காரர்களுடன் சாத்தூரில் நடந்த சண்டையில் குறிப்பிடத்தக்க வெற்றி கண்டனர். அவர்கள் அப்போரில் சிறைப்பிடித்த பாளையக்காரர்களை மதுரையில் சிறை வைத்தனர். அவர்கள் இவ்வெற்றிகளைப் பெற்றதுடன், மதுரை, திண்டுக்கல், திருச்சிராப்பள்ளி இங்கெல்லாம் கோட்டைகளைச் செப்பனிட்டனர்.

இன்று காமராசர் மாவட்டத்தில் தீப்பெட்டித் தொழிலில் சிறந்து விளங்கும் சாத்தூர் முன்னர் திருநெல்வேலி மாவட்டத்திலும், பின்னர் இராமநாதபுர மாவட்டத்திலும் இருந்தது. அங்கு இந்த 1737 இல் நடந்த சண்டையின் போது பதினெட்டாம் நூற்றாண்டு வரலாற்றிலும் இது இடம் பெறுகின்றது.

சாத்தன் + ஊர் = சாத்தூரானது எனலாம். அதாவது ஐயனாரென்ற ஐயப்பனின் ஊர் எனலாம். இது சென்னையிலிருந்து தெற்கே தென்மேற்கில் சுமார் 472 கிலோமீட்டர் (295 மைல்); வைப்பாற்றின் கரை மீது உள்ளது. இது மிகவும் தொன்மையான ஊர் என்பர். ஊரின் அருகிலுள்ள ஒரு மேட்டிலிருந்து முது மக்கள் தாழி, மண் பாண்டம், உடைந்த நகைகள் முதலியன எடுக்கப்பட்டன.

(இருபதாம் நூற்றாண்டில் நடந்த இந்திய விடுதலைப் போரில் பல தியாகங்களைச் செய்த குடும்பங்கள் இவ்வூரில் உள்ளன)

சந்தா சாகிபின் சகோதரர்கள் மேற்சொன்ன வெற்றிகளை அடைந்ததுடன், மதுரையிலும், திண்டுக்கல்லிலும் திருச்சிராப்பள்ளியிலும் இருந்த கோட்டைகளைச் செப்பனிட்டனர். இக்கோட்டைகள் மதுரை நாயக்கர் குடியினால் எழுப்பப் பெற்றவையாகும்.

இவ்விருவரும் கோயில்களைக் கொள்ளையிட்டனர். கோயில் நிலங்களைப் பறித்தனர். அதனால் அடியார்கள் இறைவனின் திருமேனிகளை எடுத்துக் கொண்டு மறைவிடங்களுக்கு ஓடினர். ஆனால் அவர்கள் கள்ளரையும், மறவரையும் விட்டுவிட்டனர் என்பதும், அவர்களுடன் சண்டைக்குச் செல்லவில்லை என்பதும் குறிப்பிடத்தக்கன.

1738

1. புதுச்சேரியில் கத்தோலிக்கக் கன்னிமார்: சாந்தோம் பிஷப் மறுப்பு

ரோமன் கத்தோலிக்கச் சமயத்தில், சமயப் பணிக்கென்று பல சபைகள் உள்ளன. அவற்றுள் ஏசு சபை, கேப்புசீன் சபை போன்றவை இந்தியாவில் பலகாலமாக இருந்து வருகின்றன. அவற்றுள் ஏசுசபையின் சேவியர் சாமி (1506-1552). தத்துவ போதகசாமி என்ற ரொபட்டோ தி நொபிலி (1577-1656), அருளானந்தசாமி என்ற ஜான் டீ பிரித்தோ (1647-1693) முதலியோர் பெருஞ்சிறப்பு வாய்ந்த சமயப் பரப்பியராவர். பெஸ்கி என்ற வீரமா முனிவரும் (1680-1747) ஏசு சபையினரே.

கடல் கடந்து வந்து சமயம் பரப்பிய இவர்கள் அனைவரும் ஆடவராவர். ஆனால் கத்தோலிக்க சமயத்தில் பெண்களும் சமயத் தொண்டு புரிவதற்கென்று சபைகள் அமைத்திருந்தனர். அந்தச் சபையினர் எவரும் இந்தியாவிற்கு வந்தனரிலர். அம்மகளிர் சபைகளுள் ஒன்றான உர்சுலினிய சபையினரின் கன்னிமார் குழு ஒன்று 1738 செப்டம்பர் 8 அன்று புதுச்சேரியில் கப்பலில் வந்து இறங்கியது.

இந்த உர்சுலியன் சபை 1535 ஆம் ஆண்டு புனித ஏஞ்சலா மெரிசி என்ற அருள் மங்கையினால் பெருஞ் சிறப்புற்றோங்கிய பிரசியா என்ற வட இத்தாலிய நகரில் நிறுவப்பட்டது. ''கிறித்துவக் கோட்பாடுகளை முறையாகக் கற்றுத்தந்து முரண்பட்ட கருத்துகளை முறியடிக்கவும், இக்காலத்துப் பரந்து நிலவும் ஒழுங்கின்மையைத் தமது முன்னுதாரணமான நல்வாழ்க்கையைக் கொண்டு எதிர்க்கவும்,'' இந்த மகளிர் தொண்டு அமைப்புத் தோற்றுவிக்கப்பட்டது.

1738

ஐரோப்பாவிற்கு வெளியே கடல் கடந்து முதலில் சமயப் பரப்புக்காகச் சென்ற மகளிர் சபை உர்சுலியன் ஆகும். அச்சபை 1639 ஆம் ஆண்டிலேயே கனடாவின் குவிபெக்கில் தொண்டாற்றச் சென்றது. இச்சபையின் கன்னியர் குழு ஒன்று 1727 அமெரிக்காவின் தென்கிழக்கு லூயிசியானாவிலுள்ள நியூ ஆர்லியன்ஸ் துறைமுகத்திற்குத் தொண்டு புரியச் சென்றது. அங்கு அவர்கள் அமெரிக்காவின் முதல் கன்னிமாடத்தை-கான்வென்ட் - அமைத்தனர்.

இம்மகளிர் சபை இங்ஙனம் அயல் நாடுகளில் தொண்டு ஆற்றுவதைக் கேள்விப் பட்டுத்தான், அக்கன்னிமார் இந்தியாவில் பணி புரிவதற்குப் பொருத்தமாயிருப்பர் என்பதைக் கருத்தில் கொண்டு நோர்பட் என்ற கத்தோலிக்கச் சாமியார் உர்சுலின் சபைத் தலைமையகத்திற்கு எழுதினார்.

புதுச்சேரியிலுள்ள ஏழைப் பெண்களுக்கு நல்ல இலக்கியக் கல்வியும், சமயக் கல்வியும் அளிப்பதற்காகக் கன்னிமாரை அனுப்பி வைக்க வேண்டுமென்று நோர்பட் சாமியார் கேட்டிருந்தார். அவரது வேண்டுகோளுக்கிணங்க உர்சுலின் கன்னிமார் முன்னறிவிப்பின்றிப் புதுச்சேரியில் வந்து இறங்கிவிட்டனர். அத்துடன் அவர்களது சபைக்கும் இந்நாட்டிலுள்ள சமய அமைப்பு முறைக்கும் உள்ள உறவுகள் பற்றிய விதிமுறைகள் வரையரை செய்யப்படாமல் இருந்தன.

கன்னிமார் கூட்டம் புதுச்சேரியை அடைந்த மூன்று மாதத்திற்குப்பிறகு பிரஞ்சு ஆட்சிக் குழு (கவுன்சில்) அவர்கள் புதுச்சேரியில் தங்குவதற்கு அனுமதி தந்து, ஒரு பள்ளிக்கூடத்தைக் கட்டுவதற்கு நிலமும் தந்தது. அவர்கள் இங்கு பணியாற்றுவது குறித்த ஒப்பந்தம் ஒன்றை நோர்பட் சாமியார் எழுதி, அதில் பதினேழு பொது விதிகளைச் சேர்த்தார். அதைப் புதுச்சேரிக் கவர்னர், (மயிலாப்பூர்) சாந்தோமில் இருந்த மேற்றிராணியார் என்ற பிஷப்பிற்கு அனுப்பினார். சாந்தோம் பிஷப்பின் அதிகாரத்திற்குள் தான் புதுச்சேரி முதலிய பகுதிகள் வந்தன. எனவே இந்தப் பகுதிக்குள் சமயத் தொடர்பான எதுவாயினும் அதற்குச் சாந்தோம் பிஷப்பின் ஒப்புதல் பெற்றாகவேண்டும்.

சாந்தோம் பிஷப்பு, கன்னிமார் இங்கிருந்து பணிபுரிவது குறித்துப் பல மறுப்புகளைக் கிளப்பினார். எனவே அவர் கூறிய மறுப்புகளையொட்டி அந்த ஒப்பந்தத்தில் பல திருத்தங்கள் செய்யப்பட்டு 1738 டிசம்பர் 31 அன்று புதுச்சேரிக் கவுன்சில் அறையில் அது கையெழுத்தானது.

இருந்தாலும் பிஷப்பு மேலும் மேலும் மறுப்புக் கூறிவந்தார். அதனால் பாண்டிச்சேரிக் கவுன்சில் கன்னிமாரை உடனே கப்பலில் ஐரோப்பாவிற்குத் திருப்பியனுப்புவதென்று முடிவு செய்து பிஷப்பிற்கு 1739 ஜனவரி 5 அன்று கடிதம் எழுதிவிட்டது. ஆனால் உர்சுலியன் கன்னிமார் உடனே கப்பலில் தாயகம் திரும்பிவிடவில்லை. அதன்பிறகு சிலியிலிருந்து அவர்களைப் பற்றிய முடிவு குறித்த கடிதம் வந்த பிறகு தான் புதுச்சேரியைவிட்டு நீங்கினர். இந்தியாவில் இதன் பிறகு கன்னிமார் 1827 வரையிலும் வந்து சேரவில்லை.

2. பிரிட்டிஷ் பிரதமர்களின் டௌனிங்குத் தெரு மாளிகை

வெஸ்ட்மினிஸ்டர் நகரம் என்பது இலண்டன் மாநகரத்தின் ஒரு கோட்டம் ஆகும். இப்பகுதி தேம்ஸ் ஆற்றின் கரைமீதுள்ளது. அங்கு பிரிட்டிஷ் பாராளுமன்றத்தின் கட்டடங்கள், வெஸ்ட்மினிஸ்டர் ஆலயம், பிரிட்டிஷ் அரச குடியினரின் பக்கிங்காம் அரண்மனை போன்ற வரலாற்றுச் சிறப்புமிக்க இடங்கள் உள்ளன.

இங்குதான் பிரிட்டிஷ் பிரதமர்கள் தங்கும் அதிகாரபூர்வமான இல்லம் அமைந்துள்ள டௌனிங்குத் தெருவும் உள்ளது. அத்தெருவில் 10 ஆம் எண்ணுள்ள வீட்டில் பிரிட்டிஷ் பிரதமரின் அதிகாரபூர்வமான இல்லம் உள்ளது. இத்தெரு நடு இலண்டனின் மேற்குப்பகுதியில் உள்ளது. அத்தெருவிற்குப் பதினேழாம் நூற்றாண்டைச் சேர்ந்த பிரிட்டிஷ் அரசியல் தந்திரியான சர்.ஜார்ஜ் டௌனிங்கு *(1623-1684)* என்பவரின் பெயர் வைக்கப்பட்டுள்ளது.

பிரிட்டனின் முதற் பிரதமரான ஆக்ஸ்ஃபோர்டு பிரபுவாகிய சர்.இராபட் வால்போல் *(1676-1745 பிரதமராயிருந்த காலம் 1721-1742)* பல வழிகளில் பெரிய ஊழல் பேர்வழி. எனினும் இரண்டாம் ஜார்ஜ் மன்னரிடமிருந்து *(1683-1760 ஆட்சிக்காலம் 1727-1760)* எவ்விதமான பரிசோ, அன்பளிப்போ பெற்றுக் கொள்ளவேயில்லை. அம்மன்னர் புதிய பிரதமரான வால்போலுக்கு டௌனிங்குத் தெருவில் ஒரு வீட்டை அன்பளிப்பாகத் தர முன்வந்ததையும் அவர் ஏற்கவில்லை.

எனினும் அந்த வீடு நாட்டின் பிரதமராக இருப்பவரின் அதிகாரபூர்வமான இல்லமாக அவரது பதவிக் காலத்தில் இருக்க வேண்டும் என்ற ஏற்பாட்டின்படி, வால்போல் அந்த வீட்டை ஏற்றுக் கொண்டார். எனவே 10 டௌனிங்குத் தெரு வீட்டில் முதலில் குடியேறியவர், பிரிட்டனின் முதற் பிரதமரான சர். இராபட் வால்போல் ஆவார்.

3. கேரளத்தில் கலை இலக்கியச் செழிப்பு (1600-1750)

திராவிட நாடுகளில் கலை, இலக்கியச் செழுமை குன்றி அறிவு ஜீவிதம் மங்கிப் போன நிலையில், சேரம் என்ற கேரளத்தில் பதினேழாம் நூற்றாண்டில் அவை ஒளிரத் தொடங்கி, அதற்கடுத்த இருநூற்றாண்டுகளில் பொங்கு மா வளத்தை ஜொலிக்கச் செய்வதைக் காண முடிகின்றது.

கேரளத்தில் பதினேழாம் நூற்றாண்டிலும் பதினெட்டின் பாதியிலும் போர்த்துக்கீசரின் அதிகாரம் குன்றிய காலகட்டத்தில் இந்நாட்டின் குறுநில மன்னர்களான நாடு வாழிகளும், சிறு மன்னர்களும், தலைவர்களும் மிகச் செழிப்பானதும், அமைதியானதுமான வாழ்க்கையை நடத்தி வந்தனர். இக்காலத்தில் வெகு சில சண்டைகளே நடந்தன. மிளகு போன்ற மணக்காரச் சரக்கு வாணிபத்தில் மிகுந்த ஆதாயம் கிடைத்தது.

''அவர்களின் சீரும் சிறப்பும் வாய்ந்த அரசவைகளுக்கு இசை வாணரும், புலவரும் வந்து குவிந்து மொய்த்தனர். அம்மன்னர்களிடம் பணிபுரிந்த போர் வீரர்களாகிய மறக்குடியினர் போரின்றி ஒய்ந்திருந்த காலத்தில், வேறு பணிகளில் ஈடுபட வேண்டிவந்தது. உலக வரலாற்றில் காணப்படும் சலுகை பெற்ற பிற சாதியினரைப் போலவே நாயர்களும் கலைகளின் பக்கம் திரும்பினர்'' என்று கேரளத்தில் கலை, இலக்கிய எழுச்சி ஏற்பட்டதை ஜார் உட்காக் தனது ''கேரளம்'' என்ற ஆங்கில நூலில் குறிக்கின்றார்.

கோழிக்கோட்டில்- கள்ளிக் கோட்டை-1650 ஆம் ஆண்டுகளின் போது மானவேந்தன் என்ற மன்னர் சிறிதுகாலம் ஆட்சி புரிந்தார். அவர் சிறந்த வைணவ பக்தராயும், தேர்ந்த புலவராயும் இருந்தார். வரலாற்றுச் சிறப்பு மிக்க சாமூதிரி குடியைச் சேர்ந்த இம்மன்னருக்குக் கண்ணன் காட்சி தந்தான் என்கின்றனர். அக்காட்சி மானவேந்தரின் கருத்தில் ஊன்றிக் கண்ணனின் வாழ்க்கையைச் சிறந்த பாடல் வடிவில் வெளியிடுமாறு செய்தது.

கீத கோவிந்தம்

பன்னிரண்டாம் நூற்றாண்டு வாழ்ந்தவராகக் கருதப்படும் ஜெயதேவர், இராதையின் மீது கண்ணன் கொண்ட காதலை வெளிப்படுத்தும் கீத கோவிந்தம் என்ற இசை நாட்டிய நூலை சமஸ்கிருதத்தில் எழுதியிருந்தார். இந்நூல் ஒரிசாவை ஆண்ட கேசரி குடியினரின் காலத்தில் இயற்றப்பட்டு, அக்குடியைச் சேர்ந்த மன்னர்களாலும், அடியாராலும் போற்றப்பட்டு வந்தது. இது அக்காலத்தில் கோயில்களில் பாடப்பட்டு வந்தது. இதில் நூற்றுக்கு மேற்பட்ட பனுவல்களும்-சுலோகங்களும்-எட்டுச் சரணங்கள் கொண்ட 24 அஷ்டபதிகளும் உள. இவை பொதுவாக நாட்டியத்திற்கும், குறிப்பாக அபிநயத்திற்கும் மிகவும் ஏற்றவை. நாட்டிய நூலில் கூறப்பட்டிருக்கும் எட்டு வித நாயகியருள் ஏழுவித நாயகியாக இராதையை ஜெயதேவர் படைத்திருக்கின்றார். பிரம்ம வைவர்த்த புராண நிகழ்ச்சி ஒன்றிலிருந்து அவர் இதைப் படைத்தார். அது கண்ணனுக்கும் இராதைக்கு மிடையே நிகழ்ந்த இராச லீலைகளைச் சுட்டுகின்றது.

இந்நூல் ஒரிசாவிலும், நேபாளத்திலும் பரவலாகப் பயிலப்பட்ட பின்னர், பதினாறாம் நூற்றாண்டு வாக்கில் கேரளத்தில் பிராமணரல்லாத மேல் சாதியினரிடையே மிகுந்த செல்வாக்குப் பெறத் தொடங்கிற்று. மானவேந்தர் கண்ணனைக் கண்டார் என்பதுடன், கீதகோவிந்தமும் அவரை ஆள்கொள்ளவே கிருஷ்ணகீதி என்ற பெயரில் எட்டு நிகழ்ச்சிகளை விவரிக்கும் எட்டுப்பாடல்களைத் தொடர்ந்து எட்டு நாளும் நடிக்கும் வகையில் நாடகக் காவியமாக எழுதினார்.

1738

கிருஷ்ணாட்டம்

கிருஷ்ண கீதையை நடித்துக் காட்டுவதற்காகக் ''கிருஷ்ணாட்டம்'' என்ற புதுவகை நாட்டியம் ஒன்றை உருவாக்கினார். இதில் பயன்படுத்திய உடுப்புகளும், மகுடங்களும் பிற்காலத்தில் கதகளியில் கையாண்டவற்றைப் போன்று சிறியனவாக இருந்தபோதிலும் இதில் பங்கெடுத்த கலைஞர்கள் மரத்தாலான முகமூடியை அணிந்தனர். பாகவதத்தின் தசம ஏகாத ஸ்கந்தங்களின் நிகழ்ச்சிகளை விளக்கும் ஆட்டம் இது. முற்றிலும் உடம்பைக் கொண்டும் கைகளாலும் அபிநயம் பிடித்தனர். அதே நேரத்தில் குரல், நடிப்பிலிருந்து தனிப்படுத்தப்பட்டது. தனியாக ஒருவர் பாட, ஆட்டக்காரர் முற்றிலும் அபிநயத்திலேயே ஈடுபட்டார். இந்த ஆட்டம் குருவாயூர்க் கோயிலின் கருவூலம் எனலாம்.

இராமனாட்டம்

கதகளி இவ்வாறுதான் பரிணாம வளர்ச்சி பெறுகின்றது. இதே தலைமுறையில் தான் மற்றொரு நாடு வாழியான கொட்டாரக்கரை இராஜா, மானவேந்தரைப் பின்பற்றி இராமரின் வாழ்க்கையை நாட்டியப் பாடலாக எழுதிக் கதகளி பிறக்கக் காரணமானார். அவர் மலையாளமும் சம்ஸ்கிருதமும் கலந்த மணிப்பிரவாள நடையில் இராமனின் வாழ்க்கையை நாடகமாக எழுதினார். (மணிப்பிரவாளம் என்பது முத்தும் பவளமும் கலந்தது என்று பொருள்படும். தமிழும் சம்ஸ்கிருதமும் கலந்து எழுதும் முறைக்கும் மணிப்பிரவாளம் என்றே பெயர். தமிழ், சம்ஸ்கிருத இலக்கிய மரபின் கடுமையிலிருந்து தப்பிக்கும் எண்ணத்துடன் *13* ஆம் நூற்றாண்டு வாக்கில் இத்தகைய கலப்பட மொழி உருவானது. இது போலவே அரபுத்தமிழ் எனும் புதுவகை மொழியை, அரபு எழுத்துகளில் தமிழை எழுதுவதற்காக உருவாக்கினர். எனினும் இக்கலப்பின மொழிகள் ஓங்கவில்லை.)

கொட்டாரக்கரை நாடு வாழி எழுதிய பாடல் இராமனாட்டம் என்று பெயர் பெற்றது. இது மேலே கூறிய கிருஷ்ணாட்டத்திலிருந்து விலகியிருந்தது. இந்த ஆட்டத்தில்

முகமூடிகள் கைவிடப்பட்டு, அபிநயக் கூத்தின் பிற கூறுகளைத் திறம்பட முகபாவத்தின் வழியே வெளிப்படுத்துவதற்கு ஏற்ற ஒப்பனை செய்யும் முறை வந்தது.

கதகளி

மலையாளமான கொடுந்தமிழின் இடத்தை மணிப்பிரவாளம் பிடித்துக் கொண்டதுமே, இராமனாட்டம் கதகளியாக உரு கொண்டு விட்டது. இப்புதிய நாட்டியம் வெகு விரைவிலேயே வட கேரளமான மலபாரிலிருந்து, தென் கேரளமான திருவிதாங்கூர் வரையிலுள்ள நாடு வாழிகளின் அரசவைகள் எங்கும் பரவிச் செல்வாக்குப் பெற்றது; நாயர்கள் சென்று வழிபடும் அம்பலங்களான கோயில்களிலும் கதகளி இடம்பெற்றது.

சாக்கியர் என்னும் பண்டைக் கூத்தர்கள் கையில் மட்டுமே இருந்து வந்த நாடகக்கலை நாயர்களின் கைக்கு மாறியது. நாயர்கள் இப்புதிய கலை வடிவத்தை மிகுந்த ஆர்வத்துடன் கற்றுக் கொண்டனர். இந்தக் கலைக்கு மிகுந்த சிறப்பும், பெருமையும் ஏற்பட்டமையால், நாடு வாழியின் படைத்தலைவரே அடிக்கடி தலைமைப் பாத்திரத்தை ஏற்று நடிக்க நேர்ந்தது.

கதகளிக் கென்று பதினெட்டாம் நூற்றாண்டில் ஏராளமான பாடல்கள் எழுதப் பெற்றன. பெரிதும் நாடு வாழிகளான குறுநில மன்னர்கள் பலர் உள்படப் பிராமணரல்லாதவரே அவற்றை எழுதினர். அவற்றுள் சில பாடல்கள் வழிவழியாக வந்து கொண்டிருக்கும் மலையான இலக்கியத்தில் மிகச் சிறப்பானவையாக விளங்குகின்றன.

நள சரித்திரம்

அவையனைத்திலும் மிகப் பெரிய படைப்பு என்று ‘‘நள சரித்திரம்’’ என்ற பாடலைக் குறிப்பிடலாம். இதைத் திருவிதாங்கூர் மன்னரான மார்த்தாண்ட வர்மனின் ஆதரவு பெற்ற உண்ணாயி வாரியர் என்ற புலவர் பதினெட்டாம் நூற்றாண்டில் பாடினார். அவர் நாயர்களில் உயர்ந்த பிரிவினர் என்று கருதப்படும் அம்பலவாசி வகுப்பைச் சேர்ந்தவர். அம்பலவாசி என்ற பிரிவினர் அம்பலங்கள் என்னும் கோயில்களின் பணிகளில் ஈடுபடுவோராவார். இவர்களுள் பொதுவாள், சாக்கியர், நம்பியாசான், பிடாரன், பிச்சாரோடி வாரியன், நம்பி, தெய்யம்பாடி என்று பல உள்பிரிவுகள் உண்டு. ஒரு கோட்பாட்டின்படி இவர்கள் ஒழுக்கம் தவறிய பிரிவினர் என்று கொள்ளப்பட்டாலும் கேரளோற்பத்தியின் ஆசிரியர், இவர்கள் சமுதாயப் படிநிலையில் மேல்நிலையடைந்த சூத்திரர் எனக் கூறுகின்றார்.

மோகினியாட்டம்

கேரளத்தில் இன்றும் இரண்டு வகைக் கூத்துவடிவங்கள் உள. ஒன்று மோகினி யாட்டம்: கதகளி முற்றிலும் ஆடவரால் ஆடப்படுவதைப் போன்று மோகினியாட்டம் முற்றிலும் பெண்டிரால் ஆடப் பெறுகின்றது. மோகினி ஆட்டமானது மேலோட்டமாகப் பார்க்கும்போது பரதம் போல் தோன்றினாலும் இதன் நயமும் நுட்பமும் வேறாம்.

மோகினியாட்டம் மிகவும் தொன்மையானது; முதலில் இதை நாயரில் ஒரு பிரிவினரான நம்பியார் வகுப்புப் பெண்டிர் ஆடி வந்தனர். இது பெரிதும் கோயில்களுடன் தொடர்புடையது. திரிவிக்கிரம மங்கலம் என்ற 12 ஆம் நூற்றாண்டுக் கோயிலின் கருவறைக்கு வெளியே மோகினியாட்டத்தின் பண்டை வடிவத்தை ஆடும் சிற்பங்கள் காணப்படுகின்றன.

மோகினியாட்டத்தின் தோற்றுவாய் இன்னும் புலனாகாத புதிராக உள்ளது. அது பழஞ்சிறப்பு வாய்ந்த நாட்டியக்கலையென்பது கேரளத்தின் வெளியே ஐயப்பாட்டுடன் தான் வரவேற்கப்படுகின்றது. பக்தி இயக்கம் தோன்றிய காலத்தில் கோயில்களில் தளிப் பெண்டிர் என்ற நாட்டியக்காரர் வகுப்பும் தோன்றியது. அவ்வகுப்பினர் தேவடிச்சி, அதாவது இறைவனுக்குத் தொண்டூழியம் செய்யும் தேவரடியார், தேவதாசி என்றெல்லாம் பெயர் பெற்றனர். நிலமானிய முறை நிலவிய காலத்தில் அவர்களுடைய இந்நடன வடிவம் அழகுணர்ச்சியிலிருந்தும் ஆன்மிக உணர்விலிருந்தும் இழிந்து சிற்றின்பத்தை வெளிப்படுத்தும் நிலையை எய்தியது. இதற்குச் சான்றுகள் இல்லை எனினும், மோகினியாட்டம் அச்சிற்றின்ப வடிவங்களிலிருந்து வளர்ச்சி பெற்றதாகவே பொதுவாக நம்பப்படுகின்றது.

1738

இன்றைய மோகினியாட்டக் கலை பழஞ்சிறப்பு வாய்ந்த நாட்டிய வடிவமாகத் திருவிதாங்கூர் மன்னர் சுவாதித் திருநாள் காலத்தில், பத்தொன்பதாம் நூற்றாண்டில் விளங்கிற்று என்பதற்குச் சான்றுகள் உளவென்று பெருமை கொள்ளலாம். வள்ளத்தோல் நாராயண மேனோனால் 1930 இல் நிறுவப்பட்ட கலாமண்டலம் மோகினியாட்டத்திற்குப் புத்துயிர் தர முயன்றது, கலியாணிக் குருப்பு என்ற நற்குடிப் பிறந்த பெண்மணி கலா மண்டலத்தில் உருவான மோகினி யாட்டத்தின் புது வடிவத்திற்குப் புதுப் பொலிவை உண்டாக்கியவர் என்பது இங்கு குறிப்பிடத்தக்கது. அது 1930 ஆம் ஆண்டுகளில் வள்ளத்தோலின் வழிகாட்டலில் மிகப்பெரிய மாறுதலை அடைந்தது. பரதம் போன்ற விறைப்பும், சுறுசுறுப்பும் மோகினி ஆட்டத்தில் இல்லை; அது மென்மையான சுழற்சி அபிநயங்களை வெளிப்படுத்துகின்றது; இந்நடன வடிவின் பாத ஆட்டங்கள் சிக்கலானவையன்று. அங்க அசைவுகள் அதற்கேயுரிய பாணியைக் கொண்டவை. இதில் முகபாவங்களுக்குத்தான் முக்கியம் தரப்படும். ஆடையணிகலனும் மிக எளிமையானவை. நடன உலகில் இதைப் போன்ற எளிமையை வேறு எந்த நாட்டிய வடிவிலும் காண முடியாது என்பர். எனினும் கதகளிக்கு இருக்கின்ற செல்வாக்கு மோகினியாட்டத்திற்கு இல்லை.

ஓட்டந்துள்ளல்

இன்று கேரளத்தில் வழங்கிவரும் ஓட்டந்துள்ளல் என்ற நடனக்கலை பதினெட்டாம் நூற்றாண்டில்தான் மலர்ந்தது. இந்நூற்றாண்டில் மிகச் சிறந்து விளங்கிய மலையாளப் புலவரான குஞ்சன் நம்பியார் இதை உருவாக்கினார். இந்நாட்டிய வடிவத்தில் ஒரேயொரு நடனக்காரர் இருப்பார்; இரண்டு இசைக் கலைஞர் உண்டு. நாட்டுப்புற நாட்டார் பாணியில் கதை இயம்பப்படும். இதைக் கோயில் வெளியில் தான் நடத்த வேண்டு மென்பதில்லை.

குஞ்சன் நம்பியாரின் இந்நாடகத்தை ஓட்டந்துள்ளலை எங்கும் நடத்தலாம்.

ஆடிக்கொண்டும், பாடியபடியும், பாடல்களுக்கு அபிநயம் பிடித்தும், நாடக மாந்தர் பற்றிய செய்திகளை உயிர்த்துடிப்போடு உரைநடையில் பறைந்தும், மாறிமாறி வருணித்தும் எங்கும் நடத்தலாம்.

ஓட்டந்துள்ளலில் அடங்கிய துள்ளல் கதைகள் மெய்யான கதைப் பாடல் வகையைச் சேர்ந்தவையாகும். குஞ்சன் நம்பியார் அறுபது ஓட்டந்துள்ளல் கதைப் பாடல்களைப் புனைந்துள்ளார். அவையனைத்தும் சமூதாய நோக்குடையன. அவை சமூகத்தின் குறைப்பாடுகளைக் குத்திக் காட்டுபவையாக விளங்குகின்றன.

மன்னர்களின் போர்களும், சமூகத்தில் விளைந்துவிட்ட சிக்கல்களும், அடிநிலைக்கு அழுந்திப் போய்க் கொண்டுள்ள ஒழுக்கப் பண்புகளும் மக்களைச் சீர்கெடச் செய்தன. இந்த அறநெறி வீழ்ச்சி கண்டு, அதை எள்ளி நகையாடிய ஒரே கவிஞர் இந்தப் பதினெட்டாம் நூற்றாண்டில் குஞ்சன் நம்பியார் மட்டுமே யாவார்.

அவர் கற்ற புலவனும், கல்லாத பாமரனும் உய்த்துணரும் விதத்தில் மிக எளிமையான முறையில் சமூகத்தை விமர்சித்திருந்தார். அவர் புராண நாயக நாயகியரைச் சிறப்பித்து வெளிப்படுத்தியதைவிட நாயர், நம்பூதிரி, பட்டர், செட்டி என்ற பல்வேறு சாதியினரை நோக்கி, அவர்களைப்பற்றி அதிகமாக விமரிசித்திருக்கின்றார்.

குஞ்சன் நம்பியார் கிளிப்பாட்டுகளும் பாடியிருக்கின்றார்.

1738

பண்டை நாட்டிய வடிவங்கள்

கோலம் என்பது ஓர் ஆட்டமாகும். இக்கோலம் என்ற ஆட்டம் தற்காலத்தில் திரையாட்டம் என்று அழைக்கப்படுகின்றது. இந்த ஆட்டம் வட கேரளத்திலும், தென் கன்னடத்திலும் இன்றும் ஆடப்பட்டு வருகின்றது. இந்தத் திரையாட்டம் இறந்த போர் வீரர்களின் வாழ்க்கையைப் பற்றியும், இந்துக் கடவுளரைப் பற்றியும், முகத்தில் பலவித வண்ணத்தில் சாயம்பூசி பல வண்ணத்தில் ஆடைகள் அணிந்து இன்றும் ஆடப்படுவதைக் கேரளத்திலும் காணலாம்.

கோலம் என்ற ஆட்டம் ஆடப்படுவதால் கோலாத்திரி நாடு என்று அந்த ஆட்டத்தின் பெயராலேயே அந்நாடு அழைக்கப்பட்டது. இது சங்ககாலத்தில் நன்னன் என்ற குறுநில மன்னர் ஆண்ட ஏழில்மலையும் கொண்கான நாடும் கோலாத்திரி நாடு என்று பிற்காலத்தில் வழங்கியதாக வரலாறு கூறுகின்றது. கோலாத்திரி மன்னர் இந்தப் பதினெட்டாம் நூற்றாண்டிலும் நிலவினர்.

சிலப்பதிகாரத்தில் ''கொங்கணக் கூத்தரும் கொடுங்கருநாடரும் தாங்குலக் கோதிய தகைசா லணியராய்'' செங்குட்டுவன் முன் ஆடியதாகக் கூறப்பட்டுள்ளது; இந்த ஆட்டம் இப்போது வட மலையாளத்திலும் தென் கன்னடத்திலும் ஆடப்படுவது குறிப்பிடத் தக்கதாகும். இந்த ஆட்டம் தெய்யாட்டம், திரையாட்டம் என்று மலையாளத்திலும், பூத ஆட்டம் என்று தென் கன்னடத்திலும் அழைக்கப்படுகின்றது, நன்னனை நினைவு கூறும் செய்திகள் வட மலையாளத்திலும், கன்னடத்திலும் காணப்படுவது கவனிக்கத்தக்கது. அத்தகைய நினைவுகள் சேர, சோழ, பாண்டியரைப் பற்றி இன்று காணப்படுவதில்லை என்பது கருதத்தக்கதாகும்.''

இவ்வாறு பி.எல்.சாமி அவர்கள் ''வட கேரளத்தில் நன்னன்'' என்ற கட்டுரையில் *(தமிழ் மணி 16.3.1991)* குறிக்கின்றார்.

நாட்டுப்புற நாடகம்

முடியேற்று, தியாட்டு, ஐயப்பன் பாட்டு, திரையாட்டம் (மேலே காண்க) முதலியன தெய்வங்களை ஆற்றுவிக்கச் செய்யப்படுகின்றன. அம்மன், ஐயன், சாத்தன் முதலிய தெய்வங்களோடு தொடர்புடைய சடங்குகளிலிருந்து இவை உருவாகின்றன. எனவே இவற்றை சடங்கு வயப்பட்ட நாடகங்கள் என்னும் பிரிவிலும் சேர்க்கலாம். காவுகளில் (காவு என்பது சிறு தெய்வங்கள் குடி கொண்டுள்ள இடத்தைக் குறிக்கும். ஐயனார் கோயில் அமைந்துள்ள இடத்தை இதற்குச் சான்றாகக் கூறலாம்) குடி கொண்டுள்ள காளியை ஆற்றுவிக்க வேண்டி நடத்தப்படும் சடங்குத் தொடர்புடைய நாடகம் முடியேற்று எனப்படும் உற்சவச் சடங்காகும். சில இடங்களில் இதை முடியெடுப்பு என்றும் அழைக்கின்றனர்''.

இங்ஙனம் ''கேரள நாட்டுப்புற நாடகம் முடியேற்று'' என்ற மலையாளக் கட்டுரையில் பா. அனந்தகிருஷ்ணன் கூறுகின்றார்.

குறுப்ப என்ற நாயர் குடிப் பிரிவினர் முடியேற்றத்தை நடத்தற்குரியவராவர். காவுகளில் மட்டுமே இது நிகழ்த்தப்பெறும். முடியேற்றத்தின் உடைகளிலும், ஒப்பனையிலும் அதிகமாகக் காணப்படுவது சிவப்பு நிறம். கேரளத்தில் எந்த நாட்டுப்புற நிகழ்ச்சியாயினும், செந்நிறத்தின் ஆதிக்கத்தைக் காணலாம். சிவப்பு சக்தியின் நிறமாயும், குருதியின் நிறமாயும் கருதப்படுகின்றது. அது உயிர்ப்புச் சக்தியின் நிறம் என்று கொள்ளப்படுகின்றது.

1738

கூடியாட்டத்திலும், கதகளியிலும் சிவப்பு நிறம் மிகுதியாகப் பயன்படுத்தப் படுவதற்கு முடியேற்றத்தின் தாக்கமே காரணமாகும். முடியேற்றத்தின் வேடத்திலும், ஒப்பனையிலுமுள்ள கூறுகளைக் கதகளியிலுள்ள சிவந்த தாடி வேடத்தோடு ஒப்பு நோக்கத்தக்கதாகும். முடியேற்றத்தின் கிரீட வடிவமே கதகளி மகுட வடிவத்தின் மூல வடிவம் என்று கருத இட முண்டு என்பர்.

சவிட்டு நாடகம்

இந்தச் சவிட்டு நாடகம் கிறித்தவரிடையே மிகுந்த செல்வாக்குப் பெற்று விளங்குவது. சவிட்டு நாடகம் என்பது காலடி நடன நாடகம் என்பதைக் குறிக்கும். இந்நாடக வகையில் மேற்கத்தியச் செல்வாக்கு மிகுந்து காணப்படுகின்றது.

இருப்பினும் மலையாளத்தில் பதினெட்டாம் நூற்றாண்டுக்கு முன்னர் சிறிதளவே இருந்த உலகியல் சார்ந்த மெய்யான பொது நிலை இலக்கியம், முஸ்லிம், கிறித்தவர் ஏனையோரிடமிருந்து பிறந்ததேயாகும்.

நாம் முன்னர் கூறிய அரபுத் தமிழ் போன்று வட கேரளத்து மாப்பிள்ளைமார் அரபு மலையாளத்தை உருவாக்கினர். இக்கலப்பின மொழியில் கேசுப் பாட்டு என்ற காதற் பாடல்கள் இயற்றப்பட்டன.

மலையாள மொழியில் தோன்றிய முதல் உரை நடை நூலைக் கத்தோலிக்கப் பாதிரியாரான பிரம்மக் கோயில் தோமா காத்தனார் என்பவர் எழுதினார். அவர் பதினெட்டாம் நூற்றாண்டில் ரோம் சென்று திரும்பியதைப் பயண நூலாக எழுதி வெளியிட்டார்.

இந்தப் பதினெட்டாம் நூற்றாண்டிற்குப் பிறகு தான் மேற்கத்தியப் பண்பாடு, கலை, இலக்கியம் இவற்றின் செல்வாக்கு இந்தியாவின் பிற பகுதிகளின் கலை இலக்கிய

வாழ்க்கையில் பையப் பைய ஆளுகை கொண்டதைப் போன்று மலையாளத்திலும் காலூன்றிப் புதுமை விளைந்ததை இனிவரும் ஏடுகள் எடுத்தியம்பும்.

1738

4. ஆமதாபாது மராட்டியர் வசமாதல்

ஒரு காலத்தில் இந்துத்தானத்தின் மிக அழகிய நகராக விளங்கிய ஆமதாபாது, குஜராதுச் சுல்தான் குடியின் முதலாம் சுல்தான் அகமது என்பவரால் *1411* இல் நிறுவப் பெற்றது. ஆமதாபாது இன்று மேற்கிந்தியாவின் தலையாய நெசவுத் தொழில் நகரமாக விளங்குகின்றது. இது பம்பாய்க்கு வடக்கே சுமார் *440* கிலோமீட்டர் *(273)* தொலைவிலுள்ளது.

முகலாயரின் ஃபதேப்பூர் சிக்கிரி, டெல்லி முதலிய நகரங்களின் சிறப்பான காலத்திற்கு முன்னர், ஆமதாபாது இந்தியாவின் அழகு வாய்ந்த அணிகலனாக விளங்கிற்று. இன்று அங்கு எழுபதிற்கு மேற்பட்ட நெசவாலைகளும், சிறந்த மேல்நிலைக் கல்விக் கூடங்களும் உள.

குஜராதுச் சுல்தான் குடியின் ஆட்சியில் ஆமதாபாது நகரம் மிகச் சிறந்த நிலையை எய்தியிருந்தது. இந்தக் குடி *1391* முதல் குஜராதை ஆண்டு வந்தது. முதலாம் சுல்தான் அகமதின் காலத்திற்குப் பிறகு ஆமதாபாது அக்குடியின் கோநகரமானது.

முகலாயப் பேரரசரான உமாயூன் *1535* இல் குஜராதின் மீது படையெடுத்தா ரெனினும், அதை நிரந்தரமாகத் தன் பேரரசுடன் இணைத்துக் கொள்ளவில்லை. ஆனால் அக்பர் *1572* இல் அதைக் கவர்ந்து விட்டார். அதன் பிறகு ஆமதாபாது முகலாயரின் முக்கியமான மையமாயும் அக்கசாலை அமைந்த இடமாயும் திகழ்ந்தது. அதற்குச் சான்றாக, முகலாயர் அங்கு கட்டுவித்த பள்ளிவாசல்கள், கல்லறை மாளிகைகள், முதலியன நிறைந்துள்ளன.

அவற்றுள் கல்லில் பூவேலை செய்யப்பெற்ற அழகிய பலகணிகளையுடைய சிதி

சையது பள்ளிவாசல்; இந்தகட்டடக் கலைப் பாணியில் அமைந்த இராணி சிப்பிரி பள்ளி வாசல், இந்திய-சாரசீனியக் கட்டடக் கலையின் சிறந்த எடுத்துக்காட்டாக விளங்குகின்ற இராணி ரூப்மதி பள்ளிவாசல் முதலியன குறிப்பிடத்தக்கனவாம். இவை அனைத்திலும் பழமையான பள்ளி வாசல், முதலாம் அகமது ஷா (1411-1442) 1414 இல் நிறுவியதாகும். அவர் பெயரால் தான் இந்நகரம் அகமதாபாது (ஆமதாபாது) என்ற வழங்கப்பட்டது.

இந்நகரம் 1738 வரையிலும் முகலாயரிடம் இருந்தது. மராட்டியர் இதற்கு முன்னர் இந்நகரைப் பன்முறை கொள்ளையடித்து வந்தனர். அவர்கள் 1738 இல் துணிச்சல் மிகக் கொண்டு ஆமதாபாதைப் பிடித்துக் கொண்டனர். அந்நகரத்தை இரண்டாகப் பிரித்து ஒரு பகுதியை முகலாய ஆளுநரும், மறுபகுதியை மராட்டியக் கெயிக்குவாடின் பிரதிநிதியுமாகப் பகிர்ந்து கொண்டனர். இந்த இரட்டை நிர்வாக ஏற்பாடு 1753 வரை நீடித்தது. அப்போது கெயிக்குவாடும், பேஷ்வாவும் சேர்ந்து குஜராதின் பெரும் பகுதியைக் கைப்பற்றி விட்டனர். ஆமதாபாது நகரம் மராட்டியரின் ஆளுகைக் கீழ் வந்தது.

பின்னர் காம்பே நவாபான மோமின் கான் 1755 இல் ஆமதாபாதைத் தாக்கி, அப்போது டெல்லியில் ஆட்சி புரிந்து வந்த முகலாய மன்னரான இரண்டாம் ஆலம்கீரின் பெயரால் அதைக் கைப்பற்றிக் கொண்டார். மராட்டியர் அந்நகரை மீண்டும் எப்படியாவது பிடித்துவிட வேண்டுமென்று முயன்றனர். மோமின் கான் இறுதியாக 1757 இல் ஆமதாபாது நகரை மராட்டியரிடம் சரணடையச் செய்தார்.

அந்நகரம் இங்ஙனம் மராட்டியரால் இரண்டாம் முறை வெல்லப்பட்டது. அதன் வரி வருவாயைக் கெயிக்குவாடும், பேஷ்வாவும் பகிர்ந்து கொண்டனர். நிர்வாகப் பொறுப்பு பேஷ்வாவிடமிருந்தது. கெயிக்குவாடு அதன் பிறகு 20 அல்லது 25 ஆண்டுக் காலம் ஆமதாபாதைக் குறித்துப் பேஷ்வாவுடன் சச்சரவிட்டு வந்தார்.

இது வலுக்கவே கெயிக்குவாடு பிரிட்டிசாரைத் தனக்கு உதவிபுரிய வருமாறு அழைத்தார். அதன் விளைவாக ஜெனரல் கோடார்டு 1780 பிப்ரவரியில் ஆமதாபாதைக் கைப்பற்றி கெயிக்குவாடு ஃபத்தே சிங்கிடம் (1771-1789) அளித்தார். அந்நகரம் பின்னர் கெயிக்குவாடின் கையில் 1783 வரை மூன்றாண்டுக்காலம் இருந்தது. அவ்வாண்டில் கையெழுத்தான சல்வை உடன்படிக்கைப்படி முன்பிருந்த பழைய நிலை நீடிப்பதற்கு வழி செய்யப்பட்டது.

பேஷ்வா இந்நகரத்தை 1800 வரை ஆண்டார். கெயிக்குவாடு அந்த ஆண்டு ஆமதாபாதைத் தாக்கிக் கைப்பற்றி விட்டார். ஆனால் பேஷ்வா அதை மீண்டும் கைப்பற்றுவதற்கு முடியவில்லை. எனினும் இது குறித்து நடந்த பேச்சின் முடிவில், ஆமதாபாது நகரம் கெயிக்குவாடிற்கு நான்காண்டு காலம் குத்தகைக்கு விடப்பட்டது. இந்த குத்தகை ஒப்பந்தம் 1814 இல் மேலும் பத்தாண்டுக் காலத்திற்குப் புதுப்பிக்கப்பட்டது. எனினும் கெயிக்குவாடின் போட்டியை எண்ணி அஞ்சிய பேஷ்வா, 1824 வாக்கில் ஒப்பந்தத்தைப் புதுப்பிக்க மறுத்துவிட்டார். தனிப்பட்ட வேறொருவரிடம் நகரத்தைக் குத்தகைக்கு விட்டார்.

அதனால் நகரின் சீரும் சிறப்பும் குன்றவே பிரிட்டிசார் 1817 இல் பேஷ்வாவை நெருங்கிக் கெயிக்குவாடிற்கு ஆமதாபாதை நிரந்தரமாகக் கொடுக்கும்படி செய்தனர். இந்த ஏற்பாடு 1817 இல் கையெழுத்தான பூனா உடன்படிக்கையில் சொல்லத்தக்கதாயிற்று. கெயிக்குவாடு பின்னர் அதே ஆண்டு ஆமதாபாதைப் பிரிட்டிசாருக்குத் தர முன்வந்தார். அவர்களும் அதை 1817 டிசம்பரில் முறைப்படி ஏற்றனர்.

மராட்டியர் நாணயம்

மராட்டியர் ஆமதாபாதைக் கைப்பற்றியதும், முகலாயர் அச்சிட்ட மாதிரியில் தம் ரூபாய் நாணயங்களை அச்சிட்டனர். எனினும் ஆட்சி மாற்றத்தைக் குறிக்கும் வகையில், அந்த நாணயத்தில் அங்குச முத்திரையிட்டனர். (அங்குசம் யானையை அடக்கும் கூர் முனையுடைய கோல்) அவர்கள் முதலில் இரண்டாம் ஆலம்கீரின் *(1754-1759)* பெயரில் இந்நாணயத்தை வெளியிட்டனர். அப்போது வெள்ளியில் அச்சிட்ட ஒரு ரூபாய், அரை ரூபாய், செப்புக் காசுகள் மட்டுமே நமக்குத் தெரிய வந்துள்ளன. பிற்கூறப்பட்ட செப்புக் காசுகள் கிடைத்தற்கரியன.

பதினைந்தாம் நூற்றாண்டு தொடங்கித் தற்காலம் வரையிலும் மேற்கிந்தியாவின் பெருமை வாய்ந்த நகரமாகத் திகழ்ந்து வரும் ஆமதாபாது காந்தியடிகளின் வரலாற்றுடன் தொடர்புடையது. அவர் சபர்மதி ஆற்றின் கரையில் நிறுவிய சபர்மதி ஆசிரமம் இந்நகரின் அருகில் உள்ளது. அடிகளார் இந்த ஆசிரமத்தில் தான் சாத்துவீக இயக்கக் கொள்கையை உருவாக்கினார்.

1739

1. தஞ்சை அரியணையில் பிரதாப சிங்கன்: குடந்தையில் சங்கர மடம்

சையாஜியும், குப்பியின் மகனான காட்டு ராஜாவும் இழுபறியாக ஓராண்டுக் காலம் அரியணையில் ஏறவும் இறங்கவும் இருந்த பிறகு, பிரதாப சிங்கன் *1739* இல் பட்டத்திற்கு வந்தார். அவர் தன் ஆட்சிக் காலத்தில் பெரிய கொடையாளியாக விளங்கினார்.

தமிழ்நாட்டில் பல்வேறு சாதியினரை வலங்கை, இடங்கை என்று இரு பிரிவுகளாகப் பிரித்திருந்தனர். இச்சாதிக்குரிய மரபுகள், கடமைகள், உரிமைகள், நடத்தை முறைகள் இவை என்று வரம்பு கட்டப்பட்டிருந்தது. அவற்றை மீறுபவர்கள் அரசனின் கடுந்தண்டனைக்கு ஆளாக நேரிடும். வருணாசிரம தர்மம் கண்டிப்புடன் கடைப் பிடிக்கப்பட்டது. இருப்பினும் வலங்கை, இடங்கைப் பிரிவினரிடையே சென்னை, தஞ்சைத் தரணி, மற்றும் பிற பகுதிகளில் சச்சரவு ஏற்பட்டு வந்தது. (இந்திய சரித்திரக் களஞ்சியம் முதற்தொகுதியில் காண்க) பிரதாப சிங்கனின் ஆட்சிக் காலத்தில் *(1739-1763)* இத்தகைய தகராறுகள் தீர்த்து வைக்கப்பட்டன.

மேலும் இம்மன்னர் மிகுந்த சமயப் பொறையுடையவராக இருந்தார். அவர் நாகூர் தர்க்காவின் பதினோரு நிலைக் கோபுரத்தைக் கட்டித் தந்தார். பல கோயில்களுக்குக் கொடையும் வழங்கினார். இவரே திருக்குடந்தையில் சங்கரமடம் அமையவும் காரணமானார்.

ஆதி சங்கரர் *(789-820)* அத்வைதச் சித்தாந்தம் நிலைத் தோங்குவதற்காக வடகோடியில் பதிரிகாசிரமத்திலும், தெற்கில் சிருங்கேரியிலும், கிழக்குக் கோடியில் ஜகநாதத்திலும், மேற்குக் கோடியில் துவாரகையிலுமாக நான்கு மடங்களை நிறுவினார்.

அவர் தமக்கு உரிமையான காஞ்சியில் காமகோடி பீடத்தை அமைத்தார் என்று சங்கர குரு பரம்பரை கூறுகின்றது.

பிரதாப சிங்கனின் ஆட்சிக் காலத்தில் காஞ்சி காமகோடி பீடாதிபதிகள் திருச்சிக்கு அருகிலுள்ள உடையார் பாளையத்தில் வந்து தங்கியிருந்தார். இதைக் கேள்வியுற்ற தஞ்சை மன்னர் சுவாமிகளைத் தன் கோநகருக்கு வருமாறு அழைத்தார்.

காவிரிக் கரையில் தங்கவேண்டுமென்று விரும்பிய பீடாதிபதிகள் கும்பகோணத்திற்கு வந்தார். பிரதாப சிங்கன் அவருக்குக் கும்பகோணத்து டபீர் அக்கிரகாரத்தில் ஒரு மத்தைக் கட்டிக்கொடுத்தார். ''மோகினி'' என்ற இறையிலி நிலங்களை மடத்திற்கு அளித்தார். அரியணையும், வெள்ளி தங்கத்திலான பாத்திரங்களும், அணிகலன்களும், குதிரை, யானை முதலியனவும் அளித்தார்.

பிரதாப சிங்கன் காலத்திலிருந்தே மடத்தில் சந்திர மௌலீசுவரர் பூசைக்கு மராட்டிய மன்னர்கள் பெருந்தொகை கொடுத்து வந்துள்ளனர். கி.பி. 1768 முதல் 1798 வரை பல்வேறு காலங்களில் மராட்டிய மன்னர்கள் அவ்வப்போது மடத்தில் நடக்கும் பூசைகளுக்கு என்று பெருந்தொகை தந்து வந்துள்ளனர்.

1739

பிற செய்திகள்

மராட்டியர் தஞ்சையை ஆண்ட நாயக்கர் குடியை மறையச் செய்து ஆட்சிப் பொறுப்பேற்ற போதிலும், அந்நாயக்க மன்னர்களைத் தொடர்ந்து தெலுங்கு மொழியை ஆதரித்தனர். மராட்டிய மன்னர்கள் தெலுங்கு மொழியிலும், சம்ஸ்கிருதத்திலும் பெரும் புலவராயிருந்தனர். எனினும் இவர்களின் ஆட்சியில், மிகச்சிறந்த இலக்கியம் எதுவும் தமிழிலோ, தெலுங்கிலோ, சம்ஸ்கிருதத்திலோ எழவில்லை.

இந்திய நாடு முழுமையிலும் இலக்கியச் செழுமை குன்றிவிடவே ஆங்காங்கு ஆண்ட குறுநில மன்னர்கள் சிற்றின்பஞ்சொட்டும் எழுத்துகளையே பெரிதும் ஆதரித்தனர் என்பது தென்னிந்தியாவைப் பொருத்த வரையில் குறிப்பிடத்தக்கதாகும்.

இக்காலத்தில் வாழ்ந்த முத்துபவனி என்ற பெண் புலவர் நான்கு காண்டங்களைக் கொண்ட ராதிகா சாந்தவனமு என்ற தெலுங்கு நூலில் சிற்றின்பச் சுவையைப் புகுத்தி, அதை இழிபொருள் (*Pornography*) இலக்கியமாக்கினார், இப்பெண்பாற் புலவர் ஆண்டாளின் திருப்பாவையைத் தெலுங்கில் மொழி பெயர்த்தார் என்பர். இச்சிறுதரப் புலவர்கள் சிலருக்குத் தூண்டு கோலாயிருந்தனர். இது குறித்து டாக்டர் சி.ஆர்.சர்மா ஆங்கிலத்தில் தெலுங்கு இலக்கியம் பற்றி எழுதியுள்ள நூலில் இவ்வாறு சுட்டுகின்றார்.

''இக்கால நூல்களில் காம உணர்வு மிகுந்து காணப்படும் நூல்களை இயற்றிய பெண்பாற் புலவர்கள் தோன்றினர். அவர்களுள் சிலர் விலை மாதர்.''

2. பாரசீகத்திலிருந்து வந்த சூறாவளி: நாதிர் ஷா படையெடுப்பு

உலகின் தொன்மைச் சிறப்பு வாய்ந்த நாடாகிய பாரசீகம்-இன்று ஈரான்-பதின்மூன்றாம் நூற்றாண்டில் மங்கோலியரிடம் அடிமைப்பட்டுப் பின்னர் தைமூர் வசமாகி, அவருடைய வழி வந்தவர்களில் 1405 முதல் 1499 வரை ஆளப்பட்டது. நாட்டு ஈரானிய மக்களின் ஆட்சிக்குத் தலைமை ஏற்ற சஃபாவிது குடி 1499 இல் ஆட்சிக்கு வந்தது. அக்குடியின் மா ஷா என்ற மன்னரின் ஆட்சிக் காலத்தில் (1587-1629) பாரசீகம் உச்ச நிலை எய்திற்று. அவர் இறந்ததும் ஈரான் தாழ்ச்சியுறத் தொடங்கியது. சிறப்பு வாய்ந்த

இக்குடியின் ஆறு வயதான ஷா மூன்றாம் அப்பாஸ் இறக்கவே, அம்மரபின் ஆட்சி முற்றுப் பெற்று விட்டது.

உடனே துருக்கரான நாதிர் குலியின் கைக்கு ஆட்சிப்பொறுப்புச் சென்று விட்டது. அவர் பத்தாண்டுக்காலம் பாரசீகத்தின் ஆட்சியைக் கையில் வைத்திருந்து விட்டுத் தனது 48 ஆவது வயதில் 1736 ஆம் ஆண்டு நாதிர் ஷா (1688-1747) என்ற பெயரில் ஈரானின் அரியணையில் ஏறிவிட்டார்.

இவர் தந்தை ஓர் இடையர்; தோல் பதனிடுபவர்; குடியானவர் அல்லது ஒட்டகம் ஓட்டி என்று பல விதமாக வரலாற்றாசிரியர் கூறுவர். இவர் ஒரு துருக்கர். குடிப்பெயர் நாதிர் குலி பேக். இவர் குழந்தையாயிருந்தபோது உசுபெக்குப் படைவீரர் கடத்திச்சென்றனர். அங்கிருந்து ஈரானுக்கு எடுத்துச் செல்லப்பட்டார். அவர் அங்கு வளர்ந்து ஆளானதும் பல்வேறு படைகளுக்குத் தலைவரானார்; அவர் மதிக்கூர்மை மிக்கவராக இருந்ததோடு, மிகக் கொடியவராயும் இருந்தார்.

அவர் ஈரான்மீது படையெடுத்து வந்த இரஷியர்களையும் தன் சொந்த நாட்டவரையும் கொடுமையான பல போர்களில் வென்ற பின்னரே ஈரானின் ஷா ஆனார். இவர் துருக்கரையும் வென்றார். அதன் பிறகு நாதிர் ஷாவின் பார்வை கிழக்கு நோக்கித் திரும்பியது. அவர் தன் படையுடன் ஆப்கானிஸ்தானத்தினுள் நுழைந்தார். முன்னேறி வந்த அவர் போர் முரசின் ஓசை கேட்டு ஹெராட்டு, பால்கு. கண்டகார் ஆகிய நகரங்கள் அதிர்ந்து, தளர்ந்து வீழ்ந்தன.

பின்னர் இந்தப் பாரசீகப் படை கைபர் கணவாயைக் கடந்து இந்தியக் கோயில்களில் குவிந்திருந்த பொன்னையும், மணியையும், சமவெளியில் வாழ்ந்திருந்த பொன்னிற மேனியரான பொற்கொடியினரையும், அலெக்சாந்தர் கண்டெடுத்த பொற்குவையையும் தைமூர் அள்ளிச் சென்ற தங்கப் புதையலையும் நாடி ஏறு முன்னேறு என்று பாய்ந்து வந்தது.

அவர் இங்ஙனம் 1739 ஆம் ஆண்டு ஏப்ரல் கடைசியில் கொண்டு வந்த படை எதிர்ப்பாரின்றிக் கிடந்த கசினி, காபூல், லாகூர் ஆகியவற்றைத் தாண்டிக்கொண்டு கர்னால் வந்ததும் அங்கு நின்ற முகலாயப் பேரரசின் படையினரோடு பொருதியது. கர்னால் பெயர் பெற்ற பானிப்பட்டின் வயல்வெளிகளுக்கு மிக அருகில் உள்ளது. அங்கு இரண்டு மணி

நாதிர் ஷா

நேரச் சண்டைக்குப் பிறகு பேரரசுப் படை தோற்றது. களத்தில் சுமார் 20,000 பேர் கொல்லப்பட்டனர்.

படையெடுத்த காரணம்

நாதிர் ஷா இந்தியா மீது படையெடுத்ததற்குப் பல்வேறு காரணங்கள் கூறப்படுகின்றன. முகலாயப் பேரரசரான முகமது ஷாவிற்கு (1719-1748) நாதிர் ஷா பாரசீக மன்னரானது பிடிக்கவில்லை. அவர் அதனால் தன் தூதுவரைப் பாரசீக அரசவையிலிருந்து திருப்பியழைத்ததுடன், அந்நாட்டுடன் இருந்து வந்த உறவுகளையும் துண்டித்துக் கொண்டார்.

இரண்டாவதாக நாதிர் ஷா ஆப்கானித்தானத்தின் மீது படையெடுத்தபோது, ஆப்கானியப் பிரபுக்கள் முகலாயர் பகுதிகளில் புகலடைந்தனர். அவர்களுக்கு அளிக்கப் படும் முகலாயப் பாதுகாப்பை நீக்கிவிடுவதாக முகமது ஷா வாக்களித்தபோதும், ஆப்கானிய ஏதிலியருக்குத் தொடர்ந்து காப்பளித்து வந்தார்.

நாதிர் ஷா அவ்விவகாரங்களைத் தீர்ப்பதற்காக மூன்று முறை தன் தூதுவரை முகலாய அரசவைக்கு அனுப்பினார். ஆனால் முகலாய மன்னர் உகந்த முறையில் நடந்து கொள்ளவில்லை. இது நாதிர் ஷா படையெடுப்பிற்கு மூன்றாவது காரணம்.

அவரின் தூதுவர் மூன்றாம் முறை டெல்லி வந்தபோது, அவர் டெல்லியில் ஓராண்டுக்கும் அதிகமான காலம் நிறுத்தி வைக்கப்பட்டு விட்டார். அப்படிக் காத்திருந்த பின்னர், அவருக்குச் சரியான மறுமொழி கூறப்படவில்லை.

இவற்றாலெல்லாம் நாதிர் ஷா சினங்கொண்டு டெல்லி மீது படை எடுத்தார்.

கர்னால் சண்டையில் தோல்வியுற்றதும் மன்னர் முகமது ஷா படைவீட்டிற்கு வந்து நாதிர் ஷாவைக் கண்டார். பின்னர் இரண்டு மன்னர்களும் சேர்ந்து டெல்லிக்குள் நுழைந்தனர். நகரில் ஒழுங்கும் அமைதியும் ஏற்பட்டன. ஆனால் நாதிர் ஷா செத்துப் போனதாக ஒரு வதந்தி பரவவே, டெல்லியில் பெரிய கிளர்ச்சி ஏற்பட்டது. அக்கிளர்ச்சியின் போது படையெடுத்து வந்த பாரசீகர் பலர் கொல்லப்பட்டனர்.

நாதிர் ஷா இதற்குப் பயங்கரமாகப் பழிவாங்கினார். அவர் நகரின் முக்கிய வீதியில் அமைந்துள்ள ரோஷனுத்தௌலா பள்ளிவாசலில் அமர்ந்து கொண்டு கட்டளை பிறப்பிக்க அவர் கண் முன்னாலேயே ஒன்பது மணி நேரம் பல்லாயிரக்கணக்கான மக்கள் கொன்று குவிக்கப்பட்டனர். முகலாய மன்னர் இறைஞ்சிக் கேட்ட பின்னர்தான் படுகொலைகளை நிறுத்துமாறு நாதிர் ஷா கட்டளையிட்டார்.

''...இப்படுகொலையில் பேரரசரும், அவருடைய தலைமை அமைச்சரான வசீரும் அடங்கி இருந்தனர்; ஆனால் அரசாட்சியின் இரண்டாவது உயரதிகாரியான இராணுவத் தலைவர் கானிதௌரான், மாகாணக் கவர்னர்களில் பேராற்றல் வாய்ந்த சாதத் கான் புர்ஹான்-உல்-முல்க், பேரரசரின் தனி அன்பிற்குரிய முசபர்க் கான், மன்னர்களுடன் தொடர்பு கொண்டிருந்த இளநிலை அலுவலர்களில் பலர், நாதிர் ஷாவின் தாக்குதலில் அழிந்து போயினர்.'' என்று ஜாதுநாத சர்க்கார் தனது நூலில் கூறுகின்றார்.

போர்ப் படையினர் பத்தாயிரத்திலிருந்து பன்னிரண்டாயிரம் பேர் வரை கர்னால் போர்க்களத்தில் மாண்டனர். டெல்லி நகரினுள் 20,000 பேர் வெட்டிக் கொள்ளப்பட்டனர். தானேசுவரம், பானிப்பட்டு, சோனிப்பட்டு போன்ற சிறு நகரங்களும் அழிக்கப்பட்டன. அங்கிருந்த மக்கள் கொல்லப்பட்டனர்.

பேரரசரின் கருவூலங்களும், பிரபுக்களின் மாளிகைளும் கொள்ளையடிக்கப்பட்டன. டெல்லியை வெற்றி கொண்ட நாதிர் ஷாவிற்குத் திறையாக நகைகள், துணிமணிகள், இருக்கைகள் என்று 50 கோடி ரூபாய் மதிப்புள்ள பொருள்களுடன் 15 கோடி ரூபாயும் தரப்பட்டது. அவற்றுள் கோகினூர் வைரமும். மயிலாசனமும் அடங்கும்.

''அரச குடும்பத்தினரும், பெருமை மிக்க பிரபுக்களும், இதைவிட மேலும் மட்டமாகத் தலையிறக்கம் கொள்ளுமாறு செய்யப்பட்டனர். கோரசானைச் சேர்ந்த தோல் வேலைக்காரர் மகனான நாதிர் ஷா, தன் மகனுக்குப் பாதுஷா குடும்பத்தைச் சேர்ந்த ஓர் இளவரசியை மனைவி ஆக்கினார், அண்மையில் போர்க்களத்தில் கொல்லப்பட்ட முசபர் கானின் அழகிய மனைவியையும், கன்னி கழியாத பல பெண்களையும் தன் படுக்கையறைக்கு இழுத்துச் சென்றார்'', என்று சர். ஜாதுநாத சர்க்கார் விவரிக்கின்றார்.

நாதிர் ஷாவின் படையெடுப்பு இந்திய அரசியலிலும் வரலாற்றிலும் ஆழ்ந்த விளைவுகளை உண்டாக்கியது. நாதிர்ஷாவிடம் முகலாயரைக் காட்டிக் கொடுத்தவருள் நிசாம்-உல்-முல்கும் ஒருவர் என்பது வரலாற்று உண்மை.

சீக்கியர் எழுச்சி

சீக்கியர் பஞ்சாபில் ஏற்கெனவே சிறுகச் சிறுகத் தம் அதிகாரத்தைப் பெருக்கி வந்தனர். அவர்கள் பஞ்சாபின் வடகிழக்குப் பகுதி முழுமையிலும் பரவியிருந்தனர். அவர்கள் டெல்லியில் நடந்த குழப்பத்தைப் பயன்படுத்திக் கொண்டு தமக்கு ஏற்றந் தேடலாயினர்.

1739

நாதிர் ஷாவின் படை வீரர்கள் டெல்லியில் கொள்ளையடித்த பொன்னையும் பொருளையும் ஏற்றிக்கொண்டு பாஞ்சாலத்தின் வழியே நாடு திரும்பிக் கொண்டிருந்தனர். அவர்கள் மே மாதத்துக் கோடையின் வெம்மை தாங்காது மெதுவாக நடந்து சென்றனர். சீக்கியர் இந்நேரம் பார்த்து அவர்கள் மீது பாய்ந்து ஏராளமான செல்வங்களைப் பறித்தனர். பாரசீகர் கைதிகளாகப் பிடித்துச் சென்ற இந்தியர் அனைவரையும் சீக்கியர் விடுவித்தனர்.

நாதிர் ஷாவின் படையினர் செனாபு ஆற்றைக் கடக்கு முன்னர், சீக்கியர் தாக்கத் தொடங்கி விட்டனர். நாதிர் ஷா இந்திய மண்ணை விட்டு நீங்கும் வரையில் இரண்டு அல்லது மூன்று நாள் விட்டு இரவெல்லாம் சீக்கியர் தாக்கினர்.

சீக்கியரின் தொல்லை பொறுக்க மாட்டாத நாதிர் ஷா கூக்குரலிட்டுக் கேட்டார், ''என்னைத் தொல்லைப்படுத்தும் இந்த நீண்டமுடிக் காட்டுமிராண்டிகள் எங்கிருந்து வருகின்றனர்?''

''அவர்கள் தம் குருவின் குளத்திற்கு ஆண்டில் இரு முறை வரும் பக்கிரிகள்; அங்கு குளித்து முடிந்ததும் மறைந்து விடுவார்கள்'' என்று இந்தியரிடமிருந்து மறு மொழி கிடைத்தது.

''அவர்கள் எங்கே வாழ்கின்றனர்.''

''குதிரைகளின் சேணங்கள் மீது.''

''அப்படியானால் நீங்கள் கவனமாக இருக்க வேண்டும். ஏனெனில் அவர்கள் உங்கள் நாட்டைப் பிடித்துக் கொள்வார்கள் என்று நாதிர் ஷா இந்தியரை எச்சரித்தார். நாதிர் ஷா கூற்றுப் பலித்துவிட்டது. அவரது படையெடுப்பினால் உண்டான சூழ்நிலையைச் சீக்கியர் சாதகமாகக் கொண்டு இந்துத்தானத்தில் எழுச்சி கண்டனர்.

3. பிரஞ்சுக்காரர் காரைக்காலைத் தாக்குவதற்குச் சந்தா சாகிபு உதவி

காரை என்பது ஒரு வகை முள்செடி. கால் என்பது வாய்க்கால். அதாவது காரைச் செடிகள் வளர்ந்த கரைகளைக் கொண்ட கால்வாய் என்பதே விளக்கம். காரைக்காலைப் பற்றி இந்திய சரித்திரக் களஞ்சியம் முதற்தொகுதியில் கூறியிருந்தோம்.

பிரஞ்சுக்காரரும் ஆர்க்காட்டுச் சந்தா சாகிபும் நெருங்கிய நண்பர்களாயிருந்தனர். தென்னாட்டு அரசியல் சொக்கட்டானில் சந்தா சாகிபு ஒரு காயாக வைத்துப் பிரஞ்சுக்காரரால் ஆடப்பட்டார். எனவே பிரஞ்சுக்காரர் காரைக்காலைத் தாக்கிப் பிடித்துத் தம் வசமாக்கிக் கொள்வதற்காகச் சந்தா சாகிபு 1739 பிப்ரவரி 6 அன்று பிரான்ஸ்வா பெரேரா தலைமையில் 4000 பேரடங்கிய ஒரு குதிரைப்படையை அனுப்பி வைத்தார்.

காரைக்காலும் அதையொட்டிய பகுதிகளும் பிப்ரவரி 14 அன்று பிரஞ்சுக்காரர் வசமாயின.

4. ஜெங்கின்ஸ் காதுச் சண்டை

பிரிட்டனின் முதல் பிரதமர் சர். இராபட் வால்போல் (1676-1745; பிரதமராயிருந்த காலம் 1721-1742) கடைப்பிடித்த பொருளியல், நிதியியல் கொள்கையின் பயனாக வணிகர் செழித்தனர்; ஆங்கில வாணிபம் பெருகியது.

அவரது ஆட்சிக் காலத்தில் இலண்டன் துறை முகத்திற்கு ஏராளமான எண்ணிக்கையிலும், பல அளவுகளிலும் அமைந்த கப்பல்கள் வரவும் போகவும் இருந்தன. அவர் பிரதமரான ஏழாண்டுகளுக்குப் பிறகு 1728 ஆம் ஆண்டு அயல் வாணிபத்தில் ஈடுபட்டிருந்த 2,052 கப்பல்கள் தேம்ஸ் ஆற்றின் வழியே இலண்டனுக்கு வந்தன. அவற்றுள் 213 கப்பல்களைத் தவிர ஏனைய அனைத்தும் பிரிட்டிஷ் கப்பல்களாகும்.

மேலும் ஆயிரத்து எண்ணூற்றி முப்பத்தேழுக்கும் குறையாத கரையோர நடமாட்டக் கப்பல்களும் வந்தன. அவற்றுள் பெரும்பாலானவை பிரிட்டனின் வடக்கேயிருந்து வந்த நிலக்கரிக் கப்பல்கள் ஆகும். இலண்டன் துறைமுகத்திற்குச் சொந்தமானவை என்று 1417 கப்பல்கள் 1732 ஆம் ஆண்டு இருந்தன. உலக முழுமையுமே பிரிட்டிஷ் கப்பல்களுக்கு வழி திறந்துவிட்டது.

பிரிட்டனின் கலங்கள் கண்ட புதிய கடல்வழித் தடங்கள், கலஞ் செலுத்தும் புதிய கருவிகளைக் கொண்டு கடல் பரப்பு விவரப்படங்களாக (Charts) வரையப் பெற்றன. தொழிற்புரட்சியை முடுக்கிவிட்ட நெசவு, நூற்பு இயந்திரங்கள் உருவாயின.

ஆதலால் இச்செழிப்பு நீடித்து நிலவ வேண்டும் என்பதற்காகப் பிரிட்டன் போரில் ஈடுபடாதிருக்க என்னென்ன செய்ய வேண்டுமோ அவையனைத்தையும் வால்போல் செய்தார். ஆனால் அவரது எண்ணம் ஈடேறவில்லை. ஸ்பானியக் கப்பல் அலுவலர் ஒருவர் தன் காதுகளை எட்டாண்டுகளுக்கு முன்னர் (1731) அறுத்து விட்டார் என்று ஜங்கின்ஸ் என்ற ஆங்கிலக் கப்பல் தலைவர் ஒருவர் சரியாகவோ, தவறாகவோ குற்றஞ்சாட்டி விட்டார். அதன் விளைவாக அயல் வாணிப உரிமைகளையும் கள்ளக் கடத்தலையும் குறித்து ஸ்பெயினுடன் ஏற்பட்ட தாவாக்களை அடுத்து, அந்நாட்டுடன் இந்த 1739 ஆம் ஆண்டு போர் செய்ய வேண்டிய கட்டாயத்தைப் பிரிட்டிஷ் மக்கள் உண்டாக்கி விட்டனர்.

ஜெங்கின்ஸ் காதுச் சண்டை என்ற இந்த மோதல் தான் ஆஸ்திரிய வாரிசுரிமைப் போராக உருவெடுத்தது. அந்தப் போர் 1740 இல் தொடங்கி 1748 இல் தான் முடிவடைந்தது.

உலகம் இது வரை கண்டிராத ஓர் ஏகாதிபத்தியம், பிரிட்டிஷ் ஏகாதிபத்தியம் என்ற பேரரசு, எங்ஙனம் பரிணாம வளர்ச்சி பெறுகின்றது என்பதை இது போன்ற நிகழ்ச்சிகள் துலக்கும்.

5. பம்பாயில் ஐரோப்பியப் பெண்கள்

கிழக்கிந்தியக் கம்பெனி ஊழியர்களுக்கு வெள்ளைக்காரிகளும், இங்கிலாந்துத் திருச்சபையைச் சேர்ந்த கிறித்தவப் பெண்களும் கிடைக்காமற் போனமையால் அவர்கள் உள்ளூரில் வாழ்ந்த "போர்த்துக்கீச" ரோமன் கத்தோலிக்கப் பெண்களை மணக்க நேரிட்டது. அப்பெண்களில் பலர் பெரிதும் அல்லது முற்றிலும் இந்திய இரத்தக் கலப்புள்ளவர்களாக இருந்தனர்.

பம்பாய் நகரத்தைத் தோற்றுவித்தவர் என்ற சிறப்பிக்கப்படும் ஆங்கிலேயர் இந்நிலையை மாற்றுவதற்கு முயன்றார். பம்பாய்க்கு வந்து குடியேறியுள்ள ஆங்கிலேயர்களை மணந்து கொள்வதற்கு விருப்பம் தெரிவிக்கும் "இல்லாத வீட்டு ஆங்கிலப் பெண்களுக்குக்" கம்பெனி இந்தியா செல்ல வழிச் செலவுக்குப் பணம் தரும் என்று அவர் இங்கிலாந்தில் அறிவித்துப் புதிய சோதனையை மேற்கொள்ள முயன்றார். ஆனால் அது வெற்றி பெறவில்லை.

ஏனெனில் இங்கு வாழ்க்கை நிலை உறுதியற்று இருந்தது. இங்கு பிறக்கின்ற குழந்தைகளில் இருபதில் ஒன்று பிழைப்பதே அரிதாயிருந்தது. பம்பாயில் 1718 ஆம் ஆண்டு திறக்கப்பட்ட புனித தாமஸ் சர்ச்சில் (இ.ச.க தொகுதி-2 காண்க) பதினெட்டாம் நூற்றாண்டில் எப்பொழுதோ ஒருமுறை அல்லது பல மாதங்களுக்கப்பால் பெரிய இடைவெளியில்தான் திருமணங்கள் நடந்து வந்தன. அவ்வாறு நடந்த திருமணங்களும் ஒரு பிரிட்டிஷ்காரர், போர்த்துக்கீசப் பெயருள்ள பெண்ணை மணந்து கொண்டதாகவே இருந்தன.

பம்பாய்த் தீவு முழுமையிலும் மணமாகாத ஆங்கிலப் பெண்களின் எண்ணிக்கை எட்டாகவும், மணமானவர்களின் எண்ணிக்கை இருபதாகவும், கைம் பெண்கள் நான்கு அல்லது எட்டுப் பேராகவும், விரல்விட்டு எண்ணக் கூடிய குழந்தைகளும் 1739 ஆம் ஆண்டு இருந்தனர் என்பதை அறிகின்றோம்.

கிழக்கிந்தியக் கம்பெனி தகுந்த ஆங்கிலப் பெண்களைப் பம்பாய் செல்லுமாறு ஊக்குவிக்க அப்போதைக்கப்போது பெரும்பாடு பட்டாலும், இந்நிலைமை தான் இருந்தது. சான்றாகக் கம்பெனி 1730 ஆண்டுகளில் ஜான் கிளிண்டின் என்பவரின் சகோதரிக்கும், வேறு சில பெண்களுக்கும் வழிச் செலவிற்குப் பணம் கொடுத்தது. இது அக்காலத்தில் பெரிய தொகை ஆகும்.

6. தஞ்சைத் தரணியில் மீண்டும் பஞ்சம்

தென் பாரதத்தின் மன்னர்களுக்கிடையிலும், ஆளுங் குடும்பத்தினரிடையிலும், ஆர்க்காட்டு நவாபின் படையெடுப்புகளாலும் கடந்த பத்து ஆண்டுகளாக நாட்டில் அமைதி குன்றியது. மக்கள் கொள்ளையடிக்கப்பட்டனர்; பயிர் பச்சைகள் அழிக்கப் பட்டன.

தஞ்சைத் தரணியில் 1729 ஆம் ஆண்டு உண்டான கொடிய வற்கடம் பற்றி இந்திய சரித்திரக் களஞ்சியம், மூன்றாம் தொகுதியில் உயிர்த்துடிப்புடன் விவரிக்கப்பட்டிருந்தது.

இப்போது பத்தாண்டுகளுக்குப் பிறகு மீண்டும் அதே தஞ்சையில் வற்கடம்-பஞ்சம் வந்து மக்களை வருத்தக் காண்கின்றோம்.

நாட்டில் நடந்த நீண்ட உள்நாட்டுப் போர்களினால் கடும் வறட்சி ஏற்பட்டது. கொள்ளை நோய்கள் பரவின. மக்கள் பட்ட அல்லல் சொல்லுந்தரமன்று. மக்களைப் பற்றிக் கவலை கொள்ளுவதற்கு நேரமின்றி, ஆளவந்தார் ஒருவரையொருவர் அழித்துவிட்டுத் தாம் மட்டும் பதவியில் அமர்ந்து விடவேண்டும் என்று, அவர்கள் மக்களுக்குச் செய்த கொடுமைகளுக்கு அளவேயில்லை. அக்கொலை பாதகர்கள் கூலிக்கு அமர்த்திக் கொண்ட படையினர் ஊர்களுக்குத் தீ வைத்தனர்; கன்று காலிகளைக் கவர்ந்து சென்றனர். முற்றிய பயிர்களை வயல்களிலேயே அறுத்துச் சென்றனர். ஊர்களை அழிப்பதும், கோயில்களை நாசமாக்குவதும் அன்றாட நிகழ்ச்சிகளாயின.

வரலாற்றுப் பேராசிரியர் டாக்டர். கே.இராசய்யன் தமது ''மதுரை வரலாறு'' என்ற ஆங்கில நூலில் இச்செய்திகளைக் கூறுகின்றார், ஏசு சபைச் சாமியாரான வீரமா முனிவரின் ஆண்டுக் கடிதத்தில் ஒரு பகுதியையும் பேராசிரியர் எடுத்துக் காட்டுகின்றார்.

1779

''இப்போர்க் குழப்பங்கள், ஆயுதச் சண்டைகள், படை வீரர்களின் மட்டு மீறிய செயல்கள், பகை கொண்டவர்களுக்கு இடையில் நிலவிய வெறுப்பு, கொள்ளையரின் அட்டூழியம், பெண்டிரும், சிறுமியரும் அஞ்சி நடுக்குற்று எழுப்பிய ஓலம், உணவுப் பற்றாக்குறை, போரினால் தோன்றிய நோய்கள், மேலும் பல தீமைகள், ஆகிய இவற்றின் நடுவே மூச்சுவிட்டு வாழ்வதற்கே போதிய நேரம் இல்லாத போது, மதப் பிரசாரத்தை பற்றி எவரால் தான் நினைத்துப் பார்க்க முடியும்'' என்று வீரமா முனிவர் எழுதியிருக்கின்றார்.

இக் கொடுமைக்கு ஆளான மக்களில் பலர் செத்து மடிந்தனர். உயிர் பிழைத்த பலர் அண்டை நாடுகளுக்குக் குடி பெயர்ந்தனர்.

இப்படிப்பட்ட சூழ்நிலையில் நெற்களஞ்சியமான தஞ்சைத் தரணியில் ஒரு சிற்றூரில் வாழ்ந்த முந்நூறு பேரில் 120 பேர் பட்டினியில் செத்தனர் என்றால், அது புதுமையாகத் தோன்றவில்லையென்று பேராசிரியர் இராசய்யன் இக்கொடுமைகளைக் கோடிட்டுக் காட்டுகின்றார்.

7. காசி-பிராமணர் குடி அரியணையில் ஏறுதல்

காசி மகாராஜா சிவபெருமானின் நேரடி வழி வந்தவர் என்று கருதப்படுகின்றார். வாரணம், ஆசி என்ற இரண்டு ஆறுகளுக்கிடையே அமைந்துள்ள வாரணாசி என்ற காசி இந்துக்களுக்கு மிகவும் புனிதமான ஒளி நகரம் ஆகும்.

முகலாயப் பேரரசு பதினெட்டாம் நூற்றாண்டில் சிதறத் தொடங்கிய பிறகு காசி ராஜாக்கள் என்று அழைக்கப்பட்ட பழைய அரச குடியினர் மீண்டும் வாரணாசி அரியணையில் ஏறலாயினர். வாரணாசி ஐநூற்றாண்டுகளுக்கும் அதிகமான காலத்திற்குப் பிறகு இப்போதுதான் இந்து மன்னர்களின் ஆட்சிக்கு வருகின்றது.

பதினெட்டாம் நூற்றாண்டின் தொடக்கத்தில் மன்சாராமும் அவரையடுத்துப் பல்வந்த சிங்கும் ஆட்சி புரிந்தனர். அவர்கள் பூமிகார் அல்லது ''போர் வீரப்'' பிராமணக் குடியினர் ஆவர். கௌதம பூமிகார் பிராமணர் என்ற இக்குடியினர் முதலில் ஔது மன்னரிடம் வரி வருவாயைத் தண்டும் குத்தகை பெற்றிருந்தனர். அதன் பின் வாரணாசியின் மன்னராயினர்.

காசி மன்னரின் இராம நகர் என்ற அரண்மனை பதினேழாம் நூற்றாண்டில் கட்டப் பெற்றது. அந்தக் கோட்டை அரண்மனை வெளிரிய தந்த நிறத்தையுடையது. கங்கைக் கரையில் அமைந்துள்ளது. இன்று (1991) இடிந்த நிலையில் காணப்படுகின்றது.

காசி மன்னர் புலால் உண்பதில்லை. காசி மன்னர்கள் விசுவநாதரின் மண்ணுலகப் பிரதிநிதிகள் என்று மதிக்கப்படுகின்றனர். அவர்கள் இறந்த பின்னர் மணிகர்ணிக கட்டடத்தில் எரியூட்டப்படுவர்

இப்போது (1991) காசி மன்னராக இருப்பவரின் பெயர் விபூதி நாராயண சிங்கு; நன்கு தடித்த உடல், அடர்ந்த மீசை, அவர் உலகில் எங்கு சென்றாலும் கங்கை நீரைத் தன்னுடன் கொண்டு செல்கின்றார். அவர் சம்ஸ்கிருதப் புலமையுடையவர்.

எலிசபெத்து அரசியார் 1961 இல் காசிக்கு வந்த போது யானை மீதேறி ஊர்வலம் சென்றார். அந்த யானையை நன்கு அலங்கரித்து, அதன் தலையில் மகுடம் வைத் திருந்தனர். எலிசபெத்து அரசியார் அதைப் பார்த்து விட்டு ''உலகில் அரசரும், அரசியரும் மட்டுமே மகுடம் தரிக்கின்றனர் என்று நான் தவறாக இதுவரை நினைத்திருந்தேன்'' என்றார். இன்றைய காசி மன்னர் மிகவும் வைதிகமானவர். காலையில், பசுவின் முகத்தில் தான் முதலில் கண் விழிப்பார். அவர் டெல்லியில் ஒருமுறை பிரிட்டிஷ் வைசிராய் மௌண்ட்பேட்டனின் மாளிகையில் தங்கியிருந்தபோது, மன்னர் ஒவ்வொரு நாளும் கண் விழித்ததும் காணும் வகையில் அவர் தங்கி இருந்த அறையின் சன்னலுக்கு மேலே ஒரு பசுவைத் தூக்கிக் காண்பித்து வந்தனர்.

1739

இக்குடியினர் பதினெட்டாம் நூற்றாண்டில் காசியின் அரியணை ஏறிய போது, அவர்களுக்கு ஆதரவாகவும் உறுதுணையாகவும் 1,00,000 பூமிகார் பிராமணர் நின்றனர். அவர்கள் காசி மன்னருக்கு பக்க பலமாக இருந்து அவர்களின் ஆட்சி நீடிக்கப் பெரிதும் ஆதரவாக இருந்தனர்.

வாரணாசி, கோரக்பூர், அசம்கடு மாவட்டங்களில் பூமிகார் பிராமண வகுப்பினர் காசி மன்னர் குடிக்குப் பக்க பலமாய் நின்றனர். இப்பகுதியில் பெயரளவிற்கு மேலாண்மை செலுத்தி வந்த ஔது நவாபுகள் 1750 ஆம் ஆண்டுகளிலும், 1760 ஆம் ஆண்டுகளிலும் காசி மன்னர் குடியைத் தாக்கிய போது, இப்பிராமணர் குடியின் பலம் காசிக்குப் பெருந்துணையாக இருந்தது. அதனால்தான் காசி மன்னன் பூமிகார் பிராமணப் படைகளைக் கொண்டு ஔது நவாபின் படை நிலைகளைத் தாக்கிப் பின் வாங்குமாறு செய்தார்.

கிழக்கிலும் மறக்குணம் வாய்ந்த பூமிகார் பிராமணர் இரண்டு இலட்சம் பேர் இருந்தனர். பிகாரில் நிலவிய ஹத்துவா, பேட்டியா என்ற இரு சிற்றரச மரபுகள் கிட்டத்தட்ட தன்னாட்சி உரிமையுடன் ஆள்வதற்குப் பூமிகார் பிராமணர் உதவி புரிந்தனர். முஸ்லிம் மைய அரசு அவர்களை நசுக்கவோ. இடம் பெயர்ந்து வந்து தன் படைகளைச் சேர்ந்த இந்து வீரர்களைக் கொண்டு அடக்கவோ எடுத்துக் கொண்ட முயற்சி களைனைத்தும் வீணாயின.

பூமிகார் பிராமணர் வாழ்ந்த இடங்களுக்கு வடக்கிலும், தெற்கிலுமிருந்து இரசபுதனத்துத் தலைவர்களும் இதே வழிகளில் வலிமை பெறலாயினர். இங்ஙனம் இந்நூற்றாண்டின் இக்கால கட்டத்தில் வட பாரதமாகிய இந்துத்தானத்தில் முஸ்லிம் மன்னர்களின் பிடி தளர்ந்து, பல்வேறு இந்து அரசுகள் எழலாயின. இவ்வாறு அமைந்த ராஜ் என்ற இந்து முடியரசுகள் பற்றி இந்தி மொழியில் பல பாடல்கள் உள. அவற்றில் இம்மன்னர்கள் ஆற்றிய பணிகள் பற்றிக் கூறப்பட்டுள்ளது.

அவர்கள் அண்டை அயலிலுள்ள நாடுகளை வெற்றி கொண்டு தன் ஆள்களுக்கு அப்போது அடிக்கும் கொள்ளையில் பங்கு தர வேண்டும்; நிலங்களை அளிக்க வேண்டும். மன்னர் பிராமணர்க்கும் மகான்களுக்கும் கொடை கொடுத்தால் அவர் சிறப்பு ஓங்கும், பிராமணர்களும், மகான்களும் அங்காடி மையங்களில் சைவ, வைணவக் கோயில்களை நிறுவித் தமது புனிதக் கடமை ஆற்றியும், அங்கு வாணிப வளத்தைப் பெருக்கியும் வந்தனர்.

கிழக்கு இந்தியாவில் இவ்வாறு ஔதுக்கும், வங்கத்திற்கும் இடையிலுள்ள பகுதியில் இந்து அரசுகள் மெதுவாக நடந்த பல சண்டைகளுக்குப் பிறகு வலுப்பெற்று எழலாயின. அவர்கள் முகலாயப் பேரரசர்களின் கீழ் இயங்கிய பெரிய நிலப்பிரபுக்கள் அல்லது ஏஜண்டுகள் அல்லது ஔது நவாபு ஆகியோருக்கு எதிராக மெல்ல மெல்லப் போர் செய்து கால் கொண்டனர்.

எனினும் சமவெளியையடுத்து மேற்கில் சீக்கியர், ஜாட்டுகள், மராட்டியர் முதலானோர் திடீரென்று ஏற்பட்ட சமூக மாறுதல் காரணமாகத் தமக்கென்று அரசுகளை உருவாக்கிக் கொண்டனர்.

8. பகவல்பூர் சமஸ்தானம் தோற்றம்

இன்று பாகிஸ்தானத்தில் சட்லெஜ் ஆற்றின் கரைமீதுள்ள பகவல்பூர் நகரம் பதினெட்டாம் நூற்றாண்டு 1739 இல் ஒரு நாட்டரசாக உருவானது. இதன் முதல் நவாபாக முதலாம் சாதிக் முகமதுகான் எழுந்து இந்த ஆண்டில் பகவல்பூரைத் தனியரசாக அமைத்தார். இந்த ஊர் லாகூருக்குத் தென்கிழக்கே சுமார் 345 கிலோமீட்டர் (215 மைல்) தொலைவில் உள்ளது. இந்த நாட்டரசின் பெரும்பகுதி தார் என்ற பாலைவனத்தினுள் இருந்தது. திபேத்தில் தோன்றி மேற்கே இமயமலை வரை பாயும் சட்லெஜ் ஆறு, இமாசலப் பிரதேசம், பஞ்சாப் மலைகள் வழியே பாய்ந்து பாகிஸ்தானத்தினுள் நுழைந்து செனாபு ஆற்றில் பகவல்பூரின் மேற்கே கலக்கின்றது. இது பாஞ்சாலத்தில் ஓடும் நீண்ட ஆறாகும். இதன் நீளம் 1368 கிலோமீட்டர் 850 மைல் சட்லெஜ் ஆறு பகவல்பூரில் பாய்வதால் தான், பருத்தி அங்கு விளைகின்றது.

பெரிதும் வறண்டிருந்த இச்சிறு நிலப்பகுதியைச் சாதிக் முகமதுகான் தன்னாட்சி புரியும் நாடாக நிறுவிய பின்னர், அவர் குடியைச் சேர்ந்த பதினோரு பேர் வரையில் இச்சிற்றரசை 216 ஆண்டுகள் ஆண்டு வந்தனர். இந்தச் சமஸ்தானத்தின் கடைசி அரசரான இரண்டாம் சாதிக் முகமது கானைப் பற்றிச் (1907-1955) சுவையான காதல் நிகழ்ச்சி ஒன்று உள்ளது. இச்செய்தி (*Highness The Maharajas of India*) என்ற நூலில் காணப்படுகின்றது. இந்நூலை ஆன் மாரோ என்ற ஆங்கிலப் பெண்மணி எழுதி 1986 இல் வெளியானது.

பகவல்பூர் நவாபின் மகனான ஹாரூன் ஆங்கிலேயர் மீதும், ஆங்கிலப் மொழி மீதும் பெரும் பித்துக் கொண்டவர், அவர் குழாயில் புகைபிடிப்பார். முற்றிலும் ஆங்கில நடையுடை பாவனை.

ஹாரூன் ஒரு முறை இலண்டன் ஓட்டல் ஒன்றில் பெரிய அறையில், புதியதாகப் பிழிந்த ஆரஞ்சுச் சாற்றைப் பருகிக் கொண்டிருந்தார். அவர் அப்போது கண்டாரை மெய் மறக்கச் செய்யும் ஓர் அழகியின் படத்தைக் கண்டார். அவள் பெயர் காதரைன் ஸ்காட்; வயது பதினாறு; வனப்பு மிக்க இளங்குமரி. அவள் உடலை முற்றிலும் மறைக்கும் ஆடையை அணிந்திருந்தாள். அவள் அப்போதுதான் ஜே.ஆர்தர் ராங்கின் அழகுக் கவர்ச்சிப் பள்ளிக்குச் சென்று, ரேமில்லண்டு என்ற பெரும்புகழ் வாய்ந்த ஹாலிவுடு நடிகருடன் நடிப்பதற்கான சோதனையில் வெற்றி பெற்று வந்தார்.

அப்படத்தைக் கண்ட இளம் நவாபு, அறையை விட்டு ஓடோடிச் சென்று ஓர் கடையிலிருந்து அப்பெண்ணுக்கு விலையுயர்ந்த பூங்கொத்து ஒன்றை அனுப்பச் செய்தார். அப்பெண் இலண்டன் இரயில்வே சுமைகூலி ஒருவரின் மகள். நவாபு அந்த அழகியைத் தேடிப்பிடித்து, அவளிடம் தன் காதலை வெளிப்படுத்தி மூன்றே வாரங்களுக்குள் அவளை மணந்து கொண்டார். மணமான பிறகு, ''அவர் எனக்கு இளவரசர் என்பது தெரியாது'' என்று அப்பெண் அறியாச் சிறுமி போல் கூறினார். அப்பெண்ணின் தந்தை, மகளின் திருமணத்திற்குப் போகவில்லை. ஏனெனில் அவர் ஒரு நாள் ஊதியத்தை இழந்து விட்டுத் திருமணத்திற்குப் போக விரும்பவில்லை.

1740

1740

1.விவிலிய மொழிபெயர்ப்பில் ஈடுபட்ட மற்றொரு ஜெர்மானியர்

தமிழில் முதன் முதலில் விவிலியத்தின் புதிய ஏற்பாட்டை மொழி பெயர்த்து 1715 இல் அச்சேற்றினார். டேனிய மிசனில் 1706 முதல் பணி புரிந்த பார்த்தலோமியா சீகன்பால்கு என்ற சமயப் பரப்பி இப்பணியை 1711 இல் தொடங்கினார் என்ற செய்தி இந்திய சரித்திரக் களஞ்சியத்தின் தொகுதி இரண்டு பகுதி இரண்டில் சொல்லப் பட்டிருந்தது.

அவருக்கு 22 ஆண்டுகளுக்குப் பிறகு, ஜான் பிலிப்பு ஃப்ரீசியஸ் என்ற ஜெர்மானியச் சமயப் பரப்பி 1740 இல் தரங்கம்பாடி டேனிய மிசனுக்கு வந்தார். அவரும் விவிலியத்தைத் தமிழில் வெளியிடும் பணியில் ஈடுபட்டார். ஃப்ரீசியஸ் தமிழ்ச் செய்யுள் இலக்கியங்களை நன்கு அறிந்திருந்தார். நாட்டு வழக்கு மொழிகளையும் அறிந்திருந்தார். அவரது புதிய ஏற்பாட்டு மொழி பெயர்ப்பு சென்னைக் கிறித்தவச் சபை அறிவு வளர்ச்சிச் சங்கத்து (SPCK) அச்சகத்தில் 1772 இல் பதிக்கப்பெற்றது.

''விவிலிய வேத மொழிபெயர்ப்பின் வரலாற்றிலேயே ஃப்ரீசியஸ் செய்து முடித்த பணி அரும்பெருஞ்செயலெனப் பாராட்டப்பட வேண்டும்'' என்று இந்தியாவில் நடந்த விவிலியத் திருப்புதல்கள் (மொழிபெயர்ப்புகள்) பற்றி எழுதிய வரலாற்றில் ஜே.எஸ்.எம்.ஜுப்பர் குறிப்பிட்டுள்ளார்.

ஃப்ரீசியஸின் பழைய ஏற்பாட்டு மொழி பெயர்ப்புப் பணி 1777 இல் தொடங்கி 1796 இல் இறுதியாக முற்றுப் பெற்றது. ஃப்ரீசியஸ் பாதிரியார் தன் பொறுப்புகளை யெல்லாம் தனது 77 ஆம் வயதில் கேரிக்கே என்ற பாதிரியாரிடம் அளித்துவிட்டு விவிலிய மொழி பெயர்ப்பின் அச்சுப்படியைக் கண்ணால் காணாமலேயே 23.1.1792 இல் சென்னையில் இறந்து போனார்.

இவர் திருமணம் செய்து கொள்ளாமல் வாழ்ந்தமையால் ''சந்நியாசக் குரு'' என்று அனைவராலும் மதிக்கப் பெற்றார். இவர் வேப்பேரிக் கல்லறைத் தோட்டத்தில் அடக்கமானார் என்று டெய்லர் என்பவர் ''டெய்லரின் நினைவுக் குறிப்புகள்'' என்ற நூலில் குறித்துள்ளார்.

2. இந்திய நாணயங்களும் கம்பெனியின் நாணயச் சீர்திருத்த முயற்சியும்

வரலாற்றியல் என்னும் பெருந்துறையினுள் அடங்கியிருக்கும் தொல்லியல், தொல்லெழுத்தியல், கல்வெட்டியல் என்னும் உள் துறைகள் போன்று நாணயங்களைப் பற்றிய ஆய்வுத்துறையான நாணயவியலும் வரலாற்றுக் கட்டமைப்பை எழுப்புதற்குப் பெருந்துணையாக நிற்கின்றது.

இந்திய சரித்திரக் களஞ்சிய வரிசையில் நாணயங்கள் குறித்து முதல் தொகுதி தொடங்கிப் பல செய்திகள் சொல்லப்பட்டு வருகின்றன. அதன் இரண்டாம் தொகுதியில் பணவிடு தூது என்ற நூலைப் பற்றிய 1715 ஆம் ஆண்டுக் கட்டுரையில் பணம் பற்றிய அடிப்படைக் கோட்பாடு விளக்கப்பட்டது. அடுத்து மூன்றாம் தொகுதியில் பதினெட்டாம் நூற்றாண்டு இந்திய நாணயங்கள் பற்றிய கட்டுரையைக் கண்டோம். இங்கு இக்கால கட்டத்து இந்திய நாணயங்கள் பற்றிய மெய்ச்செய்திகளோடு. நாட்டில் ஆங்காங்கே புழங்கி வந்த வெவ்வேறு நாணயங்களால் பண வரவு-செலவுத் தொடர்பாக உண்டான குழப்பங்களைத் தவிர்க்கும் எண்ணத்துடன் கிழக்கிந்தியக் கம்பெனி கொண்டு வந்த நாணயச் சீர்த்திருத்தம் விளம்பப்படுகிறது.

1740

உலகின் முதல் நாணயம்

உலக நாகரிகத்தின் கட்டுக் கோப்புகளான இறைமைக் கோட்பாடு, சமயம், மொழி, பண்பாடு, சமூக-அரசியல்-பொருளியல், நீதி பரிபாலன் நிறுவனங்களான பல்வேறு அமைப்புகள், இவை அனைத்தும் சுமேரியத்தையே ஊற்றுக் கண்ணாகக் கொண்டுள்ளன என்பது வரலாற்றறிஞர் துணிபு. மனிதர் பணத்தைப் பயன்படுத்திய முறையும், சுமேரியர் காலத்திலிருந்து தோன்றியது என்று தோன்றுகின்றது.

எனினும் பாரசீகர் வரலாற்றில் தோன்றிய காலம் வரையிலும், அதாவது சுமார் கி.மு.6-ஆம் நூற்றாண்டு வரையிலும் உலக நாகரிகத்தின் தொட்டிலான மெசபடோமியாவில் ஓயாத போர் நிகழ்ந்து வந்தமையால், பாரசீகத்தின் முதல் அரச குடியான அக்கிமினிடுகள் காலம் வரையிலும் பணப்புழக்கம் வரவில்லை.

மா அல்லது மூத்த சைரஸ் (இறப்பு கி.மு.529) என்ற பாரசீகர் முதல் பாரசீகப் பேரரசை நிறுவினார். அவர் மகன் இரண்டாம் காம்பிசஸ் எகிப்தைப் பாரசீகப் பேரரசுடன் கி.மு.525 இல் இணைத்தார். மா டேரியசின் ஆட்சிக் காலத்தில் (கி.மு.521-485) பாரசீகப் பேரரசு சத்திரபிகள் எனப்படும் ஆளுநர்களின் நிர்வாகத்தில் இருபது மாநிலங்களாகப் பிரிக்கப்பட்டது. ஒவ்வொரு சத்திரபியும் அதன் செல்வ வளத்திற்கு இணங்கப் பேரரசிற்கு வரி செலுத்தி வந்தது.

செல்வம் நிறைந்த பாபிலோனிய மாநிலம் ஓராண்டில் 1000 டேலண்டுகளை (ஒரு டேலண்டு சுமார் 200 பவுன்) வரியாக அளித்தது. பேரரசரின் கருவூலத்தில் இவ்வாறு வரியாக ஓராண்டில் 14,500 டேலண்டுகள் சேர்ந்தன. முதலாம் டேரியசின் (மா டேரியஸ் காலத்தில் வாணிபக் கொடுக்கல் வாங்கலில் பணத்தைப் பயன்படுத்தும் முறை பொதுவாக வழக்கிற்கு வந்தது. செல்வச் செழிப்பும், வாணிபப் பெருக்கமும் நாணய முறையைக் கொண்டுவர வேண்டிய கட்டாயத்தைப் பாரசீகத்தில் தோற்றுவித்தது. அதனால் வாணிப வரவு, செலவு எளிதாயிற்று; வரி விதிப்பும் எளிதானது. டேரியஸ் என்ற இப்பாரசீக மன்னரின் பெயரால் டேரிக் என்று அழைக்கப்பட்ட பொற்காசு தான் உலகில் முதன் முதலாக நாடுகளிடையே செலாவணியான நம்பத் தகுந்த நாணயமானது.

1740

தமிழ்நாடு

தமிழ்நாட்டிலும் சங்க காலத்தைச் சேர்ந்த தொன்மையான (கி.பி.முதல் நூற்றாண்டு) நாணயங்களும் இப்போது கிடைத்து வருகின்றன என்பது இங்கு குறிக்கத் தக்கது. உலகின் பல பகுதிகளில் பல்வேறு பெயர்களில் பொன், வெள்ளி, இரும்பு, ஈயம் போன்ற உலோகத்தாலான நாணயங்கள் பண்டைக் காலந்தொட்டு நிலவி வந்துள்ளன. எனினும் தங்கம்தான் மதிப்புமிக்க நாணய உலோகமாக அண்மைக்காலம் வரையிலும் இருந்து வந்துள்ளது. இன்று பொற்காசுகள் உலகில் எங்கும் மக்களிடத்தில் புழக்கத்தில் இல்லை.

ஆனால் தென்னிந்தியாவில், இந்தப் பதினெட்டாம் நூற்றாண்டின் தொடக்கத்தில், தங்கமே தலையாய நாணயமாகப் புழக்கத்தில் இருந்தது. தரமான நாணயங்கள் பொற்காசுகள் வராகன் அல்லது ஹொான் என்று பலவிதமாக அழைக்கப் பெற்றன (ஹொான் என்பது பொன்னைத்தான் குறிக்கும்.) ஆனால் ஐரோப்பியர் அதைப் பகோடா என்று அழைப்பது வழக்கமாக இருந்தது.

வட இந்தியாவில் அதன் சராசரி மதிப்பு அக்பரின் ரூபாயில் மூன்றரை ரூபாய்க்கு சமமாக இருந்தது. அதன் மதிப்பு ஆங்கில நாணயத்தில் ஐந்து சில்லிங்குகளாகும். அந்தப் பொன் நாணயத்தின் மாற்று 8 5/8 ஆக இருந்தது. சுத்தத் தங்கம் பத்து மாற்று; அது 24 காரட்டு எடைக்குச் சமம். அதன் எடை 53 தானியமணி.

பிரிட்டிஷ் நாணயத் தோற்றம்

கர்நாடகத்தில் பதினெட்டாம் நூற்றாண்டில் ஆர்க்காட்டு நவாபின் கீழ் முக்கிய வாணிப நகரங்களான ஆர்க்காடு, சாந்தோம், கோவளம் ஆகிய இடங்களில் சுமார் 22 நாணயச் சாலைகள் இருந்தன.

ஆங்கிலேயருக்குச் சென்னையிலும், கடலூரின் டேவிடு கோட்டையிலும் நாணயச் சாலைகள் இருந்தன. பிரஞ்சுக்காரர் புதுச்சேரியிலும், டச்சுக்காரர் புலிக்காட்டிலும் நாணயச்சாலைகளை நிறுவி நாணயங்கள் அச்சிட்டு வந்தனர்.

பதினெட்டாம் நூற்றாண்டின் தொடக்க ஆண்டுகளில், இந்நாணயச் சாலைகளில் பல்வேறு வகையான நாணயங்கள் அச்சிடப்பெற்று வந்தன. அவற்றுள் தலையாயது பகோடா (பகோடா என்பது போர்த்துக்கீசச் சொல். அது பகவதி என்ற தமிழ்ச் சொல்லின் செல்வாக்கில் பகோடே என்று போர்த்துக்கீச மொழியில் வழங்கியிருக்கலாம் என்று மொழி நூலார் கருதுவர். ஆங்கில மொழியில், அது இந்தியாவிலும், கீழை நாடுகளிலுமுள்ள கோயிற் கோபுரங்களைக் குறிக்கும்.)

தென்னிந்தியாவில் வழங்கி வந்த பகோடாக்கள் என்ற வராகன்கள் அனைத்தும், ஒன்றுக் கொன்று சிறிதளவு மாறுபட்டிருந்தன.

கர்நாடகத்தின் புழக்கத்திற்காகவும், பிற்காலத்தில் வட சர்க்கார் என்றழைக்கப்பட்ட ஆந்திரப்பகுதிகளில் புழங்குவதற்காகவும், தலையாய இருவகைப் பொற் காசுகளான வராகன்கள் அச்சிடப் பெற்றன.

மொத்தக் கொடுக்கல், வாங்கல்கள், பகோடாக்கள் அடங்கிய நாணயங்களைக் கொண்டு தீர்க்கப்பட்டன. சோழ மண்டலக் கரை நெடுகிலும், அதாவது வங்கக் கடலின் கரையோரப் பகுதிகளெங்கும் குடியேறிருந்த ஐரோப்பிய நாட்டினர் அனைவரும் நாணயங்களை அச்சிடும் சலுகை பெற்றிருந்தனர்.

ஷராபு என்ற நாணய மாற்றிகளான நாட்டுப் பாங்கர்கள், ஆயிரம் பகோடாக்களை ஒரு பையில் அடைத்து முத்திரையிட்டு அளித்தனர். சுமார் நூறு ஆண்டுகள் வரையிலும் ஐரோப்பிய நாணயங்கள் மதிப்பில் எவ்வித மாறுபாடுமின்றி, ஒரே மதிப்பில் புழங்கி வந்தன. ஆனால் ஆர்க்காட்டு நவாபின் அக்க சாலைகள், நாணயச் சாலைகள், 1720 வாக்கில் மாற்றுக்குறைந்த நாணயங்களை அச்சிட்டுப் புழக்கத்தில் விட்டன.

நவாபின் நாணயச் சாலைகளால் போட்டி

சென்னையிலிருந்து கிழக்கிந்தியக் கம்பெனியின் அக்க சாலை மிகுந்த ஆதாயத்தில் நடந்து வந்தது. இது கர்நாடக நவாபின் அலுவலர்களுக்குப் பொறாமையை உண்டாக்கி விட்டது. அவர்கள் ஏராளமான பாங்கர்களைத் தம் நாணயச் சாலைகளின் பக்கம் ஈர்ப்பதற்காகவும், கம்பெனியின் அக்கசாலைக்குச் சென்ற பொன்னையும், வெள்ளியையும் தம் பக்கம் திருப்புவதற்காகவும் கம்பெனியார் அடித்துத் தந்ததை விட அதிகமான காசுகளை அதே அளவு தங்கத்தில் வராகன்களாக (பகோடா) அல்லது வெள்ளியில் ரூபாய்களாக அச்சிட்டு வந்தனர்.

அதாவது ஒவ்வொரு நூறு அவுன்சு வெள்ளிக்கும், ஆர்க்காட்டிலும், சாந்தோமிலும் இருந்த நாணயச் சாலைகள் பணமாற்றி வியாபாரிகளுக்காக 266 ரூபாய்களையும் 14 அணாக்களையும் அடித்துத்தந்தன. (16 அணா = 1 ரூபாய்)

ஆனால் கம்பெனியின் அக்க சாலையிலோ, 257 ரூபாய்களும் ஏழு அணாக்களும் மட்டுமே அச்சிட்டுத் தரப்பட்டன. எனவே ஆர்க்காட்டு அல்லது சாந்தோம் அக்கட் சாலையில் அடித்தால் வணிகர்களுக்கு, அவர்களது 100 அவுன்சு வெள்ளிக்குக் கம்பெனியின் அக்க சாலையில் கிடைப்பதைவிட ஒன்பது ரூபாய் ஏழணா அதிகமாகக் கிடைக்கின்றது.

பொற்காசுகள் அடிப்பதிலும் இவ்வாறே வித்தியாசம் இருந்தது. இதனால் வணிகர்கள் தம் பொன்னையும், வெள்ளியையும் நவாபின் அக்க சாலைகளுக்கே கொண்டு சென்றனர்.

இதன் விளைவாக 1720 ஆம் ஆண்டிற்கும் 1740 ஆம் ஆண்டிற்கும் இடைப்பட்ட இருபதாண்டுக் காலத்தில், சோழ மண்டலக் கரையில் நாணயங்களின் மதிப்புக் குன்றியது.

கர்நாடகத்தில் 1720 இல் புழங்கிய வராகன்-பகோடா என்ற பொற்காசின் மாற்று 8 5/8 ஆகும். அதாவது சுத்தத் தங்கத்தின் பத்து மாற்றில் அது 8 5/8 மாற்றேயாகும். இது 1731 இல் 8 3/8 மாற்றாகவும், 1736 இல் 8 1/16 மாற்றாகவும் குறைந்து கொண்டே வந்தது. இதன் பிறகு வெகுவேகமாக மதிப்புக்குன்றி ஏழு மாற்றேயுள்ள வராகன்களும் புழக்கத்திற்கு வந்தன. ஐந்து மாற்றுத் தங்கக் காசுகளும் புழக்கத்தில் இருந்தன.

சொல்லப்போனால் விதிமுறைகள் அனைத்தும் புறக்கணிக்கப்பட்டன எனலாம். வணிகர்கள் விரும்புகின்ற மாற்றுக்கு வராகன்கள் அச்சிட்டுத் தரப்பட்டன.

நாணயச் சீர்திருத்தம்

சென்னைக் கவர்னரான ஜார்ஜ் மார்டன் பிட் MM என்ற எழுத்துகள் பொறித்த புதிய வராகன்களை அறிமுகப்படுத்தினார். இவை படுதோல்வியடைந்தன. ஏனெனில் அதை நவாபின் கருவூலம் ஏற்க மறுத்தது.

பொற்காசுகளின் மாற்றுக் குறைந்து கொண்டே வருவதை முறியடிக்கும் நோக்கத்துடன், சென்னை ஷராபுகள் 8 1/40 மாற்றுக்கும் குறைந்த பொற்காசுகளைப்

பைகளில் போட்டு முத்திரை வைக்கலாகாது என்று, அவர்களுக்குக் கம்பெனி கட்டளையிட்டது. எனினும் ஷராபுகள் என்ற பாங்கர்கள் இந்த விதியைக் கடைப் பிடிக்கவில்லை. எனவே மாற்றுக் குறைந்த வராகன்களையே பைகளில் அடைத்து முத்திரையிட்டனர்.

எனவே சரியாக எட்டு மாற்றுள்ள புதிய வராகன் நாணயத்தை வெளியிட்டு, மற்ற நாணயங்களிலிருந்து தனியாகப் பிரித்துக் காட்டுவதற்காக, அதன் மறுபுறத்தில் ஒரு நட்சத்திரத்தை அச்சிடுவது அவசியமானது. இது தான் புகழ்பெற்ற நட்சத்திர வராகன் ஆகும். இது வெகு விரைவில் தென்னிந்தியாவின் தரமான நாணயமாகி 19 ஆம் நூற்றாண்டின் முற்பகுதி வரையிலும் புழக்கத்தில் இருந்து வந்தது. இப்பொற்காசில் தலைக்கு மறுபுறத்தில் ஒற்றை நட்சத்திரம் அச்சிடப்பட்டது.

கம்பெனியின் கணக்கிலிருந்த வராகன்கள் புதிய நட்சத்திர வராகனாக 1741 ஜூன் மாதம் உருக்கி அடிக்கப்பட்ட போது முதன்முதலில் அது நட்சத்திர வராகன் என்றழைக்கப்பட்டது.

ஆனால் நட்சத்திர வராகன் நாடு முழுவதும் வழங்கும் தரமான நாணயமாக இருக்கவில்லை. அந்தத் தரத்தைப் பெற்றிருந்தது பெரிதும் உலோகக் கலப்புள்ள சிறு தங்கக் காசாகும்; அது பணம் என்று அழைக்கப்பட்டது. அதன் மதிப்பு இடத்திற்கு இடம் மாறுபட்டது.

கோல்கொண்டாவில் பன்னிரண்டு பணம் ஒரு வராகனுக்குச் சமம்; பரங்கிப்பேட்டையிலும், தென்கோடியிலும், புலிக்காட்டிலும், புதுச்சேரியிலும் அது இருபத்தி நான்கு பணமாக இருந்தது. சென்னையில் ஒரு வராகனுக்கு முப்பத்தாறு பணம், சில்லறைக் கொடுக்கல் வாங்கலில் எங்கும் பணம் (Faban) தான் நாணயமாகப் புழங்கி வந்தது.

வணிகர்கள் தறிக்காரர்களுக்கு வராகனில் முன் பணம் தந்தனர். தறிக்காரர்கள் பெரிய நாணயமான வராகனை உடனே பணமாக மாற்றிக் கொள்வார்கள். வராகனின் மதிப்புச் சுமார் எட்டுச் சில்லிங்கு என்று கணித்தனர். (இருபது சில்லிங்கு ஒரு பவுன்; இக்காலகட்டத்தில் ஒரு பவுனின் மதிப்புப் பத்து ரூபாய். எனவே எட்டுச் சில்லிங்கு என்றால் அதன் மதிப்புச் சுமார் நான்கு ரூபாய் ஆகும்) வராகன்கள் பெரியனவாக இருந்தமையால் தறிக்காரர்களுக்கு அவற்றை வைத்துக் கொள்வது வசதிக் குறைவாயிற்று. அதனால் அவர்கள் அவற்றைப் பணம் என்ற சிறிய நாணயங்களாக மாற்றிக் கொண்டனர்.

காசு

செப்பு நாணயங்கள் காசு (Cash) என்று அழைக்கப்பெற்றன. எண்பது காசுக்கு ஒரு பணம் கிடைத்தது. ஒற்றைக் காசு என்பது வெறும் கணக்கிற்குத் தான்; மிகச் சிறிய நாணயம் 4 காசு ஆகும்.

ரூபாய்

மேற்சொன்ன வராகன், பணம் என்ற தங்க நாணயங்கள், காசு என்ற செப்புக்காசு இவற்றோடு வெள்ளியால் ஆன ரூபாயும் புழக்கத்தில் இருந்தது. முகலாயர் பதினேழாம் நூற்றாண்டின் இறுதியில் தான் கர்நாடகத்தில் ரூபாய் நாணயத்தை அறிமுகப்படுத்தினர். இது பரந்த அளவில் வழக்கில் இல்லை. எனினும் முஸ்லிம்களின் தலையாய மையமான ஆர்க்காட்டிலும், பின்னர் திருச்சிராப்பள்ளியில் கணிசமான அளவில் ரூபாய்கள்

புழக்கத்தில் இருந்தன. கர்நாடக நவாபின் கீழ் பணிபுரிந்த படை வீரர்களுக்கு ஊதியம் தருவதற்காகவே பெரிதும் ரூபாய் பயன்பட்டது.

திருப்பதிக் கோயிலின் நாட்டு வருவாய், ஒரு பகுதி ரூபாயிலும், மற்றொரு பகுதி வராகனிலும் செலுத்தப் பெற்றன. ஆங்கிலேயர் மதுரை, திருநெல்வேலி ஆகிய சீமைகளின் வருவாய்த் தண்டலைப் பதினெட்டாம் நூற்றாண்டின் பிற்பாதியில் குத்தகைக்கு விட்ட போது. நிலவரி ரூபாய்க் கணக்கில் தான் பெறப்பட்டது. எனினும் பதினெட்டாம் நூற்றாண்டின் நடுவில் ரூபாய் பொதுப் புழக்கத்தில் இல்லை. வேறு பல மாவட்டங்களிலும் ரூபாய் புழக்கத்தில் இல்லை.

நாணயச் சீர்திருத்த அவசியம்

எனவே நாணயப் பரிவர்த்தனையில் நிலவி வந்த குழப்பங்களைச் சீர்படுத்த வேண்டுமென்று, சென்னைக்கு அடிநாளில் வந்த கவர்னர்கள், இது குறித்து ஆழ்ந்த அக்கறை காட்டிவந்தனர்.

ஆனால் முகலாயப் பேரரசு ஔரங்கசீபிற்குப் பின் (1618-1707) சிதையத் தொடங்கியதாலும், நாட்டில் அடிக்கடி இக்காலத்தே போர்கள் மூண்டதாலும், அரசியல் குழப்பங்கள் நிலவியதாம், ஆங்கிலேயருக்கும், பிரஞ்சுக்காரருக்குமிடையே அடிக்கடி சச்சரவுகள் ஏற்பட்டதாலும், மைசூர், மராட்டி அரசுகள் தலையிட்டதாலும் நாணயச்சீர்திருத்த முயற்சி தடைப்பட்டு வந்தது. எனினும் அது இன்றியமையாத பணி என்பது நன்கு உணரப்பட்டது.

1740

இராணுவச் செலவும் நாணயச் சாலைகளும்

இந்திய நாணயங்கள் தொடர்பாக மேலும் சில செய்திகள் பயன் தருவனவாக அமையும்.

பதினெட்டாம் நூற்றாண்டின் இக்காலச் சூழலில், வட இந்தியாவில் இராணுவச் செலவு மிகுந்து வந்தது. படைவீரர் எண்ணிக்கை பெருகலாயிற்று. அதனால் பணப்புழக்கமும் மிகுந்தது. எனவே சிறு மையங்களின் வேளாண்மையில் கடன்களின் சுமையும் ஏறியது.

ஆகவே நாணயம் அச்சிடும் அக்கசாலைகளான நாணயச் சாலைகளை விரித்தல் அல்லது புதிதாக அவற்றை மாற்றி அமைத்தல் ஆகிய பணிகள் இப்போது நடந்து வந்தமையால் ஆங்காங்கே பொருளாதாரம் தூண்டிவிடப்பட்டது. முகலாயர் மூர்சிதாபாது அல்லது இலட்சுமணபுரியில் (லக்வில்) அமைத்திருந்ததைப் போன்ற வட்டார அக்க சாலைகள் தொடர்ந்து நாணயங்களை அச்சிட்டு வந்தன.

முகலாயர் மாதிரியில் அச்சிட்ட நாணயங்கள் 1730 ஆம் ஆண்டிற்குப் பிறகு ஔது, ஆவோன்லா, பாரில்லி, வாரணாசி, பரத்பூர், ஃபரூக்காபாது, கஸ்பி, கூஞ்சு, மதுரா, முராதாபாது, நசீபாபாது, பானிப்பட்டு, சகரன்பூர் போன்ற வட இந்திய ஊர்களில் அடிக்கப்பட்டன. இவை 1730 ஆம் ஆண்டுகளிலும் 1740 ஆம் ஆண்டுகளிலும் ஜாட்டுக் குடியினர், புந்தேல்கண்டு இரசபுத்திரர், ஆப்கானிய ரோகில்லாகள் ஆகிய மக்கள் வாழ்ந்த மேற்சொன்ன இடங்களில் தோன்றலாயின. அகமது ஷா துரானியின் படையெடுப் பிற்குப் பிறகு சீக்கிய நாடுகளிலும் நாணயங்கள் அச்சிடப் பெற்றன.

மேலும் 1756 தொடங்கி 1805 முடிய உள்ள காலத்தில் பல நகரங்களில் நாணயங்கள் அடிக்கப்பட்டன என்பதைக் காட்டும் தெளிவான சான்று உள்ளது. அந்நகரங்களில் பெரும்

பாலானவை புதிதாக ''விடுதலை பெற்ற'' நாட்டு அரசுகளின் தலைமையகமாக இருந்தன. அவ்வரசுகள் முகலாயப் பேரரசர் ஷா ஆலத்தின் (1759-1806) பெயரால் நாணயங்களை அச்சிட்டன.

நாம் மேலே கூறியவாறு ரோகில்கண்டு, புந்தேல்கண்டு, ஜாட்டு மக்களின் பகுதிகள் முதலியன புதிய அக்கசாலைகள் மொய்த்திருந்த இடங்களாகும். இவற்றோடு மிகச்சிறிய நாட்டு அரசுகள் பலவும் முகலாயர் பகுதியில் காசுகளை அச்சிட்ட செய்தி, இந்திய அக்கசாலைகள் பற்றிய 1832, ஆகஸ்டு 19 ஆம் தேதியிட்ட அறிக்கையில் காணப் படுகின்றது.

மராட்டியர், சீக்கியர் தலைவர்களும் வெளியிட்ட நாணயங்கள் இந்துஸ்தானம் என்ற வட இந்தியாவில் நிலவிய பணப்புழக்கத்தைப் பாதித்திருக்கலாம்.

திருவிதாங்கூர் நாணயங்கள்

வட இந்தியாவில் புதிதாகத் தோன்றிய நாட்டரசுகள் வெளியிட்ட நாணயங்கள் மேலே விவரிக்கப்பட்டிருந்தன. இங்கு தென்னிந்தியாவின் மிகப்பெரிய நாட்டரசான திருவிதாங்கூரின் இக்கால கட்டத்து நாணயங்களைக் கவனிப்போம்.

வேணாடு என்று அழைக்கப்பட்ட திருவிதாங்கூரில் மார்த் தாண்ட வர்மனின் ஆட்சிக் காலத்தில் புத்தன் காசு(அதாவது புதிய காசு) என்ற நாணயம் வெளியிடப்பட்டது என்ற குறிப்பு ஆவணங்களில் உள்ளது.

அங்கு பண்டைக் காலத்தில் இ(ை)லக் காசு, ஆனைக் காசு என்ற நாணயங்கள் வழங்கி வந்தன. இச்சமஸ்தானத்தின்-நாட்டரசின் பழைய ஆவணங்களில் நாகப் பணம், தேசப் பணம், சிக்க ரூபாய், வீரராயன் காசு, அச்சு, வராகன் என்ற நாணயங்கள் குறிப்பிடப்பட்டுள்ளன.

பெயரளவில் வழங்கிய சல்லி, இராசாப் பணம், கச்சா ரூபாய் ஆகியன அரசுக் கணக்குகளில் மட்டுமே வைக்கப்பட்டிருந்தன. எனினும் இக்காசுகளில் எவை மக்களிடையே வழங்கின என்ற விவரங்கள் கால வெளியில் புதைந்து போயின.

இவையன்றி வீரராயன் புதுப்பணம், கொச்சிப் புத்தன் காசு, மாகிப் பணம், தலைச்சேரிப் பணம், பரங்கி வராகன் என்று கேரளத்தைச் சேராக் காசுகள் இந்தியப் பகுதியிலிருந்து வந்து திருவிதாங்கூரில் வழங்கின.

பத்மநாபபுரத்தில் கொல்லம் ஆண்டு 965 இல், (இந்திய ஆண்டுக் கணக்குகள் பற்றி இ.ச.க தொகுதி-1 இல் காண்க). அதாவது 1790 இல் அமைந்த அக்க சாலை மிகவும் பழமையானது. இந்த அக்க சாலையோடு ஒரு பிள்ளையார் கோயிலும் இருந்தது. அதற்கு அக்க சாலையின் செலவில் பூசைகள் நடந்து வந்தன.

திருவிதாங்கூர் மன்னர் தர்மராஜா (1758-1798) காலம் வரையிலும் புழங்கி வந்த

உலோக நாணயங்களைப் பற்றி எதுவும் தெரியவில்லை. பலராம வர்மன் காலத்தில் (1798-1811) செட்டி அரைச் சக்கரம், வெள்ளிக் கால சக்கரம், அனந்த ராயன் அரைப் பணம், இரண்டு பணம் என்ற பொற்காசுகள் அச்சிடப்பெற்றன.

உலகிலேயே சிறிய நாணயம் சக்கரம்

உலகிலேயே சின்னஞ்சிறிய காசை வெளியிட்ட சிறப்புத் திருவிதாங்கூர் அரசுக்குண்டு. இந்நாட்டரசு தனக்கே உரிய சக்கரம் என்ற நாணயத்தின் அடிப்படையில் தன் நாணய முறையை அமைத்திருந்தது. சக்கரம் என்ற நாணயம் தர்மராஜா காலத்திலிருந்தே செலாவணிக்கு வந்தது.

சக்கரம் என்ற நாணய வரிசையில் செம்பும் வெள்ளியுமான அரைச் சக்கரம் வெள்ளியாலான ஒரு சக்கரம், இரண்டு சக்கரம் முதலியன இருந்தன. வெள்ளிச் சக்கரம் மக்களிடம் வெள்ளி ராசா என்று பெயர் பெற்றிருந்தது. வெள்ளி அரைச் சக்கரத்தின் முன்புறத்தில் சங்கும், அதன் மேல் மகுடமும், அவற்றைச் சுற்றிப் புள்ளிகளும் மறு பக்கத்தில் சுதர்சனச் சக்கரமும் இடம் பெற்றிருக்கும்.

சக்கரம் தான் நாணய உலகிலேயே மிகவும் சிறிய காசு. நேபாளத்தின் கால் ஜாவா காசை விடவும், பிரிட்டிஷ் அரச குடியினர் வெளியிடும் ஒரு பென்னி மாண்டி காசை விடவும் மிகச் சிறியது.

பழைய வாய்ப்பாட்டின்படி ஒரு பணம் என்பது 64 காசு, (16 காசு = ஒரு சக்கரம்; 4 சக்கரம் = ஒரு பணம்) எனவே 52 ½ பணம் மதிப்புள்ள ஒரு வராகனுக்கு 3360 காசு. அதாவது ஒரு காசு என்பது ஒரு வராகனின் 3360 பங்கு ஆகும். தற்காலத்துக் கணக்குப்படி ஒரு திருவிதாங்கூர் ரூபாய் (பழைய) 448 காசுகளுக்குச் சமம். இருபத்தோரு சக்கரம் ஒரு ரூபாய்.

பணம் எண்ணப் பணப் பலகை

திருவிதாங்கூர் அரசு தான் வெளியிடும் நாணயங்களை எளிதாக எண்ணுவதற்குப் பணப் பலகை என்ற ஒன்றை அறிமுகம் செய்தது. அது எளிதாக எண்ணக் கூடிய நோட்டுகள் இல்லாத காலம். இப்பலகையில் செங்குத்தாக இருபத்தைந்தும், படுக்கை வசமாக இருபதுமாக நாணயத்தின் வடிவிற்கும், அளவிற்கும் ஏற்ற குழிகள் இருக்கும். ஒரு பலகை முழுவதும் நாணயங்களை அடுக்கினால் அதன் மதிப்பு 500 காசுகள்.

இதைப் போலவே வெள்ளிச் சக்கரங்களை எண்ணுவதற்கு 20 சதுரங்களும், 28 குழிகளும், நடுவில் அதிகப் படியாகப் பத்துப் பள்ளங்களும் கொண்ட பலகைகளும் இருந்தன. இப்பலகை நிரம்ப அடக்கினால், அது பிரிட்டிஷ் ரூபாய் இருபதுக்குச் சமமான வெள்ளிச் சக்கரங்களை அடக்கியிருக்கும். இதன் நடுப்பள்ளங்களை நிரப்பாவிடில், அது இருபது திருவிதாங்கூர் ரூபாய்க்குச் சமம். பணப்பலகையைப் பயன்படுத்தும் வழக்கம் 1900 ஆம் ஆண்டு கைவிடப்பட்டது.

இந்தியாவில் பிரஞ்சு நாணயங்கள்

பிரஞ்சுக் கிழக்கிந்தியக் கம்பெனி, தன் ஆதிக்கத்திலிருந்த இந்தியப் பகுதிகளுக் கென்று வெளியிட்ட காசுகள் இரு வகைப்படும்.

முதல் வகை முகலாயப் பாணியில் 1736 இல் ஆர்க்காட்டு நாணயச் சாலையின் பெயரில் புதுச்சேரியில் வெளியிட்ட நாணயங்களைக் கொண்டதாகும். இவற்றில் நாணயச்சாலையின் சின்ன மென்று திரிசூலம் அச்சிடப் பட்டிருந்தது.

இந்திய சரித்திரக் களஞ்சியம் | 391

அவர்கள் வெளியிட்ட மற்றொரு வகை, தென்னிந்திய நாணயங்களைப் போன்றிருந்தது.

பிரஞ்சுக்காரரின் பொற்காசுகள், புதுச்சேரியிலும், ஏனாமிலிருந்தும் வெளியிடப்பட்டன. புதுச்சேரியிலிருந்து வெளியான காசுகளிலும் முன்புறத்தில் இலட்சுமி உருவமும், ஏனாம் வெளியிட்டவற்றில் மும் மூர்த்திகளின் உருவமும் பொறிக்கப் பெற்றிருந்தன.

மேலும் பிரஞ்சுக்காரர் இரண்டு பணம், ஒரு பணம் அணாப் பணம் என்று வெள்ளிக் காசுகளையும் பதினெட்டாம் நூற்றாண்டில் வெளியிட்டுள்ளனர்.

நாணயங்கள் பற்றிய செய்திகள், இன்னும் ஆங்காங்கே வரும். இவை அனைத்தையும் தொகுத்துப் பார்த்தால், உலக நாணயங்களைப் பற்றிய பொது அறிவைப் பெறலாம்.

3. சென்னையில் அடிமைக் கூட்டம்

1740 ஒருவருக்கு அடிப்பட்ட அல்லது அவரிடம் தாழ்ந்து கீழ்நிலைப் பட்ட ஒரு தன்மையே அடிமை ஆகும். அந்த அடிமைத்தனமே அந்நிலைக்கு ஆளானவரைக் குறிக்கும் ஆகுபெயராயிற்று.

''ஆயிரத்தெண்ணூறு ஆண்டுகளுக்கு முற்பட்ட தமிழர்'' என்ற ஆங்கில நூலின் (தமிழ் மொழி பெயர்ப்பு கா.அப்பாத்துரையார்) ஆசிரியர் வ.கனகசபைப் பிள்ளையவர்கள் ''அடிமை முறை தமிழ் நாட்டில் இருந்ததில்லை'' என்பார். ஆனால் தமிழ் நாட்டில் சங்க காலத்திலும், சங்கம் மருவிய காலத்திலும் அடிமை முறை வழக்கில் இருந்தது என்பது இலக்கியச் சான்றுகளைக் கொண்டே நிறுவப்படுகின்றது.

இந்துமாக்கடல் பகுதிகளில் கடற்கொள்ளையைப் போன்று, அடிமை வாணிபமும் நினைவிற் கெட்டாத காலத்திலிருந்து நிலவி வருகின்றது என்று வரலாற்றாசிரியர் கூறுவர்.

தமிழ் நாட்டில் அடிமைகள் இருந்தனர். எனினும் விலைப் பொருளாக மனிதரை வைத்து நடந்த அடிமை வாணிபம் சங்க காலத்திலோ, அதன் பின்னரோ பலகாலம் இருந்ததில்லை. கேரளத்தில் பகையாளிகளைப் பிடித்து அடிமைகளாக விற்கும் போக்கு பதினெட்டாம் நூற்றாண்டு வரையிலும் இருந்தது என்பதற்கு, மார்த்தாண்ட வர்மன் மாடம்பிமாரையும் அவரைச் சேர்ந்தோரையும் அடிமைகளாக விற்றது சான்றாகும். எனினும் இதை முறையான அடிமை வாணிபம் என்று சொல்ல முடியாது. ஆனால் கேரளத்தில் சில இடங்களில் மனிதர்கள் அடிமைகளாக விற்கப்பட்டனர் என்றும் அடிமை ஒழிப்பு உலகெங்கிலும் 19-ஆம் நூற்றாண்டு நடைமுறைக்கு வந்தது என்றும் அறிகிறோம்.

தமிழ் நாட்டில் அடிமை பற்றி கூறும் பத்தாம் நூற்றாண்டுக் கல்வெட்டு (கி.பி.948) ஒன்றுள்ளது. அது ஒருவர் தன் உரிமைப்பெண்டிர் மூவரைத் திருக்கற்றளிப் பரமேசுவரன் கோயிலுக்குக் கொடுத்ததைக் கூறுகின்றது. இது விற்பனையன்று. இவ்வாறு அடிமைப் பெண்களும் வறுமை காரணமாகத் தன்னை பெண்டு பிள்ளைகளுடன் கோயிலுக்கு விற்று, அதனால் அடிமைகளாக வாழ்ந்தவர்களும் தமிழ் நாட்டில் இருந்தனர்.

ஆனால் இவையனைத்தும் வாணிபச் செயல்களாகா. ஆனால் உலகில் அடிமை வாணிபத்தைத் தோற்றுவித்தவர்கள் அரேபியரேயாவர். அவர்கள் இந்துமாக்கடலிலுள்ள நாடுகள் அனைத்திற்கும், ஏன் வெகு தொலைவிலுள்ள சீனத்திற்கும் மனிதரை விற்பனைச்

சரக்குகளாய்க் கொண்டு சென்றனர். அவர்கள் ஆப்பிரிக்காவின் கிழக்குக்கரையில் வாழ்ந்த மக்களைப் பிடித்து அடிமைகளாக விற்றனர்.

இந்தியாவில் போர்த்துக்கீசரை அடிமை வாணிபத்தின் முன்னோடிகள் எனலாம். இந்திய சரித்திரக் களஞ்சியத்தின் முதற் தொகுதியில் போர்த்துக்கீசரின் கடற்கொள்ளைக் கொடுமைகளோடு, அவர்கள் ஆடவர், பெண்டிர், சிறார் என்று பேதம் பாராது அனைவரையும் சிறைப்பிடித்து அடிமைகளாகக் கொண்டு சென்றதைக்கூறினோம். தரங்கம்பாடியிலிருந்த டேனியர் தமிழ்நாட்டில் அடிக்கடி தோன்றிய பஞ்சங்களின் போது மனிதர்களை ஆசை காட்டிப் பிடித்து அடிமைகளாக்கினர் என்பதை அறிகிறோம். வங்கத்தில் பிரிட்டிஷ் அதிகாரம் ஏற்பட்ட பிறகு பஞ்சம் காரணமாக அடிமைகள் மலிந்ததை அறிகின்றோம்.

ஆனால் இந்தியாவில் இப்படித் திட்டமிட்டு மனிதரை வலுக்கட்டாயமாகப் பிடித்து ஈவிரக்கமின்றி விற்கும் வழக்கம் இருந்ததில்லை. எனினும் மனிதாபிமானமற்ற ஓர் அடிமை முறை வருணாசிரம தர்மம் தோன்றிய நாளிலிருந்து பாரதத்தில் நிலவி வருகின்றது என்றாலும் அது அடிமை வாணிபம் ஆகாது.

ஐரோப்பியர் அரேபியரைப் பின்பற்றி, ஆதாயம் கருதி மட்டு மல்லாது, தமது புதிய குடியேற்ற நாடுகளில் உடலுழைப்பிற்கு ஆள்கள் வேண்டுமென்ற காரணத்தினாலும் அடிமை வாணிபத்தை அரேபியரை விடத் திறமையான முறையில் நடத்தி வந்தனர். இந்த இழி தொழிலில் கடல் கடந்த தொடர்புடைய ஐரோப்பிய நாடுகள் அனைத்திற்கும் ஈடுபாடு இருந்தது. பிரிட்டிஷ் துறைமுகங்கள் அடிமை வாணிபத்தினால் செழித்தன என்பதை இந்திய சரித்திரக் களஞ்சிய மூன்றாம் தொகுதியில் கண்டோம். அவர்களின் ஆதிக்கத்தில் இருந்த சென்னைத் துறைமுகத்திற்கும் இதில் பங்கு இருந்தது என்பதை இங்கே காண்போம்.

ஜார்ஜ் கோட்டை – அடிமைகள்

சென்னை ஜார்ஜ் கோட்டையில் *1740* ஆம் ஆண்டுகளில் அடிமைகளின் கூட்டம் வைக்கப்பட்டிருந்தது. அடிமைகள் அங்கு கோட்டைக் காவல் பணிகளைச் செய்தனர். புது உலகான அமெரிக்காவில் குடியேறியவர்கள், இவ்வாறு அடிமைகள் கையில் ஆயுதங்களைத் தருவதில்லை. ஆனால் முஸ்லிம்களிடையே அடிமைகளைப் படைவீரர்களாக வைத்துக் கொள்ளும் வழக்கம் இருந்தது. டெல்லியில் அத்தகைய அடிமைகளின் ஆட்சி நடந்தது என்பதை வரலாறும் கூறும்.

இக்கருத்துகளை அமெரிக்காவின் வெஸ்ட்செஸ்டர் பல்கலைக் கழகப் பேராசிரியர் இராபர்ட் ஜே.யங் என்பவர் சென்னையில் இந்து இதழுக்கு அளித்த ஒரு பேட்டியில் கூறினார். *(The Hindu, May 11,1986)*

''பதினெட்டாம் நூற்றாண்டில் ஆங்கில வாணிப கடல் போக்கு வரவு அமைப்புகளில் ஆப்பிரிக்க அடிமை வாணிபம்'' எவ்வாறு இருந்தது என்பதை ஆராய்வதில் இப்பேராசிரியர் ஆர்வங்கொண்டு, பல இடங்களுக்குச் சென்று இருக்கின்றார்.

ஆசியாவில் நடைபெற்ற ஆப்பிரிக்க அடிமை வாணிபம், ''காஃபிரி வாணிபம்'' என்று அழைக்கப்பட்டது. காஃபிரி என்ற அரபுச் சொல் இஸ்லாமியரல்லாதாரைக் குறிக்கும். இந்து மாக்கடலிலும், அதற்கப்பாலும் நடந்து வந்த அடிமை வாணிபத்தின்

வேகமும், முடுக்கமும், அட்லாண்டிக் கடலில் நடைபெற்ற அந்த வாணிபத்தைப் போன்றதேயாம் என்று பேராசிரியர் யங் கூறிகின்றார்.

ஐரோப்பியர் வந்ததற்கு நெடுங்கால முன்னரே ஆசியாவில் வாணிபத் தொடர்புகள் உண்டாக்கப்பட்டிருந்தன. வாணிப ஆர்வமும், திறமையுமிக்க குஜராதியரும், தமிழ் நாட்டுச் செட்டிமாரும், ஆந்திரத்து ரெட்டிமாரும் கடல் கடந்து வாணிபம் செய்வதில் ஈடுபட்டனர்.

பிரிட்டிசார் தென் கிழக்காசியாவில் நுழைந்த காலத்தில், அவர்களுக்கு வேலை செய்ய ஆள் கிடைக்கவில்லை. ஆங்கிலக் கிழக்கிந்தியக் கம்பெனி சுமத்திராவின் மேற்குக் கரையிலிருந்த பெங்குலின் என்ற இடத்தில் *1685* இல் ஒரு குடியேற்றத்தை அமைத்தது. அங்கு தோட்டங்களில் வேலை செய்வதற்கு ஏராளமான அடிமைகள் தேவைப்பட்டனர்.

அங்கு மிளகு வாணிபம் செய்வதற்காகக் கப்பல் வசதிகள் செய்யப்பட்டிருந்தன. அப்போது டச்சுக்காரர் மடகாஸ்கரிலிருந்து நேரடியாக, காஃபிரி அடிமைகளை ஏற்றிச் செல்வதற்காகக் கப்பல்களை அங்கு அனுப்பினர்.

இந்தியா வழியாகத் தென்கிழக்காசியாவிற்குள் (தென் கிழக்காசியா என்ற பகுதி புரூணை, பர்மா, இந்தோனேசியா, கம்போடியா, லாவோஸ், மலேசியா, பிலிப்பைன்ஸ், தாய்லாந்து வியட்நாம் முதலியன அடங்கும்) இறக்கப்பட்ட அடிமைகள் வாணிபம் பற்றி ஆராய்வதற்கு வேண்டிய ஆவணங்கள் எளிதில் கிடைப்பதில்லை. எனினும் அடிமைகள் பம்பாயில் இருந்து சென்னை ஜார்ஜ் கோட்டைக்கு அனுப்பப்பட்டனர் என்றும் அதன் பிறகு இந்தோனேசியாவிற்கும், இன்று அதில் அடங்கியுள்ள சுமத்திராவிற்கும் அனுப்பப்பட்டனர் என்றும் பேராசிரியர் யங் கூறுகின்றார்.

சுமத்திரா (மேற்கு இந்தோனேசியத்திலுள்ள மலைப் பாங்கான தீவு சுமத்திரா. அது பெருஞ் சுண்டாத் தீவுகளில் ஒன்றாகும். இது மலாக்கா நீரிணையால் மலாய்த் தீவக் குறையில் இருந்து பிரிக்கப்பட்டுள்ளது. இதை டச்சுக்காரர் *16*-ஆம் நூற்றாண்டில் கையகப்படுத்தி வைத்திருந்தனர். இது இந்தோனேசியத்தோடு *1945* இல் இணைந்து விடுதலை பெற்றது) தன் இந்திய ஆட்சிப் பகுதியின் விரிவான ''பேரிந்தியம்'' (*Greater India*) என்று பிரிட்டிசாரால் கருதப்பட்டது. வரலாற்றாசிரியரும் தென்கிழக்காசியாவை இந்தியாவுடன் உள்ளடக்கிப் பேரிந்தியம் என்றே பெயர் சூட்டுகின்றனர். சுமத்திரா பின்னர் டச்சுக்காரர்களுக்கு மாற்றித் தரப்பட்டதும், பிரிட்டிசார் சிங்கப்பூருக்குள் நுழைந்துவிட்டனர்.

பதின்மூன்றாம் நூற்றாண்டிலேயே இஸ்லாம் கிழக்கு நோக்கிப் பரவிய காலத்தில் காஃபிரி அடிமைகள் வட சுமத்திராவின் அரசவைகளில் புகலாயினர். இந்த அடிமை வாணிபம் போர்த்துக்கீசரின் கொடிய தாக்குதலையும் மீறிப் பதினாறாம் நூற்றாண்டு வரை நிலைத்திருந்தது. டச்சு, ஆங்கில வணிக நலன்கள் பெருகப் பெருக, மனிதப் பண்டங்களின் வாணிபமும் புத்துயிர் பெற்றது.

இங்கிலாந்தும் பிரான்சும் *18* ஆம் நூற்றாண்டில் ஒன்றோடொன்று போர் புரிந்தபோது, பிரஞ்சுப் படை *1761* இல் மோரீசுத் தீவிற்குக் கிளம்பியதற்கு முன்னர் பெங்குலினில் இருந்த பிரிட்டிஷ் குடியேற்றத்தைப் பலத்த நாசத்திற்குள்ளாக்கிச் சென்றது. அப்போது பிரஞ்சுப் படை மேற்குச் சுமத்திராவின் கரையோரத்தில் வாழ்ந்திருந்த சீனரையும், காஃபிரிகளையும் கிட்டத்தட்ட முற்றிலும் தம்முடன் அழைத்துச் சென்றுவிட்டது என்று பேராசிரியர் யங் சொன்னார்.

இவ்வாறு போரின் போது கவர்ந்து கொள்ளப்பட்ட காஃபிரிகள் பிரஞ்சுக்காரரின் நியாயமான உடைமையாயினர். இதனால் மோரீசின் மக்கள் தொகையில் காஃபிரியர் நிரந்தர இடம் பெற்றனர்.

சுமத்திராவிலிருந்த பேராசை பிடித்த சீன சமூகத்தினர் தாம், மெதுவாக ஆப்பிரிக்க அடிமைகளை விலைக்கு வாங்கினர். ஒரு சீனர் தன் கரும்புத் தோட்டத்தில் வேலை செய்வதற்காக 166 அடிமைகளை வைத்திருந்தார். அதில் 50 பேரை அவர் கிழக்கிந்தியக் கம்பெனியிடமிருந்து குத்தகைக்குப் பெற்றிருந்தார் என்பதைக் காட்டும் ஆவணங்களிலிருந்து பேராசிரியர் யங் எடுத்துரைக்கின்றார்.

இந்திய சரித்திரக் களஞ்சியம், தொகுதி இரண்டில் அடிமைகள் பற்றியும், அங்கு டேனியர் அடிமைப் பிள்ளைகளுக்கு ஒரு பள்ளிக்கூடம் அமைத்தது பற்றியும் சொல்லப்பட்டிருந்தன.

4. ஐரோப்பாவில் ஊர்திகள்

இந்தியாவில் இந்தக் காலக்கட்டத்தில் சாதாரண மக்கள் ஓரிடத்திலிருந்து மற்றோரிடத்திற்குச் செல்வதற்கு, அது எவ்வளவு தொலைவாயினும் கால்நடையாகவே சென்றனர். மாமன்னர், குறுநில மன்னர்கள், வட்டாரத் தலைவர்கள் போன்றோர் யானை, குதிரைகளிலும், சிவிகை எனப்பட்ட பல்லக்குகளிலும் சென்றனர். பலவகை மாட்டு வண்டிகளும் இருந்தன. மக்கள் இவையன்றி வேறு வகையான போக்குவரவுச் சாதனங்களான ஊர்தி எதிலும் ஏறிச் சென்றதாகத் தெரியவில்லை.

பல்லக்கு பதினெட்டாம் நூற்றாண்டு இந்தியாவின் பல பகுதிகளில் குறிப்பிடத்தக்க ஊர்தியாக விளங்கியதை அறிகின்றோம். இக்களஞ்சியத் தொகுதியில் மனிதர் மனிதரைச் சுமந்து சென்ற சிவிகையான பல்லக்கைப் பற்றிப் பல இடங்களில் காணலாம்.

1740

ஐரோப்பா

ஐரோப்பாவில் அதே காலகட்டத்தில் மக்கள் எவ்வகையான ஊர்திகளில் சென்றனர்? அங்கு பல வகையான வாகனாதிகள் இருந்தன. வழியில் இடை இடையே குதிரைகளை மாற்றிச் செல்லும் ஸ்டேஜ்-கோச்சு என்ற ஆங்கில ஊர்தியை ஒத்த கரூஸ் என்ற பெட்டி வண்டிகள் ஐரோப்பாவில் இருந்தன. குதிரைகளால் இழுத்துச் செல்லப்பட்ட இவ்வூர்திகளில் ஆறு பேர் வசதியாகப் பயணம் செய்யலாம்.

கோஷ் என்ற மற்றொரு வகை ஊர்தியில் (கோச்சு என்ற ஆங்கிலச் சொல் அங்கேரிய மொழியான குட்சே என்ற சொல்லிலிருந்து பிறந்தது) பதினாறு பயணிகள் செல்லலாம். அந்த வண்டியின் முன்னும் பின்னும் இருபெரிய கூடைகள் இருக்கும். அவற்றுள் பயணிகளின் பொதிகளை நிரப்பிக் கொள்ளலாம். சில வேளைகளில் இக்கூடைகளுக்குள் ஆள்களும் ஏறிக் கொள்வதுண்டு.

இத்தாலியில் கலேஸ் (*Calesce*) என்ற குறிப்பிட்ட ஒரு வகை ஊர்தி இருந்தது. அதில் இரண்டு பயணிகள் ஏறிக்கொண்டு தமக்குப் பின்னால் இரண்டு பெட்டிகளை மட்டும் ஏற்றிச் செல்ல முடியும்.

பிரெஞ்சு ஊர்திகள்

பிரெஞ்சு மக்கள் வழக்கமாக டிலிஜன்ஸ் என்ற விரைவு கோச்சு வண்டியைப் பயன்படுத்தினர். இது பெரிய பெட்டி வண்டி. இவை செல்கின்ற வழியில் பயணிகளை

இறக்கி விடவும், ஏற்றிக் கொள்ளவும் செய்தன. பன்னிரண்டு மைலுக்கு ஒருமுறை (சுமார் 19 கிலோமீட்டர்) குதிரைகள் மாற்றப்பட்டன. பருவ நிலை நன்றாக இருக்குமாயின் இந்தப் பெட்டி வண்டி ஒரு நாளில் எண்பது மைல் (சுமார் 130 கிலோமீட்டர்) தொலைவு செல்லக் கூடியது. பெரும்பாலான பயணியர் ஐம்பது மைல் (சுமார் 80 கிலோமீட்டர்) சென்றாலே போதும் என்று கருதினர். இந்தக் கோச்சு வண்டியின் பெட்டி கனத்த மரக்கட்டைகளுடன் சேர்த்துக் கட்டப்பட்ட பெரிய தோல் வார்களின் மேல் நின்றது. இந்தப் பெட்டி வண்டியின் முன்பகுதிக்குக் கூப்பே (*Coupe*) என்று பெயர். அது ஒரு சாரட்டு (தேர்) வடிவில் இருக்கும். அதில் ஏனைய பயணியருடன் மூவர் மட்டும் தனியாக இருப்பதற்கு இருக்கை இருக்கும். இது பெண்களுக்கு மிகவும் வசதியானது. அவர்கள் இந்த மூன்று இடத்தையும் தமக்கென்று பிடித்துக் கொள்ளலாம். தனி வண்டியில் செல்வதைப் போன்று இந்தக் கூப்பேயில் வசதியாகப் பயணம் செய்யலாம்.

இதன் இண்டீரியர் என்ற மையப் பகுதியில் ஆறு பேர் அமரலாம. ஊர்தியின் பின்புறப் பகுதிக்கு ரோட்டெண்டா என்று பெயர். இப்பகுதி தூசி தும்புகளும், அழுக்கும், ஊத்தையும் மட்டமான மனிதர்களும் அடைகின்ற இடமாகும். இது பெரிதும் விரும்பப்படாத பகுதி. இதில் செல்வற்கு மலிவான கட்டணம். இதிலுள்ள பாங்குவட் அல்லது இம்பீரியல் எனப்படும் இடத்திற்குக் கட்டணம் இன்னும் அதிகமான மலிவு. அது கூப்பே என்ற முன்பகுதியின் கூரைமீது வெளியில் அமரும் இடம். இங்கு மழைக்கும், வெயிலுக்கும் காப்பாகத் தோலாலான மேற்கட்டி இருக்கும், ஆனால் வண்டியின் மீது ஏறி இந்த இடத்தை அடைவது கடினம். ஏறிவிட்டால் வசதியாக இருக்கும்.

பாங்குவாட்டில் இடம் கிடைத்தால் நல்ல காற்று வரும். வழியில் இயற்கைக் காட்சிகளை கண்டவாறு செல்லலாம். அது உயரமாக இருந்ததால் தூசு அவ்வளவாக ஏறுவதில்லை. எனினும் சில வேளைகளில் போக்கிரிகளும் கீழ்மக்களும் வந்துவிட்டால் தொல்லைதான்.

இங்கிலாந்து

ஐரோப்பாவில், குறிப்பாக இங்கிலாந்தில் இக்காலச் சுழியில் நல்ல சாலைகள் இருக்கவில்லையென்பது குறிப்பிடத்தக்கது. போக்குவரவு வசதிகளாக ஊர்திகள் இல்லாததால் பெரும் பாலான மக்கள் தம் ஊரை விட்டு வெளியே செல்வது அரிது.

டச்சுக்காரரும் முதலாம் எலிசபெத் அரசியின் (*1533-1603: ஆட்சிக்காலம் 1558-1603*) கோச்சு ஓட்டுநருமான குயிலியம் பூனன் என்றவர்தான் 1560 ஆம் ஆண்டுகளில் இங்கிலாந்திற்குக் கோச்சு வண்டிகளைக் கொண்டு வந்தார் என்று நம்பப்படுகின்றது. மேற்கு இலண்டனின் நடுப்பகுதியில் தேம்ஸ் ஆற்றையொட்டி நீண்டு செல்லும் ஸ்டிராண்டு என்ற தெருவில் கோச்சு வண்டிகள் நிற்கும் இடத்திற்கு 1634-ஆம் ஆண்டு உரிமம் வழங்கப்பட்டது. பொதுமக்கள் கோச்சு வண்டிகளை வாடகைக்கு அமர்த்திக் கொள்வதற்கு அப்போது அனுமதிக்கப்பட்டனர். இதைத் தேம்ஸ் ஆற்றில் இயங்கி வந்த படகோட்டிகள் விரும்பவில்லை.

அந்தக் காலத்தில் சிறப்பான நாள்களில் மக்கள் ஆற்றின் மேலும் கீழுமாக உல்லாசப் படகுகளில் செல்வது வழக்கம். தேம்ஸ் ஆற்றை நோக்கிச் செல்லும் சிறு சிறு தெரு முனைகளில் படகோட்டிகள் கூடிக் கிடப்பர். அழகாக அலங்கரிக்கப்பட்ட படகுகள் ஒன்றோடொன்று மோதிக் கொண்டு நீரில் மிதக்கும். இச்சிறு படகுகள் வெரி என்று

அழைக்கப்பட்டன. அவற்றில் இருவர் செல்லலாம். திண்டுகள் போடப்பட்டிருக்கும். தலைக்கு மேல் மேற்கட்டிகள் இருக்கும். இந்த ஆற்றுப் போக்குவரவில் பெரும் பகுதியைக் கோச்சு வண்டிகள் கவர்ந்துவிட்டன.

''கோச்சுகளையும் தூக்கு நாற்காலிகளான செடான்களையும் தேம்ஸ் ஆற்றில் தூக்கியெறிய வேண்டுமென்று'' 1679 ஆம் ஆண்டு ஒரு துண்டு வெளியீடு வந்தது. இருப்பினும் பதினெட்டாம் நூற்றாண்டு வரையிலும் தேம்ஸ் ஆற்றுப்போக்கு வரவு நீடித்தது.

தாமஸ் டாகட் என்ற நடிகர் 1716 ஆகஸ்டு முதல் தேதியன்று தேம்ஸ் ஆற்றுப் படகோட்டிகளுக்காக இலண்டன் பாலத்திலிருந்து தென்மேற்கு இலண்டனிலுள்ள செல்சீ என்ற இடம் வரையிலும் படகுப் போட்டியை நடத்தினார். இது வெகு விரைவிலேயே சுற்றுலாப் பயணிகள் விரும்பும் நிகழ்ச்சியானது.

ஸ்காத்லாந்திய எழுத்தாளரும், வழக்குரைஞரும், ஆங்கில அகராதியை முதன் முதல் தொகுத்த டாக்டர் ஜான்சனின் (1709-1784) வாழ்க்கை வரலாற்றை எழுதியவருமான ஜேம்ஸ் பாஸ்வல் (1740-1795) 1763-ஆம் ஆண்டு நடந்த படகுப் பந்தயத்தைக் கண்டு களித்தார். இன்றுங்கூட (1991) டாகட் சின்னத்தைப் பெறுவதற்காக இந்தப் படகுப் போட்டி நடந்து வருகின்றது.

இலண்டனில் பொது ஊர்திகளின் எண்ணிக்கை பெருத்து விட்டதால், ஏற்கெனவே மக்கள் நெரிசலும், ஊத்தையும் மலிந்த தெருக்கள் மேலும் மோசமாயின. ஆதலால் பதினெட்டாம் நூற்றாண்டில் வாழ்ந்த இலண்டன் நகர மாந்தர் கற்கள் பாவிய தெருவோரங்களில் மிகுந்த எச்சரிக்கையுடன் நடந்து சென்றனர். இப்படிப்பட்ட தெருவோரங்கள் 1760 ஆம் ஆண்டுகளில் புதிதாக அமைக்கப் பெற்றன.

தெருக்களில் இப்போது நெரிசல் மிகுதியானதால், ஜேபடி திருடர் பல்கினர். இரண்டாம் ஜார்ஜ் மன்னர் (1683-1760: ஆட்சிக் காலம் 1727-1760) கென்சிங்டன் அரண்மனைப் பூங்காவில் 1750 ஆம் ஆண்டு ஒரு நாள் உலவி வந்தபோது, அவரது கடியாரத்தை யாரோ தட்டிச் சென்று விட்டனர்.

இங்கிலாந்தில் சாலைச் சுங்கக் கடவு (*Turnpike*) நிறுவனங்கள் முதன் முதலாக 1660 ஆம் ஆண்டு அமைக்கப்பட்டன என்பது குறிப்பிடத்தக்கது. இந்த அமைப்பு சாலையில் வரையறுக்கப்பட்ட பகுதிகளுக்குள் வருகின்ற ஊர்திகளிடம் இருந்து சுங்கம் வாங்கிக் கொண்டு அந்தச்சாலைப் பகுதியைச் செப்பனிட்டுப் பராமரித்து வரவேண்டும் என்று பாராளுமன்றம் விதி செய்தது. இச்சலுகைகள் சுங்கக் கடவு அமைப்புகளுக்கு (டிரஸ்டு களுக்கு) முதலில் 21 ஆண்டுகளுக்கு அளிக்கப்பட்டது. அதன் பிறகு வழி வழியாக நடந்து வந்ததைப் போன்று அந்தந்த வட்டாரங்களாலும், கட்டாய ஊழிய முறையாலும் சாலைகள் செப்பனிட்டுப் பராமரிக்கப்பட வேண்டும் என்பது அரசின் கொள்கையானது. பதினெட்டாம் நூற்றாண்டின் இறுதி வாக்கில் இருபதாயிரம் மைல்களுக்கும் (சுமார் 32,000 கிலோ மீட்டர்) அதிகமான தொலைவுள்ள சாலைகள், சுங்கக்கடவு டிரஸ்டுகளின் மேற்பார்வையில் இருந்தன.

இந்தியாவிலும், மேலை நாடுகளிலும் பல துறைகளில் இருந்து வந்த நிலைமைகளை ஒப்புநோக்குவதற்கு இதைப் போன்ற கட்டுரைகள் உதவும். படிப்பவர்களுக்கு இக்கட்டுரைகள் வெறுஞ் செய்தியாக மட்டும் இராது, சிந்தனைக்குரிய பொருளாகவும் விளங்கும்.

1740

5. அலிவர்தி கான் வங்கத்தின் அரசப் பிரதிநிதியாதல்

இந்தியாவின் நாற்புறமும் விரிந்து பரவி ஆட்சியதிகாரம் செலுத்தி வந்த முகலாய மன்னர்கள், மக்கள் தொகை மிகுந்ததும், எண்ணற்ற ஆற்று நீர்வழிகள் நிறைந்ததுமான வங்கத்தை ஆக்கமான முறையில் தம் கட்டுக்குள் வைத்திருக்க முடியாமல் திணறினர். இப்பகுதியிலும் தெற்கிலிருந்த தக்காணத்தில் போலவே, பல்வேறு ஆளுநர்களுக்கும், பேரரசர்களுக்குமிடையே வைசிராய் என்ற அரசப் பிரதிநிதியை அமர்த்தி ஆட்சிநிர்வாகம் செய்யும் வழக்கம் இருந்தது. ஒவ்வோர் ஆளுநரும் அந்த அரசப் பிரதிநிதியின் ஆணைக்கு அடங்கியவர்களாகச் செயல்பட்டு வந்தனர். இது ஆட்சி நிர்வாகத்தை மிகுந்த சிக்கலுக்குள்ளாக்கியது. நிர்வாகத்திறமைக்குன்றச் செய்தது.

வங்கம் இத்தகைய அரசப் பிரதிநிதிகளான நவாபுகளின் ஆட்சியில் *1740* ஆம் ஆண்டுகள் வரையிலேனும் அயலார் படையெடுப்புகளுக்கு உள்படாமலும், மிகவும் மோசமான உள்நாட்டுக் கிளர்ச்சிகள் இல்லாமலும் அமைதியாகவே இருந்து வந்தது. இந்நூற்றாண்டின் நடுப்பகுதியில் சிறிது காலம் சிறு அளவில் தோன்றிய வன் செயல்களுக்குப் பிறகு நிலையான ஓர் இந்திய ஆட்சியின் இடத்தில், நிலையான ஐரோப்பிய ஆட்சி ஏற்படக்கூடிய சூழ்நிலை உருவாக்கி வந்தது.

முர்ஷீகது குலி கான் தன்னிறைவான வங்கத்தைக் கட்டி நிறுவினார். அவர் *1729* இல் இறந்தது வரையிலும் வங்கம், பிகார், ஒரிசா ஆகிய மூன்று பகுதிகளும் அவருடைய கட்டுக்குள் இருந்து வந்தன. அவருக்குப் பின் அவரது மருமகன் சுஜா உதீன் காலத்தில் *1729* முதல் *1739* வரையிலும் ஆட்சி நிர்வாகம் நன்றாகவே நடந்து வந்தது.

இந்த *1740* ஆம் ஆண்டில் வங்கத்தில் பெருங் குமுறல் ஏற்பட்டது. அது பிற்கால முகலாயர் ஆட்சியில் தோன்றிய குமுறல்களில் ஒன்று போலவே இருந்தது. அப்போது பிகாரின் ஆளுநராயிருந்த அலிவர்தி கான், சுஜா உதீன் மகனின் ஆட்சிக்குப் பெரிய அறைகூவல் விடுத்தார். அலிவர்தி கான் அவரிடமிருந்து ஆட்சியைப் பிடிப்பதற்காக நடத்திய போராட்டம் சிறிது காலமே நடந்தது. அதன் பிறகு அவர் டெல்லியிலிருந்து பேரரசரின் ஒப்புதல் பெற்று இம்மூன்று மாகாணங்களுக்கும் அரசப் பிரதிநிதியானார். அவர் *1740*, மே *12* அன்று மூர்ஷீதாபாதைத் தலைநகராகக் கொண்டு அவற்றின் அரசப் பிரதிநிதியாக ஆட்சிப் பொறுப்பை ஏற்றார்.

ஆனால் அவர் வெறும் பெயருக்குத்தான் முகலாயப் பேரரசருக்கு அடங்கியவராக இருந்தார். மிகப் பரந்ததும் மக்கள் தொகை மிகுந்ததுமான இப்பெரும் பரப்பில் ஒரு மன்னரைப் போலவே அவர் செயல்பட்டு வந்தார்.

அலிவர்தி கானின் ஆட்சியில் *1740* முதல் *1756* வரையிலான பதினாறாண்டுக் காலத்தில் பல தலைமுறைகளுக்குப் பிறகு, முதன் முறையாக அமைதி குலைந்தது. மராட்டியர் *1742* இல் தக்காணத்திலிருந்து வந்து வங்கத்தைத் தாக்கினர். இதற்கு முன்னர் கங்கைக்கு மேற்கிலிருந்த வங்கப் பகுதி படையெடுப்புகளால் பேரழிவைக்கண்டது. மராட்டியர் *1743* ஆம் ஆண்டிலும் படை கொண்டு வந்தனர். அவர்கள் *1751* ஆம் ஆண்டு ஒரிசாவின் பெரும்பகுதியைக் கவர்ந்து விட்டனர். அதன் பிறகு ஆங்கிலேயர் வங்கத்தை வைத்துக் கொள்ளத் தொடங்கினர்.

6. பேஷ்வா பாஜி ராவ்: வீரமும் காதலும் நிறைந்த துன்பியல் நாடகம்

மராட்டியரின் வரலாற்றில் சென்ற *1739* ஆம் ஆண்டு மிகவும் குறிப்பிடத்தக்கது. அத்தனை பெரிய நிகழ்ச்சிகள் நடந்தன. நாதிர் ஷாவின் படையெடுப்புப் பெரிய குமுறலை

உண்டாக்கியது: போர்த்துக்கீசர் வடகொங்கணத்திலிருந்து (பாசீன்) விரட்டியடிக்கப் பட்டனர்; ஆங்கரேக்கள் வலுவின்மை அடைந்து புத்தெழுச்சி கொண்டனர். எனினும் மராட்டியரின் கற்பனையை மிஞ்சிய ஆதிக்க விரிவிற்குக் காரணமாயிருந்த பேஷ்வா பாஜிராவின் வெற்றி ஏற்றம் இவ்வாறு திடீரென்று அவரது மரணத்தில் முடியுமென்று யாரும் எதிர்பார்க்கவில்லை. பாஜிராவ் 1713 இல் பேஷ்வா பதவியை ஏற்றார்.

அவருடைய காலத்தில் தான் பேஷ்வா பதவி, அவரது குடும்பத்தாரின் பரம்பரை உரிமையானது. அத்துடன் சத்திரபதி சாகு மகாராஜா மரபினருக்குரிய அரசுரிமையைக் காக்கும் பொறுப்பும் பேஷ்வாவிடம் தரப்பட்டது, மராட்டியரின் கோலாப்பூர்க் குடி விலக்கி வைக்கப்பட்டது. புதிய ஜாகீர்களை அளிக்கும் உரிமை பேஷ்வாவிடம் தரப்பட்டது. ஜாகீர்களை முறைப்படுத்தும் அதிகாரம் அவருக்கு அளிக்கப்பட்டது. ஒரு மன்னர்க்குரிய எல்லா அதிகாரங்களையும் பேஷ்வா இவ்வாறு சட்டப்படி பெற்று விட்டார். பேஷ்வா மராட்டிய விவகாரங்கள் அனைத்திலும் உயர் முதன்மை பெற்றுவிட்டதால், சத்திரபதி என்ற மராட்டிய மன்னரின் மேலாண்மைக்குச் சாவுமணி அடிக்கப்பட்டு விட்டது.

பாஜி ராவின் காலத்தில் தான் பூனா பெருநகராக உருவானது. (இ.ச.க.தொகுதி-2,3) அவரது தலைமையில்தான் மராட்டியர் வடக்கில் இரசபுத்திரரையும் ஜாட்டுகளையும், முகலாயர்களையும் வென்றடக்கினர்; மேற்கில் மாளவமும் குஜராதும் அவர்களிடம் மண்டியிட்டன. அவர்களின் கைகள் வங்கம் வரை நீண்டன; பிகாரையும், ஒரிசாவையும் எட்டின. தெற்கில் 1676 முதல் நிலவி வந்த மராட்டியரின் ஆட்சியதிகாரம் மேலும் வலுவாய் நிலை பெற்றது.

பாஜி ராவ் மராட்டிய அரசியலில் நிகழ்த்திய அருஞ்செயல்கள் மராட்டிய ஏற்றத்தின் மிகச் சிறந்த எடுத்துக்காட்டுகளாக விளங்குகின்றன. அவர் 1737 மார்ச்சு 28 அன்று டெல்லியைத் திடீரென்று தாக்கினார். மறுநாள் இராமநவமி. இந்நிகழ்ச்சி முகலாயப் பேரரசை நடுங்கச் செய்தது. பேரரசர் முகமது ஷா அதிர்ச்சியடைந்தார். பாஜிராவ் இவ்வாறு முகலாயப் பேரரசைத் தலை குனிய வைத்தார். அவர் 1738 இல் நிசாமைத் தன் நிபந்தனைக்குக் கட்டுப்படுமாறு செய்திருந்தார். செலவுத் தொகைகளுக்கென்று முகலாயப் பேரரசின் கருவூலத்திலிருந்து ஐம்பது இலட்ச ரூபாய் தருவதாக நிசாம் ஒப்புக்கொண்டார்.

பாஜி ராவ், சிவாஜியைப் (1627-1680) போன்று மாபெரும் இந்துப் பேரரசை நிறுவவேண்டுமென்று இலட்சியம் கொண்டிருந்தார். ஆனால் தனிமனித விருப்பு வெறுப்புகளையே தலை முதலாகக் கருதும் இந்துப் பண்பாடு, மிக எளிதில் உள் பகையைப் பெருநெருப்பென மூட்டிவிடும் பேராற்றலுடையதாகிப் பன்னெடுங்காலமாய் விளங்கி வருவதால், இந்து இராச்சியம் என்பது ஒவ்வோர் இந்துவிற்கும், அவரது மனநிலைக்கும், சமூக நிலைக்கும் ஏற்ப ஒவ்வொரு தன்மைத்தாகத் தோன்றியது. அதனால் தான் சிவாஜி காலந்தொட்டுச் சாகு காலம் வரையிலும் குன்றென உறுதி குன்றாதிருந்த ஒன்றுபட்ட மராட்டியர் தலைவர்கள், தனிச் சுதந்திரமான பல சிற்றரசர்களாகித் தமக்குள்ளேயே போரிட்டுப் பல குருச்சேத்திரங்களில் குருதி கொட்டினர்.

பாஜி ராவின் காதல்

பாஜி ராவின் கடைசிக்காலம் மகிழ்ச்சியானதாக இருக்க வில்லை. அவர் வாழ்க்கையில் ஒரு காதல் கதை காவியமென மலர்ந்தது. மஸ்தானி என்ற நடனக்காரியான முஸ்லிம் பெண் மீது பாஜி ராவ் கொண்ட காதல் வைதிக சமூகத்தில் அவரது பெயருக்குக் களங்கம் விளைத்தது. அவரது சுற்றத்தாரும் உற்றாரும் அவர் மீது கசப்புக் கொண்டனர்.

பாஜிராவ் மஸ்தானி

மஸ்தானி யார்? எங்கிருந்து வந்தாள்? என்பன நமக்குப் புலனாகவில்லை. புந்தேல்கண்டு மன்னான சத்திரசாலுக்கும், அவரின் முஸ்லிம் காமக்கிழத்திக்கும் பிறந்தவள்; நிசாமின் மகள்; ஒரு முஸ்லிம் பிரபுவின் அவையிலிருந்த பொதுமகள் என்றெல்லாம் மஸ்தானியைப் பற்றிச் சொல்கின்றனர். பாஜி ராவின் மூத்த மகனான நானாசாகேபு திருமணம் (நானாசாகேபு என்ற பாலாஜி ராவ் தான் பாஜி ராவை அடுத்து இந்த ஆண்டில் பேஷ்வா ஆனார்) நடந்தது பற்றிய அரசு ஆவணங்களில்தான் முதன் முதலாக மஸ்தானியின் பெயரைக் காண்கிறோம். பாஜி ராவ் அதற்கடுத்த ஆண்டில் பூனாவிலுள்ள சனிவார அரண்மனையில், தன் காதலியின் பெயரால் புதிதாக ஒரு பகுதியைக் கட்டி இணைத்தார்.

மஸ்தானி 1734 ஆம் அண்டு அவருக்கு ஒரு மகனைப் பெற்றுத் தந்தார். அப்பையனுக்கு ஷாம் ஷேர் பகதூர் என்று பெயரிட்டனர். தாரிக்கி-முகமதுஷாகி என்ற நூல், மஸ்தானியைக் கஞ்சனி (நடனக்காரி) என்று குறிக்கின்றது. அவர் குதிரையேற்றத்திலும், ஈட்டி எறிவதிலும், வாள் வீச்சிலும் வல்லவர் என்கின்றது. அவர் இசையிலும், நடனத்திலும் சிறந்து விளங்கினார். பேஷ்வா அரண்மனையில், ஆண்டு தோறும் நடக்கும் பிள்ளையார் சதுர்த்தி அன்று மஸ்தானி மக்கள் முன் ஆடவும் பாடவும் செய்வார். பாஜி ராவ் எங்கு சென்றாலும் உடன் சென்றார். களஞ்சென்றாலும் அருகில் மஸ்தானியைக் காணலாம். மஸ்தானி பாஜி ராவுக்கும். பாஜி ராவ் மஸ்தானிக்கும் ஒருவருக்கொருவர் நிழலாயிருந்தனர்.

மஸ்தானி பாஜி ராவின் வாழ்க்கையில் ஒன்றி, முக்கிய நிகழ்ச்சிகள் நடந்த அவர் வாழ்வுக்கு அகத்தூண்டுதலாயிருந்தார். அவர் இந்துவைப் போல் உடுத்தினார்; பேசினார்; இந்துவாக வாழ்ந்தார். அவர் பக்தியுள்ள ஒரு மனைவி போன்று பாஜி ராவைப் பேணி வந்தார். பாஜி ராவ் இத்தகைய வாழ்க்கைத் துணைவி மீது மட்டற்ற காதல் கொண்டது வியப்பன்று. ஆனால் வைதிகமான சித்பவன் பிராமணர் இல்லங்களில் வெறுக்கப்படும் மதுவை அருந்தவும், புலாலை உண்ணவும் தொடங்கி விட்டார். போர் வீரராக விளங்கிய பாஜி ராவினால் பிராமணர்க்குரிய கண்டிப்பான விதிமுறைகளைக் கடைப்பிடிக்க முடியவில்லை.

மராட்டிய சமூகமே இந்தக் காலக்கட்டத்தில் மாபெரும் மாறுதல்களுக்கு உள்ளாகிக் கொண்டிருந்த நிலையில் பாஜி ராவின் இக் குற்றங்களைப் புரிந்து கொள்ள முடிகின்றது. இரசபுத்திர அரசவைகளில் மது அருந்துவதும், புலால் உண்பதும், புகைபிடிப்பதும் தாராளமாக நடக்கின்றன. இந்நிலையில் பலதரப்பட்டோருடன் பழகவும், பணிபுரியவும் வேண்டிய மராட்டியர் தலைவர் ஒருவரால் சாதிக் கட்டுப்பாடு என்ற குறுகிய வட்டத்திற்குள் எங்ஙனம் சுற்றிவர முடியும்?

பாஜி ராவ் 1739 இல் பூனாவை விட்டுப் போருக்குச் சென்றிருந்தபோது, அவருடைய மக்கள் நானா சாகேபும், சிம்னாஜி அப்பாவும் மஸ்தானியைத் திடீரென்று பிடித்து அடைத்து வைத்து விட்டனர். இது பாஜி ராவின் உள்ளத்தை முற்றிலும் உடைத்துவிட்டது. உலகமே அவருக்குத் துன்ப மயமாயிற்று. அவர் பூனாவிற்கு விரைந்தேகித் தன் காதலியை மீட்டால், அது சமூகத்தைச் சீற்றமுறச் செய்யும்; பொது மக்களின் எண்ணத்திற்கு விரோதமாகிவிடும். பல பெரிய மனிதர்களும், குடும்பத்திற்கு வேண்டியவர்களும் படஸ் (*Patas*) என்ற இடத்தில் பாஜிராவைச் சந்தித்து எது நல்வழி என்பது குறித்துக் கருத்துக் கூறினர். இக்கேடு அனைத்திற்கும் மஸ்தானியே பொறுப்பு என்று, வைதிகக் கூட்டத்தார் அவர்மீது கடும் நடவடிக்கை எடுக்க விரும்பினர்.

ஆனால் மன்னர் சாகு அறிவுடையவர். பாஜி ராவின் உள்ளத்தைப் புண்படுத்தும் எச்செயலிலும் எவரும் ஈடுபடலாகாது என்று கண்டிப்பாக எச்சரித்து விட்டார். அவர் பாஜி ராவ் மஸ்தானி மீது கொண்டிருந்த காதலை நன்குணர்ந்திருந்ததை வைதிகர் அறியுமாறு வெளிப்படுத்தினார். அதனால் மஸ்தானிக்கு ஊறு எதுவும் நேரவில்லை.

1740

காதலர் மரணம்

மஸ்தானி இல்லாத வாழ்க்கையை அவர் பெருஞ் சுமையாகக் கருதினார். தன் ஆசைக்குரிய மெய்க் காதலியை மீட்கவோ, அவளுக்குத் தீங்கு நேராமல் காக்கவோ இயலாத கையறு நிலையில் அவர் இருந்தார். அவர் தன் கவலைகளையெல்லாம் போர் செய்து மறக்க முயன்றார். வடக்கே மராட்டியர் செல்லும் வகையில் சில பகுதிகளைத் தர வேண்டுமென்று நிசாமிடம் கேட்டுத் தோற்றார். அதனால் நிசாமின் மகனான நசீர் ஜங்கை ஔரங்காபாதுக் கோட்டையில் முற்றுகையிட்டுத் தோற்கடித்தார். ஆதலால் அவர் விரும்பியபடி நெமது, கர்காம் மாவட்டங்களை நிசாமிடமிருந்து பெற்றார்.

பாஜி ராவ் இப்போர் முடிந்ததும் மஸ்தானியின் நினைவால் மீண்டும் துன்புற்றார். அவரை முடிவு நெருங்கி விட்டது என்பதை யாரும் அறியவில்லை. அவருக்கு நச்சுக்காய்ச்சல் வந்து விட்டது. அவர் 1740 ஏப்ரல் 28 திங்கள் கிழமையன்று நர்மதை ஆற்றின் கரையிலிருந்த இராவல்கேடி என்ற இடத்தில் இறந்தார். அங்கு அவர் நினைவாகச் சிறு கல் மேடை இன்றும் நிற்கின்றது. இதுவே அவருக்கு வாழ்க்கையில் முதலும் கடைசியுமான நோய். அவர் சனிக்கிழமையன்று நினைவிழந்ததும், அவர் மனைவி காசி பாயும், சின்ன மகன் ஜனார்த்தனும் வந்தனர். மஸ்தானி பேச்சேயில்லை. பாஜிராவ் மதுவில் தன் கவலைகளைக் கரைக்க முயன்று அதனால் செத்திருக்கலாம். பாஜிராவின் மரணச் செய்தியைக் கேட்டதும், மஸ்தானி பூனா அரண்மனையில் இறந்தார். அவர் அதிர்ச்சியினால் செத்தாரா? அல்லது தற்கொலை புரிந்தாரா என்பது தெரியவில்லை. அவரது உடல் பூனாவின் கிழக்கே சுமார் 32 மீட்டர் (சுமார் 20 மைல்) தொலைவிலுள்ள பாபல் என்ற இடத்தில் அடக்கம் செய்யப்பட்டது. பாஜி ராவ் அவருக்கு அந்த ஊரை இனாமாக அளித்தார். அந்த அடக்கமான சமாதி, வழிப்போக்கர்களுக்கு அப்பேரழகியின் காதலையும், துன்ப முடிவையும் எடுத்துச் சொல்கின்றது.

1740

புதிய பேஷ்வா

பாஜி ராவ் இறந்த போது அவரது மூத்த மகன் நானா சாகேபு என்ற பாலாஜி பாஜிராவ் பல்லல், தன் தம்பி சிம்னாஜி அப்பாவுடன் ஆங்கரே சகோதரர்களுக்கிடையில் ஏற்பட்ட தாவாவைக் கொலாபாவில் தீர்த்து வைத்துக் கொண்டு இருந்தார். அவர் இச்செய்தி கேட்டுக் கலங்கவில்லை. நீததார் துக்கம் தீர்ந்தபின்னர் சாகுவின் அழைப்பிற்கிணங்க பேஷ்வாப் பதவியைப் பெறுவதற்காக மே 13 சத்தாரா சென்று, புனித நாளான ஜூன் 25 அன்று காலையில் பதவிப் பொறுப்பேற்றார். அவருக்கு அப்போது 18 வயது 6 மாதம். அவர் தந்தை இப்பதவியை ஏற்றபோது பாலாஜி பாஜி ராவை விட ஒரு வயது குறைந்தவர்.

பாலாஜி ராவின் பணிகள்

பாலாஜி ராவும் தந்தை போன்ற பலவீரச் செயல்களில் ஈடுபட்டு மராட்டியரின் ஆட்சிப்பரப்பை விரித்தார். நாதிர் ஷா டெல்லிமீது படையெடுத்த போது முகலாயப் பேரரசுக்கு ஆதரவாகப் படை அனுப்பினார். அவரது பதவிக் காலத்தை வெற்றிகரமான தொடக்கம் என்று கூறுவர். பாலாஜி ராவ் அறப்பணிகளிலும் ஈடுபட்டுப் பல கோயில்களைக் கட்டுவித்தார். விருத்த கங்கை அதாவது முதிய கங்கை என்ற சிறப்புப் பெயர் பெற்று இருக்கும் கோதாவரி ஆற்றின் தோற்றுவாயான திரியம்பகம் என்ற இடத்தில் பாலாஜி ராவ் (1740-1761) மிக அழகான சிவன் கோயிலைக் கட்டியுள்ளார்.

கோதாவரி

இந்தியாவின் ஏழு புனித நதிகளுள் ஒன்றான கோதாவரி திராவிட மொழிகளில் கோதை என்று பொருள் படும். கோதை என்பது ஒரு வரம்பைக் குறிக்கும். சம்ஸ்கிருதத்தில் கோ = நீர் + தா = தானம் + வரி = நீரோட்டம் என்று பொருள் கொள்வர். கோதாவரி மேற்கு மலையின் சகாயத்திரி மலைத் தொடரின் ஒரு பக்கத்தில் தோன்றுகின்றது. அந்த இடத்தின் பெயர் திரியம்பகம். அது நாசிக்கிலிருந்து சுமார் 26 கிலோ மீட்டர் (சுமார் 16 மைல்) தொலைவிலுள்ளது. மேற்குக் கடற்கரையிலிருந்து கிழக்கே 80 கிலோ மீட்டரில் (50 மைலில்) இருக்கின்றது.

திரியம்பகம் என்ற சிற்றூரின் பின்பக்கத்தில் ஒரு குன்றில் தான் கோதாவரி தோன்றுவதாக வழி வழியாய் நம்பப்பட்டு வருகின்றது. அந்த இடத்தை அடைய 690 படிக்கட்டுகள் ஏறவேண்டும். அப்படிக்கட்டுகளில் இருபுறமும் குட்டையான கற்சுவர்கள் உள்ளன. படிக்கட்டுகளின் உச்சியில் ஒரு குன்றின் அடிவாரத்தில் கல்மேடை ஒன்று அமைக்கப்பட்டுள்ளது. அப்பாறையின் அடிவாரத்திலிருந்து தண்ணீர் ஓடையாக ஓடி வருகின்றது. அங்கு தண்ணீர் வடியும் இடத்திலுள்ள ஓர் உருவத்தின் வாயிலிருந்து தண்ணீர் குளத்தில் விழுகின்றது.

வேத இலக்கியங்களில் கோதாவரி பற்றிய செய்தி எதுவுமில்லை. எனினும் புராணங்கள் இம்முது கங்கையைச் சிறப்பித்து பாடுகின்றன. திரியம்பகத்தில் தோன்றி வங்கக் கடலில் சங்கமிக்கும் கோதாவரி அணையைப் பற்றிப் பல புனை கதைகள் உள்ளன. கௌதவ முனிவர் ஒரு பசுவைக் கொன்ற பாவம் நீங்கச் சிவ மூர்த்தியை நோக்கித் திரியம்பகத்தில் தவமிருந்தார். சிவபெருமான் திரியம்பகேசுரராகத் தோன்றி முனிவர்க்கு இந்த இடத்தில் அருள் புரிந்தார் என்பது ஒரு கதையாகும். கோதாவரி கங்கையின் ஓர் அம்சமாகவே கருதி வணங்கப்படுகின்றது. இறந்த பசு சிவனின் சடையிலிருந்து சிந்திய நீரினால் உயிர் பெற முனிவர் சாபம் நீங்கப்பெற்றார். அதனாலும் இது கோதாவரி எனப்பட்டது.

இதனால் பன்னிரு ஆண்டுகளுக்கு ஒருமுறை வரும் (அதாவது குரு சிம்ம ராசியில் புகும்) சிம்மஹஸ்த பர்வனி நாளில் இந்த ஆற்றில் நீராடுவது பெருஞ்சிறப்பென்று போற்றப்படுகின்றது. இவ்வாண்டு *(1991)* கோதாவரியில் புஷ்கரணி என்ற அந்த நீராடு விழா நடந்தது.

கோதாவரி ஆறு கீழ்க்கண்ட கிளைகளாகப் பிரிந்து கடலில் கலக்கின்றது என்பது இந்துக்களின் நம்பிக்கை. அவற்றுள் தலையாய கிளைகள்: தூல்ய பாகம், ஆத்திரேயர், பௌரது வஞ்சம், கௌதமி, விருத்த (முதிய) கோதாவரி, வெயின தேயம், கௌசுகி வசிஷ்டம்.

கோதாவரி ஆறு சுமார் *1465* கிலோமீட்டர் *(910* மைல்) ஓடி வங்கக் கடலில் கலக்கின்றது. இது தோன்றிய திரியம்பகத்திலிருந்து கடைசி வரையிலும், தென்கிழக்காகவே ஓடுகின்றது.

இத்தகைய சிறப்பு மிக்க கோதாவரித் தோற்றுவாயாகிய திரியம்பகத்தின் திரியம்பகேசுவரர் கோயிலைப் பாலாஜி பாஜி ராவ் *16* இலட்ச ரூபாய்ச் செலவில் *31* ஆண்டுகளில் கட்டி முடித்தார்.

திரியம்பகேசுவரர் கோயில்

1740

திரியம்பகம் என்பது சிவனின் வில். இது தக்கனை வதைத்த போது எடுத்தது. திரியம்பகன் என்றால் மூன்று கண்களையுடைய சிவமூர்த்தியைக் குறிக்கும். பிள்ளையாருக்கும், வீரபத்திரனுக்கும் இப்பெயர் உண்டு.

பாலாஜி திரியம்பகேசுவரருக்கு இம்மலையில் எடுத்த கோயில் அழகானது. கருவறை அமைதியான இடத்தில் அமைந்துள்ளது. இங்குள்ள பள்ளத்தாக்கில் எப்போதும் நீர் தேங்கியிருக்கின்றது. இதிலிருந்து சில வேளைகளில் தீக்கங்குகள் எழும்புவதாயும், சிங்கக் கர்ச்சனை போன்ற முழக்கங்கள் எழுவதாயும் கூறுகின்றனர்.

இதன் மேலே வீற்றிருக்கும் முக்கண்ணனான சிவநாதனுக்கு எப்போதும் அபிசேகம் நடந்து கொண்டேயிருக்கின்றது. ஐந்து முகமுள்ள தங்கக் கவசம், ஐந்து தலை லிங்கத்திற்கு அணி செய்கின்றது. இவ்வைந்து தலைகள் மீதும் பொன் மகுடங்கள் ஒளி வீசுகின்றன. இவை மராட்டியப் பேஷ்வா சதாசிவராவ் பாகு அளித்தவையாகும்.

திரியம்பகம் மராட்டிப் பக்தி இலக்கியத்தில் இடம் பெற்றுள்ளது. நாத சம்பிரதாய வழிபாட்டுத் தலைவர்களான கோரக்கநாதரும், ககினிநாதரும் இங்கு தவமிருந்தனர் என்று நம்புகின்றனர். நாம தேவர் தம் தீர்த்தவாரி என்ற நூலில் இந்த மலையைக் குறிக்கின்றார். நாமதேவர் *13*-ம் நூற்றாண்டினர். சிம்பி என்ற தையற்கார வகுப்பினர். மராட்டிய மொழிக்குப் புதுப் பொலிவூட்டும் வகையில் கீதைக்கு உரை கண்ட ஞானே சுவரன் *(1275-1296)* நெருங்கிய நண்பர்.

திரியம்பகத்தில் திரியம்பகேசுவரர் கோயிலோடு கங்கை சாரேசுவரர், காஞ்சனேசுவரர், கௌமடேஸ்வரர் முதலானோர்க்கும் கோயில்கள் உள்ளன. இத்தலத்திற்கு மராட்டியப் பேஷ்வாக்கள் அளித்த கொடைகள் பதினெட்டாம் நூற்றாண்டு ஆவணக் குறிப்புகளிலும், ஆவணங்களிலும் காணப்படுகின்றன. எனினும் இன்றும் பேஷ்வா பாலாஜி நிறுவிய திரியம்பகேசுவரர் கோயில், அவரது பக்தியின் சான்றாக விளங்குகின்றது. மராட்டியர் பக்தியில் சிறந்தவர்கள்.

மூன்றாம் தொகுதியின் சொல்லடைவு

அக்பர் 62
அகமது நகர் 62
அகஸ்டைன் 48
அஞ்சங்கோ 65
அச்சுக்கலை 158
அசஃபுஷா குடி 133
அதிராம்பட்டினம் 64
அபினி-சீனம் 187
அம்மை 21
அம்மை - அமெரிக்காவில் 23
அம்மை - ஒழிதல் 24
அம்மை - மேரி சீமாட்டி 23
அமு தாரிய ஆறு 119
அயர்லாந்து 44,164
அர்மீனியர், அர்மீனியா 127
அரிஸ்டாட்டில் 157
அலாவுதீன் கில்ஜி 214
அலாஸ்கா 135
அலெக்சாந்தர் 67,167
ஆஅய் குடி 103
ஆக்சஸ் ஆறு - அமு தாரிய 117
ஆங்கிலோ சாக்சன் 47
ஆட்டிங்கல் 174
ஆடம்ஸ்மித் -கோட்பாடு 80
ஆபே துபாய் 72
ஆயத்தீர்வை 60
ஆர்க்காட்டு நவாபு 39
ஆர்தர் மன்னர் 45
ஆரியர் - நடு ஆசியா 117
ஆல்பன், செயிண்ட் ஆல்பன்ஸ் 47
ஆலந்து: நெதர்லாந்து 187
ஆறுமுகம் : ஆர்மேகம் 65
ஆன் அரசி 56
ஆனந்தரங்கம் பிள்ளை 73
இஞ்சரம் 65
இந்துகுஷ் மலைகள்
(பரோபாமிசஸ்) 116
இபின் படுடா 192
இபுராகிம் லோடி 127
இரத்த அழுத்த அளவு 172
இரவி வர்மன் 174
இரஷியா - தொல்வரலாறு 153
இராசராசன் 102
இராசேந்திரச் சோழவளநாடு 177
இராசேந்திரன் 103
இராட்டிர கூடர் 214
இராணுவம் - கம்பெனி 39
இராமநாதபுரம் - பிரிவு 163
இராயல் அகாதெமி 169
இராஜாராம் 201
இல்லம் - நம்பூதிரி 100
இலண்டன் 23
இலண்டன் - மக்கள் தொகை 25
இலண்டன் - மருத்துவ மனைகள் 136
இவான், பயங்கர 140
இளகங்க நாடு (பெங்களூர்) 177
இஸ்தாம்பு
-கான்ஸ்டாண்டி நோபிள் 22
இஸ்லாம் - நடு ஆசியா 122
ஈஸ்டர் தீவு 68
உசுபெக்கித்தானம் 67
உல்சி, கார்டினல் 51
உலக சுகாதார அமைப்பு 24
ஊட்டுப் புறை 87
எட்டரை யோகம் 161
எட்டு வீட்டுப் பிள்ளைமார் 161
எடின்பரோ பல்கலைக் கழகம் 27
எர்மாக்கு-சைபீரியா 141
எருமை நாடு 178
எலிசபெத்து 52
எஸ்கிமோ 143
ஏகோசி, வெங்காசி 176,183
ஏசுசபை-கடிதம் 207
ஏசுசபை - சம்ஸ்கிருத நூல்கள் 211
ஏசு நாதர் 28
ஐதரலி 77,184
ஐதரலி - தேவனள்ளி முற்றுகை 79
ஐதராபாது - வரலாறு 115,129
ஐதராபாது - பாக்கியமதி 130
ஐதராபாது - ரொட்டிக் கொடி 133
ஒக்கலிகர் 178
ஔது நவாபு

404 | ப. சிவனடி

ஔரங்கசீபு	42,73	கிளாஸ்கோ	80
கங்கர்	178	கிளிமானூர்	174
கச்சாலீசுவரர் கோயில்	146	கிளைவு, இராபட்	149
கச்சு-ரண்	108	கிறித்தவம்-சமயச் சழக்கு	172
கச்சு - வரலாறு	107	குசாணர்	120
கசாக்கு	116	குதுபு ஷாகி குடி	62
கசாக்குத்தானம்	125	குருவப்பன்-புதுச்சேரி	72
கடத்த நாடு	70	குல்பர்க்கா	78
கடற் கொள்ளை - வரலாறு	190	குலோத்துங்கன் 1	103
கதீட்ரல், புனித பால்	89	குளச்சல்	82
கபரால்	172	கூடன்பர்க்கு	135
கபரால், ஜான்	142	கெம்பக் கவுடர்	179
கர்னூல்	182	கெயிக்குவாடு	112
கரீபியன்	195	கெயின்ஸ்பரோ	183
"கலிவர் பயணம்"	163	கெல்டு	43
கலீலியோ	167	கேப்புசின் சபை	74
கள்ளிக்கோட்டை	60,190	கொங்கணம்	207
களரி	103	கொல்லம்	82
கன்னியா குமரி	82	கொலம்பஸ்	138
காகசஸ் மலைகள்	117	கொலாபா	200
காகதியர்	52,191	கோகினூர் வைரம்	130
காசனோவா	159	கோண்டி, நிக்கோலா	198
காதரின், அரகோன்	51	கோப்பர்னிக்கஸ்	168
காதரைன்	52	கோமோரோ தீவுகள்	193
காந்தளூர்ச் சாலை	103	கோயில் - ஆலக்கோயில்	148
காப்பி-அமெரிக்கக் கண்டம்	114	கோயில் - இளங்கோயில்	148
காப்பி -பிரேசில்	162	கோயில் - கொகுடிக்கோயில்	148
காப்பி இத்தாலி	174	கோயில் - சங்க காலம்	147
காரக்கோரம்	125	கோயில் - ஞாழூர் கோயில்	148
கால்டுவெல்	61	கோயில் - திருமூலர்	147
காலிடோனியர்	44	கோயில் - துங்கானைமாடம்	148
காளத்தி	61	கோயில் - பெருங்கோயில்	147
கான்யூட்	48	கோல் கொண்டா	42,62
கான்ஸ்டண்டைன்	46	கோவளம்	67
கானோஜி	189	கோவா (சாந்தப்பூர்)	197
கிராம்வெல், ஆலிவர்	54	சஞ்சிரா சிதியர்	197
கிராம்வெல் சந்ததி இந்தியாவில்	175	சம்ஸ்கிருதம்	62
கிருஷ்ணை ஆறு	65	சரபோசி	137
கிரேக்க-வைதீகக்	155	சன்னி, ஷியா	26
கிறித்தவம்	29	சனிவார அரண்மனை	219
கில்டு ஹால்	89	சாகு	199
கிழக்கிந்தியக் கம்பெனி		சாதவாகனர்	62
- திருவிதாங்கூர் உடன்படிக்கை	82	சாமர்க்கண்டு	128

சாமுதிரி	195
சார் மன்னர்	141
சார்லஸ்	53
சாவார் படை	103
சான்சிபார்	108
சிக்கதேவ ராயர்	183
சித்பவன் பிராமணர்	216
சிர் தாரிய ஆறு	121
சிலி	68
சிவகங்கை	180
சிவ சமுத்திரம்	178
சிவாஜி - கப்பற்படை	199
சிவாஜி - கோட்டைகள்	199
சீகன்பால்கு	153
சீசர் ஜூலியஸ்	44
சீனம் - இரஷிய எல்லைப் போர்	96,142
சீனம்- கலைக்களஞ்சியம்	94
சீனம் - சிங்கு, மஞ்சு குடிகள்	86
சீனம்- பேரரசர் காங்-ஷி	94
சீனம்- பேரரசர் யுங்கு-செங்கு	84,97
பேரரசர்ஷுன்- ஷி	93
பேரரசர்ஷுன்- ஷி- மிங்கு அரச குடி	86
பேரரசர்ஷுன்- ஷி- யிங்கு, யான்	91
பேரரசர்ஷுன்- ஷி- ஜார்செடு, மஞ்சு	86
சுமேர்	189
சுவிஃப்டு, ஜானதன்	163
சூரத்து	112
சூல்ஸ் பாதிரியார்	153
செங்கிஸ்கான்	123,125
செலிபஸ்	69
சென்னை - கவர்னர்	152
சென்னை- சீர்திருத்தக் கிறித்தவச் சபை	175
சென்னை- புயல்	36
சென்னை- மேயர் முறை மன்றம்	171
சென்னை- ஜார்ஜ் கோட்டை	84
சேதுபதி - உள்சண்டை	137
சைபீரியா	84,141
சைரஸ்	192
சோழமண்டலக் கரை	37
டச்சுக் கிழக்கிந்தியக் கம்பெனி	87
டமாஸ்கஸ்	99
டயோடுமிடு	145
டூம்ஸ்டே புக்	49
டேரியஸ்	118
டேவர்னியர்	129
டேவிஸ், ஜான்	67
டேனியர் - நாணயம்	211
டோரிக் கட்சி	56
தக்காணம்	63,181
தக்காணம் - ஜரோப்பியா	63
தஞ்சை - துக்கோசி	176
தஞ்சை - பஞ்சம்	207
தஞ்சை - மராட்டியர்	176
தரவாடு - நாயர்	106
தலைச்சேரி	71
தாகித்தி	169
தாமஸ் - கேரளத்தில்	27
தாமஸ் - மயிலையில்	30
தாமஸ் கை மருத்துவமனை	136
தாலமி	64
தானே	192
திராவிடர் - நடு ஆசியா	107
திருவிதாங்கூர்	104
திலகர்	212
துக்ளக், முகமது	129
துணி - ஆந்திரம்	66
துணி - மஸ்லின்	67
துப்பரோன்	72
துபாஷ் பதவி	73
துருக்கர்	209,126
தூய்ப்பிளே	72
தெலுங்கு	61
தென் கடற்குமிழி	26
தென்னமெரிக்கச் சோழர்	102
தைமூர்	126
தொண்டைமான்	137
நடு ஆசியா	115,118
நடு ஆசியா- அலெக்சாந்தர்	118,119
நடு ஆசியா- ஈரானியர்	
நடு ஆசியா- குசாணர்	120
நடு ஆசியா- தத்தாரியர்	119
நடு ஆசியா- துருக்கர்	121
நம்பூதிரி	100,101
நன்னம்பிக்கை முனை	138
நன்னைய	61

நாணயம் - எட்டு ரியால்	165	பிதர்	62
நாணயம் - கில்டார்	165	பிரிட்டன்- கிறித்தவம்	45
நாணயம்- கினி	172	பிரிட்டன்- தலை வரி	61
நாணயம் - சோழி, வாதுமை	166	பிரிட்டன்- வரலாறு	43
நாணயம் - டச்சு	165	பிரிட்டன்- ஹனோவர் குடி	25
நாணயம்- டாயிட்டு	165	பிரிஸ்டல்	26
நாணயம்- பகோடா, வராகன்	166	பிரேசில்- காப்பி	172
நாணயம் - புளோரின்	165	பிலிப்பைன்கள்	188
நாணயம்- மகமுதி	166	பிஜப்பூர் - விஜயபுரி	62,78
நாணயம்- ரிக்ஸ் டாலர்	165	ஃபியுடலிசம்	48
நாயர்	83,107	பீகிங்கு	88
நிசாம்-உல்-முல்க்	41,128	பீட்டர், மா	144
நியூகேட்டுச் சிறை	23	பீட்டர்ஸ்பர்க், செயிண்ட்	145
நியூட்டன் சில சிந்தனைகள்	167	புக்காரா	128
நியூட்டன் - பிரின்சிப்பியா	156	புதுச்சேரி	70
நியூநுபௌண்டுலாந்து	142	புதுச்சேரி - (1722)	74
நீதிமன்றங்கள்-இந்தியா	162	பூனா - வரலாறு	212
நுண்ணுயிர்	112,113	பெக்கட், தாமஸ்	50
நுண்ணுயிர் நோக்கி	112	பெங்களூர் வரலாறு	177
நூற்றாண்டுப் போர்	50	பெர்காம்பூர்	67
நெதர்லாந்து	140	பெரிப்புளூஸ்	64
நெப்போலியன்	115	பேங்க் ஆஃப் இங்கிலாந்து	55
நெல்லூர்	65	பேரார்	62
நைனியப்ப பிள்ளை	73	பேரிங்கு	138
நோவா செம்லியா	140	பைசாந்தியப் பேரரசு	122
நோவா, ஷேம்	99	போப் கிரிகோரி I	47
பங்கிபசார்	67	போர்த்துகீசர்	63
பஃபின்	144	போர்த்துகீசர் - கார்டஸ்	203
பாக்டீரியா	114	போலோ, மார்க்கோ	89
பாபர்	41	மகல்லன்	139
பாமினி அரசு	181	மகோதயபுரம்	104
பார்த்தலோமியா டயஸ்	82	மங்கம்மாள்	209
பார்த்தலோமியா டயஸ்	138	மங்கோலியர்	87,123
பாரசீகர்	123	மங்கோலியர் - இஸ்லாம் தழுவுதல்	126
பாரசீகர் - அக்கிமினிடு	119	மங்கோலியர்- உள்சண்டை	126
பாரசீகர் -பேரரசு	118	மசூலிப்பட்டினம்	63,64
பாரண்ட்ஸ் கடல்	140	மடகாஸ்கர்	195
"பாராளுமன்ற அன்னை"	56	மர்மலாங்குப் பாலம்	163
பாலாஜ் ராவ் பேஷ்வா	184	மராட்டியர் - கொங்கணம்	190
பாலீனீசியா	68	மருமக்கள் தாயம்	98,100
பானிப்பட்டுப் போர்	127	மலபார்க் கொள்ளையர்	196
பாஸ்டிலிச் சிறை	71	மாகி பூர்தொனைஸ்	70,71
பிண்டாரியர்	214	மாகி - மையழி	70

இந்திய சரித்திரக் களஞ்சியம் | 407

மாடம்பிமார்	185	விசயரங்கச் சொக்கநாதன்	137
மாமல்லபுரம்	67	விசயாலயன்	103
மார்டின், பிரான்ஸ்வா	70,71	வில்லியம், ஆரஞ்சு	55
மார்டினிக்கு	115,111	விவிலியம் - புது ஏற்பாடு	153
மார்த்தாண்டவர்மன்	82	விழிஞ்சியம்	103
மார்லோ	53	விளாதிமிர் - இரஷியா	153
மாஸ்கோ கம்பெனி	140	வீரமா முனிவர்	171
முகமது ஷா	41	வெனிஸ்	98
முகலாயர்	126	வேனாடு - திருவிதாங்கூர்	82
முசிறி (கிராங்கனூர்)	104	ஹட்சன், ஹென்றி	38
''முதலியார்'' பட்டம்	75	ஹார்வி, வில்லியம்	167
மெசபடோமியா - கல்வெட்டு	99	ஹிட்டைட்ஸ் மொழி	70
மெலனீசியா	68	ஹென்றி I	49
மேக்னா கார்டா	49	ஹென்றி II	49
மேரி, டியூடர்	51	ஹென்றி VII	51
மேரி ஸ்காத்லாந்து	52	ஹென்றி VIII	51,52
மைக்கிரோனீசியா	68	ஹோகார்த்	110,150
மொசாம்பிக்கு	195	ஸ்டோன்ஹெஞ்சு	43
மோரீசுத் தீவு	71	ஸ்பிட்ஸ்பர்கன்	141
யாதவர்	214	ஸ்பியர், பெர்சிவல்	150
யூரனஸ்	170	ஷாஜகான்	62
ரப்பா நூயி	70	ஷாஜி	177
ரெயினால்ட்ஸ், ஜோசுவா	83,215	ஷேக்ஸ்பியர்	53
ரென், கிறிஸ்தபர்	83	ஜந்தர் மந்தர்	134
ரோஜாப்பூப் போர்	51	ஜாட்டுகள்	134
லயோலா, இக்னேசியஸ்	211	ஜார்டன்ஸ் பாதிரி	100
லாங்மென் புத்தக நிறுவனம்	135	ஜார்ஜ் I	56
லூயி XV	115	ஜார்ஜ் II	56,172
லூவன் ஹோயக்	112	ஜெயசிங்கு II	134
வால்போல், இராபட்	42,56,59	ஜெயப்பூர்	134,177
வாஸ்கோடகாமா	108	ஜேம்ஸ் I	53
விக் கட்சி	55	ஜோசஃபீன்	115
விசயநகரப் பேரரசு	62,166	ஸ்ரீ சைலம்	61

நான்காம் தொகுதியின் சொல்லடைவு

அக்பர் 268
அகராதி நிகண்டு 258
அகராதி வரலாறு 258
அகஸ்டஸ் 227
அகோபிலம் 241
அச்சுக்கலை 299
அச்சுத ராயர் 32
அடிமை - கடற்கொள்ளை 393
அடிமை - காஃபிரி வாணிபம் 393
அடிமை - தமிழகம் 392
அடிமை - தென்கிழக்காசியா 394
அடிமை வாணிபம் சென்னை 393
அநாதாரிப் புலவர் 336
அப்பய்ய தீட்சிதர் 336
அமீர் குஸ்ரூ 304,307
அமெரிக்கா-இந்தூர் 271
அரபுத் தமிழ் 370
அரபு - மலையாளம் 370
அரியநாதமுதலி 321
அரியரன் 317
அரியலூர் 352
அருணகிரிநாதர் 311
அருணாசலம்,மு. 259,261
அருளானந்தர் 339
அலாவுதீன் கில்ஜி 303
அலிவர்தி கான் 398
அலெக்சாந்தர் 267,262
அனந்தபத்மநாப சுவாமி கோயில் 237
அனாக்சிமேண்டர் 357
''அஷ்டதிக்கஜங்கள்'' 336
ஆக்சம் பேரரசு 278
ஆங்கில டிக்ஷனரி 263
ஆதிகேசவப் பெருமாள் கோயில்
- சிந்தாதிரிப்பேட்டை 356
ஆதிசங்கரர் 335
ஆதிநிகண்டு - திவாகரம் 259
ஆமதாபாது 371
ஆர்க்காடு - சஃப்தர் அலிகான் 292
ஆர்க்காடு - சாதத்துல்லா கான் 264
ஆர்க்காடு - சுல்ஃபிகர் கான் 264
ஆர்க்காடு - தோஸ்து அலி 264
ஆலம்கீர் II 373
ஆறுமுக நாவலர் 260
ஆனைகுந்தி 317
ஆஸ்டெண்டுக் கம்பெனி 251
இந்தியர்
- ஐரோப்பியப் படைப்பயிற்சி 298
இந்துஸ்தானம்-இந்து ராஜ்கள் 302
இந்தூர் - இன்று 271
இந்தூர்-ஹோல்கார் வரலாறு 269
இபின் பதூதா 306
இமாசலப் பிரதேசம் - சட்லெஜ் 383
இயற்கை வரலாறு பஃபன் 360
இரட்டைப் புலவர் 309
இரஷியா 255
இராச நாராயணச் சம்புவரையர் 306
இராமப்பய்யன் 332
இராமானந்தர் 313
இராமானுசர் 241
இராஜதரங்கிணி 315
இலக்கியம் - விலை மாதர் 374
இலண்டன் 247
இஸ்லாம் - ஒருபால் புணர்ச்சி 294
உடையார்பாளையம் 361,362
உத்திரமேரூர் 241
உமாயூன் 268,371
உருத்திர கணிகை 311
உலாக்கள் 309
உறையூர் 284
ஊர்திகள் - இங்கிலாந்து 396
ஊர்திகள் - இத்தாலி 395
ஊர்திகள் - இந்தியா 397
ஊர்திகள் - ஐரோப்பா 395
எட்டயபுரம் 341
எத்தியோப்பியா-அபிசீனியா 276,218
எல்லீசு, ஒயிட் 263
எலிசபெத்து II - காசி 382
ஏகாம்பரநாதர் உலா 310
ஒற்றைக்கல் மண்டபம் 243
ஓரியூர் - அருளானந்தர் 341
ஔரங்கசீப் 281

இந்திய சரித்திரக் களஞ்சியம் | 409

கங்கா தேவி	306
கடிகை முத்துப்புலவர்	336
கண்டகி ஆறு	243
கண்டேஷ் -கான் தேஷ்	269
கண்ணனூர்	305
கந்தரலங்காரம். கந்தரந்தாதி	312
கபீர்தாசர்	313
கம்பணன்	263
கம்பணன் படையெடுப்பு	318
கரீபியன்	254
கல்கத்தா - நிலநடுக்கம்	351
கல்ஹணர்	315
கள்ளர் நாடு	329
கன்யூட்டு	357
கன்னடர்	307
காஞ்சி காமகோடி பீடம்	374
காஞ்சிபுரம்	309
காண்டமைன்-பிரஞ்சு அறிவியலார்	345
காந்தியடிகள்- ஆமதாபாது. சபர்மதி	373
காளமேகம்	309
கான்ஸ்டாண்டிநோபிள் வீழ்ச்சி	301
கியாசுதீன் துக்ளக்	306
கிருஷ்ணதேவராயர்	321,336
கிழவன் சேதுபதி	335
கீத கோவிந்தம்	366
குடந்தைச் சங்கரமடம்	373
குத்புதீன்	268
குமரகுருபரர்	336
குரு நானக்	314
குரோனோமீட்டர்	247
கூத்தியார் குண்டு	332
கேரளம் - இராமநாட்டம்	366
கேரளம் - ஓட்டந்துள்ளல்	368
கேரளம் - கதகளி	367
கேரளம் - கலை, இலக்கியம்	365
கேரளம் - கிருஷ்ணகீதி	366
கேரளம் - கிருஷ்ணாட்டம்	365
கேரளம் - கீதகோவிந்தம்	366
கேரளம் - கோலம், கோலாத்திரி	369
கேரளம் - சவிட்டு நாடகம்	370
கேரளம் - துள்ளல் கதைகள்	368
கேரளம் - நளசரித்திரம்	367
கேரளம் - நாட்டுப்புற நாடகம்	370
கேரளம் - பண்டைய நாட்டிய வடிவங்கள்	369
கேரளம் - மோகினியாட்டம்	367
கொங்கணம்	280
கொட்டாரக்கரை இராஜா	365,366
கொல்லம்	243
கொலம்பஸ் தவறு	284
கோணமானி	246
கோதன்பர்க்கு	248
கோயில்-அனந்த பத்மநாபன் கோயில்	
- காஞ்சி வைகுந்தப் பெருமாள்	241
கோயில் - மங்கள சாசனம்	225
கோல்கொண்டா	333
கோலாத்திரி நாடு	369
கோலா தீவக்குறை	248
சங்கர மடங்கள் குரு பரம்பரை	374
சட்லெஜ் ஆறு	383
சத்தியநாதஐயர், ஆர்	335
சதுரகராதி	258,261
சந்தா சாகிபு	265
சந்திரசேகரப் பாண்டியன்	324
சாத்தூர்	362
சாலமன்-ஷீபா	277
சாளக் கிராமம்	243
சிக்கதேவராயர்	244
சிதியர்	276
சிதியர் - மராட்டியர் பகை	280
சிவாஜி	280
சீக்கியர் எழுச்சி	377
சீனம் - சென் பௌத்தம்	301
சுந்தரபாண்டியன்	303
சுவீடன் - கிழக்கிந்தியக்கம்பெனி	248,251
சூபியர்	315
சூரத்து	296
செக்ஸ்டண்ட்-கோணமானி	246
செஞ்சிக்கோட்டை	264
செராம்பூர்-டேனியர்	298
செவல். ஐ.சி.எஸ்	317
சென்னைக் கல்விச்சங்கம்	263
சேதுபதி-இரகுநாத தேவர்	300
சேதுபதி-சடையப்பத்தேவர்	300
சைத்தன்னியர்	314

ஞானதேவர்	314	நாணயம் - காசு	388
டிரினிடாடு	272	நாணயம் - திருவிதாங்கூர்	390
டீ பிரித்தோ - அருளானந்தர்	340, 363	நாணயம் - பணப் பலகை	391
டென்மார்க்கு	255	நாணயம் - பணம்	388
டேரியன்	254	நாணயம் - பிரஞ்சு	391
டேனியர்	256	நாணயம் - மராட்டியர்	373
டேனியல் டீபோ	257	நாதிர் ஷா - கர்னால் சண்டை	376
டௌனிங்குத் தெரு வீடு	365	நாதிர் ஷா - படையெடுப்பு	374
தங்கம் - பிளாட்டினம்	350	நாமதேவர்	403
தஞ்சை - பிரதாப சிங்கன்	373	நிகண்டு சூடாமணி	259
தஞ்சை - மராட்டியர்	265	நித்திய சூரி	311
தமிழ் இலக்கியம்- மையிருள் காலம்	336	நியூ ஆர்லியன்ஸ்	364
தரங்கம்பாடி	256	நியூட்டன்-உலக வடிவம்	346
தாயுமானவர்	336	நீலகண்ட சாஸ்திரி, க.அ.	303
தாவரவியல்	348	நூற்பு - ஆர்க்ரைட்டு	288
- இடுகுறி இரட்டைப் பெயர்	349	நூற்பு - கருவிகள் : தமிழகம்	284
தாவரவியல் - இயற்கை வகைமுறை	350	நூற்பு - கோவேறு கழுதை	289
தாவரவியல் - இயற்கை வரலாறு	360	நூற்பு - நுண் துகில்	284
தாவரவியல் - செடி வாணிபம்	350	நூற்பு - ஸ்பின்னிங் ஜென்னி	288
தாவரவியல் - திருத்தூதர்	359	நெசவு - இந்தியா	285
தாவரவியல் - லினீயஸ் பங்குபணி	356	நெசவு - பருத்தி	281
திரியம்பகம்	402	நெசவு - புரட்சி	285
திருக்குறுங்குடி	241	நோபல், ஆல்ஃபிரடு	251
திருநெல்வேலி மாகாணம்	329	பக்கிங்காம் அரண்மனை	364
திருமலை பங்காரு	292	பகவல்பூர்-சமஸ்தானாதிபதி காதல்	384
திருமுனைப்பாடி நாடு	308	பஞ்சபாண்டியர் தோல்வி	326
திருவண்ணாமலை	308	பத்ரீபம்	244
திருவனந்தபுரம்	242	பம்பாய்-கப்பல் கட்டுதல்	296
துங்க பத்திரை ஆறு	317	பரங்கிப் புத்தகங்கள்	336
தூய்ப்பிளே	298	பரங்கிப்பேட்டை	252
தென்கிழக்காசியா	394	பரமபதம்	238
தேசிகப் பிரபந்தம்	310	பருத்தி - அரைவை	291
தேவரடியார் தேவதாசி	368	பழனி	333
நம்மாழ்வார்	242	பழனி - கோயில் பண்டாரம்	333
நரச நாயக்கன்	321	ஃபத்தேப்பூர் சிகிரி	371
நற்றிணை	259, 284	பாண்டியர் சரித்திரம்	320
நன்னன்	369	பாபர்	268
நன்னன்		பார்சிகள்	297
- ஏழில்மலை: கொண்காணநாடு	369	பார்த்தியர் - பார்த்தியா	277
நாகம நாயக்கன்	321	பாஸ்வல், ஜேம்ஸ்	397
நாட்டு வாணிபம்	254	பிங்கலர், பிங்கலந்தை	258, 259
நாணயம் - இந்தியா	385	பிரஞ்சு அறிவியல் கழகம்	347
நாணயம் - இராணுவச் செலவுகள்	389	பிரஞ்சுப் புரட்சி	256

இந்திய சரித்திரக் களஞ்சியம் | 411

பிரஸ்டர்ஜான்	77	- மக்கள் வாழ்க்கை நிலை	332
பிளாட்டினம் - கண்டுபிடிப்பு	350	மதுரை நாயக்கர் - வரதட்சணை	335
பிஜப்பூர்	279	மதுரை நாயக்கர் - விசயரங்கச் சொக்கநாத நாயக்கன்	337
புதுச்சேரி	265		
புதுச்சேரி - கன்னிமார் வருகை	363	மதுரை மாகாணம்	329
புந்தேல்கண்டு	273	மதுரை மிசன்	293
புல் ஆணை-விளக்கம்	345	மயிலாப்பூர் - பிஷப்பு	341
புவிஈர்ப்பு விசை	346	மழவர்	361
பேங்க் ஆப் இங்கிலாந்து	352	மறவர் சீமை-மறவர் நாடு	300
பேரிந்தியம்	394	மறவர் நாடு-சின்ன	329
பேஷ்வா - பாலாஜி பாஜி ராவ்	402	மறவர் நாடு -பெரிய	330
பொய்யாமொழிப் புலவர்	312	மாதவாச்சாரியார்	312
போப்-அலெக்சாந்தர் VI	344	மாபார்	361
போப் - உலகைக் கூறுபோடுதல்	344	மாமல்லபுரம்	240
போப் - காலிக்ஸ்டஸ் III	345	மார்க்கஸ் அரேலியர்	277
போப்- புல் ஆணை	345	மார்த்தாண்டவர்மன்	242
போர்த்துக்கீசர்- பாசீன் இழத்தல்	361	மாலிக்காபூர்	304
போலந்து	253	மாறவர்மன் குலசேகரன்	306
பௌத்தம் - இந்தியாவில் மறைதல்	301	முகமது கோரி	268
மணிப்பிரவாளம்	366	மூக்கறுப்புப் போர்	333
மணிலாத்தீவு	244	மைசூர் உடையார் குடி	244
மத்திக் கத்தரிக்காய்	312	யமுனாசாரியார்	241
மதுரா விஜயம்	306	ரோகில்லா ஆப்கானியர்	274
மதுரை - அக்கிரகாரங்கள்	335	லா கார்பெஸ்ஜே	271
மதுரைச் சுல்தான் ஆட்சி	306	லினீயஸ் கரோலஸ்	357
மதுரை நாயக்கர் ஆட்சிப் பரப்பு	328	லிஸ்பன்	257
மதுரை நாயக்கர் - ஆட்சி முடிவு	300	லுத்தரன்	246
மதுரை நாயக்கர் - ஆட்சி முறை	330	வரலாறு-வட இந்தியா நூல்	267
மதுரை நாயக்கர் - இலக்கியம்	335	வல்லபாச்சாரி	313
மதுரை நாயக்கர் - கல்வி	335	வள்ளத்தோல் நாராயண மேனோன்	368
மதுரை நாயக்கர் - கோட்டை	328	வாசம்பு	303
மதுரை நாயக்கர் - சமயப்பற்று	328	வாசிங்டன், ஜார்ஜ்	266
மதுரை நாயக்கர் - சமூக மரபுகள்	334	வாடியா, நசர்வாஞ்சி	297
மதுரை நாயக்கர் - சாதிப் பாகுபாடு	335	வால்டயர்-காதலி	346
மதுரை நாயக்கர் - சிற்றின்ப இலக்கியம்	336	வால்டயர்-பரிசுச்சீட்டு	348
		வால்டயர்- பிரின்சிப்பியா மொழிபெயர்ப்பு	346
மதுரை நாயக்கர் - திருமலை நாயக்கன்	291,332	வால்போல், இராபட்	
மதுரை நாயக்கர் - பாளையங்கள்	326	விசயநகரப் பேரரசு	263
மதுரை நாயக்கர் - மீனாட்சி	263,291	விசுவநாத நாயக்கன்	322
மதுரை நாயக்கர் - நிதி நிர்வாகம்	330	விருப்பாட்சன் II	320
மதுரை நாயக்கர் - நீதி நிர்வாகம்	331	வில்லிபுத்தூரார்	308
மதுரை நாயக்கர்		வீர தவளப் பட்டணம்	305

வீரபாண்டியன்	260	ஹாமர்ஷீல்டு	251
வீரமா முனிவர்	261	ஹார்கிரீவ்ஸ்	288
வீரவல்லாளர்	304	ஹீராசுச்சாமியார்	319
வெஸ்ட்மினிஸ்டர்	365	ஹோல்கார் - இந்தூர்	
வேணாடு	242	ஸ்காண்டிநேவியா	209, 248
வேதாந்த தேசிகர்	310	ஸ்காத்லாந்துக் கம்பெனி	254
வைணவம் - அந்தர்யாமி	237	ஜகாங்கீர்	268
வைணவம் - அர்ச்சை	237	ஜஞ்சிரா	276
வைணவம் - பரத்துவம்	237	ஜாவா - இந்து நாகரிகம்	301
வைணவம் - வடகலை	310	ஜான்சன், டாக்டர்	262
வையாபுரிப்பிள்ளை	260	ஜெகவீர	
ஹன்சியாட்டிக்கு லீகு	249	பாண்டியக் கட்டபொம்மன்	341
ஹாம்பர்கு	256	ஜூலியஸ் சீசர்	267

கருவி நூல்கள்
Select Bibliography

(இங்கு குறிப்பிட்ட சில நூல்கள் மட்டுமே தரப்பட்டுள்ளன.)

இராசமாணிக்கனார், மா. டாக்டர். - சைவ சமய வளர்ச்சி, சென்னை, *1958*

இராசமாணிக்கனார், மா. டாக்டர். - கல்வெட்டுகளில் அரசியல், சமயம், சென்னை, *1979.*

சதாசிவ பண்டாரத்தார், தி. வை. - இலக்கியமும் கல்வெட்டுகளும், சென்னை *1977*

மனோகரன், மீ. - தென் அமெரிக்காவின் சோழர்கள், மதுரை, *1976*

ரமா வேல்சாமி, திருமதி - நமது காசுகள், சென்னை, *1986*

வெங்கடராமையா, கே. எம்., - தஞ்சை மராட்டிய மன்னர் கால அரசியலும் சமுதாய வாழ்க்கையும், தஞ்சாவூர், *1984*

வேங்கடசாமி நாட்டார், ந. மு., - கள்ளர் சரித்திரம், நூற்றாண்டு விழா வெளியீடு, *1984*

Arunachalam, M.-The Kalabhras in the Pandyan Country and their impact on the Life and Literature there, Madras, 1979.

Ash, Bernard,-The Golden City of London, London, 1964.

Ash in Das Gupta and Pearson, M.N.-Editors: India and the Indian Ocean, 1500-1800 A.D.Calcutta, 1957

Asimov, Isaac, -The Ends of the Earth, Polar Regions of the World, New York, 1975

Bayly, C.A.,-Rules, Townsmen and Bazaars, North Indian Society in the Age of British Expansion, 1750-1870, Cambridge, 1983

Rev. Besse, L., S.J.,-Father Beschi of the Society of Jesus, His Times and Writings, Trichinopoly, 1918

Blake, Rount, Editor : The English World History, Church and people, London, 1982

Cassanova-The Memoirs of Cassanova in Three Volumes

David Williamson, Web and Bower, - Kings and Queens of Britain, London, 1982

Derry, T.K.,and Jarman, T.L.,-The Making of Modern Britain, New York, 1962

Gokhale, Balkishan Govind,-Poona in the Eighteenth Century, 1988

Hasan, Fazal,-Bangalore through Ages, Bangalore, 1970

Immanuel, C.y., Hsu,-The Rise of Modern China, Oxford, 1983

Lawford, James, P.,-British Army in India, From its Origins to the Conquest of Bengal, London, 1978

Lindsay, Jack,-The Hur Iyburly of Daily Life, Exemplified in one year of the Eighteenth Century, London, 959

Maclean, C.D.Editor: Glossary of the Madras Presidency, First Published 1893, New Delhi, 1982

Maclean, Fitzroy, Sir-To the Back and Beyond, An illustrated Companion to Central Asia and Mongolia, London, 1974

Malgonkar, Manohar,-The Sea Hawk, Life and Battles of Kanohji Angrey, Orient Massie, Suzanne,-The Beauty of Old Russia, Land of the Firebird, London, 1980

Majumdar, R.C.,-Editor : The History and Culture of the Indian People, Bombay, 1977

Marshall,P.J.,and Glyndeur - The Great Map of Mankind Perceptions of New Worlds in The Age of Enlightenment, Harvard, 1982

Menon, K.P.S.,-Many Worlds, OUP, 1965

Neil, Stephen,-A History of Christianity in India, The Beginnings to 1707, Cambridge, 1984

Rahman,A.,-Maharaja Sawai Singh II and Indian Renaissance, New Delhi, 1987

Ramesan, N.,-Temples and Legends of Andhra Pradesh. Bharatiya Vidya Bhavan, Bombay

Ridley, Jasper,-The History of England, London, 1981

Spear, Percival,-Master of Bengal, Clive and His India, London, 1975

Sreedhara Menon, A.,-A Survey of Kerala History, Kottayam, Reprint, 1980

Toy, Sydney,-The Strongholds of India, London, 1957

Vasantha Shetty, B.,-Studies in the Karnataka History, New Delhi, 1984

Vincent, Rose, Editor : The French in India, From Diamond Traders to Sanscrit Scholars, English Translation From French by Latika Padgas padgonkar, Bombay, 1990

Woodcock, George,-Kerala, A Portrait of the Malabar Coast, London, 1967

மேலும் பல தமிழ், ஆங்கில நூல்கள், செய்தித்தாள்கள், சஞ்சிகைகள்